லதிஃபே ஹனிம்
கெமால் பாஷாவின் மனைவி

லதிஃபே ஹனிம்

கெமால் பாஷாவின் மனைவி

இபெக் சாலிஷ்லர் (பி. 1947)

இபெக் சாலிஷ்லர் ஊஸ்கூதர் அமெரிக்கன் கல்லூரியில் படித்தார். அதன்பின் அங்காரா பல்கலைக்கழகத்தில் அரசியல் அறிவியலில் பட்டத்துக் காகப் படித்தார். துருக்கி வானொலி மற்றும் தொலைக்காட்சிக் கழகத்தில் செய்தியாளராகப் பணியைத் தொடங்கினார். எதிர்க்கட்சியின் குரலான *நோக்டா* செய்தித்தாளையும் பின்னர் *ஸோகக்* இதழையும் தொடங்கியவர் களில் இவரும் ஒருவர்.

பெண்கள், ஒருபால் கவர்ச்சி, இஸ்லாம் முதலியவை பற்றிய ஆய்வுக்காக ஹாம்பர்கில் இரண்டு வருடங்களைக் கழித்தார். துருக்கிக்குத் திரும்பி வந்தபின்பு மதிப்புக்குரிய தினசரிச் செய்தித்தாளான *ஜும்ஹுரியெட்*டில் பன்னிரண்டு வருடங்கள் பணியாற்றினார். முதலில் அதன் செய்தி ஆசிரிய ராகவும், பின்னர் ஞாயிற்றுக்கிழமை இணைப்பின் ஆசிரியராகவும் பணி யாற்றினார்.

இவருடைய முதல் புத்தகமான 'லதிஃபே ஹனிம்' மிக அதிகமாக விற்பனை யான புத்தகம். இரண்டாவது புத்தகம் புகழ்பெற்ற பெண் எழுத்தாளர், அரசியல் ஆர்வலர் மற்றும் சுதந்திரப்போர் வீரருமான ஹலிதே எடிப் பற்றியது.

பாபு ராஜேந்திரன் (பி. 1949)

மொழிபெயர்ப்பாளர்

இவர் அரசு கலைக் கல்லூரியில் ஆங்கில இணைப் பேராசிரியராகப் பணியாற்றி ஓய்வுபெற்றவர். தற்போது குமரி மாவட்டம் குளச்சலில் வாழ்கிறார்.

தொடர்புக்கு : 9443717830
மின்னஞ்சல் : c.brajendran@gmail.com

இபெக் சாலிஷ்லர்

லதிஃபே ஹனிம்
கெமால் பாஷாவின் மனைவி

தமிழில்
பாபு ராஜேந்திரன்

காலச்சுவடு பதிப்பகம்

Latife Hanim by *Ipek Çalislar*
© Ipek Çalislar

லதிஃபே ஹனிம் கெமால் பாஷாவின் மனைவி ❖ வரலாறு ❖ ஆசிரியர்: இபெக் சாலிஷ்லர் ❖ தமிழில்: பாபு ராஜேந்திரன் ❖ முதல் பதிப்பு: டிசம்பர் 2012 ❖ வெளியீடு: காலச்சுவடு பப்ளிகேஷன்ஸ் (பி) லிட்., 669, கே. பி. சாலை, நாகர்கோவில் 629001.

காலச்சுவடு பதிப்பக வெளியீடு : 512

lathife hanim kemal pasavin manaivi ❖ History ❖ Author: Ipek Çalislar ❖ Translated by: Babu Rajendran ❖ L a n g u a g e : T a m i l ❖ First Edition: December 2012 ❖ Size: Royal ❖ Paper: 21.3 kg Maplitho ❖ Pages: 392.

Published by Kalachuvadu Publications Pvt.Ltd., 669, K.P. Road, Nagercoil 629001, India ❖ Phone: 91-4652-278525 ❖ e-mail: publications@kalachuvadu. com ❖ Wrapper printed at Print Specialities, Chennai 600014 ❖ Printed at Mani Offset, Chennai 600005.

ISBN : 978-93-81969-67-0

12/2012/S.No. 512, kcp 911, 21.3 (1) 600

அறிமுகம்

நான் என் செய்தித்தாள் பணியைவிட்டு விலகியபோது, என்னுடைய அடுத்த செயல்திட்டத்தைக் கண்டறிய சந்தர்ப்பம் உதவிசெய்தது: அது திருமதி ஆட்டாடூர்க் பற்றி எழுதுவது. அவர் கவர்ச்சியற்ற, செல்லங்கொடுத்து கெடுக்கப்பட்ட துடுக்குத்தனமான ஒருவராக நீண்டகாலமாக ஒதுக்கிவைக்கப்பட்டிருந்தார். மற்ற பலரையும் போலவே நானும் அவற்றையெல்லாம் நம்பினேன். தாம் பாராளுமன்றத் தேர்தலில் நிற்க உதவுவதற்காகச் சட்டத்தை மாற்று மாறு அவர் ஆட்டாடூர்க்கிடம் கோரிக்கை வைத்ததை அறிந்த கணத்தில், என்னை எழுதுமாறு ஈர்த்த வாழ்க்கை வரலாற்றுக்குரிய பெண்ணைக் கண்டுபிடித்துவிட்டதை அறிந்தேன். எனக்குள் இருந்த பத்திரிகையாளர் என்னை ஒருவித அவசரத்துடன் செயலில் இறங்க வைத்தது. இது எட்டுப் பதின்ம ஆண்டுகளுக்கு முன்னர் வெளியிடப் பட்ட ஒவ்வொரு புத்தகத்தையும் என் கையில் கிடைத்த எல்லா வரலாற்று இதழ்களையும் வாசிக்கப் புத்தக அலமாரிகளுக்கு அழைத்துச் சென்றது.

தம் சொந்த நாடான துருக்கியில் அவர் லதிஃபே ஹனிம் என்று நன்கறியப்பட்டிருந்தார். அவரிடம் அசாத்தியமான அறிவுக் கூர்மையும் மிகச்சிறந்த கல்வியும் இருந்தபோதும், அவர் முஸ்தஃபா கெமால் ஆட்டாடூர்க்குக்கு எப்படியோ நடந்த ஒரு விபத்தாகவே எப்போதும் சித்தரிக்கப்பட்டிருக்கிறார். பெர்ட்ரான்ட் ரஸ்ஸல், பெண்கள் வாக்குரிமைக்கு ஆதரவு தெரிவித்து தேர்தலில் நின்று கொண்டிருந்த நேரத்தில் லண்டனுக்கு அருகில் உள்ள சிஸல் ஹர்ஸ்டில் இருந்த டியூடர் ஹால் பள்ளியில் லதிஃபே படித்தார். சார்போனில் சட்டம் பயில்வதற்குமுன் அவர் இங்கே படித்தார்.

வெகுதூரத்திலிருந்த ஆட்டோமான் பேரரசிலிருந்து வந்திருந்த லதிஃபே உஷாகி அவருடைய ஆசிரியைகள் ஆச்சரியப்படு மளவுக்குச் சிறப்பாக ஆங்கிலம் பேசினார். தவறில்லா மொழி ஆற்றலை அவர் தம் ஆங்கிலேய இல்ல ஆசிரியையிடமிருந்து

பெற்றார். 24ஆவது வயதில், தம் நாட்டை ஆக்கிரமிப்பிலிருந்து விடுவித்த முஸ்தஃபா கெமாலைத் திருமணம் செய்தபோது, பன்னாட்டுப் புகழ் பெற்ற நட்சத்திரமானார். முன்னாள் டியூடர் ஹால் மாணவர்கள். *இல்லஸ்ட்ரேற்றெட் லண்டன் நியூஸில்* வெளிவந்த லதிஃபேவின் புகைப் படத்தைப் பார்த்துப் பரபரப்படைந்திருப்பார்கள். இப்போது 90 ஆண்டு களுக்குப் பிறகு, தங்கள் பாட்டிகளுக்குப் பள்ளித் தோழியாக இருந்த, இஸ்மிரிலிருந்து வந்த துருக்கியின் முதல் பெண்மணியின் கதையை அவர்கள் படிக்கலாம்.

லதிஃபேவுக்கு செல்லம் கொடுத்து கெடுக்கப்பட்ட பெண் என்ற முத்திரை குத்தப்பட்டது; இது அவர் சமத்துவம் கேட்டதற்காக மாற்றத்தை விரும்பாதவர்கள் கொடுத்த பதிலடி. பெண்களை அலட்சியம் செய்யும் வரலாற்று நூல்கள். லதிஃபேவின் எரிச்சலடையும் தன்மை பற்றிய நிகழ்வு களை வெகுவாக இரசித்தன. ஆனால் அவை, அவருடைய விடுதலைக் கான விருப்பம், குடியரசின் தொடக்க காலத்தில் எடுக்கப்பட்ட நடவடிக்கை களுக்கு அவருடைய பங்களிப்பு, அல்லது ஆட்டாடுர்க்கின் உதவியாளர் என்ற அவருடைய தகுதி ஆகியவற்றை முழுமையாக உதாசீனம் செய்தன.

அவருடைய இரகசியங்களைக் கண்டுபிடிப்பதற்கு நீங்கள் செய்ய வேண்டியதெல்லாம் ஒரு பெண்ணின் கண்களோடு அவரைப் பார்ப்பது தான்.

1920களிலுள்ள செய்தித்தாள்களை நான் வாசிக்கத் தொடங்கிய போது லதிஃபே என்னை ஆச்சரியமடைய வைத்தார். முஸ்தஃபா கெமாலின் முகத்திரையிடாத மனைவி என்றும் பெண்ணுரிமைகளின் பாதுகாவலர் என்றும் அவரது புகழ் உலகெங்கும் பரவியிருந்தது. துருக்கி யின் மாற்றங்களின் முன்னோடி என்றும் புகழ்பெற்றவர் என்றும் போற்றப் பட்டார். முஸ்தஃபா கெமாலின் மாரடைப்புக்குப் பிறகு, அவருக்குப்பின் அவரது பதவிக்கு வரத் தகுதியுள்ளவர்களாகக் கருதப்பட்டவர்களின் பட்டியலில் லதிஃபேவின் பெயர் முதல்நிலையில் இருந்தது. இருப்பினும் உலகப் பத்திரிகைகளில் வெளியிடப்பட்ட இந்தக் கருத்துகள் துருக்கியைச் சென்றடையவில்லை.

முஸ்தஃபா கெமால் ஒரு எடுத்துக்காட்டான கணவனாகவும் எல்லா துறைகளிலும் தம் மனைவிக்கிருந்த திறமைகளால் மகிழ்ச்சியடைந்த வராகவும் வெளிப்பட்டார். தம் மனைவியோடு கருத்துப் பரிமாற்றம் செய்வதை இரசித்து, தம் நெருங்கிய வட்டத்திலுள்ளவர்களின் கண்டனங்களை நிராகரித்தவராகவும் தோன்றுகிறார்.

அவர்களுக்கிடையில் இருந்தது ஒரு காதல் பிணைப்பா? என்னால் கண்டுபிடிக்க முடிந்த எல்லாத் தடயங்களையும் உள்ளடக்கியுள்ளேன். இந்தத் திருமணம் குறுகிய காலம் மட்டுமே நீடித்தது இருவருக்குமே பெரும் துயரை ஏற்படுத்தியது.

லதிஃபே மரணமடைந்த நாள்வரை மௌனம் காத்திருக்கலாம். ஆனால் அவருக்கு முழுமையாக மறைந்துபோகும் எண்ணம் இல்லை. ஒருநாள் தாம் புரிந்துகொள்ளப்பட வேண்டும் என்பதற்காகத் தம்முடைய

வாழ்க்கை நினைவுகளை எழுதினார். அவர் மதிப்பு மிக்கவையாகக் கருதிய இந்த ஆவணங்களையெல்லாம் எதிர்காலத்தில் ஒருநாள் வெளிப்படுத்துவதற்காக வங்கிப் பாதுகாப்புப் பெட்டகத்தில் பாதுகாத்தார். துருக்கி வரலாற்று சங்கத்திடம் ஒப்படைக்கப்பட்ட இந்த ஆவணங்கள் இன்னும் சிலகாலம் இரகசியமாகவே இருக்க வேண்டியுள்ளது சோக மானது. இதைக் கூறினாலும், நான் அவருடைய வாழ்க்கை வரலாற்றை எழுதிக் கொண்டிருந்தபோது லதிஃபே ஹனிமின் மிகுந்த உயிரோட்ட முள்ள சித்தரிப்பு வெளிப்பட்டது. எனவே பெட்டகத்துக்குள் என்ன இருந்தது என்று நினைத்துப் பார்ப்பதை நீண்ட காலத்துக்குமுன்பே நிறுத்திவிட்டேன்.

கலாற்றா, இஸ்தான்புல் **இபெக் சாலிஷ்லார்**
2006 – 2012

ஆட்டோமான் பேரரசில் பால்வகைத் தனிமைப்படுத்துதல்

இந்தியாவில் ‘பர்தா’ என்றும் (பெர்ஷிய மொழி பெர்தே – திரை–யிலிருந்து) அறியப்படும் பால்வகைத் தனிமைப்படுத்துதல் ஆட்டோமான் பேரரசில் முஸ்லிம் மக்களின் சமூக வாழ்க்கையை வரையறை செய்தது. பெண்ணின் இடம் அவளுடைய இல்லமும் அவளுடைய நெருங்கிய குடும்பமும் என்று வரையறுக்கப்பட் டிருந்தது. பொது வெளியிலிருந்து அவள் விலக்கப்பட்டிருந்தாள்.

பெண்களும் ஆண்களும் தனித்தனி வாழ்க்கை வாழ்ந்தனர். வீட்டுக் கட்டிட அமைப்பு, ஆண் வருகையாளர்களை வரவேற்பதற்காக ‘ஸெலாம்லிக்’, குடும்பத்தின் புகலிடமான அந்தப்புரம் ஆகிய தனித்தனிப் பகுதிகளை வழங்க வேண்டியிருந்தது. பயணப் படகுகள், ரயில்கள், ட்ராம்கள் போன்ற பொது இடங்களில் பெண்களுக்கான தனிப் பகுதிகள் ஒரு மறைப்புத் திரையால் பிரிக்கப்பட்டிருந்தன.

19ஆம் நூற்றாண்டின் தொடக்கத்திலிருந்து பெண்கள் இந்தக் கட்டுப் பாடுகளை நிராகரிக்கத் தொடங்கினர். சமூகம் நவீனமயமானபோது, தனிமைப்படுத்தும் வழக்கமும் இறுதியாக வரலாற்றுக்குள் மூழ்கிவிட்டது.

நன்றி

'லதிஃபே ஹனிம் முதல்முறையாக வெளியிடப்பட்ட வேளையில் நான் கிரிமினல் குற்றச்சாட்டை சந்திக்க நேர்ந்து பிரச்சினையில் மாட்டிக்கொண்டேன். அந்நேரத்தில் PEN[1] (பென்) எனக்கு ஆதரவளித்தது. ஐந்து வருடங்களுக்குப் பிறகு, மற்றொரு முறை அவர்கள் எனக்கு உதவிக்கரம் நீட்டினர். பென் இன்டெர்னேஷனலில் இருந்த என் தோழி சாரா வையாட் முதல் அகத் தூண்டலை அளித்தார். அவர் லதிஃபே ஹனிம் நூலை வாசிக்க விரும்பிக்கொண்டிருந்தார். 'பென்' இந்நூலைப் பரிந்துரைத்தால் எல்லோரும் அதை வாசிக்க முடியும் என்று கடந்த வருடம் அவர் கருத்துத் தெரிவித்தார். அப்போது ஒரு நல்ல செய்தி வந்தது. ஃபெய்ஸா ஹோவெல் 'லதிஃபே'வை ஆங்கிலத்தில் மொழி பெயர்க்க விரும்பினார். காலெம் முகமையின் நெர்மின் மொல்லவோக்லு அவருக்கு ஊக்கமளித்தார். அவர்களுடைய விடாமுயற்சி எனக்கு ஊக்கமூட்டியது. மொழிபெயர்ப்பு ஒரு எளிதான விஷயம் அல்ல. ஒரு புது வாசக வட்டத்துக்காக புத்தகத்தை மாற்றியமைக்க வேண்டியிருந்தது. சிலவற்றை சேர்க்கவும் சிலவற்றை அகற்றவும் தேவையிருந்தது. துருக்கிக்கு வெளியே வெளியிடப்பட்ட தகவல்களைத் திரட்ட வேண்டியிருந்தது. இந்தக் களைப்படைய வைக்கும் பணிக்கு ஃபெய்ஸாவின் ஆற்றல் பொருத்தமானதாக இருந்தது. அவர் இந்நூலை மொழிபெயர்க்க மட்டும் செய்யவில்லை. மேற்கோள்களை அவற்றின் மூலமொழி களில் திரட்டி வியப்பை ஏற்படுத்தினார். மூலநூல் ஏறத்தாழ 500 பக்கங்கள் இருந்தன. எனவே எனக்கும் சில பணிகள் கொடுக்கப் பட்டன. ஐய மனப்பாங்கோடிருந்த துருக்கி வாசகர்களை நம்ப வைப்பதற்காக முன்னர் எழுதப்பட்ட பகுதிகளை நான் நீக்கினேன். பிரதியையும் சுருக்கினேன்.

---

1. பென் இன்டெர்னேஷனல்: 1921இல் நிறுவப்பட்டது. இது எழுத்தாளர்களின் உலகளாவிய சமுதாயம். இலக்கியத்தையும் கருத்து சுதந்திரத்தையும் மேம்படுத்துவதற்காக உருவாக்கப்பட்ட அமைப்பு.

அதன்பின் ஆங்கில 'பென்' கிளைக்கு விண்ணப்பித்து மொழி பெயர்ப்புத் திட்ட எழுத்தாளர்களின் மேலாளரான எம்மா க்ளீவோடு தொடர்புகொண்டோம். விண்ணப்ப செயல்முறையை நிறைவுசெய்வதற் காக தனித்திறமையுடைய வாசகர் ஒருவரின் அறிக்கை தேவைப்பட்டது. பரிந்துரைக்கப்பட்ட பெயர் ஊக்கமளித்தது: அது பென் இன்டெர்னேஷன லின் உதவித் தலைவரும் எழுத்தாளருமான மோரிஸ் ஃபர்ஹியின் பெயர். அவர் ஒரு மிகச் சிறந்த பகுப்பாய்வு எழுதினார். நான் அதை எப்போதும் மதித்துப் போற்றுவேன். சாரா, எம்மா, நெர்மின், ஃபெய்ஸா ஆகியோரும் நானும் அடங்கிய ஐந்து பெண்கள் எங்கள் முயற்சிகளை ஒருங்கிணைத் தோம். திருமதி ஆட்டாடுர்க்கைப் பன்னாட்டு வாசகர்களின் கவனத்துக்குக் கொண்டுவருவதற்கு மோரிஸ் எங்களுக்கெல்லாம் ஆதரவளித்தார்.

லதிஃபே ஹனிமின் வாழ்க்கை வரலாற்றை நான் எழுதிக்கொண் டிருந்தபோது பல நண்பர்கள் தங்கள் உதவியை வழங்கினர். அவர்களுக்கு மீண்டும் மீண்டும் நன்றி தெரிவிப்பதற்கான வாய்ப்பு எனக்குக் கிடைத் திருந்தது. எனவே உங்களுக்கு ஒரு நீண்ட பட்டியலைக் கொடுப்பதைத் தவிர்க்கிறேன். இருப்பினும் சிலருடைய ஆதரவு இல்லாமல் இருந்திருந் தால் இந்த நூல் இவ்வளவு சிறப்பாக வெளிவந்திருக்காது. நான் மீண்டும் ஒருமுறை லதிஃபேவின் குடும்ப உறுப்பினர்களான முவாம்மெர் எர்பாய், மெஹ்மெட் ஒகே, காலஞ்சென்ற கூல்ரூம்ஸெர் ஒகே ஆகியோருக்கு இதன்மூலம் நன்றி தெரிவித்துக்கொள்கிறேன்.

எப்போதும் போல எங்கள் குடும்பத்தினருக்கும் என் உளமார்ந்த நன்றிகள். பல மணி நேரங்கள் தொடர்ந்து பணிசெய்யும் நேரமெல்லாம், அவர்கள் பாசத்தோடு ஆதரவளிக்கிறார்கள்.

பொருளடக்கம்

1.	சந்திப்பு	15
2.	லதிஃபேவின் குடும்பம்	27
3.	லதிஃபே பிறந்த நகரம், இஸ்மிர் ஆக்கிரமிப்பு	39
4.	பெருந்தீயின் சாம்பலிலிருந்து ஊற்றெடுத்த காதல்	46
5.	முஸ்தஃபா கெமாலின் திருமண முன்மொழிவு	62
6.	திருமணத்தை எதிர்நோக்கியிருத்தல்	72
7.	மாமியார் ஸுபெய்தே ஹனிம்	81
8.	நிச்சயதார்த்தப் பரிசு ஒரு கலப்பற்ற அரபிக் குதிரை	86
9.	"தயாராக இரு; நாம் திருமணம் செய்துகொள்ளப் போகிறோம்"	94
10.	தேனிலவு	105
11.	தேசீய இயக்கத் தளமான அங்காராவுக்கு வருகை	111
12.	பாசறைக்கு வந்த மணப்பெண்	120
13.	லதிஃபே வெளிநாட்டுப் பத்திரிகையாளர்களுக்கு சாங்கயாவில் விருந்தளிக்கிறார்	128
14.	நாட்டை ஒன்றாக சுற்றிப் பார்க்கிறார்கள்	138
15.	குதிமுள் அணிந்த துடுக்கத்தனமான மணப்பெண்	142
16.	லதிஃபேவின் உடைகளில் துப்பாக்கிக் குண்டு ஓட்டைகள்	148
17.	லதிஃபே பாராளுமன்றத் தேர்தலில் நிற்க விரும்புகிறார்	155
18.	வீட்டு வாழ்க்கை	163
19.	குடியரசுப் பிரகடனம்	173
20.	மணமகனுக்கு மாரடைப்பு	178

21. லதிஃபே தன் உடலைக் கேடயமாக்கி கணவனைக் காப்பாற்றுகிறார்	182
22. லதிஃபே அரசு நடைமுறை மரபு விதிகளைத் தயாரிக்கிறார்.	195
23. அக்காலத்துப் பெண்கள்	200
24. பெண்கள் இயக்கமும் லதிஃபேவும்	210
25. ஃபிக்ரியே: முன்னாள் தோழி திரும்பிவருகிறார்	226
26. பொருளாதாரத்தை ஊக்குவித்தல்	237
27. இலையுதிர்காலச் சுற்றுப் பயணம்	241
28. எதிர்ப்பு நாட்கள்	253
29. அது ஒரு காதல் பிணைப்பா?	266
30. மணவிலக்கு	275
31. அதிர்வுகள்	285
32. பிரிவு	295
33. முஸ்தஃபா கெமாலின் நீலநிறக் கண்களில் கண்ணீர்த் துளிகள்	309
34. லதிஃபே இரண்டாவது கட்சிக்கு ஆதரவளிக்கிறார்	319
35. ஆட்டாடூர்க்கிடமிருந்து ஒரு தனித்துவமான குடும்பப்பெயர்	330
36. இழிவுபடுத்தும் பரப்புரை	341
37. அவர் தன் நோயை மறைக்கிறார்	344
38. குடியரசின் வரலாற்றைத் தன் பாதுகாப்புப் பெட்டகத்தில் பாதுகாக்கிறார்	348
பிற்சேர்க்கைகள்	351
வாழ்க்கை வரலாற்றுக் குறிப்புகள்	359
குறிப்புகள்	365
புகைப்படங்கள்	371

1

சந்திப்பு

1919இன் இலையுதிர்கால மாலைநேரம் ஒன்றில் இஸ்மிர் நக[1]ரின் கோஸ்டபே மாவட்டத்திலிருந்த வெள்ளை மாளிகையின் முன் நேர்த்தியாக உடையணிந்த பிரெஞ்சுக்காரர் ஒருவர் வந்திறங்கினார்.

மூவண்ணக்கொடி பறந்த மூடப்பட்ட நான்கு சக்கர வண்டி வந்து நின்ற முன்வாயிலை நோக்கி காவலாளி ஒருவன் மிரட்டும் தோரணையுடன் நடந்து வந்தான். வந்தவரின் பாதையைத் தடுப்பதில் அவனுக்கிருந்த உறுதி ஒரு கண்டிப்பையே பெற்றுத் தந்தது.

'நான் பிரெஞ்சு நாட்டுப் பிரதிநிதி. முவாம்மெர் பெய்[2] அவர்களோடு பிரிட்ஜ் விளையாடுவதற்காக வந்திருக்கிறேன்.'

அந்தக் காவலாளி பிரெஞ்சு தெரியாதவனாக இருந்தாலும் தனது துப்பாக்கியை ஒரு பக்கமாக இழுத்துக்கொண்டான். அந்தத் தூதரக அலுவலர் தமது சட்டைப் பையிலிருந்து வெளியே எடுத்த ஆவணங்கள் அந்தக் காவலன் பின்னோக்கிச் செல்லும் அளவுக்கு அவர்மேல் மதிப்பு கொள்ளச் செய்தன.

இஸ்மிர் துருக்கியர்கள் மே 15இலிருந்து கிரேக்க ஆக்கிரமிப்பின் கீழ் சொல்லொணா துன்பங்களை அனுபவித்துக்கொண்டிருந்தார்கள். இருப்பினும் அங்கு பிரெஞ்சு கொடியை ஏற்ற தம் நண்பரை வழக்கத்துக்கு மாறாக இணங்க வைக்க முடியாமல் போனது பற்றி ரோஜாத் தோட்டம் வழியாக நடக்கும்போது தூதரக அலுவலர் ஏக்கத்துடன் வீட்டைப் பார்த்துக்கொண்டே சிந்தித்தார். டமாஸ்கஸ் துருக்கியர்களைப் போல் ஏன் இவரும் நடந்துகொண்டிருக்கக் கூடாது? அவர்கள் மூவண்ணக் கொடியை ஏற்றியதால் கிரேக்கர்களின் துன்புறுத்தலிலிருந்து காப்பாற்றப் பட்டார்கள்.

அழைப்பு மணியைத் தொடுவதற்கு முன் கதவு திறந்தது. இஸ்மிரின் புகழ்பெற்ற வணிகரான முவாம்மெர் உஷாகிஸாடே, தாம் வழக்கமாக அணியும் புதுப்பொலிவுடைய வெள்ளைநிற

புறச் சட்டையில் நேர்த்தியாகக் கதவருகில் வந்து நண்பரை வரவேற்றார். இருவரும் தழுவிக்கொண்டனர். வழக்கமான பாதையில் வரவேற்பறைக் குச் செல்லும்போது அங்கிருந்த கைப்பெட்டிகளைப் பார்த்தவுடன் அந்தக் குடும்பத்தினர் புறப்படத் தயாராக இருப்பதை அந்தத் தூதரக அதிகாரி தெரிந்துகொண்டார்.

ஆக்கிரமிப்பாளர்களுக்கு உடந்தையாக இருக்குமாறு முக்கியத் துருக்கியர்கள் கட்டாயப்படுத்தப்பட்டிருந்தார்கள். முவாம்மெர், இஸ்மிர் முழுவதிலும் மிக அதிகச் செல்வாக்குள்ள வணிகராக இருந்தார். கடந்த முறை இருவரும் வெளிப்படையாகப் பேசியபோது அவர் ஒரு இரகசியத்தை வெளிப்படுத்தினார். "நான் மேயர் ஆக வேண்டும் என்று அவர்கள் வற்புறுத்துகிறார்கள். அது மட்டுமன்றி நான் கொலை மிரட்டல் பெறாமல் எந்த நாளும் கழிவதில்லை."

இருவருமே ஃப்ரீமேசன் இயக்கத்தைச் சேர்ந்தவர்கள். பிரிட்ஜ் விளையாட்டுக் கழகத்தில் தொடங்கிய அவர்களுடைய நட்பு ஆக்கிரமிப் புக்கு மிக முன்பே தொடங்கிவிட்டது. கோஸ்டபேயின் வெள்ளை மாளிகை அந்தத் தூதரக அதிகாரிக்கு இரண்டாவது வீடு போன்றது.

முவாம்மெர் எதிர்கொண்ட மரண ஆபத்தைப் பற்றி அவர் உண்மையிலேயே அச்சமுற்றிருந்தார். அவருடைய சில துருக்கிய நண்பர் களுக்கு இஸ்மிரிலிருந்து தப்பிச் செல்ல ஏற்கனவே உதவி செய்தது பற்றி எடுத்துக் கூறி அவருடைய நண்பரும் சூழ்நிலைக்கு ஏற்ப, சமயோஜித மாக நடந்து கொள்ளுமாறு மீண்டும் மீண்டும் வற்புறுத்திக் கூறினார்.

எல்லாச் சூழலும் நன்றாக இருந்ததால் முவாம்மெரும் அவருடைய குடும்பத்தினரும் அன்று இரவு புறப்படும் படகு ஒன்றில் மார்சே நகருக்குச் செல்ல இருந்தார்கள். முழுக் குடும்பத்தினருக்குமான பயணச் சீட்டுகளையும் கடவுச் சீட்டுகளையும் தூதரக அதிகாரி ஏற்பாடு செய்துவிட்டார். அவருடைய கையில் இருந்த சிறுபெட்டியின் இரகசிய அறையில் இந்த ஆவணங்கள் மறைத்து வைக்கப்பட்டிருந்தன.

"'மாக்பூலே ஹனிம்'[3] வருகிறாரா? என்ன முடிவு செய்திருக்கிறீர் கள்?" "இல்லை" என்றார் முவாம்மெர்." என் அம்மா இங்கேயே இருக்க வேண்டுமென்று கெஞ்சுகிறார். அதிக வயதாகிவிட்டதால் பயணம் செய்ய முடியாது என்று சொல்கிறார். கோஸ்டெபேயில் தங்கியிருப் பதைவிடப் பயணம் செய்வது அவருக்கு அதிக ஆபத்தானதாக இருக்கும்."

"கடவுச் சீட்டுகள் தயாராக இருக்கின்றன. இதோ! லதிஃபே, அடெவியே, இஸ்மாயில், உமர், முன்ஜி, ருகீயே, வெஜிஹே. இது உங்களுடையது... இதோ உங்களுடைய அம்மாவுக்கும் ஒன்று. அவர் இன்னும் தம்முடைய மனதை மாற்றலாம் என்று நீங்கள் நினைக்க வில்லையா?"

முகவாட்டத்துடன் லதிஃபேவுடன் அடெவியே வந்தார்.

"தயவுசெய்து இப்படிப் பேசாமல் இருக்காதே லதிஃபே. இந்தக் கிரேக்க நாட்டவர்கள் தற்காலிகமாகத்தான் இங்கிருக்கிறார்கள்" – முவாம்மெர் முணுமுணுத்தார்.

லதிஃபே விளக்கினார். "என்னுடைய பாட்டி நம்கூட வரமாட்டார். அவரை இங்கு விட்டு வருவதற்குக் கஷ்டமாக இருக்கிறது."

தூதரக அதிகாரி அவரைச் சமாதானப்படுத்த முயற்சி செய்தார். "நாங்கள் இங்கே அவருக்கருகிலேயே இருக்கிறோம். ஏதாவது தவறாக நடந்தால் நீங்கள் மூன்று நாட்களில் திரும்பி வந்துவிடலாம். இந்த ஊரடங்குச் சட்டம் நிலைத்திருக்க முடியாது. எதிர்ப்புப் பரவிக்கொண்டிருக்கிறது. கெமால் பாஷா[4]விடம் எல்லோருக்கும் நிச்சயமான நம்பிக்கை இருக்கிறது. அவர் ஒரு ராணுவ மேதையென்று குறிப்பிடுகிறார்கள்."

எப்போதும் போல், பிரிட்ஜ் மேசை தோட்டத்தில் அமைக்கப்பட்டது. நான்கு பேர் தேவைப்பட்டதால் இஸ்மாயிலும் லதிஃபேவும் சேர்ந்து கொண்டார்கள். வழக்கம்போல உரத்தப் பேச்சு கேட்டது. பல ஏஸ் மற்றும் ராஜா சீட்டுகளுடன் லதிஃபேவுக்கு ஆட்டம் நன்கு அமைந்தது. நேரம் இருட்டும் வரை பிரிட்ஜ் விளையாட்டுத் தொடர்ந்தது. மீண்டும் வழக்கம்போல ஒரு பெரிய விருந்து மேசை போடப்பட்டுச் சிறப்பான விருந்து பரிமாறப்பட்டிருந்தது. பணியாளர்கள் தங்களுடைய வேலைகளில் சுறுசுறுப்பாக இருந்தார்கள். அந்த வீட்டில் வழக்கமான நடைமுறைகள் கடைபிடிக்கப்பட்டன. அடெவியே கவனிக்காமல் விடப்பட்ட வேறு சில பொருட்களைச் சேகரித்துக்கொண்டு முன்ஜியின் மருந்துகளைச் சரிபார்த்தார். அவர்களுடைய இளைய மகனுக்குப் போலியோ தாக்குதல் ஏற்பட்டிருந்தது; அவன் இந்தப் பயணத்தை எவ்வாறு சமாளிப்பான் என்பது பெருங்கவலையாக இருந்தது.

அந்தக் குடும்பத்தினர் இருட்டில் குதிரை வண்டியில் ஏறினார்கள். காவலர்கள் கண்டுகொள்ளாதவாறு கவனமாகச் செயல்பட்டார்கள். வீட்டைவிட்டு முதலில் வெளியே வந்தவர் லதிஃபே. மற்றவர்கள் பின்தொடர்ந்து வர முவாம்மெர் தன் நண்பரிடமிருந்து பிரியாவிடை பெற்றார். மாக்பூலே கையில் ஒரு கிரிஸ்டல் ஜாடியோடு வெளியே வந்து முதிர்ந்த விஸ்டீரியா கொடியின் வேர்களில் தண்ணீரை ஊற்றினார். இது பிரயாணிகளுக்குத் தடங்கலற்ற பயணம் அமையவும் அவர்கள் விரைவாகத் திரும்பி வரவும் வேண்டுவதற்கான ஒரு பழமையான வழக்கத்தை பெருமைப்படுத்துவதாக இருந்தது.

குதிரை வண்டி பெரிதாக இல்லாததால் சிறுவர்கள் கைப் பெட்டிகளின்மேல் படுக்க வேண்டியிருந்தது. ஒரு சிறுமி மற்றொருவனின் மடியில் இருந்தாள். துறைமுகத்தைச் சென்றடைந்தபோது பிரெஞ்சு கப்பலில் ஏறச் சென்ற கடைசி சில பயணியரைத் தொடர்ந்து சென்றார்கள். கடவுச் சீட்டுக் கட்டுப்பாட்டைப் பத்திரமாகக் கடந்தபின் கப்பலின் மேல்தளத்திலிருந்து அவர்களெல்லோரும் கடைசி தடவையாக இஸ்மிரை நெடுநேரம் உற்றுப் பார்த்துக்கொண்டிருந்தார்கள்.

தப்பிச் செல்பவர்கள் புறப்பட்டபின் தூதரக அதிகாரி கையில் கிடைத்த ஒரு புத்தகத்தில் மூழ்கினார். மாளிகை விளக்குகளின் ஒளியில் பிரகாசித்திருக்கையில் அவர் இரவு முழுவதும் வாசித்துக்கொண்டிருப்பார். வெள்ளை மாளிகையில் இரவு முழுவதும் நடக்கும் நீண்ட பிரிட்ஜ் விருந்துகளுக்கு கிரேக்க இராணுவ வீரர்கள் பழக்கப்பட்டிருந்தார்கள்.

காலையில் அவர் வழக்கம்போல, ஆனால் சற்றுப் பதற்றத்துடன், சீழ்க்கை ஒலி எழுப்பிக்கொண்டே வந்து காவலர்கள் சந்தேகப்படாத வண்ணம் நடந்து வெளியே சென்றார். தம்முடைய அன்புக்குரிய நண்பரான முவாம்மரையும் அவருடைய குடும்பத்தினரையும் காப்பாற்றிவிட்டார்.

மூன்று வருடங்களுக்குப்பின்

லதிஃபே ஆழ்ந்த நீலக்கடலின் மேல் தமது பார்வையை நிலைநிறுத்தியவாறு மார்சேயை விட்டுச் செல்லும் படகின் மேல் தளத்தில் நின்றுகொண்டிருந்தார். அப்போதும் கிரேக்க ஆக்கிரமிப்பின் கீழ் இருந்த இஸ்மிருக்கு அவர் திரும்பிச் சென்றுகொண்டிருந்தார். அவர்களுடைய மோசமான அச்சங்கள் உண்மையாகிவிட்டன. கெட்ட செய்திகள் வேகமாகப் பயணம் செய்தன. அவருடைய பாட்டி மாக்பூலே உடல் நலமின்றி இருந்தார். திரும்பிச் செல்லத் தயாரான தம்முடைய தந்தையைச் செல்லவிடாமல் அந்த இளம்பெண் தடுத்தார்.

"அப்பா உங்களை அவர்கள் கொன்றுவிடுவார்கள். உங்களுக்குப் பதிலாக நான் திரும்பிச் செல்வதே சரியாக இருக்கும்."

அவர் ஒருமுறை முடிவெடுத்துவிட்டால் அது இறுதியானதாகத் தான் இருக்கும். முவாம்மெரின் செல்வாக்கு மீண்டும் ஒருமுறை மிக மதிப்பு மிக்கதாக இருந்தது. ஒரு பிரெஞ்சு கடவுச் சீட்டு சரியான நேரத்தில் வந்து சேர்ந்தது. அதில் ஒரு குறிப்பு இருந்தது: "சிறப்புப் பாதுகாப்புடன்." கிரேக்க நாட்டுப் படைகள் தேசியவாதிகளிடம் எல்லாப் போர்முனைகளிலும் தோல்வியடைந்து கொண்டிருந்தன. லதிஃபே எதிர்ப்புப் போராட்டச் செய்திகளைக் கவனித்துக்கொண் டிருந்ததோடு முஸ்தஃபா கெமால் இஸ்மிரை விடுவிப்பார் என்ற நம்பிக்கையும் வைத்திருந்தார். ஒரு செய்தித்தாளிலிருந்து வெட்டியெடுத்த அவருடைய புகைப்படத்தை லதிஃபே நல்லதே நடக்க வேண்டும் என்பதற்காக ஒரு லாக்கட்டில் போட்டு அணிந்திருந்தார்.

அது இஸ்தான்புல்லுக்குச்[5] செல்லும் படகு. இஸ்மிருக்குப் பயணத் தைத் தொடருவதற்குமுன் லதிஃபே அங்கு ஒருநாள் தங்கியிருப்பார். உண்மையில் மூன்று ஆண்டுகளுக்கு முன் அவர் எதிர்ப்புப் போராட்டத் தில் தீவிர பங்கெடுத்தார். இப்போது அவருக்கு இஸ்தான்புல்லில் சில ஆவணங்களைச் சேகரிக்க வேண்டியதிருந்தது.

பயணத்தின்போது ஒவ்வொரு நகர்வையும் அவர் முன்கூட்டியே திட்டமிட்டிருந்தார். அவருக்குக் கொடுக்கப்பட்டிருந்த முகவரியிலிருந்த ஆவணங்களைச் சேகரிப்பதில் எந்தப் பிரச்சினையும் இருக்கவில்லை. தமது கைப்பெட்டியைத் திறக்காமலேயே இஸ்மிர் செல்லும் படகில் ஏறினார். வழக்கத்துக்கு மாறாக இம்முறை அவர் ஒரு கருப்பு மேலங்கி[6] அணிந்திருந்தார். சோதனை செய்யப்படுவதைத் தவிர்க்க அவர் சிறப்புக் கவனம் எடுத்திருந்தார். கடவுச் சீட்டு அவரை ஒரு பிரெஞ்சு குடிமகள் என்று அடையாளம் காட்டினாலும் அவர் இப்போதும் ஆக்கிரமிப்பாளர் களுக்கு நன்கு தெரிந்த ஒரு முக்கியமான இஸ்மிர் குடும்பத்துப் பெண்தான்.

18

1922 ஜுன் 17ஆம் நாள் அவர் இஸ்மிர் வந்துசேர்ந்தார். அதே நேரத்தில் முஸ்தஃபா கெமால் அடாபசாரியில் ஒரு உணர்ச்சிவசப் பட்ட மக்கள் திரளின் முன்னிலையில் தமது தாயைச் சந்தித்தார். ஒரு தூதரக அதிகாரியுடன் அங்கு வந்த வாய்ப்பைப் பயன்படுத்தி அந்தத் தளபதி ஸுபெய்தே ஹனிமைச் சந்திக்க ஏற்பாடு செய்தார். ஒரு போர் முனையிலிருந்து மற்றொன்றுக்கு அவசரமாகச் சென்று கொண்டிருந்ததால் தாயைக் கவனிக்காமல் இருந்தது அவருக்குத் தெரியும். தமக்கு அண்மையில் வாழ்வதற்காக அவரை அழைத்துச் செல்ல வேண்டிய நேரம் வந்துவிட்டது.

ஒரு விசித்திரமான தற்செயலாக, முஸ்தஃபா கெமாலும் அவருடைய தாயும்கூட மூன்று வருடங்கள் பிரிந்து வாழ்ந்திருந்தார்கள். சில மாதங் களுக்குப்பின் சந்தர்ப்பம் இவர்களை ஒன்றுசேர்க்கும்.

அது லதிஃபேவின் இருபத்து மூன்றாவது பிறந்த நாள். இஸ்தான் புல்லுக்குள் நுழைந்ததுபோல அவருடைய பிறந்த இடத்துக்குத் திரும்பிச் செல்வது அவ்வளவு எளிதானதாக இல்லை. பிரெஞ்சு கடவுச் சீட்டுடன் பயணம் செய்யும் இந்தத் துருக்கியப் பெண்மீது சந்தேகமடைந்து கிரேக்க அதிகாரிகள் அவரைச் சோதனை செய்ய விரும்பினார்கள். அவர் பணிய மறுத்தார். ஒரு முஸ்லிம் பெண்ணை அவர்கள் எவ்வாறு சோதனை செய்ய முடியும்? இறுமாப்புடன் தமது மேலங்கியை தொடுவதற்குக்கூட அனுமதிக்க மறுத்தார். இந்தச் சமயங்களிலெல்லாம் அவருடைய உள்ளாடைகளில் எதிர்ப்பு ஆவணங்கள் மறைத்து வைக்கப் பட்டிருந்தன.

பர்தாவால் தம்மை மறைத்திருந்த இந்தப் பெண்ணிடம் இராணுவ வீரர்கள் அவர்களுடைய முயற்சியைக் கைவிட்டனர். மாறாக அவரை ஒரு சிறைச்சாலைத் தனியறையில் தள்ளினார்கள். “உணவோ நீரோ கிடையாது.” இதுதான் உத்தரவு.

செய்தி உடனே பரவிவிட்டது. புகழ்பெற்ற வணிகர் உஷாகிஸாடே முவாம்மெர் அவர்களின் மகள் திரும்பி வந்துவிட்டார். இருந்தாலும் அவர் பற்றிய எந்த அறிகுறியும் இல்லை. பிரஞ்சு அரசு உள்ளே நுழைவதற் கான ஆவணங்களைக் கொடுத்திருந்தது. ஆனால் இப்போது தூதரகம் வழியாக எதையும் செய்ய முடியவில்லை. குடும்பத்தினர் எல்லோரும் தப்பிச் செல்வதற்கு அவர்கள் முன்பு கொடுத்த உதவியை ஏற்றுக் கொண்டால் என்ன நடக்கும்? எனவே அவர்கள் அடுத்த மிகச் சிறந்த நடவடிக்கையை எடுத்தார்கள். லதிஃபேவின் வருகைப் பற்றியும், உடனடியாகச் சிறைப்படுத்தப்பட்டது பற்றியும் மக்கள் அறிந்துகொள்வதை உறுதிசெய்தனர். நகர் முழுவதும் இதை அறிவதற்கு நீண்டநேரம் பிடிக்க வில்லை. “உஷாகிஸாடே லதிஃபே திரும்பிவிட்டார்; ஆனால் சிறைக் காவலில் இருக்கிறார்.”

அவர் புறப்படுவதற்கு முன்பே அவருடைய தாய்மாமன் ராகீப் பாஷா முன்னெச்சரிக்கை செய்யப்பட்டிருந்தார். லதிஃபே வந்து சேராத தால் ஆக்கிரமிப்புப் படையினரில் அவருக்கு அறிமுகம் உள்ள செல்வாக் குள்ளவர்களோடு தொடர்பு கொண்டார். ஒரு முஸ்லிம் பெண்ணின்

தனிமைச் சிறைவாசம் நகரில் பதற்றத்தை அதிகரித்தது. இதைவிடப் பெரிய எதிர்வினைக்கான ஆபத்து இறுதியில் கிரேக்கர்களிடம் நிர்ப்பந்தத்தை ஏற்படுத்தியது. மூன்றாவது நாளில் அவரை விடுதலை செய்ய வேண்டியதாயிற்று. அந்த வாரத்துக்குள் லதிஃபே தம்முடைய பாட்டியைச் சென்றடைந்தார்.

துயரம் என்னவென்றால் அவர்களுடைய பிரச்சினைகள் இன்னும் முடிவடையவில்லை. ஆக்கிரமிப்பின் தொடக்க நாட்களில் ஒரு முக்கிய மான இஸ்மிர் அதிகாரிக்கு லதிஃபே எழுதிய ஆவேசமான கடிதம் ஒன்று (எதிரிகள் இந்த நாட்டைக் கைப்பற்றியிருக்கலாம். ஆனால் நல்ல காலம் வரும், முஸ்தஃபா கெமால் நாட்டுக்கு விடுதலை அளிப்பார், நாம் சுதந்திரம் அடைவோம்) கிரேக்கர்களின் கைகளில் கிடைத்திருந் தது. அதுவே அடுத்த சோதனைக்குக் காரணமானது. கலகம் விளைவிப் பவர் என்று இப்போது தெளிவாகத் தெரிந்தவரானதால் அவர் வீட்டுக் காவலில் வைக்கப்பட்டார்.

உஷாகிஸாடே வீட்டு நுழைவாயிலில் நிறுத்தப்பட்டிருந்த இரு கிரேக்கக் காவலர்களும் ஒவ்வொரு மணி நேரமும் லதிஃபே சரியான முறையில் இருப்பதை உறுதிப்படுத்திக் கொண்டார்கள். ஆனால் லதிஃபே அடையாளங் காணப்படுவதைத் தவிர்ப்பதற்காக பர்தாவால் உடலை மறைத்துக்கொண்டு இஸ்திரி போடும் பெண்போல அடிக்கடி வெளியே சென்றுகொண்டிருந்தார். ஆக்கிரமிப்பால் ஒடுக்கப்பட்ட அவர் ஒரு நண்பரிடம் இரகசியமாகக் கூறினார்: "நான் என்ன செய்யப் போகிறேன் என்று உனக்குத் தெரியுமா? இஸ்மிருக்கு விடுதலை பெற்றுத் தரும் தளபதியைத் திருமணம் செய்துகொள்ளப் போகிறேன்." விடுதலையளிக் கும் தளபதிகள் பல இஸ்மிர் இளம்பெண்களின் கனவுகளில் வசீகரமாக வலம் வந்துகொண்டிருந்தார்கள்.

பின்னொரு சமயம் லதிஃபே கூறினார்: "அது ஒரு முடிவில்லாக் கொடுங்கனவு; அவர்கள் எந்த நேரத்திலும் என்னைக் கொன்றிருக்க லாம். நான் எந்த ஒரு தருணத்திலும் தப்பி ஓடுவதைப் பற்றி யோசிக்கவே இல்லை; இறுதி விடுதலை பற்றி உறுதியான நம்பிக்கை வைத்திருந்தேன்." போர்முனையிலிருந்து ஊக்கமளிக்கும் செய்திகள் அவ்வப்போது வந்து கொண்டுதான் இருந்தன.

முஸ்தஃபா கெமால் பாஷாவின் வீரம் பிரமிப்பூட்டுவதாக இருந்தது. அவர் வெற்றிவீரராக இஸ்மிருக்குள் நுழைவதாக இருந்தால், தனது வீட்டில் அவருக்கு விருந்தளித்து உபசரிப்பதாக லதிஃபே உறுதியடுத்தார்.

தேசியப் படைகள் ஈஜியன் பகுதியைப் படிப்படியாக விடுவித்துக் கொண்டிருந்தபோது, கிரேக்கப் பிரச்சாரம் வெற்றி நெருங்கி வந்து கொண்டிருப்பதை விடாப்பிடியாக உறுதியளித்துக்கொண்டிருந்தது. இருப்பினும் உண்மை வேறுவிதமாக இருந்தது. இஸ்மிரில் மற்றொரு பனிக்காலத்தைத் தாக்குப் பிடிக்கும் வலிமை கிரேக்கர்களுக்கு இருப்பதாக அவர்களுடைய நட்பு நாட்டினர்கூடச் சிறிதும் நம்பிக்கை கொண்டிருக்க வில்லை.

உட்பகுதிகளில் போர் தொடர்ந்துகொண்டிருந்தபோதிலும் இஸ்மிரில் வாழ்க்கை பாதிக்கப்படாமலேயிருந்தது விசித்திரம்தான். 1922 ஆகஸ்டின் இறுதி நாட்கள் வரை கவலையற்றதாகவே இருந்தது. அந்த நகரம் நாட்டின் வணிகத்துக்கும் விவசாயத்துக்கும் மையமாகத் திகழ்ந்தது. நாட்டின் உட்பகுதியோடுள்ள வியாபாரம் குறைந்திருந்தாலும் துறைமுகம் போக்குவரத்து நடமாட்டத்தால் சுறுசுறுப்புடன் இயங்கியது.

பருவ காலத்தில் ரோஜா இதழ்கள் நிறைந்த கூடைகள் வீதிகளில் வரிசையாக அடுக்கப்பட்டிருந்தன. சில வீதிகளில் புதிதாகச் சுடப்படும் ரொட்டியின் வாசனை ரோஜாவின் மணத்தை மிஞ்சியது. திராட்சை, புது அத்திப் பழம், ஆப்ரிகாட், முலாம்பழம், செரிப்பழம், மாதுளம்பழம் ஆகியவற்றின் பெருமளவு அறுவடைக்குச் சந்தைகள் சான்றளித்தன.

ஆகஸ்ட் 26ஆம் நாளன்று அஃப்யோங்கராஹிசாரில் இருந்த கிரேக்கப் போர்முனை வீழ்ச்சியடைந்த செய்தி இஸ்மிரை வந்தடைந்தது. துருக்கியர்களின் முன்னேற்றம் தற்காலிகமானதுதான் என்று கிரேக்கர்களும் ஆர்மீனியர்களும் நம்ப விரும்பினார்கள். பிரிட்டன் நாட்டுப் பிரதிநிதி அலுவலகம் நிகழ்வுகளில் ஏற்பட்ட எதிர்பாராத மாற்றங்களால் கவலையடைந்து அதன் குடிமக்களை விழிப்புடன் இருக்குமாறு எச்சரித்தது. பூஜா மற்றும் போர்னோவாவில் இருந்த ஆங்கில மனமகிழ் மன்றங்களில் போர்முனைகளிலிருந்து வரும் செய்திகள் பற்றிய விமரிசனங்கள் மெல்லிய குரல்களில் ஒலித்துக்கொண்டிருந்தன. கிரேக்க, ஆர்மீனிய செல்வந்தர்கள் முன்திட்டமிடாத குறுகியகால விடுமுறைக்கு வெளிநாடுகள் செல்வதாக அவ்வப்போது சொல்ல ஆரம்பித்தார்கள். எப்படியிருப்பினும் இன்னும் சில நாட்களில் உண்மை தெளிவாகிவிடும்.

உள்ளூர் பத்திரிகைச் செய்திகளை லதிஃபே கவனித்துக்கொண்டிருந்தார். போர்முனையிலிருந்து கிளம்பும் வாய்வழிச் செய்திகளை அவருடைய பாட்டிக்கு விவரித்துக் கூறினார். நிகழ்வுகளில் ஏற்பட்ட மாற்றங்களால் ஊக்கமடைந்து மாக்பூலே ஹனிம் மகிழ்ச்சியடைந்தது வெளிப்படையாகவே தெரிந்தது. ஆகஸ்ட் 29ஆம் நாள் அஃப்யோங்கராஹிசார் மீண்டும் கைக்குள் வந்தது. அடுத்த நாளன்று தும்லுபினாரில் கிரேக்கப் படை சுற்றி வளைக்கப்பட்டது. இஸ்மிரின் பரண்களில் இளம்பெண்கள் கருஞ்சிவப்புத் துணிகளில் முத்தால் செய்யப்பட்ட பிறைகளையும் நட்சத்திரங்களையும் இரகசியமாகத் தைத்துக்கொண்டிருந்தார்கள். வரப்போகும் விடுதலை நாளுக்காக நகர்முழுவதையும் அலங்கரிக்கத் தயாராகிக்கொண்டிருந்தார்கள்.

இதே செப்டம்பர் முதல் நாளில்தான் காயமடைந்த கிரேக்கர்கள் வந்து சேர ஆரம்பித்தார்கள். உட்பகுதிகளிலிருந்து சாதாரண குடிமக்கள் அகதிகளாக அண்மையில் இருந்த நகரங்களுக்குத் திரளாக வரத் தொடங்கினார்கள். செப்டம்பர் 5ஆம் தேதிக்குள் அவர்கள் தினம் முப்பதாயிரம் என்ற அளவில் வந்ததாக அமெரிக்கர்கள் கணித்தார்கள். பெரும்பாலானோர் தங்களுடைய குழந்தைகள், பொதிவிலங்குகள், தூக்கி வர முடிந்த வீட்டு உபயோகப் பொருட்கள் ஆகியவற்றுடன் நடந்துவந்தார்கள். சிலர் உறவினர் மற்றும் நண்பர்களாலும் சிலர் முன்பின் தெரியாதவர்களாலும்கூடத் தங்களுடன்

தங்க வருமாறு அழைக்கப்பட்டார்கள். ஆனால் தெருக்கள் அவர்களால் நிறைந்திருந்தது. அவர்கள் விசா கேட்டு வெளிநாட்டுத் தூதரகங்களில் நுழைந்தார்கள். சில நாட்களுக்குள் உள்ளூர் கிரேக்கர்கள் மற்றும் ஆர்மீனியர் களிடமும் அச்சம் பரவியது.

செப்டம்பர் 7ஆம் நாளன்று கிரேக்கப் படைத்தலைவர் ஜெனரல் ஹாஜியானிஸ்டிஸ் அதிகாரிகள் குழுவோடு புறப்பட்டுச் சென்றதோடு இஸ்மிரின் ஆக்கிரமிப்பு முடிவுக்கு வந்தது.

காணாமல் போன காவலர்கள்

அன்று அதிகாலையிலேயே எழும்பிய லதிஃபே சன்னல் வழி வெளியே பார்த்தார். படியடுக்குத் தளங்களால் அமைக்கப்பட்ட தோட்டம் வழியாக ஏறி மேலேயிருந்த சாலைக்குச் சென்றார். காவலர் கள் காணாமல் போயிருந்தார்கள்.

அவர் கத்தினார், "பாட்டீ, அவர்கள் போய்விட்டார்கள். நாம் விடுதலை அடைந்துவிட்டோம். முஸ்தஃபா கெமால் பாஷா எந்த நேரமும் இங்கு வரலாம்!" மாக்பூலே ஹனிம் தோட்டத்துக்குச் சென்று நன்றி பிரார்த்தனை செய்தார். இருவரும் தழுவிக் கொண்டார்கள். இறுதியாக லதிஃபேவுக்கும் விடுதலை கிடைத்துவிட்டது; அவருடைய வீட்டுக் காவல் முடிவடைந்துவிட்டது.

செப்டம்பர் 9ஆம் நாள் தேசியவாதிகள் இஸ்மிரில் நுழைந்தனர். துருக்கியக் குடியிருப்புகளிலிருந்து எழுந்த ஆர்ப்பரிப்பு, பின்வாங்கிச் செல்லும் படையினரின் குழப்பமான கூக்குரலோடு கலந்து கேட்டது. இருப்பினும் இஸ்மிர் முழுப் பாதுகாப்பாக இல்லை. துறைமுகத்தில் போர்க்கப்பல்கள் நங்கூரம் பாய்ச்சி நின்றன. அவற்றின் பீரங்கிகள் நகரை நோக்கியிருந்தன. பல அண்மைப்பகுதிகளிலிருந்து துப்பாக்கிச் சத்தத்தைக் கேட்க முடிந்தது. போர்முனையிலிருந்து தப்பிச் செல்லும் படையினரும் சிறுபான்மை கிறிஸ்தவர்களும் படகுகளுக்குள் ஏறுவதற்குக் கூக்குரலிட்டார்கள். தெருவெங்கும் வீட்டுச்சாமான்கள் சிதறிக்கிடந்தன.

செப்டம்பர் 10ஆம் நாள் முஸ்தஃபா கெமால் பாஷா இஸ்மிரில் நுழைந்தார். வெற்றிவீரரான படைத்தளபதியை வரவேற்பதற்காகப் பெரும் எண்ணிக்கையில் சென்ற மக்கள் திரளோடு மகிழ்ச்சியில் திளைத்த லதிஃபேவும் அவருடைய சில தோழியரும் கலந்து கொண்டார்கள்.

போர் முடிந்துவிட்டது என்பது அவருக்குத் தெரிந்தது. ஆனால் இஸ்மிரில் ஏன் இந்தப் பதற்றம்? அடுத்த சில நாட்கள் மிக முக்கிய மானவை என்பதை உறுதியாகத் தெரிந்திருந்தார். பிரிட்டிஷ் மற்றும் பிரெஞ்சு பீரங்கிகள் நகரைக் குறி வைத்து நின்றிருந்த வேளையில் கடற்கரைப் பகுதியில் இருப்பது அறிவுடைமையாகாது. அவருக்கு இப்போது தேவைப்பட்டதெல்லாம் வளைகுடாவைப் பார்த்திருக்கும் ஆனால் போர்க் கப்பல்களின் எல்லைக்கு வெளியே இருக்கும் ஒரு வீடு. எல்லா விதத்திலும் பொருத்தமான வீடுகளின் எண்ணிக்கை அதிகமாக இருக்கவில்லை. மூவாம்மெர் உஷாகிஸாடேயின் வீடு

பொருத்தமானவற்றில் ஒன்று. அவர் நகரில் இல்லாததாலும், அந்த வீட்டில் அவருடைய தாயும் மகளும் மட்டும் வாழ்ந்துகொண்டிருந்த தாலும் அவரை வரவேற்கும் கடிதம் ஒன்று கோரப்பட்டது.

முவாம்மெரிடம் பணியாற்றிய உஸ்மான் எஃபெண்டி[7] என்ற எழுத்தர் செப்டம்பர் 11ஆம் நாள் காலையில் உஷாகிஸாடேயின் வீட்டுக் கதவைத் தட்டினார்.

"அம்மா, முஸ்தஃபா கெமால் பாஷாவின் தலைமையகத்திலிருந்து ஒரு தொலைபேசி அழைப்பு வந்தது. உங்களிடமிருந்து ஒரு அழைப்புக் கடிதத்தை அவர்கள் விரும்புகிறார்கள். உங்களுடைய வீட்டில் தங்குவது பற்றி அவர்கள் யோசிக்கலாம்."

லதிஃபேவின் மனதில் இருந்ததும் இதுதான். காகிதத்தையும் பேனாவையும் எடுப்பதற்காக எழுது மேசை நோக்கி ஓடினார். பணிந்து கேட்கும் கடிதம் ஒன்றை அவர் உஸ்மானின் கையில் கொடுத்தார். "கோஸ்டெபே வீட்டை அவர் குடியிருக்கும் இடமாக ஆக்குவதைப் பரிசீலித்து, ஒரு துருக்கியக் குடும்பத்துக்கு இந்தத் தனிச்சிறப்பைத் தர மறுக்காமல் எங்களைப் பெருமைப்படுத்துவாரா . . ."

முஸ்தஃபா கெமால் அவருடைய முதல் இரவை கர்ஷயாகா கடற்கரையோரத்திலிருந்த இப்லிக்சிஸாடே மாளிகையில் கழித்தார். ஆனால் அந்த வீடு பீரங்கிப் படகுகளின் எல்லைக்குள் இருந்தது. குன்றுப்பகுதி வீடுகள் பாதுகாப்பான தூரத்தில் இருந்தன. அவற்றில் மிகச் சிறந்தவை ஆங்கிலேயர்களுடையவை. எனவேதான் லதிஃபே அந்த அழைப்பில் 'துருக்கியக் குடும்பம்' என்பதைச் சேர்த்திருந்தார்.

அவர் தமது குதிரை வண்டியை வரவழைத்தார், இது அவர் கனவு பலிக்கிறதா என்பதைச் சோதித்துப் பார்ப்பதோடு சிகரெட்டுகள், இனிப்புகள், புண்கட்டும் துணி, மருந்துகள் போன்றவற்றை நகருக்குள் வந்துகொண்டிருக்கும் படைவீரர்களுக்கு வினியோகம் செய்வதான தம் சபதத்தை நிறைவேற்றுவதற்கான சந்தர்ப்பம். வண்டியின் இருக்கையில் அமர்ந்துகொண்டு குதிரையை விரட்டினார். பல இஸ்மிர் பெண்களும் புகையிலை, சிகரெட், புண்கட்டும் துணி, சூப் போன்ற பரிசுகளோடு இதே போன்ற செயல்களில் ஈடுபட்டுக்கொண்டிருந்தார்கள்.

குதிரை வண்டியில் வெளியே சென்று திரும்பும்போதெல்லாம் தமது வழக்கமான ஹதே சாலை வழியாக மேல் நுழைவு வாயில் வழியாக திரும்பி வந்தார். நுழைவு வாயிலைத் திறந்து படியடுக்குத் தளங்கள் வழியாகக் கீழே வந்து முன்பக்கத் தோட்டத்தை அடைந்த போது பழக்கமில்லாத கூட்டம் ஒன்று நிற்பதைப் பார்த்தார். விசித்திரமான உடையணிந்த ஆயுதம் தாங்கியவர்கள் அவருடைய வீட்டைச் சூழ்ந்திருந்தனர். உண்மையில் இது முஸ்தஃபா கெமாலின் பாதுகாவலர்கள்; அவருடைய கருங்கடல் வீரர்கள். ஆனால் லதிஃபேவுக்கு இது தெரிந்திருக்க வழியில்லை.

"நில், உள்ளே செல்லக் கூடாது!"

மூன்று மாதங்களாக காவலில் வைக்கப்பட்டிருந்த வீட்டுக்குள் நுழைவதற்கு அவருக்கு இப்போது அனுமதி மறுக்கப்படுகிறது!

பேச முடியாதவராகி அவர் அந்தக் கந்தை உடையணிந்த மனிதர்களை நீண்டநேரம் உற்றுப் பார்த்தார். இளைஞர்களாகவும் உயரமானவர்களாகவும் அழகானவர்களாகவும் இருந்த ஒவ்வொருவரும் தங்கள் தோளில் ஒரு நீண்ட துப்பாக்கியை சுமந்து கொண்டிருந்ததோடு மார்பில் குறுக்காகத் தோட்டா பெல்ட் அணிந்திருந்தனர்.

"ஆனால் இது என்னுடைய வீடு!" என்று மட்டுமே. அவரால் சொல்ல முடிந்தது.

லதிஃபே வீட்டில் கெமால் பாஷா

லதிஃபே பாதுகாவலர்களோடு வாதிட்டுக்கொண்டிருந்த செய்தி முஸ்தஃபா கெமாலைச் சென்றடைந்தது: வீட்டுத் தலைவி வந்துவிட்டார்.

கால்மேல் கால் போட்டுத் தலையில் ஒரு தொப்பியோடு வீட்டின் எஜமானன் போலத் தோன்றிய அழகான மனிதன் ஒருவன் நாற்காலியில் அமர்ந்திருப்பதை அவர் பார்த்தார். திகைக்க வைத்தது என்னவென்றால் காலையில் அனுப்பிய வரவேற்புக் கடிதத்துக்குப் பதிலை எதிர் பார்த்துக் கொண்டிருக்கையில் அதற்கு மாறாக அவரே ஆரவாரமின்றி அங்கு வந்துவிட்டார். லதிஃபே சிறிது நேரந்தான் வீட்டைவிட்டுச் சென்றிருந்தார். அவர் எந்த இராணுவத் தளபதியை உபசரிக்க அதிக ஆர்வத்துடன் இருந்தாரோ அவரே லதிஃபே திரும்பி வரும்போது அவரை வரவேற்க அங்கிருந்தார்.

முஸ்தஃபா கெமால் தொலைதூர இடமெதையோ உன்னிப்பாகப் பார்த்துக்கொண்டே சிகரெட் புகைத்துக்கொண்டிருந்தார். திடீரென்று லதிஃபே அருகில் நிற்பதை உணர்ந்து அவர் பக்கமாகத் திரும்பினார். எழுந்து படிக்கட்டுகளில் இறங்கிவந்தார்.

மரியாதையுடன் வரவேற்பதற்காகத் தொப்பியைத் தலையிலிருந்து எடுத்தபோது செப்டம்பர் மாத சூரிய ஒளி அவருடைய வெளிறிய முடியிலும் நீலநிறக் கண்களிலும் பளிச்சிட்டது. தம்மை நோக்கி அவருடைய கைகள் நீட்டப்பட்டிருப்பதை லதிஃபே பார்த்தார்.

"தளபதியை[8] வரவேற்கிறேன், உங்கள் கைகளை முத்தமிட அனுமதியுங்கள்."

"உன்னுடைய வீட்டுக்கே உன்னை வரவேற்கிறேன், இளம்பெண்ணே, உன்னுடைய கைகளை முத்தமிட அனுமதிப்பாயா" என்றார் முஸ்தஃபா கெமால்.

லதிஃபேவால் அவருக்கு நன்றி கூறுவதை நிறுத்த முடியவில்லை. இந்த மிகக் குறுகிய முதல் உரையாடலின்போதே லதிஃபே இஸ்மிருக்கு மீண்டும் வந்தது பற்றியும், லாக்கெட்டில் முஸ்தஃபா கெமாலின் புகைப் படத்தை வைத்திருந்தது பற்றியும் அவர் தெரிந்துகொண்டார். அந்தப் பெண்மணியின் ஆர்வம் அவர்மீது மதிப்பை ஏற்படுத்தியது.

அந்த வீடு தலைமையகத்துக்குப் பொருத்தமாக இருந்தது.

"இது வசதியான வீடு. என்னை இங்கு தங்கியிருக்க அனுமதிப்பாயா?"

"தளபதி அவர்களே, இதைவிட வேறு எதுவும் எங்களுக்குப் பெருமை யளிக்காது" என்றார் லதிஃபே. "என்னுடைய பாட்டியும் நானும் வீட்டைவிட்டுச் செல்ல தயவுசெய்து சிறிதுநேரம் கொடுங்கள்."

அவர்களால் பேச முடிந்ததெல்லாம்: லதிஃபே.

சில மணி நேரங்களுக்குப் பின் முஸ்தஃபா கெமால் பாஷா தாம் சந்தித்த இளம் பெண்ணைப் பற்றி எழுத்தாளரும் தேசியப் போராளியு மான ஹலிதே எடிப் என்பவரிடம் சொல்லிக்கொண்டிருந்தார். மாலை முழுவதும் பேச்சு லதிஃபே பற்றியே இருந்தது. அவர் சட்டம் படித்துக் கொண்டிருந்த பிரான்சை விட்டு எவ்வாறு திடீரென்று வெளியேறினார் என்பது பற்றி.

"அந்த இளம்பெண்ணுக்கு உன்னைத் தெரியும். உன்னை தமது ஆசிரியர் என்ற முறையில் பேசுகிறார்." இது மரியாதைக்காகக் கூறப் பட்டதாக இருக்கலாம் என்று ஹலிதே எடிப் முதலில் நினைத்தார். லதிஃபே அமெரிக்கன் மகளிர் கல்லூரியின் படிப்புக்கு உயர் ஆயத்தம் செய்யும் துறையில் (Preparatory Department) ஒரு வருடம் வகுப்புக்குச் சென்றது பற்றியும், அங்கு இரு பெண்களும் முன்பே சந்தித்திருந்தது பற்றியும் நீண்ட காலத்துக்குப்பின் தெரிந்துகொண்டார்.

கெமால் பாஷா கூறியவற்றை அந்த எழுத்தாளர் தொடர்ந்து விரிவாகக் கூறுகிறார்:

"என்னுடைய புகைப்படம் உள்ளே இருந்த லாக்கட்டை அவள் தமது கழுத்தில் அணிந்திருந்தாள். என்னருகில் வந்து அந்த லாக்கட்டைக் காட்டிவிட்டு என்னிடம் கேட்டாள்: "உங்களுக்கு ஆட்சேபனை ஒன்றும் இல்லையே?""

"எனக்கு என்ன ஆட்சேபனை?" அவர் களிப்புடன் சிரித்தார். லதிஃபே அவரைக் காதலிப்பதாக அவர் ஏற்கனவே கற்பனை செய்து கொண்டிருந்தார். ஆனால் அந்தத் தருணத்தில் எல்லா துருக்கிப் பெண்களும் அவரிடம் சிறிதளவும் காதல் உணர்வு இல்லாமலேயே அவருடைய படம் இருந்த லாக்கட்டுகளைக் கழுத்துகளில் அணிந்துகொண்டிருந்திருக்கலாம். இருப்பி னும் அந்தத் தருணத்தில் அவருக்கு நடக்க முடிந்த மிகச் சிறந்த நிகழ்வு இதுதான் என்று நான் நினைத்தேன். அது அவருக்கு மனிதப் பண்புகளை ஊட்டும் விளைவை ஏற்படுத்தி, ஒழுங்கற்ற நடத்தைகளிலிருந்து விலகியிருக்கச் செய்யும்."

ஹலிதே எடிப்புக்குள் இருந்த நாவலாசிரியர் முஸ்தஃபா கெமாலை இந்த அளவு ஈர்த்த இளம் பெண்ணை இவ்வாறு வருணித்தார்:

'அவருடைய தலையின்மேல் ஒரு கருப்பு முக்காடு அணிந்திருந்தார். கிளர்ச்சி யற்ற உடலமைப்பில் அவருடைய முகம் மிகவும் வசீகரமாக இருந்தது. உருண்டு சதைப்பற்றுடன் இருந்த முகத்தைப் போலவே அவருடைய சிறிய

உடலும் இருந்தது. அசாதாரண வலிமையையும் மனஉறுதியையும் சுட்டிக் காட்டி இறுக்கமான மெல்லிய உதடுகள் அதிக பெண்ணியல்புகளுடன் இருக்கவில்லை. ஆனால் ஆழ்ந்த சிந்தனையுடனும் பளபளப்புடனும் தோன்றிய அவருடைய மிக அழகிய கண்களில் அறிவாற்றலின் ஆதிக்கம் தெரிந்தது. வசீகரமான பழுப்பு மற்றும் சாம்பல்நிறம் கலந்த விசித்திரமான ஒளியுடன் பொறிபறந்த கண்களின் நிறத்தை இப்போதும் என்னால் நினைத்துப் பார்க்க முடிகிறது.'

லதிஃபேவின் மனநிலை என்ன? முஸ்தஃபா கெமாலைச் சந்தித்த போது ஏற்பட்ட உணர்ச்சிகளை அவருக்கு நெருக்கமான உறவினர் ஹலித் ஸியா (பின்னர் உஷாக்லிகில்)வுக்கு எழுதினார், "ஒரு ஜோடி அழகிய நீலநிறக்கண்களை நான் சந்தித்தேன்."

தலைமையகத்தில் வந்துசேர்ந்த இளம்பெண்

அவர்கள் எவ்வாறு சந்தித்தார்கள் என்று பின்னாளில் பத்திரிகை யாளர்கள் கேட்டதற்கு அவர் இவ்வாறு கூறினார்: "நான் முஸ்தஃபா கெமாலை இதற்குமுன் சந்தித்திருக்காவிட்டாலும் அவர் இஸ்மிரில் தங்கியிருந்தபோது எங்களுடைய விருந்தினராக வருமாறு அவரை அழைத்தேன். அவருடைய வீரம், நாட்டுப்பற்று, தலைமைப் பண்பு ஆகியவற்றை நான் போற்றினேன்."

ஆம், முஸ்தஃபா கெமாலைத் தங்குமாறு அவர் அழைத்திருந்தார். ஆனால் அவரை அழைத்த விதம் எண்பது ஆண்டுகளாக நிலை கொண்டிருந்த புனைகதைபோல இருக்கவே இல்லை. ஒரு நேர்த்தியான முகத்திரையிடாத இளம்பெண் தலைமையகத்துக்கு வந்து, முஸ்தஃபா கெமாலிடம் பேசவேண்டும் என்று வற்புறுத்தி, அவருடைய படிப்பறைக் குள் நுழைந்து அவரைத் தமது வீட்டுக்கு அழைக்கிறார்.

அவர் வந்து சேர்ந்தது உண்மையில் அரைமணி நேரத்தில் தலைமையகமாக மாற்றம் செய்யப்பட்ட அவரது சொந்த வீடுதான். அழைப்புக் கடிதம் வேண்டுகோளின் அடிப்படையிலேயே எழுதப் பட்டது. அக்காலத்து மரபுகளை முஸ்தஃபா கெமால் பண்புடன் ஏற்றுக்கொண்டது இதற்குப் பின்புலமாக இருந்தது.

'தலைமையகத்தில் வந்து சேர்ந்த இளம்பெண்' என்ற புனைகதை லதிஃபேவிடம் தெள்ளத்தெளிவாகத் தெரிந்த சுதந்திரமான தோற்றத்தால் எழுந்ததாக இருக்கலாம்.

2

லதிஃபேவின் குடும்பம்

ஒரு குறுகிய சந்திப்பிலேயே முஸ்தஃபா கெமாலை வயப் படுத்திய அந்த இளம்பெண் யார்? அவருடைய பின்னணி என்ன?

அவருடைய தாய் அடெவியே இஸ்மிரின் முன்னணி செல்வந்தக் குடும்பங்களில் ஒன்றான ‘உயர்குடியினரின் மகன்கள்’ என்னும் பொருளுள்ள எஃபெண்டி ஸாடெஸ் குடும்பத்தைச் சார்ந்த ஹவ்வா ரெஃபிகா ஹனிம் – டனிஸ் பெய் தம்பதியினரின் மகள். அவர்களுடைய குடும்பத்தினர் ‘அனுப்புநர்கள்’ என்றும் பின்னர் தபால்காரர்கள் என்றும் பட்டப்பெயரால் அறியப் பட்டிருந்தனர். அடெவியேவின் குடும்பத்தில் கிரீட்டிலிருந்து வந்த ஒரு கிளை கிரீட்லி சாடெஸ் – கிரீட்டர்களின் மகன்கள் என்று அறியப்பட்டிருந்தார்கள்.

அவருடைய தந்தை முவாம்மெர் முன்னர் உஷாக் பகுதியி லிருந்து வந்த ஒரு செல்வந்தக் குடும்பத்தின் ஒரே மகன். எனவே குடும்பப்பெயர் உஷாக்கிலிருந்து வந்தவர்களின் மகன் என்ற பொருளுடைய உஷாகிஸாடே. கடந்த மூன்று தலைமுறைகளாக அந்தக் குடும்பம் வணிகத்தில் ஈடுபட்டிருந்தது.

முவாம்மெரின் தந்தையான ஸாதிக் இஸ்மிரில் வணிகம் செய்துகொண்டிருந்தார். அவருடைய தொடக்க மூலதனம் அவருடைய தந்தை கம்பள வியாபாரியான ஹாஜி[1] அலி பெய் கொடுத்த மூன்று கம்பளத் தொழுகை விரிப்புகள் மட்டுமே. ஸாதிக் விரைவில் அவருடைய தந்தையை விஞ்சினார்.

கொள்ளுத்தாத்தா ஹாஜி அலி பெய்

உயரமான கட்டான உடலுடைய ஹாஜி அலி பெய், தாம் அணிந்திருந்த மெல்லிய முழுக்கால் சட்டைகளில், குல்லாவைச் சுற்றிக் கட்டப்பட்டிருந்த மெல்லியப் பட்டுக் கைக்குட்டையோடும், சட்டையின்மேல் அணிந்திருந்த தளர்ந்த புறச்சட்டையோடும் மேலும் அதிக தோற்றப்பொலிவோடு இருந்தார்.

லதிஃபேவின் இயற்பண்புகளும் நடை உடை பாவனைகளும் அவருடைய கொள்ளுத்தாத்தாவை நினைவூட்டுவனவாக இருந்தன.

அது மரியாதையையும் கீழ்ப்படிதலையும் ஏற்படுத்தி மற்றவர்களைக் கட்டுப்பட வைக்கும் ஓர் ஆளுமையாக வளர்ந்தபோது மேலும் வெளிப்படையாகத் தெரிந்தது.

ஹாஜி அலி, யூத மற்றும் லெவேன்டைன் பிறப்புடைய ஆர்மீனியக் கண்காணிப்பாளர்களையும், சிறுவணிகர்களையும் நியமித்திருந்தார். கிறித்தவ வங்கி மேலாளர்களோடும், முஸ்லிம்களல்லாத பெருவணிகர் களோடும் அவர் சிறந்த உறவு ஏற்படுத்தியிருந்தார்.

மாலை நேரத்தில் மேற்குடிப் பிறந்த மற்றும் முக்கிய விருந்தினர்கள் அவருடைய வரவேற்பறையில் ஒன்று கூடும்போது நாற்காலிகள் அந்த அறை நிறைந்து பக்கத்து அறைகளுக்கு வழிந்துவிடும். அப்போது 13 அல்லது 14 வயதான, எப்போதும் உற்சாகம் பொங்கும் ஹலித் ஸியா அழைக்கப்படுவார். தாத்தாவுக்கு அவர் ஹலித் என்ற கிளி. இந்த அமர்வுகள் சிலமணி நேரங்கள் நீடித்திருக்கும். கெவொர்க் என்ற கண்காணிப்பாளர் இஸ்தான்புல்லில் வாங்குவதற்கு ஆணை கொடுத் திருந்த புத்தகங்களைச் சேகரித்தார். துருக்கிய மொழியிலுள்ள நாவல்கள். மொழிமாற்றம் செய்யப்பட்ட நாவல்கள் – சில நாவல்கள் தவணைகளில் – ‘த ரெட் மில்’, ‘மான்டி கிரிஸ்டோ’ மற்றும் வேறு பல . . . புத்தகங்கள்மீது இளைஞர்களுக்கு இருந்த ரசனை ஹாஜி அலியை ஈர்த்தது.

அவர் மதவெறியோடு எந்தத் தொடர்பும் வைத்திருக்கவில்லை. எப்போதும் கற்றுக்கொண்டிருப்பதுதான் அவருடைய கொள்கை. குடும்பத்தினரை அதற்கேற்ப வளர்க்க அதிக முயற்சி எடுத்தார்.

கல்வி ஒரு உஷாகிஸாடே குடும்ப மரபாக இருந்தது.

அரபிக், பார்சி, பிரெஞ்சு ஆகியவற்றோடு அறிவியல்கள், கவிதை, இலக்கியம் ஆகியவற்றுக்குமான தனிப்பயிற்சி ஆசிரியர்கள் ஹாஜி அலி இல்லத்துக்கு அடிக்கடி வந்து சென்றுகொண்டிருந்தார்கள். இருபதுகளின் தொடக்கத்திலிருந்த யூசுஃப் என்ற மகன் ஒரு கவிதைத் தொகுப்பை வெளியிட்டிருந்தார்.

பத்தொன்பதாம் நூற்றாண்டின் பிற்பகுதியில் இஸ்மிர் உண்மை யாகவே பன்மொழித் தன்மையுடையதாகத் திகழ்ந்தது. மேற்குடியினர் அவர்களுக்குள் பிரெஞ்சிலும், பணியாட்களோடு கிரேக்கத்திலும் பேசினார்கள்; கடைகளில் இத்தாலிய மொழியில் பேரம் பேசினார்கள்; வணிகம் இத்தாலிய மொழியில் அல்லது பிரெஞ்சில் நடத்தப்பட்டது. ஒப்பீட்டளவில் ஆங்கிலம் பலராலும் விரும்பப்படாததாகவே இருந்தது.

அந்த வருடங்கள் உலகம் புதுநாடுகளைக் கண்டறிந்த, புதுக் கண்டு பிடிப்புகளை நிகழ்த்திய காலம். விலையுயர்ந்த பொருட்களும், புது உருவாக்கங்களும் பாரிசிலும், லண்டனிலும் நடந்த கண்காட்சிகளில் அகில உலகத்தின் பார்வைக்கு வைக்கப்பட்டது. உஷாக்கிலுள்ள குடும்பப் பணிப்பட்டறையில் நெசவு செய்யப்பட்ட உஷாகிஸாடே கம்பளங்கள் 1869 பாரிஸ் கண்காட்சியில் பங்கெடுத்துத் தங்கப் பதக்கம் வென்றது. பேரரசர் மூன்றாம் நெப்போலியன் பரிசு வென்ற கம்பளத்தை அவருடைய மனைவி பேரரசி யூஜினுக்குப் பரிசாகக் கொடுத்தார்.

சுல்தான் அப்துல்அஸிஸ் (1861 – 1876 வரை ஆட்சி) அவருடைய ஐரோப்பியப் பயணத்தின்போது இந்தக் கண்காட்சிகளுக்குச் சென்றார்: லண்டன் பாரிஸ் ஆகியவற்றோடு வணிகத்தொடர்பை மேம்படுத்துவதற் காக ஒரு ஆட்டோமான் சுல்தான் மேற்கொண்ட முதற் பயணம் இது. திரும்பி வந்தபின், ஆட்டோமான் பேரரசுக்குப் பதில் வருகை புரியவிருந்த பேரரசி யூஜினுக்குப் பரிசு வழங்குவதற்காக உஷாகிஸாடே பணிப் பட்டறைக்கு ஒரு கம்பளத்துக்கான ஆணை வழங்கினார்

தாத்தா ஸாதிக் பெய்

ஹாஜி அலி உலகெங்கிலும் அவர் விற்பனை செய்த, கையால் நெய்யப்பட்ட கம்பளங்கள் மூலம் பெரும் செல்வம் சம்பாதித்தார். ஆனால் 1907இல் ஓரியன்ட் கார்பெட் கம்பெனி என்ற புதிதாக தொடங்கப் பட்ட வெளிநாட்டு வணிக நிறுவனம் ஒன்று சந்தையை தன் வசப் படுத்தியபோது, அவருடைய மகன் ஸாதிக் போக்குவரத்துக்கு மிகச் சிறந்த எதிர்காலம் இருப்பதை இனங்கண்டார். 2000 ஒட்டகங்கள் அடங்கிய மிகப் பெரும் பயணக்குழு ஒன்றை அமைத்து வெகுவிரை வில் அய்தின் முதல் இஸ்மிர் வரையிலான அத்திப்பழங்கள், உலர் திராட்சைகள், கோதுமை, பார்லி ஆகியவற்றின் போக்குவரத்தில் ஆதிக்கம் செலுத்தினார். இந்த இரு இடங்களுக்கும் இடையில் இருப்புப் பாதை அமைத்துக்கொண்டிருந்த நிறுவனத்தில் பங்குகள் வாங்க விரும்பி னார். ஆனால் அவருடைய வேண்டுகோள் பிரிட்டிஷாரால் மறுக்கப் பட்டபோது அய்தினுக்கும் இஸ்மிருக்கும் இடையில் இடைவெளியற்ற வரிசையை ஏற்படுத்துவதற்குப் போதுமான நீண்ட ஒட்டகத் தொடரை அமைக்கப்போவதாக சபதம் செய்தார். அதை செய்தும் காட்டினார். அவருடைய கட்டணம் குறைந்த ஒட்டகத்தொடர் வணிகர்களுக்கு அதிகக் கவர்ச்சியானதாக நிரூபிக்கப்பட்டது. எனவே தொடர்வண்டி நிறுவனத்துக்கு அவருடைய கோரிக்கையை ஏற்றுக்கொள்வதைத்தவிர வேறு வாய்ப்பு இல்லாமலாகிவிட்டது.

ஸாதிக் ஒரு வணிகமேதை; அவர்தான் நியூயார்க் பஞ்சுச் சந்தை யின் முதல் துருக்கி நாட்டு உறுப்பினர். பின்னர் அவருடைய மகன் முவாம்மெர் அதில் உறுப்பினராகத் தொடர்ந்தார்.

பேரரசின் வணிகச் செயலூக்கம் மிக்க நகரான இஸ்மிரின் மக்கள் தொகையில் பாதி துருக்கியர்களாலானது. மறுபாதி கிரேக்கர்கள், ஆர்மீனியர்கள், யூதர்கள், லெவேன்டைன்கள் ஆகியோர் அடங்கியது. ஒவ்வொரு சமுதாயமும் அதன் அண்மைப்பகுதிகளில் வாழ்ந்தது. கிரேக்க நாட்டினர் பெருமளவில் இருப்பது பற்றி வெளிநாட்டு வருகையாளர் கள் அடிக்கடி கருத்துத் தெரிவித்துள்ளனர்; அதற்கு நல்ல காரணமும் உண்டு. 1821இல் சுதந்திர கிரீஸ் உருவாக்கப்பட்ட பின் அதுவரை ஆட்டோமான் குடிமக்களாக இருந்த கிரேக்கர்களுக்கு ஒரு வாய்ப்பு கொடுக்கப்பட்டது; சிலர் கிரேக்க நாட்டினராவதைத் தேர்வு செய்தார்கள்.

வாழ்க்கை முறையிலும் பாரம்பரியங்களிலும் ஆர்மீனியர்கள் துருக்கியர்களுக்கு மிக நெருக்கமானவர்களாக இருந்தார்கள். அவர்கள்

வேற்றுமொழி அசையழுத்தம் இல்லாத துருக்கி மொழியைப் பேசிய தோடு அரசியலை விட்டு ஒதுங்கியிருந்து அமைதியாக வாழ்ந்தார்கள்.

அதேபோன்று யூதர்களும் அரசியலிலும் ஆளும் வர்க்கத்தோடு எந்தக் கருத்து வேறுபாட்டிலும் ஆர்வமின்றி தனி ஒதுக்கமாக வாழ்ந் தார்கள்.

அவர்கள் துருக்கியர்களுடனும் ஆர்மீனியர்களுடனும் நல்ல உறவு வைத்திருந்தார்கள்.

வெளிநாட்டினருக்கும் லெவேன்டைன்களுக்கும் துருக்கியர்களோடு மிகக் குறைவான தொடர்பே இருந்தது. பெரும்பாலானவர்கள் அவர் களுடைய துணைத் தூதரகங்களால் அமுல்படுத்தப்பட்ட தங்கள் நாட்டுச் சட்டங்களுக்குக் கீழடங்கியவர்களாக இருந்தார்கள். அவர்கள் Frankish Neighbourhood என்று அழைக்கப்பட்ட நேர்த்தியான குடியிருப்பில் இன்பமான வாழ்க்கை வாழ்ந்தார்கள். அவர்களுக்கு வரிவிலக்கு அளிக்கப் பட்டிருந்தது.

இஸ்மிர் பொது மையமுடைய வட்டங்களாலான நகரத்தின் தோற்றத்தைக் கொண்டது.

1908இல் அங்கு 53 மசூதிகள், 51 மஸ்ஜித்கள், 35 கிறித்தவத் தேவாலயங் கள், 17 யூதத் தொழுகையிடங்கள் இருந்தன. அந்நகரம் மதப்பிரிவுகள் அடிப்படையில் திட்டமிட்டு ஒழுங்கமைக்கப்பட்டிருந்தது. சில நகர்ப் பகுதிகளுக்குச் சுவர்களும், இரவு நேரங்களில் அடைக்கப்பட்ட வாயிற் கதவுகளும்கூட இருந்தன.

கண்காட்சி மைதானமான ஃபுவார் இன்று இருக்கும் இடத்தில் ஆர்மீனியக் குடியிருப்பு இருந்தது. கண்காட்சி மைதானத்துக்குத் தெற்கில் யூதர்களும் யூதர்களுக்குத் தெற்கில் துருக்கியர்களும், கிரேக்கர்கள் வடக்கிலும், கடலை ஒட்டிய பாதையான கோர்டனில் பெரும்பாலான வெளிநாட்டினரும் வாழ்ந்தனர். உஷாகிஸாடே குடும்பம் முதலில் பஸ்மானேயில் குடியேறி வாழ்ந்தார்கள்; அந்த முதல் வீடு இன்று ஒரு தங்கும் விடுதியாக உள்ளது. அவர்களின் இரண்டாவது இருப்பிடம் கார்ஷியாகாவிலுள்ள சுயூக்குயு. இந்த வீட்டில்தான் ஸுபெய்தே ஹனிம் அவருடைய இறுதிநாட்களில் பின்னர் பேணப்பட்டார்.[2] ஸாதிக்கின் மூன்றாவது இஸ்மிர் வீடுதான் பிற்காலத்தில் முஸ்தஃபா கெமால் தம்முடைய தலைமையகமாகப் பயன்படுத்தப்போகும் கோஸ்டபேயி லுள்ள புகழ்பெற்ற வெள்ளை மாளிகை.

நகரின் அதிக்க் காற்றோட்டமுள்ள பகுதியைத் தேர்வு செய்வதற் காக அந்நாளைய வழக்கம் ஒன்றை ஸாதிக் பின்பற்றினார். அதற்காக எங்கு இறைச்சி நீண்டநேரத்துக்குப் புத்தம் புதிதுபோல் (கெடாமல்) இருக்கும் என்பதைத் தீர்மானிப்பதற்காக நகரின் பல்வேறு இடங்களில் விலங்குகளின் உள்ளுறுப்புகளைத் தொங்கவிடச் செய்தார். பலநிற ஹனிசக்கில் கொடி மலர்களால் அளவு கடந்து நறுமணமூட்டப்பட்ட இருமாடி வீட்டுக்கு ஓராயிரம் படிகள் வழிகாட்டின. அழகிய கற்பாவிய சமதளம் வந்தவர்களை வரவேற்றது. ஒரு மாபெரும் விஸ்டீரியா கொடி வராந்தாவை அலங்கரித்தது.

அந்தச் சுற்றுப்புறம் இன்றும்கூட ஸாதிக் பெய் என்றே அறியப் படுகிறது. இரு பேருந்து நிறுத்தங்கள் – ஒன்று அடெவியேவின் தந்தை யான டேனிஸ் சாதுல்லா பெய்யின் பெயரிடப்பட்டது. மற்றொன்று ஸாதிக்கின் பெயரிடப்பட்டது – இஸ்மிரில் உஷாகிஸாடே குடும்பத்தைத் தொடர்ந்து நினைவூட்டிக் கொண்டிருக்கின்றன.

ஒருமுறை இஸ்தான்புல் சென்றபோது, ஸாதிக் முதற்பார்வையி லேயே ஒரு சிர்கேசியன் ஆசைநாயகியிடம் காதலில் விழுந்தார். அழகிய மாக்பூலேவை அவர் திருமணம் செய்தார்; அந்தத் திருமணம் வாழ்நாள் நீடித்த காதல் வெற்றியாகத் திகழ்ந்தது. மேற்கத்தியப் பண்பாடு பற்றித் திறந்த மனத்தோடு இருந்தாலும், ஸாதிக் அவருடைய பண்பாட்டுக்கும் உணர்ச்சிமிகுந்த அக்கறை காட்டினார். மிகச் சிறந்த குரல்வளம் கொண்ட மாக்பூலே நரம்பு இசைக் கருவிகளான உத், கானுன்[3] ஆகியவற்றை மீட்டுவதில் வல்லுநர். ஸாதிக்கும் கூட கானுன் மீட்டுவதில் திறமை வாய்ந்தவர். கணவன் மனைவி இருவரும் இணைந்து இசை உருவாக்கி னார்கள்.

அவர்களுடைய முதல் குழந்தை மழலைப் பருவத்திலேயே இறந்து விட்டது. 1872இல் பிறந்த இரண்டாவது குழந்தைக்கு அவர்கள் முவாம்மெர் என்று பெயரிட்டார்கள். அச்சிறுவனுக்கு முதலில் வீட்டிலேயே கல்வி கற்பிக்கப்பட்டபோது ஆங்கிலத்தையும் பிரெஞ்சையும் கற்றான். பின்னர், சுற்றுப் புறக் குழந்தைகளுக்குக் கல்வி கற்பிப்பதற்காக அவருடைய தந்தை தொடங்கிய பள்ளிக்கு அவன் சென்றான்.

அவர் 16 வயதை அடைந்தபோது, அவருடைய தந்தை அவரை ஆட்டோமான் வங்கியில் பயிற்சி எழுத்துநராகப் பணியில் அமர்த்தி னார். குடும்ப வியாபாரத்தில் அதிகாரத்தைக் காட்டக்கூடிய மகன் அவருக்குத் தேவையில்லை. அந்த இளைஞன் முதலில் மற்றவர்களுக்கு எப்படி பணி செய்வது என்பதைக் கற்க வேண்டும்.

1889இல் முவாம்மெரும் அவருடைய நெருங்கிய உறவினரான ஹலித் ஸியாவும் முக்கியமாக பாரிசில் நடந்த மாபெரும் கண்காட்சியைப் பார்க்கும் நோக்கத்தோடு ஒரு நீண்ட பயணத்தைத் தொடங்கினார்கள். குடும்பத்தின் நிதியுதவியுடனான அந்தச் சுற்றுலா பைரேயஸ் (Piraeus) செல்வதற்கான கடற்பயணத்தோடு தொடங்கியது. இத்தாலியிலும் ஏதேன்ஸைச் சுற்றியும் இருந்த வரலாற்றுத் தலங்கள், அரண்மனைகள், அழகான இடங்கள் எல்லாவற்றிலும் மேலும் கீழுமாக நடந்தார்கள். அவர்கள் கடைசியாகப் பார்த்தது பாரிசிலுள்ள Place d' Opera. கண்காட்சி மிகப் பெரியதாகவும் மனதைக் கவர்வதாகவும் இருந்ததால் நகரின் பிறபகுதிகளைப் பார்ப்பதற்கான வாய்ப்பு அந்த இரு இளைஞர்களுக் கும் கிடைக்கவில்லை.

ஆட்டோமான் வங்கியில் பணியைத் தொடங்கிய முவாம்மெர் இறுதியில் தம்முடைய தந்தையின் ஏற்றுமதி வியாபாரத்தைத் தமது பொறுப்பில் எடுத்துக்கொண்டார். திருமணத்துக்கான நேரம் வந்த போது அவர், முழுநிறைவான ஓவியப்பெண் போன்ற தோற்றத்துக் காகப் புகழ்பெற்ற அடெவியேவைத் தேர்வு செய்தார்.

சாதுல்லா பெய் தம்முடைய மகளுக்கு சுதந்திரமாக இருப்பதற்கேற்ற வசதி செய்து கொடுக்க விரும்பினார். எனவே மகளுக்கு வரதட்சணையும் வாழ்நாளுக்குத் தேவையான வருமானமும் கொடுப்பதற்காகத் தமது சொத்துகளில் ஒன்றான கெமரால்டியிலுள்ள வரலாற்று முக்கியத்துவமுள்ள கிஸ்லரகசி ஹனியை விற்பனைக்குக் கொண்டு வந்தார். அடெவியே உண்மையிலேயே புண்ணியம் செய்தவர்தான். அதை வாங்கியவர் அவருடைய மாமனார் ஸாதிக்கைத் தவிர வேறுயாருமல்ல. அந்த இளம் பெண்ணுக்கு மிகச் சிறந்த திருமணப்பரிசு கொடுப்பதற்காக இரு தந்தையரும் (தந்தையும், மாமனாரும்) இணைந்து செயல்பட்டிருந்தார்கள்: லதிஃபே பெண்களுக்கு மதிப்புக் கொடுத்தக் குடும்பம் ஒன்றிலிருந்து வந்தவர்.

அடெவியே நன்கு கற்றுத்தேர்ந்தவர்; அரபிக்கிலும் பிரெஞ்சிலும் தனி ஆசிரியர்களால் பயிற்றுவிக்கப்பட்டவர். முவாம்மெர், குடும்பத்தின் ஒரே மகன். ஸாதிக் கைநிறையப் பேரப்பிள்ளைகளை எதிர்பார்த்தார்; அந்த இளம் தம்பதி அவரை ஏமாற்றவில்லை. அடெவியே – முவாம்மெர் தம்பதியினருக்கு மொத்தமாகப் பத்து குழந்தைகள் பிறந்ததில் கடைசி ஆறுபேர் மட்டுமே உயிரோடிருந்தனர். அதில் முதலாவது லதிஃபே, பிறந்த நாள் ஜூன் 17, 1899.[4] அவர் உயிரோடிருக்க அனுமதிக்குமாறு இறைவனின் பரிவுக்காகப் பிரார்த்தனை செய்வதற்காகவோ என்னவோ அவருக்கு இறைத்தூதரின் அன்பு மகளும் அலி அவர்களின் மனைவியுமான ஃபாத்திமாவின் பெயர் நடுப்பெயராக வைக்கப்பட்டது. தொடர்ந்து இரு ஆண் குழந்தைகள், இஸ்மாயிலும் ஓமரும் பிறந்தனர். அதன்பின் இரு பெண்குழந்தைகளும் தொடர்ந்து ஒரு ஆண் குழந்தையும் – வெஜிஹே, ருகியே, மூன்ஜி – பிறந்தனர்.

அந்தக் குடும்பத்தினரிடம் மேலை நாட்டுத்தாக்கம் இருந்தாலும் கீழை நாட்டு விழுமியங்களையும் பாதுகாத்தனர்.

தமது இருபதுகளிலேயே இஸ்மிரின் முன்னணி வர்த்தகரான முவாம்மெர் பிரிட்டிஷ் போர்ட்ஸ்மத் ஏஜென்சியின் பங்குதாரராகவும், பிரிட்டனுக்கும் அமெரிக்காவுக்கும் இடையில் கடல் வணிகம் செய்தவராகவும் திகழ்ந்தார். அப்துல் ஹமித் ஆட்சியின் அந்த வருடங்களில் வெகுசில துருக்கியர்களே ஏற்றுமதியில் ஈடுபட்டிருந்தனர். பிரிட்டனோடு வர்த்தகம் செய்வதோடு திருப்தியடையாத முவாம்மெர் அமெரிக்காவோடு தொடர்பு ஏற்படுத்தி 1900தில் புகையிலை பரிவர்த்தனை சந்தையில் அதன் முதல் துருக்கி உறுப்பினராகத் தனக்கான இருக்கையைப் பெற்றார். அவருடைய தந்தையான ஸாதிக் முன்பு நியூயார்க் பருத்தி பரிவர்த்தனை சந்தையில் உறுப்பினர் இருக்கையைப் பெற்றிருந்தார். பின்னர் அதை தம்முடைய மகனுக்கு மாற்றம் செய்தார். அந்த வருடங்களில் முவாம்மெர் அமெரிக்காவுக்கு நான்கு முறை பயணம் செய்ததால் 1907இல் வெஜிஹே பிறந்தபோது உடனிருக்க முடியாமல் போனது. நவம்பர் 1988 *ஈஷ் வங்கி* இதழ் கட்டுரையின்படி அவர் அப்போது நியூ ஆர்லியன்ஸில் இருந்தார்.

உஷாகிஸாடே குடும்பத்துக் குழந்தைகள் சுதந்திரமாக இருக்குமாறு வளர்க்கப்பட்டவர்கள். அடெவியே உரத்தக் குரலில் பேசுவதற்கான

32 இபெக் சாலிஷ்லர்

தேவையே ஏற்பட்டதில்லை என்று கூறப்படுகிறது. பார்வையாலேயே ஆறு குழந்தைகளையும் கட்டுப்படுத்தினார். இதற்கு மாறாக முவாம்மெர் குழந்தைகளுக்குச் செல்லம் கொடுக்கும் தந்தையாக இருந்தார். வெஜிஹே யின் பேரன் முவாம்மெர் ஏர்பாய் கூறுகிறார்: "இருப்பினும் அவர் மரியாதைக் குறைவை மகிழ்ச்சியோடு ஏற்றுக்கொள்ள மாட்டார்." மேலும் கூறுகிறார், "அவர்கள் ஒருவருக்கொருவர் எவ்வளவு மதிப்போடு நடந்துகொண்டாலும் கொள்ளுத்தாத்தா முவாம்மெரின் பல பெண் களோடுள்ள உறவு பற்றிய கதைகள் அவ்வப்போது எங்கள் காதுகளை அடைந்தன."

லதிஃபே

லதிஃபே இல்ல ஆசிரியைகள், சமையல்காரர்கள், பணிப்பெண்கள், மற்றும் தோட்டப் பணியாளர்கள் இருந்த இல்லத்தில் வளர்ந்தார். எவரையும் நேருக்குநேர் கண்ணில் பார்த்த அந்தக் குழந்தையிடம் அச்ச உணர்வு இருக்கவில்லை. தங்கை வெஜிஹே பிறப்பதுவரை அவர் தம்முடைய சகோதர்களின் உலகத்தைப் பகிர்ந்துகொண்டார். சிறுவர் களின் பொம்மைகளாலும் விளையாட்டுகளாலும் சூழப்பட்டிருந்த அவர் கம்பீரமாக நடந்துகொள்ள அறிந்திருந்தார். பொம்மைகளுடன் விளையாடுவதற்கு அவருக்கு நேரம் இருக்கவில்லை.

வெளியுலகோடு மிக நெருங்கிய பிணைப்பு வைத்திருந்த முவாம்மெர் குழந்தைகளின் வேற்றுமொழிக் கல்விக்கு அதிக முக்கியத்துவம் அளித்தார். ஆங்கிலத்தின் அதிகரிக்கும் முக்கியத்துவத்தை உணர்ந்த அவர் தன் முதல் குழந்தையான லதிஃபேவுக்கு ஒரு ஆங்கில இல்ல ஆசிரியையைப் பணியமர்த்தினார். மகன்களிடமிருந்து மகளை வித்தியாசமாக நடத்துவது பற்றி அவர் சிந்தித்ததே இல்லை. மூன்று அல்லது நான்கு வயதிலேயே லதிஃபே ஆங்கிலப் பாடங்களைத் தொடங்கிவிட்டார்; பிரெஞ்சு, ஜெர்மன், இலத்தீன் ஆகியவை விரைவில் தொடர்ந்தன. முவாம்மெர் பிரிட்டன், பிரான்ஸ், ஜெர்மனி ஆகிய நாடுகளிலிருந்து ஆசிரியர்களைப் பணிக்கமர்த்தியிருந்தார். அந்நாட்களைப்பற்றி லதிஃபேவின் பேரன் முவாம்மெர் எர்பாய் குறிப்பிடுகிறார்:

அவருடைய பார்வையில் ஒரே ஒரு குழந்தைக்குப் பல ஆசிரியர்களைப் பணியமர்த்துவது பாவச் செயல் என்னும் அளவுக்கு ஊதாரித்தனமாக இருந்திருக்கும். எனவே அவர் இன்றைய இஸ்மிர் டார்கிஷ் கல்லூரிக்குக் கீழ்ப் பகுதியில் இறவாரங்கள் கொண்ட மரக்குடில் போன்ற கட்டடம் ஒன்றை எழுப்பினார். அக்கட்டடத்தை அவர் தனிப் பயிற்சி அரங்கு என்று அழைத்தார். நல்ல கல்விக்குச் செலவு செய்ய வசதியில்லாத அண்மைப் பகுதிக் குடும்பங்களிலுள்ள அறிவுக்கூர்மையுள்ள குழந்தைகள் இங்கு கற்பதற் காக வந்தார்கள். தினமும் ஒரு பள்ளிக்கூடம் போலவே நடத்தப்பட்டது. அவருடைய குழந்தைகளோடு சுமாராக இருபது குழந்தைகள் இவ்வாறு கற்பிக்கப்பட்டார்கள். ஒவ்வொரு நாட்டிலிருந்து ஒவ்வொரு தாய்மொழியை யும் பேசிய ஆசிரியர்கள் அங்கிருந்தார்கள்.

தங்களுடைய மகள்களை மகன்களுக்குச் சமமாகக் கல்வி கற்க வைத்ததில் முவாம்மெரும் அடெவியேயும் காலத்தை முந்தி நின்றார்

கள். அவருடைய காலத்திலும் இடத்திலும் மகள்களிடம் அவர் காட்டிய பேரன்பு வழக்கத்துக்கு மாறானது என்பதை முவாம்மெர் உணர்ந் திருந்தார். தம்முடைய பெண் குழந்தைகளைப்போல நல்ல கல்வி கற்றவர்களுக்குப் பொருத்தமான துருக்கிய கணவர்கள் கிடைப்பதற்கு மேலும் இரண்டு தலைமுறைகள் ஆகும் என்று அவர் குறிப்பிட்டதாக அறியப்பட்டுள்ளது.

இருபதாம் நூற்றாண்டின் முதல் காற்பகுதியில் பெண் குழந்தை களுக்குக் கற்பிப்பது தேவையற்ற ஒன்று என்று கருதப்பட்டது. பெரும் பாலான குடும்பங்கள் கணவர்களைக் கண்டுபிடிப்பதற்காக அவர் களுடைய மகள்களுக்கு நல்ல கல்வி கொடுக்காமலிருப்பதையே வழக்க மாக வைத்திருந்தார்கள்.

எழுபது வருடங்களுக்கு முன்னர்வரைப் பேரரசின் மற்ற எல்லா இடங்களிலும் போலவே இஸ்மிரிலுள்ள துருக்கியரின் கல்வித் தேவை களும் அலட்சியப்படுத்தப்பட்டிருந்தது. பத்தொன்பதாம் நூற்றாண்டின் இரண்டாம் பகுதியில் இஸ்மிரில் சிறுவர்கள் மட்டும் சென்ற 18 துருக்கியப் பள்ளிக்கூடங்கள் இருந்ததாக இட ஆய்வுப் பயணி ரோலஸ்டன் கூறுகிறார்.

வேறெதையும்விட சமயத்தையும், சிறிதளவு கணிதத்தையும் கற்பித்த மசூதிப்பள்ளிகளைத் தவிர வேறு எந்த வழியிலும் கல்விபெறும் வாய்ப்பு துருக்கியக் குழந்தைகளுக்கு இருக்கவில்லை. செல்வந்த துருக்கியக் குடும்பங்கள் தங்கள் குழந்தைகளுக்குத் தனிப்பட்ட கல்வி அளித்தன. 1900 ஆண்டுக்கான இஸ்மிர் நகர வழிகாட்டி எட்டு சிறுவர் பள்ளிகளில் 707 மாணவர்களும் ஐந்து சிறுமியர் பள்ளிகளில் 436 மாணவிகளும் இருந்ததாகக் குறிப்பிடுகிறது.

1917ஆம் ஆண்டு வாக்கில், 11 துருக்கிய, 11 வெளிநாட்டு 12 ஆர்மீனிய மற்றும் 19 யூத பள்ளிகள் இருந்தன. கிரேக்க நாட்டினர் ஒரு ஆசிரியர் பயிற்சி நிறுவனமும், இரு ஆசிரியை பயிற்சி நிறுவனங்களும் 5 உயர்நிலை மற்றும் 71 தொடக்கப் பள்ளிகளும் நடத்தினார்கள்.

டெப்ஃபிக் ஃபிக்ரெட்டும், ஹலித் ஸியாவும்

அயல்நாட்டு மொழிகளில் போதிய திறமை பெற்றபின் லதிஃபே துருக்கிய மொழி, பார்சி, அரபிக் ஆகியவற்றில் மேம்படுத்திக்கொள்ள வேண்டிய தேவை இருந்தது. அவருடைய நெருங்கிய உறவினரான ஹலித்ஸியா இஸ்தான்புல்லுக்குச் சென்றதற்குப் பின் இலக்கியப் படைப்பாளி என்ற புகழ் அதிகரித்திருந்ததால், அவர்தான் அதற்கான சரியான தேர்வாக இருந்தார். அவர் லதிஃபேவின் தாத்தா ஸாதிக்கின் சகோதரர் ஹாஜி ஹலில் பெய்யின் மகன்.

இதுதான் மிகச்சிறந்த தீர்வாக இருந்தது: லதிஃபே ஹலித் ஸியா வுடன் எஷில்கையில் தங்கியிருப்பார். அவர் குழந்தைப்பருவத்தையும் வளரிளம் பருவத்தையும் இஸ்மிரில் கழித்தபோது லதிஃபேவின் தந்தை முவாம்மெருடன் நெருங்கிய பிணைப்பை வளர்த்திருந்தார். 1893இல் இஸ்தான்புல்லுக்குச் சென்றபின் அவர் இரண்டு சுல்தான்களுடன் பணிசெய்திருக்கிறார் – அப்துல் ஹமீதின் அரண்மனைக் காரியஸ்தராக

வும், மெஹ்மெட் ரெஷட்டின் உயர்நீதிமன்ற தலைமை எழுத்தராகவும். இந்தப் பதவிகள் ஒரு பெரிய செல்வாக்குள்ள வட்டத்துக்குள் செல்லும் வாய்ப்பை அவருக்குக் கொடுத்திருந்தது.

லதிஃபே இஸ்தான்புல் வந்துசேர்ந்தபோது அவருக்கு வயது 14. ஹலித் ஸியாவின் தேர்ச்சிபெற்ற எழுத்து லதிஃபேவைக் கவர்ந்து இலக்கியத்தின்மேல் ஆர்வத்தைத் தூண்டியது. அவர் லதிஃபேவுக்கு அரபிக்கில் பயிற்சியளித்த அதே வேளையில் அக்காலத்தில் புகழ்பெற்ற மற்றொரு எழுத்தாளரும் கவிஞருமான டெவ்ஃபிக் ஃபிக்ரெட் துருக்கிய மொழியும், பார்சியும் கற்றுக்கொடுத்தார். லதிஃபேவால் சமதிறமை யுடன் இந்த மொழிகளுக்கிடையில் மொழிபெயர்ப்பு செய்ய முடிந்தது என்று முவாம்மெர் எர்பாய் கூறுகிறார்.

துருக்கியமொழி, பிரெஞ்சு, பொது அறிவு ஆகியவற்றில் லதிஃபே வின் முன்னேற்றத்தை ஹலித்ஸியா கண்காணித்தார். அவரது மகன் வெடாட்டுடன் லதிஃபே மிகச்சிறந்த நண்பரானார்.

அதே வருடத்தில் அவர் பெண்களுக்கான அமெரிக்கன் கல்லூரி யின் முற்பயிற்சித் துறைக்கும் சென்றதாக அறிகிறோம்.

குறி சொல்பவர் கூறியது

லதிஃபேவின் இளமை வருடங்களில் நடந்த ஒரு சுவையான நிகழ்வு ஒரு குறி சொல்பவரோடு தொடர்புடையது.

அந்நேரத்தில் அவருக்கு 13 அல்லது 14 வயதாக இருந்திருக்கும். பூக்கள் விற்பவராகவும் அதே நேரத்தில் குறி சொல்பவராகவும் இருந்த ஒருவர் லதிஃபேவும் அவருடைய செவிலித் தாயும் வீதியில் நடந்து செல்வதைப் பார்த்தார். அந்த இஸ்மிர் ஜிப்சி லதிஃபேவின் கையைப் பார்க்க விரும்பினார். ஆனால் செவிலித்தாய் மறுத்தார்: "நிறுத்து. இது முவாம்மெர் பெய் அவர்களின் மகள்." அந்த நாடோடி விட வில்லை. விளக்க முடியாத ஏதோ ஒன்று அவரை நிர்ப்பந்தப்படுத்தியது. அவருடைய ஆர்வம் லதிஃபேவின் உற்சாகத்தைத் தூண்டியது. எனவே செவிலித்தாய் சம்மதித்தார்.

அந்த நாடோடி லதிஃபேவின் விதிரேகையை ஒருமுறை பார்த்த உடன் உண்மையிலேயே அவருடைய வருங்காலத்தைப் பார்த்ததுபோல் ஆச்சரியத்தை வெளிப்படுத்தினார்: "மகிழ்ச்சியும் இன்பமும் உனக்கு; பேரின்பமும் பேரழிவும் எல்லாம் ஒரே நேரத்தில். எல்லாவற்றுக்கும் காரணம் பொன்னிற முடியும் நீலக்கண்களும். உன்னுடைய விதி பொன்னிற முடியும் நீலக்கண்களும் உள்ள ஒரு ஆண். வேறு எவரும் அங்கு இருக்க மாட்டார்கள்."

ஒரு விசித்திரமான தற்செயலாக, நெப்போலியனுக்கு மனைவி ஆவதற்கு முன் ஜோசஃபின், அவருடைய இளமைப் பருவத்தில் மார்டினிக் கில் இதேபோன்ற தகவலைக் கேட்டிருந்தார். வருமுன் கூறப்பட்டவை உண்மையாக நடப்பதைப் பார்க்கும்வரை இரு பெண்களுமே உயிரோ டிருந்தனர். அவர்கள் இருவரது வாழ்விலும் மலைப்பூட்டும் ஒற்றுமை

கள் இருந்தன. உலகெங்கிலும் குறிசொல்பவர்கள் செல்வந்தர்களின் மகள்களின் இதுபோன்ற விதிகளை முன்கூட்டியே சொல்லியிருக்கலாம். இருப்பினும் தாம் கேட்டதை லதிஃபே ஒருபோதும் மறக்கவே இல்லை.

லதிஃபே அவருடைய சிர்கேசியன் இன பாட்டியான மாக்பூலேயின் தெளிவான உடல்நிறமும் கருமுடியும் கொண்டிருந்ததாக நினைத்த பலர் இருந்தார்கள். உடல் உயரத்தில் சிறியவரான, தாய்வழிப்பாட்டி ஹவ்வா ரெஃபிகா ஹனிம் போல இருந்தார். அவர் கண்கள் வழியாகச் சிரித்து அழகொளி வீசினார். துருக்கி மொழியைச் சிலநேரம் மகிழ்வோடும் சிலநேரம் இறுமாப்புடனும் இனிமையான ஏற்ற இறக்கத்தோடு பேசினார். அவருடைய நடையுடை பாவனைகள் மற்றவர்களின் கவனத்தை ஈர்த்தன.

ஆம்ஸ்ட்ராங் தமது ‘க்ரே வுல்ஃப்’ என்ற நூலில் லதிஃபேவை விவரிக்கிறார், “அவர் மற்றவர்களைக் கீழ்ப்படிய வைக்கப் பழக்கப் பட்டவர் போன்ற ஆளுமைப் பண்புடைய அமைதியான தோற்றம் உடையவர். அவர் ஒரு ஆண் மற்றொரு ஆணை நேருக்குநேர் பார்ப்பது போல் நேராக கண்ணைப் பார்த்தார்; ஒரு ஆணுக்குப் பழக்கமான பெண்ணின் ஒளிவு மறைவான பார்வையோடு பார்க்கவில்லை.

மூத்தமகள் என்ற முறையில் லதிஃபே உணவு மேசை ஒழுங்கமைப்பை அடிக்கடி மேற்பார்வையிட்டார். உஷாகிஸாடே உணவு மேசையில் விலையுயர்ந்த பீங்கான் பாத்திரங்களில் பரிமாறப்பட்ட சுவையான உணவுகளின் புகழ் அருகிலும் தொலைவிலும் பரவியிருந்தது.

அவர் கலைகள், இலக்கியம், இசை ஆகியவற்றில் தனிப்பட்ட திறமை கொண்டிருந்தார். அவருடைய தாத்தா சாலிஹ் லண்டனிலிருந்து அவருக்காக ஒரு பியானோ வாங்கியிருந்தார். புகழ்பெற்ற ஆஸ்திரியக் கவிஞரான ரில்கேயின் மருமகளான பியானோ கலைஞர் அனா கிராசர் ரில்கே மூன்று ஆண்டுகள் பியானோ கற்றுக்கொடுத்தார். அவர் தமது ‘ஒருபோதும் மறக்காத இன்னிசைகள்’ (Never Forgotten Melodies) என்ற தலைப்புள்ள சுயசரிதையில் லதிஃபே பற்றிக் குறிப்பிடுகிறார்:

லதிஃபே முவாம்மெர் எனக்குத் தெரிந்த எல்லோரிலும் மிக அதிக தனிச் சிறப்புக்குரிய துருக்கியப் பெண். கோடீஸ்வர ஸ்மைனா பெருவணிகரின் மூத்த மகளான அவரை முதல் முறை நான் சந்தித்தபோது அவருக்கு 15 வயது மட்டுமே ஆகியிருந்தது. ஆங்கில பாணியில் அழகுபடுத்தப்பட்ட வீட்டில் அவர்கள் ஆங்கிலேயர்களைப் போல வாழ்ந்தார்கள். அயல்மொழிகளை இவ்வாறுதான் அவர்கள் மிக நன்கு கற்றிருந்தனர். ஒவ்வொரு வருடமும் லண்டனிலும், பாரிசிலும் சில மாதங்களை அவர்கள் கழித்தனர். லதிஃபே ஜெர்மனி சார்ந்த எல்லாவற்றையும் போற்றினார்: அதன் மொழி, இலக்கியம், கலைகள் எல்லாவற்றையும் விட மேலாக அதன் இசையை. அவருக்கு அழகிய கூர்மதியுடைய கண்களும் உணர்ச்சியை வெளிப்படுத்தும் வாயும் இருந்தன. நாங்கள் சந்தித்த அக்கணத்திலேயே அவர் தன்மீது நன்மதிப்பை ஏற்படுத்தினார். அவருடைய தாய் நான் அறிந்த துருக்கியப் பெண்களிலேயே

மிகப் பெரிய அழகி. அவர் முரில்லோ மடோனா போலிருந்தார். லதிஃபே தான் அவருடைய தாயின் மொழிபெயர்ப்பாளர். நான் லதிஃபேவுக்கு பியானோ கற்றுக்கொடுக்க வேண்டும் என்று கேட்டுக்கொள்வதுதான் அவர்கள் என்னைப் பார்க்க வந்ததன் நோக்கம். ஏதாவது ஒன்றை எனக்கு வாசித்துக் காட்டுமாறு கூறினேன். பீத்தோவனின் மூன்லைட் சொனாற்றாவிலிருந்து களிப்பூட்டும் அடேகியோவை அவர் வாசிக்க ஆரம்பித்தபோது என்னுடைய ஆச்சரியம் இரு மடங்காகியது.

அவருடைய வாசிப்பில் சில தொழில்நுட்பக் குறைபாடுகள் இருந்தன. ஆனால் அந்த இசையைப் புரிந்துகொள்ளும் ஆற்றல் ஆச்சரியப்படத்தக்க வகையில் சிறப்பாக இருந்தது. இவ்வளவு திறமையான மாணவியைச் சந்தித்த தற்காக நான் மகிழ்ச்சியடைந்தேன். 1918 வரை அவருக்குக் கற்றுக்கொடுத்ததை நான் மிகவும் ரசித்தேன். அவர் தவறில்லாத ஜெர்மன் பேசினார்; ஜெர்மன் எழுத்தாளர்களை உணர்வுபூர்வமாகப் போற்றினார். ஃபாஸ்டின் (Faust) முதல் பகுதியை நினைவிலிருந்து அவரால் ஒப்புவிக்க முடிந்தது. என்னுடைய மாணவர்களிலேயே மிக அதிகத் திறமையுடையவர் அவர்தான்; அவரே எப்போதும் கவனத்தை ஈர்ப்பவராகவும் இருப்பார்.

ஹாஜி அலியின் காலத்தில் இருந்ததைப்போலவே குழந்தைகள் தங்களுடைய தனித் திறமைகளையும் அண்மைக் காலத்தில் கற்ற திறன்களையும் வெளிப்படுத்தி அடிக்கடி பெற்றோருக்கு மகிழ்வூட்டி னார்கள். 15 வயதடைந்த ஒவ்வொரு மகளுக்கும் முவாம்மெர் ஒரு தோழியை நியமித்தார். லதிஃபேவின் தோழி கலியோபி என்ற இஸ்மிர் கிரேக்கப் பெண்; தங்களுடைய வாழ்க்கை முழுவதும் இருவரும் இணைந்தே இருந்தார்கள்.

அப்துல்ஹமிதின் கொடுங்கோலாட்சி எப்படியிருந்தாலும் ஆட்டோமான் பேரரசு முப்பது வருட அமைதியை அனுபவித்தது. ஒரு நடுத்தர வர்க்கத்தை உருவாக்குவதற்கான சுல்தானின் உறுதிமிக்க முயற்சி வெற்றியடைந்திருந்தது. வணிகமும் தொழில்துறையும் வளர்ச்சி யடைந்து கொண்டிருந்தது. இசை இலக்கியம் ஓவியம் ஆகியவற்றை இரசித்த குடும்பங்கள் சமூக வெளியில் தோன்ற ஆரம்பித்தன. இரண்டா வது அரசியல் அமைப்புகாலம் நாட்டின் வாழ்க்கை முறையைப் பார்த்தறியும் விதத்தில் மாற்றியிருந்தது.

கல்லிப்பொலியில் மரணமடைந்த நீலநிறக் கண்களுடைய இளைஞன்

பெரும்போர் தொடங்கிய வேளையில் லதிஃபே வளரிளம் பருவத்தை அடைந்தார். கல்லிப்பொலி போர் அவருடைய வாழ்க்கைப் பாதையை மாற்றி அமைப்பதாக இருந்தது. அந்நேரத்தில் அவர் விருப்பம் கொண்டிருந்த பொன்னிற முடியும் நீலக்கண்களும் உடைய ஒரு இளைஞன் கல்லிபொலிக்குச் சென்றான். ஆனால் திரும்பி வரவே இல்லை. குறிசொல்பவர் முன்கூட்டியே கூறியதுபோல், லதிஃபேவின் முதல் காதல் பிணைப்பை இந்த மரணம் ஒரு சோகமான முடிவுக்குக் கொண்டுவந்தது.

அவர் உலக நிகழ்வுகளை ஆர்வத்துடன் கவனித்தார். குடும்பத்தி லுள்ள பல உறுப்பினர்கள் அக்காலத்தில் மேலோங்கி இருந்த கருத்து களை வரவேற்றார்கள். நாட்டிலுள்ள எந்த ஒரு தத்துவ அல்லது அரசியல் இயக்கத்துக்கும் ஓரிரு ஆதரவாளர்கள் இருந்தனர்: முடியாட்சி ஆதரவாளர்கள், கலகக்காரர்கள், ஒன்றிய மற்றும் முன்னேற்றக் கட்சி அனுதாபிகள், மற்றும் சோஷியலிஸ்டுகளும்கூட. இந்தப் பரந்த எல்லை யுடைய கருத்துகளும் திறந்த மனப்பாங்கும் லதிஃபேவின் அறிவெல்லையை மேலும் வளப்படுத்தியது.

1916 வாக்கில் லதிஃபே பெண்கள் பிரச்சினைகள்பற்றிக் கையில் கிடைத்தவற்றையெல்லாம் வாசித்துக்கொண்டிருந்தார். துருக்கியில் வெளியிடப்பட்ட இதழ்களை எல்லாம் தொடர்ந்து கவனித்து, பெண் களின் நிலைபற்றிய ஆய்வுகள் செய்து ஏராளமான குறிப்புகள் எடுத்துக் கொண்டிருந்தார். வரலாற்றுக்கு முந்தைய காலத்திலும், இஸ்லாமிய சமூக அமைப்பு முறையிலும் பெண்களின் பங்கு பற்றி ஆய்வு செய்திருந் தார். "பெண்களுக்குக் குடும்பத்தில் இரண்டாம் தர இடம் இருக்கலாம்; இருப்பினும் தங்களுடைய ஆளுமையின் ஆற்றலால் கணவர்களை ஆட்சி செய்யும் திறமை இப்போதும் அவர்களுக்கு உண்டு" என்று அவருடைய தாயிடம் கூறியதை நிறையபேர் கேட்டிருக்கிறார்கள்.

பலதார மணம், திருமணவிலக்கு போன்ற பிரச்சினைகளும் அவரது சிந்தனையை நிரப்பியிருந்தது. பெண்கள் உரிமைகளின் தீவிர ஆதர வாளரான அவர் தங்களுக்குச் சொந்தமான சொத்துகளைக் கணவர் களுக்கு உயில் மூலம் அளிக்கத் திட்டமிட்டிருந்த பெண் வாரிசுதாரர் களை எச்சரிக்கை செய்தார்.

குதிரை சவாரி செய்வதில் திறமைசாலியான லதிஃபே தமது குதிரைக்கு ஜிஜி என்று பெயரிட்டிருந்தார். இரத்தத்தின் தோற்றமே அருவருப்பூட்டுவதாக இருந்ததால் வேட்டையாடுவதை வெறுத்த ஒருவ ராக இருந்தாலும், துப்பாக்கி சுடுவதிலும் வல்லவர். அவர் உற்சாகமும் ஊக்கமும் உள்ளவர். அவருடைய இசை ஆசிரியரான அனா கிராஸர் ரில்கே அவரை ஒரு புனைவியலாளராக விவரிக்கிறார்.

1917இல் அடுத்துள்ள ரஷியாவில் மாபெரும் அரசியல் மாற்றம் பீறிட்டெழுந்தது. பேரரசரின் ஆட்சியைத் தூக்கி வீசிவிட்டு, ரஷ்யக் கம்யூனிஸ்ட் கட்சியினர் (Bolshevists) ஆட்சியைப் பிடித்தனர்.

3

லதிஃபே பிறந்த நகரம், இஸ்மிர் ஆக்கிரமிப்பு

தங்குவிடுதிகள், கேபரே நடனங்கள், அழகிய வீடுகள், ஒளிரும் அகன்ற சாலைகள் எல்லாவற்றுடன் இஸ்மிர் கிழக்கின் குட்டி பாரிஸ் ஆக இருந்தது. கோர்டோன் கடற்கரைச் சாலை களிலும், நடைபாதைகளிலும் இருமாடி வீடுகள் நின்றன. இருப்பி னும் பின் பகுதியில் உள்ள வீதிகள் ஒற்றை வண்டி மட்டும் போகுமளவுக்கு மட்டுமே அகலமாக இருந்தன.

1915இல் ஆர்மீனியர்கள் நாட்டைவிட்டு வெளியேற்றப்பட்ட தற்கு இஸ்மிரில் எந்தத் தாக்கமும் ஏற்படவில்லை. 20ஆம் நூற்றாண்டு தொடக்கத்தில் இருந்த 2.5 லட்சம் மக்கள் தொகையில் 55,000 பேர் கிரேக்கர்கள், 21,000 பேர் யூதர்கள், 10,000 ஆர்மீனியர்கள், உத்தேசமாக 50,000 பேர் வெளிநாட்டினர். மற்றவர்கள் முஸ்லிம் துருக்கியர்கள். போருக்கு முன் கிரேக்க மக்கள் தொகை இரட்டிப் பாகி துருக்கியர்கள் சிறுபான்மையினராக ஆக்கப்பட்டார்கள் என்று சில ஆய்வாளர்கள் குறிப்பிடுகிறார்கள்.

துருக்கியர் மாவட்டம் பழமையான பைசான்டைன் கோட்டை யின் அடிவாரக் குன்றுகளில் நகரின் மிக உயர்ந்த பகுதியில் அமைந்திருந்தது. அங்கு கொடிபடர் வளைவுகள் குறுகிய சந்து களுக்கு நிழல் கொடுத்தன; பெரும் எண்ணிக்கையிலான அலங்கார நீரூற்றுகள் காற்றைக் குளிர்வித்தன.

19ஆம் நூற்றாண்டு இறுதிவரை, சமூகப் பொழுதுபோக்குக் கழகங்கள் ஐரோப்பியர்களுக்கும் லெவேன்டைன்களுக்கும் தனி யுரிமையுடைய இடங்களாக இருந்தன. அனுமதி விதிகளின் மாற்றம் கிரேக்கர்களும் ஆர்மீனியர்களும் அவற்றில் சேருவதற்கு வழிசெய்தது. இது சில உறுப்பினர்களைச் சீற வைத்தது: "என்ன! சில வருடங் களுக்கு முன்வரை கால்பாக் குல்லாவும் கால்வரை நீண்ட அங்கி களும் அணிந்திருந்த ஒருவரை அனுமதிப்பதா?"

இந்தக் கழகங்களில் துருக்கியர்கள் சேர்வதில்லை. லதிஃபேவின் தந்தை முவாம்மெர் ஒரு விதிவிலக்கு. 1905இல் டைம்ஸ்இல் ஒரு செய்தியை வரவைத்த சிறந்த தோட்டங்களும் பானங்களும் கொண்ட விளையாட்டுக் கழகத்தில் உறுப்பினராக இருந்தார்.

கேபரே நடனங்கள், பொழுதுபோக்குக் கழகங்கள், நாடக அரங்குகள், இசை ஆகியவை நகர வாழ்க்கையில் பெரும்பங்கு வகித்தன. வீதிகளில் கிரேக்க மெட்டுகளை மேன்டொலின்களும் கித்தார்களும் நரம்புகள் வழியாக இசைத்தன. மாலை நேரங்களில் சிற்றுண்டிச்சாலைகள் நவநாகரிக வாடிக்கையாளர்களால் நிறைந்திருக்கும். வியென்னா, புடாபெஸ்ட், ஏதென்ஸ் ஆகிய இடங்களிலிருந்து சிறப்பாக வரவழைக்கப் பட்ட இசைக்குழுக்கள் வியன்னாவின் வால்ட்ஸ் நடன இசைகளையும் Tzigane மெட்டுகளையும் Hasapikos என்ற கோர்டோன் இரவு விடுதிகளில் நடனமாடுவதற்கான கிரேக்க நாட்டுப்புறப் பாடல்களையும் இசைத்தன.

ஆய்யா ஃபோடினி தேவாலயத்துக்கு அருகிலுள்ள டேபெர்னா தெருவில் கடைகளும் தங்கு விடுதிகளும் மதுவருந்தகங்களும் வரிசையாக இருந்து பலவகைச் சிற்றுண்டிகள், மீன், மதுவகைகள் ஆகியவற்றைக் காட்டி வாடிக்கையாளர்களைக் கவர்ந்திழுத்தன: 19ஆம் நூற்றாண்டு இறுதிக்கு அண்மையில் கராண்டினா மாவட்டத்தில் சில மதுவருந்தகங்கள் உரிமங்கள் பெற்றிருந்தன.

இன்றைய குடியாட்சி சதுக்கத்தில் ஓடியன் அரங்கும், கேய் மற்றும் பாதே திரையரங்குகளும் இருந்தன. அதற்கும் பின்னால் எஃபெஸ விடுதிக்குப் பின்புறம் இத்தாலிய இஸ்மிர் அரங்கம் எழும்பி நின்றது. ஒபெரா நிகழ்த்துதல்களும் இசைநிகழ்ச்சிகளும் அடிக்கடி நடந்தன: புகழ்பெற்ற பயணம் செய்யும் குழுக்களின் நிகழ்ச்சிகளுக்கான அனுமதிச் சீட்டுகள் விற்றுத் தீர்ந்தன.

முதல் நாடக அரங்குக் கட்டடம் 1775இல் திறக்கப்பட்டிருந்தது. அதிலிருந்து நிகழ்த்துதல்கள் ஒழுங்காக ஏற்பாடு செய்யப்பட்டன. காலப்போக்கில் வேறு அரங்குகளும் கட்டப்பட்டதால் அந்நகரம் ஒரு முக்கிய கவர்ச்சி மையமாக மாறியது. குஸ்டாவ் ஃப்லாபர்ட் 1850இல் இஸ்மிருக்கு வந்திருந்தார். அவர் பார்த்த இரு நாடகங்களை அவருடைய குறிப்பேடுகளில் குறிப்பிட்டிருக்கிறார்.

இருப்பினும் அரங்குகளுக்குச் செல்வதிலிருந்து பெண்கள் தடுக்கப் பட்டனர். பெண்கள் உரிமைகளைக் காப்பாற்ற பாராளுமன்ற உறுப்பினர் ஒருவர்கூட இல்லாமல் இருந்ததைப் பற்றிக் குறைகூறி ஆய்ஷே இஸ்மெட் என்ற இஸ்மீர் வாசகர் 1909இல் சரோனிகாவிலிருந்து வெளிவரும் *மகளிர்* என்ற இதழில் எழுதியது:

நமது சகோதரிகள் கடந்தவாரம் இஸ்மிரில் தாக்குதலுக்குள்ளானார்கள். முஸ்லிம் பெண்கள் அரங்குகளுக்குச் செல்வதை வலுக்கட்டாயமாகத் தடைசெய்வதற்காக ஆயிரக்கணக்கானவர்கள் கூடினார்கள்; இருப்பினும் எந்தச் சட்ட அமைப்போ அல்லது அரசு அதிகாரிகளோ இந்த மதவெறித் தாக்குதலைப் பார்த்துக்கொண்டிருந்ததைத் தவிர எதுவும் செய்யவில்லை.

கடலில் நீந்துவது ஆண்களுக்கு மட்டுமேயான செயலாகவே இருந்தது. அல்ஸான்காக்கில் ஒரு கடல் குளிப்பிடம் இருந்தது. காராடாஷ், ஸால்ஹானே, கோஸ்டெபே ஆகிய இடங்களில் குளிப்பவர்கள் மெல்லிய துவாலைகளைக் கட்டிக்கொண்டு சிரமத்துடன் வந்தார்கள்; சில 'யாலிஸ்' என்ற நீர்முக மாளிகைகளில் பெண்களுக்கான குளிக்கும் அமைப்புகள் இருந்தன. இன்சிரால்டி, நார்லிடெரே ஆகிய இடங்களிலுள்ள இளம்பெண்கள் உற்றுப் பார்க்கும் கண்களுக்குத் தொலைவில் இரகசியமாக நீச்சலடித்தார்கள்.

பால்வகைத் தனிமைப்படுத்துதல் மருத்துவர்களைத் தாடி வளர்க்கத் தூண்டியது – இதனால் துருக்கிய வீடுகளுக்கு எந்தத் தொல்லையுமின்றி தொழில்முறையாகச் செல்ல உதவியது.

பல சிற்றுண்டிச் சாலைகள் அவற்றின் மேல்மாடிகளில் விபச்சாரம் நடத்துவதாக, பத்திரிகைத் துறையினரால் குற்றம் சாட்டப்பட்டது.

1896இல் அரசியலமைப்புச் சட்டம் சார்ந்த முடியாட்சி வந்ததைத் தொடர்ந்து இஸ்மிருக்குச் சலனப்படங்கள் வந்தபோது துருக்கிய மொழி துணைத்தலைப்புகள் கேட்டு இளைஞர்கள் போராடினர். பெண்களுக்கு மட்டுமேயான திரையிடல்கள் 1914இல் தொடங்கியது. தேசிய நூலகத் திரையரங்கு திங்கட்கிழமை பிற்பகல்களில் பெண்களுக்கு மட்டுமேயான ஆவிகளுடன் உரையாட முயலும் சந்திப்புகளை நடத்தியது.

இஸ்மிர் பெண்கள்

முகமறைப்பின் அளவு ஒரு பெண்ணின் இனத்துக்கான குறிப்பு ஆகும். கிரீக் மற்றும் லெவேன்டைன் பெண்கள் முகத்தை முழுவதும் மறைக்காமலேயே விட்டிருக்கும்போது ஆர்மீனியர்கள் பாதி முகங்களை மறைத்திருந்தனர். துருக்கியப் பெண்கள் முகங்களை முழுமையாக மறைக்கும் போக்கோடு இருந்தனர்.

காலணி மற்றொரு குறிப்பு: துருக்கியர்கள் மஞ்சள், ஆர்மீனியர்கள் சிவப்பு, கிரேக்கர்கள் கருப்பு, யூதர்கள் நீலநிறக் காலணிகளை அணிந்திருந்தனர்.

1909இல் காஸிஸாடே ஹுசெயின் ரிஃபாட் தமது பட்டு மேலங்கி அணிந்திருந்த மனைவியைக் கைகளால் அணைத்தபடி கோஸ்டெபே கடற்கரைப் பாதைகளில் நிதானமாக நடந்துசென்றது நீண்ட காலத்துக்குக் கேலிப்பேச்சுக்குக் காரணமாக இருந்தது.

இஸ்மிரிலுள்ள மிக நேர்த்தியான பெண்கள் லெவேன்டைன்களும் கிரேக்கர்களும். பின்னர் கூறப்பட்டவர்கள் 19ஆம் நூற்றாண்டில் பெண்களை தனிமைப்படுத்தும் அடிமைத்தனத்தைத் தூக்கி வீசிவிட்டனர். அவர்களுடைய அழகு எண்ணற்ற வெளிநாட்டுப் பயணியரை வசப்படுத்தியது. துருக்கியப் பெண்களைப் பொறுத்தவரை ஏதாவது ஒருவகை மேலங்கியை அணிய வேண்டியதாக இருந்தாலும் அவர்கள் நவநாகரிக குட்டை முடியையும் தனித்துவமான முழுக்காற் சட்டை மேல் சட்டை பாணியையும் சோதித்துப் பார்த்தனர் என்பது நமக்குத் தெரியும்.

19ஆம் நூற்றாண்டு நடுப்பகுதியிலிருந்து தொடங்கி இஸ்மிர் துருக்கியர்கள் முகத்திரையின் கனத்தை மாற்றத் தொடங்கினர்: எடுப்பான வடிவமைப்புள்ள பட்டாடைகள் கணுக்கால் உயர மஞ்சள் புதைமிதியடி மற்றும் முகத்தின் மேல் மிக மெல்லிய துணி. 1889இல் கோஸ்டெபேயிலும் கோர்டோனிலும் அரைகுறை ஆடை அணிந்த பெண்கள் அணிவகுத்துச் செல்வதாக ஹிஸ்மெட் செய்தித்தாள் குறைகூறியது. பின்னர் மிக நேர்த்தியான பெண்கள் மஞ்சள் மேலங்கிகள் அணிந்து நடந்துசெல்லும் புது நடைப் பாணியை அச்சுறுத்தும் வகையில் கண்டனம் செய்தது.

காவல்துறையின் தலையீட்டுக்கான கூக்குரல்கள் எழுந்தாலும் பொதுப்போக்குவரத்தில் தனிமைப்படுத்துதல் அதற்கு மேலும் நடைமுறைப்படுத்த முடியாததாகி விட்டது. இஸ்மிரின் பெண்கள் ஒடுக்குமுறை தனிமைப்படுத்தல் நடைமுறைகளுக்கு, குறிப்பாக அவர்களுடைய உடைகளில், பணிந்து செல்ல சற்றும் விருப்பமில்லாமல் இருந்தனர். வீட்டுக்கு வெளியே செல்வதற்கான அவர்களுடைய உரிமைமீது இருந்த கட்டுப்பாடுகளையும் அவர்கள் மதிக்கவில்லை.

1890 ஜனவரியில், பெண்கள் ஹிஜாப் விதிகளுக்குப் புறம்பான ஆடைகளில் தங்களை காட்சிப்படுத்துகிறார்கள் என்று ஹிஸ்மெட் செய்தித்தாள் கூறியது:

சில பெண்கள் ஐரோப்பிய பாணி மேற்சட்டைகளை விரும்பி சார்ஷாஃப்களைத் தவிர்த்துக்கொண்டிருந்தார்கள். எல்லோரும் அறிந்திருப்பதுபோல் இந்த மேற்சட்டைகள் அணிந்திருப்பவரின் உடலமைப்பை வெளிக்காட்டும் அளவுக்கு இறுக்கமாக இருப்பதையும், முகத்திரைகளை அவர்களுடைய தலைக்குமேல் நகர்த்தி வைத்து முகத்தை மறைத்து வைக்க வேண்டும் என்ற விதியைக் கடைபிடிக்காமல் இருப்பதையும் அண்மைக்காலங்களில் நமது நகரில் கவனிக்க முடிகிறது.

இஸ்மிரில் 1869இல் துருக்கிய மொழி செய்தித்தாள்கள் தொடங்கப்பட்டன. இரண்டாவது அரசியலமைப்புச் சட்டம் சார்ந்த முடியாட்சி அறிவிக்கப்பட்டதைத் தொடர்ந்து அவற்றின் எண்ணிக்கை அதிகரித்தது. 19ஆம் நூற்றாண்டு இறுதிவாக்கில் இஸ்மிரில் மூன்று கிரேக்க தினசரிகளும் நான்கு பிரெஞ்சு தினசரிச் செய்தித்தாள்களும் இருந்தன. யூதர்கள் இரு வாராந்தரிகளை வெளியிட்டனர். நகரில் இருந்த 17 அச்சகங்களில், 5 கிரேக்க மொழியிலும், 3 பிரெஞ்சிலும், 3 லேற்றினோவிலும், ஒன்று ஆர்மீனிய மொழியிலும் வெளியிட்டன. 5 அச்சகங்களால் எந்த மொழியையும் கையாள முடிந்தது.

முவாம்மெர் மேயராகிறார்

முவாம்மெரின் இஸ்மிர் நகர்மன்றத்தோடுள்ள ஈடுபாடு 1908இல் தொடங்கியது; முதலில் அவர் நகர்மன்றத்தில் சேர்ந்தார். அவர் தலைவராகப் பணியாற்றிய டில்கிலிக் மாவட்ட முன்னேற்ற மற்றும் ஒன்றியக் கழகம் பொதுநல இல்லம் (House of Altruism) என்ற பெயருடைய குழுவை அமைத்திருந்தது. அவர்கள் நகரக் கழகத்தைத் தங்களுடைய தலைமையகமாகப் பயன்படுத்தினார்கள்.

அரசியலைப்புச் சட்டம் சார்ந்த முடியாட்சியின் வரலாற்றில் மிகவும் பாரபட்சமற்ற தேர்தல் 1909இல் நடந்தது; அது ஒரு நகர்மன்ற இடைத்தேர்தல். பணப்பெட்டி காலியாக இருந்த நகர்மன்றத்தின் மேயர் பதவியை முவாம்மெர் வென்றார்.

2000 ஆண்டுக்கான இஸ்மிர் மாநகர் மன்ற வலைதளம் அந்த வணிகரை அறிமுகப்படுத்துகிறது: உஷாகிஸாடே முவாம்மெர் பெய் (1876 – 1951), இருமுறை இஸ்மிர் மேயராகப் பணிபுரிந்த அவர் ஆட்டாடூர்க்கின் மனைவியான லதிஃபே ஹனிமின் தந்தை. முதல் மோட்டார் காரையும் படகுப் போக்கு வரத்தையும் நகருக்குக் கொண்டு வந்ததும், எரிவாயுத் தொழிற்சாலை நிறுவியதும் அவர்தான்.

பதவியேற்ற உடனேயே நகர்மன்ற மேம்பாட்டு அறிவிப்பு ஒன்றை முவாம்மெர் வெளியிட்டார். நகருக்குப் பயன்படுவதற்காகச் சாலைகள் முன்னுரிமையுடன் அகலப்படுத்தப்படும். பொதுப்பூங்காக்கள் மேம்பாடும் மின்மயமாக்கலை விரிவாக்க ஒரு மின் உற்பத்தி நிலையமும் கோகர்யாலி தொடங்கி நார்லிடெரே வரை ட்ராம் பாதையை நீடிப்பதும் உடனே தொடர்ந்து நடைபெறும். செய்வதற்கு ஏராளமானவை இருந்தாலும் எதையும் செய்வதற்கான பணம்தான் இல்லை. தள்ளாடிக்கொண் டிருந்த இஸ்மிர் நகர்மன்றத்தை மீண்டும் செயல்பட வைக்க 15 அம்ச சீர்திருத்தத் திட்டத் தொகுப்பு ஒன்றை புதிய மேயர் தயாரித்தார். நகர்மன்றத்தின் வருமானத்தை அதிகரிக்கவும் நகர வாழ்க்கைமுறையை முழுமையாக நவீனப்படுத்துவதற்காகவும் தேவையான திட்ட முன் மொழிவுகள் இந்த திட்டத் தொகுப்பில் அடங்கியிருந்தன. குறிப்பிடத் தகுந்த அளவு வெட்டிக் குறைக்கப்பட்ட வடிவில் இருந்தாலும் செயல் திட்டத்தை நகர்மன்றம் நிறைவேற்றியது. ஏற்றுக்கொள்ளப்பட்ட திட்டங் களுக்கான பணி தொடங்கியது.

கடைகளிலுள்ள தராசுகளும் அளவைகளும் அடுமனைகளின் தூய்மையும் ரொட்டியின் தரமும் ஆய்வு செய்யப்பட்டன. தெருக்கள் ஒழுங்காகச் சுத்தம் செய்யப்பட்டன. வண்டி ஓட்டிகள் ஒழுங்குபடுத்தப் பட்டனர். கல்பாவுபவர்களும், துப்புரவு செய்பவர்களும் பணியில் ஈடுபடுத்தப்பட்டனர். தெருக்களை மேம்படுத்துவதற்காக அலங்கார பாவுகற்கள் வாங்குவதற்கு ஆணை வழங்கப்பட்டது. இரு பக்கங்களில் மரங்கள் நிறைந்த அகன்ற பாதைகள் மூன்றும் அதோடு ஒரு பொதுப் பூங்கா, கேளிக்கை விடுதிகள், அரங்குகள், நூலகம் ஆகியவையும் திட்டத் தில் இடம்பெற்றிருந்தன. நகர்மன்றத்துக்கான பத்திரிகைத் துறையின் ஆதரவு பலமாக இருந்தது.

ஊழலைக் காரணம் காட்டி, படகுப் போக்குவரத்து நிறுவனத்தின் நிர்வாகத்தை நகர்மன்றம் எடுத்துக்கொண்டபோது, வெளிநாட்டு நிறுவனங்கள் பலமான எதிர்ப்பைத் தொடங்கின. புதிய வரிகளை விதிக்க முடியாததால் நகர்மன்றம் பிரச்சினைக்குள்ளானது.

இஸ்மிர் மாவட்டத்துக்குப் புதிதாக நியமிக்கப்பட்ட ஆளுநர் முஹ்தார் பாஷா தொடக்கத்திலிருந்தே நகர்மன்றத்துக்கு எதிராகச் செயல்பட்டார். முவாம்மெரின் முதல் பதவிகாலம் நீண்டகாலத்துக்கு நீடிக்கவில்லை.

இஸ்மிர் கைப்பற்றப்படல்

மே 15, 1919 அன்று இஸ்மிர் கைப்பற்றப்பட்டதை அறிவிக்க செய்தித்தாள்களுக்கு இரண்டு நாட்கள் ஆனது. தணிக்கையை எதிர்த்து நின்ற செய்தித்தாள்கள் மேலும் 24 மணி நேரத்துக்கு மூடப்பட்டிருக்கு மாறு உத்தரவிடப்பட்டது. ஆனால் செய்தி வாய்வழியாகவோ அல்லது அச்சுத் தொழில் வழியாகவோ எங்கும் பரவியது:

கிரேக்க இராணுவத்தின் ஆக்கிரமிப்பு பெரும் படுகொலையோடு நேற்று காலை தொடங்கியது. இராணுவ வீரர்களை ஏற்றி வந்த கப்பல்கள் 7.30க்கு இஸ்மிர் வளைகுடாவுக்குள் வந்தடைந்தன; படைவீரர்களின் முதல் குழுவினர் 8.40க்கு கப்பலிலிருந்து இறங்கினார்கள்.

ஆளுநர் இஸ்ஸெட் பெய் மாவட்ட அரங்கிலிருந்து (அவருடைய அலுவலகப் பணியாளர்களோடு) அணிவகுத்து நடக்க வைக்கப்பட்டு "வெனிஸ்லோஸ் வாழ்க"[1] என்று கத்தவைக்கப்பட்டார். ஆட்டொமன் அதிகாரிகள் கிழிந்த ஆடைகளுடனும் குல்லாக்களுடனும் துறைமுகப் பகுதி வழியாகக் கைகளைப் பின்னால் பிணைத்துக்கொண்டு நடக்க வைக்கப்பட்டனர். களிப்புற்ற உள்ளூர் கிரேக்க இளம்பெண்கள் நீல மற்றும் வெள்ளை நிற உடையில் கிரேக்கப் படைவீரர்களின் பக்கங் களில் நடந்து சென்றனர். ஆயுதந்தாங்கிய உள்ளூர் கிரேக்கக் கும்பல்கள் கடைசியாகப் பின்னால் சென்றார்கள். படைப் பாசறைகளை இந்த அணிவகுப்புத் தாண்டிச் செல்லத் தொடங்கிய உடன் கைத்துப்பாக்கி சுடும் ஓசை ஒருமுறை கேட்டது.

படைப்பிரிவுத் தலைவர் அலி நாடித் பாஷா எதிர்ப்பைத் தவிர்க்க உத்தரவிட்டதால் துருக்கிப் படைவீரர்கள் பாசறைக்குத் திரும்பிச் சென்றிருந்தனர். துப்பாக்கிச் சத்தம் கேட்ட உடனேயே கிரேக்கப் படைவீரர்கள் துருக்கி ராணுவத்தினரைத் தாக்கினர். துப்பாக்கி முனைக் கத்திகளைத் தயாராக வைத்துக்கொண்டு கிரேக்க சிறப்புப் படைப் பிரிவினர் கைதிகளை கோர்டோன் வழியாக அணிவகுத்துச் செல்ல வைத்து, அவர்களைக் கப்பல் சரக்கு வைப்பறைகளில் சிறை வைத்தனர். அதன்பின் வெகுவிரைவிலேயே இராணுவ ஆட்சி பிரகடனப்படுத்தப் பட்டது.

நகரைக் கைப்பற்றிய அன்று எண்ணற்ற துருக்கியர்கள் கொல்லப் பட்டனர்; நிறையபேர் கைது செய்யப்பட்டார்கள்.

லதிஃபே பிறந்து வளர்ந்த நகரம் அதற்குப்பின் முன்புபோல் இருக்கவில்லை. ஹலிதே எடிப் தமது வாழ்க்கைக் குறிப்புகளில் நகர் கைப்பற்றப்பட்ட முதல் வாரத்தைப் பற்றி எழுதினார்:

இஸ்மிர் மக்கள் கூற்றுப்படி கடற்கரை அருகில் இருந்த தண்ணீர் இளஞ் சிவப்பு நிறத்தில் இருந்தது. கடற்கரையில் நடந்த காட்சிகளைத் தெளிவாகப் பார்க்கும் அளவுக்கு அருகில் நின்ற கூட்டுப்படைக் கப்பல்கள் அங்கு நடந்த சித்திரவதை மனிதக் கொலை அதிர்ச்சிக் காட்சிகளை அமைதியாக பார்த்துக்கொண்டிருந்தன. இந்தக் கொண்டாட்டம் கப்பல்கள் தொகுதிக்கு முன் நடந்துகொண்டிருந்தபோது கிரேக்க இராணுவ வீரர்களும் உள்ளூர்

கிறிஸ்தவர்களும் ஒதுக்கமான தெருக்களிலுள்ள துருக்கியர்களின் வீடுகளுக்குள் நுழைந்து கொள்ளையடித்துக்கொண்டும், ஆண்களைக் கொலை செய்துகொண்டும், பெண்களை மானபங்கப்படுத்திக்கொண்டும் இருந்தார்கள். ஒரு வாரத்துக்குள் இந்த கொலை, கொள்ளை, கற்பழிப்புக் கொண்டாட்டம் இஸ்மிரின் உட்பகுதிகளையும் சென்றடைந்தது.

இஸ்மிர் ஆக்கிரமிக்கப்பட்டது துருக்கியர்களைப் பொறுத்தவரை கடைசித் துரும்பாகச் செயல்பட்டு எதிர்ப்புப் போராட்டத்தைத் தூண்டிய பொறியானது. முஸ்தஃபா கெமால் இஸ்தான்புல்லை விட்டுச் சென்றதும் இஸ்மிர் ஆக்கிரமிப்பும் ஒரே நேரத்தில் நடந்தது. 9ஆம் காலாட்படையின் புதிதாக நியமிக்கப்பட்ட ஆய்வாளர் மே 16 அன்று பன்டிர்மா கப்பலில் கருங்கடலை நோக்கிப் பயணம் செய்தார்.

இஸ்தான்புல் பல்கலைக்கழகப் பூங்காவில் நடைபெற்ற ஆர்ப்பாட்டத்தில் ஒரு மாணவியின் குரல் கேட்டது: "நாங்களும் உங்களைப் போலவே சினமுற்றிருக்கிறோம்; ஒருவேளை உங்களைவிடவும் அதிகமாக. நாங்களும் முழுமனதுடன் உங்களுடைய முயற்சியில் இணைந்துகொள்கிறோம். பெண் ஒரு சிறு உயிரினம் என்று கூறுவது யார்? ஒரு பெண் ஒருவேளை வியப்புக்குரிய உயிரினமாக இருக்கலாம் என்ற உண்மையை நாங்கள் தெளிவாக்க விரும்புகிறோம்."

மே 24 அன்று சுல்தான் அஹ்மெட் சதுக்கத்தில் அதிக எண்ணிக்கையிலான பெண்கள் அடங்கிய ஆயிரக்கணக்கானவர்கள் கலந்துகொண்ட கூட்டத்தில் ஹலிதே எடிப் ஒரு புகழ்பெற்ற சொற்பொழிவை நிகழ்த்தினார். ஒரு லட்சம் இஸ்தான்புல் வாழ்வோர் ஆக்கிரமிப்பை எதிர்த்துப் போராட வாக்குறுதியளித்தனர்.

மே 30 அன்று ஆக்கிரமிப்பாளர்கள் ஆய்தின் நகரை தீயிட்டுக் கொளுத்துவதற்கு முன்பே எதிர்ப்பு இயக்கம் தொடங்கியிருந்தது. ஆனடோலியாவை எதிர்ப்பு இயக்கத்தில் சேர அழைத்த துண்டுவெளியீடுகளில் பெண்கள் முகங்கள் சிறப்பிடம் பெற்றிருந்தன.

வெற்றி பெற்றவர்களுக்கே கொள்ளைப் பொருட்கள்: ஆக்கிரமிப்புக் காலம் முழுவதும் இஸ்மிரின் பொருளாதார சக்தி எல்லாவற்றையும் மூன்று வல்லரசு நாடுகளும் தங்கள் பிடியில் வைத்தருந்தன.

நகரிலிருந்து வடக்கு நோக்கியும் கிழக்கு நோக்கியும் பிரிந்து சென்ற இரு பெரும் இருப்புப் பாதைகளில் ஒன்றை பிரிட்டிஷாரும் மற்றொன்றை பிரெஞ்சுக்காரர்களும் உடைமையாக்கியிருந்தன ..டிராம் பாதைகள் பிரெஞ்சுக்காரர்களின் சலுகையாக இருந்தது. முக்கியமான அதிமதுரம், புகையிலை வணிக ஆதாயங்களும் வளைந்துசென்று நகரைச் சந்திக்கும் கடற்கரையின் வடமூலையில் இருந்த எண்ணெய்க் கிடங்குகளும் அமெரிக்கர்களுக்குரியவையாக இருந்தன. கம்பளம், தானியம், கனிமங்கள் மற்றும் உலர் திராட்சை வணிகங்கள் பெரும்பாலும் பிரிட்டிஷ் நிறுவனங்களால் நடத்தப்பட்டன.

4

பெருந்தீயின் சாம்பலிலிருந்து ஊற்றெடுத்த காதல்

ஐரோப்பாவில் உஷாகிஸாடே குடும்பத்தினர்

*1919*இல் பேராபத்தைக் கடந்து தப்பிச் சென்றதற்குப் பின் உஷாகிஸாடே குடும்பத்தினர் ஐரோப்பாவெங்கும் பரந்து சென்றனர். மூவாம்மெரும் அடெவியேயும், அந்நேரத்தில் இளம்பிள்ளை வாதத்தால் அவதிப்பட்டுக்கொண்டிருந்த அவர்களுடைய இளைய மகன் மூன்ஜியோடு பிரான்சில் நிலையாகத் தங்கினார்கள். அவர்களுடைய வீடு ஸ்பெயின் நாட்டு எல்லைக்கு மிக அருகில் உள்ள பையாரிட்ஸில் இருந்தது. அது வில்லா ஸ்டெல்லா மாரிஸ் என்று அழைக்கப்பட்டது. லதிஃபேவுக்குப் பொருத்தமான சிறுமிகளுக்கான பள்ளிக்கூடம் ஒன்றை அவர்கள் தேடினார்கள். *1850*இல் நிறுவப்பட்ட, சிஸில்ஹஸ்டில் இருந்த தெ டியூடர் ஹால் பள்ளி நிறைவானதாகத் தெரிந்தது. அக்காலத்திலிருந்த மற்ற சிறுமியர் பள்ளிகளுக்கு மாறாக டியூடர் ஹால் பள்ளி அதிக பல்வகைப்பட்ட கல்வியை வழங்கியது. *11* முதல் *18* வயது வரையிலான சிறுமியருக்கு உண்டி உறைவிட வசதிகளும் இருந்தன. பண்பாடும் மொழியியலும் முன்னிலையில் இருந்த பாடத் திட்டத்தில் கணிதம், புவியியல், வரலாறு, தாவரவியல், வானியல், வேதியல், இலக்கியம், இலத்தீன் பிரெஞ்சு கலைகள், கையெழுத்துக் கலை மற்றும் உடற்கல்வி ஆகியவை அடங்கியிருந்தன. அவை உயர்ந்த தகுதியுள்ள ஆசிரியர்களால் கற்பிக்கப்பட்டன. நடனம் மற்றும் பியானோ பாடங்கள், குதிரை சவாரிக்கான வசதி, *6* டென்னிஸ் விளையாட்டுத் திடல்கள் ஆகியவை அந்தப் பள்ளியை லதிஃபேக்கு அதிக வசீகரமுடையதாக்கியது.

முன்னணி அறிஞர்களும் இசைக் கலைஞர்களும் சொற்பொழிவுகள் கொடுப்பதற்காகப் பள்ளிக்கு அடிக்கடி வந்தனர். ஒடுக்கு முறையைப் பயன்படுத்தாமல் தனிமனித ஆற்றலை அந்த பள்ளிக்கூடம் வளர்த்தது. வாக்குரிமைக்காகப் போராடிய பெண்கள், பத்திரிக்கை சுதந்திரம் அல்லது கால்வாய்ச் சுரங்கப்

பாதைக்கான தேவை – 1994இல் இறுதியாகத் திறக்கப்பட்டது – போன்ற கவர்ச்சிகரமான தலைப்புகளில் கலந்துரையாடல்கள் அடிக்கடி நடத்தப் பட்டன. அந்தப் பள்ளிக்கூடம் கலை அரங்குகள், அருங்காட்சியகங்கள் மற்றும் அங்கிருந்து அதிக தூரத்தில் இல்லாத லண்டனின் முக்கிய மான இடங்களுக்கும் சென்று வரும் பயணங்கள் போன்றவற்றை ஒழுங்காக ஏற்பாடு செய்தது. மாணவர்கள் இசை நாடகம் உள்ளிட்ட அவர்களே உருவாக்கிய நிகழ்ச்சிகளை அண்மையிலுள்ள நலிவுற்ற சமுதாயங்களின் நன்மைக்காக மேடையேற்றினர்.

தேவையான வசதிகள் எல்லாம் உள்ள பள்ளிக்கூடம் அது. குளியலறைகளில் குளிர் நீரும் சுடுநீரும் குழாய்களில் வரும்; படுக்கை யறை சன்னல்கள் திறந்தவெளியைத் தாண்டி மரங்கள் அடர்ந்த பகுதியைப் பார்க்குமாறு இருந்தன. 1917இல் அந்தப் பள்ளியில் 51 மாணவர்கள் இருந்தனர்.

இளமைப்பருவத்தில் லதிஃபே காதல் ஈடுபாடு எதையாவது மனதில் மறைத்து வைத்திருந்தாரா?

இங்கிலாந்தில் அவர் நாட்டங்கொண்ட ஒரு இளைஞன் உண்டு. பொன்னிற முடியும் நீலக் கண்களும் உடைய உயர்குடிப் பிறந்த ஒருவரைப் பற்றிக் குடும்பத்தினர் அறிந்திருந்தனர்.

உஷாகிஸாடே குடும்பத்தினர் பையாரிட்ஸில் வாழ்ந்தாலும் பாரிசிலும் அவர்களுக்கு ஒரு இடம் இருந்தது. மேலும் படிக்க லதிஃபே தயாராகித் தம்மைக் கவனித்துக்கொள்ளும் அளவுக்கு வயதானதும் அவர் பாரிஸ் பல்கலைக்கழகத்துக்குச் செல்ல வேண்டும் என்று குடும்பம் முடிவு செய்தது.

கற்பனை செய்ய முடிந்த ஒவ்வொரு கலை இயக்கத்தின் முன்னோடி இதயமான பாரிஸ் உச்ச மேம்பாடடைந்திருந்த காலத்தில் லதிஃபே தம்மை அதன் சூழலுக்கு நடுவில் இருக்கக் கண்டார். பெரும்போரைத் தொடர்ந்து வந்த வருடங்களில் பல அறிவுஜீவிகள் திரளாகச் சென்று சேர்ந்த ஒரே இடம் பாரிஸ். இதில் அமெரிக்கர்கள் முன்னிலையில் இருந்தனர்: கெர்ட்ருட் ஸ்டெய்ன், ஆலிஸ் பி. டோக்லஸ் ஹென்ரி மில்லர், எர்னஸ்ட் ஹெமிங்வே, எஃப். ஸ்காட் ஃபிட்ஸ்ஜெரால்ட், ஜேம்ஸ் ஜாய்ஸ் மற்றும் கோல் போர்டர் கூட. நாவலாசிரியர் கோலெட்டின் பெண்களுக்கு மட்டுமான விருந்துகள் பாரிசை அதிர்ச்சிக் குள்ளாக்கின. அதே நேரத்தில் மாதா ஹாரி தனியார் அரங்குகளில் நடனமாடினார். ரென்வா, மோடிக்லியானி ஆகியோர் அண்மையில் தான் இறந்திருந்தனர். ஜோன் மிரோ மாற்றிசே, ப்ராக், பிக்காஸோ ஆகியோர் கலை உலகின் இதயத்துடிப்பான பாரிசில் தங்களுடைய அழியாத கலைப்படைப்புகளைத் தீட்டிக்கொண்டிருந்தனர். பெருமைக் குரிய கண்காட்சிகள் ஒன்றோடொன்று போட்டிபோட்டன. பாரிஸ் உலகம் முழுமைக்கும் ஊட்டம் அளித்தது. லதிஃபே நாடக அரங்கு, இசை நாடகங்கள், கண்காட்சிகள் எல்லாவற்றுக்கும் சென்று அவற்றின் பண்பாடு ஊடுருவிய காற்றை சுவாசித்தார்.

அவருக்கு இசைமீது இருந்த ஆர்வம் தொடர்ந்தது; அதில் பியானோ முக்கியப் பங்கு வகித்தது. ஒரு இசை நிகழ்ச்சி வழங்குமாறு அவர் கேட்டுக்கொள்ளப்பட்டார். மூவாம்மெர் பெய் மறுப்பு தெரிவித்தார்: “என்னுடைய எந்த மகளும் ஒரு இசை அரங்கில் நிகழ்ச்சி நடத்த மாட்டாள்.”

இதயத்தில் இலக்கியத்தை விரும்பியவராக இருந்தபோதிலும் லதிஃபே சட்டம் படிப்பதற்காக சார்போனில் சேர்ந்தார்: அவர் சட்ட ஆலோசக ராகத் தொழில் செய்யவோ, கற்றுக்கொடுக்கவோ அல்லது ஒரு தூதரகத் தில் பணி செய்யவோ முடியும். பெண்களைப் பணி செய்வதிலிருந்து தடுத்த சூழல்கள் அவருடைய நாட்டிலும், உலகின் வேறு பகுதிகளிலும் மாறிக்கொண்டிருந்தன.

உஷாகிஸாடே குடும்பத்தினருக்கு லதிஃபே பற்றிக் கவலைப் படுவதற்கு எந்தக் காரணமும் இல்லை. பாரிசில் வாழ்வதே ஒரு கல்விதான். லண்டனையும் பாரிசையும் நெருக்கமாக அறிந்துகொள்வதற் கான வாய்ப்பு அவருக்குக் கிடைத்ததும், அந்த இரு பழமையான நகரங்களில் கல்வி கற்றதும் அவருடைய உலகப் பார்வைமீது தாக்கத்தை ஏற்படுத்தியிருக்க வேண்டும். முதலாவதாக இங்கிலாந்து எழுநூறு ஆண்டுகளுக்கு முன்பே அரசனின் அதிகாரங்களைக் கட்டுப்படுத்தி யிருந்ததால் பாராளுமன்றப் புரட்சியைத் தழுவிய நாடு; அடுத்ததாக பிரெஞ்சுப் புரட்சியைத் தொடங்கி வைத்த நகரம். இந்தத் தகுதிச் சான்றுகள் அவருக்கு வர்க்கப் போராட்டம் பற்றியும் குடிமை உரிமை களைப் பெறுவதற்கான செயல் முறைகள் பற்றியும் கற்றுக்கொடுத்தது.

அவருடைய சகோதரிகள் வெஜிஹேவும் ருகியேவும் லூசானேயி லுள்ள Pensionnat Hubie என்றழைக்கப்பட்ட சிறுமியருக்கான பள்ளிக்குச் சென்றார்கள். அவருடைய தம்பிகள் இஸ்மாயிலும் ஓமரும் மரபில் தோய்ந்த, முதன்மையான பிரெஞ்சு இராணுவக் கல்வி நிறுவனமான École Spéciale Militaire de Saint-Cyrக்கு உயர்கல்விக்குச் செல்வதற்குமுன் சுவிட்சர்லாந்தில் இரண்டாம் நிலைக்கல்வி முடித்தார்கள்.

முழுக் குடும்பத்தினரும் வெளிநாட்டுப் பத்திரிகைகள், துருக்கியில் தொடர்ந்து இருந்த நெருங்கிய நண்பர்களின் கடிதங்கள் ஆகிய இரண்டின் வழியாக ஆக்கிரமிப்புப் படைகளுக்கு எதிரான துருக்கியப் போராட்டச் செய்திகளைக் கவனித்துக்கொண்டிருந்தனர். நம்பிக்கை யளித்த எந்தச் செய்தியும் பெருமகிழ்ச்சிக்கும், திரும்பிச் செல்லும் திட்டங்களுக்குமான காரணமாக இருந்தது. சிறப்பான தருணங்களிலும் விடுமுறைகளிலும் குடும்பத்தினர் வில்லா ஸ்டெல்லா மாரிசில் ஒன்று கூடினார்கள். அவர்கள் மொத்தமாக மூன்று வருடங்களை ஐரோப்பா வில் கழித்தார்கள்; முதலாவதாகத் திரும்பிச் சென்றது லதிஃபே.

ஆக்கிரமிக்கப்பட்ட இஸ்மிர்

ஆக்கிரமிப்பு இஸ்மிரைக் கவலையில் அழுத்தியிருந்தது. லதிஃபே திரும்பி வந்ததிலிருந்து சமாளிக்க வேண்டியிருந்தவை ஒரு ஆயுட்காலத்தை நிரப்பப் போதுமானவையாக இருந்தன; கடந்த வாரத்தில் அவருடைய

கட்டற்ற கனவுகள் உண்மையாயின. அவர் சிறைச்சாலையிலிருந்து விடுவிக்கப்பட்டார்; இஸ்மிர் விடுதலை பெற்றது, மேலும் தலைமையகம் ஒன்றைத் தேடிக்கொண்டிருந்த முஸ்தஃபா கெமால் பாஷாவைச் சந்தித்து விட்டார். முஸ்தஃபா கெமால் பாஷாவின் தகுதிக்குப் பொருத்த மான தலைமையகத்தை ஆயத்தம் செய்வதில் மகிழ்ச்சியாகத் தம்மை ஈடுபடுத்தியிருந்த லதிஃபே தம்முடைய அதிர்ஷ்ட லாக்கெட்டை எப்போதும் அணிந்திருந்தார்.

செப்டம்பர் 9ஆம் நாளைத் தொடர்ந்த 4 நாட்கள் நிலைமை சீர்கெட்டுப் பெருங்குழப்பத்தில் முடிந்தன. சிலர் அவர்களுடைய விடுதலையைக் கொண்டாடிக்கொண்டிருந்தனர்; அதே நேரத்தில் தோல்வியடைந்தவர்கள் பீதியோடு புகலிடம் தேடினர். குடிமக்களைத் துன்புறுத்தும் எந்த ராணுவ வீரனுக்கும் மரணதண்டனை காத்துக் கொண்டிருந்தது; இந்த அறிவிப்பு முதல் இரண்டு நாட்களின் பயங்கரங் களைத் தணித்திருக்கலாம். துருக்கியர்கள் ஆக்கிரமிப்பின்போதைய குற்றங்களுக்குப் பழிவாங்க முயலலாம் என்பது இன்னும் அச்சத்தை ஏற்படுத்தியது. போர் இன்னும் முடியவில்லை.

"விசித்திரமான சந்தேகத்துக்குரிய தோற்றம் கொண்ட ஆட்களின் எண்ணிக்கை தெருவில் அதிகமாகியது. உள்ளூர் வாசிகள் பெரும்பாலும் தங்கள் வீடுகளுக்குள்ளேயே இருந்தனர். ஏராளமான கொள்ளைகள் தொடர்ந்து நடந்துகொண்டிருப்பதாக நான் கேள்விப்பட்டேன். அதைத் தடுக்க முடியும் என்று நம்பினேன். இருப்பினும் அது செய்யப்படாமல் இருந்திருக்கலாம்," என்று ஹலிதே எடிப் நம்பினார்.

செப்டம்பர் 13 புதன்கிழமை நண்பகல் சமீபத்தில் பெருந்தீ தொடங்கி யது. ஹலிதே எடிப் அவருடைய வாழ்க்கைக் குறிப்புகளில் வானத்தைத் தொட்ட தீ நாக்குகளைப் பதிவு செய்தார்:

"தீ மூன்று நீண்ட நாட்கள் நீடித்தது. தொடக்க சில மணி நேரங்களுக்குப் பின்னர் அதை அணுகுவது இயலாததாகியது. கிரேக்கர்கள் ஆய்யா ட்ரியாடா மற்றும் ஃபோடினியிலுள்ள தேவாலயங்களின் அடியிலும், ஏராளமான தனியார் வீடுகளிலும் பதுக்கி வைத்திருந்த டைனமைட்டும், வெடிபொருட் களும் வெடித்துக்கொண்டிருந்தன. அதன் தோற்றமும் ஓசையும் பேராபத்தின் அறிகுறிகள். இஸ்மிரின் இந்தக் கடுஞ்சிவப்பு நாட்கள் வேறு அழகிய நகரங் களின் கடுஞ்சிவப்புக் காட்சிகளை நினைவுபடுத்தின. ஒவ்வொருவருக்கும் தீயாலும் வாளாலும் ஏற்பட்ட இந்தச் சோதனை எப்போது முடிவடையும்? எப்போது மக்கள் அவர்களுடைய வாழ்க்கைகளோடும் வீடுகளோடும் அரசியல் வாதிகள் சூதாடுவதைத் தடுப்பார்கள்?"

தீயிலிருந்து தப்பி வரும் கும்பல்கள் கடற்கரையில் அச்சத்தோடு உடலை ஒடுக்கி மற்றவர்களோடு நெருங்கி அமர்ந்திருந்தனர். அப்போது அவர்கள் பிரிட்டிஷ் கொடிக்கப்பலில் இருந்த கப்பற்படை இசைக்குழு அவர்கள் திட்டமிட்டபடி நடத்திய பிற்பகல் இசை நிகழ்ச்சியைக் கேட்க முடிந்தது.

முஸ்தஃபா கெமாலின் இருப்பிடத்தைத் தீ நெருங்கிக்கொண்டிருந்த போதும், அவர் நிதானத்தை இழக்கவில்லை. அவருடைய அந்தரங்க

உதவியாளர்தான், ஒரு லாரி நிறைய ராணுவ வீரர்களையும், சில மோட்டார் கார்களையும் திரட்டி, இறுதியாக அவரை நகரச் செய்தார். திறந்த மேற்பகுதி உள்ள அவருடைய கார் இஸ்மிர் மக்கள் அவருக்கு வழங்கிய பரிசு. லாரி மக்கள் கூட்டத்துக்கிடையில் புகுந்து சென்றது; மோட்டார்கார் அதைத் தொடர்ந்து சென்றது. அடர்த்தியான புகை மேகத்துக்குள் இஸ்மிர் மறைந்தபின் அந்த வாகனத்தொடர் வளைகுடா வுக்குத் தெற்கே இருந்த கோஸ்டெபேயிலுள்ள வீட்டை நோக்கிச் சென்றது. அந்த வீட்டில்தான் அவர் லதிஃபேவை இரண்டு நாட்களுக்கு முன் சந்தித்திருந்தார். உஷாகிஸாடே இல்லம் ஒரு தலைமையகத்துக்குத் தேவையான அதிக பாதுகாப்புடைய இடத்தில் இருந்தது.

லதிஃபேவுக்குப் விருப்பமான அவர் பிறந்த நகரம் தொடர்ந்து ஒரு தீப்பந்தத்தைப் போல எரிந்தது. அன்று செப்டம்பர் 14.

"உங்கள் கனிவான இஸ்மிர் வருகை துருக்கி நாட்டை விடுவித் துள்ளது. நீங்கள் எங்கள் இல்லத்தை கௌரவித்து இருக்கிறீர்கள், என்னுடைய கனவுகள் நனவாகிவிட்டன. வருக, பாஷம்! வருக, தளபதிகள் வருக! உங்கள் எல்லோருக்கும் என் நன்றி. என் வாழ்வில் இனி வரும் நாட்களில் இந்த இரவை ஒருபோதும் மறக்கமாட்டேன்."

முஸ்தஃபா கெமால் மகிழ்ச்சி அடைந்ததைப் போலவே ஆச்சரியமும் அடைந்தார்.

அவருடன் வந்த இஸ்மெட், ஃபெஸ்வி இருவர் பக்கமும் திரும்பி கூறினார், "நாம் உள்ளே செல்லலாம்."

பெரிய தோட்டத்துக்குள் இருந்த வீட்டினுள் சென்று அதன் இளம் இல்லத்தலைவியிடம் கூறினார், "உங்களுடைய வீடு மிக அழகாக இருக்கிறது, லதிஃபே ஹனிம். எல்லாம் அவற்றுக்குரிய இடத்தில் இருக்கின்றன. இவ்வளவு நல்ல தலைமையகத்தை எனக்காக ஆயத்தம் செய்து வைத்திருப்பதற்காக உங்களுக்கு நன்றி கூறுகிறேன்."

சமையல்காரர் அன்று இரவே பாராட்டுப் பெற்றார். "அடிப்படைத் தேவைகள் கிடைக்காத போரிலிருந்து இப்போதுதான் வெளியே வந்திருக்கும் எங்களுக்கு இந்த உணவு மிகவும் சுவையாக இருப்பதால் இதைவிட நல்லதான ஒன்றை நினைத்துப் பார்க்கவே முடியவில்லை," என்கிறார் அந்தரங்க உதவியாளர் ஸாலிஹ் (போஸோக்). முஸ்தஃபா கெமாலின் பணியாளர் அலி மெடின் இஸ்மிரின் அந்த நாட்களைப் பற்றிப் பேசுகிறார்:

அட்டாடூர்க்குக்கும் அவருடைய பரிவாரத்துக்கும் லதிஃபே ஹனிம் ஆயத்தம் செய்துவைத்திருந்த மாளிகை நல்ல வசதியாகவும் நன்கு பராமரிக்கப் பட்டும் இருந்தது. இராணுவப் பாசறையிலிருந்து வந்த நாங்கள் குறிப்பாக ஒரே சீரான படுக்கைகளையும் மெத்தைகளையும் பாராட்டினோம். பல நாட்களாகப் படுக்கையையே பார்க்காத எங்களுக்கு இதைவிட நல்ல எதைக் கொடுக்க முடியும்? எப்படியிருப்பினும், எல்லாம் நிறைவாக இருந்தது.

வெள்ளை மாளிகையில் வழங்கப்பட்ட முதல் உணவை ஸாலிஹ் ஒருபோதும் மறக்கவில்லை:

எங்கள் வெற்றித் தலைவர் ‘காஸி’[1], முஸாஃபர், விருந்தோம்புநர் லதிஃபே ஹனிம், என்னோடு இஸ்மெட் பாஷாஸ் எல்லோரையும் உணவு மேசைக்கு அழைத்தார். ஃபெவ்ஸி பாஷா தவிர நாங்கள் எல்லோரும் டம்ளர்களை மகிழ்ச்சியோடு நிரப்பினோம். உணவுப் பொருட்கள் பலவகைப்பட்டதாகவும் சுவையாகவும் இருந்தன. மது குடிக்காமலிருந்தாலும் ஃபெவ்ஸி பாஷா அவருடைய உணவுத்தட்டை குவியலான காலாமாரி (Calamari)களால் நிறைத்துக்கொண்டே கூறினார்: “இஸ்மிரின் இந்த காலாமாரிக்காக எப்படி ஏங்கியிருக்கிறேன்; இதுதான் மிகச்சிறந்தது.” இதைக் கூறிக்கொண்டே சுவைத்துச் சாப்பிட்டுக் கொண்டிருந்தார். சுருக்கமாக, அந்த உணவும், அப்போதுதான் தொடங்கிக் கொண்டிருந்த இரவும் எல்லோரையும் முழுமையாகத் திருப்திப் படுத்தியது. ருஷென் எஷ்ரெஃப் தம்முடைய சில பத்திரிகையாளர் நண்பர்கள் இஸ்தான்புல்லிலிருந்து வந்திருப்பதாக அப்போது கூறினார். எனவே *வாகிட்* பத்திரிகையின் ஆசிம் (உஸ்), ஆக்ஷாமின் ஃபாலிஹ் ரஃப்பி (அட்டேய்), யாகுப் காட்ரி (காராவோஸ்மானோலு) எல்லோரும் விருந்தில் கலந்துகொள்ள அழைக்கப்பட்டனர்.

புதுவிருந்தினர் வந்த உடன் லதிஃபே எழுந்து சமையலறையை நோக்கிச் சென்றார். முஸ்தஃபா கெமால் தலையிட்டார், “தயவுசெய்து உட்கார், இளம்பெண்ணே. நீ இப்போது மாளிகையின் உரிமையாளர் அல்ல. விருந்தினர்களைக் கவனிப்பது இப்போது என்னுடைய கடமை.” பின்னர் ஸாலிஹைப் பார்த்து கூறினார், “ஸாலிஹ், போய் சமையலறையை சோதித்துப் பார்; சமையல்காரனுக்கு ஏதாவது தேவைப்படுகிறதா என்று பார்.”

லதிஃபே எப்படி கசகசா மலர்போல வெட்கி முகம் சிவந்தார், எப்படி அவருடைய கண்களிலிருந்து தூய ஒளி முஸ்தஃபா கெமாலை நோக்கிச் சென்றது என்பன பற்றி தமது வாழ்க்கைக் குறிப்புகளில் தகவல் கொடுத்துள்ளார் ஸாலிஹ்.

லதிஃபேவும் முஸ்தஃபா கெமாலும் கடலை நோக்கியிருந்த மேல் தளத்தில் தனியே விடப்பட்டனர். லதிஃபே தம்முருடைய பெற்றோரைப் பற்றியும், அந்த நாள்வரை தாம் செய்துள்ளவை பற்றியும் சொல்லிக் கொண்டிருந்தார். முஸ்தஃபா கெமால் கும்லுபினார் போரைப் பற்றிக் கூறினார். தீ கட்டுப்படுத்த முடியாமல் எரிந்துகொண்டிருந்தது. இன்றைய ஃபுவார் மாவட்டம், கோர்சோன் பகுதிகளை தீநாக்குகள் சூழ்ந்திருந்தன. இரு உதவியாளர்களும் மரியாதையுடன் கூடிய தூரத்தில் ஆனால் அவர்கள் இருவருடைய உரையாடல்களையும் கேட்குமளவுக்கு அண்மையில் நின்றனர்.

முஸ்தஃபா கெமால் லதிஃபேவிடம் கேட்டார்:

“உங்களுடைய சொத்து எதையாவது தீ அழித்துவிட்டதாக நினைக்கிறீர்களா?

"இப்போது எரிந்துகொண்டிருக்கும் பகுதியில்தான் குறிப்பிடத் தகுந்த அளவு சொத்து இருக்கிறது" என்று அவர் பதிலளித்துவிட்டு உணர்ச்சிகரமாகக் கூறினார்: "பாஷாம், எல்லாம் எரியட்டும் நீங்கள் பாதுகாப்பாக இருக்கும்வரை. இப்போது இந்த மகிழ்ச்சியான நாட்களை நாம் பார்த்துவிட்ட பின் சொத்தைப் பற்றி யார் கவலைப்படுகிறார்கள்? நாடு விடுதலை பெற்றுவிட்டது. காலப்போக்கில் நாம் மீண்டும் அதைக் கட்டியெழுப்புவோம், இதற்குமுன் எப்போதுமே இருந்ததைவிடச் சிறப்பாக."

பதிலைக்கேட்டு முஸ்தஃபா கெமால் மகிழ்ச்சியடைந்தார். "ஆம்! எல்லாம் விழுந்து எரியட்டும். எல்லாவற்றையும் மீண்டும் கட்டியெழுப்ப முடியும்" என்றார். இருப்பினும் ஸாலிஹ் வீட்டைச் சுற்றி வந்துகொண்டிருந்தபோது மூடிய கதவுகளுக்குப் பின்னாலிருந்து அழுகை ஒலியைக் கேட்டார். அழுதுகொண்டிருந்தது லதிஃபேவின் பாட்டி.

இஸ்மிர் ஏன் எரிந்தது?

இன்று குற்றம்சாட்டப்படுவதைப்போல இஸ்மிருக்குத் தீ வைத்தது உண்மையிலேயே கிரேக்கர்களா?

வீழ்த்தப்பட்டவர்கள் அழிவைத் தொடங்குவதை எதிர்பார்ப்பது நியாயத்துக்கு ஒவ்வாததாக இல்லாவிடிலும் பல முரண்பட்ட தகவல்கள் இப்போதும் இருக்கின்றன. செப்டம்பர் 15 அன்று வெளிவந்த நியூயார்க் டைம்ஸ் இஸ்மிரை எரித்தது துருக்கியர்கள்தான் என்று உறுதியாகக் கூறியது. அதே நேரத்தில் வேறு பல வெளியீடுகள் கிரேக்கர்கள்மீது குற்றம் சாட்டின. புகழ்பெற்ற பத்திரிகையாளரும், அவ்வப்போது வெள்ளை மாளிகைக்கு வருபவருமான ஃபாலிஹ் ரிஃப்கி இதற்குப் பொறுப்பேற்க வேண்டியவர் நூருதின் பாஷா என்று நம்புகிறார்:

மதஎதிரி இஸ்மிர் இரவில் ஒளிரும் தீநாக்குகளோடு எரிந்தது; பகலில் புகைந்துகொண்டிருந்தது. அப்போது நம்மிடம் கூறப்பட்டதுபோல தீயை மூட்டியது உண்மையிலேயே ஆர்மீனிய தீவைப்பாளர்களா? முழுமையான வெறியனாகவும் மக்கள் கூட்டத்தைத் தூண்டிவிடும் திறமையுடையவனாகவும் அறியப்பட்ட நூருதின் பாஷா இல்லாமலிருந்திருந்தால் இந்தத் துன்பியல் நிகழ்வு இந்த அளவுக்கு நடந்திருக்காது என்று நான் நம்புகிறேன். எனக்குத் தெரிந்ததை உண்மையாக எழுதுவது என்னுடைய நோக்கமாக இருப்பதால் அந்நேரத்தில் நான் எடுத்த குறிப்புகளிலிருந்து ஒரு பக்கத்தை இங்கு குறிப்பிட விரும்புகிறேன். நாம் ஏன் இஸ்மிரை எரித்து தரைமட்டமாக்கினோம், கடல்முக மாளிகைகள், தங்குவிடுதிகள், உணவகங்கள் எல்லாம் அதே இடங்களில் இருந்தால் அங்கிருந்த சிறுபான்மையினரிடமிருந்து ஒருபோதும் நாம் விடுபடமுடியாது என்று நாம் அச்சப்பட்டோம். பெரும்போரின்போது ஆர்மீனியர்கள் வெளியேற்றப்பட்டபோது இதே அச்சம் ஆனடோலியன் சிறுநகரங்களில் வாழத் தகுதியான எல்லா அண்மைப்புறங்களையும் எரிக்கச் செய்தது. அது அழிக்க வேண்டும் என்ற ஒரே தூண்டுதலால் உருவானதல்ல. தாழ்வு மனப்பான்மை உணர்வுக்கு அதில் ஒரு பங்கு உண்டு. ஐரோப்பாவை ஒத்திருந்த எந்த இடமும் கிறிஸ்தவ அல்லது வெளிநாட்டுச் சார்புடன் இருந்தே தீரும். எனவே அவை நமக்கு மறுக்கப்படும் என்பது போன்ற உணர்வு இருந்தது."

இஸ்மெட் பாஷா அவருடைய பங்குக்கு "எங்கு ஆரம்பிக்கப் பட்டது, யாரால்" என்பது தமக்குத் தெரியாது என்று கூறுகிறார்.

இஸ்மிரில் நுழைந்த அந்நாட்களின் என்னுடைய மிக சோகமான நினைவு அந்தத் தீ பற்றியது தான். இந்தத் தீக்களுக்கான காரணம் வரலாற்றின் முக்கிய நிகழ்வுகளில் தேடப்பட வேண்டும். கீழ்மட்ட நிலைகளில் இருப்பவர் கள் தாங்கள் உத்தரவுகளை நிறைவேற்றியதாகவும் உயர்பதவிகளில் இருப்பவர் கள் அப்போது கட்டுப்பாடு செயலிழந்துபோனது என்றும் கூறுகிறார்கள்.

கிரேக்கர்களுக்கு எதிரான இறுதிப் போரில் முதல் காலாட்படைத் தலைவராகப் பதவி உயர்வு பெற்ற நூருதின் பாஷா இஸ்மிர் பேராயரின் கொலையிலும் தொடர்பு படுத்தப்பட்டிருந்தார். துயரமாக முடிந்த இரு நிகழ்வுகளுக்கும் அவர்தான் காரணம் என்று மார்ஷல் ஃபெஸ்வி சாக்மாக் குற்றம் சாட்டுகிறார்.

ஒன்று இஸ்மிர் பெருந்தீ; மற்றது பெருந்தீயால் தூண்டப்பட்டு அவருடைய தங்குவிடுதியிலிருந்து கெமால் பாஷா புகலிடம் தேடி கோஸ்டெபேயிலுள்ள லதிஃபே ஹனிமின் வீட்டுக்குச் சென்றது. முதலா வதுக்கு நூருதின் பாஷாவின் குறுகிய மனப்பான்மை ஓரளவு காரணமாக இருந்தது; இரண்டாவது அதிகமாகத் தற்செயலாக நடந்ததுதான்.

விடுதலைபெற்றபின் உடனேயே வந்த பெருந்தீ இஸ்மிரிலுள்ள எல்லோரையும் மனவருத்தமடையச் செய்தது. முதல் மூன்று நாட்களின் களிப்பு எவ்வாறு மறைந்து போனது என்று இஸ்மெட் எழுதினார். நாங்கள் இஸ்மிரை விடுவித்துவிட்டதனால் என்ன ஆகிவிடும் என்று கூறுவது போல ஒரு கருமேகம் மக்கள் மேல் படிந்தது. ஆனடோலியா வில் பாதி, அதோடு இஸ்மிரும், தரைமட்டமாக்கப்பட்டது. இது எப்படி இருப்பினும் முஸ்தஃபா கெமால் இஸ்மிரை விடுவித்தது பெரும் போராட்டம் வெற்றிபெற்றுவிட்டது என்று எல்லோரையும் நம்ப வைத்தது. புனரமைப்பு ஒரு பிரச்சினையாகப் போவதில்லை. நம்பிக்கையும் ஒளிமய மான எதிர்காலம் பற்றிய தொலைநோக்கும் விரைவில் தீயின் இருளை அகற்றிவிடும் என்று அவர் வலியுறுத்தினார்.

முஸ்தஃபா கெமால் வெளிஉறவுத்துறைச் செயலாளர் யூசுஃப் கமாலுக்கு தீ பற்றி தந்தி ஒன்றை அனுப்பினார்.

இஸ்மிர் தீ தொடர்பாகப் பின்வரும் அறிக்கையைத் தயாரிப்பது அவசியம். இஸ்மிருக்குள் நுழைவதற்கு முன்னரே எந்த ஒரு அசம்பாவிதமும் நடக்காமல் இருப்பதற்கான முடிந்த எல்லா முன்னெச்சரிக்கை நடவடிக்கைகளையும் நமது படையினர் எடுத்திருந்தனர். ஆனால் கிரேக்கர்களும் ஆர்மீனியர்களும் இஸ்மிரை எரித்துவிடுவதில் உறுதியாக இருந்து இதற்கான முன்னேற்பாடு களைச் செய்திருந்தனர். முஸ்லிம்களாலும் கேட்கப்பட்ட கிரிஸ்டோஸ் மோஸின் சமயப் பேருரை இஸ்மிரை எரிப்பது ஒரு புனிதக் கடமை என்று உரக்கக் கூறியது. அதுவே தீக்கான காரணம். தீக்கான பழியை நமது படை வீரர்கள் மேல் போடுவதில் குறியாக இருக்கும் எவரும் அல்லது அவர்கள் தான் தீயை மூட்டினார்கள் என்று குற்றம் சாட்டும் எவரும் இஸ்மிரிலுள்ள

சூழலைப் பார்த்தறிய அவர்களே நேரடியாக வருமாறு அழைக்கப்படு கிறார்கள். இருப்பினும் இந்த நிகழ்வு பற்றிய அதிகாரபூர்வப் புலனாய்வு என்ற கேள்வியே கிடையாது. இப்போது எல்லா நாடுகளையும் சார்ந்த ஏற்கனவே இங்கிருக்கும் பத்திரிகையாளர்கள் இந்தக் கருத்துக்குச் சான்றளிக்கிறார்கள் . . .

முதன்மைத் தளபதி முஸ்தஃபா கெமால் 17 செப்டம்பர் 1922.

லதிஃபே வெள்ளை மாளிகையைவிட்டுச் செல்கிறார்

விருந்தினர்கள் வசதியாகத் தங்க உதவிசெய்துவிட்டு லதிஃபேவும் அவருடைய பாட்டியும் கார்ஷயாகாவிலுள்ள வீட்டுக்குச் சென்றார்கள். தொடக்கத்தில் அவருடைய நோக்கம் தூரத்தில் இருந்துகொண்டே வீட்டு நிருவாகத்தை மேலாண்மை செய்வது. ஆனால் அவருடைய திட்டமெல்லாம் தவறாகப் போய்க்கொண்டிருப்பதான செய்தி மூன்றாவது நாள் காலையிலேயே நிலைமையை ஆய்வு செய்ய அழைத்தது: வாழ முடியாத அளவுக்கு வீட்டில் குழப்பம் மேலோங்கி இருந்தது. அவர் சுத்தம் செய்பவர்களை அழைத்து வந்தார். தூரத்திலிருந்து வீட்டு நிருவாகத்தை நடத்துவது சாத்தியமற்றது என்பதை உணர்ந்த அவர், தோட்டத்திலிருந்த குடிலுக்குக் குடிபெயர்ந்தார்.

புதிய வாழ்விடத்தில் எல்லாவித ஆதரவோடும், கவனத்தோடும் தான் பேணப்படுவதை முஸ்தஃபா கெமால் கண்டார்; ஆனால் விருந்தோம்புநர் கண்ணில் படாதவராகவே இருந்தார். இருப்பினும் அவருடைய தாக்கம் தொடர்ந்து உணரப்பட்டது. முஸ்தஃபா கெமாலின் உடல்நலத்துக்கு ஊறு செய்யும் வாய்ப்புடைய எல்லாம் – அவர் உடல் நலத்தை சிறிதும் கவனிப்பதில்லையாதலால் அவரிடமிருந்து விலக்கிவைக்கப்பட்டன.

அவர் எந்த உணவுகளை விரும்பினார் என்பதை லதிஃபே தெரிந்துகொண்டார். ஒவ்வொரு உணவுப்பட்டியலிலும் அவருக்கு விருப்பமான உணவுகள் இடம்பெற்றன. அவர் தோட்டத்தில் உலாவச் செல்லும்போது ஒரு பணியாளர் கம்பளிச் சட்டையுடன் தோன்றினார். குளிர் தொடங்கிய உடன் சன்னல் மூடப்பட்டது. அவருடைய அறையில் வைக்கப்பட்ட செய்தித்தாள்களில் இருந்த அவருடைய புகைப்படங்களைச் சுற்றிலும் கையால் வரையப்பட்ட மலர்கள் கவனத்தைக் கவர்ந்தன. ஒவ்வொரு நாளும் நறுமணமுள்ள புதுமலர்கள் அவருடைய படுக்கைக்கு அருகில் இருந்த மலர்க்குவளையில் வைக்கப்பட்டன.

அவருடைய இஸ்மிர் நாட்களில் ஏற்பட்ட உடல்நலப் பீதியைப் பற்றி அவ்வளவாக அறியப்படவில்லை. மூவாம்மரின் மருத்துவர் அழைக்கப்பட்டார். அவர் இதயவலி இருப்பதைக் கண்டறிந்து மதுவையும் சிகரெட்களையும் தடைசெய்தார். லதிஃபே மருத்துவரின் அறிவுரையை உடனே செயல்படுத்தினார். பார்வை படும் இடங்களிலிருந்து மதுக் குப்பிகளை அப்புறப்படுத்தியதோடு உணவு மற்றும் வீட்டின் அன்றாடச் செயல்பாடுகளை மாற்றியமைத்தார். ஒவ்வொரு இரவும் கெமால் பாஷாவின் மேசையில் இரு ஒற்றை சிகரெட்டுகள் மட்டுமே வைக்கப்பட்டன.

முஸ்தஃபா கெமால் தமது உடல்நலத்தைப்பற்றிக் கவனமற்ற மனப்பாங்கோடு இருந்ததால்தான் லதிஃபே தம்முடைய விருந்தினருக்கு எந்தத் தீங்கும் ஏற்படாமல் பாதுகாப்பதில் மிக உறுதியாக இருந்தார்.

இந்த கண்ணில்படாத இல்லத் தலைவி அவருடைய ஆவலைத் தூண்டத் தொடங்கினார்.

தமது விருப்பங்கள் தடைசெய்யப்படுவதற்குப் பழக்கப்படாத அவர் இந்தக் கட்டுப்பாடுகளுக்கு எதிர்ப்புத் தெரிவித்தாலும் லதிஃபேவைப் புண்படுத்தாமல் இருப்பதற்காகத் தமது எரிச்சலை மறைத்துக்கொண்டார். தம்மிடம் பணிபுரிந்தவர்களிடமிருந்து எதிர்கேள்வியற்ற கீழ்ப்படிதலை இவ்வளவு சிறப்பாகப் பெற முடிந்த அந்தப் பெண்ணோடு இன்னும் நன்கு பழக வேண்டும் என்று அவர் விரும்பினார்.

அந்த வெள்ளை மாளிகை தேசிய இயக்கத்தின் இதயமாகியது. இஸ்மிருக்கு வந்துசேர்ந்த மற்ற உயர் அதிகாரிகளுக்கு புறவீடுகள் தங்குமிடங்களாயின: இஸ்மெட் பாஷா, பிரதமர் ராவுஃப் பெய் (ஓர்பாய்), அலிஃபுவாட் (செபெஸாய்), வெளிஉறவுத் துறைச் செயலர் யூசுஃப் கெமால் (டென்கிர்ஷெக்) எல்லோரும் உஷாகிஸாடே உடைமையில் தங்கியிருந்தனர். விருந்தோம்பல் எல்லோர் மனதிலும் ஆழமாகப் பதிந்தது.

முஸ்தஃபா கெமால் பாஷாவின் நெருங்கிய நண்பரும், பிரெஞ்சு எழுத்தாளருமான பெர்தா ஜார்ஜெஸ் காலிஸ் கூறுகிறார், “அவர் அப்போதுதான் கண்டுபிடித்த அறிவுத்திறனைப் பயன்படுத்துவதில் நேரத்தை இழக்கவில்லை.” மேலும் உடனே கூறுகிறார், “லதிஃபே அவருடைய செயலாளரானார். பல ஐரோப்பிய மொழிகளை அவர் பேச முடிந்தது அவரை விலைமதிக்க முடியாத மொழிபெயர்ப்பாள ராக மாற்றியது. அவர்கள் பணி செய்யும்போதே கருத்துகளைப் பரிமாறிக் கொண்டனர்.”

வெள்ளை மாளிகையில் மறக்க முடியாத இரவு

செப்டம்பர் 18 அன்று, இஸ்மிர் வெற்றியைக் கொண்டாடுவதற் காகத் தேர்ந்தெடுக்கப்பட்ட பத்திரிகையாளர்களோடு இஸ்மெட், ஹலிதே எடிப் இருவரையும் லதிஃபே அழைத்தார். ஏராளமான ஐவி, மல்லிகை, விஸ்டிரியா மற்றும் ரோஜாக்களின் நுணுக்கமான அலங்காரம் வீட்டை நோக்கிச் சென்ற படிகளைச் சூழ்ந்திருந்தது. வளைகுடாவின் நீல நீரின் அழகிய காட்சியைப் பார்ப்பதற்கேற்ற இடத்தில் வீடு இருந்தது. இந்த விரிந்து பரந்த காட்சியின் தன்மை அந்த வீட்டை மேலும் அதிக கவர்ச்சிகரமாக்கியது.

உஷாகிஸாடே மாளிகையில் அது ஒரு அசாதாரணமான இரவு. வந்தவர்களை வராந்தாவில் வரவேற்றபோது லதிஃபே தானே கவன மையமாக இருக்கப்போவதைத் தெரிந்திருப்பார்.

லதி்ஃபே ஹனிம்

கோஸ்டெபேயிலுள்ள வீட்டுக்கு முஸ்தஃபா கெமால் ஹலிதே எடிப்புடன் சென்றார். போகும் வழியில் அவர் லதிஃபே பற்றிக் கவித்துவமாகப் பேசிக்கொண்டே சென்றார்: அவர் எவ்வளவு நன்றாகப் படித்தவர், என்ன நல்ல நடத்தைமுறை அவருக்கிருந்தது, எப்படி அவருடைய தந்தை பெருந்தீயில் பெரும்பகுதி சொத்தை இழந்திருந்த போதும், அதைப் பற்றிக் கவலைப்படாமலிருக்கும் அளவுக்கு நாட்டுப் பற்றுடையவர் என்றெல்லாம். அந்நேரத்தில் அவருடைய மனநிலையை ஹலிதே எடிப் விளக்குகிறார், "அவையெல்லாம் இறுதியாகக் கட்டுரம் வாய்ந்த போர் வீரனின் இல்லத்தைக் கட்டுவதற்கான தொடக்கம் போல் தோன்றியது."

கருமையான உடையணிந்த மிகச் சிறு உருவமுடைய பெண்ணொருத்தி மேல்படிகளில் எங்களை வரவேற்பதற்காக நின்றார். அந்நேரத்தில் அவர் இருபத்து நான்கு வயது மட்டுமே, ஆனவர் (உண்மையில் 23) என்று கூறப்பட்டாலும் மேலும் அதிகம் வயதான ஒருவரின் அமைதியான நடைப் பாங்கும், முதிர்ச்சியான வழிமுறைகளும் அவருக்கு இருந்தன. அவருடைய நேர்த்தியான வரவேற்பு முறைக்கு கௌரவமும் பழம் உலக வசீகரமும் இருந்தது. அவருடைய எந்த அசைவும் சமூகத்திலுள்ள ஒரு இளம் பெண்ணின் சினிமா நட்சத்திர உடலசைவுகளை நினைவுபடுத்தவில்லை.

முஸ்தஃபா கெமால் பாஷா சிறிதுநேரத்துக்குக் காணாமல்போய் வெள்ளை உடையணிந்து மீண்டும் வந்தார். அவருடைய நிறமற்ற வெளிறிய முடியைப் பின்னோக்கிச் சீவிக்கொண்டும், நிறமற்ற வெளிறிய கண்புருவங்கள் எப்போதும் போல் சிலிர்த்துக்கொண்டும், வெளிறிய நீலநிறக்கண்கள் மனத்திருப்தியோடு ஒளிர்ந்து கொண்டும் இருக்க அவர் பானங்களால் மறைக்கப்பட்டிருந்த மேசையின் முன் நின்றார். லதிஃபே சோஃபாவில் என்னருகில் அமர்ந்து கொண்டு எப்போதும் கெமால் பாஷாவையே பார்த்துக்கொண்டிருந்தார். லதிஃபே அவரால் திகைப்பில் ஆழ்த்தப்பட்டார். கெமால் பாஷா வெளிப்படை யாகவே காதல்வயப்பட்டிருந்தார்.

முஸ்தஃபா கெமால், இயல்பாக மது குடிக்க விரும்பாத ஹலிதே எடிப்பை மற்றவர்களுடன் சேர்ந்து ஒரு குவளை குடிக்குமாறு அழைத்தார்.

"நாங்கள் இஸ்மிரைக் கொண்டாடுகிறோம் – நீங்கள் எங்களோடு குடிக்கவேண்டும்."

"நான் 'ராகி'யைத் தொட்டதே இல்லை. ஆனால் கொண்டாடுவதற் கான திராட்சை மதுவைக் குடிப்பேன்."

சின்னஞ்சிறு குவளையை உயர்த்திக்கொண்டே முஸ்தஃபா கெமால் ஹலிதே எடிப்பைச் சுட்டிக்காட்டிக் கூறினார்: "இந்த ஹனிம் எஃபெண்டி உடனிருக்கும்போது நான் 'ராகி' குடித்திருப்பது இதுவே முதல் முறை. நாங்கள் எப்போதுமே அவருடைய முன்னிலையில் சற்று அமைதி குலைந்துதான் இருப்போம்."

முஸ்தஃபா கெமால் தம்மைத் தீவிர உயர் ஒழுக்க வாதி என்று விவரித்தது தமது இளமை உணர்வுகளைத் தணித்திருக்குமோ என்று

இபெக் சாலிஷ்லர்

ஹலிதே எடிப் நினைத்துப் பார்த்தார். ஆனால் லதிஃபே நிதானமான இரசனைகளும், துயரார்ந்த இயல்பும் உடைய பெண் என்ற நினைப் போடு தம்மை ஆறுதல்படுத்திக்கொண்டார்.

இஸ்மெட், ராவுஃப், ஹலிதே எடிப் ஆகியோர் ஐரோப்பியக் கலாச்சாரத்தில் மூழ்கிப்போன அந்த பெரிய வீட்டு நிர்வாகியை ஏற்றுக்கொண்டனர்; அவரை முஸ்தஃபா கெமாலுக்குப் பொருத்தமான துணையாகக் கண்டார்கள். விருந்தினர் குழுவில் யாருப் காட்ரி, ஆசிம், ஃபாலிஹ் ரிஃப்கி ஆகிய இஸ்தான்புல்லிலிருந்து வந்த பத்திரிகையாளர் கள் உள்ளடங்கியிருந்தனர்.

லதிஃபே பற்றி ஹலிதே எடிப் என்ன நினைத்தார் என்பதை அறிந்துகொள்ள இஸ்மெட் விரும்பினார். அதற்கு, அந்த இளம்பெண்ணை ஒரு மிக வசீகரமான பெண்ணாகக் காண்பதாகப் பதிலளித்தார்.

ஹலிதே தமது வாழ்க்கை நினைவுக் குறிப்பில் தொடர்கிறார்:

முஸ்தஃபா கெமாலின் இரசனைக்கு நான் மனதுக்குள் பாராட்டுத் தெரிவித்துக் கொண்டிருந்தேன். நான் அவருடைய காதல் விவகாரங்களில் இதுவரை ஆர்வம்கொண்டிருந்ததில்லை. ஃபிக்ரியே ஹனிம், லதிஃபே ஹனிம்: அவரிடம் உண்மையான உணர்வுகளைத் தூண்டியவர்கள் இந்த இருபெண்கள் மட்டுமே; இருவருமே அசாதாரணமான கவனத்தை ஈர்க்கும் பெண்கள். பாஷாவின் இந்த புதிய பிணைப்பைப்பற்றிக் கேட்கும்போது ஃபிக்ரியே ஹனிம் ஆழ்ந்த துன்பமடைவார் என்பது எனக்குத் தெரிந்தது.

அன்று இரவு முஸ்தஃபா கெமால் ஸெய்பெக்[2] நடனமாடி ருமேலி[3] நாட்டுப்புறப் பாடல்களைப் பாடினார். இஸ்மிர் தீயை இதற்கானத் தூண்டுதலாகக் கருதினார் ஃபெவ்ஸி. முஸ்தஃபா கெமால் நூருதினை அவருடைய கொடூரச் செயலுக்காக ஒருபோதும் மன்னிக்கவே இல்லை; எனவே அவருடைய விருந்தினர்களுக்கும், வருங்கால மனைவிக்கும் முன் ருமேலி பாடல்களைப் பாடவும் ஸெய்பெக் நடனத்தை ஆடவும் செய்தார். முஸ்தஃபா கெமாலைப் போலவே ஃபெவ்ஸியும் ஆழ்ந்த கவலைக்குள்ளானார்; இருவரும் நூருதினே அதற்குப் பொறுப்பாளி என்று கருதினர்.

செப்டம்பர் 19 அன்று பத்திரிகையாளரும், புது இட ஆய்வாளரும், சிற்பியும், சர்ச்சிலின் நெருங்கிய உறவினருமான க்ளேர் ஷெரிடன் வெள்ளை மாளிகைக்கு வருகைபுரிந்தார். ஷெரிடன் இதற்குமுன் சோவியத் ரஷியாவில் தங்கியிருந்து முக்கியப் புரட்சி வீரர்களான லெனின், ட்ராட்ஸ்கி, காமெனேவ் ஆகியவர்களுடைய மார்பளவுச் சிலைகளை வடித்திருந்தார். இப்போது முஸ்தஃபா கெமால் அவருக்குமுன் உருமாதிரி யாக அமர வேண்டும் என்று விரும்பினார்.

'Nuda Veritas' என்ற அவரது நூல் அவர் லதிஃபேவை சந்தித்ததை வெளிப்படுத்துகிறது. ஒருவர் மற்றவரிடம் எந்தத் தாக்கத்தையும் ஏற்படுத்த வில்லை. 1922இல் ஷெரிடன் *நியூயார்க் உலகம்* இதழுக்காகப் பணியாற்றிக் கொண்டிருந்தார்.

"... முஸ்தஃபா கெமால் தற்காலிகத் தலைமையிடமாக வைத்திருந்த நகருக்கு வெளியேயிருந்த பெரிய மாளிகை. அது வளைகுடாவை நோக்கியிருந்த படியடுக்குத் தோட்டத்தின் உச்சியில் இருந்தது. நான் முன் அனுமதியோடு வந்தேன். நிழல்தரும் மரங்களுக்கும் அருவிபோல் பாய்ந்த நீரோடைக்கும் நடுவிலிருந்த ஆயிரம் படிக்கட்டுகளை உதவியாளரைத் தொடர்ந்து ஏறி வந்தேன். அப்போது மேலிருந்து ஒரு குழுவினர் என்னைப் பார்த்துக்கொண டிருந்ததை நான் உணர்ந்தேன். ஓரளவு பரபரப்புடனும், மூச்சு வாங்கிக் கொண்டும் உச்சியைச் சென்றடைந்தேன். என்னை வழி நடத்தி வந்தவரைத் தொடர்ந்து கூட்டமாக ஆட்கள் நின்ற அடுக்குப் படிகளைக் கடந்து வீட்டுக்குள் சென்றபோது அங்கு ஒரு மிரட்டும் அமைதி நிலவியது. நான் அருகில் வந்ததை அறிந்த தளபதி என்னை வரவேற்பறையில் வரவேற்பதற்காக விருந்தை விட்டு வந்தார். அவருடைய ஸ்ஃபிங்ஸ் போன்ற முகபாவமும், புன்னகைக்காத மிகை மரியாதையும் எனக்கு ஆழங்காண முடியாதவையாக இருந்தன. என்னை ஒரு சோஃபாவில் உட்கார வைத்துவிட்டு வெளியே கூடியிருந்தவர்கள் நாங்கள் பேசியதைக் கேட்பதற்கு வசதியாக அறையின் மறு பக்கத்தில் சன்னலுக்கு அருகில் அவர் அமர்ந்தது என்னை கலக்கமுறச் செய்தது. எங்கள் இருவருக்கும் இடையில் இருந்த தூரம் நட்புணர்வற்றதாக இருந்தது ..."

அவருடைய மார்ஷல் பதவிநிலையைப் பொய்யாக்குவதுபோன்ற சீருடையின் எளிமை மனதில் ஆழமாகப் பதிந்தது. அவருடைய வெளிறிய முடியும் நீலக்கண்களும் குறிப்பாகக் கீழை நாடுகளுக்குரியன அல்லாதவை யாகத் தோன்றின. அவர் தொடர்ந்து பவள ஜெபமணிகளைத் தொட்டுக் கொண்டே இருந்ததைக் கவனித்தார்; அது தான் அவரைத் தொந்தரவு செய்வதாக நினைக்க வைத்தது. ஷெரிடன் அவரைப் பேட்டி காண விரும்பினார்; தான் அமெரிக்கப் பத்திரிகைகளின் பிரதிநிதியான *சிகாகோ ட்ரிபியூனின்* ஜான் க்ளேட்டனுக்கு ஏற்கனவே இரண்டு மணி நேர பேட்டி கொடுத்துவிட்டதாக முஸ்தஃபா கெமால் கூறியபோது தான் வந்த நோக்கம் கைகூடாது என்று உணர்ந்தார். தான் அமைதியை விரும்புவதாக முஸ்தஃபா கெமால் தெளிவுபடுத்தியிருந்தார். இஸ்மிர் எரிக்கப்பட்டது போன்ற மற்றொரு சோகமான முடிவைத் தவிர்ப்பதற் காக அவர் இஸ்தான்புல்லுக்கு அமைதியான முறையில் சென்றடைய முடியும் என்று நம்பினார்.

அப்போது ஒரு பணியாள் ஒரு வெள்ளித் தட்டை ஏந்திக்கொண்டு வந்தார். அதில் இரண்டு அழகிய பழைய கோப்பைகளில் தண்ணீரும் இரு கிண்ணங்களில் பழப் பாகும் இருந்தன. கரண்டிகள் இருந்தன, ஆனால் தட்டுகள் இல்லை. என்ன செய்வது என்பது ஷெரிடனுக்குப் புரியவில்லை. அவருடைய இக்கட்டான நிலையைக் கவனித்த முஸ்தஃபா கெமால் முதல்முறையாகப் புன்னகைத்துக்கொண்டு அவருக்கு உதவி செய்தார்.

அதைத் தொடர்ந்து க்ளேர் ஷெரிடன் அவர் எவ்வாறு லதிஃபேவைச் சந்தித்தார் என்பதை விளக்குகிறார்:

அப்போது அவர் 'இல்லத் தலைவியை' வரச்சொல்லி அனுப்புகிறேன் என்று சற்றுக் கலக்கத்தோடு (அவரைப் போன்ற மனஉறுதிகொண்டவரைப் பொறுத்த

வரை அதிக கலக்கத்தோடு) கூறினார். இல்லத் தலைவியைச் சந்திப்பதில் எனக்கு எந்தவிதமான ஆர்வமும் இல்லை. என்னுடைய படைப்புகளின் புகைப்படங்களின் சிறுதொகுப்பு ஒன்றைக் காட்டியும், அவருடைய மார்பளவு சிற்பத்தைச் செய்ய அனுமதிப்பாரா என்று கேட்டும் அவருடைய நோக்கத்தை தாமதப்படுத்துவதில் வெற்றியடைந்தேன்.

"பெருமையும் மகிழ்ச்சியும் அடைவேன்" என்று பதிலளித்தார்.

"நாளை தொடங்கலாமா?" நான் உற்சாகத்துடன் வேண்டினேன்.

அவர் தயங்கினார்.

"எனக்கு நேரமே இல்லை . . ."

அப்படி இருந்தாலும் நான் அவரை வற்புறுத்தினேன், "ஜுலியஸ் சீஸர், மாவீரன் அலெக்சாண்டர், நெப்போலியன் ஆகியவர்கள் கூட நேரம் கிடைப்பதை சமாளித்தார்கள்!"

அத்தருணத்தில் 'இல்லத் தலைவி' வந்ததால் எங்கள் உரையாடல் தடைபட்டது: அவர் குட்டையாகவும் கட்டுறுதியானவராகவும் உருண்ட முகமும், பெரிய கண்களும் உடையவராகவும் இருந்தார். இளவயதாக இருந்தாலும் நடுத்தர வயதுடையவரின் நிதானம் இருந்தது. அவர் அமர்ந்து பெரும் அகந்தையுடன் கூடிய வெறுப்போடு என்னைப் பார்த்ததால், அதற்கு மேலும் உரையாடல், அது பத்திரிகை அல்லது கலை சார்ந்ததாக இருந்தாலும், முடங்கிப் போனது. கெமால் துருக்கிய மொழியில் அவருடைய காதில் எதையோ கூறி என்னுடைய படைப்புகளின் புகைப்படங்களை அவருக்குக் காட்ட முயற்சி செய்தார். ஆனால் அவர் அதைப் பார்க்காமல் ஒரு ஏளனச் சிரிப்பை வெளிப்படுத்தி 'அவள் இன்னும் எவ்வளவு நேரம் இங்கிருப்பாள் என்று நினைத்துப் பார்க்கிறேன்' என்று கூறுவதற்கான செய்கை போல கைகளை குறுக்காக வைத்துக்கொண்டார்.

இந்தப் பெண் கெமாலின் வருங்கால மணப்பெண் என்பது எனக்குத் தெரியாது. ஆனால் இந்த உண்மை அவருடைய கடுமையான பண்பற்ற நடத்தையை நியாயப்படுத்தவோ அல்லது விளக்கவோ முடியாது. நான் செல்வதற்காக எழும்பினேன்; இருப்பினும் தளபதியின் அனுமதியைப் பெறுவதற்கான இறுதி முயற்சியை எடுத்தேன்!

"நீங்கள் அனுமதித்தால் . . . உங்களால் நேரம் ஒதுக்க முடியும்வரை இஸ்மிரில் காத்திருப்பேன் . . ."

அவர் சற்று நம்பிக்கையற்ற முறையில் அறையைச் சுற்றிப் பார்த்துவிட்டு கூறினார்: இல்லத் தலைவியின் ஊக்குவிப்போடு அவர் சம்மதித்திருப்பார் என்பது போல இருப்பினும் அவர் அலட்சியமான அமைதியோடு இருந்தார். கெமால் பிணக்கை சமரசம் செய்வதுபோல் கூறினார்:

"இஸ்தான்புல்லில் நான் உனக்காக அமர்வேன்."

"ஆனால் அதற்கு நெடுங்காலமாகும்" – நான் உணர்ச்சிவசப்பட்டுக் கூறினேன்.

"ஒருவேளை அவ்வளவு நீண்டகாலம் ஆகாது." அவர் புதிரோடு பதிலளித்தார். லதிஃபே ஹனிம் (அவர்தான்) இந்தப் பிடிவாதமான புரட்சிவீரனைப் பிடித்துவிட்டார்; பிடிப்பதற்கு நல்ல தகுதி உடையவர்தான்! தம்முடன் அவரைத் தொடர்ந்து இருக்கச் செய்வதில் வெற்றியடையவில்லை என்பது . . .

லதிஃபே பெருந்தன்மையுள்ள விருந்தோம்புநர் என்று புகழ்பெற்றவர். அப்படியெனில் ஏன் க்ளேர் ஷெரிடனிடம் வேண்டுமென்றே நட்புறவு கொள்ளாமலிருந்தார்? முஸ்தஃபா கெமால் ஷெரிடனைப் புன்னகை யற்ற மரியாதையோடு வரவேற்று அவர்களுடைய உரையாடலை மற்றவர்கள் கேட்க முடியுமாறு சன்னல்களைத் திறந்து வைத்திருந்தார். ஒருவேளை லதிஃபேவுக்கு எளிதில் உணர்ச்சிவசப்படும் தன்மை இருந்திருக்கலாம்.

நேசநாடுகளோடு நடந்துகொண்டிருந்த பேச்சுவார்த்தைகள் பற்றி முஸ்தஃபா கெமாலுக்குக் கடுமையான மனக்கவலை இருந்தது. சிற்பிக் காக இஸ்தான்புல்லில் அமர முடியுமென்றும், அதற்கு அதிக காலம் ஆகாது என்றும் அவர் கூறியது பிரிட்டிஷாருக்குக் கொடுக்கப்பட்ட தெளிவான செய்தி: உடன்படிக்கையில் கையெழுத்துவிட்டு வெளி யேறுங்கள்,' இல்லையென்றால் நான் அங்கு வந்துகொண்டிருக்கிறேன். முஸ்தஃபா கெமால் திட்டமிட்டேதான் லதிஃபேவை இந்தச் சந்திப்புக்கு அழைத்தார். அவர் இதற்குமேலும் வெறும் இல்லத் தலைவி மட்டுமல்ல. அவருடைய செயலாளர் மற்றும் மொழிபெயர்ப்பாளர் பணிகளையும் ஏற்றுக்கொண்ட பின்னர் அவர் இன்றியமையாத உதவியாளராகியிருந்தார்.

அவர்களுடைய சந்திப்புக்குப்பின் வெகுவிரைவிலேயே முஸ்தஃபா கெமால் அவரை லதீஃப் என்று அழைக்கத் தொடங்கினார்; இது அவருடைய பெயரின் ஆண்பால் வடிவமாகவும், கனிவு மென்மையான அழகு ஆகியவற்றைக் குறிக்கும் பெயரடையாகவும் பயன்படுத்தப்பட்ட தாகும். அவ்வப்போது லதிஃபேவை அவர் அந்தரங்க உதவியாளர் என்றும் குறிப்பிட்டார்.

லதிஃபே எழுதிய குறிப்பு

இஸ்மிர் வளைகுடாவில் இன்னும் நங்கூரமிடப்பட்டிருந்த 64 வெளிநாட்டுக் கப்பல்கள் முஸ்தஃபா கெமாலைக் கவலையடையச் செய்தன. வெளியுறவுத் துறைச் செயலர் யூசுஃப் கெமாலுக்கு அவர் அறிவுறுத்தினார்: "பிரிட்டிஷ் கடற்படை அதிகாரிகளுக்கு ஒரு குறிப்பு எழுதுங்கள். அவர்கள் 24 மணி நேரத்துக்குள் இஸ்மிர் துறைமுகத்தை விட்டுச் செல்ல வேண்டும். அவர்கள் இங்கேயே இருப்பதற்கு இதற்குமேல் எந்தக் காரணமும் இல்லை. நாம் மோதிக்கொண்டிருப்பது ஒரு தோல்வி யடைந்த நாட்டோடு. அவர்களை வெற்றிகண்டுவிட்டு வெற்றியின் அமைதியில் இங்கே நிற்கிறோம். அந்தக் கப்பல் தொகுதி தேவையற்றது. தொடர்ந்து இங்கே இருப்பதை அவர்கள் வலியுறுத்தினால், ஒவ்வொன் றாக அவற்றை மூழ்கடிப்பேன்."

இந்தக் குறிப்பு எழுதப்படுவதற்கு அதிகக் காலம் ஆனது. யூசுஃப் கெமால் நாடுகளுக்கிடையிலான உறவுகளின் ஏற்புடைய கூறுகளைப் பற்றி மனதில் போராடிக் கொண்டிருந்தார். தாமதத்தால் எரிச்சலடைந்த முஸ்தஃபா கெமால் அதை எழுதுவதில் ஏற்பட்டுள்ள முன்னேற்றத்தைப் பற்றிப் பல வேளைகள் விசாரித்தார்.

அவர் குறைபட்டுக் கொண்டார், "எதனால் இந்தத் தாமதம். வெறும் நான்கு வரிச் செய்தி, இன்னும் எழுதப்படவில்லை?" லதிஃபே அவருடைய பதற்றத்தைக் கவனித்தார்.

"தளபதி அவர்களே, அதை எழுத என்னை அனுமதியுங்கள்."

"அது ஆங்கிலத்தில் எழுதப்பட வேண்டும்; காலம் தாழ்த்தாமல் அதை எழுது!"

லதிஃபே எழுதிய குறிப்பை அவர் எடுத்துப் பார்த்தார்.

"நான் விரும்பியது போலவே சற்றும் குறையின்றி இருக்கிறது. யூசுஃப் கெமால், ஒரு குறிப்பு எழுதுவதற்காக நீங்கள் இவ்வளவு நீண்ட காலம் எடுத்துக்கொண்டீர்கள்; ஆனால் இன்னும் அது எழுதப்பட வில்லை. இங்கே, இந்தப் பெண்மணி அதை எழுதுவதற்கு இரண்டு நிமிடங்கள் எடுத்தார். என்னுடைய நன்றியைத் தெரிவித்துவிட்டேன். நீங்கள் இப்போது இளைப்பாறலாம்..." அதன்பின் லதிஃபே பக்கமாகத் திரும்பிக் கேட்டார்:

"அம்மா, இந்தக் குறிப்பை எழுதுவதற்கு எந்தப் பேனாவைப் பயன்படுத்தினீர்கள்?"

லதிஃபே தமது கையில் இருந்த தங்கத்தால் விளிம்புகள் அலங்கரிக்கப் பட்டிருந்த கருப்புப் பேனாவை சுட்டிக் காட்டியபோது, கெமால் கையை நீட்டி, "அந்தப் பேனாவை என்னிடம் கொடு," என்று கூறி அதை வாங்கி, அந்தப் பேனாமீது முத்தமிட்டார்.

லதிஃபே அந்தப் பேனாவை வாழ்நாள் முழுவதும் பாதுகாப்பாக வைத்திருந்தார்.[4]

5

முஸ்தஃபா கெமாலின் திருமண முன்மொழிவு

லதிஃபேவும் முஸ்தஃபா கெமாலும் ஒருவரையொருவர் அறிந்துகொள்வதற்கான சூழலை இதமான இஸ்மிர் இரவுகள் உருவாக்கிக் கொடுத்தன. அவர்கள் எவ்வளவு அதிகமாக உரையாடவும் விவாதிக்கவும் செய்தார்களோ அவ்வளவு அதிகமாக ஒருவர் மற்றவரின் துணையை விரும்பினர். லதிஃபே வசீகரமான கூர்மதியுடைய, உயிர்த்துடிப்புடைய பெண். தமது கருத்துகளை அச்சமின்றி ஆதரித்துப் பேசும் பேச்சுத்திறன் மிக்க அறிவுஜீவி. பெண்கள் விடுதலை அவருடைய செயல்திட்டத்தின் முதலிடத்தில் இருந்தது. துருக்கியப் பெண்களை அவர்களுடைய ஐரோப்பிய சகோதரிகளின் சமூகப் பண்பாட்டு நிலைக்கு மேம்படுத்துவது அவருடைய கனவு. பல நூற்றாண்டுகளாகப் பெண்களை அடிமைப் படுத்திய மரபுகளை உடைத்து எறிவதில் உறுதியாக இருந்தார். அவருடைய கருத்துகள் முஸ்தஃபா கெமாலின் ஆர்வத்தைத் தூண்டின.

முஸ்தஃபா கெமாலைப் பொறுத்தவரை: துருக்கி குறித்த அவரது கனவுகள், அவர் ஒழிக்க வேண்டும் என்று உறுதியாக இருந்த மூட நம்பிக்கைகள், தப்பெண்ணங்கள், அறியாமை ஆகியவை பற்றிச் சொன்னார். அவர் பேசியதைக் கேட்க கேட்க அந்த இளம்பெண் தான் பரவசமடைவதை உணர்ந்தார். அவருடைய பதவிநிலை ஏற்கனவே செயலர் அல்லது அந்தரங்க உதவியாளர் என்ற நிலைகளைத் தாண்டியிருந்தது. காதல் சரியான நேரத்துக்காகக் காத்துக்கொண்டிருந்தது.

முஸ்தஃபா கெமாலின் வாழ்க்கை வரலாற்றை எழுதிய வாமிக் வோல்கன் பின்னாட்களில் லதிஃபேவை விவரித்தார்:

லதிஃபே அவருடைய சரளமான பேச்சாலும், விவாதங்களாலும் அறிவுரையாலும், அகண்ட ஐரோப்பியப் பண்பாட்டால் உருவான கருத்துகளாலும் முஸ்தஃபா கெமாலின் மனதில் எழுச்சியூட்டினார். அவரைச் சுற்றியிருந்த ஒருவரிடமும் பேச முடியாதவற்றை இந்தப்

பெண்ணிடம் பேச முடிந்தது (...) சுறுசுறுப்பான ஆண்மைத் தன்மையுடைய மனதோடு கிளர்ச்சியடைய வைக்கும் பெண்மைப் பண்புடைய உடலை இணைத்து வைத்திருந்தார்.

'தெ இம்மார்ட்டல் அட்டாடூர்க்' என்ற நூலின் இணை ஆசிரியர்களான நார்மன் இட்கோவிட்சும் வாமிக் வோல்கனும் முஸ்தஃபா கெமால் லதிஃபேவைத் தம்முடைய இளமைப் பருவச் சித்தரிப்போடு ஒத்திருப்பவராகப் பார்த்தார் என்று கூறுகிறார்கள்.

அந்த மூன்று வாரங்களில் அந்த மாளிகை எல்லாவிதமான திடீர்மாற்றங்களையும் நேரில் கண்டது. முஸ்தஃபா கெமால் இரண்டு முனைகளில் சுறுசுறுப்பாக இருந்தார் – போரை முடிவுக்குக் கொண்டு வருவதும், லதிஃபேவுடனான காதலை வளர்ப்பதும்.

மற்றெல்லா இடங்களிலும் போலவே, இஸ்மிரில் இருந்த நேரத்திலும் அவருக்குத் துணையாக எப்போதும் உடனிருந்தவர் அந்தரங்க உதவியாளரான ஸாலிஹ். அவர் தமது பதவி நிலை வெளிப்படையாக இறக்கம் செய்யப்பட்டதற்காக வருந்தினார்.

"என்னுடைய கடமைகளில் ஒரு பகுதியை லதிஃபே உடனடியாகவும் மென்னயத்துடனும் எடுத்துக்கொண்டார். கடைசியாகத் தூங்கச் சென்று, முதலில் எழும்புவதும் அவர்தான். ஐரோப்பியப் பத்திரிகைகளுக்குச் சந்தா செலுத்தியிருந்தார். இஸ்தான்புல்லிலிருந்தும் ஐரோப்பாவிலிருந்தும் வந்த எல்லாச் செய்தித்தாள்களையும் எடுத்து அவற்றை நுட்பமாக அலசி ஆராய்ந்து பயனுள்ள செய்திகளைக் குறியிட்டு வைத்தார். முஸ்தஃபா கெமால் எழும்பிய பின் அவருடைய அறைக்கு எடுத்துச் செல்லும் காப்பியுடன் அந்தச் செய்தித்தாள்களையும் எடுத்துச் சென்றார்.

பாஷா மெதுவாகக் காப்பியை உறிஞ்சிக் குடித்துக்கொண்டிருக்கும் போது லதிஃபே முக்கியச் செய்திகளின் சுருக்கத்தையும் அச்செய்திகள் பற்றிய கருத்துரைகளையும் எடுத்துக்கூறி பாஷா பற்றியச் செய்திகளின் வெட்டி எடுக்கப்பட்ட துண்டுகளைக் கொடுத்தார்.

இந்த தினசரிச் சடங்கு வெகுவிரைவிலேயே பாஷாவுக்கு லதிஃபேவை இன்றியமையாதவராக்கிவிட்டது. ஒருநாள் அவர் முன்னதாகவே எழும்பிக் காப்பி கேட்டார். அதுவரை லதிஃபே எழும்பவில்லை. நான் காப்பியை எடுத்துக்கொண்டு அறைக்குள் சென்றேன். என்னை ஆச்சரியத்தோடு பார்த்துக்கேட்டார். "நீ எங்கிருந்து வந்தாய்? லதிஃபே எங்கே? அவரை உடனே எழுப்பிப் பத்திரிகைகளைக் கொண்டு வரச் சொல்..." நான் மனவருத்தம் அடைந்தேன் என்பதை ஒத்துக்கொள்ள வேண்டும். நான் பலவருடங்களாக அவருக்குப் பணிவிடை செய்திருந்த பிறகும் என்கையிலிருந்து காப்பியை முதல்முறையாக எடுப்பவரைப் போல நான் எங்கிருந்து வந்திருக்கிறேன் என்று ஒருநாள் காலை நேரத்தில் அவர் கேட்டது என்னிடம் மிகுந்த சினத்தை ஏற்படுத்தியது."

லதிஃபே தூங்கிக்கொண்டிருந்ததால் தாம் காப்பியை எடுத்து வந்ததாக ஸாலிஹ் கொடுத்த விளக்கம் முஸ்தஃபா கெமாலை அமைதிப்

படுத்தவில்லை. தமது அந்தரங்க உதவியாளரின் புண்பட்ட உணர்வு களை அவர் கண்டுகொள்ளவே இல்லை.

லதிஃபேவுக்கும் கெமால் பாஷாவுக்கும் இடையில் இருந்த ஒத்திசைவைக் கவனித்த எல்லோருக்கும் அவருடைய நோக்கம் என்ன என்பது வெளிப்படையாகத் தெரிந்திருக்கும். 1923இல் லதிஃபே அந் நாட்களைப் பற்றி பெர்தா ஜார்ஜஸ் – காலிஸிடம் பேசினார்; பிரெஞ்சு பத்திரிகையாளர் அதை 'La Nouvella Turquie' என்ற நூலில் வெளியிட்டார்.

லதிஃபேவின் வசீகரங்கள் படிப்படியாக முஸ்தஃபா கெமாலை வசப்படுத்த ஆரம்பித்தன; இதை அவர் லதிஃபேவிடம் கூறினார். லதிஃபேவும் அதை அலட்சியப்படுத்தவில்லை. ஆனால் அவர் அதிக ஊக்கத்துடன் காதல் உணர்வைக் காட்ட முயன்றபோது லதிஃபே தடுத்து எந்தவிதமான ஐயத்துக்கும் இடமின்றித் தமது நிலையைத் தெளிவாக்கினார். எனவே முஸ்தஃபா கெமால் தமது கொள்கையை விளக்கினார்: தமது நீண்டகால முயற்சி வெற்றிபெற்றபின் மட்டுமே அவரால் திருமணம் செய்ய முடியும். அதற்கு லதிஃபே பதிலளித்தார். தமது கொள்கைகளும் அவருடையதைப் போன்றதே; அவரால் அதை சமரசம் செய்ய முடியாது. அவர் கெமால் பாஷாவைக் காதலித்ததை ஒத்துக்கொண்டார். ஆனால் ஒன்று அவர் கெமால் பாஷாவின் மனைவி யாவார், அல்லது திருமணமே செய்துகொள்ள மாட்டார். எப்படி இருந்தாலும் அவர் கெமால் பாஷாவின் வைப்பாட்டியாக இருக்க மாட்டார். அவருடைய கொள்கைகள் அதற்கு எந்த விதத்திலும் அனுமதி கொடுக்காது.

அந்த இளம்பெண் தமது கொள்கைகளைப் பட்டியலிட்டபோது முஸ்தஃபா கெமால் பாஷா அவற்றை ஆவலுடன் கேட்டார். ஆனால் அவரைப் பொறுத்தவரையில் நாட்டை விடுதலை செய்வதற்கு முன் திருமணம் செய்துகொள்வதற்கான தேவை இருப்பதாக அவர் பார்க்கவில்லை.

லதிஃபேவின் தங்கை வெஜிஹே இல்மென் கூறுகிறார், "திருமணம் என்ற கருத்தில் அட்டாடூர்க் அதிக ஆர்வம் காட்டவில்லை. ஆனால் எங்களுடைய குடும்பத்தினர் திருமணத்தைத் தவிர வேறு எந்த முடிவையும் ஒருபோதும் சகித்திருக்க மாட்டார்கள். இதை அவர்கள் விவாதித்திருக்க வேண்டும்."

திருமணம் பற்றிய கேள்வியை அவர்கள் இருவரும் நிச்சயமாக விவாதித்திருப்பார்கள் என்பதை வெஜிஹேயின் விளக்கம் சுட்டிக் காட்டுகிறது.

வேறு எந்த மாற்றும் இல்லாததால், இறுதியாக, முஸ்தஃபா கெமால் ஒரு முடிவை எடுத்தார். இந்தப் பெண் ஒரு லாட்டரிப் பரிசுபோல அவருடைய வாழ்க்கைக்குள் வந்தார்; தமது பணியில் அவர் உதவியாக இருக்க முடியும். துருக்கியை முற்றிலும் மாற்றியமைக்கும் பயணத்தை இப்படிப்பட்ட ஒரு பெண்ணைத் தமது பக்கத்தில் வைத்துக்கொண்டு தொடங்குவது பலவகைகளில் பாதையை எளிதாக்கும். லதிஃபேவைச்

சந்தித்த எல்லோரும் அவரைப் பொருத்தமானவராகவே கண்டார்கள்: இஸ்மெட் காஸிம் ராவுஃப், அலிஃபுவாட், ஸாலிஹ, அஹமெட் எமின், ருஷன் – எல்லோரும் அவரால் வசீகரிக்கப்பட்டார்கள். தடைகள் இருந்தது உண்மை. எடுத்துக்காட்டாக ஃபிக்ரியே; ஆனால் கெமால் பாஷாவுக்கு அவரை சமாளிக்கத் தெரியும். மற்றொன்று அங்காராவின் கடினமான வாழ்க்கைச் சூழல்; ஆனால் லதிஃபே அவற்றை சமாளித்தாக வேண்டும். போர் அதன் இறுதிக் கட்டத்தில் இருந்தது; அமைதி நெருங்கிக்கொண்டிருந்தது. முஸ்தஃபா கெமாலுக்கும் உணர்ச்சிவசப்பட்டு முடிவெடுக்கும் தன்மை இருந்தது; அவருடைய மனதுக்குள் இந்த ஒன்றிணைதலுக்கான தடைகள் எல்லாவற்றுக்கும் தீர்வு கண்டுவிட்டு, தமது அடுத்த முயற்சியைத் தொடங்கினார். ஒரு இரவில், இருவரும் தனியாக இரவு உணவு சாப்பிட்டுக்கொண்டிருக்கும்போது, உடனே திருமணம் செய்துகொள்ள வேண்டும் என்று முன்மொழிந்தார். வெளியே சென்று, அவர்களால் கண்டுபிடிக்க முடிந்த முதல் முஃப்தியைப் பயன்படுத்தித் திருமணத்தை நடத்த வேண்டும். லதிஃபே எந்த சந்தேகத்துக்கும் இடமின்றி இந்தத் திட்டத்தை மறுத்தார்.

மெஹ்மெட் ஸாதிக் ஒகே, வெஜிஹேயின் பேரன், இந்தக் கதையைத் தொடர்கிறார்:

பாஷா தம் காதலின் ஆழத்தை லதிஃபேவுக்குக் காட்டுவதற்காக கீழ்நோக்கிக் குனிந்தார். எனவே லதிஃபே ஹனிம் வீட்டுக்குமுன் உள்ள தளத்தில் இருந்த பளிங்கு மேசையை நோக்கிக் கம்பீரமாக நடந்து சென்றார். மேசையில் தோல்வியடைந்த தளபதி ட்ரைகோபிஸ்ஸின் ராணுவத் துப்பாக்கி கிடந்தது. அதை எடுத்து மூன்று முறை காற்றில் சுட்டுவிட்டு இவ்வாறு திருமணக் கோரிக்கையை வற்புறுத்துவதானால் நான்காவது முறை தன்னையே சுட்டுக்கொள்ளப் போவதாகவும் நாட்டின் விடுதலைக்கு பாஷா இன்றியமையாதவர்; ஆனால் தான் அதற்குத் தேவையானவர் அல்ல என்றும் பாஷாவிடம் கூறினார்.

துப்பாக்கிச் சத்தத்தைக் கேட்டவுடன் ஓடிவந்த பாதுகாவலர்களையும் உதவியாளரையும் பாஷா திருப்பி அனுப்பினார். லதிஃபே திறமையான குதிரை ஓட்டுநராகவும் குதிரை வண்டி ஓட்டுநராகவும் இருந்ததோடு, குறிபார்த்துச் சுடுவதில் தனக்கிருந்த திறமைபற்றித் தற்பெருமையுடன் பேசியதால் லதிஃபேவை அவருடைய திறமையை நிரூபிக்குமாறு பாஷா சவால் விட்டதால் அவர் சுட்டதாக அவர்களிடம் கூறினார். இவரைப் போன்ற குறிபார்த்துச் சுடுவதில் சிறந்த இஸ்மிர் பெண்கள் இருக்கும்போது கிரேக்கர்கள் எப்படியும் இறுதியில் தோல்வி அடைந்திருப்பார்கள் என்ற கருத்தை யோசித்துப் பார்த்துக்கொண்டிருந்ததாகவும் கூறினார். பாதுகாவலர்களை அமைதிப்படுத்திய அதே நேரத்தில் லதிஃபே ஹனிமையும் புகழ்ந்தார்.

"நீ உண்மையிலேயே அப்படிச் செய்வாயா?" என்று பாஷா பெருமதிப்புடனும் ஆச்சரியத்துடனும் கேட்டபோது லதிஃபே பதில் கூறினார், "நீங்கள் எப்போது முன்னேறிச் செல்ல வேண்டும், எப்போது பின்னோக்கிச் செல்ல வேண்டும் என்பதை அறிந்த வெற்றித் தளபதி. நீங்கள் நிறுத்த

முடியும்; ஆனால் நான் ஒரு இளம்பெண் மட்டுமே. நீங்கள் நிறுத்தா விட்டால் என்னாலும் நிறுத்த முடியாமல் போகலாம்." அவர் தொடர்ந்து கூறினார்: "அது நம் இருவருக்குமே சரியானதாக இருக்காது. ஆனால் நான் லதிஃபே உஷாகி; முடிவில் உங்களை நிறுத்திவிடுவேன், என்னுடைய உயிரை இழந்தாவது; என்னால் உங்களைப் புண்படுத்த முடியாது."

பாஷா அதை ஒத்துக்கொண்டார், "லதிஃபே, நான் உன்னை நம்புகிறேன்." மேலும் அதிகக் கவலையுடன் அவர் தொடர்ந்தார், "இளம்பெண்ணே, இந்தக் கைத் துப்பாக்கியை நான் உனக்குப் பரிசாகக் கொடுக்கிறேன். இது இஸ்மிரின் விடுதலையின் குறியீடு. உன்னுடைய துணிவின் அடையாளமாக இதை உனக்குக் கொடுக்கிறேன். உனக்கு எப்போதாவது அச்சுறுத்துதல் ஏற்பட்டால் இதைப் பயன்படுத்து. எதிர்காலத்தில் நான் எப்போதாவது உன்னை அச்சுறுத்த நேர்ந்தால், தயவுசெய்து என்னைச் சுட்டுவிடு, உன்னையல்ல. வருங்காலத்தில் நாட்டுக்கு பெரும் பயன் அளிக்கவல்ல உன்னுடைய அழகு, கூர்மதி, அறிவு எல்லாவற்றையும் இவ்வாறு பயனற்றதாக்கிவிடுவது என்ற எண்ணத்தையே என்னால் தாங்கிக்கொள்ள முடியாது. நான் மரணத் துக்குப் பிந்தைய உலகுக்குச் செல்லலாம், ஆனால் நான் எங்கு சென்றாலும் உன்னிடம் நான் கொண்டுள்ள காதலை எடுத்துச்செல்வேன். உன்னுடைய கருமையான கண்களையும் கருமையான இதயத்தையும் என்னுடன் எடுத்துச் செல்வேன்." இந்தக் காதல் ஈர்ப்புத்திறன் என் பாட்டி லதிஃபே வின் இதயத்தைத் தொட்டது; எனவே அவரும் கெமால் பாஷாவைக் காதலிப்பதை ஒப்புக்கொண்டார்; ஆனால் கெமால் பாஷா காதலை முன்வைத்த விதம் நிறைவேற்றக் கூடியதாக இல்லை.

இப்படிப்பட்ட அவசரத் திருமணம் எளிதாகத் தவறுதலாகப் புரிந்துகொள்ளப்படலாம். எப்படியானாலும் பெற்றோருடைய வாழ்த்துக் கள் இல்லாமல் திருமணம் செய்துகொள்ளும் எண்ணம் லதிஃபேவுக்கு இருக்கவில்லை. எனவே அவருடைய தந்தை பையாரிட்ஸிலிருந்து திரும்பி வரும்வரை அவர் காத்திருக்க வேண்டும்.

அவசரப்பட்டுத் திருமணம் செய்துகொள்ளாமல் இருப்பதான முடிவில் உறுதியுடன் இருந்த லதிஃபே வீட்டு நிருவாகத்தில் தலைமை யேற்பதை கனிவோடு தொடர்ந்து செய்தார். முதல் வேலையாகக் காலையில் பறித்த இளஞ்சிவப்பு ரோஜா, கெமால் பாஷாவின் மலர்க் குவளைக்குள் சென்றது. இஸ்மிரில் தங்கியிருந்த இரண்டுவாரங்களில் முஸ்தஃபா கெமால் மூன்று முறை திருமணத்தைப் பற்றிப் பேசினார் என்று வெஜிஹே கூறுகிறார்.

கவித்துவமான திருமண முன்மொழிவு

ஒருநாள் காலையில் முஸ்தஃபா கெமால் அறையைவிட்டுச் செல்லும் போது லதிஃபேவிடம் ஒரு வேண்டுகோள் விடுத்தார்.

"என்னுடைய மென்மையான லதிஃபே, இன்று என்னுடைய அறையை நீயே தனிப்பட்ட முறையில் சீர்படுத்த முடியுமா?"

“நிச்சயமாக,” லதிஃபே பதிலளித்தார். அறைக்குள் நுழைந்தவுடன் அவர் ஆச்சரியமடைந்தார்: அது ஒழுங்குபடுத்தப்பட்டிருந்தது, படுக்கையும் சீராக இருந்தது. இடம் மாறியிருந்த ஒரே பொருள் வழக்கமாக சுவரில் தொங்கும் முஸ்தஃபா கெமாலின் உருவப்படம். அது படுக்கையில் கிடந்தது. அன்று காலை புதிதாகப் பறித்து மலர்க் குவளையில் வைத்த ரோஜா படத்தின் மேல் வைக்கப்பட்டிருந்தது. லதிஃபே அதை மீண்டும் சுவரில் தொங்கவிட்டார்.

அன்று, இரவு, அல்லது அதைத் தொடர்ந்த நாள் இரவு. தனிமையில் அவர்கள் இரவு உணவுக்காக அமர்ந்தபோது முஸ்தஃபா கெமால் கேட்டார், “லதிஃபே, நீ அறையை ஒழுங்குபடுத்தியபோது அசாதாரணமான எதையாவது கவனித்தாயா?”

“கட்டில் மேல் ஒரு உருவப்படம் கிடந்தது; அதை மீண்டும் சுவரில் மாட்டினேன்.” முஸ்தஃபா கெமால் இந்த சீண்டலைத் தொடர்வதில் குறியாக இருந்ததுபோல் தோன்றியது.

“நீ அந்தப் படத்தை எடுத்துக்கொண்டு வருவாயா?” அவரிடம் குறும்புத்தனம் தெரிந்தது. லதிஃபே மனக்குழப்பத்துடன் அறைக்குள் சென்று ஆணியிலிருந்து படத்தைக் கழற்றி எடுத்துக்கொண்டு வந்தார்.

முஸ்தஃபா கெமால் தொடர்ந்தார், “நீ அதன் பின்பக்கத்தைப் பார்ப்பாயா?”

இந்தப் படத்தை ஒருமுறை பார்

அதன்பின்பும் என்னை நீ மறுத்தால்

நான் மீண்டும் கேட்க மாட்டேன்.

மெஹ்மெட் ஸாதிக் ஒகே இதை மீண்டும் மீண்டும் சொல்லப்பட்ட குடும்பக் கதை என்கிறார்; ஆனால் கதையின் சற்று வித்தியாசமான வடிவத்தைக் கூறுகிறார்.

என்னுடைய பாட்டி லதிஃபே படத்தின் பின் பக்கத்தைப் பார்த்து அதில் எழுதியிருந்ததைப் படித்தார். அதை கெமால் பாஷாவே சொல்வதைக் கேட்க அவர் உண்மையாகவே விரும்பியதால், அவரும் ஒரு விளையாட்டை விளையாடுவதற்கு முடிவு செய்தார். அந்தப் படத்தை மீண்டும் தொங்கவிட்டுவிட்டு நாள் முழுவதும் அதுபற்றி எதுவும் கூறாமல் பாஷாவின் கேள்வி கேட்கும் கண்களுக்கு முன் ஒன்றும் தெரியாதவர்போலப் பாசாங்கு செய்து தனக்குள்ளேயே சிரித்துக்கொண்டார். பாஷாவும் அதேபோன்று பிடிவாதமாக இருந்து நாள்முழுவதும் எதையும் கேட்கவில்லை. மாலை வந்த உடன், கெமால் பாஷாவால் இதைத் தாங்க முடியாமல் விட்டுக் கொடுப்பார் என்பதை அறிந்து மேற்சட்டை கழுத்துப் பட்டையின் உட்பகுதியில் வெளியே தெரியாதவாறு ரோஜாவைக் குத்தி வைத்துவிட்டு உணவுக்காகச் சென்றார். லதிஃபேவிடம் எந்த எதிர்வினையையும் பார்க்க முடியாததால், பாஷா கேட்டார், “லதிஃபே இன்று என் அறையை ஒழுங்குபடுத்தினாய்

இல்லையா ?" "ஆம், நான் அதைச் செய்தேன்" லதிஃபே பதிலளித்தார். "நீ வித்தியாசமான எதையும் பார்க்கவில்லையே" என்று அவர் கேட்டதற்கு லதிஃபே பதிலளித்தார், "படுக்கையில் கிடந்த உருவப்படத்தைத் தவிர அசாதாரணமான எதையும் நான் பார்க்கவில்லை; அதை நான் சுவரில் மாட்டினேன்." எதிர்பார்த்த பதில் வராததால் ஏமாந்த கெமால் பாஷா இறுதியாக ஒருமுறை முயற்சி செய்து கேட்டார், "அந்தப் படத்தின் மேல் ஒரு ரோஜாப்பூ இருந்தது; அதை என்ன செய்தாய்?" அப்போது அவர் லதிஃபேவின் கண்களில் விளையாட்டுத்தனமான மின்னலைப் பார்த்தார். அதன்பின் லதிஃபே தமது சட்டையின் கழுத்துப் பட்டையில் அணிந்திருந்த ரோஜாவைக் காட்டிவிட்டுக் கூறினார், "அதைநான் எடுத்து என் இதயத்துக்கு மேல் வைத்துவிட்டேன்."

கெமால் பாஷா ஒத்துக்கொள்ள வேண்டியதாயிற்று, "ஆகட்டும் சரி, லதிஃபே, நீ வெற்றிபெற்றுவிட்டாய். ஆனால் நான் மண்டியிடுவேன் என்று எதிர்பார்க்காதே. நான் யாருக்கு முன்பும் மண்டியிட்டதில்லை. நாம் எப்போது திருமணம் செய்துகொள்ள முடியும் என்று எனக்குத் தெரியவில்லை. நாட்டுக்காகச் செய்யவேண்டியது ஏராளம் இருக்கிறது. அங்காராவில் பார்க்கலாம்." இதனால் களிப்படைந்த லதிஃபே கெமால் பாஷாவின் கையில் முத்தமிட்டுக்கொண்டே கூறினார், "நான் காத்திருப்பேன், தளபதி அவர்களே, நூறு ஆண்டுகள் காத்திருக்க வேண்டியிருந்தாலும்."

பாஷா உணர்ச்சிப் பெருக்கோடு கூறினார், "சிறுமியே, கொஞ்சம் கருணைகாட்டு! அந்த வயதில் நான் என்ன செய்ய முடியும்!" இருவரும் உரத்த ஒலியோடு சிரித்தார்கள்.

1924 ஜனவரியில் கரன்ட் ஒபினியன் 'திருமதி கெமால் துருக்கிக் குடியரசுத் தலைவருடனான காதல் திருமணத்தைப் பற்றிக் கூறுகிறார்' என்ற தலைப்புடன் ஒரு முக்கியச் செய்தியை வெளியிட்டது. அதில் லதிஃபே விரிவாக மேற்கோள் காட்டப்பட்டிருந்தார்:

அன்று மாலை நாங்கள் தனித்திருந்து ஏராளமான விஷயங்களைப் பேசினோம் – காதல்வயப்பட்ட உரையாடல் அல்ல, நம் நாட்டின் எதிர்காலம் பற்றி. இந்த உரையாடல்கள் நான்கு நாட்களாகத் தொடர்ந்தது. ஐந்தாவது நாள் மாலையில் தளபதி அவர்கள் நான் மேற்கத்தியக் கல்வி கற்றதால் அவருக்குப் பொருத்தமான வாழ்க்கைத் துணையாக இருப்பேன் என்று அவர் நினைத்ததாக மிக இயல்பான முறையில் என்னிடம் சொன்னபோது நான் ஆச்சரியம் அடைந்தேன். நான் என்ன செய்கிறேன் என்பதை உணர்வதற்கு முன்பே உண்மையான உணர்ச்சிவசப்படாத இயல்பான மனநிலையுடன் அவருடைய விருப்பத்தை ஏற்றுவிட்டேன். ஆனால் திருமணம் எப்போது நடக்கும் என்பது பற்றி எதுவும் பேசப்படவில்லை. நான் அதை பல வருடங்களுக்கு எதிர்பார்க்கவில்லை.

இந்நிகழ்வின் இந்த வடிவம் நடைமுறை புரிந்த ஒரு இளம்பெண் முஸ்தஃபா கெமாலின் திருமண முன்மொழிவை அவர்களின் அப்போதைய உறவின் இயற்கையான விரிவாக்கமாக – திருமண முன்

மொழிவை அப்போதுதான் கேட்ட ஒரு இளம்பெண் போலல்ல – ஏற்றுக்கொண்டதை முன்னிலைப்படுத்துகிறது.

நீண்ட காலத்துக்குப்பின் 1925 ஆகஸ்ட் 24 அன்று டைம் இதழ் 'மணவிலக்கு செய்தவர்கள்' என்ற கட்டுரையில் லதிஃபேவை மேற்கோள் காட்டியது, "எங்களுடைய பிணைப்பு மற்றெதையும் விட அதிகமாக மனங்களின் இணைப்பு."

முஸ்தஃபா கெமாலின் கையால் எழுதப்பட்ட திருமண முன்மொழிவை பின்பக்கத்தில் கொண்ட புகைப் படத்தைப் பொறுத்த வரை லதிஃபேவின் மரணத்துக்குப் பிறகு அவருடைய அடுக்குமாடி வீட்டுக்கு எதிரே இருந்த இராணுவ அருங்காட்சியகத்துக்கு அந்தப் படத்தை வெஜிஹே வழங்கினார்.[1]

தனித்து உடனிருந்த இறுதி இரவு

இஸ்மிரில் அவர்களின் இறுதி இரவு பற்றிய விவரங்களை ஸாலிஹ் விரிவாகக் கூறுகிறார். முன்னதாக அன்று காலை அன்றைய பணிக்குச் செல்வதற்கு அவர் ஆயத்தமானபோது, முஸ்தஃபா கெமால் இரவு உணவு பற்றிய ஆலோசனைகளைக் கொடுப்பதற்காகக் காத்துக்கொண் டிருந்தார். அவருடைய கையில்லா நீலநிற மேற்சட்டையை தோளின் மேல் போட்டுக்கொண்டு கூறினார், "இன்றைய இரவு உணவுக்கு விருந்தினர் யாரும் இருக்க மாட்டார்கள். லதிஃபேவும் நானும் தனியாகவே சாப்பிடுவோம்."

ஏதோ ஒன்று நடக்கப்போகிறது என்பது தலைமை அந்தரங்க உதவியாளருக்குத் தெரிந்தது. அன்று இரவு அவர்கள் இருவரும் நீண்ட நேரம் விழித்திருந்தார்கள்.

அடுத்தநாள் காலையில் முன்னராகவே முஸ்தஃபா கெமால் ஃபெவ்ஸி பாஷாவின் தலைமையகத்துக்குப் புறப்பட்டார். அவர்கள் இஸ்மிரைவிட்டு செல்லப்போவதை லதிஃபேவிடம் அவர் சொல்லி யிருக்கவில்லை. அன்று பெரிய விருந்து எதுவும் இல்லை என்பதையும், முஸ்தஃபா கெமாலின் நெருங்கிவரும் புறப்பாடு பற்றியும் கேட்டது லதிஃபேவை கவலையடையச் செய்தன.

லதிஃபேவிடம் விடைபெறாமலே முஸ்தஃபா கெமால் செல்வது ஸாலிஹ்க்கு விசித்திரமாகத் தோன்றியது; முந்தைய நாள் இரவில் என்ன நடந்திருக்கும் என்பது பற்றி அவர் நினைத்துப் பார்த்தார். முஸ்தஃபா கெமால் தன்னிடம் என்ன சொன்னார் என்பதை ஸாலிஹ் கூறுகிறார்:

"உலகம் எப்படி மாறுகிறது?", முஸ்தஃபா கெமால் சற்றுநேரம் யோசனையில் மூழ்கினார். "முன்பெல்லாம் ஆண்கள் பெண்களிடம் தங்கள் இதயத்தைத் திறந்து காட்டுவதற்குத் தயங்குவார்கள்; இப்போது பெண்கள் தங்களுடைய காதலைப்பற்றி ஆண்களிடம் சொல்லும்போது பதற்றம் இல்லாமலே இருக்கிறார் கள். அன்று இரவு நாங்கள் உண்டு, குடித்து உரையாடினோம். முடிவில் லதிஃபே என்னைக் காதலிப்பதாகக் கூறினார். நான் அவரை இங்கேயே

விட்டுச் செல்லக்கூடாது! அவரை அங்காராவுக்கு அழைத்துச் சென்று ஏதாவது பணியைக் கொடுத்து என் அருகிலேயே வைத்திருக்க வேண்டும்! அவர் இஸ்மிரிலேயே இருந்தால் அவருக்கு மூச்சுத் திணறும்! இவ்வாறு விடாமல் தொடர்ந்து சொல்லிக்கொண்டே இருந்தார். அது சாத்தியமில்லை என்று நான் சொன்னேன்." அவர் மனக் கலக்கமடைந்தார்.

அன்று இரவு என்ன நடந்தது என்று யாருக்குத் தெரியும்! பாஷா அதுபற்றிச் சுருக்கமாக அவசரமாகக் கூறினார். அடுத்த நாள் என்னுடைய அறையில் வந்து லதிஃபே ஹனிம் புகார் கூறியது காரணம் இல்லாமல் அல்ல. இவற்றோ டெல்லாம் ஒரு புனைவியலான இரவு, ஒரு புதுவெற்றி, காதல்வயப்பட்ட ஒரு இளம்பெண்ணின் இதயம் ஆகியவற்றையும் இணைத்துப் பாருங்கள்.

முஸ்தஃபா கெமாலின் அப்போதைய ஆசைநாயகியான ஃபிக்ரியே தொடர்ந்து அங்காராவில் இருக்கும்போது லதிஃபே உடனே அங்கே போவது முடியாதது. முஸ்தஃபா கெமாலின் இந்தத் தூரத்து உறவினர் கனவு காண்பதுபோலத் தோன்றும் பார்வையுடைய உயரமான கவர்ச்சிகர மான அழகி. தேசியப் போராட்டத் தலைவருக்கு உதவுவதற்காக நெருங்கிய உறவினர்களால் அனுப்பி வைக்கப்பட்டவர் இந்தப் பெண். ஆபத்து நிறைந்த பயணத்துக்குப் பின் 1920இல் அங்காராவைச் சென்றடைந்ததி லிருந்து அவர்தான் நடப்பின்படி சாங்கயாவின் முதல் பெண்மணியாக விளங்கினார். ஒரே நேரத்தில் இரு பெண்கள் ஒரே இடத்தில் இருப்பது ஒரு மிகப்பெரும் அவதூறை எளிதாக உருவாக்கியிருக்கும்.

அடுத்த நாள் காலையில் படைத் தளபதிகள், மக்களவை உறுப்பினர் கள், இஸ்மிரின் முக்கியக் குடிமக்கள், பத்திரிகையாளர்கள் எல்லோரும் வெள்ளை மாளிகையில் ஒன்றுகூடினார்கள்.

லதிஃபே சொன்னார், "நீங்கள் போகிறீர்கள் . . ."

"ஆம்", முஸ்தஃபா கெமால் பதிலளித்தார், "நேற்று இரவு உன்னிடம் சொல்ல எனக்கு மறந்துவிட்டது. நான் போகிறேன்."

கோஸ்டெபே வீட்டைத் தலைமையகம் என்று முறையாக அறிவித்துச் சிறப்புக் காவலர் குழுவையும் நியமிக்க வேண்டும் என்று லதிஃபே கேட்டுக்கொண்டார்.

படிக்கட்டுகளின் உச்சியில் லதிஃபே ஹனிம் நின்றபோது அவருடைய கண்களிலிருந்து இரண்டு கண்ணீர்த் துளிகள் அமைதியாக உருண்டோடின.

"நான் உங்களைப் பற்றி அதிக மனக்கலக்கமடைவேன்! நீங்கள் அங்காராவைச் சென்றடைந்த பின்பும் உங்களைப் பற்றித் தொடர்ந்து மனக்கவலையடைவேன் என்று நினைக்கிறேன். உங்களோடு அங்காரா வருவதற்கு எவ்வளவு விரும்புகிறேன்; தளபதி அவர்களே, நீங்கள் என்னை கூடவே அழைத்துச் செல்ல வேண்டும் என்று ஆசைப்படுகிறேன். என்னையும் அங்காரா வருவதற்கு அனுமதியுங்கள்.

முஸ்தஃபா கெமால் மறுத்தார்:

"இல்லை, நீ இங்கேதான் இருக்க வேண்டும்! காத்திரு! முதலில் நாங்கள் திரும்பிச் செல்கிறோம்; நீ வருவது பொருத்தமானதாகத் தோன்றினால் நான் உன்னை அழைப்பேன்," அவர் பதிலளித்தார்.

இஸ்மெட் தலைமையிலான ஒரு குழு போர் நிறுத்த உடன்படிக்கைப் பேச்சுவார்த்தைக்காக முடான்யாவுக்குப் புறப்பட்டது. போர் நிறுத்த உடன்படிக்கை நெருங்கிக்கொண்டிருந்தது; அமைதிக்கான நிபந்தனை களைப் பற்றிய விவாதத்தை அவர்கள் இப்போது தொடங்க முடியும். எல்லாம் தலைகீழாகிவிட்டது. இப்போது முஸ்தஃபா கெமால் அவருடைய காதலியை வதைப்பார். சந்தேகங்களால் பாதிக்கப்பட்ட லதிஃபே விரக்தியடைந்தார்.

அவருடைய தாயும் சகோதரிகளும் தங்களுடைய தந்தைக்கு முன்பே திரும்பிவந்தார்கள். தந்தைக்குச் சில வேலைகளை முடிக்க வேண்டி யிருந்தது. திட்டமிடப்பட்ட திருமணத்துக்குத் தந்தையின் ஆசியைப் பெறுவதற்காக லதிஃபே அவர் திரும்பி வருவதற்காகப் பொறுமை யிழந்து காத்துக்கொண்டிருந்தார். அவர் குழப்பத்தில் இருந்தார்: அவர் ஏற்றுக்கொண்ட, கெமால் பாஷாவின் கைகளால் எழுதப்பட்ட திருமண முன்மொழிவு இப்போதும் சுவரில் தொங்கிக்கொண்டிருந்தாலும், கெமால் பாஷாவிடமிருந்து எந்தத் தகவலும் வரவில்லை.

6

திருமணத்தை எதிர்நோக்கியிருத்தல்

முஸ்தஃபா கெமால் புறப்பட்டுச் சென்றது லதிஃபேவை நிச்சயமற்ற நிலையில் காத்துக்கிடக்க வைத்தது. அவரோ அல்லது இஸ்மிரோ முன்புபோல் இருக்க முடியாது. அவர் பிறந்து வளர்ந்த அந்த நகரம் ஒரு சாம்பல் குவியலாகக் கிடந்தது. நகரின் மையத்தில் மிகப்பெரும் கரும் குழியோடிருந்த இஸ்மிர் எண்ணற்றவர்கள் இறந்ததாலும் மேலும் பலர் தப்பிச்சென்றதாலும் மக்களை இழந்து நின்றது. கடல் தொடர்ந்து பிணங்களை வெளியேற்றிக் கொண்டிருந்தது.

லதிஃபே எரிச்சலுடன் வெள்ளை மாளிகையைச் சுற்றி வந்து கொண்டிருந்தார். நாள்முழுவதும் செய்தித்தாள்களைப் படித்துக் கொண்டு முஸ்தஃபா கெமாலைப் பற்றி அறிய முயற்சி செய்து கொண்டிருந்தார். வேறுசிலரின் உதவியும் அவருக்குக் கிடைத்தது: இப்போது இஸ்மிரில் இருக்கும் அஸிம் பாஷாவின் மனைவி, அவர் தொடர்ந்து தகவல் தொடர்பு வைத்திருந்த தனிஉதவியாளர் ஸாலிஹ், அவ்வப்போது அங்காரா பற்றிய தகவல்களை அவருக்குக் கொடுத்த தலைமையகத்தில் நிறுத்தி வைக்கப்பட்டிருந்த படைவீரர்கள் எல்லோருடைய உதவிகள்.

முஸ்தஃபா கெமாலிடமிருந்து நேரடியாக எதையும் கேட்க முடியாததால் லதிஃபே தம்மைத்தானே துன்புறுத்திக் கொண்டிருந்திருப்பார். முஸ்தஃபா கெமால் லதிஃபேவின் ஆழ்ந்த அகன்ற அறிவையும், பண்பாட்டுச் செல்வங்களையும் புகழ்ச்சிபாட எல்லா வாய்ப்புகளையும் பயன்படுத்தினார். இதுபற்றி சாங்கயாவில் பேசப்பட்டவற்றை அவர் கேட்டிருந்தால் நிம்மதிப் பெருமூச்சு விட்டிருந்திருப்பார்.

முஸ்தஃபா கெமால் திருமணம் செய்துகொள்வதற்கான நேரம் வந்துவிட்டதாக அவருடைய நெருங்கிய வட்டத்தினர் நினைத்தார்கள். ஒருநாள் அவருடைய நண்பர்களிடம் வெளிப்படையாகவே கேட்டார், “இந்த லதிஃபே பற்றிய உங்கள் கருத்து என்ன?” இஸ்மெட்டின் பதில் தெளிவாக இருந்தது:

முடிந்த எல்லா வழிகளிலும் நான் லதிஃபே ஹனிமை முழுமையாக ஆதரிக்கிறேன். முதலாவதாக அவர் உயர்ந்த பண்பாடுடையவர். இது அவர் கல்லூரியில் படித்தவர் என்பதால் மட்டுமல்ல, நம் காலத்திலுள்ள வருங்கால வளர்ச்சிக்கு உதவும் எல்லா படைப்புகளையும் வாசித்து உள்வாங்கிய இளம்பெண்ணாக இருப்பதாலும்தான். அவர் இந்த உலகையும் நம் நாட்டையும் அறிந்தவர். பிற நாடுகளோடு நம்நாட்டின் உறவு வளர்ச்சியடையும்போது அவர் பல வெளிநாட்டு மொழிகளை அறிந்திருப்பது வருங்காலத்தில் பாஷாவுக்கு நிச்சயமாக உதவியாக இருக்கும். அவர் உயர்ந்த செல்வந்த இஸ்மிர் குடும்பத்தின் மகள். நான் தெரிந்துகொள்ள முடிந்ததுவரை அவர் உங்களை மதித்துப் போற்றுகிறார். அவர் ஒரு அழகான, பாசமுடைய, பெரும் அறிவுள்ள, உயர்பண்புடைய இளம்பெண். இதற்குமேல் எப்படி வேறு எதையும் சேர்த்துச் சொல்வது என்பது எனக்குத் தெரியவில்லை.

எனவே முஸ்தஃபா கெமால் கூறினார், "அறிவு, பண்பு, அழகு ஆகியவற்றில் நீங்கள் ஒத்தகருத்துடன் இருக்கிறீர்கள் என்பது எனக்குத் தெரிகிறது. என்னைப் பொறுத்தவரை நான் லதிஃபேவைத் திருமணம் செய்வது பற்றிப் பரிசீலிப்பது ஏனென்றால் அவர் அதிக அழகுடன் இருப்பதாக நான் காணாததுதான். வரையப்பட்ட ஒரு ஓவியத்தில் கூட பொருளையும் ஆழத்தையும் நாம் தேடுகிறோம். லதிஃபேவிடம் ஒரு பொருளும், ஆழமும் இருப்பதாக நான் உணர்கிறேன். எதிர்காலத்தில் மாறாமல் அவர் இப்போது இருப்பதைப் போல் இருந்தால், அது ஒரு நிறைவானச் சித்தரிப்பைக் கொடுக்கிறது."

ஒவ்வொரு உணவின்போதும் முஸ்தஃபா கெமால் இஸ்மிரைக் குறிப்பிட்டதை அவருடைய தாய் விரைவில் கவனித்தார்:

"அம்மா, நீங்கள் மட்டும் அவரைப் பார்க்க முடிந்தால் . . . நீங்களும் அவரை விரும்புவீர்கள். அவர் அவ்வளவு நுண்ணறிவு உடையவர்."

ஸுபெய்தே தமது மகனைத் தொடர்ந்து ஒரு சிறு குழந்தை போல நடத்தியிருக்கலாம்; ஆனால் திருமணம் செய்துகொள்வதற்கான அவருடைய விருப்பம் தெளிவாகத் தெரிந்தது. அவர் கூறினார், "அப்படியானால் இந்த லதிஃபேவைப் பார்ப்பது நல்லதுதான்," இந்த விருப்பம். ஒருவேளை, அவருடைய நிறைவேறிய கடைசி விருப்பமாக இருந்திருக்கலாம்.

லதிஃபே பர்ஸா வருவதற்கான அழைப்புப் பெறுகிறார்

முஸ்தஃபா கெமால் விடைபெறும்போது லதிஃபேவிடம் கூறியிருந்தார், "தந்திகள் போதும், கடிதங்கள் தேவையில்லை." ஆனால் எந்தத் தந்திக்கும் அவர் பதில் பெறவில்லை. இதனால் வேறுவழியின்றி லதிஃபே தம்மை சொந்த மகள்போல நடத்திய ஸாலிஹ்க்கு விரக்தியான கடிதங்கள் எழுத வேண்டியதாயிற்று.

. . . இந்தத் தொடர்ந்த மௌனத்துக்கு மும்முரமாகப் பணியில் ஈடுபட்டிருப்பதுதான் காரணம் என்று நினைத்து என்னை நானே தேற்றிக்கொண்டிருந்தேன். உண்மையில் நீங்கள் இங்கிருந்து சென்றதிலிருந்து என்னுடைய

பெருமதிப்புக்கும் போற்றுதலுக்கும் உரிய விருந்தினரின் அழகை ரசிக்கும் கண்களுக்கு மகிழ்வூட்டுவதற்காக இந்த மகிழ்ச்சியான வீட்டின் அலங்காரம் மற்றும் ஒழுங்கமைவுகளின் சிறு நுணுக்கங்களில் மும்முரமாக இருந்துள்ளேன். நான் உங்களுக்காகவே காத்துக்கொண்டிருக்கிறேன், என் கண்களை எப்போதும் சாலையில் பதித்துக்கொண்டு. நாங்கள் சிந்தனையில் பிரியவில்லை என்பதை நீங்கள் பார்க்க முடியும். முந்தைய ஆரவாரத்தையும் பரபரப்பையும் இங்கு காண முடியவில்லை. தலைமைத் தளபதியின் தலைமையகத்தில் அவர் இல்லாமலிருந்தாலும், அதன் பெருமை கெடாமல் பாதுகாக்கப்பட்டுள்ளது. அதில் குடியிருக்கும் ஒரே ஆள் இந்தச் சின்னஞ்சிறு நான். தலைமுதல் பெருவிரல்வரை கரும் உடையில் சோகத்திலும் தனிமையிலும் இருக்கிறேன். விருந்தினர்களோடு இருந்து பழக்கப்பட்ட நான், என் வாழ்வின் கரும் பக்கங்களை மீண்டும் திறக்கும் தண்டனை அளிக்கப்பட்டுள்ளேன். எண்ணற்ற கோரமான கற்பனைகளால் மிகுந்த கொடுமையை அனுபவிக்கிறேன்.

19, அக்டோபர் 1922
உஷாகிஸாடே லதிஃபே

ஓரளவு அதே நேரத்தில், பர்ஸாவுக்குப் போகுமாறு கூறிய தந்தி ஒன்றை அந்த இளம்பெண் பெற்றார்.

அன்புக்குரிய லதிஃபே ஹனிம் எஃபெண்டி,

மதிப்புக்குரிய தளபதி அவர்கள் பர்ஸாவுக்கு வருகைதர இருக்கிறார். 12ஆம் தேதி நாம் அங்கிருக்க முடியும் என்று நான் நம்புகிறேன். (இது ஒரு தவறாக இருக்க வேண்டும் உண்மையான தேதி 22ஆக இருந்ததற்குத்தான் சாத்தியம் அதிகம்)

மரியாதையுடன் உங்கள் ஸாலிஹ்
தலைமை தனி உதவியாளர்.

அவருடைய சோகமான கடிதத்துக்குக் கிடைத்த இந்த தந்திப் பதில் லதிஃபேவை மகிழ்ச்சிக் கண்ணீரோடு அழவைத்தது. உடனேயே பர்ஸாவுக்குப் பயணம் செய்வதற்குத் தேவையான ஆவணங்களைத் தயார் செய்தார். ஆனால் 24 மணி நேரத்துக்குப்பின் வந்துசேர்ந்த ரகசியத் தந்தி அத்திட்டம் ரத்து செய்யப்பட்டதை அவருக்கு அறிவித்தது.

அன்புக்குரிய லதிஃபே ஹனிம் எஃபெண்டி, மரியாதைக்குரிய பாஷா நோய்வாய்ப்பட்டதால் பர்ஸா செல்லும் திட்டம் தற்காலிகமாகத் தள்ளிவைக்கப்பட்டுள்ளது. நீங்கள் புறப்படுவதைத் தாமதப்படுத்துமாறு பணிவுடன் வேண்டுகிறேன். என்னுடைய ஆழ்ந்த மரியாதையைத் தெரிவித்துக்கொள்கிறேன்.

ஸாலிஹ், தனி உதவியாளர்

முஸ்தஃபா கெமால் சிறு வலிகளை எளிதாக ஒதுக்கிவைப்பவராதலால் அவர் கடுமையாக நோய்வாய்ப்பட்டிருக்கிறார் என்று நம்பிய லதிஃபே தம்மைத்தானே துன்புறுத்தி அவருடைய ஆழ்ந்த ஏமாற்றத்தை வெளிப்படுத்தும் தந்தி ஒன்றை அனுப்பினார். ஆனால் அந்த இறுதி நிமிட ரத்துக்குக் காரணம் நோய் அல்ல; அது பிகிரியே.

முஸ்தஃபா கெமாலும் ஃபிக்ரியேவும் திருமணமானவர்களா?

ஹிஃப்ஸி டோபுஸ் தமது பகுதி ஆவண வரலாற்று நாவலான ஃபிக்ரியேயில் முஸ்தஃபா கெமால் பாஷா – ஃபிக்ரியே உறவு குறித்து முற்றிலும் புதிய அணுகுமுறை ஒன்றை முன்வைக்கிறார். அவர்கள் சட்டபூர்வமாகத் திருமணமானவர்கள் என்று அவர் வலியுறுத்திக் கூறுகிறார். ஏதாவது அவதூறு ஏற்பட்டால் ஆவணங்கள் வெளியிடப் படும்; ஆனால் முழுமையாக இன்றியமையாததாக இல்லையென்றால் இந்தத் திருமணம் இரகசியமாகவே வைக்கப்படும். இரு குடும்பத்தின ரின் உறவுக்கு மரியாதை கொடுப்பதற்காகவும் இந்த இரகசியம் காக்கப் படும். இந்தத் தகவலின் ஆதாரமாக ஃபிக்ரியேவின் மருமகனை மேற்கோள் காட்டுகிறார்.

லதிஃபேவை ஏற்கனவே பர்ஸாவுக்கு அழைத்து விட்டதால் முஸ்தஃபா கெமால் ஸாலிஹிடம் இரகசியத்தைக் காப்பார் என்ற நம்பிக்கையுடன் கூறினார், “ஒரு சிக்கல் இருக்கிறது. ஃபிக்ரியே பர்ஸாவுக்கு வருகிறார்.”

ஸாலிஹ் பதிலளித்தார், “தளபதி அவர்களே, கவலைப்பட வேண்டாம். நிச்சயமாக ஒரு தீர்வைக் கண்டுபிடிக்கலாம்.”

லதிஃபே, தள்ளிப்போடப்பட்டதாகக் கருதப்பட்ட பர்ஸா வருகை உண்மையில் நடந்துவிட்டதா என்பதை அறிந்துகொள்வதற்காக ஆனடோலியில் செய்தி முகமையிடம் தொலைபேசியில் விசாரித்தார். இந்த முரண்பட்ட தந்திகள் அவர் மனதில் உருவாக்கிய உணர்வுகளைப் பற்றி அவர் முஸ்தஃபா கெமாலுக்கும் ஸாலிஹ்க்கும் தனித்தனியே எழுதினார்:

என் போற்றுதலுக்குரிய பாஷா,

எனக்கு மிகுந்த மகிழ்ச்சியான தருணங்கள் கிடைத்தன. இப்போது நான் ஆழ்ந்த சோகத்தால் நசுக்கப்பட்டுள்ளேன். நீங்கள் எங்களோடு விட்டுச் சென்ற பெருமை எங்கள் முழுக் குடும்பத்தையும் வாழ்த்துகிறது. இருப்பினும் தனிமையில் வாடும் உங்கள் குடிமகளிடம் மற்றொரு செல்வமும் இருக்கிறது. அது எப்போதும் புதிதாக இருக்கும் உங்கள் நினைவு. இல்லையெனில் அப்போதிருந்த சூழல், பகட்டான அதிகாரபூர்வ நிகழ்வுகள் ஆகியவற்றுக்குப் பின் தன்னந்தனியாக நான் எப்படித் தொடர்ந்து வாழ்ந்துகொண்டிருக்க முடியும்? என்னுடைய முழு ஈடுபாட்டோடு உங்களுடைய கம்பீரமான தோற்றத்தைப் தொடர்ந்துகொண்டு இருக்கிறேன். என்னுடைய ஒரே குறிக்கோள் நாட்டின் மீட்பருக்கு எப்போதும் பணி செய்வதுதான்.

பல தருணங்களில் ஒரே சிறு கடமையாவது தருமாறு கேட்டிருக்கிறேன். அது பொருத்தமானதாகக் கருதப்படவில்லை. (...) உடல்ரீதியாக இல்லா விட்டாலும் என்னுடைய சிந்தனைகளில் மட்டுமாவது எப்போதும் உங்க ளோடு இணைந்தே வாழ்வேன். உண்மையில் உங்களுடைய கம்பீரமான தோற்றத்துக்குப் பணி செய்வதிலிருந்தே என்னுடைய எல்லா மகிழ்ச்சிகளும் உருவாகின்றன. என்னுடைய முழு விசுவாசத்தோடு பக்கபலத்தையும் கொடுப்பதுதான் என்னுடைய ஒரே குறிக்கோள். எப்படியிருப்பினும்,

லதிஃபே ஹனிம் 75

எத்தனைபேர் வெகுளியாகவும், சுயநலம் இன்றியும் உங்களைக் காதலிக்க முடியும்?

உங்களுடைய உடல் நலம் கெட்டுள்ளதுபற்றிக் கேட்டு நான் மிக வேதனையடைந்து மன அமைதி கெட்டுள்ளேன். நீங்கள் உங்களுடைய பயணத்தைத் தொடர்ந்ததால் உங்களுடைய உடல்நலம் சீராகியிருக்கும் என்று நினைக்கிறேன். பர்ஸாவுக்குச் செல்லுமாறு எனக்கிட்ட ஆணையால் நான் மனநிறைவுடனும் நன்றியுடனும் உள்ளேன். என்னை ஒரு சிறுநொடிப் பொழுதாவது நினைவில் வைத்திருந்தது எனக்கு மற்றவர்கள் பொறாமைப் படத்தக்க கௌரவம். பர்ஸா பயணத்தை எதிர்பார்த்து நான் நன்றியுடன் இரண்டு இன்பமான இரவுகளைக் கழித்தேன். என்னுடைய இதயத்தின் ஆழ்ந்த மூலையிலிருந்து தோன்றிய இந்த வாக்கியங்களின் மேல் உங்கள் பார்வையை விழும்படிச் செய்ய உங்களால் முடியுமென்றால், நீங்கள் என்னை எல்லையற்ற மகிழ்ச்சியில் ஆழ்த்துவீர்கள். ஆழ்ந்த மதிப்புணர்ச்சியுடன் உங்கள் இருகைகளையும் முத்தமிட்டு, உங்களுடைய மதிப்புமிக்க கட்டளைக்காக எப்போதும் நான் காத்திருக்கிறேன். என்னுடைய போற்றுதலுக்குரிய பாஷா அவர்களே . . .

லதிஃபே

கோஸ்டெபே, 25 அக்டோபர் 1922.

ஃபிக்ரியே மியூனிக் செல்கிறார்

முஸ்தஃபா கெமால் லதிஃபேவைத் திருமணம் செய்துகொள்ளும் முடிவை எடுத்த நேரத்தில் ஃபிக்ரியே சிறிதுகாலமாகவே உடல்நலமின்றி இருந்துகொண்டிருந்தார். முஸ்தஃபா கெமால் ஒரு சரியான தீர்வைக் கண்டுபிடித்தார்: ஃபிக்ரியே மியூனிக்கிலுள்ள ஒரு மருத்துவப் பராமரிப்பு இல்லத்துக்குச் செல்வார். காசநோயால் பாதிக்கப்பட்டிருந்த அந்த இளம்பெண் அதற்கு ஒத்துக்கொண்டாலும், முதலில் முஸ்தஃபா கெமாலின் பர்ஸா வருகையின்போது அவரோடு இருக்க வேண்டும் என்று விரும்பினார். இஸ்மிரில் ஒரு பெண் இருப்பது பற்றி ஃபிக்ரியே அறிந்திருந்தார். சாங்கயாவில் அவருடைய அறை ஸுபெய்தேவின் அறைக்கு அடுத்ததாக இருந்தது. "நான் கண்களை மூடுவதற்குள் அந்தப் பெண்ணைத் திருமணம் செய்துகொள்" என்று முஸ்தஃபா கெமாலின் தாய் சொல்வதைத் தற்செயலாகக் கேட்டிருக்கிறார்.

ஒரு பெண்ணை மகிழ்ச்சியடைய வைப்பதற்காக முஸ்தஃபா கெமால் எடுத்த முடிவுதான் மற்றொரு பெண்ணுக்குப் பயண ரத்துத் தந்தியைக் கொடுக்க வைத்தது. அவரும் ஃபிக்ரியேவும் தனித்தனி கார்களில் பர்ஸா சென்றார்கள்.

சியிர்டின் துணை அலுவலர் மஹ்முட் பெய் (சோய்டன்) உடன் செல்ல, ஃபிக்ரியே மியூனிக்குக்கு இரண்டுநாள் கழித்துப் புறப்படுவதாக இருந்தது. முஸ்தஃபா கெமால் அவரை வழியனுப்பிக்கொண்டிருந்த போது அவர்கள் ஹலிதே எடிப்பைச் சந்தித்தார்கள்.

"நான் ஐரோப்பாவிலுள்ள மருத்துவப் பராமரிப்பு இல்லம் ஒன்றுக்குச் சென்றுகொண்டிருக்கிறேன் – நான் குணமடைவேன் என்று மருத்துவர்கள் கூறுகிறார்கள்" என்று அவர் சொன்னார்.

ஃபிக்ரியே பற்றி லதிஃபேவுக்குத் தெரியுமா? முஸ்தஃபா கெமலோடு தொடர்புள்ள எல்லாவற்றையும் துல்லியமாகக் கவனித்துக்கொண்டிருந்த லதிஃபேவுக்கு அது தெரிந்திருக்கும். தடைகள் எல்லாம் அகற்றப்பட்டுவிட்டதால் திருமண முன்மொழிவு நடந்திருக்கலாம். மாறாக, அவருடைய காதலனை இழக்கும் ஆபத்தால் கவலையடைந்த லதிஃபே அவர்களுடைய உறவில் ஏற்பட்ட எந்தச் சிக்கலுக்கும் ஃபிக்ரியேவைக் காரணமாகக் கருதுவதை முறையற்றது என்று நினைக்க முடியாது.

ஸுபெய்தே உடல்நலம் கெடுகிறது

ஒரு இரவில் முஸ்தஃபா கெமால் ஸாலிஹிடம் கூறினார், "அம்மாவுக்கு இஸ்மிரில் சிகிச்சையளிக்கப்பட வேண்டும் என்று மருத்துவர்கள் பரிந்துரைக்கிறார்கள். நீ சென்று அவருக்கேற்ற ஒரு இடத்தைத் தேடு." மேலும் ஒரு எச்சரிக்கையும் கொடுத்தார், "கவனம்! கிரேக்கர்கள் விட்டுச்சென்ற சொத்து எதுவும் இப்போது வேண்டாம்!" ஸாலிஹ் இஸ்மிருக்கு கோன்யா வழியாகச் சென்றார். அவர் புறப்பட்டதை இரகசியமாக வைத்திருந்தார். இருப்பினும் அவர் இஸ்மிர் புகைவண்டி நிலையத்தைச் சென்றடைந்தபோது அஹ்மெட் ஆகாவால் வரவேற்கப்பட்டார். அவரை லதிஃபே அனுப்பி வைத்ததாகக் கூறினார்.

தலையிலிருந்து பெருவிரல்வரை கருப்பு உடை அணிந்திருந்த லதிஃபே அவரை நுழைவாயிலில் சந்தித்தார். அங்காராவிலிருந்து ஸாலிஹ் புறப்பட்டதைக் கேட்ட உடன் அவர் அஹ்மெட் ஆகாவை அனுப்பிவைத்ததாக விளக்கினார்: "இது உங்கள் தலைமையகமாக இருக்கும்போது நீங்கள் வேறு எங்காவது தங்குவது எப்படிச் சரியாக இருக்கும்? இப்போது இது உங்கள் வீடு." அதன்பின் அவர் முஸ்தஃபா கெமால் பற்றியும் அங்காரா பற்றியும் கேள்விமேல் கேள்வி கேட்டார். ஸாலிஹ் அவரால் இயன்ற அளவுக்குப் பதிலளித்தார்.

தலைமையகத்தில் இருந்த அதிகாரிகள்தான் அங்காராவிலிருந்து வந்த செய்திகளுக்கான ஆதாரமாக இருந்திருப்பார்கள் என்பதில் ஐயமில்லை.

ஸாலிஹ் அவருடைய வருகைக்கான காரணத்தை விளக்கினார்: உடல் நலமின்றி இருந்த ஸுபெய்தேவுக்கு ஒரு இல்லத்தை அவர் கண்டுபிடிக்க வேண்டியிருந்தது. லதிஃபே சிரித்துக்கொண்டே, "நான் அதை அறிந்திருக்கிறேன்" என்று கூறிவிட்டு, "எங்களுடைய கர்ஷியாகா வீட்டில் அவரைத் தங்க வைப்பது எங்களுக்கு மட்டற்ற மகிழ்ச்சியைக் கொடுக்கும்" என்றும் சொன்னார்.

ஸுபெய்தேவின் சுகவீனத்தைப்பற்றிக் கேட்டவுடன் லதிஃபே முஸ்தஃபா கெமாலுக்கு அவருடைய தாயை இஸ்மிருக்கு அனுப்பி வைக்குமாறு கேட்டு கடிதம் எழுதியிருந்தார். அங்கு லதிஃபே அவரைத் தம்முடைய தாயைப் போலக் கவனித்துக்கொள்வார்.

அடுத்தநாள் அவர்கள் அந்த வீட்டைப் பார்க்கச் சென்றார்கள். அது நிறைவாக இருந்தது. ஏராளமான மரங்களும், மலர்களும் நிறைந்த

தோட்டத்தில் அமைக்கப்பட்டிருந்த அந்த நாட்டுப்புற மாளிகை ஒரு நோயாளிக்கு மருத்துவப் பராமரிப்பு இல்லத்தைவிட மனதுக்கு உகந்ததாக இருக்கும்.

இருப்பினும் ஸு்பெய்தே புறப்படுவது பலமுறை தள்ளிப்போடப் பட்டது. இது லதிஃபேவை எரிச்சலடையச் செய்தது. மிக மோசமான ஏதாவது நிகழலாம் என்று அச்சப்பட்டதால், தான் வெளிநாடு செல்வதாக முடிவு செய்தவிட்டதாக ஸாலிஹ்க்குத் தெரிவித்தார்.

லதிஃபேவை கலக்கமடையச் செய்ததற்காக வருந்திய முஸ்தஃபா கெமால் உடனே சில பரிசுகளை அனுப்பிவைத்தார்: அவருக்கு மிகப் பிடித்த குதிரை ஸகரியா மற்றும் பல டின் தேன். லதிஃபேவை சமாதானப் படுத்துவதற்காக அவருக்கு ஒரு கடிதம் எழுதுமாறு ஸாலிஹ்க்கு அறிவுறுத்தினார். அந்நேரத்தில் நடந்த மிக முக்கியமான அரசியல் நிகழ்வு நவம்பர் முதல் நாளன்று முடியாட்சி ஒழிக்கப்பட்டதாகும். இதற்கான ஆணை ரெஃபெட் பாஷாவால் யில்டிஸ் அரண்மனையில் சுல்தான் வஹிடெட்டினிடம் கொடுக்கப்பட்டது. இந்தப் பிரகடனம் துருக்கி உயர் சட்டமன்றத்தை நாட்டின் ஒரே ஆட்சியாளராக நியமித்தது. கலிஃபா ஆட்சி ஒரு தனித்துவமான நிறுவனமாக நம்மால் நினைத்துப் பார்க்க முடிந்த காலம்வரைத் தொடரும். நவம்பர் 17 அன்று வஹிடெட் டின் மால்டாவுக்குத் தப்பிச்சென்றதால் அரியணையின் முந்தைய வாரிசான அப்தூல் மெஜிட் கலிஃபாவாக நியமிக்கப்பட்டது: அதிகார பூர்வமாக அறிவிக்கப்பட்டது.

முஸ்தஃபா கெமால் லதிஃபேவைத் திருமணம் செய்துகொள்ளத் தயாராகிக்கொண்டிருக்கும்போது, தனிச்சிறப்பு வாய்ந்த முடிவுகளுக் கும் அவருடைய கையெழுத்தைப் போட்டுக்கொண்டிருந்தார்.

முவாம்மெர் திருமணத்தை எதிர்க்கிறார்.

முஸ்தஃபா கெமாலுக்கும் லதிஃபேவுக்கும் இடையிலான திருமணத் திட்டத்தின் வேகம் அதிகரித்ததுபோல் தோன்றிய நேரத்தில் லதிஃபே குடும்பத்தினருக்கு இந்தத் திருமணம் பற்றிய சந்தேகங்கள் இருந்தன. இன்னும் பிரான்சில் இருந்த முவாம்மெரும் இந்த நிகழ்வுகள் பற்றிச் சிந்தித்துக்கொண்டிருந்தார். லதிஃபே தம்முடைய தந்தைக்கு முஸ்தஃபா கெமால் மேல் இருந்த பெரும் மதிப்பைப்பற்றியும் அவருடைய வீடு தலைமையகமாகச் செயல்பட்டதற்காக அவர் அடைந்த களிப்பு பற்றியும் எழுதியுள்ளார்.

முவாம்மெர், முஸ்தஃபா கெமாலின் இராணுவ மேதைமையை வியந்தார் என்பதில் எந்த சந்தேகமும் இல்லை. ஆனால் அவருடைய மகளை அந்த அனுபவமிக்க இராணுவத் தளபதி மகிழ்ச்சிப்படுத்துவார் என்பதில் அறிவுக்கூர்மையுள்ள அந்த வணிகர் நிச்சயமாக இல்லை. அவருடைய சந்தேகங்கள் லதிஃபே “நான் அவரை ஆழமாகக் காதலிக் கிறேன்” என்று உறுதியாகக் கூறியதால் தடுக்கப்பட்டன. லதிஃபேவின் மனஉறுதி அசைக்க முடியாததாக இருந்தது.

எப்படியிருப்பினும் ஸுபெய்தே வந்துகொண்டிருந்தார். முவாம்மெர் பிரான்சிலிருந்து திரும்பி வருவதும் ஸுபெய்தேவின் இஸ்மிர் வருகையும் ஒரே நேரத்தில் நடக்கும்.

ஸுபெய்தே வருங்கால மணப்பெண்ணைப் பார்க்க வருகிறார்

ஸாலிஹின் தொலைபேசி நள்ளிரவில் ஒலித்த அந்தநாள் டிசம்பர் 12 அல்லது 13.

"ஸாலிஹ்", முஸ்தஃபா கெமால் அழைத்தார், "நீ இப்போது என்ன செய்துகொண்டிருக்கிறாய்? உடனே எழும்பி, உடைமாற்றிவிட்டு இங்கே வா?"

ஸாலிஹ் படுக்கையைவிட்டுத் தாவி எழும்பி, உடைமாற்றிவிட்டு சாங்கயாவுக்குச் சென்றார். முஸ்தஃபா கெமால் குழப்பத்தில் இருந்தார். அவருடைய அம்மா மருத்துவ ஆலோசனைகளுக்கோ மகனின் வேண்டுகோளுக்கோ செவிசாய்க்காமல் உடனே இஸ்மிருக்குப் போவதில் பிடிவாதமாக இருந்தார். ஆம், அவர் மரணமடைய நேரலாம். ஆனால் இஸ்மிரில் மரணமடைய விரும்புவதாக வலியுறுத்தினார். எனவே அவர் எழுந்து மேல் அங்கியையும் போட்டு முழுமையாக ஆடை அணிந்துகொண்டார்.

ஒரு சிறப்புப் புகைவண்டி உடனே ஏற்பாடு செய்யப்பட்டது.

ஸாலிஹ் தம்முடைய மனைவியையும் கூடவே அழைத்துச் செல்ல அனுமதி கேட்டார். அனுமதி தயக்கமின்றி வழங்கப்பட்டது.

அவர்கள் வெகுவிரைவில் புறப்படப்போவது பற்றி அவர் இஸ்மிருக்குத் தந்தி அனுப்பினார். பயணம் செய்யும் அளவுக்கு ஸுபெய்தேவின் உடல்நிலை தேறிய உடன் அவர்கள் புறப்படுவார்கள். முவாம்மெருக்கு முஸ்தஃபா கெமால் தனிப்பட்ட முறையில் தமது வாழ்த்துக்களை அனுப்பினார்; லதிஃபேவுக்கு குதிரையுடன் ஒரு கடிதத்தையும் அனுப்பினார். இந்தக் கடிதம் அவருக்கு சொல்ல வொண்ணா மகிழ்ச்சியைக் கொண்டு வந்தது.

முஸ்தஃபா கெமால் தம்முடைய அம்மாவைப் புகைவண்டி நிலையத்தில் வழியனுப்பியபோது தனி உதவியாளரிடம் கூறினார்:

"ஸாலிஹ், என் அம்மாவின் நோய் மிகவும் மோசமான நிலையை நோக்கிச் செல்கிறது. போகும் வழியில் ஏதாவது நடந்துவிடுமோ என்று பயமாக இருக்கிறது. அவருடைய இறுதி ஆசையை மறுக்கும் விருப்பம் எனக்கு இல்லை. அப்படி மிக மோசமான நிகழ்வு நடந்துவிட்டால் நான் சொல்வதைச் செய்: நீ அங்காராவுக்கு அண்மையில் இருந்தால் திரும்பி வா. இஸ்மிருக்கு அண்மையில் இருந்தால், தொடர்ந்து போ. என்னால் எளிதாகப் போய் வர முடிந்த ஏதாவது இடத்தில் என் அம்மா புதைக்கப்பட வேண்டும்."

வழி நெடுகிலும் ஸுபெய்தே லதிஃபே தவிர வேறு எதையும் பற்றிப் பேசவில்லை.

“இஸ்மிரில் லூட்ஃபியே (sic) என்று ஒருத்தி. இந்தப் பெண்ணை என் மகன் விரும்புகிறான். அவள் எப்படிப்பட்ட பெண் என்று நான் பார்க்க வேண்டும். அவள் என் மகனுக்குப் பொருத்தமானவள்தானா? உன்னுடைய கருத்து என்ன என்று இப்போது நீ சொல்.”

ஸுபெய்தே தம்முடைய மகனுக்கு மனைவியாகப் போகும் இளம்பெண்ணைச் சந்திக்கச் சென்றுகொண்டிருக்கிறார். அவர் உடல் வலு இழந்தும் உடல் நலமின்றியும் இருந்திருக்கலாம்; ஆனால் அவர் ஃபிக்ரியேவை மகனின் மனைவி என்ற பதவிக்கு விண்ணப்பிப்பதி லிருந்து தடுப்பதற்கான வாய்ப்பை விட்டுக்கொடுக்க மாட்டார்.

7

மாமியார் ஸுபெய்தே ஹனிம்

முஸ்தஃபா கெமால் அவருடைய இளவயதிலேயே தந்தையை இழந்துவிட்டதால் தாயோடு மிக நெருக்கமாக இருந்தார். போரால் பிரிந்திருந்தபோதெல்லாம் தாயின் உடல் நலத்தையும் பணப்பாதுகாப்பையும் உறுதிப்படுத்துவதற்காக அதிக கவனம் எடுத்துக்கொண்டார்.

போரும், அவருடைய மகன் தம்மை ஆபத்தான செயல்களில் ஈடுபடுத்திக்கொண்டதும் ஸுபெய்தே ஹனிமின் வாழ்க்கைப் பாதையை நிர்ணயித்தன. அது இறுதியாக அவரை பிறந்த நாட்டை விட்டுப் போய் வேறுநாட்டில் வாழச் செய்தது.

அவருடைய வளர்ப்புமகன் அப்தூர் ரஹிம் (டுன்ஜக்) அவரை ஆதிக்கப்போக்குடையவராகவும் அளவுக்கு மீறி பாதுகாப்பளிப்பவராகவும் விவரிக்கிறார். ஸுபெய்தே தம்முடைய மகனின் தனிப்பட்ட வாழ்க்கையிலும், அவர் சேர்ந்திருந்த கடினமான போராட்டத்திலும் வாய்மொழியாலோ அல்லது வேறுவிதமாகவோ அடிக்கடி தலையிட்டார்.

20ஆம் நூற்றாண்டின் திருஉருவாகக் கருதத்தக்க அரசியல் மேதையான முஸ்தஃபா கெமால் போன்ற ஒருவரைக் கீழ்ப்படிய வைத்துக்கொண்டிருந்த அந்த ஸுபெய்தே யார்? பெண்களைச் சமூக வாழ்வில் ஈடுபடுத்த முஸ்தஃபா கெமால் எடுத்த முயற்சிகளில் அவர் என்ன பங்காற்றினார்?

அல்பேனியாவுக்கு அருகிலிருந்த ஸலோனிகா மாவட்டத்தில் அநேகமாக 1857இல் ஸுபெய்தே பிறந்தார். அந்த வருடங்களில் ஸலோனிகாவின் 70,000 மக்கள் தொகையில் பாதி யூதர்கள்; உத்தேசமாக 15,000 பேர் கொண்ட துருக்கியர்கள் இரண்டாவது பெரிய இனக்குழுவினர். மற்ற துருக்கிய நகரங்கள் எல்லாவற்றையும்விட அதிக மேற்கத்திய சாயல் கொண்டது இந்நகரம். மிக வலுவான துருக்கிய – முஸ்லிம் பாரம்பரியத்தோடு விளங்கினாலும், ஒரு ஐரோப்பிய நகரம்போலத் தோன்றியது. ஸலோனிகா செறிவான பல்வேறு வகைப்பட்ட கருத்துகளுக்கு வழிகாட்டியாக இருந்தது.

அவருடைய குடும்பம் ஹாஜிஸோஃபுலார் என்று அறியப்பட்டது. அவருடைய தாய் ஆய்ஷே என்றும், ஸலோனிகா அருகிலிருந்த லங்காஸாவிலிருந்து வந்த விவசாயியான தந்தை ஃபெய்ஸுல்லா என்றும் அழைக்கப்பட்டனர். ஸுபெய்தேவின் குடும்ப ஆவணங்கள்மீது நடத்தப் பட்ட ஆய்வு அவரோடு ஒரே பெற்றோருக்குப் பிறந்த இரு சகோதரர் களை – ஹஸன் ஹுசெயின் – வெளிப்படுத்தியது – சகோதரிகள் யாரும் இல்லையா? துருக்கி கம்யூனிஸ்ட் கட்சியின் தலைவரான ரெஷாட் ஃபுவாட் (பரனெர்) ஸுபெய்தேவின் சகோதரியின் மகன் என்று ராஸிஹ் நூரி இலெரி அறிவிக்கிறார். முஸ்தஃபா கெமால் ஸலோனிகாவிலுள்ள இராணுவ உயர்நிலைப்பள்ளிக்குச் சென்றபோது ஸுபெய்தேவின் சகோதரி வீட்டில் தங்கியிருந்ததாகவும் அவர் குறிப்பிடுகிறார்.

அவருடைய இளமைப்பருவத்தில் ஸுபெய்தே இளநிற தோலும் இளநீலநிறக் கண்களும் கொண்ட திடகாத்திரமான மிக அழகான பெண்ணாக இருந்தார். அவரைவிட இருபது வயது அதிகமான அலி ரிஸா எஃபென்டியைத் திருமணம் செய்துகொண்டபோது அவருக்கு 15 அல்லது 16 வயது இருந்திருக்கும். எடுப்பான பளபளக்கும் ஆடை அணிந்து, செயலூக்கம் உடைய பெண்ணாக வளர்ந்தார். தனித்தியங்கு பவர் போன்ற தோற்றத்தைக் கொடுத்தாலும் அவர் பக்தியுடையவராக வும் மரபை மதிப்பவராகவும் விளங்கினார். இது அவருக்கு ஸுபெய்தே மொல்லா என்ற பெயர் உருவாகக் காரணமானது. சுங்கவரித்துறை அதிகாரியான அலி ரிஸா எஃபென்டி ஷயாக்ஸியில் நியமிக்கப்பட்டது அவருடைய குடும்பத்தின் கடினமான நேரத்தின் தொடக்கமாக இருந்தது.

ஸுபெய்தே ஆறு குழந்தைகளைப் பெற்றெடுத்தார்: ஃபாட்மா, ஓமர், அஹ்மெட், முஸ்தஃபா, மாக்பூலே மற்றும் நஜியே. இவர்களில் முஸ்தஃபாவும் மாக்பூலேயும் மட்டுமே உயிருடனிருந்தனர். உஷாகி ஸாடே குடும்பத்தைப் போலவே முஸ்தஃபா கெமாலின் குடும்பமும் பல சின்னஞ்சிறு குழந்தைகளை இழந்திருந்தது.

ஸுபெய்தே உயர்ந்த அறிவுக்கூர்மையும் பகுத்தறிவும் உடையவர். சில ஆதாரங்கள் அவர் கல்வியறிவு உடையவர் என்றும் வேறு சில அவருக்கு வாசிக்கவும், எழுதவும் தெரியாது என்றும் கூறுகின்றன.

முஸ்தஃபா பாரம்பரிய முறையில் கல்வியைத் தொடங்கி சமய போதகர்களால் நடத்தப்படும் உள்ளூர் பள்ளிக்கூடத்துக்குப் போகும் வழியில் சமயப் பாடல்களைப் பாடிக்கொண்டு செல்ல வேண்டும் என்பது ஸுபெய்தேவின் விருப்பமாக இருந்தது. அதற்கு மாறாக அலி ரிஸா எஃபென்டி நல்ல கல்வித் தகுதியுள்ள பள்ளியை விரும்பினார். கணவனுக்கும் மனைவிக்கும் இடையில் இது சிறு பதற்றத்தை ஏற்படுத்தி யது. ஆனால் இச்சிக்கலை அலி ரிஸா எஃபென்டி நுட்பமாகத் தீர்க்க முயன்றார். முஸ்தஃபா அவருடைய தாயைத் திருப்திப்படுத்துவதற்காக வழக்கமான சடங்கோடு மதபோதகர்களின் பள்ளிக்குச் செல்லத் தொடங்கினார். சிறிது காலத்துக்குப்பின் அந்தப் பள்ளியை விட்டுவிலகி ஷெம்ஸி எஃபென்டி பள்ளிக்குச் சென்றார். அவர்களுடைய அண்மைப் பகுதியில் முஸ்லிம் மரபு கடைபிடிக்கப்பட்டது. ஆனால் முஸ்தஃபா இறுதியாக மாணவர்கள் பிரம்பால் அடிக்கப்படாத, டெஸ்கில் அமர்ந்து

படித்த, பள்ளி முற்றத்தில் ஜிம்னாஸ்டிக்ஸ் செய்த மேற்கத்தியத் தாக்க முற்ற, மதச்சார்பற்ற பள்ளிக்கு அனுப்பப்பட்டார். இந்தப் பள்ளிக்கூடம் தான் முஸ்தஃபா கெமாலின் மதச்சார்பின்மை பற்றிய கருத்துகளுக்கு அடித்தளமாக அமைந்தது.

அலி ரிஸா எஃபென்டி நீண்டகாலத்துக்கு வாழவில்லை. ஒரு ஆதாரம், அவர் 1888இல் இறந்தார் என்றும் மற்றொன்று 1893இல் என்றும் தெரிவிக்கின்றன. எப்படியாயினும் ஸுபெய்தே இளவயதிலேயே விதவையாக்கப்பட்டார்.

ஸுபெய்தே தமது இரு குழந்தைகளோடு அவருடைய சகோதரர் ஹுசெயின் இரவுக் காவலராகப் பணிபுரிந்த லங்காஸா வுக்கு அருகிலிருந்த ஒரு பண்ணைக்குச் செல்ல வேண்டியதாயிற்று. முஸ்தஃபாவும் மாக்பூலே யும் நாட்டுப் புறத்தில் வளர்ந்ததால் பள்ளிக் கூடம் செல்வது பிரச்சினை யாகிவிட்டது. அவர்கள் வாழ்ந்தது பெரும்பான்மை முஸ்லிம் பகுதி யாக இருந்தாலும், முஸ்தஃபா கிராம கிரேக்கப் பள்ளியில் சேர்ந்தார். அவர் சமயப் போதக ஆசிரியரை விரும்பவில்லை.

ஸுபெய்தே தமது விருப்பத்தை விட்டுக்கொடுத்து மகன் முஸ்தஃபாவை தம்முடைய சகோதரியுடன் தங்கியிருந்து இராணுவ ஆயத்தப்பள்ளியில் படிப்பதற்காக ஸலோனிகாவுக்கு அனுப்பி வைத்தார். ஆட்டோமான் பேரரசில் இராணுவம் பெரும் கௌரவத்தைப் பெற்றிருந் தாலும் ஸுபெய்தே அந்தப் பள்ளியைச் சிறிதும் விரும்பவில்லை. 1922இல் முஸ்தஃபா கெமால் அஹ்மெட் எமின் யல்மானிடம் கூறினார், "அம்மா, இராணுவத்தால் அச்சமடைந்தார். அவர் என்னுடைய பணிப் பாதையைக் கடுமையாக எதிர்த்தார். அவருக்குத் தெரிவிக்காமலேயே நுழைவுத்தேர்வு எழுதுவதற்கான வாய்ப்பை உருவாக்கினேன். உண்மை யில் செய்து முடிக்கப்பட்ட ஒரு செயலோடுதான் அம்மாவை நேரிட்டேன்."

முஸ்தஃபா இராணுவப் பள்ளியில் படித்துக்கொண்டிருக்கும்போது ஸுபெய்தே இரண்டாவது திருமணம் செய்துகொண்டார். இரண்டாவது கணவரான ரகிப் பெய் தெஸ்ஸலேவைப் பூர்வீகமாகக் கொண்டவர்; பின்னர் ஸலோனிகாவுக்கு இடம்பெயர்ந்திருந்தார். அவர் புகையிலை வினியோகக் கட்டுப்பாட்டு அலுவலகத்தில் அதிகாரியாக இருந்தார். முந்தைய திருமணத்தின் மூலம் இரு மகள்களும் இரு மகன்களும் உண்டு. அவருடைய சகோதரர் க(ர்)னல் ஹுஸாமெட்டின் பெய்யின் மகளான ஃபிக்ரியே பின்னாட்களில் முஸ்தஃபா கெமாலின் வாழ்க்கை யில் ஒரு முக்கியப் பங்குவகித்தார்.

இராணுவப் பள்ளியில் பயிற்சி முடித்தபின் முஸ்தஃபா கெமால் மொனாஸ்டிரில் இருந்த இராணுவ உயர்நிலைப்பள்ளியில் சேர்ந்தார். போர் கல்லூரியில் உயர்கல்வியைத் தொடங்குவதற்காக அவர் 1902இல் இஸ்தான்புல் வந்துசேர்ந்தார்.

ஸலோனிகாவிலிருந்து இஸ்தான்புல்லுக்கு

1912இல் ஸலோனிகாவை கிரேக்கர்கள் ஆக்கிரமித்தனர். இது ஸுபெய்தேவை அவருடைய மகள் மாக்பூலேயுடன் இஸ்தான்புல்லில்

குடியேறத் தூண்டியது. ரகிப் அவர்களுடன் போகவில்லை; ஸுபெய்தே அவருடைய இரண்டாவது கணவரை விவாகரத்து செய்துவிட்டு மகளுடன் துருக்கிக்குத் தப்பிச் சென்றார் என்று ஒரு தகவல்தொகுப்பு கூறுகிறது. ரகிப் தம்முடைய மகள் ருகியேவை அவர்களுடன் அனுப்பி வைத்தார் என்று மற்றொரு தகவல் தொகுப்பு கூறுகிறது. எப்படியாயினும் ஸுபெய்தே நேராக இஸ்தான்புல் சென்றார் என்பதில் வரலாற்று நூல்கள் ஒத்துப்போகின்றன.

அவருடைய தாய் இஸ்தான்புல்லில் குடியேறிய பின் முஸ்தஃபா கெமால் பொலாயிர் போர்முனைக்குப் புறப்பட்டார். தொடக்க காலத்தில் அவர் திரும்பி வந்தபோதெல்லாம் அம்மா வீட்டில் தங்கினார்; ஆனால் பின்பு ஷிஷ்லியிலிருந்த ஒரு அடுக்குமாடி வீட்டுக்குக் குடிபெயர்ந்தார். இந்த ஏற்பாடு அவருடைய தனிப்பட்ட விவகாரங்களில் அதிக சுதந்திரத்தைக் கொடுத்தது.

தம்முடைய தாயை அலட்சியப்படுத்தாமல் இருப்பதில் அவர் கவனமாக இருந்தார். விருந்துகளுக்கும், திருமணங்களுக்கும் தாயை அழைத்துக்கொண்டு செல்வதுண்டு.

முஸ்தஃபா கெமால் அவருடைய அம்மாவுக்கு எழுதிய எண்ணற்ற கடிதங்கள் புத்தகங்களில் இடம்பிடித்துள்ளன. அம்மாவை பணிவாக வும் கவனித்தது நமக்குத் தெரியும். அவருடைய நெருங்கிய குடும்பத்தினரிடமும் நண்பர்களிடமும் செய்திகளைக் கேட்டறிந்து அம்மாவின் உடல்நலத்தில் மிகுந்த கவனம் செலுத்தினார்.

தொடக்கத்தில் எதிர்ப்பு இயக்கத்தில் மகனுக்கு இருந்த ஈடுபாடு ஸுபெய்தேவை கலக்கமடையச் செய்தாலும், அந்தச் சூழலை ஏற்றுக் கொள்வதைத்தவிர வேறு எதுவும் செய்யும் வாய்ப்பு இல்லை. அவருடைய வீட்டில் நடந்த ஏராளமான சந்திப்புகளை நேரில் பார்த்த அவர் முஸ்தஃபா கெமால் 'அவர் தொடங்கியதை முடிக்க' ஆதரவளித்தார்.

சாங்கயாவில் ஸுபெய்தே

1922 ஜூன் மாதத்தில் பிரெஞ்சு எழுத்தாளரும் தூதரக அதிகாரியுமான க்ளாட் ஃபெரேரெயை சந்திக்க முஸ்தஃபா கெமால் அடபஸாரிக்குச் சென்றபோது தம்முடைய அம்மாவையும் சகோதரியையும் அங்கு வரும்படி அழைத்தார். மாடி முகப்பில் நின்றுகொண்டிருந்த ஸுபெய்தே, அவரிடம் வந்துசேர்வதற்காக அவருடைய மகன் பெரும் மக்கள் கூட்டத்தை விலக்கி விட்டதைக் கண்ணீருடன் கவனித்துக்கொண்டிருந்தார். அவர் தேசிய சேவை அலுவலகத்தின் தலைவரான மேஜர் பஹா பெய்யின் விருந்தினராக இருந்தார்.

1919 மே மாதத்தில் ஸம்சுன் சென்றதற்குப் பின் தாய் – மகன் இருவரின் முதல் சந்திப்பு இதுவே. முஸ்தஃபா கெமால் ஃபிக்ரியேவை கூட அழைத்து வந்திருந்தார். ஃபிக்ரியேவுக்கு சட்டபூர்வ தகுதி இல்லாதது முஸ்தஃபா கெமாலின் தாய்க்கும் சகோதரிக்கும் கலக்கத்தை ஏற்படுத்தியது. அவர்களுடைய மனப்பாங்கில் எந்த ஒளிவு மறைவு இல்லாமல்

இருந்தாலும், முஸ்தஃபா கெமால் அவருடைய குடும்பத்திலுள்ள எல்லோரும் சாங்கயாவில் ஒன்றுசேர வேண்டும் என்று விரும்பினார். ஆனால் மாக்பூலே ஃபிக்ரியேவை அவமதித்ததால் முஸ்தஃபா கெமால் அவருடைய சகோதரியை இஸ்தான்புல்லுக்கு திரும்பிச் செல்லுமாறு கூறினார். ஸுபெய்தேவைப் பொறுத்தவரை அவருடைய வாழ்க்கையின் கடைசி சில மாதங்களைத் தம்முடைய மகனுக்கு அண்மையில் கழிப்பதாக இருந்தார். ஆனால் அவரும் ஃபிக்ரியேவுடன் ஒருபோதும் ஒத்துப்போக வில்லை.

சாங்கயாவிலிருந்த ஸுபெய்தே ஹனிம், முஸ்தஃபா கெமாலின் பல நண்பர்களோடு அளவளாவுபவராகவும், ஒவ்வொரு நாள் காலையிலும் மகனைப் பரிவுடன் வரவேற்பவராகவும் போற்றுதலுக்குரியவராகத் தோன்றினார்.

“முஸ்தஃபா கெமால் எப்போதும் அவருடைய பக்தி மிகுந்த, ஒளிர்கிற முகமுடைய அம்மாவைப் பெரும் மரியாதையோடு நடத்தினார். நெப்போலியன்கூட இவரைப்போன்ற பணிவான மகனாக இருந்திருக்கமாட்டார்.

தாயும் மகனும் எப்போதும் அவர்களுடைய சந்திப்புகளுக்குத் தயாராவதற்காக அதிக சிரத்தை எடுத்துக்கொண்டனர். முதல் விதி என்னவென்றால் முஸ்தஃபா கெமால்தான் எப்போதும் அம்மாவைச் சென்று பார்க்க வேண்டும். ஏதாவது நாளில் அம்மாவைப் பார்க்க வேண்டும் என்று விரும்பினால் காலையில் எழும்பிய உடன் அம்மாவின் அனுமதியைப் பெறுவதற்காகத் தகவல் அனுப்புவார். ஒரு நடைமுறை சார்ந்த சடங்குக்குச் செல்பவர்போல உடை அணிந்துகொள்வார். ஸுபெய்தே உடல்நலமின்றிப் படுக்கையில் இருந்தாலும் தம்மை ஆயத்தப் படுத்துவதில் அதிக கவனம் செலுத்துவார். தலையை சீவ வைத்து பூத் தையல் செய்யப்பட்ட தலைத்துண்டு அணிந்து மாசிடோனிய திருமண இளமைப்பருவத்து எச்சமான பூத்தையல் அலங்காரம் செய்யப் பட்ட மெல்லிய நீண்ட ஆடையையும் அதற்குமேல் பட்டு மேலாடையையும் அணிந்துகொள்வார். அவருடைய இஸ்தான்புல் பாணி மேலங்கி அவருடைய துணிமணிகளை நிறைவு செய்யும். அதன்பின் மகனுக்குத் தகவல் அனுப்புவார் – அவரை வரவேற்பதற்குத் தயாராக இருப்பதாக.”

8

நிச்சயதார்த்தப் பரிசு ஓரு கலப்பற்ற அரபிக் குதிரை

ஸுபெய்தே இஸ்மிருக்குப் போகும் வழியில் வெள்ளை மேலங்கி அணிந்திருந்தார், முகத்திரை அணியவில்லை. அவருடைய இரு வளர்ப்புக் குழந்தைகளான அப்தூர் ரஹிமும், ஃபாத்மாவும் உடன்சென்றார்கள். இராணுவ அதிகாரி அலியும் காலாட்படை வீரர் முஸ்தஃபாவும் பாதுகாவலர்களாகச் சென்றார்கள். மருத்துவர் கேப்டன் அஸிம், தனி உதவியாளர் ஸாலிஹ் மற்றும் அவருடைய மனைவி பகிஸே, முஸ்தஃபா கெமாலின் விருப்பத்தின்பேரில் உஷாகிஸாடே குடும்பத்தின் நெருங்கிய நண்பரான டெவ்ஃபிக் ரூஷ்டு (அராஸ்) ஆகியோர் பயணக் குழுவை நிறைவு செய்தனர்.

லதிஃபே, முஸ்தபா கெமாலின் வகுப்புத் தோழரான அஸிம் பாஷா, அவருடைய மனைவி ஆகியோர் புகைவண்டி நிலையத்தில் காத்துக்கொண்டிருந்தனர். லதிஃபே தொடக்கத்திலிருந்தே முஸ்தஃபா கெமாலின் அம்மாவுடன் நெருக்கமாக இருப்பதுபோல் உணர்ந்தார். உடல்நலமின்றி இருந்த தம்முடைய பாட்டியைப் பேணுவதற்காக முன்னர் பிரான்சிலிருந்து அவசரமாகத் திரும்பி வந்த லதிஃபே இப்போது முஸ்தஃபா கெமாலின் அம்மாவின் உடல் நலத்தை பழைய நிலைக்குக் கொண்டு வருவதற்கான திட்டங்களைப் போட்டுக்கொண்டிருந்தார்.

முஸ்தஃபா கெமாலின் இராணுவப் பணியாளரான அலி மெற்றின் அந்த இரு பெண்களின் சந்திப்பைப் பற்றி விரிவாகக் கூறுவதைக் கேட்போம்:

இஸ்மிர் மக்கள் ஸுபெய்தேவை உளமார வரவேற்றனர். ஸுபெய்தே முழங்கால் வலியால் அவதிப்பட்டுக்கொண்டிருந்தார். நடப்பது அவருக்குக் கடினமாக இருந்ததால் ஒரு நாற்காலியில் தூக்கிச் செல்லப்பட்டார். வரவேற்புக் குழுவின் முதல் வரவேற்பை அவர் பயணியர் பெட்டியிலேயே ஏற்றுக்கொண்டார். ஏராளமானோர் வந்து பார்த்தது களைப்பாக இருந்த ஸுபெய்தே ஹனிமை வலுவிழக்கச் செய்தது. தம்மைச் சுற்றிலும் பார்ப்பதுகூட கடினமாக இருந்தது. அந்தக் கும்பலில் லதிஃபேவைக் கண்டுபிடிக்க அவரால் முடியவில்லை. என்னால் அவருடைய

ஆர்வத்தை உணரமுடிந்தது. ஒரு தருணத்தில் அந்தப் பயணியர் பெட்டியில் ஒருசில பெண்களே இருந்தனர். இந்தச் சூழ்நிலையைப் பயன்படுத்தி ஸுபெய்தே ஒரு தனிப்பட்ட விஷயத்துக்காக தனிமை தேவைப்படுகிறது என்று விருந்தினர்களிடம் சொன்னார். எல்லோரும் வெளியே சென்றனர். நான் வெளியே சென்று லதிஃபேவை அவருக்கு குடிநீர் கொடுக்குமாறு செய்தேன்.

ஸாலிஹ் அந்த வாய்ப்பைப் பயன்படுத்தி ஸுபெய்தேவிடம் கூறினார், “அம்மா, பாருங்கள், இந்த இளம்பெண்தான் லதிஃபே.” ஸுபெய்தே பதிலளித்தார், “மகனே ஸாலிஹ், நம்முடைய இந்தப் பெண் உண்மையாகவே அழகாக இருக்கிறாள்.” லதிஃபேவால் சமாளிக்க முடிந்ததெல்லாம், “நீங்கள் என்னைப் புகழ்கிறீர்கள்; பெருமாட்டியே, உங்கள் கைகளை முத்தமிட அனுமதியுங்கள்.”

லதிஃபே கொடுத்த தண்ணீரை ஸுபெய்தே குடித்துவிட்டு அவரை மேலும் கீழும் பார்த்தார். தண்ணீர்க் குவளையைத் திருப்பிக்கொடுக்கும் போதும் அந்த இளம்பெண்ணின் கை அவருடைய கைக்குள் இருந்தது.

“குழந்தையே, உனக்கு எல்லா நலமும் கிடைக்கட்டும். நேராகப் பார்க்க நீ மிகவும் அழகாக இருக்கிறாய். உன்னை நீண்ட நேரம் காத்திருக்க வைக்கவில்லை என்று நம்புகிறேன்.”

“தயவுசெய்து அப்படிக் கூறாதீர்கள். பெருமாட்டியே, எதிர்பார்ப்பு தான் எல்லாம். நீங்களும் புகைப்பட ங்கள் சித்தரிப்பதைவிட மிக அதிக அழகுடன் இருக்கிறீர்கள் . . .”

ஸுபெய்தே அதற்கு, “நான் இப்போது உன்னுடைய காதுக்குள் ஒருசிறு ரகசியத்தைக் கூறுகிறேன்,” கண்சிமிட்டிக்கொண்டு கிசுகிசுத்தார்: “எவ்வளவு அதிகமாக அழகைப் பார்க்கிறாயோ, நீ அவ்வளவு அதிகமாக அழகியாவாய்.”

செவிலியைப் போலப் பேணுகிறார்

முஸ்தஃபா கெமால் லதிஃபேவிடம் கொடுக்கும்படி ஸாலிஹைக் கேட்டுக்கொண்ட கடிதத்தின் உள்ளடக்கம் குறித்து எவருடைய வாழ்க்கை நினைவுக்குறிப்பிலும் எந்தத் தகவலும் இல்லை. லதிஃபேவுக்கு மிகுந்த களிப்பை ஏற்படுத்திய அந்தக் கடிதம் அவர்களுடைய நிச்சயதார்த்தத்தை முன்னறிவித்ததாக இருந்திருக்கலாம்.

ஸுபெய்தே அவருக்காக ஆயத்தம் செய்யப்பட்ட நாட்டுப்புற மாளிகை குறித்து மனநிறைவடைந்திருந்தார். லதிஃபே வீட்டில் பயன் படுத்துவதற்காக ஒரு சக்கர நாற்காலி வாங்க ஏற்பாடு செய்ததோடு, எல்லா வாசல்படிகளையும் அகற்றவும் செய்தார். ஸுபெய்தே வீட்டின் எல்லா பகுதிகளுக்கும் செல்வதற்கு வாய்ப்பு ஏற்படுத்திக் கொடுத்த இந்தச் சிறு மாற்றம் அவருடைய ஏற்பைப் பெற்றது.

அவர் வசீகரமான ருமேலி உச்சரிப்புடன் பேசியது அங்கிருந்த எல்லோரையும் மகிழ்வித்தது. உணவு பரிமாறுபவர், சமையல் செய்பவர் கள், பணிப்பெண்கள் போன்ற எல்லாப் பணியாளர்களும் அவரை மகிழ்ச்சிப்படுத்துவதற்காக முடிந்த அளவு சிறப்பாகச் செயல்பட்டார்கள்.

ஸுபெய்தேவின் மனநிறைவை உறுதிப்படுத்த லதிஃபே எந்த முயற்சியையும் விட்டு வைக்கவில்லை; அந்த வயதான பெண்ணின் துன்பத்தைக் குறைப்பதற்காக தன்னால் இயன்றதை எல்லாம் செய்தார். பற்று போடப்பட்டது, ஊசி போடுவது நுணுக்கமாகக் கவனிக்கப் பட்டது; மேலும் லதிஃபே தாமே மருந்துகளைக் கொடுத்தார்.

அஸிம் கூன்டூஸ் கூறுகிறார், "லதிஃபே ஒரு மருத்துவர், ஒரு செவிலி, ஒரு பராமரிப்பாளர் ஆகியோரைப் பணிக்கமர்த்தியிருந்தார். ஒரு செவிலியைப் போல வெள்ளை உடையணிந்து அவருடைய விருந்தின ரைத் தினமும் பார்க்கச் சென்று ஸுபெய்தேவின் உணவு மற்றும் பராமரிப்பில் தம்மை முழுமையாக ஈடுபடுத்திக்கொண்டார்."

தமக்குக் கிடைத்த பராமரிப்பு பற்றி ஸுபெய்தே மகிழ்ச்சியடைந் திருக்கலாம். இருப்பினும் லதிஃபே இல்லாத நேரங்களில் அவரை "வசீகரமற்றவர், மிகவும் குட்டை" என்று பணியாளர்களிடம் ஸுபெய்தே குறைகூறியதாக வதந்திகளைச் சிலர் கேட்டனர்.

அந்த இரு பெண்களும் எதிரெதிர் துருவங்கள். அவர்கள் இருவரை யும் ஒன்றுசேர்த்தது முஸ்தஃபா கெமால். லதிஃபே முஸ்தஃபா கெமாலைச் சந்தித்துக் காதலில் விழுந்திருந்தார். ஸுபெய்தேவைப் பொறுத்தவரை: அவருடைய முஸ்தஃபா கெமால், அவர் நேசித்த மகன் எல்லாவற்றுக்கும் முன்னால் வந்தார். முஸ்தஃபாவின் மணமகள் ஆகப்போகிறவரை அவர் துல்லியமாக மதிப்பீடு செய்தார்; பழமொழிகள் மூலமாக அறிவுரை வழங்கினார். அவர் தம்முடைய மகனின் குழந்தைப்பருவம், குண நலன்கள் மற்றும் ஒரு போர்வீரனின் வாழ்க்கை பற்றிப் பேசினார். லதிஃபேவை திருமண வாழ்க்கைக்கு நன்கு ஆயத்தம் செய்வதற்காக ஸுபெய்தே அவர் நன்கறிந்த முஸ்தஃபா பற்றி நீண்ட நேரம் பேசினார். ஸுபெய்தேவும் முவாம்மரும் நட்புறவுடன் பழகி நீண்ட நேரம் இணக்க மாக உரையாடினார்கள்.

ஸுபெய்தே நிச்சயதார்த்தத்துக்கு வந்திருந்ததோடு பரிசுகளும் கொண்டுவந்திருந்தார். முஸ்தஃபா கெமால் முன்பே எல்லா ஆயத்தங் களையும் செய்துவிட்டு, நிச்சயதார்த்தத்தை நடத்துவதற்கு அவருடைய அம்மாவை அனுப்பி வைத்தார். அவருடைய வருகையின் நோக்கத்தை நகரிலுள்ள எல்லோரும் அறிந்திருந்தனர். ஆனால் குடும்பத்தினர் அதை விளம்பரப்படுத்தவில்லை.

ஸகரியா – எல்லாவற்றிலும் மதிப்புமிக்க பரிசு

அந்தப் பரிசு ஸகரியா; அந்தக் குதிரை பல நாட்களுக்கு முன்பாகவே அனுப்பி வைக்கப்பட்டிருந்தது. மூன்று கால்களில் வெள்ளை அடையாளக் குறி வரையப்பட்டிருந்த அந்தக் கலப்படமற்ற அரபிக்குதிரை தேசியப் போராட்டம் நடந்த காலம் முழுவதும் முஸ்தஃபா கெமாலின் இணை பிரியாத தோழனாக இருந்தது. அந்த நாளைப் பற்றி ஸாலிஹ் கூறுகிறார், "ஸுபெய்தே கர்ஷியாகா நாட்டுப்புற மாளிகைக்கு வந்து சேர்ந்தபின் (அது இரண்டாவது நாள் என்று ஒரு குறிப்பு கூறுகிறது) ஒரு இனிமை யான முன் பிற்பகல் வேளையில் லதிஃபேவுக்கு அந்தக் குதிரையைப்

பரிசளித்தார், அது அவருடைய மகனின் பரிசு." முஸ்தஃபா கெமாலை வெற்றியை நோக்கிச் சுமந்து சென்ற அந்த வரலாற்று முக்கியத்துவமுள்ள குதிரையான ஸகரியாவைப் பரிசாகப் பெற்றதற்காக லதிஃபே மகிழ்ச்சி யடைந்தார். அது ஒரு நிச்சயதார்த்தப் பரிசா அல்லது வீட்டு விருந்தினர் ஒருவர் விருந்தோம்புநருக்கு வழக்கமாகக் கொடுக்கும் பரிசா என்பதை ஸஂபெய்தே தெளிவாக்கவில்லை என்று தெரிகிறது.

முஸ்தஃபா கெமால் கொடுத்த பரிசுகள் பற்றி அங்காரா நகர் முழுவதும் பேசப்பட்டது. அந்நேரத்தில் அங்காராவுக்கு வருகை தந்த புதுஇட ஆய்வாளரும், பத்திரிகையாளருமான கிரேஸ் எல்லிஸன் அந்தப் பரிசுகள் ஒரு தளபதி கொடுக்கத் தகுதியானவை என்று குறிப்பிடுகிறார்:

"வருங்கால மணமகளுக்குக் கொடுக்கப்பட்ட, இதுவரை யாரும் கொடுத்திராத பரிசுகள் இஸ்லாமிய இறைத்தூதரை நினைவுக்குக் கொண்டு வந்தது. இறைத்தூதர் அவர்கள் அவருடைய மகளுக்கு ஒரு குரான், ஒரு தொழுகைக் கம்பள விரிப்பு, ஒரு காப்பி அரவை எந்திரம் ஆகியவற்றைக் கொடுத்தார்; முஸ்தஃபா கெமால் அவருடைய வருங்கால மனைவிக்கு தளபதி டிரைகூபிஸ் ஸின் கைத்துப்பாக்கியையும், ஒரு அரபிக் குதிரையையும் கொடுத்தார். லதிஃபே, குதிரையின் இரு புறங்களிலும் கால்போட்டு, தலைமுடியை மட்டும் மறைத்திருந்த முகத்திரை அணிந்துகொண்டு மிகச் சிறப்பாக குதிரை சவாரி செய்பவர்."

"நான் திருமணம் செய்துகொள்ளப் போகிறேன்" – முஸ்தஃபா கெமால்

ஸஂபெய்தே இஸ்மிரில் குடியேறிய பின், நகரத்தின் பேச்சாக இருந்தது கெமால் பாஷாவின் விரைவில் வரப்போகும் திருமணம்தான்.

தேசியப் போராட்டத்தின் மறக்க முடியாத பெயர்களில் ஒன்றான தூதர் இப்ராஹிம் அபிலோவ் 1923 ஜனவரி 4 அன்று சுமார் 20 விருந்தினர்களுக்குப் புது வருட விருந்தளித்தார். ஜெபெஜியிலிருந்த அஸெர்பைஜான் தூதரகம் மரத்தாலான ஒரு பழைய மாளிகையில் இருந்தது. கருப்பு மீன் முட்டைகள் நிறைந்த தட்டுகள் மேசை முழுவதும் இருந்தன. அஸெரி மெட்டுகளை இசைக்க இசைக் கலைஞர்கள் ஏற்பாடு செய்யப்பட்டிருந்தனர். முஸ்தஃபா கெமால் வரமுடியாமைக்கு வருத்தத் தைத் தெரிவித்திருந்தாலும், எல்லோரும் அவர் எப்படியும் வருவார் என்று எதிர்பார்த்தனர். கால தாமதமானாலும், அவர் வந்துவிட்டார். அப்போது வளர்ந்துகொண்டிருந்த பத்திரிகையாளர் இஸ்மயில் ஹபிப் (ஸெவூக்) யூனஸ் நடியின் விருந்தினராக அங்கே இருந்தார். 1938இல் ஆட்டாடூர்க்கின் மரணத்துக்குப்பின் உடனே *ஜூம்ஹூரியெட்* இதழில் அந்தக் குறிப்பிட்ட இரவைப்பற்றி ஸெவூக் எழுதினார்.

தளபதி ஒரு முக்கியமான அறிவிப்போடு தொடங்கினார். எல்லாக் கண்களும் அவரைப் பார்த்தும், காதுகள் திறந்தும் இருந்தன. அவர் கொடுத்த செய்தி ஆச்சரியத்தை ஏற்படுத்தியது.

"நான் திருமணம் செய்துகொள்ளப்போகிறேன்!" எல்லோரும் வியப்பில் ஆழ்ந்தனர்.

“உண்மையாகவா, தளபதி அவர்களே?”
கேட்டது அகவோகுலுவாக இருந்திருக்கலாம்.

“உண்மையாகத்தான், உண்மையாக, நிச்சயமாக, உறுதியாக நான் திருமணம் செய்துகொள்ளப் போகிறேன்”

“இஸ்மிரை வென்றவரின் இதயத்தை வென்ற அந்த மகிழ்ச்சியான ஆள் யார்?”

“ஒரு இஸ்மிர் பெண்.”
இந்தத் திருமணத்தைப் பற்றி முதல்முறையாக நீண்ட நேரம் பேசினார்.

உடல் அழகை அதிகம் பொருட்படுத்தாத, பருப்பொருள் சாராதவற்றை விரும்பிய ஒருவராகப் பேசினார்:

“அவர் எண்ணெய் சாய ஓவியம் போன்றவரல்ல. அதிக மதிநுட்பமுடையவர், மிக நேர்மையாகப் பேசுபவர், நான் இஸ்மிரைப் பிடிப்பதாக இருந்தால் அவர்களுடைய மாளிகையில் என்னை விருந்தோம்புவதற்கு குடும்பத்தினர் எல்லோரும் வாக்குறுதி அளித்தவர்கள்...”

அவரால் மனதைப் புரிந்துகொள்ள முடியும்

பாராட்டுகள் நிறைந்திருந்த முஸ்தஃபா கெமாலின் அந்தப் பேச்சு இஸ்மிரில் அவர் கழித்த காலத்தைப் பற்றிய சுருக்க உரையாக இருந்தது. லதிஃபேவின் வீட்டில் தங்குவதற்கான அழைப்பை எவ்வாறு ஏற்றுக் கொண்டார், எவ்வாறு லதிஃபே பியானோ வாசித்ததோடு நான்கு அல்லது ஐந்து மொழிகள் பேசினார் என்பன பற்றி வெளிப்படையாக விளக்கினார்.

உங்களுடைய மனதில் என்ன இருக்கிறது என்பதைக் கண்டறியும் ஆற்றலுடைய மதிநலம் அவருடைய மிகப்பெரும் திறமை. எடுத்துக்காட்டாக, அவருடைய குடும்ப மாளிகையில் நாங்கள் குடியமர்ந்தபின் ஒருநாள் நான் இஸ்மெட் பாஷாவைப் பார்க்க வேண்டுமென்று விரும்பினேன். அவர் குடியிருந்த இடம் நாங்கள் இருந்த இடத்திலிருந்து சற்றுத் தொலைவில் இருந்தது. நான் சொல்லி அனுப்பினாலும் அவரால் உடனே வந்துவிட முடியாது. ஆனால் அப்போதே அவரிடம் பேச மிகவும் விரும்பினேன். திடீரென்று கதவைத் தட்டும் சத்தம் கேட்டது. உள்ளே வரும்படி நான் குரல் கொடுத்தேன்.

ஆச்சரியம், வந்தது இஸ்மெட் பாஷா!
– நீ நல்லதைச் செய்தாய்; உன்னைத் தேடிக்கொண்டிருந்தேன்.

இஸ்மெட் பாஷா ஆச்சரியமடைந்தார்.

– ஆனால் நான் உங்களுடைய தொலைபேசி அழைப்பைப் பெற்றேன். நான் வரவேண்டுமென்ற உங்கள் உத்தரவு!
– அழைத்தது யார்?

அந்த இளம்பெண் வந்து கூறுகிறாள்:

– நான்தான் அழைப்பதற்கான உரிமையை எடுத்துக்கொண்டேன்.

இஸ்மெட் பாஷாவைப் பார்த்து மகிழ்வீர்கள் என்று நினைத்து, என்னுடைய மனதில் ஓடிக்கொண்டிருப்பதை அவர் எப்படி அறிந்தார் என்பதைப் பாருங்கள்.

அவர் பேசினார், பேசினார், மற்றவர்களையும் பேச அழைத்தார். விருந்து அளித்தவர் திரைச்சீலைகளை இழுத்துத் திறந்தார்; அப்போது பகல் ஒளி பளிச்சென்று அடித்தது.

முஸ்தஃபா கெமால் தான் ஏன் திருமணம் செய்துகொள்ள விரும்பினார் என்பதை அன்று இரவு விளக்கினார்: "இந்தத் திருமண வேலையை நான் சாதாரணமாக எடுக்கவில்லை. நம் நாட்டில் ஒரு புதிய குடும்ப வாழ்க்கைக்கான தரத்தை உருவாக்குவதற்காக நான் எடுத்துக்காட்டாக இருக்க வேண்டும். பெண்கள் நீண்ட காலமாக அச்சத்தை ஏற்படுத்துபவர்களாக இருந்துள்ளனர்.

வருகைதந்த பிரிட்டிஷ் எழுத்தாளர் கிரேஸ் எல்லிசனுடனான நேர்காணலின்போது பெண்களைப் பற்றிய பேச்சு வந்தபோது முஸ்தஃபா கெமால் அவரது கருத்துகளைத் தெளிவாகக் கூறினார், "அடுத்த வருடம் இந்த நேரத்தில் பெண் விடுதலை பெற்றிருக்க வேண்டும். அவள் முகத்தை மூடாதிருந்து ஆண்களோடு கலந்து பழக வேண்டும்." அந்தக் கதையை அவர் தொடர்கிறார்:

துணிச்சலை வரவழைத்துக்கொண்டு, அவர் ஒரு இளவரசியைத் திருமணம் செய்துகொள்ளப்போவதாக அவருடைய நண்பர்கள் என்னிடம் கூறியதைக் குறிப்பிட முயன்றேன்.

"அது ஒருபோதும் நடக்காது," அவர் பதிலளித்தார், "நான் ஏற்கனவே என்னுடைய மக்களிலிருந்து கல்வி கற்ற ஒரு பெண்ணைத் தேர்ந்தெடுத்து விட்டேன். என்னுடைய பணியில் சம பங்காளியாக இருப்பதற்குப் போதுமான குணநலன் உடையவர். ஒரு பிணைப்பில் பாதி குணநலனுக்கும் பாதி வாழ்க்கைக்கும் மட்டும் எந்த மகிழ்ச்சியும் இருக்க முடியாது. ஆனால் நான் மக்களாட்சியை ஆதரிக்கிறேன் . . ."

இஸ்மெட் பாராட்டுத் தந்தி அனுப்புகிறார்

இஸ்மெட் லூசானிலிருந்து அனுப்பிய தந்தியின் உதவியால் தான் லதிஃபேவுக்கும் கெமால் பாஷாவுக்கும் எப்போது நிச்சயதார்த்தம் நடந்தது என்பது நமக்குத் துல்லியமாகத் தெரியும் – ஸுபெய்தேவின் மரணத்துக்கு மூன்று நாட்களுக்கு முன்பு.

மேதகு தளபதி முஸ்தஃபா கெமால் பாஷா,

உங்களுடைய நிச்சயதார்த்தம் பற்றிய மகிழ்ச்சியான செய்தி எனக்கு பெரும் களிப்பைக் கொடுத்துள்ளது. கடவுளின் கருணையால் நீங்கள் மகிழ்ச்சியாக இருப்பீர்கள். நான் உங்களையும் எங்களையும் பாராட்டுகிறேன்.

இஸ்மெட் (13 ஜனவரி 1923).

அவர்களுடைய நிச்சயதார்த்த விருந்து எந்தச் சடங்கோ, மோதிரமோ அல்லது மாப்பிள்ளைகூட இல்லாமல் நடந்தது: லதிஃபே ஸுபெய்தே வின் படுக்கையருகில் கவனித்துக்கொண்டிருந்தபோது முஸ்தஃபா கெமால்

மேற்கு அனடோலியாவில் சுற்றுப் பயணம் செய்துகொண்டிருந்தார். தொலைதூர தொலைபேசி அழைப்புகள் கேட்கப்பட்டிராத அந் நேரத்தில் அவர்கள் தந்திமூலம் நிச்சயதார்த்தம் செய்துகொண்டிருக்க வேண்டும். ஸுபெய்தே உடல்நலமின்றிப் படுக்கையில் கிடந்தபோது அதற்கு மேலும் எந்த மனத்துயரிலிருந்தும் அவரைக் காப்பாற்ற வேண்டும் என்று அவர்கள் விரும்பியிருக்கலாம்.

ஸுபெய்தே ஹனிமின் மரணம்

கர்ஷியாகா மாளிகையின் தோட்டங்களில் சூரிய ஒளியை அனுபவித்துக் கொண்டிருந்த ஸுபெய்தேவின் தோற்றம் இஸ்மிரிய இதயங்களை மகிழ்வுறச் செய்தது. அவர் அங்கிருக்கும்வரை அவருடைய மகன் மீண்டும் வருவார் என்பதுதான் அதற்குக் காரணம்.

முஸ்தஃபா கெமால் அவருடைய பணியாளர் சார்ஜெண்ட் அலிக்கு அவரை அங்காராவுக்கு வரச்சொல்லி தந்தி அனுப்பியபோது ஸாலிஹ் லதிஃபேவிடம் கூறினார், “அவருடைய அம்மாவைப் பார்ப்பதற்காக அவர் வந்துகொண்டிருப்பார்.” துரதிருஷ்டவசமாக குறித்த நேரத்துக் குள் அவரால் இஸ்மிர் வந்தடைய முடியவில்லை. புகைப்பட அலுவலர் எஸாட் பெய்யை ஸுபெய்தேவிடம் அனுப்பிவைத்தார். அப்போது எடுக்கப்பட்ட புகைப்படங்கள் அவருடைய இறுதிப் புகைப்படங்களாயின.

அவருடைய இறுதி நேரத்தில் லதிஃபேவை அருகில் இருத்தி இரண்டாவது உயிலை எழுதச் செய்தார் என்று கூறப்படுகிறது. 1923 ஜனவரி 15ஆம் நாள் மாலை அவர் மரணமடைந்தார். ஸுபெய்தேவின் மரணத்தைப்பற்றி லதிஃபே முதலில் தகவல் கொடுத்தது இஸ்மிர் ஆளுநரான அப்தூல் ஹாலிக் பெய்க்கு.

இஸ்மிரின் ஓரளவு பாதி மக்கள் இறுதிப் பயணத்துக்கு வந்திருந் தனர். ஊர்வலம் உத்தேசமாக ஒரு கிலோமீட்டர் நீளம் இருந்தது. லதிஃபேவும் இந்த இறுதிப் பயணத்தில் கருப்பு மேற்சட்டையும் முகத்திரை யும் அணிந்து கலந்துகொள்ள விரும்பினார். ஆனால் அவருடைய குடும்பத்தினரும் மதத்தலைவர்களும் அதை எதிர்த்ததால் ஒரு குதிரை வண்டியில் பின்தொடர்ந்து சென்றார். ஆணை ஒருமித்ததாக இருந்தது: முஸ்லிம் ஈமச் சடங்குகளில் பெணகள் கலந்துகொள்வதில்லை.

ஸுபெய்தேவும் அதிக சமயப்பற்று மிக்கவர். அவர் அகாரெட்லெரில் வாழ்ந்தபோது எழுதிய உயிலில் அவருடைய மரணத்துக்குப் பிறகு செய்யப்பட வேண்டியவற்றை விரிவாக எழுதியிருந்தார். அவர் பெஷிக்டாஷில் இருந்த யாஹியா எஃபென்டி கல்லறைத் தோட்டத்தில் அடக்கம் செய்யப்பட வேண்டும் என்று விரும்பினார். அடக்கம் செய்யப்பட்டு மூன்று நாட்களுக்குப் பிறகு ஒரு தொழுகை விருந்து கொடுக்கப்பட வேண்டும்; ஐந்து பலி ஆடுகள் வினியோகம் செய்யப்பட வேண்டும்; அலங்கார குடிநீரூற்று ஒன்று உருவாக்கப்பட வேண்டும் போன்றவை அவருடைய விருப்பங்களில் சில. இருப்பினும் அவர் இஸ்மிரில் மரணமடைந்ததால், அவர் குறிப்பிட்ட கல்லறைத் தோட்டத்தில் அடக்கம் செய்யப்படுவதற்கான விருப்பத்தை நிறைவேற்ற முடியவில்லை.

லதிஃபே கல்லறைத் தோட்டத்தில் ஏழைகளுக்கு நூற்றுக்கணக்கான வெள்ளி நாணயங்களை வினியோகிக்கச் செய்தார். முதல் நாள் இரவிலேயே இஸ்மிரின் மிகச் சிறந்த முப்பத்து மூன்று குரான் ஓதுபவர்களை ஏற்பாடு செய்து காலை நேரம் வரை புனிதக்குரான் முழுவதையும் வாசிக்கச் செய்தார். மூன்று நாட்களுக்குத் தொழுகை வாசகங்களையும் நாற்பதாவது நாளன்று மெவ்லித் என்ற இறந்தவர்களுக்கான தொழுகை வாசகங்களையும் வாசிக்கச் செய்தார். மேலும் 52ஆவது நாளன்று ஏழைகளுக்கு நோவாஸ் பட்டிங் என்ற இனிப்புப் பண்டத்தை விநியோகித்ததோடு, மீண்டும் ஒருமுறை புனிதக் குரான் முழுவதையும் ஓதச் செய்தார்.

லதிஃபே மாமியாரின் விருப்பங்களை விஞ்சிய விதத்தில் எல்லாவற்றையும் செய்ததால் முஸ்தஃபா கெமால் அவருக்கு நன்றி தெரிவித்து ஒரு தந்தி அனுப்பினார்:

லதிஃபே சீமாட்டி அவர்களுக்கு,

என்னுடைய சோகத்தில் நீங்கள் முழுமனதோடு பங்கெடுப்பீர்கள் என்று திடமான நம்பிக்கை கொண்டுள்ளேன். இறுதிக் காலத்தில் என் அம்மாவுக்கு நீங்கள் காட்டிய பரிவான கவனிப்பும் பராமரிப்பும் எனக்கு ஆறுதல் அளிக்கிறது. என் ஆழ்ந்த நன்றியைத் தெரிவித்துக்கொள்கிறேன்.

மரணச் செய்தியைக் கேட்டபின் என் அப்பாவழி அத்தையும், என்னுடைய சகோதரியும், ஒரு கூட்டத்துக்காக இங்கே வந்திருந்த ஹலிதே ஹனிம் (எடிப் அடிவார்)மும் இஸ்மிட்டில் ஒரு இரவு என்னோடு இருந்தார்கள். அவர்கள் எல்லோரும் உங்கள் கண்களில் முத்தமிடுகிறார்கள். நான் நாளை மாலை பர்ஸாவுக்குப் புறப்பட்டுச் செல்வேன். அதன்பின் உத்தேசமாக இரண்டு நாட்களுக்கு பலிகேசிரில் இருப்பேன்.

காஸி முஸ்தஃபா கெமால் (19 ஜனவரி 1923)

9

"தயாராக இரு;
நாம்
திருமணம் செய்துகொள்ளப் போகிறோம்"

முஸ்தஃபா கெமால் ஜனவரி 27 காலையில் கர்ஷியாகா வந்துசேர்ந்தார். லூசானே அமைதி மாநாட்டில் துருக்கிப் பிரதிநிதி யாகக் கலந்துகொண்ட இஸ்மெட் தவிர்த்த மற்ற எல்லா இராணுவ உயர் அதிகாரிகளும் இஸ்மிரில் இருந்தனர்.

முஸ்தஃபா கெமாலுக்கு அவருடைய தாயின் ஈமச்சடங்கு களில் கலந்துகொள்ள முடியாமல் போனது; முதலில் மறைந்த தாயிடமிருந்து விடைபெற்றுவிட்டு அவருக்காகக் காத்திருக்கும் மற்றொரு பெண்ணிடம் போவார். போர் முனைகளுக்கிடையில் ஓடிக்கொண்டிருக்கும் பிரம்மச்சாரி தளபதியாக அல்லாமல் மாற்றத்தை முன்னறிவிக்கும் மனைவியுள்ள ஒரு ஆணாக நாட்டை நேரிடுவதற்கான நேரம் வந்துவிட்டது.

இஸ்மிர் பத்திரிகையாளர்களால் நிறைந்திருந்தது. குறிப்பாக, வெளிநாட்டுப் பத்திரிகைகளின் உறுப்பினர்கள் தயாராக இருந்தார் கள். முஸ்தஃபா கெமாலின் இஸ்மிர் வருகையைப் பின்தொடர்ந்து வந்தவர்கள்போல வெளிப்பார்வைக்குத் தோன்றினாலும் அவர் களுடைய உண்மையான நோக்கம் ஒரு திருமணத்தை நேரில் பார்ப்பதுவே. கர்ஷியாகாவில் அவரை வரவேற்கக் கூடிய கூட்டத் தின் இடையில் லதிஃபே இருக்கவில்லை. அவரை வரவேற்க லதிஃபே விரும்பியிருக்கலாம், ஆனால் அப்போதை சமூகச் சூழல் அதை அவதூறாகக் கருதியிருக்கும். அவருக்குப் பதிலாக அவருடைய தந்தை முவாம்மெர் அவருடைய வழக்கமான மேலிருந்து கீழ்வரை வெள்ளை உடையில் புகைவண்டி நிலையத்தில் காத்துக்கொண்டிருந்தார்.

ஸாலிஹ் கூறுகிறார்,

"முஸ்தஃபா கெமாலின் புகைவண்டி இறுதியாக வந்துசேர்ந்தது. லதிஃபேவின் தந்தை வரவேற்புக் குழுவின் முன்னிலையில் இருந்தார். இறங்குவதற்குமுன் முஸ்தஃபா கெமால் என்னை கையசைத்துக் கூப்பிட்டார். அவர் லதிஃபே பற்றிய தகவல்களைக் கேட்டார். "நான் லதிஃபேவை திருமணம் செய்ய முடிவு செய்துவிட்டேன். அவருடைய தந்தை இப்போது இங்கே இருக்கிறாரா?" அவர் அங்கிருப்பது பற்றிக் கேட்டதும் முஸ்தஃபா கெமால் இரகசியமாகக் கூறினார், "அப்படியானால் இப்போது போய் என்னுடைய முடிவை அவருக்குத் தெரிவி. அவர் யாரிடமும் சொல்லக் கூடாது என்பதையும் சொல்!"

அவர் நடைமேடையில் இறங்கியதும் இஸ்மிர் அவருக்கு உற்சாக மான வரவேற்பு அளித்தது. இராணுவ உயர் அதிகாரிகள், அமைச்சர்கள், பாராளுமன்ற உறுப்பினர்கள் எல்லாம் ஓரமாக நின்றார்கள். ஆளுநர் அப்தூல் ஹாலிக் முஸ்தஃபா கெமாலையும், முவாம்மெரையும் அறிமுகம் செய்தார்.

முஸ்தஃபா கெமால் அவருடைய அம்மாவின் கல்லறைக்கு மலர் களால் அலங்கரிக்கப்பட்ட காரில் சென்றபோது பெரும் மக்கள் திரள் தொடர்ந்து சென்றது. தாயின் மரணத்தால் தனக்கு ஏற்பட்ட சோகத்தை விளக்கிவிட்டு, தம்முடைய தாய் எப்படி அரசு அடக்குமுறை, சித்திர வதை ஆகியவற்றின்கீழ் வாழ்ந்திருந்தார் என்பதையும், எப்படி தனது மகனுக்கு விதிக்கப்பட்ட மரண தண்டனை நிறைவேற்றப்பட்டுவிட்டது என்று நினைத்ததால் ஏற்பட்ட மனவேதனையால் பக்கவாதம் ஏற்பட்டது என்பதையும் பற்றி உண்மையுடனும் உணர்ச்சிகரமாகவும் பேசினார். இரவும் பகலும் தொடர்ந்து அழுததால் அவர் எப்படிக் கண்பார்வையை இழந்தார் என்பது பற்றிப் பேசியபோது அவருடைய குரல் தழுதழுத்தது. நாட்டைப் பாதுகாக்கும் போராட்டத்தால் தாயை அலட்சியப்படுத்திய தற்காக அவருடைய மன்னிப்பைக் கோரினார்.

கோஸ்டெபே வெள்ளை மாளிகை மற்றொரு மறக்க முடியாத நாளுக்கு விருந்தோம்புநராக இருந்தது. உஷாகிஸாடே குடும்பத்தினர் முஸ்தஃபா கெமாலை தோட்ட நுழைவாயிலில் வரவேற்றனர். முவாம்மெர், கெமால் பாஷா குழுவினரிடமிருந்து பிரிந்து, முன்னராகவே வீட்டுக்குத் திரும்பி வந்திருந்தார்.

அறிமுகப்படுத்தும் சடங்கு முடிந்தபின், அவருடைய தாய் உடல் நலமின்றி இருந்தபோது அவருக்குக் கொடுக்கப்பட்ட கவனிப்புக்கும், பராமரிப்புக்கும் முஸ்தஃபா கெமால் நன்றி தெரிவித்தார்.

அதற்கான பதில், "அது எங்களுடைய புனிதக் கடமை." முஸ்தஃபா கெமால் முவாம்மரின் அனுமதி கேட்டார், "நீங்கள் அனுமதித்தால் உங்கள் மகளிடம் கொஞ்சம் பேச வேண்டும்." லதிஃபேவின் கையைப் பிடித்துக்கொண்டு வெளியே சென்றார்.

வரவேற்பறையில் இருந்தவர்களுக்கு இதன் பொருள் என்னவென்பது தெரிந்திருந்தது.

அவர் கூறினார், "தயாராக இரு, நான் நீதிபதியை (Kadi)[1] வரவழைக்கிறேன்."

திருமணம் செய்துகொள்ளும் முடிவு பற்றிய திடீர் ஆணைக்கு லதிஃபே மறுப்பு தெரிவித்தார், "இன்னும் இரண்டு மணி நேரத்திலா?"

அவர் உறுதியாகக் கூறினார், "ஆணை என்றால் ஆணைதான். நீ கீழ்ப்படிந்தாக வேண்டும்."

ஆனால் லதிஃபே விட்டுக்கொடுக்கவில்லை, "நான் சில நெருங்கிய நண்பர்களை அழைக்க வேண்டும்."

இதனால் முஸ்தஃபா கெமால் முவாம்மெரைப் பார்க்கச் சென்றார்.

"உங்கள் மகள் மிகவும் பிடிவாதக்காரி, முவாம்மெர் பெய்!" அவர் கூறினார்.

லதிஃபேவின் தொடர்ந்த எதிர்ப்பால் முஸ்தஃபா கெமால் விட்டுக் கொடுக்க வேண்டியதாயிற்று.

"சரி, அப்படியானால் இரண்டு நாட்கள்," பிரச்சினையைச் சுமுகமாக முடித்தார்.

விருந்து மேசை போடப்பட்டது. விருந்துக்கு காஸிம் (கரபெகிர்), ஃபெவ்ஸி பாஷாஸ் இருவரும்கூட அழைக்கப்பட்டனர்.

முவாம்மெர்: "லதிஃபே, தயவுசெய்து மறுபரிசீலனை செய்!"

முவாம்மெர் எவ்வளவு மனஅமைதியின்றி இருந்தாலும், அவருடைய மகளின் களிப்புற்ற மனப்பாங்கைத் தணியச் செய்ய எதுவும் செய்ய விரும்பவில்லை. திருமண ஏற்பாடுகள் நடந்துகொண்டிருந்தன. வீட்டில் உள்ளவர்கள் எல்லோரும் அங்கும் இங்கும் சென்றுகொண்டிருந்தனர். அவர் நீண்டநேரம் ஆழ்ந்து சிந்தித்துவிட்டு மகளிடம் மீண்டும் ஒருமுறை பேச முடிவு செய்து, அவரை வரவழைத்தார். தந்தையும் மகளும் அருகருகே அமர்ந்திருந்தனர். அவர் என்ன சொல்லப் போகிறார் என்பதை லதிஃபே அறிந்திருந்தாலும், அமைதியாக காத்துக்கொண்டிருந்தார். தன் மன வலிமையையெல்லாம் ஒன்றுதிரட்டி அவர் பேசத் தொடங்கினார்.

"உனக்கு இன்னும் நேரம் இருக்கிறது, லதிஃபே தயவுசெய்து மறுபரிசீலனை செய். ஒரு தலைமையகத்துக்கு மேலே ஒரு இல்லத்தைக் கட்டுவது மிகக் கடினம். 'முடியாது' என்று சொல்வதற்கு உனக்குப் பயமாக இருந்தால், முழுப் பொறுப்பையும் நான் ஏற்றுக்கொள்கிறேன்." லதிஃபே கோபத்துடன் மறுத்தார். தம்மை எதிர்நோக்கியிருக்கும் இக்கட்டுகளைப் பற்றி அவர் நன்கு அறிந்திருந்தார். இருப்பினும் அவர் திருமணம் செய்துகொள்ள விரும்பினார். தந்தையும் மகளும் நீண்ட நேரம் இதுபற்றி விவாதித்தனர்.

“அப்பா, அவரை நான் மிகவும் விரும்புகிறேன். தயவுசெய்து என்னுடைய வாழ்க்கையில் தலையிட வேண்டாம்,” லதிஃபே இறுதியாகக் கூறினார்.

அந்தநாள்வரை முவாம்மெர் லதிஃபேவின் வாழ்க்கையில் அரிதாகவே தலையிட்டிருக்கிறார். இருப்பினும் இப்போது இறைவாக்குக் கேட்பவர்போல மண்டியிட்டு மகளிடம் மன்றாடிக்கொண்டிருந்தார். லதிஃபே எவ்வளவு பிடிவாதமாக இருக்கக்கூடியவர் என்பதும் அவருக்குத் தெரியும். லதிஃபேவின் மன உறுதியைப் பார்த்தபின் ஒன்றுமட்டுமே சொல்ல வேண்டியிருந்தது, “எப்போதாவது இந்தத் திருமணம் முறிவடைய நேர்ந்து, நீ என் வீட்டுக்குத் திரும்பி வந்தால் முஸ்தஃபா கெமால் பற்றியோ அல்லது திருமணத்தைப் பற்றியோ ஒருபோதும் என்னிடம் பேசக் கூடாது!” அந்த விவாதம் இவ்வாறு முடிவடைந்தது.

முஸ்தஃபா கெமால் திருமணத்தை ஒருநாள் முன்னதாக நடத்துகிறார்

ஜனவரி 29 காலையில் அஸிம் கூன்டூஸ், மார்ஷல் ஃபெவ்ஸி ஜமக், கரபெகிர் பாஷா ஆகியோரை உடன் அழைத்துக்கொண்டு ஒரு காரில் வெள்ளை மாளிகைக்குச் சென்றார். ஆளுநர் அப்தூல் ஹாலிக்கும், காஸிம் பாஷாவும் முன்னராகவே வந்திருந்தனர். அஸிம் கூறுகிறார், “நாங்கள் லதிஃபேவுடன் சேர்ந்து வரவேற்பறையில் உரையாடிக் கொண்டிருந்தோம். அசாதாரணமாக ஏதோவொன்று நடக்கப்போவது போல் தெளிவாகத் தோன்றியது. அப்போது கதவைத் தட்டும் சத்தம் கேட்டது; சமய விவகாரங்களைக் கவனிக்கும் மூஃப்தூர்[2] வந்திருந்தார்.”

உஷாக்கிஸாடே குடும்பத்தினர் இஸ்மிர் விடுதலையைக் கொண்டாடு வதற்காக ஒரு விருந்து அளித்தனர். அதற்கு உயர் இராணுவ அதிகாரி கள், நெருங்கிய உறவினர்கள், நண்பர்கள் ஆகியோரெல்லாம் அழைக்கப் பட்டிருந்தனர். லதிஃபே கடின முயற்சிக்குப் பின் பெற்ற இருநாள் திருமணத் தள்ளிவைப்பு செவ்வாய்க்கிழமை முடிந்துவிடும். ஆனால் முஸ்தஃபா கெமால் இந்த நிகழ்வை ஒரு திருமண விருந்தாக மாற்றுவதில் திறமையாகச் செயல்பட்டு வெற்றியடைந்ததோடு திருமணத்தை ஏற்கனவே முடிவு செய்யப்பட்ட ஒன்றாக லதிஃபே முன் வைத்தார். நிகழ்வுகளில் ஏற்பட்ட இந்த மாற்றங்கள் யாராலும் சரியாகக் கவனிக்கப்படாததால் பல வாழ்க்கை வரலாறுகளில் இதுபற்றிய குறிப்புகள் இல்லை; இருப்பினும் லதிஃபே பின்னர் பத்திரிகையாளர் ஒருவரிடம் இதுபற்றி பேசினார்.

ஒருநாள் எனது தந்தையார் இஸ்மிரை நமது படைகள் மீட்டதைக் கொண்டாடுவதற்காக நாற்பது அல்லது ஐம்பது நண்பர்களுக்கு விருந்தளித் தார். என் வருங்காலக் கணவர் இத்தருணத்தை தனக்குச் சாதகமாகப் பயன்படுத்தி அதை ஒரு திருமண விருந்தாக மாற்றுவார் என்பது பற்றி எனக்கு எந்தத் தகவலும் இல்லை. விருந்தினர்கள் எல்லோரும் வந்திருந்தனர். நான் சமையலறையில் உணவு தயாரிப்பைக் கவனித்துக்கொண்டிருந்தபோது கெமால் பாஷா கதவருகில் வந்து என்னை அழைத்தார். இந்தத் தருணத்தை திருமணத்துக்காகப் பயன்படுத்துவதற்கு நான் எதிர்ப்பு தெரிவிப்பேனா

என்று உதட்டில் புன்னகையோடு என்னிடம் கேட்டார். இதுபற்றி என் தந்தையாரிடம் பேசிவிட்டாரா என்று கேட்டேன். அதற்கு "நாம் பேசுவோம்" என்றார். பின்னர் அவர் என் தந்தையை அழைத்து வரச்சொன்னார். இந்தத் திட்டம் கூறப்பட்ட உடன் என் தந்தை அது எங்கள் இருவருக்கும் ஏற்புடையதாக இருந்தால் அவருக்கும் ஏற்புடையதுதான் என்று புன்னகை யுடன் கூறினார். என்னுடைய பரபரப்பையும் கூச்சத்தையும் நீங்கள் கற்பனை செய்துபார்க்கலாம். வருங்காலக் கணவரை அவர் முன்னிலையிலேயே திருமணம் செய்துகொண்ட முதல் துருக்கிப் பெண் ஒருவேளை நானாக இருந்திருக்க லாம். வந்திருந்த விருந்தினர்களில் ஒருவர் பதிவாளர். அவர் திருமணச் சடங்கை நடத்தினார். அது ஒரு நிஜ மேற்கத்தியத் திருமணம்

'திருமதி கெமால், துருக்கி குடியரசுத் தலைவருடனான காதல் திருமணம் பற்றிக் கூறுகிறார்,' *கரன்ட் ஒபினியன், ஜனவரி 1924, பக். 80.*

முஸ்தஃபா கெமால் ஃபெவ்ஸியிடம் கேட்டார், "நீங்கள் அன்புகூர்ந்து என்னுடைய சாட்சியாக இருந்தால் அப்துல்ஹாலிக் பெய் லதிஃபே வின் சாட்சியாக இருப்பார். உடனேயும் தாமதமாகவும் செய்ய வேண்டிய ஒப்பந்தங்கள் பற்றிய விஷயங்களைக் கவனித்துவிட்டதால் திருமணச் சடங்கை இங்கேயே இப்போதே நடத்திவிடலாம்."

மார்ஷல் அதிர்ச்சியடைந்தார்! "ஓ, தளபதி அவர்களே, எங்களுக்கு இதுபற்றி எதுவுமே தெரியாது, இப்படி திடீரென்று ..." அவர் முணு முணுத்தார். இந்த உரையாடல் தொடர்ந்தபோது, மூஃப்தூர் வந்ததைப் பார்த்ததால் லதிஃபே அவருடைய தலைத்துண்டை எடுத்து வருவதற் காக வரவேற்பறையை விட்டுச் சென்றார்.

உஷாகிஸாடே குடும்பத்தினர் அறையில் நுழைவாயிலின் வலதுபுறத் திலும், முஸ்தஃபா கெமாலும் அவருடைய நண்பர்களும் இடது புறத்திலும் அமர்ந்திருந்தார்கள். லதிஃபேவின் சகோதரர்களும் சகோதரி களும் விருந்தினர்களைக் கவனிப்பதில் மும்முரமாக இருந்தார்கள்.

திருமணச் சடங்குக்காக தரைத் தளத்திலுள்ள உணவறையில் அவர்கள் அமர்ந்தார்கள்.

அவர் ஒப்பனை செய்யவில்லை

லதிஃபேவுக்காக ஆணையளிக்கப்பட்டிருந்த திருமண உடை இன்னும் வந்துசேரவில்லை என்பதை சொல்லத் தேவையில்லை. அவருடைய தாயாரின் திருமண உடையை அணிவதற்குப் பதிலாக, அவர் வெள்ளி இழைகளால் பூ அலங்காரத் தையலிடப்பட்டிருந்த இளஞ்சிவப்பு நிற உடையைத் தேர்வு செய்தார். அந்த உடை அவருக்கு அடெவியேவால் பாரிசில் வாங்கப்பட்டது.

ஒற்றை வெள்ளை ரோஜாவைக் கையில் வைத்திருந்த லதிஃபே, முஸ்தஃபா கெமாலின் விருப்பத்துக்கேற்ப ஒப்பனை செய்துகொள்ளவில்லை. அவருடைய முடி வயலெட் நிற தலைத்துண்டால் மூடப்பட்டிருந்தது. அதற்குப் பொருத்த மான கையுறையையும் அணிந்திருந்தார்.

...முஸ்தஃபா கெமால் மூன்று பகுதிகளாலான கருநீல சூட்டும் அதற்குப் பொருத்தமான சிவப்பு வடிவமைப்பால் மினுமினுத்த டையும் அணிந்திருந்தார். சாம்பல் நிற சுருண்ட ஆட்டுரோமத்தாலான குல்லாவால் அவருடைய இளம் பொன்னிற முடியின் ஒரு பகுதி மறைக்கப்பட்டிருந்தது. மார்புப் பையில் ஒரு வெண்மையான கைக்குட்டை அணிந்திருந்தார்.

ஆறுபேர் மேசைக்குமுன் அமர்ந்திருந்தனர். லதிஃபேவின் சாட்சிகள் தலைமை தனிஉதவியாளர் ஸாலிஹ் மற்றும் இஸ்மிர் ஆளுநரான அப்தூல் ஹாலிக் பெய்.

முஸ்தஃபா கெமாலின் சாட்சிகள் ஃபெவ்ஸி (சக்மாக்) மற்றும் காஸிம் (கரபேகிர்) பாஷாஸ். அஸிம் பாஷா இரு சாட்சிகளைப் பற்றி மட்டுமே குறிப்பிட்டிருந்தாலும் திருமண ஆவணங்கள் நான்கு பேரின் கையெழுத்துகளைப் பட்டியலிட்டுள்ளன. கிட்டத்தட்ட நாற்பது விருந்தினர்கள் இந்த வரலாற்று முக்கியத்துவமுள்ள சடங்கைப் பார்த்தனர்.

முஸ்தஃபா கெமால் சொன்னார், "நான் இதைவிட இளைஞனாக இருந்திருந்தால் இதைவிட சற்று வித்தியாசமான சடங்கு வைத்திருப்பேன். நான் குதிரையில் வந்து லதிஃபேவை என் முதுகில் தூக்கிப் போட்டு ஓடிப்போயிருப்பேன். நான் அந்த அளவுக்கு இளைஞனாக இல்லை என்பதை இப்போது உணர்கிறேன்." பின்னர் மூஃப்தூரிடம் கேட்டார்:

"ஐயா, லதிஃபே ஹனிமும் நானும் திருமணம் செய்துகொள்ள முடிவு செய்துள்ளோம். தயவுசெய்து அதற்குத் தேவையானவற்றை நீங்கள் செய்வீர்களா?"

"திருமணங்களை ஆளுநரே முறைப்படி நடத்திவைக்கக்கூடிய நாள் வரும் என்று நம்புகிறேன்," என்று அவர் கூறியது சமய திருமணச் சடங்குகள் பற்றிய எதிர்காலத் திட்டங்களுக்கான குறிப்பாகத் தோன்றியது.

29 ஜனவரி 1923 பிற்பகல் 5 மணிக்கு திருமணம் முறைப்படி நடத்தப்பட்டது. திருமணச் சான்றிதழில் தலைமைக் 'காடி'யான ஒமர்ஃபெவ்ஸி இப்னிஹுசெய்ன் அவர்களின் கையெழுத்தும் காணப்படுகிறது. மூஃப்தூரான லூட்ஃபூ எஃபென்டி தன்சார்பில் பரிசுகள் கொண்டுவந்திருந்தார்: மணமக்களுக்கான அறையில் வைப்பதற்காக ஒரு புனிதக் குரான் பெட்டியும், இனாமலால் இறைவழிபாட்டு வாசகங்கள் பொறிக்கப்பட்ட தாமிர ஜாடியும். இப்பரிசுகள் இப்போதும் லதிஃபே குடும்பத்தினரால் பாதுகாக்கப்படுகிறது.

முஸ்தஃபா கெமால் பாதுகாப்புக் கருதி திருமணத்தை முன்கூட்டியே வைத்து வீட்டு விருந்தை திருமண விருந்தாக மாற்றியமைத்திருக்கலாம். உஷாகிஸாடே குடும்பத்தினர் திருமணத்தை மிக ஆடம்பரமான நிகழ்ச்சியாக்கிவிடுவார்கள் என்ற கவலையும் அவருக்கு இருந்திருக்கலாம். அது அடிப்படைத் தேவைகளே இல்லாதிருந்த காலம்; எனவே அவர் எளிமையான சடங்கை விரும்பினார். இஸ்மிரின் மிகச் செல்வந்தக் குடும்பத்தின் மகளைத் திருமணம் செய்யப்போவதாக இருந்தாலும், அவர் சில முன்னெச்சரிக்கை நடவடிக்கைகள் எடுக்க வேண்டியிருந்தது.

லதிஃபேவுக்கு சமையலறையிலிருந்து வெளியே வந்து உடனே திருமணச் சடங்கு மேசையில் அமர நேர்ந்தது அவருடைய மனதில் வைத்திருந்த திருமணச் சடங்குக் கனவைப் பாழ்படுத்தியிருக்கலாம். எந்த விளைவுகளுக்கும் அவர் தயாராக இருக்க வேண்டும் என்பதையும் அது அவருக்குக் காட்டியிருக்கும். ஒரு வருடத்துக்குப் பின் அந்தத் திருமணச் சடங்கு பற்றிப் பேசும்போது கரன்ட் ஒபினியன் கட்டுரை லதிஃபேவை மேற்கோள் காட்டியது:

"என்னுடைய கணவர் திருமணத்தை அவ்வாறு செய்து முடிக்க விரும்பியதற்கான காரணத்தை நான் இப்போது உணர்கிறேன். நாட்டு மக்களுக்கு அவரே ஒரு எடுத்துக்காட்டாக விளங்க வேண்டும் என்று அவர் விரும்பினார். எங்களுடைய புதுமையான திருமணத்துக்குப் பிறகு எங்கள் நாட்டு இளைஞர்கள் பலர் மேற்கத்திய முறையில் திருமணம் செய்துள்ளார்கள் என்பது உண்மை. பல நூற்றாண்டுகளாக இருக்கும் தப்பெண்ணங்களைத் தகர்க்க பல வருடங்களாகும். ஆனால் நாம் மிக வேகமாக முன்னேறிக்கொண்டிருக்கிறோம். இன்னும் பல வருடங்களுக்குள் பழமை அதற்கு மேலும் நம்மை ஆட்சி செய்வதை நிறுத்திவிடும்."

ஒரு நவீனத் திருமணம்

அந்தத் திருமணச் சடங்கு ஒரு திங்கட்கிழமையன்று நடத்தப்பட்டது, அப்போதைய வழக்கமான வியாழக் கிழமையில் அல்ல. மரபுப்படி திருமணச் சடங்கின்போது மணமகளுக்குப் பதிலாக அவருடைய பிரதிநிதி ஒருவர்தான் இருப்பார். இருப்பினும் இங்கே லதிஃபே தாமே மேசையின்முன் அமர்ந்ததோடு, திருமணத்துக்கான சம்மதமும் அவரிடம் கேட்கப்பட்டது.

உடனடியாகக் கொடுக்கப்பட்ட அடையாளத் தொகையான 10 டிர்ஹம்ஸ் அடிப்படையில் திருமணச் சடங்கு நிறைவு செய்யப்பட்டது. இந்த ஒப்பந்தம் ஒரு ஆண் அவனுடைய மனைவிக்கு நிதி சார்ந்த உத்தரவாதத்தின் ஒரு வடிவமாகக் கொடுக்க ஒத்துக்கொள்ளும் பணத்தையும் பொருட்களையும் உள்ளடக்கியது. இந்தக் குறைந்த தொகை கணவனுக்கும் மனைவிக்கும் இடையில் சமத்துவத்தை உருவாக்குவதற்கான விருப்பம் என்று பொருள் கொள்ளப்படுகிறது.

திருமணச் சான்றிதழ் லதிஃபேவின் பிறந்த வருடத்தை 1899 என்று குறிப்பிடுவதால் அவர்கள் திருமணம் செய்துகொண்டபோது அவருக்கு 24 வயது. முஸ்தஃபா கெமாலுக்கு 41; அவருடைய முகவரி வீட்டு எண் 46, கோஸ்டெபே இஸ்மிர் என்று பதிவு செய்யப்பட்டது.

திருமணங்களை ஒழுங்குமுறைப்படுத்திய 1917 குடிமை நடைமுறைச் சட்ட ஆணை ஆக்கிரமிப்பின்போது நிறுத்திவைக்கப்பட்டிருந்தது. ஆனால் புது வரைமுறைகளால் அதன் இடத்தில் வேறு சட்டம் வைக்கப்படவில்லை. அதனால் இந்தத் திருமணம் குடிமை நடைமுறைச் சட்டத்துக்கு முழுமையாக உடன்பட்டு நடத்திமுடிக்கப்பட்டது.

திருமணச் சடங்கின் வடிவமும் லூசானே மாநாட்டுக்கு மிக முக்கியமானது. மாநாட்டின் முதல் கட்டத்தின் முதன்மையான தலைப்புகளில் ஒன்று துருக்கியில் மதச்சார்பற்ற குடிமை நடைமுறைச் சட்டத்தை ஏற்படுத்துவது. ஷரியாவை விட்டு விலகிச் செல்வதற்கான மனஉறுதி மேற்கத்திய வல்லரசு நாடுகளுக்கு தெரிவிக்கப்பட்டிருந்தது. முஸ்தஃபா கெமாலின் திருமணம் நடத்தப்பட்ட முறை அவர் அந்த வாக்குறுதியை நிறைவேற்றுவார் என்பதை நிரூபித்தது.

மாற்றிக்கொள்ள மோதிரங்கள் இல்லை

ஒன்றுக்கும் மேற்பட்ட விதங்களில் அந்தத் திருமணம் வழக்கத்துக்கு மாறாக இருந்தது: அவர்கள் திருமண மோதிரங்கள் வாங்கவில்லை. அதற்குப் பதிலாக இஸ்மெட் லூசானிலிருந்து ஒரு மோதிரம் கொண்டு வந்திருந்தார், “இந்த மோதிரம் முஸ்தஃபா கெமாலுக்காக லூசானில் பேச்சுவார்த்தைக்குச் சென்ற பிரதிநிதிகளால் வாங்கப்பட்டது. அவர்கள் இந்தத் திருமணத்தால் பள்ளிக் குழந்தைகளைப் போல உற்சாகமடைந்துள்ளனர்.”

முவாம்மெர் எர்பாய் கொடுத்துள்ள தகவல்களின்படி, முஸ்தஃபா கெமால் மணமகளுக்குக் கொடுத்த பரிசு ஒரு தீப்பெட்டி அளவிலான தங்கப்பெட்டியில் வைக்கப்பட்டிருந்த கையால் எழுதப்பட்ட குரான். இதை அவர் போரின்போது எப்போதும் கழுத்தில் அணிந்திருந்தார். அதை லதிஃபேவின் கையில் கொடுக்கும்போது அவர் கூறினார், “இது உன்னைப் பாதுகாக்கட்டும்.”

உஷாகிஸாடே குடும்பத்தினர் முஸ்தஃபா கெமாலுக்கு அந்த அவசரத் திருமணத்தின்போது ஒரு அபூர்வமான சிகரெட் பெட்டியும், டை பின்னும் பரிசளித்ததாகக் கூறப்படுகிறது. மணப்பெண்ணை முதலில் பாராட்டியவர் இஸ்மிர் ஆளுநரான அப்தூல் ஹாலிக் பெய் (ரெண்டா).

லதிஃபேவின் கைகளை முத்தமிட்டுக்கொண்டே சொன்னார், “பாராட்டுகள், பெருமாட்டியே, இஸ்மிரை வென்றவரை நீங்கள் வென்றுவிட்டீர்கள்.”

ஆனடோலிய செய்தி முகமை அதன் தினசரி செய்தி அறிக்கையில் இந்நிகழ்வை அதிக விரிவாக முதன்மைப்படுத்தியிருந்தது. திருமணச் சடங்கின்போது முஸ்தஃபா கெமாலின் சம்மதம் கேட்கப்படுவதற்கு முன் முதலாவதாக லதிஃபேவிடம் சம்மதம் கேட்கப்பட்ட நிகழ்வு குறிப்பாக வலியுறுத்தப்பட்டிருந்தது.

1923, ஜனவரி 30 அன்று வகிட் பத்திரிகையில் கீழ்க்கண்ட செய்தியறிக்கை வெளியானது:

இஸ்மிரில் ஒரு மங்களகரமான திருமணம்

அங்காராவிலிருந்தும் இஸ்மிரிலிருந்தும் எங்களுக்கு வந்துள்ள மிக மகிழ்ச்சியான செய்தியின்படி மேதகு காஸி முஸ்தஃபா கெமால்

பாஷா, உஷாகிஸாடே முவாம்மெர் பெய்யின் மகள் ஆகியோரின் திருமணச் சடங்கு நடத்தப்பட்டுள்ளது. இந்தத் திருமணத்தால் மேதகு பாஷா அவர்கள் அவருடைய அம்மாவின் இறுதி ஆசையை நிறைவேற்றி யுள்ளார். மறைந்த அப்பெண்மணி தான் வளர்த்த உயர் பண்பு களுடைய மகன்மீது வைத்திருந்த தாயன்பு அசாதாரணமானது. அவர் மிகுந்த உணர்திறம் உடையவரானதால், தமது வருங்கால மருமகளைச் சந்திப்பதற்கு முன்பாகவே, தம் மகனுக்கு ஒரு குடும்ப இல்லம் தேவை என்பதை வலியுறுத்தினார். இஸ்மிரில் லதிஃபேவை சந்தித்தவுடன் அந்த இளம்பெண்மீது பெரும் பாசம் கொண்டார்.

லதிஃபே ஹனிம் தனிச்சிறப்புடைய பண்புகள் உடையவர். கண்டத்தின் எல்லாப் பகுதிகளுக்கும் சென்று வந்தவரானதால் ஐரோப்பா பற்றி மிகுதியான அறிவு கொண்டவர். அவர் பிரெஞ்சு, ஆங்கிலம், ஜெர்மன் ஆகிய மொழிகளைத் தவறின்றிப் பேசக் கூடியவர். அவருடைய இசைத் திறமைகள் மிகச் சிறப்பானவை. அவருடைய துருக்கி மொழி எழுத்துக்கள் உயர்தரமுடையவை. உஷாகிஸாடே ஹலித் பெய் லதிஃபே ஹனிமுக்குக் கற்பிக்க தனிக்கவனம் எடுத்துக் கொண்டார். அவர் லதிஃபேவை உயர்ந்த திறமையுடையவர் என்று விவரிக்கிறார். லதிஃபேவுடன் பழகியவர்கள் அவருடைய கூர்மையான அறிவு, உறுதியாக முடிவெடுக்கும் திறம், மனஉறுதி ஆகியவைபற்றி புகழ் பாடுகிறார்கள். மேலும் அவர் ஆழ்ந்த நாட்டுப்பற்றுடையவர்.

நாடு முழுமையும் மேதகு முஸ்தஃபா கெமால் பாஷா, அவருடைய வாழ்க்கைத் துணையாக இந்தப் பண்புகள் எல்லாம் உடைய ஒருவரைத் தேர்வு செய்ததை வரவேற்று, தங்களுடைய ஆழ்மனதிலிருந்து அந்த மகிழ்ச்சியான தம்பதியினர் எல்லா நலமும் பெற வாழ்த்துக் கூறுவார்கள்.

நமது பத்திரிகையும் மேதகு முஸ்தஃபா கெமால், லதிஃபே ஹனிம் இருவருக்கும் மனமார்ந்த பாராட்டுதல்களைத் தெரிவிக்க விரும்புகிறது.

திரைப்படச் செய்தி முகமையான ‘பன்னாட்டுச் செய்திகள்’ அந்தத் தம்பதியரைப் படம் பிடித்தது.

‘முதல் அண்மைக் காட்சிகள்’ என்ற துணைத் தலைப்புடன் திரையிடப்பட்ட செய்திப்படம் தொடர்ந்து கூறியது:

“முஸ்தஃபா கெமாலும், துருக்கியின் மிகப் பெரும் பணக்காரப் பெண்ணும், மனவுறுதிமிக்க பெண்கள் உரிமை ஆதரவாளர் . . ., முதல் அண்மைக் காட்சிகள் . . ., தளபதி கெமாலும், அவருடைய மனைவியும் உடன்படுகிறார்கள்: ஒரு நாட்டின் வாழ்க்கையிலிருந்து பெண்கள் விலக்கிவைக்கப்பட்டால், அந்த நாடு முன்னேறுவது இயலாது.”

அந்தப் படக் காட்சி 'லதிஃபே ஒளிப்பதிவுக் கருவி முன் தன்னம்பிக்கையுடன் உறுதியான அடிவைத்து நடந்து வந்து உலகைத் துணிவுடன் உற்றுநோக்குவதையும் காற்று அவருடைய தோளில் அணிந்திருந்த ஆடையை விலக்கி உடல்வடிவத்தை புலப்படுத்தியபோது சிறிது நாணத்தை வெளிப்படுத்தியதையும் சித்தரித்தது. மேறகத்திய நாட்டினருக்கு அது கீழை மற்றும் மேலை நாட்டுப் பண்புகளின் வியப்பூட்டி ஆவலைக் கிளறும் கூட்டிணைப்பு.

நியூயார்க் டைம்ஸ்: ‘ஒரு மில்லியன் வரதட்சணை.’

இஸ்தான்புல், 29 ஜனவரி மேற்கோள் காட்டப்பட்ட *நியூயார்க் டைம்ஸ்* பத்திரிகையின் மூன்றாவது பக்கத்தில் அந்தத் திருமணச் செய்தி அறிவிக்கப்பட்டிருந்தது:

முஸ்தஃபா கெமால் திருமணம் செய்துகொள்கிறார்; மணப்பெண் செல்வந்த இஸ்மிர் வணிகரின் மகள்.

துருக்கி தேசியத் தலைவர் முஸ்தஃபா கெமால், இஸ்மிரின் செல்வந்த துருக்கி வணிகரான முவாம்மெர் உஷாகி பெய்யின் மகளைத் திருமணம் செய்துகொண்டதாக அறிவிக்கப்பட்டுள்ளது. அவருடைய மணமகள் பத்துலட்சம் துருக்கி லிராக்களை வரதட்சணையாகக் கொண்டுவந்துள்ளார் என்று கூறப்படுகிறது. லண்டனிலும் பாரிசிலும் கல்வி கற்ற திருமதி கெமால் பெண்களின் உரிமைகளை ஆதரித்துப் பேசுபவர் என்று அறியப்பட்டவர். பாரம்பரிய துருக்கி முகத்திரையை அவர் பயன்படுத்துவதில்லை.

அந்தச் செய்தி தொடர்ந்து வரதட்சணையை 6,60,000 டாலர்கள் என்று மாற்றிக் காட்டுகிறது. அது அப்போதுதான் நீண்ட போரிலிருந்து மீண்டு வந்துள்ள துருக்கியில் ஒரு பெரிய தொகையாகும். இதே போன்ற செய்தி *த வாஷிங்டன் போஸ்ட்* பத்திரிகையிலும் வெளிவந்தது.

இந்தச் செய்தி சுட்டிக்காட்டுவதுபோல, முஸ்தஃபா கெமால் உலகப் புகழ்பெற்ற வணிகர் ஒருவரின் மகளைத் திருமணம் செய்திருந்தார் என்ற உண்மை கவனிக்கத் தக்கதாகும். வரலாற்றாசிரியர் ஃபெரோஸ் அஹ்மட் கடந்தகாலத்தோடு ஒப்பிடுகிறார்.

ஒரு முக்கிய இஸ்மிர் வணிகர் ஒருவரின் மகளான லதிஃபே ஹனிமை முஸ்தஃபா கெமால் திருமணம் செய்துகொண்டதை கெமாலித்துவ அதிகார மேனிலைக் குழுவுக்கும், வளர்ந்துகொண்டிருக்கும் மேட்டுக் குடியினருக்கும் இடையிலான திருமணக் கூட்டணி என்றுகூட பார்க்கலாம்; இதற்கு மாறாக என்வர், ஹஃபிஸ் ஹக்கி பாஷாஸ் போன்ற தொழிலாளர் சங்கச் செயல் வீரர்கள் ஆட்டோமான் இல்லங்களில் திருமணம் செய்துகொண்டது அவர்களுடைய சமூக, அரசியல் மனச்சார்புகளை வெளிப்படுத்தியது.

அமெரிக்க நாட்டு *டைம்ஸ்* இதழ் அதன் 80ஆவது ஆண்டுவிழா சிறப்பிதழின் ‘உலகை மாற்றிய 80 நாட்கள்’ பட்டியலை 29, ஜனவரி 1923இல் தொடங்கி, லதிஃபே, முஸ்தஃபா கெமால் இருவரின் திருமண நாள் புகைப்படத்தையும் முன்னிலைப்படுத்தியது ... தலையங்கம் ஒரு பெரிய செய்தியை சுருக்கமாகக் கூறுகிறது: ‘துருக்கி மேற்கு நோக்கித் தள்ளப்படுகிறது.’

தேசியப் போராட்டத்தைத் தொடர்ந்து துருக்கியின் எதிர்காலம் என்னவாகும் என்று முழு உலகமும் ஆச்சரியத்துடன் பார்த்துக்கொண் டிருந்தது.

மேற்கத்திய பத்திரிகைகள் இஸ்மிர் திருமணத்தை அதிக ஆர்வத் துடன் கவனித்தன. புதுமணத் தம்பதியரின் புகைப்படங்கள் பெரிதும் விரும்பப்பட்டன. மணப்பெண்ணின் ஐரோப்பியக் கல்வி, அவரது

பெண்கள் உரிமை பற்றிய வெளிப்படையான நிலைப்பாடு, புகைப் படங்கள் எடுக்கப்பட்டபோது அவர் கணவருடன் நெருக்கமாக இருந்தது – இவை எல்லாம் மேற்கு நோக்கிப் பார்த்த துருக்கியின் குறியீடாக இருந்தன.

முட்டுக்கட்டையிலிருந்த ஊசான் மாநாடு முறிவடைந்தபோது நடத்தப்பட்ட அந்தத் திருமணம் வெளியுலகுக்கு இந்தச் செய்தியை அனுப்பியிருக்கும், "நாங்கள் நன்றாகவே செயல்பட்டுக்கொண்டிருக் கிறோம்; பாருங்கள் எங்கள் தலைவர் திருமணம் செய்ய முடிந்திருக் கிறது; நாங்கள் எங்கள் பாதையில் செல்வதில் உறுதியாயிருக்கிறோம்."

இது உண்மையிலேயே புத்திசாலித்தனமான நேரத் தேர்வுதான்: மாநாடு 27 ஜனவரி அன்று முறிவடைந்தது. அப்போதைய புகழ்பெற்ற பத்திரிகைக் கட்டுரையாளரான அஹ்மெட் எமின் யல்மான் தம் வாழ்க்கை நினைவுக் குறிப்புகளில் எழுதினார்:

அங்காராவால் எல்லோரையும் மனஅமைதியுடன் சந்திக்க முடிந்தது என்பதற்கான மிகத் தெளிவான சமிக்ஞைதான் கெமால் பாஷாவின் திருமணத் துக்கான நேரத் தேர்வு. மாட்சிமிக்க சட்டமன்ற சபாநாயகரின் உஷாகிஸாடே முவாம்மெர் பெய்யின் மகளுடனான திருமணச் சடங்கு பற்றிய செய்திகளை 30 ஜனவரி தேதியிட்ட செய்தித்தாள்கள் வெளியிட்டன. மணமகள் புகழ் பெற்ற இலக்கியப் படைப்பாளி ஹலித் ஸியா பெய்யின் உறவுப்பெண் ஆவார்.

10

தேனிலவு

விருந்தினர்கள் ஒவ்வொருவராக விடைபெற்றுக் கொண்டிருந்தனர். முஸ்தஃபா கெமால் காஸிம் (கரபேகிர்), ஃபெவ்ஸி இருவரையும் அங்கேயே இருக்குமாறு சைகை செய்தார். பின்னர், லதிஃபேவை அவரது தோள்களில் பிடித்துக்கொண்டு நெற்றியில் முத்தமிட்டார்.

"சீக்கிரம் வா, உன்னுடைய திறமைகளையெல்லாம் காட்டி நமது விருந்தினர்களுக்கு ஒரு திருமண விருந்து தயாராக்கு! மணமகள் தமது திறமையை நிரூபிப்பதை ஃபெவ்ஸி பாஷா பார்க்க விரும்புகிறார்." இதை எதிர்பாராத ஃபெவ்ஸி பிதற்றினார், "தளபதி அவர்களே, இது நியாயம் இல்லை." முஸ்தஃபா கெமால் புன்னகைத்தார்.

"திருமண இரவன்று ஒரு படைவீரனின் மனைவியின் இடம் சமயலறைதான்!"

லதிஃபே கையில் வைத்திருந்த வெள்ளை ரோஜாவை முஸ்தஃபா கெமாலின் மடியில் வைத்துவிட்டு, கையுறைகளையும் கழற்றிவிட்டு அறையை விட்டு ஓடினார்.

அவர் தயாராக்கியிருந்த உணவு மேசை அவர்களைப் பெருமைப்படுத்தும் விதமாக இருந்தது. ஒரு பளிங்குக் கிண்ணத்தை தலைகீழாகப் போட்டு, அதை மலர்களாலும் இலைகளாலும் அலங்கரித்து சின்னஞ்சிறு பல்புகளால் ஒளிரச் செய்திருந்தார். மீன் முட்டையும், வெண்ணெய் திரட்டும் திராட்சைக் கொடி இலைகளில் வைக்கப்பட்டிருந்தன. கஞ்சிப் பசையால் விறைப் பாக்கப்பட்ட மேசை விரிப்பும் சிறு துண்டுகளும், வீட்டிலிருந்த மிகச்சிறந்த பீங்கான் பாத்திரங்களும் மேசை மேல் இருந்தன. மேசை பல உணவு வகைகளால் அலங்கரிக்கப்பட்டிருந்தது.

மாளிகையில் இருந்த விருந்தினர்கள் இஸ்மிர் பத்திரிகை களின் பிரதிநிதிகள். அவர்கள் பேசிக் கொண்டிருந்தது லூசான் அமைதி மாநாடு பற்றி. கடைசி விருந்தினர் நள்ளிரவு நெருங்கும் போது சென்றார். லதிஃபேவின் பெற்றோர் சகோதரர்கள்,

சகோதரிகள் எல்லோரும் புதுமணத் தம்பதியினரைத் தனியாகவிட்டு தங்களுடைய அறைகளுக்குச் சென்றார்கள்.

31 ஜனவரி அன்று முஸ்தஃபா கெமால் தம்முடைய மனைவியை இஸ்மிர் மக்களுக்கு அறிமுகம் செய்து வைப்பதற்காக முன்னாளைய சுங்க வரித்துறைக் கட்டிடத்தில் ஒரு நிகழ்ச்சி நடத்தினார். ஒரு புகைப்படத்தில் லதிஃபேவின் அருகில் ஸாலிஹ் நிற்பதைப் பார்க்க முடிகிறது. பெண்கள் திரளால் சூழப்பட்டிருந்த லதிஃபே கையில் ஒரு நோட்டுப் புத்தகத்தை வைத்திருக்கிறார்; அவர் குறிப்புகள் எடுத்துக் கொண்டிருக்க வேண்டும்.

முஸ்தஃபா கெமால் பேச்சை, “லேடீஸ் அன் ஜென்டில்மென்!” என்று தொடங்கினார். ஒரு பணிவான பாராளுமன்ற உறுப்பினர் என்ற முறையில் பேச விரும்புவதாகக் கூறிவிட்டு கூட்டத்திலிருந்தவர் களிடமிருந்து கேள்விகளை எதிர்பார்ப்பதாகக் கூறினார்: “இவ்வுலகில் நீங்கள் பார்ப்பவை எல்லாமே பெண்களின் செயல்கள்தான். ஒரே ஒரு பால் வகையின் இப்போதைய தேவைகளைத் திருப்திப்படுத்தி விட்டு மனநிறைவு கொள்ளும் ஒரு சமூகம் தன்னில் பாதிக்கும் மேலானவர்கள் வாக்குரிமையற்றவர்களாக இருப்பதைக் காணும்.”

முஸ்தஃபா கெமாலிடம் கேட்கப்பட்ட கேள்விகளில் மூன்று கூட்டத்திலிருந்த பெண்களிடமிருந்து வந்தவை. லதிஃபே முஸ்தஃபா கெமாலுடன் சேர்ந்து பொதுமக்கள் முன் தோன்றுவது இதுவே முதல் முறை. இந்த மக்கள் திரளுக்குமுன் பெண்கள் பற்றிய அவருடைய தொலைநோக்குப் பார்வை பற்றி முஸ்தஃபா கெமால் பேசியதை லதிஃபே உன்னிப்பாகக் கேட்டார். அந்தப் பேச்சு பெண்களின் மிகஉயர்ந்த கடமை தாய்மை என்பதை வலியுறுத்தியது. அதனால்தான் ஆண்களுக்கு நிகரான கல்வி பெண்களுக்கும் தேவை. சமூகத்தில் அவர்களும் ஆண்களுக்கு அருகில் நிற்பதோடு, ஆணும் பெண்ணும் இணைந்து நடக்கவேண்டும். அறிவியலும், அறிவாற்றலும் ஆண்களுக்கு மட்டுமல்ல, பெண்களுக்கும் இன்றியமையாததே. ஹிஜாப் – ஆல் பெண்கள் நலிவடையச் செய்யப்படுவதை அனுமதிக்கக்கூடாது.

இந்தப் பேச்சைப் பற்றி லதிஃபே என்ன நினைத்தார், தாய்மைதான் பெண்களின் மிக முக்கியமான கடமை என்ற பார்வையை அவர் ஏற்றுக்கொண்டாரா, முஸ்தஃபா கெமாலிடம் பின்னர் அவர் என்ன சொன்னார், ஆகியன பற்றி நமக்கு எதுவும் தெரியாது.

அவர்கள் தேனிலவுக்குச் செல்கிறார்கள்

புதுமணத்தம்பதியினர் ஈஜியன் பகுதிக்குச் செல்வதற்கான ஒரு குறுகிய பயணத்துக்குத் திட்டமிட்டு, பாலிகெஸிர் நோக்கிச் சென்றார்கள்.

போரால் பாழ்படுத்தப்பட்ட மாவட்டங்களில் அவர்களுடைய தேனிலவு காலம் கழிக்கப்பட்டது. அவர்கள் கிராமங்களில் தங்கினார்கள். அங்கு முஸ்தஃபா கெமால் குடியானவர்களிடம் பேசி, அவர்களுடைய புகார்களைக் கவனித்துக் கேட்டு, அவர் சொல்ல வேண்டுமென்று எதிர்பார்க்கப்பட்ட வற்றைச் சொன்னார். அவர்கள் சிறு நகரங்களுக்குச் சென்றபோதும், அவருடன்

சென்ற பெண்ணைப் பற்றி யாரும் எந்த கேள்வியும் கேட்கவில்லை. படைவீரர் மறு ஆய்வின்போது லதிஃபே முஸ்தஃபா கெமாலின் பக்கத்தில் ஒரு உதவி ராணுவ அதிகாரிபோல குதிரையில் சென்றார். அப்போதுதான் அவருடைய அதிகாரிகளுக்கு அவருடைய திருமணம் பற்றித் தெரிந்தது.

மஹ ூ ஹனிம் (ஏய்ஜென்)–மும் அவருடைய கணவரும் எட்ரெமிட்டில் பாஷாவையும் அவருடைய மனைவியையும் விருந்தோம்புவார்கள். அவர்களுடைய வீட்டில்தான் மிகப்பெரிய வரவேற்பறை இருந்ததே அதற்குக் காரணம். விருந்துக்கு எழுபது முதல் எண்பது விருந்தினர் எதிர்பார்க்கப்பட்டனர். அங்கு கடல் மீன்கள் ஏராளமாகக் கிடைத்ததால் மீன் உணவு வகைகளும், பாலாடை பயன்படுத்தப்பட்ட உணவும், கார, இனிப்புப் பண்டங்களும் தயாரிக்கப் பட்டன. மேசை ஆலிவ் பழங்களால் அலங்கரிக்கப்பட்டிருந்தது. எட்ரெமிட் சமயப் பற்று அதிகமான சிறுநகராதலால் பெண்கள் தளர்ந்த மேலங்கி அணிந்திருந்தனர்; அவர்கள் ஆண்களுடன் பேச முடியாது. மஹூ ஹனிம் கூறுகிறார். “பெண் ஆசிரியர்களும், சில மருத்துவர்கள் மற்றும் வழக்குரைஞர்களின் மனைவியரும், எங்களைப் போற்ற மற்றவர்களும் விருந்தினர்களை வரவேற்க மேலங்கி அணிந்திருக்கவும், முகத்திரையின்றி இருக்கவும் முடிவு செய்தோம்.”

வரவேற்பறைக்கு அடுத்த அறையில் இரண்டு படுக்கைகளை அருகருகே போட்டு ஒரு படுக்கையறையை ஆயத்தம் செய்து வைத்திருந் தனர். பிற்பகல் சுமாராக 5 மணிக்கு ஆண்கள் குழு ஒன்று நகருக்கு வெளியே புறப்பட்டுச் சென்றது. அதன் பின் சிறிது நேரத்தில் என்ன செய்வதென்று தெரியாத கலக்கத்துடன் மாவட்ட ஆளுநர் மஹூ ஹனிம் வீட்டுக் கதவைத் தட்டினார். அதற்கு முன் முஸ்தஃபா கெமால் ‘டர்கிஷ் ஹார்த்’ஐப் போய் பார்த்தபோது அது மூடப்பட்டிருந்ததால் தன் நிதானத்தை இழந்தார். அதன்பின்’நகர மண்டபத்துக்குச் சென்ற போது அதுவும் மூடப்பட்டிருந்தது. அதைத் திறக்கவைத்து உள்ளே சென்று கடுகடுப்புடன் அமர்ந்தார். அவர்கள் எல்லோரும் கவலை யுடன் நடுங்கினார்கள்: அவர்கள் ஆயத்தப்படுத்தி வைத்திருக்கும் வீடும் இதே அளவுக்கு குறைபாடுகளோடு இருப்பதாக அவர் நினைத் தால் என்ன நடக்கும்?

மஹூ, அவருடைய கணவர், சில பெண்கள் எல்லோரும் கதவருகே சென்று விருந்தினர்களை வரவேற்றனர். லதிஃபே தரைப்படை சீருடை யோடு ராணுவ கோட்டும் அணிந்திருந்தார். பெண்களைப் பார்த்து வருத்தம் தெரிவித்தார். “இவ்வளவு அன்பான வரவேற்பு காத்திருந்தது பற்றி எனக்குத் தெரியாது. எனவேதான் இந்த உடையில் வந்திருக் கிறேன்.” அவர் கோட்டைக் கழற்றித் தொங்கவிட்டார். முஸ்தஃபா கெமால் மஹூவிடம் கூறினார். “நாங்கள் நன்றி கூறுகிறோம். நாங்கள் நாகரீகமான முறையில் இரவைக் கழிப்பதை நீங்கள் சாத்தியமாக்கி யுள்ளீர்கள். நான் என் மனைவியோடு பயணித்து இங்கே வந்திருக் கிறேன். இருப்பினும் இந்தப் பயணத்தின்போது ஒரு பெண் முகத்தைக் கூட நாங்கள் பார்க்கவில்லை.”

அவர்கள் மாடிப் படிகளின் கீழ் நின்றுகொண்டிருந்தார்கள். லதிஃபே தொடர்ந்து நடந்து முதல் மாடிக்குச் சென்றார். பெண்கள் முஸ்தஃபா கெமாலைச் சுற்றி இருந்தார்கள். தலைமை ஆசிரியை லதிஃபேவுடன் பேசிக் கொண்டிருந்தார். தீப்பந்த ஊர்வலம் அங்கு வந்தபோது முஸ்தஃபா கெமால் தான் மக்களிடம் பேசும்போது பெண்கள் எல்லோரும் அவருடன் சன்னலருகில் இருக்க வேண்டுமென்று அழைத்தார், “பெண்கள் எல்லோரும் வாருங்கள், மக்கள் நம் எல்லோரை யும் இதுபோல் ஒன்றாகப் பார்க்கட்டும். நம் எல்லோரையும் ஒன்றாகப் பார்த்து அவர்கள் பழக்கப்படட்டும்; இதுதான் எதிர்காலத்தின் பாதை.”

பெண்கள் மேசையில் அமராமல் இருந்ததைப் பார்த்தவுடன், முஸ்தஃபா கெமால் எதிர்ப்புத் தெரிவித்தார். மஹ்ஜு அதற்கான காரணத்தை விளக்க முயன்றார், “நாங்கள் உணவு பரிமாறுகிறோம்.” அவர் அதை ஏற்றுக்கொள்ளாமல் லதிஃபேவை ஒரு பக்கத்திலும் மஹ்ஜுவை மறுபக்கத் திலும் உட்காரவைத்தார். அன்று இரவு அவர் மஹ்ஜுவிடம் கூறினார், “நாங்கள் பல்யாவிலிருந்து வருகிறோம். அங்கே லதிஃபே ஹனிமும் நானும் தொழுகைக்கு அருகருகில் நின்றோம்.” மஹ்ஜு ஹனிமின் நினைவு சரியாக இருந்தால், அந்தத் தம்பதியினர் மற்றொரு மரபை உடைத்திருந் தனர்: மசூதியில் கணவனும் மனைவியும் தொழுகைக்காக அருகருகே நிற்பது கேட்டறியப்படாத ஒன்று.

அந்தக் குறுகிய தேனிலவு சுற்றுலா லதிஃபேவுக்கு ஆனடோலியாவை அருகிலிருந்து பார்ப்பதற்கான வாய்ப்பைக் கொடுத்தது. ஆட்டாடூர்க்கின் வாழ்க்கை வரலாற்றாசிரியர்களான வமிக் வோல்கனும், நார்மன் இக்டோவிட்ஸும் இந்தச் சுற்றுலாவை இவ்வாறு பார்க்கிறார்கள்.

அவர் கிரேக்கர்களின் கைகளில் துருக்கியர்கள் அடைந்த அவமானத்தையும் இறுதியில் துருக்கியின் வெற்றியையும் நகரம் எரியூட்டப்பட்டதையும் நேராகப் பார்த்திருந்தார். ஆனடோலியா பற்றிய புனைகதை கருத்துகள் ஏதாவது அவர் வைத்திருந்தால் அவை அவர் பார்த்த இரக்கமற்ற உண்மை நிலையால் விரைவில் விரட்டப்பட்டது. கிராமப்புறங்கள் பாழ்நிலங்களாகக் கிடந்தன. அவருடைய மாவீரனைப் பார்த்து ஆர்ப்பரிக்கும் மக்கள் திரளின் பரபரப்பு ஒருபக்கம்; ஆனால் எங்கும் ஊடுருவிப் படர்ந்திருந்த இல்லாமையும் வறுமையும் மற்றொரு பக்கம்.

அந்த குறுகியகாலச் சுற்றுலா பிப்ரவரி 10 அன்று முடிவடைந்தது. புதுமணத் தம்பதியினர் மற்றொரு வாரம் இஸ்மிரில் தங்கினர். லதிஃபே விடைபெறுவதற்காகச் சென்றுகொண்டும், சாங்கயாவுக்கு எடுத்துச் செல்ல வேண்டிய பொருட்களை பைகளில் அடைத்துக் கொண்டும் இருந்தார். முஸ்தஃபா கெமால், அவர் அதிக முக்கியத்துவம் கொடுத்திருந்த பொருளாதாரப் பேரவையின் திறப்பு விழாவுக்கான ஆயத்தங்களில் ஈடுபட்டிருந்தார். இந்தப் பேரவை நாட்டுப் பொருளாதாரக் கொள்கை களின் உடனடி எதிர்காலத்தை வடிவமைக்கும்; எனவே அது நீண்ட காலமாக திட்டமிடப்பட்டுக்கொண்டிருந்தது; முதலில் அதன் நிகழ்விட மாக அங்காரா பரிசீலிக்கப்பட்டது; பின்னர் இஸ்மிர் வென்றது.

ஏழாயிரம்பேரை உட்கார வைக்கப் போதுமான இடமுள்ள, நகரின் மிகப் பெரிய சுற்றுச் சுவர் உள்ள வெற்றிடம் இருந்த ஆட்டொமன் வங்கிப் பண்டகசாலை அதன் நிகழ்விடம். உத்தேசமாக ஐயாயிரம் பேராளர்கள் கலந்துகொள்வார்கள் என்று எதிர்பார்க்கப்பட்டது. எனவே அதிக தங்கும் அறைகள் ஆயத்தம் செய்யப்பட்டன. கடுமையான குளிர் கலந்துகொள்பவர்களின் எண்ணிக்கையைக் கட்டுப்படுத்தியது.

துருக்கி பொருளாதாரப் பேரவை பிப்ரவரி 17 சனிக்கிழமையன்று தொடங்கியது. கலந்துகொண்ட ஆயிரத்து நூறு பேராளர்களும் மாவட்ட மன்றங்கள், நகர் மன்றங்கள், வணிக மற்றும் விவசாய அமைப்புகள், பங்குச் சந்தை, உரிமைகள் பாதுகாப்புச் சங்கங்கள் ஆகியவற்றால் நியமிக்கப் பட்டவர்கள். உஷாகிஸாடே முவாம்மெர் இஸ்மிர் குழுவில் ஒருவராக இருந்தார். பொருளாதாரப் பேரவையில் பெண்களும் பிரதிநிதிகளாக நியமிக்கப்பட்டிருந்தனர். பேரவை நடந்த இரண்டு வாரங்களும் புகைப்படத் தடை அமுலில் இருந்தது. அதிகாரபூர்வ புகைப்படங்கள் பத்திரிகை களுக்கு வினியோகிக்கப்பட்டன – சற்று காலதாமதத்தோடாயினும்.

பெண்களும் ஆண்களும் ஒன்றாகவே அமர்ந்திருந்தனர். தொடக்கத் தில் மேல்தள இருக்கைப் பகுதியில் 300 இருக்கைகள் இருந்த ஒரு பகுதி பெண் பார்வையாளர்களுக்கு ஒதுக்கப்பட்டிருந்தது. ஆனால் கலந்துகொண்ட பெண்களின் எண்ணிக்கை ஐநூறைத் தொட்டது. பொருளாதாரப் பேரவையில் பெண்கள் மற்றுமொரு தடையைக் கடந்தனர்: இஸ்மிரைச் சேர்ந்த ஆறு பெண் தொழிலாளர்கள் பேராளர் களாகக் கலந்துகொண்டார்கள். பேரவை முடிவின்போது அவர்கள் சார்பாகப் பேசிய ருகியே ஹனிம் அமைப்பாளர்களுக்கு நன்றி தெரிவித்து விட்டுக் கூறினார், “முதல் தடவையாக நாட்டு நடப்புகளில் பெண்கள் முனைப்புடன் பங்கெடுக்கிறார்கள். இந்த கௌரவத்தால் பெற்றுள்ள நற்பேறு எங்கள் இதயங்களுக்கு விடுதலை அளித்து அவற்றைப் பெருமிதத் தால் நிரப்பியுள்ளது.”

லூசான் பேச்சுவார்த்தைக் குழுவை எஸ்கிஷெஹிரில் சந்தித்தல்

அரசியலுடன் பின்னிப்பிணைந்த தேனிலவு முடிவுக்கு வந்தது. லதிஃபேவும் முஸ்தஃபா கெமாலும் அங்காராவுக்குப் புறப்படுவதற்கான நேரம் வந்தது. அங்காரா செல்லும் வழியில் எஸ்கிஷெஹிரில் துருக்கி பேச்சுவார்த்தைக் குழுவினரை முஸ்தஃபா கெமால் சந்திப்பதற்குத் திட்டமிடப்பட்டிருந்தது. துருக்கிப் பிரதிநிதிகள் முட்டுக்கட்டையிலிருந்த அமைதிப் பேச்சுவார்த்தையை முறித்துக்கொள்ள முடிவெடுத்திருந்தனர்.

பிப்ரவரி 21 அன்று எஸ்கிஷெஹிர் சந்திப்பில் இருந்த வரவேற்புக் குழுவில் இரு வெளிநாட்டுப் பத்திரிகைப் பிரதிநிதிகள் இருந்தனர்: *சிகாகோ ட்ரிபியூனின்* லேரி லூ மற்றும் *டெய்லி மெயிலின்* வார்ட் ப்ரைஸ். லேரி லூ தெரிவித்தது:

புகைவண்டி நின்ற உடனேயே முஸ்தஃபா கெமால் பெட்டியிலிருந்து இறங்கி அவருடைய மனைவி நடைமேடையில் இறங்க உதவி செய்தார்.

நேர்த்தியான பழுப்புநிற சூட் அணிந்திருந்த அனடோலியாவின் முதற் பெண்மணியான திருமதி முஸ்தஃபா கெமால் முகத்திரை போடாமலும், நாணத்துடனும் இருந்தார். முன் அறிமுகம் உள்ளவர்களைப் பார்த்துச் சிரித்துக்கொண்டும் கையசைத்துக் கொண்டும் இருந்த லதிஃபே அவ்விடத்துக்கு களிப்பையும், எழுச்சியையும் சேர்த்தார். இல்லாவிடில் அந்த இடம் இறுக்கத்துடன் இருந்தது. கெமால் நாடு முழுவதும் மாவீரனாகப் போற்றப் பட்டாலும், அவரைவிட அவருடைய மனைவிதான் எல்லோருடைய பார்வையையும் ஈர்ப்பவராக விளங்கினார்.

கெமாலின் காதலும் அவருடைய போர் முறையைப் போலத் திட்டமின்றித் திடீரென்று செய்யப்பட்டது என்று அவர் கருத்து தெரிவித்தார்.

இஸ்மெட்டுடன் சென்ற வார்ட் ப்ரைஸ் எஸ்கிஷெஹிர் நிலையத்தில் மணப்பெண்ணின் தோற்றத்தை அதிக விரிவாக விவரித்துள்ளார்; முழு உலகமுமே இந்தப் பெண்ணைப் பற்றித் தெரிந்துகொள்ள விரும்பியது: இஸ்தான்புல்லிலிருந்து அங்காரா சென்ற தொடர்வண்டி உடைந்த சன்னல்களுடனும், வெப்பமூட்டும் வசதியோ, மின் விளக்கோ இல்லாமலும் இருந்தது. தொடர்வண்டியில் வந்த துருக்கி பிரதிநிதிகள் குழு சிறு புகைவண்டி நிலையமான எஸ்கிஷெஹிரில் நின்றிருந்தனர். தேசியத் தலைவரான முஸ்தஃபா கெமால் சில வாரங்களுக்குமுன் இஸ்மிரில் திருமணம் செய்துகொண்ட மனைவியுடன் இணைந்து அவர்களோடு சேர்ந்துகொள்வதாக இருந்தது. 'காஸி' – மத நம்பிக்கையற்றவர்களை வெற்றிகொண்டவர்களுக்கு வழங்கப் பட்ட துருக்கி இராணுவப் பட்டம் – தடிப்பான கம்பளி சூட், குறுங்கால் சட்டை, சைக்கிள் ஓட்டப் பயன்படுத்தப்படும் நீண்ட காலுறை ஆகியவற்றை அணிந்திருந்தார். இந்த உடை காப்புரிமை பெற்ற ஷூக்களோடு விசித்திரமாக முரண்பட்டு இருந்தது. அவருடைய 19 வயதான புதுமனைவி லதிஃபே ஹனிம் குதிரை சவாரியின்போது அணியும் குறுங்கால் சட்டையுடன் உயர்ந்த பூட்ஸூம் குதி முள்ளும் அணிந்திருந்தது பார்ப்பதற்கு வியப்பாக இருந்தது. அவருடைய தலைமுடி மேல் ஒரு எடுப்பான கைக்குட்டையைப் போட்டிருந்தார். அவருடைய முகம் மறைக்கப்படாமல் இருந்தது. துருக்கி நாட்டுப் பார்வையாளர்கள் அவருடைய உடையைப் பார்த்து வியப்படைந்திருப்பார்கள். அக்காலத்தில் துருக்கியிலுள்ள வேறு எந்த பெண்ணும் அது போன்ற உடையை அணிவதற்கான துணிச்சலோடு இருந்திருக்க முடியாது.

11

தேசீய இயக்கத் தளமான அங்காராவுக்கு வருகை

லதிஃபே அழகானவரா என்பதுதான் எல்லோருடைய உதட்டிலும் எழுந்த முதல் கேள்வி. முஸ்தஃபா கெமால் மிக அழகான ஆண்; அவர்கள் இருவரும் அழகான தோற்றமுள்ள தம்பதியினராக இருப்பார்களா? லதிஃபே மனதைக் கவரும் அழகியாக இல்லாவிட்டாலும், அண்மையிலிருந்து பார்க்கும்போது திடகாத்திரமானவராகத் தோற்றமளித்தார். எப்படியாயினும் அவர் வழக்கமான உடற்கூறுகளோடும், பழுப்பு – கருமை நிறங் கலந்த ஜொலிக்கும் கண்களோடும் சிறப்பாகத் தோன்றினார்.

'க்ரே உல்ஃப்' என்ற நூலின் ஆசிரியரான ஹெரால்ட் கோர்ட்னி ஆம்ஸ்ட்ராங் லதிஃபேவை "கருமையான முடியுடைய வர்; சிறிய அழகான கருப்பு நிற சிரிக்கும் கண்களுடன் அவருக்கே உரித்தான உற்சாகமும் கௌரவமான நடத்தையும் உடையவர்; சிறு கைகால்களும், இனிமையான துருக்கிய மொழியைப் பேசும் போது மென்மையான குரலும் கொண்டவர்" என்றும் வருணிக் கிறார். மேலும் "மற்றவர்களைப் பணிந்து போக வைக்கும் அதிகாரத் தோரணையுடையவர். ஒரு ஆண் மற்றொரு ஆணை நேருக்குநேர் கண்ணில் பார்ப்பதுபோல் பார்க்கும் பெண் அவர். மற்ற பெண் களைப் போல ஒளிவு மறைவாகப் பார்க்கக்கூடியவர் அல்ல."

"லதிஃபே ஹனிமைப் பற்றி என்ன நினைக்கிறீர்கள்" என்ற இஸ்மெட்டின் கேள்விக்கு ஹலிதே எடிப் அளித்த பதில் "அவர் மிக வசீகரமானவர்."

அமெரிக்கப் பத்திரிகையாளர் ஐசக் ஃப்ரெடெரிக் மார்கோசன் கருத்துப் படி அவர் இதுவரைப் பார்த்தவர்களில் "லதிஃபேதான் மிகக் கவர்ச்சி கரமான துருக்கியப் பெண்."

"மற்ற இரும்பு மனிதர்களைப் போலவே முஸ்தஃபா கெமாலுக்கும் ஒரு வலிமை குறைந்த புள்ளி இருந்தது. திருமதி கெமாலை நான் முன்பே சந்தித்திருந்ததால் முஸ்ஃபா கெமால் ஏன் அவரிடம் சரணடைந் தார் என்பதை என்னால் புரிந்துகொள்ள முடிகிறது.

இந்த உரையாடலின் நடுவில் ஒரு பணியாளர் வந்து முஸ்தஃபா கெமாலின் காதுகளில் எதையோ கிசுகிசுத்தார். உடனே அவர் கூறினார்: "திருமதி கெமால் வந்துகொண்டிருக்கிறார்."

சிறிது நேரத்துக்குப் பின் நான் சந்தித்த துருக்கியப் பெண்களில் மிகவும் கவர்ச்சியானவர் உள்ளே வந்தார் – அறைக்குள் மிதந்து வந்தார் என்றே சொல்ல வேண்டும். அவர் நடுத்தர உயரமும், முழுமையான கீழை நாட்டு முகமும், ஒளி நிறைந்த கருமையான கண்களும் உடையவர். அவருடைய ஒவ்வொரு அசைவும் நளினமாக இருந்தது. துருக்கியர்களுக்குரியதல்லாத ஒருவித கருநீல உடை அணிந்திருந்தாலும் வழக்கமாக முகத்திரையோடு அணியப்படும் நேர்த்தியான தலைஆடை அணிந்திருந்தார். பழமையான துருக்கிய பாரம்பரியப்படி இந்த ஆடை முடியை முழுமையாக மறைக்க வேண்டும். பெண்கள் விடுதலையில் நம்பிக்கையுடையவரானதால் முகத்திரையை அவர் அணிந்திருக்கவில்லை. முடியை மறைத்திருந்த துணியின் அடிப்புறம் வழியாக பழுப்புநிற முடிக்கற்றைகள் எட்டிப் பார்த்தன. அவரிடமிருந்து ஒரு மென்மையான நறுமணம் வெளிப்பட்டது. உண்மையில் அவர் அங்காரா நகரச் சூழலை அலங்கரித்த பாரிஸ் பெண்மைப் பண்புகளின் நேர்த் தோற்றமாக விளங்கினார்.

அக்காலத்திய வெளிநாட்டுப் பத்திரிகைகள் அவரை கெமாலின் 'அழகான மணப்பெண்' என்று அடிக்கடி குறிப்பிட்டன.

முஸ்தஃபா கெமாலைப் பொறுத்தவரை, அவர் லதிஃபேவை ஒரு பிரமிப்பூட்டும் அழகியாகக் காணவில்லை என்று ஓரிருமுறை கூறியிருக்கிறார். இருப்பினும் உஷாகிஸாடே மாளிகையில் விருந்தினராக இருந்த போது அவர் லதிஃபேவைப் பாராட்டியிருக்கிறார் என்பது நமக்குத் தெரியும்: "சிறுமியே, நீ இனிமையானவள், நகைச்சுவைப் பேச்சு போன்றவளல்ல. நான் உன்னை இனி லதிஃப் என்று கூப்பிடுவேன்." அரபிக்கிலிருந்து பெறப்பட்ட முதல் பெயர்களிலான இந்த சொல் விளையாட்டு பலவகைப் பொருள்களுக்கு இடமளிக்கிறது. லதிஃப் என்றால் அழகான, இனிமையான என்ற பொருள். லதிஃபே என்றால் நகைச்சுவைப் பேச்சு என்ற பொருள். லதிஃப் கூட ஒரு பெயராகப் பயன்படுத்தப்படுகிறது; லதிஃபேவின் ஆண்பாலாக.

முஸ்தஃபா கெமால் லதிஃபேவை இஸ்லாமிய சொர்க்கத்திலுள்ள அழகிய இளம்பெண்களோடு ஒப்பிட்டு எவ்வாறு அவரைச் சீண்டினார் என்பதை ஸுரெய்யா அகவோகுலு நினைவுகூருகிறார்: "சொர்க்கத்திலுள்ள தேவதைகளுக்கு உனக்கிருப்பது போன்ற மிருதுவான தோலும் கருவிழிகளும் உள்ளன."

லதிஃபே புகைப்படங்களில் தோன்றுவதைவிட நேரில் பார்ப்பதற்கு அதிக அழகாக இருப்பார். அவருடைய வசீகரம் அவரை சந்தித்து உரையாடியவர்களை உடனே -வயப்படத்தி நல்லெண்ணத்தை ஏற்படுத்தியது.

எனவே லதிஃபே பற்றித் தெரிந்துகொள்ளும் ஆர்வம் வரவேற்புக் குழுவினரிடம் நிரம்பியிருந்தது: மணமகள் முஸ்தஃபா கெமாலுக்கு நல்ல பொருத்தமானவர்தானா?

அங்காரா புகைவண்டி நிலையம் புதுமணத் தம்பதியினரின் அதிகாலை வரவுக்காக மலர்த் தோரணங்களால் அலங்கரிக்கப்பட்டிருந்தது. முதலில் கீழே இறங்கியது முஸ்தஃபா கெமால்; அவரைத் தொடர்ந்து லதிஃபே இறங்கினார். கரவொலி கூரையைப் பிளந்தது. தனி மனிதனாகச் சென்ற முஸ்தஃபா கெமால் திருமணமானவராகத் திரும்பி வந்திருக்கிறார்.

பிரதமர் ராவுஃப்பெய், நூரி பெய் (ஜாங்கர்); ஃபெதி பெய் (ஒகியார்), ருஷேன் எஷ்ரெஃப் போன்ற முக்கியமானவர்கள் அடங்கிய வரவேற்புக் குழுவினரும் எண்ணற்ற அங்காரா வாசிகளும் வந்தவர்களை வரவேற்றனர். லதிஃபே கூட்டத்தினரை நோக்கிப் பார்த்துக்கொண்டிருந்தார். அவர் கை குலுக்கப் போகிறவர்களின் பெயர்களை சொல்லிக் கொடுப்பதாக ஸாலிஹ் நம்பிக்கையூட்டினார்.

ராவுஃப்பெய் நின்றுகொண்டிருந்த இடத்துக்கு முன்னால் பயணியர் பெட்டி வந்து நின்றது. முதலில் இறங்கியது முஸ்தஃபா கெமால். பின்னர் அவர் லதிஃபேவின் கைகளைப் பிடித்து அவர் கீழே இறங்க உதவி செய்தார். லதிஃபேவுக்கு முதலில் பாராட்டு தெரிவித்தது பிரதமர் ராவுஃப். அவர் இஸ்மிரில் இருந்த காலத்திலிருந்து லதிஃபேவுக்கு அவரைத் தெரியும். அவரை மீண்டும் பார்க்க முடிந்ததற்காக லதிஃபே மகிழ்ச்சியடைந்தார். அவர் கைகளில் வைத்துக்கொள்ள முடியாத அளவுக்கு மலர்க்கொத்துகள் கொடுக்கப்பட்டன. ஸாலிஹ் அவற்றை உடனே எடுத்து ஒரு பக்கத்தில் வைத்தார். தமது ஒளிவிடும் கண்களால் சுற்றிலும் பார்த்துக்கொண்டிருந்த அந்த அழகிய இளம் பெண்ணைப் பார்ப்பதற்காக கூட்டத்தினர் ஒருவரையொருவர் முந்திக்கொண்டு வந்தனர்.

வறுமை நிறைந்த நிலப்பரப்பு

வரவேற்பு நிகழ்ச்சி நீண்ட நேரம் எடுக்கவில்லை. உடனே அவர்கள் சாங்கயாவுக்குப் புறப்பட்டார்கள். லதிஃபே வீட்டைவிட்டு வெளியே வந்தது முதல்முறை அல்ல. ஆனால் அங்காராவுக்கு வந்தது இதுவே முதல்முறை. அது எவ்வளவு வறுமை நிறைந்த பகுதியாகத் தோன்றியது! இரு குன்றுகளுக்குமேல் எதுவும் இல்லாத வெறுமையான ஆனடோலிய பீடபூமியிலிருந்த அந்த நகரம் எந்த இயற்கை அழகோ, வீட்டு மின்சாரம் அல்லது குழாய் நீர் வினியோகம் போன்ற எந்த நவீன வசதிகளோ இல்லாமல் இருந்தது.

அங்காராவின் இரவுகளைப் பற்றி அப்போது பேசிய எல்லோரும் ஒரு இருண்ட நகரத்தையே குறிப்பிடுகின்றனர். அவர்களுடைய வீடுகளையும் வீதிகளையும் ஒளியூட்ட நம்பத்தகாத அசிற்றிலின் விளக்குகள் மட்டுமே இருந்தன. இரவில் ஒரு இடத்திலிருந்து மற்றொன்றுக்குச் செல்வது ஒரு சாதனையாகவே இருந்தது. அதற்குக் கைவிளக்கு தேவைப்பட்டது. மின்சாரம் அறிமுகப்படுத்தப்பட்டபோது *ஹகிமியெட் – இமில்லியே* செய்தித்தாள் 'மின்சார வசதியுள்ள அறைகள் வாடகைக்கு' என்ற விளம்பரங்களோடு வந்தது.

லண்டனிலிருந்து வெளிவந்த *தெ டைம்ஸ்* அங்காராவின் இருட்டை வேடிக்கையான ஒன்றாகப் பார்த்தது. மிகுந்த நாட்டுப்பற்று உள்ளவர் கூட அங்கு வாழ்வதில் இருந்த இக்கட்டுகளை ஒத்துக்கொள்வார் என்பதை அந்த செய்தித்தாள் சுட்டிக்காட்டியது. விட்டுவிட்டு எரிந்த அரைடசன் மின் விளக்குகள் தெருவுக்கு ஒளியூட்டின. வீடுகளுக்கு குடிநீர் வினியோகம் என்பது கேள்விப்படாத ஒன்று. வெளிஉறவுத் துறை அமைச்சகத்தின் கதவுகளில் கூட குதிரையோ கழுதையோ கட்டப்பட்டிருக்கும்.

குளிர்காலத்தில் அந்த இடம் இருண்ட வெறுமையான இடமாக மாறிவிடும். ஒரு விசித்திரமான சிவப்பு – ஊதா நிற ஒளி அந்த இடத்தை ஒளிரச் செய்யும். வறுமை, பற்றாக்குறை எல்லாம் இருந்தாலும் அங்கிருந்த புதிய, பழைய குடிமக்கள் எல்லோருக்கும் அந்த ஒளிதான் சற்று நம்பிக்கையளித்தது.

அங்காரா ஓரளவு முற்றிலும் வெறுமையான நகரம். ஒருநாள் *ஹகிமியெட்–இ மில்லியே* செய்தித்தாளில் ஃபாலிஹ் ரிஃப்கி 'பசுமை யான அங்காரா' என்ற கட்டுரை எழுதினர். அதற்காக அவர் அடிவருடி என்ற அவமதிப்பை சந்திக்க வேண்டியிருந்தது. எனவே அவர் தமது கட்டுரையை ஆதரித்து எழுத வேண்டியதாயிற்று.

"அன்பர்களே, ஒன்று அங்காரா பசுமையாக வேண்டும், நீர் வினியோகம் கிடைக்க வேண்டும் அல்லது அது அரசின் தலைமையக மாக இருப்பதை நிறுத்த வேண்டும்."

துரதிருஷ்டவசமாக, அங்காராவின் நீராதாரங்கள் போதுமான அளவில் இல்லை. பெரும்பான்மையான குடும்பத்தினர் கிணறுகளைப் பயன்படுத்தி சமாளிக்க வேண்டியிருந்தது. மற்றவர்கள் அண்மைப்பகுதி களிலுள்ள நீரூற்றுகளை அல்லது பணத்துக்காக தண்ணீர் கொண்டு கொடுப்பவர்களை நம்பியிருந்தனர்.

கழுதைகள்தான் முக்கிய போக்குவரத்து வழிமுறை. உள்ளூர் மக்கள் ஓடிப்போன மிருகங்களை அடிக்கடி தேடிக்கொண்டிருந்தார்கள். நடுக்குளிர்காலத்தில் தொடர்ந்து பல நாட்கள் பனிமழை பெய்து கொண்டிருக்கும்.

நல்லவேளையாக லதிஃபே பகல் நேரத்தில் வந்துசேர்ந்தார். அன்று பிப்ரவரி 20ஆம் நாள்; ஒரு கடுங்குளிரான நாள். தரை உறைந்திருந்தது. புகைவண்டி நிலையத்திலிருந்து சாங்கயா சென்றடைய 20 நிமிட கார் பயணம் ஆகும். போகும் வழியில் அங்கங்கே திராட்சைத் தோட்டங் களைக் கடந்து சென்றனர். கண்ணுக்கெட்டிய தூரம் வரை அகன்ற புல்வெளி விரிந்துகிடந்தது. ஒருசில உயர்ந்து மெலிந்த சில்வர் பெரி மரங்கள். தவிர எதுவும் கண்ணில் படவில்லை.

குன்றின் மேல் சென்ற கல்பாவப்படாத சாலைகளில் ஆழமான குழிகள் இருந்தன. இதனால் வாகனங்கள் வழிமுழுவதும் ஆடிக்கொண்டே சென்றன. இறுதியாக ஒரு கல்வீடு கண்ணில்பட்டது, உச்சிக்கு சில மீட்டருக்குக் கீழே கற்களால் கட்டப்பட்ட வீடு. சன்னல் பலகைகளின்

எடுப்பான சிவப்பு வண்ணம் லதிஃபேவின் கவலைகளை சற்றுத் தணித்தது. அங்கு வீசிய கடுமையான குளிர் காற்றை எதிர்த்து நின்ற அந்த வீடு முழுமையான அமைதியைத் தோற்றுவித்தது.

கருங்கடல் பாதுகாவலர்கள் வீட்டைச் சூழ்ந்திருந்தார்கள். அவர்கள் பாரம்பரியமான கருப்பு உடை மற்றும் தலைத்துணியோடும் மார்புக்குக் குறுக்காக துப்பாக்கி ரவை பெல்டோடும் இருந்தார்கள். முஸ்ஃபா கெமாலின் இராணுவ உதவியாளரும் வேறு பணியாளர்களும் புதுமணத் தம்பதியினரை ஆர்வத்துடன் வரவேற்றனர்.

முஸ்தஃபா கெமால் தம்முடைய மனைவியைச் சீண்டினார்:

“மேதகு லதிஃபே சீமாட்டி அவர்களே, இதுதான் உங்களுடைய அரண்மனை! பாருங்கள், உங்களுடைய வீட்டு மேலாளர் உங்களுக் காகக் கதவருகில் காத்துக்கொண்டிருக்கிறார்.”

இராணுவப் பணியாளர் அலி மெற்றின் அவரைப் பார்த்துப் புன்னகைத்தார். இஸ்மிரில் பார்த்துப் பழகிய முகம் லதிஃபேவுக்கு உற்சாகமளித்தது. வீடு கவனமாக சுத்தமாக்கி ஒழுங்கமைக்கப்பட்டிருந் தது. நீர் ஊற்று அறை அவருக்குப் பிடித்தது. அவர் தொடர்ந்து முஸ்ஃபா கெமாலிடம் கேள்விகள் கேட்டுக்கொண்டிருந்தார். முஸ்தஃபா கெமால் நூரியிடம் மாலை உணவுக்கான விருந்தினர் பட்டியலைச் சொல்லிக் கொண்டே கேள்விகளுக்கும் பதிலளித்தார்.

லதிஃபேவை அவருடைய புதுவீட்டில் விட்டுவிட்டு அமைச்சரவை கூட்டத்துக்குத் தலைமை தாங்குவதற்காக முஸ்தஃபா கெமால் புறப்பட்டுச் சென்றார். அவர் தம்முடைய புது மனைவியை சாங்கயாவுக்கு அழைத்துச் சென்றுவிட்டு, லூசான் மாநாடு பற்றி இஸ்மெட்டிடம் கேட்டு அறிந்து கொள்வதற்காக நகருக்குத் திரும்பிச் சென்றார் என்று 1923 பிப்ரவரி 21 அன்று தெ டைம்ஸ் தெரிவித்தது.

வாழும் இடம்

முஸ்தஃபா கெமால் முதலில் 1919 டிசம்பர் 27 அன்று அங்காரா வந்தார். அன்றிலிருந்து அந்நகரம் தேசியப் போராட்டத்தை வழிநடத்து வதற்கான தளமானது. அங்காரா கொடுத்த ஆதரவு முஸ்தஃபா கெமாலின் இதயத்தில் அந்நகருக்கு ஒரு நிலையான இடத்தை உறுதிசெய்தது. அவருடைய வார்த்தைகளில், அவர் மையத்தில் நின்றிருந்தபோது ஆக்கிரமிப்பு நுழைவாயிலில் நின்றுவிட்டது.

சாங்கயா அங்காராவில் முஸ்தஃபா கெமாலின் மூன்றாவது வாழ்விடமாக இருந்தது. அது இதர செலவினங்களும் சேர்த்து 9,000 லிராக்களுக்கு வாங்கப்பட்டது. நகர்மன்றத்தால் பணம் கொடுக்கப் பட்டது. மூன்று அல்லது நான்கு மாத செப்பனிடும் பணிக்குப் பிறகு ஜூன் 1921இல் முஸ்தஃபா கெமால் சாங்கயாவுக்குக் குடியிருப்பை மாற்றினார். அவருடைய அப்போதைய தோழி ஃபிக்ரியே அவருடைய ரசனைக்கேற்ப வீட்டுப் பயன்பாட்டுப் பொருட்களை அமைத்தார். அவர் சன்னல்களில் நட்சத்திரங்களும் பிறைகளும் கொண்ட பர்கன்டி

திரைகளைத் தொங்கவிட்டார். நடுவிலிருந்த மேசையில் உலகெங்கி லிருந்தும் வந்த பரிசுப் பொருட்களை வைத்தார்.

வீட்டுக்குள் நுழையும் இடத்துக்கு அருகில் தரைத் தளத்தில் ஒரு சிறு பளிங்கு நீரூற்று இருந்தது. அதன் வலப்புறத்தில் வரவேற்பறை இருந்தது. அதிலிருந்து உணவறைக்குச் செல்ல முடியும். உள்ளே செல்லும் அறைக்கு அடுத்து இருந்த மரமாடிப்படி முதல் தளத்துக்குச் சென்றது. முதல் தள இருக்கைப் பகுதி கீழே இருந்த பீறிடும் நீரூற்றைப் பார்ப்பதற் கேற்ற இடத்தில் இருந்தது.

தரைத்தளம் அலுவலகமும் வரவேற்பறையாகவும் அமைக்கப்பட் டிருந்தது. முஸ்தஃபா கெமால் படிப்பறையாகப் பயன்படுத்திய அறையில் ஒரு பெரிய டெஸ்கும் புத்தக அலமாரியும் இருந்தன. அவற்றோடு சில செடிகளும் இருந்தன. நவீனத் தோற்றமுள்ள மிருதுவான தோலால் செய்யப்பட்ட சிவப்பு நிற அறைகலன் வியன்னாவிலிருந்து பெறப் பட்டது. நினைவுப் பொருட்களும் அலங்கரிக்கப்பட்ட வாள்களும் சுவரில் தொங்கின. அவற்றோடு முஸ்தஃபா கெமால் பென்ஹாஸில் எடுத்துக்கொண்ட புகைப்படங்களும் அவருடைய தாயின் படங்களும் தொங்கின. ஆனடோலிய விரிப்புகளும் கம்பளங்களும் தரையை மறைத்திருந்தன. அவர் சிறந்த கம்பளங்களையும், கனல் தட்டுகளையும் வாங்குவதில் ஆர்வமாக இருந்தார். அந்த வீட்டை ஒரு விக்டோரியா காலத்து கீழை நாட்டு வீடு என்று மேலை நாட்டினர் வருணித்தார்கள். படிப்பறைக்கு மறுபுறத்தில் இருந்த உணவறையில் புகழ்பெற்ற ஆண் களுக்கு மட்டுமான விருந்துகள் நடைபெற்றன.

இந்தத் தளத்தில் ஒரு பில்லியர்ட்ஸ் மேசையும் போடப்பட்டிருந்தது.

முதல் தளத்தில் ஒரு பெரிய, ஒரு சிறிய படுக்கை அறைகளும் ஒரு பழமையான குளியலறையும் இருந்தன.

அப்போதைய சாங்கயா குடியிருப்பில் இரு பகுதிகள் இருந்தன. தரைப் பகுதியில் மேலும் இரண்டு கட்டடங்கள் இருந்தன. அதில் ஒன்று தனிஉதவியாளர்களின் இருப்பிடமாகவும் அவர்களுடைய அலுவலகமாகவும் பயன்பட்டது. மற்றொன்று அலுவலகப் பணியாளர் களின் தங்குமிடமாகப் பயன்பட்டது. தோட்டம் பெரிய மரங்களால் சூழப்பட்ட இரண்டு படியடுக்குத் தளங்கள் அடங்கியதாக இருந்தது. அவற்றுக்குக்கீழே ஓடிக்கொண்டிருந்த நீரூற்று பெரிய குளத்தில் எப்போதும் ஓரளவுக்கு நீர் நிறைந்திருக்குமாறு செய்து கொண்டிருந்தது. வீட்டுக்கு ஒளியூட்டத் தேவையான மின்சாரத்தை உற்பத்தி செய்வதற் காக அருகிலிருந்த சிறு கட்டடத்தில் ஒரு ஃபேன் – பெல்ட் மோட்டார் வைக்கப்பட்டிருந்தது. மற்ற வீடுகள் பெட்ரோலையும் கார்பைடையும் அதாவது அசிற்றிலின் விளக்குகளைப் பயன்படுத்தின. அந்த விளக்குகள் பலமான காற்றாலும் எந்தப் பாதிப்புக்குமுள்ளாகாமல் இருந்ததால் மிகவும் பிரபலமாக இருந்தன.

லதிஃபே வருவதற்கு முன்பாகவே ஃபிக்ரியேவின் உடமைகள் பெட்டிகளில் அடைக்கப்பட்டு வேறிடத்துக்கு அனுப்பப்பட்டனவா என்பது நமக்குத் தெரியாது.

வறுமையில் வாடிய அங்காரா

அங்காரா மரமோ நீரோ அல்லது புகலிடமோ இல்லாத ஒரு கிராமத்தைவிட சற்று பெரிதானது. குடியானவர்கள் தங்களுடைய எருது இழுக்கும் வண்டிகளை ஒரு பக்கத்தில் நிறுத்திவிட்டு மிருகங் களுக்கு அருகில் படுத்திருப்பார்கள். உட்பகுதியிலுள்ள வீதிகள் ஒரு விலங்கு இழுக்கும் வண்டிகள் கூடச் செல்ல முடியாத அளவுக்குக் குறுகியவையாக இருந்தன. எல்லோரும் ஏழைகள். உண்மையில் அங்காரா என்றழைக்கப்பட்ட இடம் ஒரு வெற்றிடமான, வெறுமையான பாலைவனத் தன்மை கொண்ட சிறு நகரம். அதன் வரலாற்றின் மிக மோசமான தீ 1917இல் ஏற்பட்டிருந்தது. ஆர்மீனிய கட்டடம் கட்டுவோரும், நகை வணிகர்களும் வாழ்ந்த நகரின் பெரும்பகுதி எரிந்து தரைமட்டமானது.

அங்காராவின் கிறிஸ்தவ மக்கள் தொகை போரின்போது குறிப்பிடத் தக்க அளவு குறைந்தது. சாங்கயாவில் ஏற்பட்ட இந்த மாற்றத்தைப் பற்றி ஃபாலிஹ் ரிஃப்கி கூறுகிறார்:

1923இல் நாங்கள் அங்காரா வந்தடை ந்தபோது அங்கு ஒரு சில திராட்சைத் தோட்ட வீடுகளைத் தவிர்த்து வேறு எந்த கிறிஸ்தவ குடியிருப்புகளும் இல்லை. புகைவண்டியிலிருந்து இறங்கிய பின்பு ஒரு இருண்ட இடுகாடு, வணிகர்களுக்குச் சொந்தமான சுடாத செங்கல்லாலும் பாதி மரத்தாலும் கட்டப்பட்ட சிறு கட்டடங்கள் ஆகியவற்றக்கு இடையில் சாலையின் இரு பக்கங்களிலும் இருந்த சதுப்பு நிலத்தைத் தாண்டி, எப்போதும் துகள்கள் நிறைந்திருந்த தீயால் அழிக்கப்பட்ட பகுதியைக் கடந்து சென்றுகொண் டிருந்தோம்.

இஸ்தான்புல் நகரச்சுவர்களுக்கு வெளியே அங்காராதான் துருக்கி யின் அடையாளமாக விளங்கியது. ஆர்மீனியர்களும் கிரேக்கர்களும் சென்றதோடு வாழ்க்கை முறை சார்ந்த எல்லாவற்றுடன் செல்வச் செழிப்பும் மறைந்துவிட்டது. இந்த நகரத்தையும் நாட்டையும் அடித் தளத்திலிருந்து மேற்கூரைவரை கட்டியெழுப்புவது நமது கடமை.

பெரும்போரின் முடிவில் ஏற்பட்ட தீயின் விளைவாக அங்காராவின் மக்கள்தொகை சில தகவல்களின்படி இருபதாயிரமாகக் குறைந்திருந் தது; வேறுசில ஆதாரங்கள் முப்பதாயிரம் என்று குறிப்பிடுகின்றன. கோட்டைச் சுவர்கள் அப்போதும் கரிப்புகையால் கருமையடைந்திருந்தது. செங்குத்தாக வளைந்து வளைந்து சென்ற பண்டைய தெருக்களின் இரு பக்கங்களிலும் பாழடைந்த செங்கல் வீடுகள் சீர்கேடுற்றுக் கிடந்தன.

100 லிராக்கள்: ஒரு பாராளுமன்ற உறுப்பினரின் ஊதியம்

ஃபாலிஹ் ரிஃப்கியின் வார்த்தைகளில் "வீடுகளும், வீட்டு உபயோகப் பொருட்களும்கூடக் குறிப்பிடத்தகுந்தவை. வாங்கக் கிடைத்த பொருட்கள் மிகவும் பழமையானவையாக இருந்ததால் பொருத்தமான பீங்கான் மற்றும் கண்ணாடிப் பாத்திரங்களோடு ஒரு மேசையைப் போடுவது இயலாததாகிவிட்டது. உணவு பரிமாறுவதற்காகவும் டெஸ்காகவும்

பயன்படுத்துவதற்குப் பொருத்தமாக ஒரு மேசை செய்ய ஆணை கொடுத்திருந்தோம். அதன் நான்கு கால்களில் ஒன்றும் ஒத்திருக்கவில்லை. யாகுபும் நானும் அந்த மேசையை அடிக்கடி கூர்ந்துபார்ப்போம்; அது எப்படி நிமிர்ந்து நின்றுகொண்டிருக்க முடிந்தது என்பது புதிராக இருந்தது.

இரவு வந்தபின்பு மேசையைச் சுற்றி அமர்ந்து பேசுவதையும் குடிப்பதையும் தவிர வேறு எதையும் செய்ய முடியாது. உணவு விடுதி போன்ற எதுவும்கூட அங்கே இல்லை. மலேரியா எங்கும் பரவி இருந்தது.

அரசியல் உணர்வு உச்சத்தில் இருந்த அந்நாட்களில் இதனால் படுக்கையில் கிடந்தவர்களில் இஸ்மெட், ராவுஃப் இருவரும் அடக்கம்.

உயர் சட்டமன்றம் அங்காராவுக்கு ஓரளவு உயிரூட்டியது. சில தங்கு விடுதிகளும் ஹாஸ்டல்களும் கட்டத் தொடங்கப்பட்டன. தங்குவதற்கு இடம் கிடைக்காத பாராளுமன்ற உறுப்பினர்கள் மாணவர்களின் படுக்கைகளைத் தங்களுக்குரியவையாக்கிக் கொண்டனர். கடைசியாக ஆசிரியர் பயிற்சிக் கல்லூரியில் படுக்கைகள் விரித்துப் போடப்பட்டன. பாராளுமன்ற உறுப்பினர்களின் ஊதியம் நூறு லிராக்கள்; அதில் இருபது லிராக்கள் சிகரெட் ஒதுக்கீடுக்காகப் பிடித்தம் செய்யப் பட்டது.

புதிய பாராளுமன்ற உறுப்பினர்கள் தனியாக அல்லது இணைகளாக வரத்தொடங்கினார்கள். ஆனால் தங்குவதற்கான ஒரு இடத்தைக் கண்டுபிடிப்பது பிரச்சினையாக இருந்தது. ஒவ்வொருவரும் ஒரு குடும்பத் துக்குப் போதுமான வீடு அல்லது ஒரு சிறு குடிலாவது கிடைக்குமா என்று தேடினார்கள். மிகவும் விரும்பப்பட்டது திராட்சைத் தோட்ட வீடுகள். நகரின் உலூஸ் பகுதியில் இருந்த ஒரே மாணவர் விடுதியான தஷானின் எல்லா அறைகளும் பல படுக்கையுள்ள அறைகளாக மாற்றப் பட்டிருந்தன. பாராளுமன்ற உறுப்பினர்கள் மளிகைக்கடைகளின் முன் வரிசையில் காத்திருந்தனர்.

அங்காராவில் வெளிநாட்டுத் தூதரகங்களுக்கான இருப்பிடங்களும் இல்லை. ரஷியர்களுக்கு நிலையான குடியிருப்பு இருந்தது. வேறு நாட்டுத் தூதர்கள் தற்காலிகமான இடங்களில் தங்க வேண்டியதாயிற்று. ஒரு கட்டத்தில் பிரான்ஸ் நாட்டுத் தூதரகம் ஆட்டோமான் வங்கிப் பண்டக சாலைக்கு மாற்றப்பட்டது. அங்கு வெறுந்தரையில் கெட்டித் துணிகளை விரித்து வரவேற்பறையை உருவாக்க வேண்டியதாயிற்று.

அமெரிக்கத் தூதரக அதிகாரிகளும் ஒரு இருப்பிடத்தைப் பெறுவதில் தோல்வியடைந்தவர்களில் அடங்கியிருந்தனர்: அமெரிக்கப் பிரதிநிதி ராபெர்ட் இம்ப்ரீயும் அவருடைய மனைவியும் ஒரு ரயில் சரக்குப் பெட்டியில் வாழ்ந்தார்கள். அதை ஒரு வீடாக மாற்றியமைத்திருந்தார்கள்.

பெண்கள் எந்த இடத்திலும் இல்லாதிருந்ததைக் கவனிக்க முடிந்தது. எழுத்தாளர் ஃபாலிஹ் ஃபிக்ரி கூறுகிறார்: "ஒரு பாராளுமன்ற உறுப்பினர்

இஸ்தான்புல் பாணிமேலங்கி அணிந்திருந்த மனைவியுடன் சந்தைக்கு வந்தது பாராளுமன்றத்தில் வன்மையான கண்டனத்துக்குக் காரண மானது. எந்த இடத்திலும் – கூட்டங்களில் மட்டுமல்ல, வீடுகளிலும் வீதிகளிலும் தங்குவிடுதிகளிலும்கூட – பெண்கள் கண்ணில் படவே இல்லை.

இது எந்த அளவுக்கு இருந்ததென்றால்... ஃபாலிஹ் ரிஃப்கியும் யாகுப் கத்ரியும் வாழ்ந்த அதே பகுதியில் வாழ்ந்துகொண்டிருப்பதாகக் கருதப்பட்ட மர்ம அழகியைச் சுற்றி கதைகள் உருவாகும் அளவுக்கு இருந்தது. அந்தப் பெண் வலைப்பின்னலமைப்புக்குப் பின்புறத்திலிருந்து எப்போதாவது ஒரு கையை அல்லது ஒரு மயிர்க்கற்றையை வெளியே தெரியுமாறு காட்டுவதுண்டு என்ற வதந்தி நிலவியது. இறுதியாக இந்தக் கண்ணில் படாத பெண்ணின் ஓவியத்தை ஒரு ஓவியர் உருவாக்கினார்.

இப்படிப்பட்ட பெண்களில்லாத அங்காராவுக்கு லஃதிபே மணப்பெண்ணாக வந்து சேர்ந்தார்.

12

பாசறைக்கு வந்த மணப்பெண்

திரும்பி வந்தபின்பு முஸ்தஃபா கெமால் லதிஃபேவிடம் "இரவு உணவுக்குச் சில நண்பர்களை அழைத்திருக்கிறேன். விரும்பினால் நீயும் சேர்ந்துகொள்ளலாம். ஆனால் உனக்கு அது சலிப்பாக இருக்கலாம்; அதை சீக்கிரம் முடிக்க முயற்சி செய்வேன்" என்று கூறியிருந்தார். அங்காராவில் அவர்களுடைய முதல் இரவன்று தனியாக விடப்பட்டதால் ஏமாற்றமடைந்தாலும் ஒரு வேலை செய்வதற்காக அமர்ந்தார்: வரும்வழியில் எடுத்த குறிப்புகளை விரிவாக எழுதவும், செய்ய வேண்டிய பணிகளின் பட்டியல் தயாரிக்கவும் வேண்டியிருந்தது. தரைத் தளத்திலிருந்து சிரிப்பொலி கேட்டது. உரையாடல் லூசான் பற்றி மட்டுமே இருந்திருக்காது... விருந்தினர்கள் புறப்படுவதற்காகக் காத்துக்கொண்டிருந்தபோது லதிஃபே பெர்க்ஸனின் புதிய தத்துவப் புத்தகத்தைப் படித்தார் என்று இஸ்மெட் போஸ்டாக் குறிப்பிடுகிறார். முதலில் புறப்பட்டது ராவுஃப். அவரைத் தொடர்ந்து மற்றவர்களும் சென்றார்கள். முஸ்தஃபா கெமால் ஒரு பாடலைப் பாடிக்கொண்டே மாடிப்படி ஏறி வந்தார். லதிஃபே விழித்திருந்தார்.

அடுத்த நாள் காலையில் முஸ்தஃபா கெமால் அலுவலகத்துக்குச் சென்ற உடன் வீட்டை சுத்தப்படுத்தும் வேலை தொடங்கியது. கதவு விரிப்பு, விளக்கு எதுவுமே விட்டுவைக்கப்படவில்லை. தரைவிரிப்புகள் துவைக்கப்பட்டன. கதவுக் கைப்பிடிகள் பளபளப்பாக்கப்பட்டன. ஃபிக்ரியே அந்த வீட்டை விட்டுப்போன பின்பு வீட்டு வேலைகள் பணியாளர்களின் பொறுப்பில் விடப்பட்டிருந்தது. அவர்களால் ஓரளவுதான் செய்ய முடிந்தது. மாலைக்குள் வீடு அடையாளம் தெரியாத அளவுக்கு மாறியிருந்தது.

இபெக் சாலிஷ்லர்

ஈஜியன் பகுதியின் மிகப்பெரிய ஒட்டகக் கூட்டம் உஷாகிஸாடே குடும்பத்துக்குச் சொந்தமானது. அந்த வீட்டின் மூத்த மகளுக்கு வெள்ளி, தொல்பொருட்கள், தங்க மெழுகுவர்த்தித் தாங்கிகள், சீனப்பீங்கான்கள், கையால் பூத்தையல் செய்யப்பட்ட ஆடைகள், கம்பளங்கள், வரவேற்பறை மற்றும் படுக்கையறைக்கான அறைகலன்கள் எல்லாம் அடங்கிய ஏழு ஒட்டகங்கள் சுமக்குமளவுக்கான மணப்பெண்ணுக்காக சேகரிக்கப் பட்ட பொருட்கள் கிடைக்கும்.

லதிஃபே கொண்டு வந்த மணப்பெண்ணுக்கான பொருட்கள் ஒரு படைத் தளபதியின் இரண்டாந்தர வீட்டை ஒரு பிரம்மாண்ட மான வீடாக மாற்றுவதற்கு ஒரு சில நாட்களே ஆயின. அந்த வீடு மீண்டுமொருமுறை முழுமையாகச் சீர் செய்யப்பட்டது.

இஸ்மெட்டின் பேத்தியான கூல்ஷுன் டோகர் பில்கெஹான் இந்த முழுமாற்றத்தை விளக்குகிறார்:

கவர்ச்சியற்ற சாங்கயா குன்றின் மேலிருந்த திராட்சைத் தோட்ட மாளிகை ஒரு கொண்டாட்ட நாளுக்கான மேடையாக இருந்தது. அங்காரா புகைவண்டி நிலையத்தில் வந்துசேர்ந்த பொருட்களைச் சுமந்து வந்த வாகனங்கள் ஒன்றன்பின் ஒன்றாகக் குன்றின் மேல் ஏறிக்கொண்டிருந்தன. சோஃபாக்கள், மேசைகள், படுக்கையறை உபயோகப் பொருட்கள் எல்லாம் இறக்கப்பட்டு வீட்டுக்குள்ளே கொண்டு செல்லப்பட்டன. கம்பளங்கள் வரவேற்பறையில் விரித்துப் போடப் பட்டன. உணவு மேசையில் வைக்கப்பட வேண்டிய பொருட்கள் அலமாரிகளில் வைக்கப்பட்டன. அந்த எளிமையான திராட்சைத் தோட்ட வீடு அதன் எஜமானியை வரவேற்கத் தயாராகிக்கொண்டிருந் தது. பின்னாளில் 'கோபுர வீடு' என்று அறியப்பட்ட அந்த வீடு இப்போது ஒரு அருங்காட்சியகமாக இருக்கிறது.

அந்த இருமாடி திராட்சைத் தோட்ட வீடு அதுவரை தலைமையக மாகச் செயல்பட்டிருந்தது. உண்மையில் அது மிகச் சிறியதாக இருந்தது.

மஞ்சள் நிறத்திலான ஒரு தொகுதிப் பொருட்களை அவர் படுக்கை யறையில் வைத்தார்; பிரான்ஸ் நாட்டு லூயி பதினாலாம் மன்னர் பாணி அறைகலன்கள் சிறப்பாக இருந்தன. பட்டுப் படுக்கை விரிப்பி லிருந்து இறகு மெத்தை விரிப்பு வரை எல்லாமே மஞ்சள் நிறத்தில் இருந்தன. இந்த நிறத்துக்கு ஒத்திருந்த ஒப்பனை மேசையும் ஆடை அலமாரிகளும் தேர்வு செய்யப்பட்டன. நுழைவாயிலின் வலதுபுறத்தி லிருந்த வரவேற்பறையை நீலநிற மெத்தையுடனான லூயி XIV பாணி அறைகலன்களைப் போட்டு மாற்றியமைத்தார். இந்த நீலநிற வரவேற் பறை முறைசார்ந்த வரவேற்புகளுக்குப் பொருத்தமாக இருக்கும்.

லதிஃபே ஏற்கனவே நிரம்பி வழிந்த முதல்தளத்தின் ஒரு பகுதியைத் தனக்காக ஒதுக்கி வைத்தார். முஸ்தஃபா கெமாலின் வாசிப்பறையையும் மாற்றியமைத்து அவர் அமர்ந்திருப்பதற்கான அறையையும் உருவாக்கினார்.

வாசிப்பறையில் செய்யப்பட்ட பலமாற்றங்கள் முஸ்தஃபா கெமாலை பெருமளவில் எரிச்சலடையச் செய்தன என்று சில தகவல்கள் வலியுறுத்திக் கூறுகின்றன.

படுக்கையறை – உதவியாளர்களுக்கு அனுமதியில்லை

அங்காராவுக்கு வந்து சேர்ந்தபின்பு லதிஃபே தானும் ஒரு தனி உதவியாளர் என்ற கருத்தை விரும்பி ஏற்றுக்கொண்டிருந்தார். ஒருநாள் அவர் முஸ்தஃபா கெமாலை மென்மையாகக் கண்டித்தார்: "என்னை உங்களுடைய அந்தரங்க உதவியாளர் என்று அழைத்துக்கொண்டிருக் கிறீர்கள், இருந்தாலும் எனக்கு ஒரு வாள்கூட இல்லை." சில நாட்களுக்குப் பின்னர் ஒருநாள் முஸ்தஃபா கெமால் லதிஃபேவிடம் ஒரு சிறிய பெட்டியைக் கொடுத்தார். "இதோ, இது உனக்கு." பெட்டிக்குள் தங்கத் தால் செய்யப்பட்டு வைரங்கள் பதிக்கப்பட்ட சின்னஞ்சிறு வாள் ஒன்று இருந்தது. அது அந்த பெண் அந்தரங்க உதவியாளருக்கு மிகவும் பொருத்தமானதாக இருந்தது. லதிஃபேவின் சவாலை அவருடைய கணவர் துணிச்சலுடன் சமாளித்துவிட்டார்.

அங்காராவிலிருந்த படைவீரர்கள் எல்லோரும் அதுவரை அவர்கள் நடத்திய கெரில்லா வாழ்க்கை முறையிலிருந்து ஒரே இடத்தில் நிலையான வாழ்க்கை முறைக்கு மாறிக்கொண்டிருந்தார்கள். லதிஃபே இந்தப் பெரிய தலைமையகத்தின் நடுவில் மாபெரும் தளபதியின் மனைவி யாக, ஆண்கள் கடலில் ஒரே பெண்ணாக தன்னந்தனியாக இருந்தார். அந்த இருப்பிடத்தில் இருந்த பெரும்பான்மையானவர்கள் ராணுவ வீரர்கள். தனிஉதவியாளர்கள், ராணுவப் பணியாளர்கள், ம்ற்றும் விருந்தினர்கள்கூட எல்லோருமே ஆண்கள்தான்.

யார் வேண்டுமானாலும் கதவைத் தட்டிவிட்டு உள்ளே நுழைய லாம். முஸ்தஃபா கெமாலின் நெருங்கிய நண்பர்கள் எந்த சம்பிரதாயத்தை யும் கடைபிடிப்பதில்லை. அவர்களுடைய படுக்கை அறையும் வேறெந்த அறையையும் விட வித்தியாசமானதாகக் கருதப்படவில்லை. படுக்கை அறைக்குள்ளும் தேசத்தலைவரை தங்குதடையின்றி சென்று பார்க்க லாம். ஓரளவு தனிமையையாவது பெறுவதற்காக லதிஃபே அந்த வீட்டின் இன்றியமையாத ஆளான தலைமைத் தனிஉதவியாளர் ஸாலிஹ் உடன் மோதலில் ஈடுபட வேண்டியதாயிற்று.

ஒருநாள் அதிகாலை வெளியுறவுத் துறை அமைச்சகத்திலிருந்து குறியீட்டு முறைச் செய்திகளைக் கொண்டு வந்த ஸாலிஹைச் சந்தித்தார். "மேதகு தளபதி அவர்கள் கண் விழித்துவிட்டாரா?" என்ற ஸாலிஹின் கேள்விக்கு லதிஃபே இல்லை என்று தலையசைத்தார். ஸாலிஹ் விடாமல், "அவசரச் செய்தி ஏதாவது இருந்தால் அவரை எழுப்பிவிட வேண்டும் என்று என்னிடம் சொல்லியிருந்தார்" என்று வலியுறுத்திக் கூறினார். லதிஃபே தானே செய்தியைத் தெரிவிப்பதாகக் கூறினார். ஆனால் ஸாலிஹ் பிடிவாதமாக இருந்தார். பாஷா என்னிடம், "என்னுடைய தனிஉதவியாளர் யார்? நீயா, லதிஃபா?" என்று கேட்டால் என்ன சொல்வது.

லதிஃபே மீண்டும் சொன்னார், "செய்தியை அவரிடம் கொடுக்க என்னை தயவுசெய்து அனுமதியுங்கள்." லதிஃபே அறைக்குள் சென்று முஸ்தஃபா கெமாலை எழுப்பினார். இந்த நிலைமை மாற வேண்டும் என்று லதிஃபே நினைத்தார். படுக்கையறை முஸ்தஃபா கெமாலின் அந்தரங்கப் பகுதியாக இருக்க வேண்டும்.

ஸாலிஹ் கோபப்பட்டார். தமது பதவியை லதிஃபே கைப்பற்றி விட்டதாகக் குற்றம் சாட்டினார்.

முஸ்தபா கெமாலுக்கு தம்முடைய தனிஉதவியாளர்களுடனான உறவுக்கு ஒரு நீண்ட பின்னணி உண்டு. அவர்கள் ஒரே போரில் சண்டையிட்டிருந்தார்கள். போர் முனையில் அருகருகே நின்று மரணத்தை எதிர்கொள்ளும் வாய்ப்புகளைக்கூடச் சந்தித்திருக்கிறார்கள். அதிகாரச் சங்கிலித் தொடர் எப்போதும் இருந்தாலும், அவர்களுடைய நட்பு, ஒன்றாகப் போரிட்டவர்கள் என்ற நிலைக்கும் அப்பால் இருந்தது. ஒரு வெளியாள் அவர்களுடைய வட்டத்துக்குள் நுழைவது மிகவும் கடினம். ஒரு பெண்ணுக்கு, அதுவும் முஸ்தஃபா கெமாலை திருமணம் செய்துகொண்ட பெண்ணுக்கு அது இன்னும் கடினம். அமைதி ஒப்பந்தம் இன்னும் கையெழுத்திடப்படவில்லை. போர் மீண்டும் வெடிக்கக்கூடிய வாய்ப்பு உண்மையானது. லதிஃபே தங்களுடைய படுக்கையறையை அந்தரங்கப் பகுதியாக அறிவிப்பதற்கான சரியான நேரம் அல்ல. அந்தப் பெண் உதவியாளர் ஸாலிஹுடன்கூடச் சண்டை போட வேண்டியிருக்கும். லதிஃபே ஸாலிஹை தம்முடைய இரண்டாவது தந்தையாகவே கருதினார். இருப்பினும் தம்முடைய கணவனுக்கு சிறிதளவாவது அந்தரங்கத்தைக் கொடுக்கப் போராடினார். அந்தத் தனி இடத்தை தம் கணவனுடைய சகப் போராளிகளோடு பங்கிடுவதை அவர் விரும்பவில்லை.

மார்ச் முதல் நாள் லதிஃபே பாராளுமன்றம் செல்கிறார்

சாங்கயாவில் லதிஃபேவின் முதல்வாரம் வேலைகளில் தீவிரமாக ஈடுபட்ட நேரமாக இருந்தது. அவர் எண்ணற்ற புதுமுகங்களைச் சந்தித்தார். முஸ்தஃபா கெமாலின் நெருங்கிய நண்பராகவும் குறிப்பிடத் தகுந்த தேசியவாதியாகவும் விளங்கிய ஃபெதிபெய் (ஒகியார்)யுடனும் அவருடைய மனைவி கலிபேயுடனும் நட்புறவுடன் பழகினார். லதிஃபேவின் ஒத்த மனநிலையும் வயதும் கொண்டிருந்ததோடு அவர்கள் மிக அருகில் வாழ்ந்தார்கள்.

பிப்ரவரி மாதம் கடைசி நாளன்று முஸ்தஃபா கெமால் தான் அடுத்த நாள் சட்டமன்றத்தில் பேச வேண்டிய சொற்பொழிவை லதிஃபே எழுதுவதற்காகச் சொல்லிக்கொண்டிருந்தார். அவர் முதல் பதவிக் காலத்தின் நான்காவது அமர்வைத் தொடங்கிவைப்பதாக இருந்தார். அவர்கள் இருவரும் இணைந்து செயல்படும்போது லதிஃபே சில கருத்துகளைக் குறிப்பிடுவதுண்டு. மூன்று மணிநேரத்தில் அந்தப் பேச்சை எழுதிமுடித்தார்கள்.

அந்தப் பேச்சு கல்விக்கும் கற்பித்தலுக்கும் இடையில் ஒற்றுமையின் தேவையைக் குறிப்பிட்டது. இது லதிஃபேவுக்கு மிகவும் பிடித்தமான தலைப்பு, அந்தப் பேச்சை இருவரும் சேர்ந்து உருவாக்கியதால் அதை கெமால் பாஷா பேசுவதைக் கேட்க லதிஃபே விருபினார். முஸ்தஃபா கெமாலும் ஒத்துக்கொண்டார். பொதுமக்கள் அமர்ந்து பார்க்கும் இடங்களில் பெண்களும் அனுமதிக்கப்பட வேண்டும்.

"நீ ஒரு முன்னுதாரணத்தை ஏற்படுத்துவாய்" என்று அவர் கூறியபோது லதிஃபே மகிழ்ச்சியடைந்தார்.

எதையும் தள்ளிப்போடுவதை விரும்பாத முஸ்தஃபா கெமால் தொடர்ந்து கூறினார், "நாம் நாளையே தொடங்குவோம். தனிஉதவியாளர் மஹ்முட் உன்னைப் பாராளுமன்றத்துக்கு அழைத்து வருவார். நீ வெளி நாட்டுத் தூதரகப் பிரதிநிதிகளுக்கான தனிப் பகுதியில் அமர்ந்திருக்கலாம்."

அன்று இரவு உணவின்போது மது பரிமாறப்படவில்லை. மேற்கத்திய இசையைக் கிராமஃபோனில் கேட்டுக்கொண்டே நல்ல உணவை உண்டு விட்டு சிரித்துக்கொண்டும் பேசிக்கொண்டும் இளைப்பாறினார்கள்.

பிரான்ஸ் நாட்டு விரிவுரையாளரிடமிருந்து கேட்ட ஒரு கதையை லதிஃபே சொல்லியது, விருந்தினர் எல்லோரையும் சிரிக்க வைக்கது.

"இந்தக் கிளி ஏன் அவருடைய வார்த்தைகளைப் பேசவில்லை" என்று முஸ்தஃபா கெமால் கேட்டார்.

அந்த விரிவுரையாளரின் ஆண் குரலில் லதிஃபே சொன்னார், "அவர் பேசுவதற்கு சொந்தக் கருத்துகள் எதுவும் அவரிடம் இல்லாததால்."

அவர்களுடைய சிரிப்பொலி வீடெங்கும் எதிரொலித்தது.

ஃபெதி, கலிபே இருவரையும் வீட்டுக்குச் சென்று பார்த்ததுடன் அன்றைய மாலைப்பொழுது முடிவுக்கு வந்தது. லதிஃபே பாராளுமன்றத் துக்குச் செல்லப் போகும் செய்தியை இரகசியமாகவே வைத்திருந்தார் – அது ஏற்படுத்தப் போகும் வியப்பைக் கெடுத்துவிடாமல் இருப்பதற்காக.

அடுத்தநாள் காலையில் நேரம் அவர் விரும்பிய அளவுக்கு வேகமாகக் கடக்கவில்லை. அவருடைய ஆடை அலமாரியில் இருந்ததில் மிகவும் பொருத்தமான உடையைத் தேர்ந்தெடுத்தார். துருக்கிப் பெண் களுக்கு ஒரு முன்மாதிரியை ஏற்படுத்தவும், உலகுக்கு ஒரு தெளிவான செய்தியை அனுப்பவும் விரும்பினார். அதுவரையில் பாராளுமன்றத் துக்குச் சென்றிருந்த ஒரே பெண்கள் வெளிநாட்டுப் பத்திரிகையாளர்கள் தான்.

பளிச்சென்றிருந்த பென்ஸ் கார் தயாராக நின்றது. தனிஉதவியாளர் மஹ்முட் லதிஃபேவுக்காகக் காத்துக்கொண்டிருந்தார் – அவருடைய குல்லா இடதுபுருவம்மேல் சாய்ந்து கொண்டிருந்தது. கையில் வெள்ளைக் காகிதங்களை வைத்திருந்தார்.

உலுஸில் இருந்த சட்டப்பேரவைக் கட்டடத்துக்கு அவர்கள் வந்து சேர்ந்தபோது வரப்போகும் வசந்தத்தின் நறுமணம் காற்றில் நிறைந்திருந்தது.

பாராளுமன்றம் அங்காராவில் கூட்டப்படும் என்று முஸ்தஃபா கெமால் அறிவித்தபோது அங்கு ஓரளவு பொருத்தமான ஒரே ஒரு கட்டடம்தான் இருந்தது: அரைகுறையாகக் கட்டப்பட்டிருந்த ஒன்றிய மற்றும் முன்னேற்றக் கட்சி அலுவகங்கள். ஒன்றரை மாடிக் கட்டடத் தின் கூரைகள் கூடப் பணி முடிக்கப்படாமல் இருந்தன. அங்காரா மக்கள் தங்களுடைய கூரைகளைச் செப்பனிடுவதற்காகப் பதுக்கி வைத்திருந்த ஓடுகளைக் கொண்டுவந்து கொடுத்தனர். பள்ளிக்கூடங் களிலிருந்து பழைய டெஸ்க்குகள் கொண்டு வரப்பட்டன. அசிடெலின் விளக்குகள் ஆயத்தங்களை நிறைவு செய்தன.

லதிஃபே வந்து சேர்ந்த பாராளுமன்றம் இந்த எளிமையான கட்டடம்தான்.

தனிஉதவியாளர் மஹ்முட்டுக்கு ஒரு எட்டு முன்னதாக லதிஃபே தமது தனி இருக்கைப் பகுதியை நோக்கி நடந்து வந்தபோது அந்த அறை முழுவதும் அமைதி நிலவியது. வெள்ளைத் தலைப்பாகைகள், சிவப்புக் குல்லாக்கள், கருமையான கால்பாக்குகள் எல்லாம் அவரை நோக்கித் திரும்பின. பிரான்ஸ் தூதர் மெஸ்கினும் ரஷியதூதர் அரலோவ் வும் எழுந்து நின்றார்கள். முஸ்தஃபா கெமால் தம்முடைய மனைவியைச் சட்டமன்றத்துக்கு அழைத்து வந்ததன் மூலம் ஒரு அடையாளக் கொடியை அசைத்திருந்தார். அமைதி விரைவில் முணுமுணுப்புகளுக்கு இடங்கொடுத்தது. இருப்பினும் ரகசியப் பார்வைகள் அவரை விட்டு நகரவே இல்லை.

வெளியே மணிகள் அடித்தன. உறுப்பினர்கள் தங்களுடைய இருக்கைகளைக் கண்டுபிடிப்பதற்காக உள்ளே நுழைந்தார்கள். சிலர் டெஸ்க்குகள் மேல் உட்கார்ந்திருக்க வேண்டியதாயிற்று. பேச்சாளர் களுக்கு முன்னிருக்கும் சிறுமேசை ஆடிக்கொண்டிருந்தது. எல்லா வற்றையும் பார்க்கும்போது அந்த சட்டப்பேரவை ஒரு சிறிய நகரில் கூட்டம் நடக்கும் கூடத்தைப் போலத் தோன்றியது.

உதவித் தலைவர்களில் ஒருவர் உறுப்பினர் பட்டியலை வாசித்து அமர்வைத் தொடங்கி வைத்தார். முஸ்தஃபா கெமால் ஒரு பக்கத்தி லிருந்த கதவு வழியாக உள்ளே நுழைந்தார். பேச்சாளர் மேசையை நோக்கி அவர் நடந்து சென்றபோது உணர்ச்சிகரமான கரகோஷம் தொடங்கியது. அந்த அறை இடிந்து விழப்போகும் நிலையில் இருந்திருக்க லாம். இருப்பினும் பெரும் மாற்றத்தை ஏற்படுத்தும் உயிர்ப்பு அவ்விடத்தைச் சூழ்ந்திருந்தது. அதைப்போன்ற இன்னொன்றைக் கட்ட முடியாதது போல அக்கட்டடம் நின்றிருந்தது.

முஸ்தஃபா கெமால் பேச்சைத் தொடங்கினார். முந்தைய நாள் இரவில் எழுதிய குறிப்புகளை எப்போதாவதுதான் பார்த்தார். முந்தைய ஆண்டின் சாதனைகளை விளக்கிக் கூறிவிட்டு 1923ஆம் ஆண்டுக்கான குறிக்கோள்களை ஒவ்வொன்றாக விளக்கினார்.

லதிஃபே தம்முடைய கணவரைக் கவனித்துக்கொண்டிருந்தார். எல்லோரும் அமைதியாக இருந்தனர். லதிஃபே மிகவும் மகிழ்ச்சியாக இருந்தார்: சட்டப் பேரவை அமர்வுக்கு வருகையாளராக வந்து கலந்து கொண்ட முதல் துருக்கிப் பெண்.

"தளபதி அவர்களே, ஒரு உண்மையான புரட்சிகர சட்டப் பேரவை"

லதிஃபே மஹ்முட்டுடன் எழும்பினார். தூதரக அதிகாரிகள் எல்லோரும் அவருக்கு மரியாதை கொடுப்பதற்காக எழும்பினார்கள். ரூஷென் எஷ்ரெஃப், ஹம்துல்லா சுஃப்பி ஆகியவர்களுடன் லதிஃபேவுக்கு முதலில் அழைப்புக் கொடுத்த ஷெய்ஹ்[1] ஸெர்வெட்டும் முஸ்தஃபா கெமாலின் அலுவலகத்தில் அமர்ந்திருந்தனர். முஸ்தஃபா கெமால் எழும்பி தனக்கு அருகில் இருந்த இருக்கையில் தன் மனைவியை அமரச் செய்தார்.

லதிஃபே அந்தச் சூழலைப் புரிந்திருந்தார்.

"நான் என்னையே மறந்துவிட்டேன். இது உண்மையாகவே ஒரு புரட்சிகரமான பேரவைக் கூட்டம்" என்று அவர் கூறினார்.

அங்கிருந்த ஒவ்வொருவரிடமும் என்ன சொல்ல வேண்டும் என்பதை லதிஃபே அறிந்திருந்தார். அறிமுகம் செய்து வைக்கப்பட்ட தூதரக அதிகாரிகளிடம் பிரெஞ்சு மொழியில் பேசினார். பிரான்ஸ் நாட்டு தூதர் தம்முடைய மனைவி, லதிஃபேவை சந்திக்க விரும்புவதாகத் தெரிவித்தார். அவர்கள் அப்போதுதான் அங்காராவில் குடியமர்ந்து கொண்டிருந்தார்கள். சந்திப்புக்கான நாளும் நேரமும் குறிக்கப்பட்டது. அதே போல் ரஷிய நாட்டுத் தூதர் லதிஃபேவை கௌரவப்படுத்துவதற்காக ஒரு விருந்து கொடுக்க விரும்பினார். அதற்கு அனுமதி கொடுத்து லதிஃபேவே நாளையும் முடிவு செய்யுமாறு கேட்டுக்கொண்டார்.

லதிஃபே எந்தக் குறையும் கூற முடியாதவாறு நடந்துகொண்டார். கனிவுடன் பதில்கள் சொல்லிக்கொண்டிருந்தபோது அவர் தம்முடைய கணவனையும் பார்த்துக்கொண்டிருந்தார். நாள், நேரம் ஆகியவற்றைக் குறிப்பதற்கு முன்பு தம்முடைய கணவனின் ஆலோசனைகளைக் கேட்டார். அந்த அறை இரண்டு மணி நேரத்தில் எண்ணற்ற முறை நிறைந்து காலியாகியது. பொது நிகழ்ச்சிகளில் நம்பிக்கையுடன் செயல்பட்ட லதிஃபே பார்க்க வந்த ஒவ்வொருவரையும் கனிவுடன் கவனித்து அவர்களை எல்லாம் கவர்ந்தார். முஸ்தஃபா கெமால் கூட மற்றவர்களிடம் பேசிக்கொண்டிருக்கும்போதும் ஓரக்கண்களால் லதிஃபேவைக் கவனித்துப் பார்த்துக்கொண்டிருந்தார். அவருடைய மகிழ்ச்சியை எல்லோரும் தெளிவாகப் பார்க்க முடிந்தது.

லதிஃபேவின் பாராளுமன்ற வருகை உள்நாட்டு மற்றும் வெளிநாட்டுப் பத்திரிகைகளில் அடுத்த நாளன்று முக்கிய செய்தியாக

வெளியிடப்பட்டது. அது துருக்கிப் பெண்களின் வெற்றியாகப் புரிந்து கொள்ளப்பட்டிருந்தது. முஸ்தஃபா கெமால் தம்முடைய மனைவியை பேரவை உறுப்பினர்களுக்கு அறிமுகப்படுத்தியது மிகப் பெரிய ஆர்வத்தை ஏற்படுத்தியிருந்தது.

"முஸ்தஃபா கெமாலின் பேச்சைத் தொடர்ந்து அவருடைய மனைவி லதிஃபே ஹனிம் பேரவை உறுப்பினர்களுக்கு பேரவைக் கட்டடத்தி லிருந்த ஒரு அறையில் வரவேற்பு நிகழ்ச்சி நடத்தினார் என்று டைம்ஸ் தெரிவித்தது.

லதிஃபே ஒருவேளை பேரவைக் கட்டடத்தில் ஒரு வரவேற்பு நிகழ்ச்சி நடத்தியிருக்கலாம்; அல்லது முஸ்தஃபா கெமால் தம்முடைய மனைவியை முக்கிய உறுப்பினர்களுக்கு அறிமுகம் செய்து வைத்ததும், அவர்கள் தங்களுடைய மரியாதையைத் தெரிவித்ததும் ஒருவேளை அவ்வாறு புரிந்துகொள்ளப்பட்டிருக்கலாம்.

ஹகிமியெட் – இ மில்லியே 2 மார்ச் 1923 அன்று தெரிவித்தது:

மாபெரும் தலைவரான முஸ்தஃபா கெமாலின் மரியாதைக்குரிய மனைவியான லதிஃபே ஹனிம் நேற்றைய தேசிய சட்டப் பேரவை விவாத அமர்வுகளைப் பார்த்தது துருக்கிப் பெண்களின் மிகப்பெரும் வெற்றியை செயல்முறையில் உறுதிசெய்த மறுக்க முடியாத நடவடிக்கை யாகும். தேசிய சட்டப்பேரவை விவாதத்துக்கு வருகை தந்த முதல் துருக்கிப்பெண் லதிஃபே ஹனிம் என்னும் உண்மைதான் இதற்கான காரணம்.

13

லதிஃபே
வெளிநாட்டுப் பத்திரிகையாளர்களுக்கு சாங்கயாவில் விருந்தளிக்கிறார்

சாங்கயா பிப்ரவரியிலும் மார்ச்சிலும் வெளிநாட்டுப் பத்திரிகையாளர்களை வரவேற்றது. பிப்ரவரி பின்பகுதியில் நடந்த ஒரு குறிப்பிட்ட விருந்து பரபரப்பை ஏற்படுத்தியது. அதுபற்றிய செய்தி முக்கியமான செய்தித்தாள்களின் முதற் பக்கத்தில் கவனத்தைக் கவரும் விதத்தில் வெளியிடப்பட்டது, திருமதி கெமால் ஒரு அமெரிக்க வருகையாளரைக் கவர்கிறார்; அழகிய மணப்பெண் வெளிநாட்டுப் பத்திரிகையாளருக்குத் தேனீர் ஊற்றிக் கொடுக்கிறார்; அவர் பெண்ணுரிமைகளை ஆதரிக்கிறார்; 'கெமாலும் மனைவியும் துருக்கிப் பெண்களுக்கு சுதந்திரத்துக்கான வாக்குறுதி கொடுக்கிறார்கள்.' லதிஃபே ஒரு கப் தேனீர் ஊற்றிக் கொடுத்தது ஐந்து நூற்றாண்டுகால மரபை உடைத்தெறிந்து புதிய துருக்கி அரசிடம் நவீன ஐரோப்பியச் சூழலைக் கொண்டு வருவதாக பொருள் கொள்ளப்பட்டது.

லதிஃபேவின் நம்பிக்கையும், நவநாகரீகமான நிதானமும், பெண்களின் பிரச்சினைகளையும் உலகச்சிக்கல்களையும் புரிந்து கொள்ளும் திறமையும் அங்கிருந்த ஒவ்வொரு பத்திரிகையாள ரிடம் அவரைப்பற்றிய நல்லெண்ணத்தை ஏற்படுத்தியது. கல்வி, அரசியல் களங்களில் முஸ்தஃபா கெமாலோடு இணைந்து முனைப் பாகச் செயல்படுவதற்கான விருப்பத்தைப் பற்றி அவர் அறிவித் திருந்தார். முஸ்தஃபா கெமாலின் மனைவி என்ற முறையில் தமது பணியைக் கோடிட்டுக் காட்டியது ஒரு அதிர்வை ஏற்படுத்தி யது. அவர் ஆண் பத்திரிகையாளர்களுக்கு தேனீர் வழங்கியது, பெரும்போரில் கிடைத்த வெற்றி அளவுக்கு முக்கியமானதாகக் கருதப்பட்டது. சாங்கயாவில் பத்திரிகையாளர்கள் சந்தித்த மேலை மற்றும் கீழை நாட்டுப் பண்புகளின் இணைவு அவர்களை வசீகரித்தது.

நியூயார்க் டைம்ஸ், சிகாகோ டெய்லி ட்ரிபியூன் ஆகிய செய்தித் தாள்களில் வெளியிடப்பட்ட செய்தி அறிக்கைகள் அந்த வீட்டின் சூழலை ஓரளவு பிரதிபலித்தது:

நாங்கள் ஒரு பெரிய முன் அறைக்குள் நுழைந்தோம். ஓடு பாவியத் தரையின் நடுவில் ஒரு பளிங்கு நீரூற்று இருந்தது. அதில் நீர் பாய்ந்து கொண்டிருக்கவில்லை. பின்னர் மற்றொரு பெரிய அறைக்கு அழைத்துச் செல்லப்பட்டோம். அங்கு பிரதமர் ராவுஃப் பெய் எங்களை திரு மற்றும் திருமதி கெமாலிடம் அறிமுகம் செய்துவைத்தார்.

அந்த அறை கெமாலின் ஆளுமையை வெளிப்படுத்தியது. அது மேலை மற்றும் கீழை நாடுகளின் கலப்பாக இருந்தது. ஒரு மூலையில் கனமான எழுதும் டெஸ்கும் நடுவில் நீண்ட மேசையும் கிடந்தன. அதில் பார்த்தெழுது பவர் ஒருவர் சுறுசுறுப்பாக வேலை பார்த்துக்கொண்டிருந்தார். நுண்ணிய வேலைப்பாடுகள் கொண்ட பித்தளை மேசை நடுவில் கிடந்தது. அதில் புத்தகங்களும் இதழ்களும் குவிந்து கிடந்ததோடு, புகழ்பெற்ற அமெரிக்கச் சாக்லெட்டின் ஒரு பெரிய பெட்டியும் வைக்கப்பட்டிருந்தது. குறுக்காக அமைக்கப்பட்ட வாள்களும் கத்திகளும் படங்களும் சுவர்களில் தொங்கின. அதில் கடைசியாகத் தொங்கிய படம் கெமால் அரேபியர்களையும் இந்தியர்களையும் இணைப்பதைக் காட்டியது. அது பெய்ரூட் நகரிலிருந்து கிடைத்த பரிசு.

தங்க சாம்பிராணி எரியும் தட்டுகளும் கீழை நாட்டு ஜாடிகளும் விலை குறைந்த அலங்காரப் பொருட்களும் அலமாரிகளிலும் மேசைகளிலும் கிடந்தன. பண்டைய கிரேக்க வடிவமைப்புள்ள பளிங்கு மேசை சுவரில் சாய்த்து வைக்கப்பட்டிருந்தது. அது அடக்குமுறைச் சங்கிலிகளை உடைத் தெறிந்து வெற்றிகரமாக வலிமையடைந்து கொண்டிருக்கும் வெற்றிபெற்ற துருக்கியைச் சித்தரித்தது. இந்த பாதி கீழை நாட்டுச் சூழலில் தோல் மெத்தை நாற்காலிகள் போடப்பட்டிருந்தன. ஒரு சட்டமில்லாத கட்டில் கீழை நாட்டு பாணியில் பொதிந்து வைக்கப்பட்டிருந்தது.

மரபான வார்த்தைப் பரிமாற்றங்களுக்குப் பிறகு, திருமதி கெமால் உரையாடலை பெண்கள் பற்றிய களத்துக்கு எடுத்துச் சென்றார். அவருக்கு ஏராளமான அமெரிக்க நண்பர்கள் உண்டு. அவருடைய தந்தை நியூயார்க் பஞ்சுப் பரிமாற்றச் சந்தையின் முன்னாள் உறுப்பினர். அவர் அமெரிக்கா வுக்குப் போயிருக்காவிட்டாலும் இங்கிலாந்திலும் பிரான்ஸிலும் கல்வி கற்றிருந்ததால் அமெரிக்கப் பெண்களின் செயல்பாடுகள் பற்றி நன்கு அறிந்திருந்தார். ஒரு பத்திரிகையாளர் அமெரிக்கப் பெண்கள் ஆண்களின் பொறுப்புகளை எடுத்துக்கொள்ளாமல் அவர்களுடைய முன்னுரிமைகளை மட்டும் தங்களுக்கு உரியவையாக்கிக் கொண்டார்கள் என்றும், கணவனைக் கொல்லும் கொடூரத்தை மன்னிக்கக் கூடிய உணர்ச்சிவயப்பட்ட பொது மக்கள் நீதி விசாரணைக் குழு அமெரிக்காவில் மட்டுமே இருக்கிறது என்றும் சொன்னபோது லதிஃபே சிரித்தார். துருக்கிப் பெண்களின் இலக்கு அதுவல்ல என்று அவர் கூறினார்.

“பெண்களுக்கான களம் பற்றிய விஷயத்திலும் மற்றெல்லா அரசியல் விஷயங்களில் உள்ளதுபோலவே நானும் என் கணவரும் ஒரே கருத்துடையவர் களாகவே இருக்கிறோம்.”

அதுவரை ஆங்கிலத்தில் நடந்த உரையாடலை லதிஃபே கெமாலுக்கு மொழிபெயர்த்துச் சொன்னார். அதற்கு கெமால் “ஒரு பெண்ணை ஆணின் பங்காளியாகவும் தோழியாகவும் கருத வேண்டும். ஆண்களுக்கும் பெண் களுக்கும் தனித்தனியாக இருக்கும் மன்றங்களை ஒழித்துவிட்டு ஆண்களும் பெண்களும் தனித்தனியாக பிரித்துவைக்கப்படாத மன்றங்களைத் தொடங்க வேண்டும்” என்று கூறினார்.

கெமாலின் மனைவி அவர்களுடைய திருமணத்திலிருந்தே அவர் எங்கு போக வேண்டியிருந்தாலும் கூடவே போனார். போர்முனைக்கு, படைகளைப் பார்வையிட, சமூக, தூதரக நிகழ்ச்சிகளுக்கு, விருந்துகள் மற்றும் வரவேற்பு நிகழ்ச்சிகளுக்கு என்று எல்லா இடங்களுக்கும் கணவருடன் சென்றார். சென்ற இடங்களிலெல்லாம் பெரும்பான்மையானவர்கள் அவருடைய செயல்பாடுகளை ஆதரித்தார்கள். பெரும்பாலான பெண்கள் செய்ய விரும்பியவற்றை அவர் செய்துகொண்டிருந்ததுதான் அதற்குக் காரணம்.

தன் நாட்டுக்குப் பெரும் செயல்களைச் செய்ய விதிக்கப்பட்டவர்

திருமதி கெமால் ஒரு சிர்கேசியவகை அழகி. நீண்ட கண்ணிமை மயிர்கள் வழியாக ஒளிரும் கருங்கண்கள் அவருடையன, சிரிக்கும்போது அவருடைய சிறுவாய் எந்தக் குறையும் இல்லாத பல்வரிசையை வெளிக்காட்டியது. அது பற்பசை விளம்பரத்துக்குப் பொருத்தமானது போன்றிருந்தது. அவர் வழக்கமான கருப்பு ஸேற்றின் துருக்கிய ஆடையை அணிந்திருந்தார்; முகத்திரை அணியவில்லை. இரு மணிக்கட்டுகளிலும் கைச்சங்கிலி இருந்தது. இரண்டு மோதிரங்கள் அணிந்திருந்தார் – ஒன்று பிளாட்டினத்தில் பதிக்கப் பட்ட நான்கு கேரட் வைரம், மற்றொன்று இஸ்மெட் பாஷா லூசானிலிருந்து கொண்டு வந்த பிளாட்டினத் திருமண மோதிரம்.

கெமால் முரட்டுத் துணி சூட்டும் மென்மையான கழுத்துப்பட்டையும் அணிந்திருந்தார். கீழை நாட்டுச் சித்திரத் துணியால் அலங்கரிக்கப்பட்ட உணவு அறையில் தேனீர் பரிமாறப்பட்டது. பக்கத்து அலமாரியில் கீழை மற்றும் மேலை நாட்டு உணவு பரிமாறும் பாத்திரங்கள் இருந்தன. தங்க மற்றும் வெள்ளிக் கிண்ணங்களும் ஜாடிகளும் அவற்றை சேகரிப்பவர்களைக் கவரும் விதத்தில் இருந்தன.

இரு பத்திரிகைகளுமே லதிஃபேவை நாட்டுக்கு பெருஞ் செயல்களைச் செய்யப் போகும் பெண்ணாக வருணித்தன.

கெமாலும் இஸ்மெட்டும் அறையில் இருந்தார்கள். அப்போது திருமதி கெமால் ராவுஃப் பெய்க்கும் வெளிநாட்டினருக்கும் தேனீர் பரிமாறிக் கொண்டிருந்தார். அவர் கிரேக்கர்களால் இஸ்மிரில் மூன்று மாதங்கள் சிறை வைக்கப்பட்டிருந்தது பற்றியும் கெமால் வந்து அவரை விடுதலை செய்தது பற்றியும் நகைச்சுவையோடு களிப்புடன் உரையாடினார். அவர்மீது

வேவு பார்த்ததாகக் குற்றம் சாட்டப்பட்டதால் மரண தண்டனை வழங்குவதற்கு யோசிக்கப்பட்டதாகத் தெரிய வந்தது. லதிஃபே அந்தக் குற்றச்சாட்டை ஏற்றுக்கொள்ளவும் இல்லை, மறுக்கவும் இல்லை. அதன்பின் அவர் தமது திருமணத்தைப் பற்றிக் கூறினார். அவர் எப்போதும் திருமணத்துக்கு எதிராகவே இருந்துள்ளார். அவருடைய வாழ்க்கையைப் படிப்பதற்காகவே செலவழித்தார். இறுதியாக அவர் தமது வாழ்க்கையை நாட்டின் சேவைக்காக அர்ப்பணிக்க விரும்பினார். அவரும் கெமாலும் துருக்கியின் கல்வி மற்றும் அரசியல் தேவைகள் பற்றி விவாதித்திருக்கிறார்கள். அவர்களுடைய கருத்துகள் முழுமையாக ஒத்திருந்தது, அவர்களை நெருங்கி வர வைத்தது. அவர்களுடைய திருமணம் லதிஃபேவின் நண்பர்களை ஆச்சரியப்பட வைத்தது. லதிஃபே சுதந்திரமாகச் செயல்பட வேண்டும் என்று கெமால் விரும்பினார். ஆனால் லதிஃபே கல்விப் பணியிலும் அரசியல் பணியிலும் கெமாலோடு இணைந்து செயல்பட விரும்பினார்.

திருமதி கெமாலின் வசீகரிக்கும் ஆளுமையையும் அவர் துருக்கிக்குப் புத்துயிரூட்டுவது பற்றிச் சொல்லியதைக் கவனித்துக் கேட்டுக்கொண்டே தேனீரைச் சுவைத்த விருந்தினர்களிடம் அவர் ஏற்படுத்திய எண்ணப் பதிவையும் பிறருக்குத் தெரிவிப்பது கடினம். அவருடைய ஆர்வம் தொற்றிப் பரவும் தன்மையுடையது. அவருடைய கணவரின் ஆற்றல் மிகுந்த ஆளுமையின் முன்னிலையில்கூட லதிஃபே தமது நாட்டுக்கு அரும்பெரும் செயல்களைச் செய்யப்போகிறார் என்று எல்லோரும் உணர்ந்தார்கள்.

28 பிப்ரவரி 1923, *நியூயார்க் டைம்ஸ்*.

500 ஆண்டுகளில் முதல் முறையாக

அதேவிருந்து 9 மார்ச் 1923 தேதியிட்ட வாஷிங்டன் போஸ்டில் "திருமதி கெமால் தேனீர் ஊற்றுகிறார்" என்ற தலைப்பின்கீழ் பிரசுரிக்கப் பட்டது:

திருமதி முஸ்தஃபா கெமால் அங்காராவுக்கு அருகில் உள்ள தமது நாட்டுப்புற வீட்டில் வெளிநாட்டு ஆண் பத்திரிகையாளர்களுக்குத் தேனீர் ஊற்றிக் கொடுத்தார். இந்தச் செய்தி உலகெங்கும் அனுப்பப்பட்டு பல செய்தித்தாள்களிலும் முதல் பக்கத்தில் இடங்கொடுக்கப்பட்டுள்ளது. இது உண்மையில் அதிக முக்கியத்துவமுடைய நிகழ்வு. 500 ஆண்டுகளில் இதுபோன்ற நிகழ்வு நடந்ததில்லை. பழைய துருக்கி மறைந்து புதிய துருக்கி பிறந்துவிட்டது என்பதற்கு இது சிறந்த சான்று. இந்த மாற்றம் இன்னும் முழுமையடையவில்லை. எல்லா துருக்கியர்களும் முஸ்தஃபா கெமாலின் மேற்கத்தியச் சிந்தனைகளை ஏற்றுக்கொள்ளவில்லை. சமூகத்தில் பெண்களின் இடம் என்பது அவருடைய பல மேற்கத்தியக் கருத்துகளில் ஒன்றுதான். ஆனால் பழைய நாட்கள் வேகமாக முடிவுக்கு வந்து கொண்டிருக்கின்றன என்பது தெளிவாகத் தெரிகிறது. நமக்கு ஜார்ஜ் வாஷிங்டன்போல துருக்கியர்களுக்கு கெமால் என்று கூறப்படுகிறது. அவருடைய தாக்கம் மகத்தானது; அவர் முன்மாதிரியாக விளங்கியது அறுதியான முடிவெடுக்கப்படுவதை உறுதி செய்தது. பழமையான துருக்கி இதுவரை சாகாவிட்டால், செத்துக்கொண்டிருக்கிறது. பத்து ஆண்டுகளுக்குப் பின் மிகவும் வித்தியாசமான துருக்கியைக் காண்போம்.

ஜார்ஜ் வார்ட் ப்ரைஸ், இரண்டாவது விருந்தினர்

மார்ச் மாதத்தில் கெமால் வீட்டுக்கு வந்த பத்திரிகை நிருபர்களில் ஜார்ஜ் வார்ட் ப்ரைஸும் ஒருவர். லதிஃபேவையும் முஸ்தஃபா கெமாலையும் எஸ்கிஷெஹிர் புகைவண்டி நிலையத்தில் சந்தித்த *டெய்லி மெயில்* நிருபர் இவர்தான். அவருடைய செய்தி அறிக்கை மார்ச் மாதத்தின் இரண்டாவது பகுதியில் வெளிவந்திருக்க வேண்டும். அப்போது அவர் அந்த வீட்டுக்கு முன்னாள் தூதரான ராவுஃப் பெய்யுடன் வந்திருந்தார். பிரைஸ் ராவுஃப் பெய்யை ஏதோ காரணத்தால் ஒரு பெரிய அதிகாரி (Grand Vizier) என்று குறிப்பிடுகிறார்.

முஸ்தஃபா கெமாலுடனும் அவருடைய இளம் மனைவியுடனும் தேனீர் அருந்துவதற்காக நான் அழைக்கப்பட்டேன். ஒரு அலங்கார நீரூற்று பாய்ந்துகொண்டிருந்த அறைக்கு நாங்கள் அழைத்துச் செல்லப்பட்டோம். லதிஃபே ஹனிம் துருக்கி பாணி கருப்பு உடை அணிந்திருந்தார். ஆனால் அவர் காதுகளிலும் கைகளிலும் பெரிய வைரங்களை அணிந்திருந்தார். அவருடைய தோற்றம் குட்டையாக சற்று பருமனாக இருந்தது. அவருடைய முகத்தில் பிறரைப் பொருட்படுத்தாத தன்மை தெரிந்தது. அவர் தமது நிலையின் முக்கியத்துவத்தை நன்கு உணர்ந்திருந்தார் என்பது தெளிவாகத் தெரிந்தது.

"நான் உங்களிடம் ஏதாவது சொன்னால் நீங்கள் அதை தலைவரே சொன்னதுபோல் அதிகாரபூர்வமானது என்று நினைக்கலாம்" என்று அவர் பெருமித உணர்வுடன் கூறினார்.

ப்ரைஸ் தமது நினைவுகளை பின்னர் தொகுத்த புத்தகமான 'எக்ஸ்ட்ரா ஸ்பெஷல் கரெஸ்பான்டன்ட்'டில் தொடர்ந்து கூறுகிறார்:

லதிஃபே தம்முடைய தந்தை உஷாகி பெய் இஸ்மிரின் பெரும் வணிகர் என்று தெரிவித்தார். நகரம் தீயால் அழிக்கப்பட்ட பின்பு அவருடைய குடும்பத்தின் நாட்டுப்புற வீட்டில் முஸ்தஃபா கெமால் தலைமையகத்தை அமைத்திருந்தார். அங்குதான் லதிஃபே முதல்முறையாக முஸ்தஃபா கெமாலை சந்தித்தார். மூன்று வார முடிவில் முஸ்தஃபா கெமால் அவரைத் திருமணம் செய்துகொண்டார்.

"எவ்வளவு அழகாக ஆங்கிலம் பேசுகிறீர்கள்" என்று நான் சொன்னேன்.

அதுவரை முஸ்தஃபா கெமால் வரவில்லை. ஆனால் அவருடைய மனைவி எங்களை மற்றொரு அறைக்கு அழைத்துச் சென்றார். அங்கு தேனீர் பரிமாறப்பட்டது. முஸ்தஃபா கெமாலும் எங்களோடு சேர்ந்துகொண்டார். அவர் துருக்கிப் பெண்களின் மேம்பாட்டுக்கான தமது திட்டத்தைப் பற்றி ஒரு நீண்ட விளக்கம் கொடுத்தார். குடியானவர்களின் மனைவிகளும் மகள்களும் ஆண்களோடு தாராளமாகக் கலந்து பழகியிருக்கிறார்கள் என்று முஸ்தஃபா கெமால் கூறினார். அந்தப்புரமும் முகத்திரையும் அரேபியர்களைப் பின்பற்றி எடுத்துக்கொண்ட பகட்டுக் கண்டுபிடிப்புகள்.

துருக்கியின் நிதிநிலையும் லூசானும்கூட நேர்காணலில் இடம் பெற்றது. சமத்துவ அடிப்படையில் அணுகப்பட்டாலொழிய தாங்கள்

இறுதிவரைப் போரிடப் போவதாக முஸ்தஃபா கெமால் ப்ரைஸிடம் கூறினார். இஸ்மிரிலும் இஸ்தான்புல்லிலும் முன்னர் நடத்தப்பட்ட நேர்காணல்கள் பிரெஞ்சு மொழியில் இருந்தன. இம்முறை, லதிஃபே, ராவுஃப் பெய் ஆகியோரின் மொழிபெயர்ப்போடு அவர்கள் ஆங்கிலத்தில் பேசினார்கள்.

பெர்தா ஜார்ஜஸ் – காலிஸ்: "இதுவரை உங்கள் முதல் தோல்வி!"

சாங்கயா பற்றியும் லதிஃபே பற்றியுமான எண்ணப் பதிவுகளை வெளியிட்ட மூன்றாவது வருகையாளர் பிரெஞ்சு பத்திரிகையாளர் பெர்தா ஜார்ஜஸ் – காலிஸ். அவர் தேசியப் போராட்டத்தை நுட்பமாகக் கவனித்துக்கொண்டிருந்தவர். முன்னதாக 1896இல் தம்முடைய கணவரோடு அவர் துருக்கிக்கு வந்திருந்தார். அவருடைய கணவர் லே டெம்ப்ஸ் பத்திரிகை நிருபராக இருந்தார். அவர் மரணமடைந்த போது பெர்தா அங்கேயே தொடர்ந்து இருக்க முடிவு செய்து அவருடைய வேலையையும் ஏற்றுக்கொண்டார். ஜார்ஜஸ் – காலிஸ் தேசியப் போராட்ட காலம் முழுவதும் முஸ்தஃபா கெமாலுடன் தொடர்பில் இருந்தார். 1922இல் சாங்கயா வளாகத்தில் இருந்த ஒரு வீட்டில் தங்கிருக்கக்கூட அழைக்கப்பட்டார்.

11 மார்ச் 1923 அன்று அங்காராவுக்குத் திரும்பி வந்தார். அன்று இரவு சில தூதரக அதிகாரிகள், அமைச்சரவை உறுப்பினர்கள், முன்னணி பாராளுமன்ற உறுப்பினர்களுடன் அவர்களுடைய மனைவிகள் ஆகியோருக்கு ஒரு வரவேற்பு நிகழ்ச்சி நடத்தப்பட்டது. பிரெஞ்சு நிருபரும் முஸ்தஃபா கெமாலும் நீண்ட கால நண்பர்கள். கீழே கொடுக்கப் பட்டுள்ள நிகழ்வு 1924இல் வெளியிடப்பட்ட அவருடைய 'La Nouvelle Turquie' என்ற நூலிலிருந்து எடுக்கப்பட்டது. இதன் மூலப் படிவம் முதலில் செய்தித்தாளில் வெளியிடப்பட்டிருக்கலாம்.

அந்தப் பெரிய வாசிப்பறையில் நுழைந்தவுடன் நான் என் நண்பரைப் பார்த்தேன். 1921 டிசம்பர் மாதத்தில் அதே அறையில் நாங்கள் ஒளிவு மறைவற்ற விவாதங்களை நடத்தினோம். எங்களுடைய வேறுபாடுகளை மறந்து புன்னகைத்தோம். எப்படியிருப்பினும் அவர் திருமண வாழ்க்கையில் ஈடுபட்டுக்கொண்டிருந்தது எனக்கு வேடிக்கையாக இருந்தது.

உலகத்தில் எங்கிருந்தாலும் புதிதாகத் திருமணமான ஆண்களிடம் இருக்கும் அந்தப் புரிந்துகொள்ள முடியாத தன்னம்பிக்கையற்ற நிலை அவரிடமும் இருந்தது. எனவே நான், பேரரசுகளையும் குடியரசுகளையும் உருவாக்கியவர் களின் திருமணம் பற்றிய கருத்துகளைக் குறிப்பிட்டு அவரைச் சீண்டினேன், "நமது கொள்கைகள் எல்லாம் என்ன ஆயின?"

அவரும் சிரித்துக் கொண்டே கூறினார், "லதிஃபே எல்லாவற்றையும் விளக்குவாள்."

நான் உடனே சொன்னேன், "இதுதான் இந்நாள் வரை உங்களுடைய முதல் தோல்வி." அதை ஏற்றுக்கொண்ட அவர் பதிலளித்தார்,

"அது ஏன் என்று நீங்கள் விரைவில் புரிந்து கொள்வீர்கள்." எங்களைச் சுற்றியிருந்த எல்லாமே மாறியிருந்தது. ஒரு பெண்ணின் கை மேசைகளில் கீழைநாட்டு அலங்காரப் பொருட்களை வைத்து, தரையில் கம்பளங்களை விரித்து, அறைகலன்களையும் புத்தகங்களையும் இடம் மாற்றி வைத்து ஏற்கனவே தாராளமான இடமிருந்த அறையை மேலும் பெரியதாக மாற்றி அமைத்திருந்தது. அதே கை வாசிப்பறையை மலர்களால் அலங்கரித் திருந்தது. விரைவில் அவர் உள்ளே வந்தார்; அவருடைய வசீகரமான தோற்றம் அவர் உருவாக்கியிருந்த சுற்றுச்சூழலோடு முழுமையான ஒத்திசைவோடு இருந்தது.

பிறரை தன்வயப்படுத்தும் தன்மையும் மனஉறுதியும் இணைந்திருந்த லதிஃபே ஹனிமிடம் இளவயதினரிடம் மட்டுமே இருக்கக்கூடிய அசைக்க முடியாத துணிச்சலும் இருந்தது. அவரிடம் சுய சந்தேகமும் இல்லை, பிறர்மீது சந்தேகமும் இல்லை. அவர் அணிந்திருந்த எளிமையான ஆனால் நவநாகரிகமான உடை அவருடைய கீழைநாட்டு அழகை மேலும் அதிகரித்துக் காட்டியது. அந்த உடை அவர் பாரிசில் வாங்கியது.

அவர் ஒரு பிரான்ஸ் நாட்டுப் பெண்ணைப்போலவே பிரெஞ்சு மொழி பேசினார். அந்த மொழியின் நுட்பங்களை அவர் முழுமையாக அறிந்திருந் தார். துன்பகரமான நிகழ்வுகள் பற்றி உடனேயே பேச ஆரம்பித்ததற்காக தமது உற்சாகம் நிறைந்த மகிழ்ச்சியான குரலில் எங்களைக் கண்டித்தார். பேச்சின் இடையில் அடிக்கடி மனம்விட்டுச் சிரித்தார். ஆணையிடுவதற்கும் தமது அதிகாரத்துக்கும் பழக்கப்பட்டவர்போலத் தோன்றினார். தமது அழகிய தலையை உயர்த்தி என்னிடம் சொன்னார், "நான் என்னுடைய கணவரின் அந்தரங்க உதவியாளர்."

மிகுந்த பெண்மைப் பண்போடு, சிறந்த தோழியும்கூட

உடனுக்குடன் பதிலளிக்கும் திறமை, பளிச்சிடும் சிரிப்பு, மகிழ்ச்சியினால் வரும் பெருமிதம் ஆகியவற்றுக்கு அடியில் ஒரு கூர்மையான, பிடிவாத மில்லாத அறிவாற்றல் மறைந்திருந்தது. ஒரு மிகச் சிறந்த இசைக் கலைஞரின் திறமையோடு தமது இயற்பண்புகளை வெளிப்படுத்தினார். கடின உழைப்புக் கும், கூர்ந்து கவனிக்கும் திறமைக்குமான அவருடைய ஆற்றல் வெளிப்படை யாகத் தெரிந்தது. இறுதி அமைதி நாட்டில் ஏற்படுவதுவரை திருமணம் செய்துகொள்வதில்லை என்ற முடிவையும் அவருடைய புகழ்பெற்ற கொள்கைகளையும் எது திடீரென்று முடிவுக்குக் கொண்டுவந்தது என்பதை நான் புரிந்துகொண்டேன்.

என்னுடைய முதல் எண்ணப் பதிவுகளைத் தெரிந்துகொள்ள முயற்சி செய்து இருவரும் என்னுடைய முகத்தையே பார்த்துக்கொண்டிருந்தார்கள். பின்பு தமது உறுதியான, நம்பிக்கையூட்டும் குரலில் கூறினார்:

"எங்களுடைய திருமணத்தைப்பற்றித் தானே கூறுவதாக லதிஃபே எனக்கு வாக்குறுதியளித்தார். உடனே அவர் உங்களை தமது இருப்பிடத்துக்கு அழைத்துச் செல்வார்." வெளிப்புறத்தில் மேலை நாட்டுத் தோற்றத்தோடு இருந்தாலும் இன்னும் கீழை நாட்டுப் பண்புகளை தக்கவைத்திருந்த அந்தப் பெரிய அறையையே நான் பார்த்துக்கொண்டிருந்தேன்.

நானும் ஒரு வீட்டைப் பராமரிக்கும் பெண் என்ற முறையில் அந்த அறை அவருடைய பண்புகளின் இரு கூறுகளை வெளிப்படுத்தியதைப் பார்த்தேன்: மேலை நாட்டுப் பண்போடு தோன்றினாலும் கீழை நாட்டுப் பண்புகளோடு இருந்தது. என்னுடைய மனதில் என்ன ஓடிக்கொண்டிருந்தது என்பதைத் துல்லியமாகப் புரிந்துகொண்ட அவர் உடனே அதை உரக்கக் கூறினார்.

முஸ்தஃபா கெமால் போன்ற ஒரு ஆணை தன்வயப்படுத்தி அவரை தம் கட்டுப்பாட்டில் வைத்திருப்பதற்கான இன்றியமையாத தன்மைகள் அவரிடம் இருந்தது என்று நான் நினைத்தேன். அதாவது முழுமையான பெண்ணாக இருந்தாலும் முழுமையான தோழி, ஒரே பணி, ஒரே பயணம், உதவி செய்யும் துணை, காதலி மற்றும் திறமை வாய்ந்த நண்பர் போன்ற எல்லாமும் கூட. முஸ்தஃபா கெமாலின் தடுக்க முடியாத ஆற்றலை கட்டுக்கு மீறிய விதத்தில் தடுக்காத நண்பர்; தமது ஆற்றலையும் ஏற்றுக்கொள்ளும் அளவுக்குக் கெமாலை வளையச் செய்தவர். இந்த இருவரில் இறுதியாக வெல்லப்போவது யார்? கடைசியில் இருவரில் ஒருவர் மற்றவருக்குப் பணிந்து போக வேண்டியிருக்கும். அவர்களைச் சுற்றியிருந்த எல்லோரும் தங்களுக்குள் கேட்டுக்கொண்டிருந்த கேள்வி இதுதான். இருப்பினும் யாராலும் முடிவை ஊகிக்க முடியவில்லை.

லதிஃபே தம்மைத் தற்காத்துக்கொள்வதற்கான திறமைகளை தேவைக்கு அதிகமாகவே கொண்டிருந்தார். இருப்பினும் அவர் அசாதாரண அறிவுக் கூர்மையுடைய முஸ்தஃபா கெமாலின் கவர்ச்சியின் பிடியில் இருந்தார். கெமால் இதுவரை தம்மீது எந்த விதமான ஆதிக்கமும் செலுத்தப்படுவதை ஏற்றுக்கொள்ள மறுத்தவர். வெற்றியடையப் போவது யார்? ஓரளவு சம அதிகாரமுள்ள, ஒரே அறிவாற்றல் மற்றும் சமயக் கட்டமைவைப் பகிர்ந்துகொள்ளும் இரு கீழைநாட்டினருக்கு இடையிலான திருமணத்தைப் புரிந்துகொள்ள இன்று மேற்கிலுள்ள நாம் திணறுகிறோம். இந்த இணைப்பு பொதுவான வேர்களையுடைய இருவருக்கிடையே மட்டுமே நிகழ முடியும். சமயக் கருத்துகள் எவ்வளவு பரந்த மனப்பான்மை உடையவையாக இருந்தாலும் இஸ்லாமின் அழிக்க முடியாத தடயங்கள் தொடர்ந்து காணப்படும்.

அவர் வியந்து பார்த்த பண்புகளை, தன் மனைவியிடம் கண்டார்.

ஒரே கருத்துகள், உணர்ச்சிகள், மரபுகள், பழக்கவழக்கங்கள் எல்லாவற்றுடன் லதிஃபேவின் மேலைநாட்டுப் பண்பாட்டையும் அவர் பகிர்ந்துகொண்டார், லதிஃபேவின் ஐரோப்பியா பற்றிய அறிவு, மேலைநாட்டில் வாழ்ந்து கொண்டிருந்தவர்கள்போல விருந்தினர்களை வரவேற்றது போன்றவற்றையும் முஸ்தஃபா கெமால் மிகவும் பாராட்டினார். அதுமட்டுமல்ல, இந்த எல்லா பண்புகளையும் உடைய பெண்ணின் கணவனாக இருந்தார். லதிஃபே பல வருடங்களாக பிறருக்குப் பணிய மறுத்தவராக இருந்ததால் வளர்த்த தன்னம்பிக்கை முஸ்தஃபா கெமாலை களிப்படையச் செய்தது.

சிறிதளவுகூட பண்பில்லா நடத்தையையும் கீழ்த்தரமான பேச்சையும் சகித்துக்கொள்ள முடியாத முஸ்தஃபா கெமால் தம்முடைய மனைவியின்

கலகலப்பான பதில்களை மிகுந்த மகிழ்ச்சியோடு கவனித்துக் கேட்டார். லதிஃபே ஒரு முஸ்லிமாக இருந்தது, அவர் வெளிப்படையாகப் பேசுவதற்கான அதிக சுதந்திரத்தைக் கொடுத்தது. எந்த ஒரு வெளிநாட்டைச் சார்ந்தவரும் குறிப்பிடக்கூட முடியாத விமரிசனங்களை அவரால் முன்வைக்க முடிந்தது. இந்தச் சூழல், முஸ்தஃபா கெமால் தமது 'இரு பால்களுக்கிடையில் முழு சமத்துவம்' கோட்பாட்டை செயல்படுத்துவதைச் சாத்தியமாக்கியது. அவர் இதில் ஒரு முன்மாதிரியாக இருக்க விரும்பினார். அவர் தமது அறிவுரைகளைச் செயல்படுத்துவதில்லை என்று விமரிசனம் செய்பவர்களுக்கு இதையே பதிலாகக் கொடுத்தார். நேர்மாறாக, அவர் பழக்க வழக்கங்களை எதிர்த்ததும், தம்முடைய மனைவியை சமூகத்தில் அறிமுகப்படுத்த விரும்பியதும் அதிகக் குற்றச்சாட்டுகளை ஏற்படுத்தின. ஆனால் அவர் வெல்வதற்குப் பழக்கப்பட்டவர்; அவர்கள் பேசட்டும் என்று அவர் சொல்லியிருப்பார். அவர் தேர்ந்தெடுத்த பெண் அவரிடமிருந்து எதிர் பார்க்கப்பட்டவற்றைச் செய்திருப்பார். அந்தப் பெண் ஊக்கமும் திறமையும் நிறைந்தவர். அவர் ஆபத்தைக்கூட விரும்பியிருக்கலாம் – இல்லையென்றால் அவர் அங்கே என்ன செய்துகொண்டிருக்கிறார்? அவரிடம் சாதிக்கும் ஆசை இருந்திருக்க அதிக வாய்ப்பு உண்டு. இந்த ஆசை கெட்ட குணம் அல்ல. அது ஒருவருக்கு எதையும் தாங்கும் மனஉறுதியைக் கொடுக்கும். விருந்தினர்கள் வரவேற்கப்பட்ட அந்தப் பெரிய ஒப்பனை அறையில் அவர் முன்னும் பின்னும் நடந்துகொண்டிருந்தார்.

இருப்பினும், அவர் நாணுகிறார்

நாங்கள் பேசிக்கொண்டிருந்தபோது, லதிஃபே ஹனிம் தமது நிறைவான பாரிஸ் நகர பிரெஞ்சு மொழியில் நிகழ்வுகள் பற்றிய அவருடைய விமரிசனங் களை விளக்கமாகக் கூறினார். அப்போது மிக கண்ணியமான, எளிய உடையணிந்த துருக்கிப் பெண் ஒப்பனை அறைக்குள் நுழைந்தார். அவருடைய வருகை கெமால் பாஷாவை மீண்டும் நமது காலத்துக்குக் கொண்டு வந்தது. அங்காராவின் உண்மையான முகம் வெளிப்படையாக சிறிது நேரத்துக்குப் பிரகாசித்தது. அதன் பின்பு அது மீண்டும் தம் புரிந்துகொள்ள முடியாத தன்மைக்குச் சென்றுவிட்டது. இந்தக் குறுகியநேர நிகழ்வுக்குப்பின் தொடங்கிய உரத்த உரையாடலால் உருவாகிய வாய்ப்பைப் பயன்படுத்தி லதிஃபே ஹனிமும் நானும் ஒரு பறவைக் கூடுபோல் மேல்தளத்தில் இருந்த அவருடைய தனி இருப்பிடத்துக்குச் சென்றோம். அதை அவர் திருமணப் பரிசுகளால் அலங்கரித்திருந்தார். அந்த இடத்தின் சுற்றுப்புறத்தைப் பார்ப்பதற்குக்கூட ஒரு வாய்ப்பு கிடைப்பதற்கு முன் லதிஃபே அவர் எவ்வாறு அங்கு வந்து சேர்ந்தார் என்பதை விளக்க ஆரம்பித்தார்.

இவையெல்லாம் எப்படியிருந்தாலும் அவர் இப்போதும் நாணமுடையவராக இருந்தார். துருக்கிப் படைகள் முன்னேறத் தொடங்கியபோது அவர் இஸ்மிருக்குத் திரும்பி வந்தது பற்றிய கதையை விரிவாகச் சொன்னார்.

"இதில் எதுவுமே மனதில் பதியவில்லை, எல்லாம் ஒரு கனவுபோல் இருக்கிறது," என்று சொன்னபோது அவருடைய குரல் அதிக உறுதியுடன் இருந்தது.

அவருடைய நம்பமுடியாத வலிமை அவரைக் காத்தது. அப்போது ஒரு வாக்குறுதி அளித்திருந்தார் – முஸ்தஃபா கெமால் வெற்றியோடு இஸ்மிருக்குத் திரும்பி வந்தால் தங்களுடைய வீட்டை அவருக்குத் தங்குமிடமாகக் கொடுப்பதாக.

அவர்களுடைய திருமணம் பற்றிய கதையை பெர்தா ஜார்ஜஸ் – காலிஸ் கேட்டுக்கொண்டிருக்கும்போது, கதவு திறந்தது.

"நான் உங்களைத் தொந்தரவு செய்யவில்லை என்று நம்புகிறேன். உள்ளே வரலாமா?" என்று கேட்டுவிட்டு "லதிஃபே எல்லாவற்றையும் சொல்லி விட்டாரா?" என்று கேட்டார்.

லதிஃபேவின் உன்னதமான மனஉறுதி சிறிது நேரத்துக்குத் தடுமாறியது; ஆனால் அதன் இடத்தில் நயமான நடத்தையை வைத்தார். முதல் முறையாக அவர் மனக் கலக்கமடைந்தார்.

அப்போது "எங்களுடைய தேனிலவுப் பயணத்தைப் பற்றி என்னைச் சொல்லவிடு," என்றார் கெமால் பாஷா.

14

நாட்டை ஒன்றாக சுற்றிப் பார்க்கிறார்கள்

லதிஃபேவும் முஸ்தஃபா கெமாலும் நாட்டைச் சுற்றிப் பார்ப்பதற்கான 13 நாள் பயணத்துக்காகத் தயாரானார்கள். லதிஃபேவும் அந்த நாடும் ஒருவரை ஒருவர் நன்கு அறிந்து கொள்வதற்கான நேரம் வந்துவிட்டது. பயணத் திட்டத்தில் அடானா, மெர்சின், கொன்யா, அஃபியோன் கியூற்றஹியா ஆகிய இடங்கள் அடங்கியிருந்தன.

அடானா போய்ச் சேருவதற்கு இரண்டரை நாட்கள் ஆயின. அந்தத் தம்பதியினருக்கு சிறப்புப் பயணியர் பெட்டியும் கூடப் பயணம் செய்தவர்களுக்கு தூங்கும் வசதியுள்ள பெட்டிகளும் கொடுக்கப்பட்டிருந்தன. அவர்கள் அடானா நிலையத்தை நெருங்கி வந்துகொண்டிருந்தபோது திரளான பெண்கள் வீட்டுக் கூரைகளின் மேலும், சன்னல்களிலும் நிற்பதைப் பார்த்தார்கள். பெண்கள் அவர்களைக் குலவையிட்டும் ஆண்கள் சந்தத்தோடு கைதட்டியும் வரவேற்றார்கள்.

இராணுவச் சீருடையில் இருந்த முஸ்தஃபா கெமாலைக் கூட்டத்தினர் கட்டிப் பிடித்து முத்தமிட்டனர். லதிஃபேவுக்கும் அவருக்குரிய வரவேற்பு கொடுக்கப்பட்டது. ஹதேவைக் கைப்பற்ற வேண்டும் என்று கேட்டுக்கொண்ட குழுவினருக்காகப் பேசிய 15 அல்லது 16 வயதான சிறுமி லதிஃபே உள்ளிட்ட எல்லோருடைய கண்களிலும் கண்ணீரை வரவழைத்தாள்.

அவர்கள் அந்தக் கூட்டத்தின் வழியாக நகர்ந்தார்கள். அப்போது எல்லோரும் கருப்பு அங்கி அணிந்திருந்த பெண்கள் குழு ஒன்று முஸ்தஃபா கெமாலை அணுகியது. அவர்கள் அவருடைய மனைவியை மகிழ்விக்க விரும்பினார்கள். முஸ்தஃபா கெமாலின் முகம் கடுகடுப்பாகி அவருடைய எரிச்சலைக் காட்டியது. “நான் போக முடியாத எந்த இடத்துக்கும் என் மனைவி போக மாட்டாள்” என்று சொன்னார்.

அன்றைய செய்தித்தாள்கள் அடானாவின் இஸ்லாமிய சட்ட நிபுணர் கொடுத்த ஒரு குறிப்பிடத்தக்க அறிக்கையை வெளியிட்டிருந் தன: முஸ்தஃபா கெமால் அவருடைய மனைவியோடு பயணம் செய்வதில் சமயத்துக்கு எதிரான ஒன்றும் இல்லை, அவருடைய மனைவியின் உடை முழுமையாக ஏற்றுக்கொள்ளக் கூடியதாகவும் ஷரியாவுக்கு இணங்கும் வகையிலும் உள்ளது. லதிஃபே இரு நீண்ட துண்டுகளாலான ஆடை அணிந்திருந்தார். தலையின் மேல் ஒரு தலைத் துண்டு போட்டிருந் தார், ஆனால் அது முகத்தை மறைக்கவில்லை.

"பார், எங்களுடைய இளம்பெண்கள் உன்னை எப்படி அழ வைத்தார்கள்?"

கொன்யாவும் அதுபோன்றே களிப்புடன் வரவேற்றது. அவர்கள் சென்ற இடங்களிலெல்லாம் இரு பக்கங்களிலும் கரவொலி எழும்பி யது. முஸ்தஃபா கெமாலுக்கு நகர மண்டபத்தில் ஒரு சந்திப்புக் கூட்டம் இருந்தது. அதே நேரத்தில் லதிஃபே கொன்ய பெண்களின் பிரதிநிதி களுடன் மற்றொரு தனி அறையில் தேனீர் அருந்திக்கொண்டிருந்தார். மண்டபத்தில் இரவு விருந்துக்காக நான்கு மேசைகள் போடப்பட்டிருந் தன. மீண்டும், லதிஃபே பெண்களுக்கான மேசையில் மற்றொரு அறையில் அமர்ந்திருந்தார். முஸ்தஃபா கெமால் கொன்ய செம்பிறை பெண்கள் குழுவில் ஒரு நீண்ட சொற்பொழிவாற்றினார். அதில் பெண்களின் எதிர்காலம் பற்றிய அவருடைய நம்பிக்கைகளை அவர் விளக்கினார். பெரிய நகரங்களிலும், வெளிமாவட்டப் பகுதிகளிலும் நடக்கும் அநீதிகளை அவர் கடுமையாகக் கண்டித்தார். எப்போதும் விருந்துக்கான உடைகளை அணிந்திருந்த பெண்களையும் உடலை மறைக்கும் வடிவொழுங்கற்ற அங்கிகளை அணிந்துகொண்டு மற்றவர் கண்ணில் படாமல் இருக்க பதுங்கிச் செல்லும் பெண்களையும் அவர் குறை கூறினார்.

துருக்கி சமூகம் ஆண்கள் பெண்கள் என்று தனித்தனியாகப் பிரித்து வைக்கப்பட்டிருப்பதால் அவருக்கு ஏற்பட்டுள்ள வெறுப்பைப் பற்றிப் பேசினார். அவரும் அவரது மனைவியும் பெற்ற அன்பான பாராட்டு களுக்கு நன்றி தெரிவித்து அவருடைய பேச்சை நிறைவு செய்தார்.

கொன்ய மகளிர் ஆசிரியர் பள்ளி ஒரு நாடகம் நடத்தியது. நாடகம் ஒரு போர்வீரனுக்கும் அவன் திருமணம் செய்ய நிச்சயிக்கப்பட்டுள்ள பெண்ணுக்கும் இடையிலான காதல் கதையை அடிப்படையாகக் கொண்டது. போரில் ஊனமுற்ற அந்த இளைஞன் நிச்சயதார்த்த மோதிரத்தை அவளிடம் திருப்பிக்கொடுக்க விரும்பினான். ஆனால் அந்தப் பெண் திருமண முடிவை முறிக்க மறுத்துவிடுகிறாள். முஸ்தஃபா கெமால் தமது கைக்குட்டையால் கண்ணில் நிறைந்த கண்ணீரை மற்றவர்களுக்குத் தெரியாமல் துடைக்கிறார். லதிஃபே புன்னகையுடன் சொன்னார், "பாருங்கள். எங்கள் சிறுமிகள் உங்களை எப்படி அழ வைத்துவிட்டார்கள்!"

சூஃபி தங்கு விடுதியில் இரவு உணவின்போது அதன் தலைவரின் மூத்த மகள் உணவு மேசையில் பங்கெடுத்தாள்.

மனைவியின் அருஞ்செயல்களால் மகிழ்ச்சியுற்றவர்

பத்திரிகையாளரான இஸ்மைல் ஹபிப், முஸ்தஃபா கெமால் தம்முடைய மனைவியைப் பற்றி எவ்வளவு பெருமைப்பட்டார் என்பதைக் கவனிக்கத் தவறவில்லை. அந்த குறிப்பிட்ட நாளைப் பற்றி அவர் எழுதுகிறார்:

ஐரோப்பிய ஆளுமைகள் பெண்களைப் பற்றிக் கூறியவற்றை லதிஃபே ஹனிம் மேற்கோள் காட்டிக்கொண்டிருந்தார், "ஒரு பெண்ணின் மிகச்சிறந்த அணி அவளுடைய நல்லொழுக்கம் என்று கான்ட் சொல்லியிருக்கிறார். டெஸ்கார்டஸ் கூறியிருக்கிறார் ..." தம்முடைய மனைவிக்கு அவருடைய திறமைகளை வெளிப்படுத்தக் கிடைத்த ஒவ்வொரு வாய்ப்பின் போதும் முஸ்தஃபா கெமால் எவ்வளவு மகிழ்ச்சியடைந்தார் என்பதை நாங்கள் எல்லோரும் கவனித்தோம். ஏதாவது காரணத்தைச் சொல்லி, பைரனின் கவிதை ஒன்றை ஒப்புவிக்கக் கூறுவார். அவருக்கு அது புரியாவிட்டாலும் அதன் ஓத்திசைவை அவர் ரசித்தார். கணீரென்ற குரலில் லதிஃபே கவிதையை ஒப்புவித்து முடித்தவுடன் முஸ்தஃபா கெமால் தான் புரிந்து கொள்வதற்கேற்ற ஹியூகோ கவிதையொன்றை ஒப்புவிக்குமாறு கேட்பார்.

ஒருநாள் முஸ்தஃபா கெமாலுக்கும், சில கிரேக்கப் போர்க் கைதிகளுக்கும் இடையில் மொழிபெயர்ப்பாளராக லதிஃபே செயல்பட்டார். அப்போது எங்களை நோக்கித் திரும்பிய அவரது கண்கள் 'என்னுடைய மனைவி எப்படிப்பட்ட திறமைசாலி' என்று கூறுவதுபோல பளிச்சிட்டன.

அவர் ரஷிய தலைமறைப்பை அணிந்திருந்தார்

டர்ஸஸில் அவர்களை வரவேற்ற மக்கள் திரளில் ஏராளமான பெண்களும் இருந்தனர். அவர்கள் அப்பகுதிக்குரிய கருப்பு வெள்ளைக் கட்டங்களமைந்த அங்கிகளை அணிந்திருந்தனர். பெரும்பான்மை யானவர்கள் லதிஃபேவைப் பார்க்க வந்திருந்தனர். தாய்மார் இந்த நாளைப்பற்றி பின்னாளில் தங்கள் மகள்களிடம் கூறுவார்கள், "நாங்கள் எல்லோரும் அவரைப் பார்க்கச் சென்றிருந்தோம். நாங்கள் மிகுந்த ஆர்வத்துடன் இருந்தோம். அதிருஷ்டவசமாக லதிஃபே ஹனிம் தலையை மறைத்திருக்கவில்லை. அவர் ஒரு ரஷிய தலைமறைப்பை[1] அணிந்திருந்தார்.

அவர்களுடைய படுக்கையில் பூத்தையலிடப்பட்ட லினென் துணி விரிக்கப்பட்டிருந்தது. வீட்டுக்கு வெளியே தீப்பந்தங்கள் இரவு முழுவதும் எரிந்தன. நாட்டுப்புற நடனங்கள் தொடர்ந்து நடந்துகொண்டிருந்தன.

லதிஃபேவும் முஸ்தஃபா கெமாலும் டர்ஸஸின் வீதிகளில் நடந்து சென்றபோது மக்கள் சன்னல்களிலிருந்து அவர்களுடைய தலையில் பூக்களையும் பன்னீரையும் தூவினார்கள். முஸ்தஃபா கெமால் மிகுந்த உற்சாகத்தோடு இருந்தார். அவர் ஸெய்பெக் நடனமாடி மக்களிசை மெட்டுக்களைப் பாடியதோடு கவிதைகளை வாசிக்கவும் கேட்டுக் கொண்டார். நஸிம் ஹிக்மெட்டின் 'நாற்பது திருடர்களின் கைதி' கவிதையை இஸ்மைல் ஹபிப் ஒப்புவித்தபோது முஸ்தஃபா கெமால் தொலைதூரத்தை உற்றுப் பார்த்துக்கொண்டிருந்தார்.

அவர்கள் மார்ச் 24 அன்று கியூற்றஹியா வந்து சேர்ந்தார்கள். அங்கு முஸ்தஃபா கெமால் ஆசிரியர்கள், பெண்கள் மற்றும் ஆண்களைப் பார்த்துப் பேசத் தொடங்கினார். வருங்காலத் தலைமுறையை வடிவமைக்கும் ஆசிரியர் படை, விடுதலைப் போரில் சண்டையிட்ட போர்வீரர் படையைவிடக் குறைந்த முக்கியத்துவம் உடையதல்ல என்பதைச் சுட்டிக்காட்டினார்: "பெண்மணிகளே! ஆண்களே!! ஆசிரியர்களான நீங்கள்தான் அறிவொளியூட்டும் படையின் ஆணையிடும் அலுவலர்களாகவும் அதிகாரிகளாகவும் உள்ளீர்கள்."

அந்தப் பயணம் முழுவதும் மக்கள் லதிஃபேவை உளமார வரவேற்றனர். அடானாவில் அவர்களுக்கு ஒரு மூன்று பக்கமுள்ள தங்க முத்திரை பரிசளிக்கப்பட்டது. ஒரு பக்கத்தில் முஸ்தஃபா கெமாலின் பெயர் செதுக்கப்பட்டிருந்தது; இரண்டாவது பக்கத்தில் லதிஃபே முஸ்தஃபா கெமால் பெயரும் மூன்றாவது பக்கத்தில் அடானா ஊர்ப் பெயரும் செதுக்கப்பட்டிருந்தன.

கணவனுடன் ஒன்றுசேர்ந்து நடந்த பெண்

ஐந்து இடங்களில் தங்கிச் சென்ற பயணத்தின்போது லதிஃபே இடையிடையே பதற்றமடைந்தார் என்பதை வரலாற்றாசிரியர்கள் குறிப்பிட்டுள்ளனர். புத்தகங்கள் கூறுவதுபோல, திருமணத்துக்குப் பின் முதல் வாக்குவாதம் அடானாவில் ஏற்பட்டது. காரில் அமர்வதற்கான ஏற்பாட்டிலிருந்து அந்த விவாதம் தொடங்கியதாகக் கூறப்படுகிறது. அதன் பின்னணியில் வேறு ஏதாவது காரணம் உண்டா என்பது நமக்குத் தெரியாது. அறியப்பட்டிருப்பது புகைவண்டி நிலையத்தில் அவர்களை அழைத்துச் செல்ல வந்த காரில் பின் இருக்கையில் உட்காரச் செய்யப்பட்டதற்கு லதிஃபே மறுப்பு தெரிவித்தது. "நீங்கள் எப்படி என்னை அவமதிக்கலாம், கெமால்?" என்று கேட்டார் என்பதுதான்.

முஸ்தஃபா கெமால் எந்த அளவுக்குத் தம்மைப் பாராட்டியவர் என்பது லதிஃபேவுக்குத் தெரியும். எனவே, ஏன் அவரைப் பின் இருக்கையில் அமரச் சொல்லியிருப்பார் என்பது நமக்குத் தெரியாது. வழக்கம்போல முன்னிருக்கையில் அமர வைக்கப்படுவதை லதிஃபே எதிர்பார்த்திருப்பார்.

அவர் கணவனின் பக்கத்தில் நடந்து செல்லும் பெண்ணாக – அவனுக்குப் பின்னால் அல்ல – இருக்க வேண்டும் என்று விரும்பினார்.

இஸ்மைல் ஹபிப்பின் தகவல் தொகுப்பை வாசிக்கும்போது, அது மொத்தத்தில் அந்தப் பயணத்தைச் சூழ்ந்திருந்த களிப்புக்கான குறிப்பைத் தருகிறது. லதிஃபே சமமாக நடத்தப்படுவதை வலியுறுத்தினாலும் அந்தச் சூழல் தொடர்ந்தது. பாஷா தனனுடைய சொற்பொழிவுகள் பற்றி மனைவியிடம் அடிக்கடிக் கலந்துபேசியதையும் இருவரும் நீண்ட நேரம் அன்புணர்வோடு விவாதம் செய்ததையும் பலர் கவனித்திருந்தனர். கெமால் பாஷாவின் ஒவ்வொரு கருத்துக்கும் தலையசைக்காமல், லதிஃபே தமது கருத்துகளை தனக்கேயுரிய நடையில் ஆதரித்துப் பேசினார்.

15

குதிமுள் அணிந்த துடுக்கத்தனமான மணப்பெண்

லதிஃபேவும் முஸ்தஃபா கெமாலும் ஏற்றத்தாழ்வுப் பிரச்சினை எதுவும் இல்லாத நிதானமான உறவை அனுபவித்தனர்.

பெண்கள் தங்கள் கணவர்களை "என் எஜமானர்", "என் பாஷா" அல்லது "சார்" என்றுகூட அழைத்த காலத்தில் லதிஃபே "கெமால்" என்று அழைத்தது பதற்றத்தை ஏற்படுத்தியது. மொத்தத்தில் அவர் கெமால் பாஷாவை "பாஷம்" என்றுதான் வழக்கமாக அழைத்தார். அவரை "மேதகு பாஷா" என்றும் குறிப்பிட்டார். இருப்பினும் அவர் "கெமால்" என்று அழைத்த தருணங்களை மட்டுமே நினைவில் வைத்திருக்க விரும்பியவர்கள் இருந்தார்கள்.

லதிஃபேவின் தங்கையான வெஜிஹே சுருக்கமாகக் கூறுகிறார்: "நாங்கள் எல்லோரும் அவரை பாஷம் – என்னுடைய பாஷா என்று அழைத்தோம். லதிஃபேவும் அப்படித்தான் அழைத்தார். சில நேரங்களில் அவர் 'கெமால்' என்று அழைத்தது உண்மைதான். ஆனால், ஆட்டாடூர்க் பாஷம் என்று அழைக்கப்படுவதை விரும்பினார். அவர் தன் மனைவியை "லதிஃபே" அல்லது "லதிஃப்" என்று அழைத்தார்."

லதிஃபே "கெமால்" என்று சொன்ன ஒவ்வொரு முறையும் பெண்கள் வெட்கமடைந்தனர். ஆண்கள் எரிச்சலடைந்தனர். ஒரு சிலர் அவரை செல்லம் கொடுத்து கெடுக்கப்பட்ட பெண் என்றும் மற்றவர்கள் மரியாதை கொடுக்கத் தெரியாதவர் என்றும் நினைத்தார்கள். பெயர் சொல்லி அழைக்கப்பட்டது முஸ்தஃபா கெமாலுக்கு ஏற்படுத்திய எரிச்சலை வாழ்க்கை வரலாறுகள் மிகைப்படுத்துகின்றன. லதிஃபேவின் நிதானமான நடத்தையால் மூன்றாவது மனிதர்களுக்கு ஏற்பட்ட வெறுப்புணர்ச்சி இறுதியாக முஸ்தஃபா கெமாலின் உணர்ச்சியிலும் மோசமான பாதிப்பை ஏற்படுத்தியிருக்கும்.

சோவியத் ஆவணங்கள் "அவர் தன் கணவரை பாஷா என்று அழைக்கிறார்" என்று குறிப்பிடுகின்றன. இப்புத்தகத்திலுள்ள

இபெக் சாலிஷ்லர்

மேற்கோள்களும் அவற்றோடு ஒத்துப் போகின்றன. லதிஃபே தன் கணவரை விருந்தினர்களோடு இருக்கும்போது 'பாஷம்' என்றும் மிக நெருங்கியவர்களுடனான சந்திப்புகளில் மட்டும் 'கெமால்' என்றும் அழைத்தார். "லதிஃபே ஏனைய சாதாரண துருக்கி நாட்டு மனைவியர் செய்வதுபோல தன் கணவர் முன் மண்டியிடுவதில்லை" என்று மற்றொரு குறிப்பு காட்டுகிறது.

லதிஃபே வேறுவிதமாக நடந்துகொள்ள வேண்டும் என்று எதிர் பார்த்த சில குழுவினரை ஏதாவது விதத்தில் ஏமாற்றங்கொள்ளச் செய்தாரா? இருப்பினும் முஸ்தஃபா கெமால் ஒரு பணிந்துபோகும் பெண்ணைத் திருமணம் செய்துகொள்ள விரும்பியிருந்தால், லதிஃபே வைத் திருமணம் செய்திருக்க மாட்டார்.

அவர் நவநாகரிகத் தோற்றமுடையவர்

லதிஃபே சிறந்த நவநாகரிகத் தோற்றமுடையவர். அவர் வாழ்க்கையில் அதுவரை செய்ததுபோலவே, திருமணத்துக்குப் பிறகும் முதல்நிலை ஐரோப்பிய நவநாகரிக ஆடை அங்காடிகளிலிருந்து தருவிக்கப்பட்ட உடைகளையே தொடர்ந்து அணிந்தார். அவர் சார்ஷாஃப் மேலங்கி யையோ, முகத்திரையையோ அணிந்ததில்லை.

அவர் பெரும்பான்மையாகக் கருப்பு நிற ஆடைகளையே அணிந்தார். அவ்வப்போது வைர அல்லது ஜொலிக்கும் காதணிகளால் காதுகளை அலங்கரிப்பதுண்டு. தந்தையின் பரிசான ஒற்றை வைரம் அவரது விரல்களை ஒருபோதும் பிரிந்ததில்லை.[1]

அங்காராவுக்கு வந்த மேலை நாட்டு நிருபர்கள் அவருடைய ஆடை பற்றி விரிவான செய்தியறிக்கைகள் அனுப்பினார்கள். அவர் முகத்திரை அணியவில்லை என்பதை வலியுறுத்தினார்கள்.

1923 மார்ச் 14 தேதியிட்ட *நியூயார்க் டைம்ஸ்* "திருமதி கெமாலின் ஆடைகள் சீர்திருத்தத்துக்கான வாக்குறுதி" என்ற தலைப்பின்கீழ் ஒரு பத்தியை வெளியிட்டது. "குதிரை சவாரியின்போது அணியும் குறுங்காற்சட்டை அந்தப்புர பழக்கவழக்கங்களை முடிவுக்குக் கொண்டு வருவதற்கான நோக்கத்தைச் சுட்டிக்காட்டுகிறது" என்று லதிஃபேவின் ஆடைபற்றி விமரிசித்தது. அந்த அறிக்கை தொடர்ந்து அவர் குதிரை சவாரிக்கான குறுங்காற்சட்டை, உயர்ந்த புதைமிதிகள், குதிமுள், சுற்றுலாப் பயணத் தொப்பி ஆகியவற்றோடு ஒரு ஆண்போல ஆடை அணிந்திருந்தது பற்றியும் குறிப்பிட்டது. லதிஃபே முகத்திரை அணியா மல் வெளியே சென்ற முதல் பெண்ணாக இருந்திருக்க மாட்டார். ஆனால் ஒரு தலைவரின் மனைவி என்ற முறையில் அவருடைய எல்லா செயல்களும் குறியீட்டு முக்கியத்துவம் பெற்றன. எனவே அவருடைய மனப்பாங்கு, நடத்தை, நடை எல்லாம் மாற்றத்தின் எடுத்துக்காட்டுகளாயின.

துருக்கியின் சமூக வாழ்வில் பெண்களின் அதிகரிக்கும் வெளிப் பாட்டை சுட்டிக்காட்டிய *நியூயார்க் டைம்ஸ்*, எப்படி முகத்திரை அல்லது யஷ்மாக் மறைந்துகொண்டிருக்கிறது என்பதையும் குறிப் பிட்டது. "துருக்கியின் தேசிய அரசின் மிகவும் பாராட்டத்தக்க ஒரு

குறிக்கோள் துருக்கிப் பெண்களுக்கு விடுதலை வழங்குவதாகும்" என்று அந்தப் பத்தி அறிவிக்கிறது.

இல்லஸ்ட்ரேற்றட் லண்டன் நியூஸ் 17 மார்ச் 1923 அன்று கணவனும் மனைவியும் அருகருகே நின்றுகொண்டிருந்த புகைப்படத்தை "கெமாலின் முகத்திரையிடாத மனைவி துருக்கிப் பெண்கள் விடுதலையின் குறியீடு" என்ற துணைத் தலைப்போடு வெளியிட்டது.

லதிஃபே முகத்திரையில்லாமல் சென்றுகொண்டிருந்தது மட்டுமல்ல, அப்போதிருந்த முகத்திரையிடும் வழக்கத்தை ஒழிப்பதற்கான முன்மாதிரியாகவும் இருந்தார்.

1922முதல் 1928வரை *லு டெம்ப்ஸ்* செய்தித்தாளின் துருக்கி நிருபரான பால் ஜென்டிஸன் கூறிய கருத்து:

(...) இன்னும் குறிப்பாக, முகத்திரையிடாத இளம் மனைவியைத் தன்னுடன் இராணுவ ஆய்வுகளுக்கும் உணவகங்களுக்கும் எந்த வேறுபாடும் இன்றி அழைத்துச் செல்வதில் அவருக்கு எந்த அச்சமும் இருக்கவில்லை. லதிஃபே ஒரு பெண் படைவீரர் போல ஆடையணிந்து குதிரைசவாரி செய்வதற்கான பூட்ஸ் அணிந்திருந்தார். பெண்கள் முகத்திரையணிவதற்குத் தான் எதிரானவர் என்பதை முஸ்தஃபா கெமால் முன்பே அறிவித்திருந்தார். ஃபெஸ் குல்லாவைப்போல அதுவும் காணாமல் போக வேண்டும் என்று அவர் விரும்பினார். உலகம் முழுவதற்கும் முன்பு முஸ்தஃபா கெமாலின் மனைவி புதிய துருக்கியின் குறியீடாகத் தோற்றமளித்தார்.

இதேபோன்று இஸ்மெட்டின் மனைவியான மெவ்ஹிபே ஹனிமும் புதிய துருக்கியைத் தவறாகச் சித்தரித்து விடக்கூடாது என்ற அச்சத்தில், லூசான் செல்லும் வழியில் தமது மேலங்கியை அகற்றிவிட்டார். 8 ஏப்ரல் 1923 அன்று இஸ்மெட்டை வழியனுப்புவதற்காக ஸிர்கெஜி புகைவண்டி நிலையத்துக்கு வந்தவர்கள் முகத்திரை அணியாத மெவ்ஹிபேவை அவருக்குப் பக்கத்தில் பார்த்தனர்.

அவர்கள் லூசானில் இருந்த நேரத்தில் ஒருமுறை இஸ்மெட் தற்செயலாக மெவ்ஹிபேவிடம் உண்மையான பீதியை ஏற்படுத்தினார். ரிப்பன்கள் சுற்றிக் கட்டப்பட்ட ஒரு பெரிய அட்டைப்பெட்டி ஒருநாள் அவர்களுடைய அறையில் சென்று கொடுக்கப்பட்டது. அது விலை மதிப்பு மிக்க ஆடைகளை விற்கும் அங்காடி ஒன்றிலிருந்து வந்திருக்க வேண்டும். மெவ்ஹிபே ரிப்பன்களை அவிழ்த்து பெட்டியைத் திறந்தார். உள்ளே பல அழகான ஆடைகள் இருந்ததைப் பார்த்து அதிர்ச்சியடைந்தார்: புதுப் பாணியிலான ஒரு நீண்ட அங்கியும் ஒரு கோட்டும் அடங்கிய இரு பகுதிகளாலான உடை ... எல்லாமே அவர் பயன்படுத்த முடியாத அளவுக்கு ஐரோப்பியப் பாணியில் இருந்தன. தமது விருப்பத்தை முதலில் கேட்காமல் இவ்வித ஆடைகளை இஸ்மெட் எப்படி வாங்கலாம்? அவருக்கு என்ன நினைப்பது என்றே தெரியவில்லை. பல வாய்ப்புகளைப் பற்றி யோசிக்க வேண்டியிருந்தது. இறுதியாக அந்தப் பெட்டிக்கு முன்னால் அமர்ந்து, தம்முடைய கணவனுக்காகக் காத்துக்கொண்டிருந்தார். மாநாட்டிலிருந்து திரும்பி வந்த கணவனின் கையைப் பிடித்துக்கொண்டு அறைக்குள் அழைத்துச் சென்றார். படுக்கை மேல் போடப்பட்டிருந்த ஆடைகளைக் காட்டி அவர் கேட்டார்:

"இவையெல்லாம் என்ன?" இஸ்மெட் பாஷா புன்னகையுடன் பதிலளித்தார். "பதற்றப்படாதே, இவற்றைப்பற்றி எனக்குத் தெரியும் என்பது உண்மை. ஆனால் நான் எந்த தப்பும் செய்யாதவன். இந்தப் பொருட்கள் ஒரு மரியாதைக்குரிய பெண்மணிக்குரியவை. லதிஃபே ஹனிம். அவர் இஸ்மிரில் இருக்கும்போதே இந்த ஆடைகளுக்கான ஆணை கொடுத்திருந்தார். அந்தக் கடை பற்றிய எல்லாத் தகவல்களையும் அவர் என்னிடம் தந்தார். இவற்றை நான் அவருக்கு அனுப்பி வைக்க வேண்டும்."

"குழு நடன மேலாடையில் என்னுடைய புகைப்படம் எடுத்தால் எப்படியிருக்கும் . . ."

லதிஃபே ஒரு தலைத்துண்டால் தமது தலையை மறைத்திருந்திருக்கலாம்; ஆனால் அவருடைய ஆடைகள் எல்லாம் ஐரோப்பாவைச் சார்ந்தவை: ஜோத்பூர்கள், இரு துண்டுகளாலான ஆடைகள், கையில்லா தோளணி ஆடைகள் போன்றவை.

இஸ்மைல் ஹபிப் செவ்யூக் லதிஃபேவின் உண்மையான உணர்வுகளைப் புரிந்துகொள்ள உதவக்கூடிய ஒரு நிகழ்வை எடுத்துக்கூறுகிறார். கட்டாயத்தால் அவர் பயன்படுத்தும் ஆடை பாணி அவருடைய மனதுக்கு உகந்ததாக இல்லை என்பதை செவ்யூக் நேரடியாகவே பார்த்திருக்கிறார். அவருடைய தகுதி நிலை, மிகுந்த அடக்கமான நடையிலான ஆடையை ஏற்புடையதாக்கியது. வெளியிடப்பட்ட புகைப் படங்களில் தம்மை ஒவ்வொருமுறை பார்க்கும்போதும் அவர் மனம் வருந்தினார்.

அவர்கள் கொன்யாவிலிருந்து திரும்பிவந்த உடன் இஸ்மைல் ஹபிப் தான் அப்போதுதான் எழுதி முடித்திருந்த சொற்பொழிவு ஒன்றை முஸ்தஃபா கெமாலிடம் வாசித்துக் காட்டுவதற்காக சாங்கயாவுக்குச் சென்றிருந்தார். லதிஃபேவும் யூசுஃப் பெய்யும் கூட வரவேற்பறையில் அமர்ந்திருந்தார்கள். அப்போது தபால் வந்தது. அட்டையில் மியூஃபிடே ஃபெரித்தின் புகைப்படம் அச்சிடப்பட்டிருந்த இன்ஜி இதழ் குவியலின் மேலே இருந்தது.

யூசுஃப்பும் அப்போது வார்சாவில் தூதராக இருந்த ஃபெரித் பெய்யும் சகோதரிகளை மணந்தவர்கள். அவர்கள் அட்டைப் படத்தைப் பார்த்தபோது "என் மனைவியின் சகோதரியைப் பாருங்கள்" என்று யூசுஃப் சொல்வதுபோல் இருந்தது. லதிஃபே ஏக்கத்துடன் பெருமூச்சு விட்டார், "ம், நடன மேலாடையில் என்னுடைய புகைப்படத்தை எடுத்தால் எப்படியிருக்கும் . . ."

இஸ்மைல் ஹபிப் அவரிடன் அனுதாபம் காட்டினார்:

அவர் நினைத்தது சரிதான். அந்தப் பயணம் முழுவதும் ஓரளவு ஆண்களுக்கான ஆடையணிந்து, பாதத்தில் தோல் பூட்ஸ்களோடும் கால்களில் குதிரை சவாரிக்கான கால்சட்டைகளோடும் தலையிலிருந்து காதுவரை மறைக்கும் கருப்புத் துணியோடும் இருந்தார். அதனால் அவருடைய உடலில் வெளியே தெரிந்ததெல்லாம் கண் புருவங்களுக்கும் முகவாய்க்கட்டைக்கும் இடையிலுள்ள சிறு பகுதி மட்டுமே. செய்தித்

தாள்களில் வெளியிடப்பட்ட அவருடைய புகைப்படங்கள் எல்லாம் அவரை அவ்வாறுதான் காட்டின. எப்படியிருந்தாலும் அவை அவரைப் பெருமைப்படுத்தியிருக்க முடியாது. ஆனால் அவை எங்களுடைய பெண்களுக்கான புரட்சியின் மிக முக்கியமான மைல்கற்கள் என்பது நிச்சயம்.

பல வருடங்களாக நடந்த போருக்குப் பின் 1910களில் ஹிஜாப் அதன் முக்கியத்துவத்தை இழந்தது. பெண்கள் தங்கள் கணவர்கள் பணிபுரிந்த கடைகளிலும் அலுவலகங்களிலும் பணியைத் தொடர வேண்டியதாயிற்று. அவர்களுக்கு சார்ஷாஃப் மிகத் தொந்தரவானதாக இருந்தது. இது தலைமறைப்பை மாற்றியமைப்பதற்கு வழிவகுத்தது. தலையைத் துணியால் சுற்றி மறைத்து கழுத்தின் பின்பகுதியில் முடிக்கு அடியில் அதைக் கட்டிவைக்கும் எளிதான முறை வழக்கத்துக்கு வந்தது.

முழு முகத்தையும் வெளியே காட்டிய உடைகள் அப்போதும் தனிப்பட்ட விருந்துகளின்போது மட்டுமே அணியப்பட்டன. வெளியே வீதிகளில் கவனமாக உடையணிவதுதான் சரியான வழியாக இருந்தது. முகத்தை முழுமையாகத் தெரியும்படி விடுவது, நாட்டில் அமைதி ஏற்பட்ட பின்புதான் ஏற்புடையதாகியது. பிறர் கண்ணில் படாம லிருப்பதிலிருந்தும், அச்சமூட்டும் ஆள்போல சுற்றிக்கொண்டிருப்பதி லிருந்தும் பெண்களுக்கு விடுதலை கொடுப்பது என்ற கருத்து ஊக்குவிக்கப் பட்டுக்கொண்டிருந்தபோதும், அரசியல் சூழல் லதிஃபே உடலை மறைத்திருக்க வேண்டியதைத் தேவையாக்கியது.

லதிஃபேவின் புகைப்படங்களில் ஒரு உடலை மூடிய பெண்ணைப் பார்க்கிறோம். இருப்பினும் இந்த உடலை மறைக்கும் உடைகள் எதுவும் சரியான இஸ்லாமிய அடிப்படையிலானவை அல்ல. டார்ஸஸ் பயணத்தின்போது அவர் ரஷிய தலைத்துண்டு என்றழைக்கப்பட்ட துணியை அணிந்து பார்த்தார். லதிஃபேவும் முஸ்தஃபா கெமாலும் அடிக்கடி அரசியல் சூழலை மறுஆய்வு செய்தார்கள் என்பது நமக்குத் தெரியும். "இந்த மேலங்கியை அகற்றுவதற்கு இது சரியான நேரமல்லவா?" என்று லதிஃபே பலமுறை கேட்டார்.

லதிஃபே தலையை மூடாமல் தோன்றும் ஒரே புகைப்படம், அவர் தன் கணவருடனும் குடும்பத்தினருடனும் எடுத்துக்கொண்டது. அதில் அவர், மற்றவர்கள் தம்மைக் கண்டுபிடிக்காமல் இருக்க வேண்டும் என்று விரும்பியதுபோல் எல்லோருக்கும் பின்னால் நின்றுகொண டிருந்தார். குடும்பத்திலுள்ள மற்றெல்லாப் பெண்களும் தங்கள் தலைகள், கழுத்துகள், கைகள் எல்லாம் பிறருக்குத் தெரியும்படியான ஆடைகளை அணிந்திருந்தனர். மாறாக, லதிஃபே உயர்ந்த கழுத்துடைய இரு பகுதி களுடைய ஆடை அணிந்திருந்தார். இருப்பினும் அவர் தமது நேர்த்தி யான கொண்டையின்மேல் தலையை மறைக்கும் துணி போடவில்லை.

முஸ்தஃபா கெமால் அரசியல்வாதி என்ற முறையில் பெண்களை முழுமையாக மூடி மறைத்து வைத்திருப்பதற்கு எதிரானவர். அந்நேரத் தில் வழங்கிய சொற்பொழிவுகளில் இந்த விஷயத்தை நிச்சயமாகக் குறிப்பிட்டிருக்கிறார். இருப்பினும் தனிப்பட்ட முறையில் பெண்கள்

பற்றியும் அவர்களுடைய ஆடைகள் பற்றியுமான அவருடைய பார்வை வேறுவிதமாக இருந்திருக்கலாம் என்று ஃபாலிஹ் கூறுகிறார். முஸ்தஃபா கெமால் பெண்களின் சமூக மேம்பாடு பற்றி எவ்வளவுதான் வலியுறுத்தி வந்தாலும், ஒரு ஆண் என்ற வகையில் அவர் நிச்சயமாக மரபு சார்ந்த குழுவில் இருந்தார் என்பதை ஃபாலிஹ் நமக்கு நினைவுபடுத்துகிறார்.

பெண்களைப் பொறுத்தவரை அவர் அதிகமான மேற்கத்திய சிந்தனை உடையவரல்ல. அவர் நகப்பாலிஷைக் கூட வெறுத்தவர். அதிக பொறாமைப் படுபவர். அவர் கிட்டத்தட்ட ஒரு அந்தப்புரத்து ஆண். அவர் அதற்குத்தான் பழக்கப்பட்டிருந்தார். அவருடைய தனிப்பட்ட விருப்பமும் அதுதான்.

துண்டறிக்கையில் பாஷாவின் மனைவி

முஸ்தஃபா கெமாலைச் சுற்றியிருந்த வேறெந்த ஆணையும் போலத் தன்னம்பிக்கையுடன் புகைப்படங்களில் இருந்த பெண்ணின் தோற்றத் துக்கு எதிர்ப்பாளர்கள் ஆட்சேபம் தெரிவித்தார்கள். 1923 தொடக்கத் தில் வினியோகிக்கப்பட்ட ஒரு துண்டறிக்கையில் இந்தப் புகைப்படங் களில் ஒன்று பயன்படுத்தப்பட்டிருந்தது. அதன் எழுத்துருப் பகுதி கீழ்த்தரமான வசையாக இருந்தது. ஆனடோலியன் புரட்சிக்குழு என்றழைக்கப்பட்ட அமைப்பின் செய்தியறிக்கை கால்மேல் கால்போட்டு அமர்ந்திருந்த லதிஃபேவின் புகைப்படத்தை முன்னிலைப்படுத்தியது. முஸ்தஃபா கெமால், ரிஜெப் (பெகர்) ராவுஃப் (ஆர்பெய்) ஆகியோரும் அதில் இடம்பெற்றிருந்தனர். அந்தப் புகைப்படம் பிரெஞ்சு இதழான *L' Illustration*-ல் முதலில் வெளிவந்தது.

... உங்களுடைய மனைவியும் மகளும் நாளை இதே நிலைக்குத் தள்ளப் படுவார்கள் என்பதைப் பற்றிச் சற்று சிந்தித்துப் பாருங்கள்; உங்களுடைய மதிப்பும் நற்பண்பும் எவ்வளவு கேவலமாகிவிடும்; உங்களுடைய மனச் சாட்சியைக் கவனித்துக்கேளுங்கள். இப்படிப்பட்ட தகுதியுடைய தேசியத் தலைவரின் கைகளில் உங்களுடைய மதமும், நற்பண்புகளும் பொம்மைகள் போலாகிவிட்டன என்பதைப் புரிந்துகொள்ளுங்கள்! முஸ்லிம் தோழரே! மேலும் வார்த்தைகள் தேவையில்லை. நமது மதம் மற்றும் இனத்தின் மிகப் புனிதமான இதயத்தைத் தொட்டுவிட்ட அந்தக் கைகளை இன்று நீங்கள் உடைக்காவிட்டால், உங்கள் மதத்துக்கும், உங்கள் புனிதக் குரானுக்கும், மதிப்புக்கும், நற்பண்புக்கும் நிரந்தரமாக பிரிவிடை சொல்ல வேண்டியது தான்!

ஒரு பழமையான தோற்றத்தை வெளிப்படுத்துவதற்காக லதிஃபே எச்சரிக்கையோடு செயல்பட்டாலும், மெர்ஸின் பயணத்தின்போது ரயில் நிலையத்தில் எடுக்கப்பட்ட அவருடைய புகைப்படங்கள், எதிர் மறைப் பிரச்சாரமாக ஆனடோலியாவில் வினியோகிக்கப்பட்டன.

16

லதிஃபேவின் உடைகளில் துப்பாக்கிக் குண்டு ஓட்டைகள்

லதிஃபேவும் முஸ்தஃபா கெமாலும் மார்ச் 25 அன்று அவர்களுடைய சுற்றுப் பயணத்தை முடித்துவிட்டுத் திரும்பி வந்தார்கள். அசாதாரணமான நிகழ்வுகள் காத்துக்கொண்டிருந்தன. இரண்டாவது அணி என்றறியப்பட்ட எதிர்க்கட்சித் தலைவரான அலிஷுக்ரியூ 28ஆம் தேதியன்று காணாமல் போனார். அவர் அமைச்சரவை மீது தொடர்ச்சியான வெளிப்படையான தாக்குதல்கள் நடத்தியதைத் தொடர்ந்து அது நடந்தது. அந்தத் தாக்குதல்கள் முஸ்தஃபா கெமாலை மிகுந்த கோபத்துக்குள்ளாக்கியது.

இவையெல்லாம் லதிஃபே மீதும் தாக்கத்தை ஏற்படுத்தின. பாராளுமன்றத்தில் கடுமையான விவாதங்கள் எதிரொலித்தன. மன்றத்தின் தலைவர் என்ற வகையில் முஸ்தஃபா கெமால் மீது குற்றச்சாட்டுக் கணைகள் தொடுக்கப்பட்டன. காற்றில் கொலையின் வாடை வீசியது. இரண்டாம் அணியின் ஒரு முக்கிய உறுப்பினரான ஹுசெயின் அவ்னி (உலாஷ்) அந்தக் கொலை அரசியல் தூண்டுதல் காரணமாகச் செய்யப்பட்டிருக்கக் கூடாது என்ற நம்பிக்கையைத் தெரிவித்து இவ்வாறு அவருடைய பேச்சை முடித்தார்:

“ஒரு பாராளுமன்ற உறுப்பினரின் வாயும் பேனாவும் நாட்டின் கௌரவத்தைவிடச் சற்றும் குறைந்தவையல்ல. அந்தப் பெருமையைச் சீரழிக்கத் துணிந்த கையை தரையில் விழச் செய்யவேண்டும்.”

இந்தக் கண்டனங்களுக்கு பிரதமர் ராவுஃப் பதிலளித்தார். “சுதந்திரமாகச் செயல்படும் நீதித்துறையும், காவல்துறையும், நாட்டுப்புறப் பகுதிக் காவலர்களும்[1] எந்தத் தடங்கலுமின்றித் தங்கள் கடமைகளைச் செய்வார்கள்.”

அலி ஷுக்ரியூ முன்னதாகக் காணாமல் போன இரவன்று கரவோலன் சந்தையிலுள்ள குயுலு கஃபேயில் காணப்பட்டார்.

பின்னர் அவர் லமே உஸ்மானுக்கு நெருக்கமான பாராளுமன்ற உறுப்பினரான முஸ்தஃபா கப்டானுடன் கையோடு கைகோர்த்து வெளியே சென்றதையும் பார்த்திருக்கிறார்கள். இரவு கேட்ட அலறல் பற்றிய தகவலும் அடுத்த நாள் காலையில் உஸ்மான் வீட்டிலிருந்து வீட்டுப் பயன்பாட்டுப் பொருட்களை எடுத்துச் செல்வதற்காக வந்தது போலத் தோன்றிய ஒரு வண்டி பார்க்கப்பட்டதும் அச்ச உணர்வை அதிகரித்தது.

லமே உஸ்மான் கருங்கடல் பகுதியிலுள்ள கிரெஸன்னிலிருந்து வந்தவர். அவர் முஸ்தஃபா கெமால் மே 1919இல் சாம்ஸனுக்கு வந்ததுக்குப் பின்பு பான்டஸ் கிரேக்கர்களை நசுக்குவதற்கான தேசியப் போராட்டத்தில் சேர்ந்திருந்தார். பின்னர் அவர் ஒரு தன்னார்வப் படைக்குழுவை அமைத்தார். அது வரன்முறை செய்யப்படாத 5000 பேர் கொண்ட படையாக வளர்ந்தது. அவர் ராணுவ உயர் அதிகாரியாக உயர்வடைந்திருக்கலாம். ஆனால் அவர் எதுவும் தெரியாதவராகவும் கல்வியறிவு இல்லாதவராகவும் இருந்தார். அவருடைய மிருகத்தன்மை நன்கறியப்பட்டது. முஸ்தஃபா கெமாலின் மெய்க்காப்பாளர்களான கருங்கடல் வீரர்கள் அவருடைய கட்டுப்பாட்டில் இருந்தார்கள்.

கொலையில் பலியானதும் மற்றொரு கருங்கடல் ஆள்தான்: அலி ஷுக்ரியூ பெய், 39 தன் சொந்த நகரான ட்ராப்ஸோனின் பாராளுமன்ற உறுப்பினர். கடற்படைக் கல்லூரிப் பட்டதாரியான அவர் கப்பற்படையில் சேர்ந்திருந்தார். அதில் ஒரு உயர் அதிகாரியாகப் பணிபுரியும்போது பதவியை விட்டு விலகினார். சட்டமன்றத்தில் இரண்டாம் அணிக்கு அவர் தலைமை தாங்கினார். அமெரிக்காவில் படித்திருந்ததால் ஆங்கிலத்தில் தடையின்றிப் பேசமுடியும். அவர் நன்கு கற்றறிந்த அறிவுத் தெளிவுடையவர். அவர் பிடிவாதமானவர் என்றும் எளிதில் கோபப்படும் எதிரி என்றும் பெயர் வாங்கியவர். இரண்டாவது அணியின் கருத்துகளைப் பரப்புவதற்காக *ற்றேன்* என்ற செய்தித்தாளைத் தொடங்கினார். தலையங்கத்தை அவரே எழுதினார். அந்தப் பத்திரிகை தொடங்கப்பட்டதை "அங்காராவின் 80பேர் கொண்ட எதிர்க் கட்சி" என்று *டைம்ஸ்* விளக்கமளித்தது.

வாரத்தில் 6 நாள் வெளிவந்த *ற்றேன்* 68 நாட்கள் தான் வெளிவர முடிந்தது.

புதுச் சட்டமன்றம்

அலி ஷுக்ரியூ காணாமல் போனதைத் தொடர்ந்து நடந்த நிகழ்வுகள் முஸ்தஃபா கெமாலைப் பாராளுமன்றத்தைக் கலைத்துவிட்டுப் புதிய தேர்தல் நடத்த வைத்தன.

லதிஃபேவும் முஸ்தஃபா கெமாலும் சாங்கயாவிலுள்ள தோட்டத்தில் நடந்துகொண்டிருந்தனர். அப்போது லதிஃபே கேட்டார்.

"நீங்கள் என்ன நினைத்துக்கொண்டிருந்தீர்கள், கெமால்?" "என்ன நினைத்துக்கொண்டிருந்தேனா? நான் யோசித்துக் கொண்டிருந்தேன்

என்று உனக்கு எப்படித் தெரியும்?" "நீங்கள் புகை வளையங்களை ஊதும் போது, நீங்கள் யோசித்துக் கொண்டிருக்கிறீர்கள் என்று எனக்குத் தெரியும். அப்படியானால் என்ன முடிவுக்கு வந்திருக்கிறீர்கள்?" "ஓ, நல்லது, புகை வளையங்களைப் பார்த்த நான் யோசித்துக் கொண்டிருப்பதாகச் சொல்கிறாய். நான் முடிவு செய்துவிட்டேன் என்று எதை வைத்துச் சொல்கிறாய்?"

"நீங்கள் முடிவுக்கு வந்திராவிட்டால் நீங்கள் மற்றொன்றைப் பற்ற வைத்திருப்பீர்கள். உங்கள் பெருவிரலில் சுழற்றி சிகரெட் துண்டை சாம்பல் தட்டில் போடும்போது, நீங்கள் பிரச்சினையைத் தீர்த்து அதிலிருந்து மீள்வதற்கான வழியைக் கண்டுபிடித்து விட்டீர்கள் என்பது எனக்குத் தெரியும்."

"நல்லது, என்னைப் பற்றி எந்த ரகசியமும் இனி இருக்காது போலத் தோன்றுகிறது! நான் என்ன யோசித்துக் கொண்டிருந்தேன் என்பதை மட்டும் சொல், அப்போதுதான் நான் திருமணம் செய்தது இறைவாக்கு கூறும் ஒருவரை, ஒரு பெண்ணையல்ல, என்பதை நான் முழுமையாக நம்ப முடியும்."

இருவரும் சிரித்தனர்.

முஸ்தஃபா கெமால் "லதிஃபேவால் என்னுடைய மனதைப் புரிந்து கொள்ள முடியும்" என்று சொல்வதை ரசித்தார். அவர் அந்த வருடத் தொடக்கத்தில் அஸெரி தூதரகத்தில் திருமணம் செய்துகொள்ளப் போவதற்கான விருப்பத்தை அறிவித்தபோது அதன் முன்னுரையாக இதையே தெரிவித்திருந்தார். அவருடைய மனைவி உண்மையிலேயே திறமைசாலி; அவருடைய அடுத்த செயல்பாட்டை லதிஃபேவால் முன்கூட்டியே பார்க்கமுடியும்.

முஸ்தஃபா கெமால் உரையாடலை லூசான் மாநாட்டை நோக்கித் திசை மாற்றினார். அவர், பேச்சுவார்த்தை நடத்திக்கொண்டிருந்த பிரதமர் ராவுஃப்புக்கும் இஸ்மெட்டுக்கும் இடையில் நட்புணர்வு இல்லாமலிருந்ததைக் குறிப்பிட்டார்.

"லூசானில், ஒரு செயல்படுத்த முடிந்த ஒப்பந்தத்தில் கையெழுத்திடுவதில் இஸ்மெட் பாஷா வெற்றி பெற்றாலும், ஒருதலைச் சார்பான இந்தச் சட்டமன்றத்தில் அதற்கு ஒப்புதல் வாங்குவது கடினமாக இருக்கும். எனவே பாராளுமன்றத்தைக் கலைத்துவிட்டுப் புதுத்தேர்தல் நடத்துவது தேவைப்படும்."

லதிஃபேவும் அதை ஏற்றுக்கொண்டார், "கடந்த சில நாட்களாக விருந்துகளில் அதையேதான் கேட்டுக்கொண்டிருக்கிறேன்." அவர் அங்காரா அரசியலை உன்னிப்பாகக் கவனித்துக்கொண்டிருந்தார்.

சட்டமன்றத்தின் நடவடிக்கைகளை முன்கூட்டியே அறிவதற்குத் தமது 'வருங்காலத்தைப் பார்க்கும் திறமை'யைப் பயன்படுத்தினார். அவரும்கூட அரசியலில் முழுமையாக ஈடுபட்டிருந்தார்.

முஸ்தஃபா கெமால் வலியுறுத்தியதால், புதிய தேர்தல் நடத்துவதற்கான முடிவு ஏப்ரல் முதல் நாளன்று எடுக்கப்பட்டது.

அலி ஷுக்ரியூ காணாமல் போனது அங்காராவை அதிர்ச்சியடைய வைத்தது. ஒரு முழுமையான தேடுதலுக்குப் பின் அவருடைய உடல் ஏப்ரல் 2ஆம் நாளன்று கண்டுபிடிக்கப்பட்டது. சாங்கயாவுக்கு அண்மையிலுள்ள மதகுருவின் திராட்சைத் தோட்டம் என்று அறியப்பட்ட டோபல் உஸ்மானின் கோடை வீட்டுத் தோட்டத்தில், மேகம் போன்ற ஈக்கள் கூட்டத்துக்கும் மண் மேட்டுக்கும் அடியில் உடல் கிடந்தது. அவர் பெரிய உருவமுள்ள வலுவான மனிதர். ஆனால் லமே உஸ்மான் எலும்பும் தோலுமான உருவமுடையவர். கொலை செய்யப்பட்டவர் எதிர்த்துப் போராடியிருக்கிறார் என்பது தெளிவாகத் தெரிந்தது. அவரைப் பிடித்துவைத்து ஒரு கயிற்றால் கழுத்தை இறுக்கிக் கொலை செய்வதற்கு பலர் தேவைப்பட்டிருப்பார்கள்.

லமே உஸ்மானையும், முஸ்தஃபா கப்டானையும் கைது செய்வதற்கான ஆணை வழங்கப்பட்டது. லமே உஸ்மான் தலைமறைவாகி விட்டார். முஸ்தஃபா கப்டான் கைது செய்யப்பட்டார். அக்காலத்திய அதிகார சமன்பாட்டைப் பற்றிக் குறிப்பிட்ட ரிஸா நூர், நீதித்துறை அமைச்சர் ரிஃபாட்பெய் இரண்டாவது அணியைச் சார்ந்தவர் என்று கூறுகிறார். நீதிபதிகளும் காவல்துறையினரும் சட்டமன்றத்திலிருந்த வலுவான எதிர்க்கட்சியோடு அனுதாபம் கொண்டிருந்தார்கள்.

தாக்குதலுக்கான ஆபத்தில் வாழ்விடம்

பாராளுமன்றக் காவலர்களும் அதன் தலைமை ஆய்வாளரும் கூட, பாராளுமன்ற அரங்குக்குள் செல்வதற்கு முன் தங்கள் ஆயுதங்களைக் களைந்து விடுவார்கள். ஆனால் உஸ்மானின் கும்பல் முழு ஆயுதங்கள் தரித்தும், கைக்குண்டுகளோடும் அலைந்துகொண்டிருந்தார்கள். பாராளுமன்ற அரங்கிற்குள் செல்வதற்கும் யாருடைய அனுமதியையும் கேட்பதில்லை.

ஒரு புதிய ஒழுங்கான காவலர் படை அமைக்கப்பட்டது. இஸ்மைல் ஹக்கி அதன் தலைமைப் பொறுப்பேற்றார். இருப்பினும் லமே உஸ்மானிடம் அவருடைய கும்பல் கலைக்கப்பட்டது பற்றித் தெரிவிக்கும் துணிச்சல் யாருக்கும் இல்லை. அவருடைய வரன்முறை செய்யப்படாத காவலர் கும்பல் முஸ்தஃபா கெமாலுக்குக் குறிவைத்தபோது எல்லோருடைய அச்சங்களும் உண்மையானது.

அப்போதய சுகாதாரத்துறை அமைச்சரான ரிஸா நூர் சாங்கயாவை லமே உஸ்மான் அச்சுறுத்தியபோது என்ன நடந்தது என்பதை விவரிக்கிறார்.

முஸ்தஃபா கெமால் தமது அறையிலிருந்த சோஃபாவில் உட்கார்ந்து கொண்டிருந்தார். அவர் முன்னோக்கி சாய்ந்துகொண்டிருந்தார். அவருடைய முகம் மண்ணைப்போல மஞ்சள் நிறமாகி விட்டிருந்தது. அவர் அசையவே இல்லை. இஸ்மெட் அவருக்கு எதிரே அமர்ந்திருந்தார். அவியேற்றர் ஃபுவாட்டும், பின்னர் உள்துறைச் செயலரான ரிஜெப்பும் நின்றிருந்தனர். அவர்கள் இருவரும் பார்ப்பதற்கு மெழுகுப் பொம்மைகள் போல இருந்தார்கள். நாங்கள் எல்லோரும் அசையால் நின்றோம். இறுதியாக முஸ்தஃபா கெமால் கேட்டார். “நாம் என்ன செய்யலாம்?” “எந்தத் தாமதமும் இல்லாமல்

நீங்கள் உடனே அங்காரா போக வேண்டும் என்பது என் கருத்து" என்று நான் சொன்னேன். முஸ்தஃபா கெமால், "உஸ்மான் வழக்கமாக பதற்றமில்லாமல் இருப்பார்; என்னால் அவரைச் சமாளிக்க முடியும். ஆனால் பாராளுமன்றத்தை என்ன செய்வது" என்று பதிலளித்தார். இஸ்மெட்டும் நானும் அங்கிருந்து சென்று பொது ஊழியர் கட்டடத்தில் அந்த இரவைக் கழித்தோம்.

முஸ்தஃபா கெமாலின் இருப்பிடம் எந்த நேரத்திலும் தாக்கப்படும் ஆபத்தில் இருந்தது.

ஆரஞ்சுப் பழப்பெட்டிகளின் மேல், தலையில் குல்லாவுடன் லதிஃபே

அச்சப்பட்டது நடந்தது. லமே உஸ்மானின் கும்பல் சாங்கயாவைச் சூழ்ந்தது. அந்நேரத்தில் லதிஃபேவின் தங்கை வெஜிஹே அங்கு விருந்தினராக இருந்தார். அவருடைய பேரன் மெஹ்மெட் ஸாதிக் ஒகே அங்கு நடந்ததை நன்கு அறிந்திருந்தார்:[2]

தேசியப் போராட்டத் தலைவர் ஆபத்தில் இருந்தார். ஒரு சிறிய விவாதம் நடந்தது. முஸ்தஃபா கெமாலின் பாதுகாப்புதான் மிகவும் முக்கியமானது. அவருக்கு ஏதாவது தீங்கு ஏற்பட்டால் வேறு யாருமே தப்பிக்க முடியாது. வெளியே இருந்த கும்பலோடு பேச்சுவார்த்தை தொடங்கியது. வழக்கம்போல் 'பெண்களும் குழந்தைகளும் வெளியேறிவிட வேண்டும்' என்று தெரிவிக்கப்பட்டது. உள்ளே இருந்தவர்கள் ஒரு திட்டமிட்டார்கள். பெண்களோடும் குழந்தைகளோடும் முஸ்தஃபா கெமால் மாறுவேடத்தில் வெளியேறவேண்டும். ஆனால் யாராவது ஒருவர் வீட்டில் தங்கியிருக்க வேண்டும். லதிஃபே அதற்கு முன் வந்தார். "என்னால் அவர்களை வழிக்குக் கொண்டு வரமுடியும்." முஸ்தஃபா கெமால் முதலில் அதைக் கடுமையாக எதிர்த்தார். ஆனால் லதிஃபே அசைக்க முடியாத உறுதியுடன் இருந்தார். அவர் ஏற்கனவே முஸ்தஃபா கெமாலின் குல்லாவைத் தலையில் வைத்து விட்டு அவருடைய கோட்டையும் அணிந்திருந்தார். ஒரு பணியாளரிடம் சமையலறையிலிருந்து சில ஆரஞ்சுப் பழப் பெட்டிகளைக் கொண்டு வருமாறு ஆணையிட்டார். அவற்றைச் சன்னலுக்குக் கீழே அருகருகே வைத்தார்.

வெஜிஹே ஆடை அலமாரியிலிருந்து தேர்ந்தெடுத்த அங்கியை முஸ்தஃபா கெமால் அணிந்தார். பின்பு வெஜிஹேயுடனும் மற்ற பணிப் பெண்களுடனும் அவர் வீட்டை விட்டுச் சென்றார்.

வீடு விளக்கொளியில் ஒளிர்ந்துகொண்டிருந்தது. தோட்டத்திலிருந்து வீட்டின் உட்பகுதி தெளிவாகத் தெரிந்தது. லதிஃபே தமது பாதுகாப்புக்கான அச்சுறுத்தலைப் பற்றிக் கவலைப்படாமல், முஸ்தஃபா கெமால் வீட்டில்தான் இருக்கிறார் என்பது போன்ற தோற்றத்தை ஏற்படுத்துவதற்காக, தமது உயரத்தை அதிகரித்துக் காட்டுவதற்காக ஆரஞ்சுப் பழப்பெட்டிகள் மேல் நடந்துகொண்டிருந்தார். அதற்குள் முஸ்தஃபா கெமால் புகைவண்டி நிலையம் சென்று சேர்ந்திருந்தார். லமே உஸ்மான் மீது தாக்குதல் நடத்துவதற்கான திட்டத்தைப் பற்றி யோசிக்கத் தொடங்கினார்.

லமே உஸ்மானும் அவருடைய ஆட்களும் வீட்டின் மீது துப்பாக்கி ரவைகளை மழைபோலப் பொழிந்தார்கள். கதவை உடைத்து உள்ளே நுழைந்தார்கள். தாங்கள் ஏமாற்றப்பட்டதை அறிந்து கடுங்கோபமடைந் தார்கள். லதிஃபேவையும் அடித்து உதைத்தார்கள். சரியாக அந்நேரத்தில் பாதுகாவலர்கள் லமே உஸ்மானையும் அவரது கும்பலைச் சேர்ந்தவர் களையும் சூழ்ந்துகொண்டார்கள்.

லமே உஸ்மானின் நம்பிக்கைக்குரிய ஹலிலோகுலு ரஸிமுக்கு ரஸிம் அய்தின் என்ற மகன் உண்டு. பல ஆண்டுகளுக்குப் பிறகு ரஸிம் அய்தின் தம்முடைய தந்தையின் கோணத்திலிருந்து இந்த நிகழ்வுகளை விவரித்தார். *எனி அக்தியூயெல்* இதழில் வெளியிடப்பட்ட இந்த விவரங்கள் வெஜிஹே அளித்த விவரங்களுக்கு வலுவூட்டுகின்றன. ரஸிமின் கூற்றுப்படி உஸ்மானும் அவருடைய ஆதரவாளர்களும் தாக்குதல் நடத்த உத்தரவிட்ட உடன் கதவுகளை உடைத்து வீட்டுக்குள் நுழைந் தார்கள்; முஸ்தஃபா கெமாலுக்குப் பதிலாக லதிஃபேவைப் பார்த்த வுடன் அவரை அடித்து உதைத்தார்கள். ஆனால் அவர்கள் கூறிய காரணம் வேறு விதமாக இருந்தது. வேறு சிலரோடு லதிஃபேவும் சேர்ந்து முஸ்தஃபா கெமாலுக்கு எதிராகச் சதி செய்ததாகவும் அவர்கள் முஸ்தஃபா கெமாலின் இருப்பிடத்தைச் சூழ்ந்தது அவரைப் பாதுகாப்பதற் காகவே தவிர அவரைக் கொல்வதற்காக அல்ல என்பது அவர்கள் கொடுத்த விளக்கம்.

ரிஸா நூர் தமது வாழ்க்கை வரலாற்றில் இந்த நிகழ்வுகளைத் தொகுத்துக் கூறுகிறார்: "உண்மையில் உஸ்மான், முஸ்தஃபா கெமாலின் வீட்டை நோக்கிச் சுட்டார் என்று பின்பு லதிஃபே என்னிடம் சொன்னார். ஆடை அலமாரியில் இருந்த அவருடைய ஆடைகளை துப்பாக்கி ரவைகள் துளைக்கும் அளவுக்கு துப்பாக்கிச் சூடு நடந்தது."

லதிஃபே மரணத்தின் விளிம்புவரை வந்திருந்தார். இவ்வாறு நடந்தது இதுவே முதல் முறை; இதுவே இறுதியானதாக இருக்கப் போவதில்லை.

பாராளுமன்றம் அடிவாங்குகிறது

அலி ஷுக்ரியூவின் மரணம் பற்றிய விசாரணை முஸ்தஃபா கெமாலை விசாரிப்பது வரை சென்றது என்று கிலிச் அலி அவருடைய வாழ்க்கை வரலாற்றுக் குறிப்புகளில் தெரிவிக்கிறார். மேல்முறையீட்டு நீதிமன்ற அரசு வழக்கறிஞர் இப்ராஹிம் பெய்யும் அங்காராவின் தலைமை ஆய்வாளர் நெஷெட் பெய்யும் முஸ்தஃபா கெமாலின் அறிக்கை யைப் பெறுவதற்காக அவரது இருப்பிடத்துக்குச் சென்றிருந்தார்கள்.

லமே உஸ்மானும் அவருடைய சில ஆதரவாளர்களும் கொல்லப் பட்டுவிட்டார்கள். அதைவிட மோசமான நிகழ்வுகள் நடைபெற இருந்தன. உஸ்மானின் உடல் அடக்கம் செய்யப்பட்ட இடத்திலிருந்து தோண்டி எடுக்கப்பட்டு பாராளுமன்றக் கதவில் தலைகீழாகத் தொங்க விடப்பட்டது. உலகம் முழுவதுமே துருக்கி தேசிய சட்டப் பேரவையை

நுணுக்கமான பரிசீலனைக்குட்படுத்திக்கொண்டிருந்த நேரத்தில் இது நடந்தது அதற்குப் பேரடியாக இருந்தது. சாங்கையாவின் அமைதியான சூழல் தகர்க்கப்பட்டது.

அமைதி உடன்படிக்கை இன்னும் கையெழுத்திடப்படவில்லை. எதிர்க்கட்சி உறுப்பினர் ஒருவரின் கொலை, கொலையாளி என்று சந்தேகப்படப்பட்டவர் உரிய சட்டமுறையிலான விசாரணையின்றிக் கொல்லப்பட்டது, அவருடைய கல்லறை, அவமரியாதைக்குள்ளாக்கப் பட்டது, இவை எதுவுமே விரும்பத்தகுந்தன அல்ல.

லமே உஸ்மான் பற்றிய ஆய்வுகளை வெளியிட்ட ஜெமால் ஷெனர் தெரிவிக்கிறார், “இன்று வலதுசாரிகள் அவரை வெறுக்கிறார்கள், கெமாலிய இடதுசாரிகள் என்று தங்களை அழைத்துக் கொள்பவர்கள் அவரை ஏற்றுக்கொள்ள மறுக்கிறார்கள். வலதுசாரிகளானாலும், இடதுசாரிகளானாலும் அவருக்கு அதரவு கொடுப்பது கிரேஸன் மக்கள் மட்டுமே.”

கொலையாளியான லமே உஸ்மானின் பிரமாண்டமான கல்லறை இப்போது கிரேஸனில் உள்ள குன்றின்மேல் இருக்கிறது. அந்நகரின் மிகப்பெரும் பொதுச்சாலை அவருடைய பெயரை கௌவரப்படுத்துகிறது. உஸ்மான் ஆகா ஜட்டேஸி.

கொலை செய்யப்பட்ட எதிர்க்கட்சி அரசியல்வாதியான அலி ஷுக்ரியூவின் சிலை ட்ரேப்ஸானில் நிற்கிறது.

17

லதிஃபே பாராளுமன்றத் தேர்தலில் நிற்க விரும்புகிறார்

நிகழ்ச்சி நிரலின் முதலிடத்தில் இருந்தது லூசான் மாநாட்டை நிறைவு செய்யும் அமைதி உடன்படிக்கைதான். பாராளுமன்றத்தைக் கலைப்பதற்கான தீர்மானம் நிறைவேற்றப் பட்டுவிட்டதால், புதிய தேர்தல் வரவிருந்தது. புது ஆட்சியாளர் கள் எல்லோருக்கும் வாக்குரிமை வழங்குவது பற்றிய முடிவு எடுப்பதற்கு ஏற்ற நேரம் அது. அடானா பயணத்தை முடித்து விட்டு திரும்பி வந்ததிலிருந்தே லதிஃபே முஸ்தஃபா கெமாலிடம் பெண்களின் அரசியல் உரிமைகள் பற்றி வலியுறுத்திக்கொண் டிருந்தார். அவர் கிழக்கு நாட்டுப்புறப் பகுதித் தொகுதி ஒன்றில் தேர்தலில் நிற்பதற்கு ஆர்வம்கொண்டிருந்தார். அவருடைய அரசியல் ஆர்வம் பற்றி தனி உதவியாளரான ஸாலிஹ் தமது வாழ்க்கை வரலாற்றில் குறிப்பிடுகிறார்:

லதிஃபே ஒரு பாராளுமன்ற உறுப்பினர் ஆவது பற்றி மிகுந்த பரபரப்புடன் இருந்தார். ஆனால் பெண்களுக்கு வாக்குரிமை இல்லாததால் அவர் தேர்ந்தெடுக்கப்பட்டிருக்க முடியாது. இருந்தாலும் தான் ஒரு உறுப்பினர் ஆவதற்கு ஏற்பாடு செய்யுமாறு முஸ்தஃபா கெமாலுக்குத் தொடர்ந்து தொல்லை கொடுத்துக்காண்டிருந்தார். அதற்கு பெண்களுக்கு வாக்குரிமை வழங்கினால் மட்டும் போதாது, வாக்குரிமையோடு தேர்தலில் தேர்ந்தெடுக்கப்படும் உரிமையும் அவர்களுக்கு வழங்கப்பட வேண்டும் என்று வலியுறுத்தினார்.

பிரித்தானியப் பெண்கள் 1918இல் வாக்களிப்பதற்கான உரிமையையும் பொதுத் தேர்தலில் நிற்பதற்கான உரிமையையும் பெற்றார்கள் என்று லதிஃபே பள்ளிப் பாடத்திலிருந்து அறிந்திருந் தார். அதே வருடத்தில் பெண்கள் பாராளுமன்றத்திலும் நுழைந் திருந்தார்கள். பிரெஞ்சுப் புரட்சி பெண்களின் அரசியல் அந்தஸ்து உயர்வதற்கு எதுவுமே செய்யவில்லை என்பது உண்மை. வாக்குரிமைக் கான ஐம்பது வருட காலப் போராட்டம் 1923க்குள் வெற்றியடைந்தது

என்பதையும், நியூசிலாந்து, ஆர்மீனியா, ரஷியா, ஹங்கேரி, பர்மா, அமெரிக்கா போன்ற பல்வகைப்பட்ட நாடுகளிலுள்ள பெண்கள் முழு அரசியல் உரிமைகள் அடைந்திருந்தார்கள் என்பதையும் அவர் அறிந்திருந்தார். எண்ணற்ற துருக்கிப் பெண்கள் ஆட்சி மாற்றத்தை தங்களுடைய விடுதலையை விரைவில் பெறுவதற்கு மிகச் சரியான சூழல் என்று கருதினார்கள். நெஸிஹே முஹித்தின் அரசியல் கோரிக்கைகள் கேட்ட ஒரு குழுவினருக்குத் தலைமை தாங்கினார். மட்லுபே ஓமர், டைப்ரஸின் அஸிஸே, கியூஸிடே உஸ்மான் ஆகியோரும் அரசியல் உரிமைகள் கேட்ட முக்கியமான பெண்கள்.

சாங்கயாவில் இருந்த காலம் முழுவதும் லதிஃபேவின் நிலைப்பாட்டில் தடுமாற்றமே இல்லை. அவர் பெண்களின் உரிமைகளுக்கான உறுதியான ஆதரவாளர். வெளிநாட்டு நிருபர்களிடம் தமது நிலைப்பாட்டை அறிவிப்பதிலிருந்து ஒருபோதும் ஒதுங்கியதில்லை. அதன் விளைவாக மேற்கத்தியப் பத்திரிகைகள் முஸ்தஃபா கெமாலின் மனைவியை வாக்குரிமை ஆதரவாளர் என்றும் பெண்ணுரிமைப் போராளி என்றும் மீண்டும் மீண்டும் குறிப்பிட்டன.

1920களில் துருக்கியில் பெண்களும் குழந்தைகளும் ஒரே அரசியல் நிலையில்தான் இருந்தார்கள். 1920 ஜனவரி 20 அன்று வெளியிடப்பட்ட முதல் அரசியலமைப்புச் சட்டத்தில் இதுபற்றிய குறிப்பானக் கட்டுப்பாடுகள் எதுவும் இல்லாமல் இருந்தாலும் சட்டப் பேரவை ஆண்களுக்கு மட்டுமேயான ஒரு கழகமாகவே இருந்தது.

திட்டமிடப்பட்டிருந்த தேர்தலுக்கு ஒரு புதிய, புதுமையான சட்டம் தேவைப்பட்டது. தேர்தல் மசோதா 1923 பற்றிய விவாதங்களின்போது, பத்தொன்பதாம் நூற்றாண்டைய அரசியலமைப்பை எந்த மாற்றமும் இன்றி தக்கவைத்துக்கொள்வதை நோக்கி விவாதம் சென்றுகொண்டிருந்தது. அதன்படி 20,000 ஆண்களுக்கு ஒரு தொகுதி என்ற அடிப்படையில் தொகுதிகள் அமையும்.

பெண்களுக்கு ஆதரவாக ஒரே ஒரு குரல்தான் எழுந்தது: அது துனாலி ஹில்மி பெய், போலு தொகுதி பாராளுமன்ற உறுப்பினருடையது. “அவர்களுக்கு ஓட்டுப்போடும் உரிமையையோ, தேர்ந்தெடுக்கப்படும் உரிமையையோ மட்டும் நீங்கள் மறுக்கவில்லை. நீங்கள் அவர்களைக் கணக்கில்கூட எடுத்துக்கொள்ளவில்லை” என்று அவர் எதிர்ப்புத் தெரிவித்தபோது மன்றத்தில் பெரிய அமளியே ஏற்பட்டது. “அன்பர்களே, நமது புனிதப்போர் ஆண்களைவிட அதிகமான அன்னையரையே உயிரோடு விட்டுவைத்திருக்கிறது. தயவு செய்து உங்கள் கால்களை ஓங்கி தரையை மிதிக்க வேண்டாம்; நீங்கள் என்னுடைய புனிதமான அன்னையருடைய தலைகளிலும், சகோதரிகளுடைய தலைகளிலும் மிதிக்கிறீர்கள்” என்று அவர் கத்தியதோடு எதிர்பாராதவிதமாக முன்னராகவே அந்த அமர்வு முடிவுக்கு வந்தது. இருப்பினும், இறுதியாக, பழைய முறையே தொடர்ந்தது. பெண்கள் தங்களுடைய அரசியல் உரிமைகளைப் பெறுவதற்குப் போதுமான தகுதியடையும் அளவுக்கு முன்னேறும் வரை குடும்பத் தலைவர் மட்டுமே வாக்களிப்பார்!

அஹ்மெட் எமின், அஸிம் ஆகியோரால் வெளியிடப்பட்ட வகிட் செய்தித்தாளில் 1923 ஏப்ரல் 18 முதல் ஒரு கருத்துக்கணிப்பு நடத்தப் பட்டது. பெண்களின் அரசியல் உரிமைகள் என்ற பொருள்பற்றி 'பெண் களின் வாக்குரிமை' என்ற தலைப்பில் நடத்தப்பட்ட கருத்துக்கணிப்பு பெருமளவிலான மக்கள் ஆதரவைப் பெற்றது.

அந்த செய்தித்தாள் தொடங்கிய விவாதம் பெண்களின் அரசியல் கோரிக்கைகளுக்குப் பொருத்தமான சூழலை உருவாக்கியது.

உங்களை ஒரு வேட்பாளராக நியமிக்கிறோம் . . .

தொடக்கத்தில் ஏற்பட்ட ஆர்வத்தால் ஊக்கமடைந்து அந்த வாக்குக் கணிப்பு மற்றொரு கேள்வியை சேர்த்தது: "எந்த பெண் பாராளுமன்றத் தேர்தலில் நிற்க வேண்டும்?" கிடைத்த பதில்களில் லதிஃபேவின் பெயர் சிறப்பிடம் பெற்றிருந்தது.

சாங்கயாவும் இந்த கருத்துக்கணிப்பை ஆர்வத்துடன் கவனித்துக் கொண்டிருந்தது. ஒரு நாள் மாலை கணவன் – மனைவி இருவரும் இரவு உணவை தனித்து உண்டபோது முஸ்தஃபா கெமால் தம்முடைய மனைவியிடம் கேட்டார்:

"இன்றைய வகிட் செய்தித்தாளைப் பார்த்தாயா? இஸ்தான்புல்லைச் சார்ந்த, உன்னுடைய பெயரைக் கொண்ட லதிஃபே பெகிர் ஹனிம் என்ற பெண், பெண்களுக்கு சமஉரிமைகளைக் கேட்டுக்கொண்டிருக் கிறார். கேட்கப்பட்ட உரிமைகள் அவர்களுக்குக் கிடைத்தால் அவர் உன்னை இஸ்தான்புல் தொகுதி வேட்பாளராக நியமனம் செய்வதாக அறிவித்திருக்கிறார்.

"நான் ஒத்துக்கொள்கிறேன். பாஷம். நீங்களும் ஒத்துக்கொள்வீர்கள், இல்லையா?"

"எதை?"

"ஆண்களும் பெண்களும் சமமானவர்களாக வாழ வேண்டும் என்ற கருத்தை . . ."

"நான் உன்னிடம் பலமுறை சொல்லியிருக்கிறேன், இதுவே என்னுடைய விருப்பம்."

"நான் ஒரு நல்ல பாராளுமன்ற உறுப்பினராக இருப்பேன் என்று நீங்கள் நினைக்கவில்லையா?"

"இதை நடக்கவைப்பதற்கு என்னவெல்லாம் தேவை? ஆம், பெண்கள் பாராளுமன்றத்துக்குச் செல்ல வேண்டும் என்று நான் நம்புகிறேன். ஆனால் என்னுடைய மனைவியை அங்கே பார்க்க நான் விரும்ப வில்லை . . . எனக்கு வீட்டில் நிம்மதி வேண்டும், என்னுடைய அன்பான மனைவி மட்டும் கொடுக்க முடிந்த நிம்மதி."

அப்போது ஒரு பணியாளர், கையில் குறியீடுகளாலான செய்தியோடு உள்ளே நுழைந்தார். உரையாடல் முடிவுக்கு வந்தது.

பெண்களின் மக்கள் கட்சி

பெண்களின் அரசியல் நடவடிக்கைகள் 1923 மே 30 அன்று உச்சத்தை அடைந்தது. நெஸிஹே முஹித்தின் தலைமையில் 13 பெண்கள் அரசியல் உரிமைகளுக்காக போராட்டம் நடத்துவதற்கான எண்ணத்தை அறிவித்தார்கள். ஷுகுஃபே நிஹால், லதிஃபேவின் பெயரைக் கொண்டவர் என்று முஸ்தஃபா கெமால் சுட்டிக்காட்டிய லதிஃபே பெகிர் ஆகியோர் அந்த குழுவிலிருந்த குறிப்பிடத்தகுந்த பெயர்கள். முதலாவதாகத் தங்களுடைய செயல்திட்டங்களை முடிவு செய்வதற்காக ஆலோசனைக் குழுக்கூட்டத்தை நடத்தத் திட்டமிட்டார்கள்.

இரண்டு வாரங்களுக்குப் பின் ஆலோசனைக்குழுக் கூட்டம் நடத்தப்பட்டது. அவர்கள் பெண்களின் மக்கள் கட்சியை அமைப்பதற்கான முடிவை அறிவித்தார்கள்.

ஆர்தர் மாஸ், ஃப்லாரென்ஸ் கில்லியம் ஆகிய இருவரும் கூட்டாக எழுதிய 'துருக்கி நாட்டுப் புனைகதை' என்ற கட்டுரை நேஷன் செய்தித்தாளில் 1923 ஜுன் 13 அன்று வெளிவந்தது. இன, நிற, நம்பிக்கை, பால்வகை சார்ந்த பாகுபாடுகள் எதுவுமில்லாமல் எல்லோருக்கும் வாக்குரிமை துருக்கியில் கொடுக்கப்பட்டிருப்பதாக, உண்மையில் கொடுக்கப்படுவதற்கு முன்பே தெரிவித்தது அந்தக் கட்டுரை. அது துருக்கியில் இருந்த ஒரு சக்தி வாய்ந்த பெண்கள் கட்சிமேல் கவனத்தைக் குவித்தது:

...அமெரிக்காவிலுள்ள தேசியப் பெண்கள் கட்சி அளவுக்கு செல்வாக்குள்ள, செயலூக்கமுடைய துருக்கி நாட்டுப் பெண்கள் கட்சி ஒன்று இப்போது உள்ளது. (இந்தக் கட்சியின் ஒரு தலைவரான லதிஃபே ஹனிமை கெமால் அண்மையில் திருமணம் செய்துகொண்டார்.)

முதல் பெயரில் இருந்த ஒற்றுமையும், நாட்டின் முதல் பெண்மணி அதே கருத்தை ஆதரித்ததும் இந்தத் தவறான முடிவுக்கு வகை செய்திருக்கலாம்.

லதிஃபே அரசியல் உரிமைகளை 'ஒரு பிரச்சினை ஆக்குவதாகத் தனியுதவியாளர் ஸாலிஹ் அடிக்கடி குறிப்பிடுகிறார். தேர்தல் மசோதா வெளிப்படையாகவே பெண்களை மதிக்காமல் இருந்த பின்பும், லதிஃபே தமது குறிக்கோளை விட்டுக்கொடுக்கவில்லை. சாங்கயாவிலிருந்த அந்தப் பெண் தமக்கான அரசியல் உரிமைகளையும், தம்மைப் போன்ற பெண்களுக்கான அரசியல் உரிமைகளையும் கோரினார்.

வாக்குப் பெட்டியில் லதிஃபேவுக்கு வாக்குகள்

பெண்களை ஒதுக்கிவிட்டு, ஜுன் மாதத்தில் தேர்தல் நடத்தப் பட்டது. இருப்பினும், பெண்களைத் தேர்ந்தெடுக்க முடியாது என்பதை நன்றாகத் தெரிந்திருந்தும், நன்கறியப்பட்ட பெண்களுக்கு வாக்களித்த ஆண்கள் இருந்தார்கள். அவ்வாறு வாக்குப் பெற்றவர்களில் லதிஃபே வும் ஒருவர்.

முதல் செய்தி இஸ்மிரிலிருந்து வந்தது. வாக்குப் பெட்டியில் லதிஃபேவுக்கான ஒரு வாக்கு இருந்தது. அவர் ஜூன் 28 அன்று இஸ்மிர் நகர்மன்றத்துக்கும், உரிமைகள் பாதுகாப்புக் கழகத்துக்கும் நன்றி தெரிவித்துத் தந்தி அனுப்பினார்.

ஜூலை 5 அன்று இலேரி செய்தித்தாள் லதிஃபேவுக்கும் ஹலிதே எடிப்புக்கும் வாக்குகள் கிடைத்தமைப் பற்றிய செய்தியை வெளியிட்டது. கட்டுரையுடன் அவர்களுடைய புகைப்படங்களும் வெளியிடப்பட்டன. "தங்களுடைய பிரதிநிதிகளைத் தேர்ந்தெடுத்தபோது, இஸ்மிர் வாக்காளர்கள் நமது தலைமை ராணுவ அதிகாரியின் மரியாதைக்குரிய மனைவிக்கும், ஹலிதே எடிப்புக்கும் ஒவ்வொரு வாக்கு போட்டுள்ளார்கள்." ஷார்கி கராஹிஸார் (இன்றைய கிரேஸன் மாவட்டம்) ஹலிதே எடிப்புக்கு இரண்டு வாக்குகள் போட்டிருந்தது.

அடுத்த நாள் இரவு உணவின்போது லதிஃபேவும் முஸ்தஃபா கெமாலும் தேர்தல் முடிவுகளைப் பற்றி உரையாடிக் கொண்டிருந்தார்கள். ஒரு உதவியாளர் கோன்யா பகுதி தேர்தல் முடிவுகளோடு வந்தார்.

முடிவுகளைப் பார்த்த பிறகு முஸ்தஃபா கெமால் சிரித்தார்.

"பாராட்டுகள் லதிஃப், நீ கோன்யாவில் 39 வாக்குகள் பெற்றிருக்கிறாய். இது தேர்தலில் நிற்பதற்கான உரிமை இல்லாததற்குப் பிறகும், நீ தேர்தலில் அதிகாரபூர்வமாக நின்றிருந்தால் கட்சியின் பட்டியலைத் தோல்வியடைய வைத்திருப்பாய்."

"உண்மையாகவா கெமால்? நான் பார்க்கலாமா ..." என்று லதிஃபே கேட்டார்.

கோன்யா தேர்தல் அதிகாரியின் பட்டியலில் லதிஃபே காஸி முஸ்தஃபா கெமால் பெயரும் அதற்கெதிரே 39 வாக்குகள் என்றும் இருந்தது

"கோன்யா மக்களுக்கு நன்றி தெரிவித்து ஒரு தந்தி அனுப்பு ... இந்த மரியாதையான நடத்தை வருங்காலத்துக்கான நமது பணியை எளிதாக்கும். "லதிஃபே தான் எழுதிய நன்றி அறிவிப்பைப் படித்துக் காட்டியபோது முஸ்தஃபா கெமால் கூறினார், "மிகவும் நன்றாக இருக்கிறது. இதை உடனே அனுப்பி வைப்போம். ஆனால், லதிஃபே இது சரித்திர முக்கியத்துவமுள்ள ஆவணமானதால், நீ அதில் கையெழுத்திட வேண்டும் ..."

"அதாவது, கெமால் என்னை ஒரு பாராளுமன்ற உறுப்பினராக ஆகவிடக்கூடாது என்பதில் நீங்கள் உறுதியாக இருக்கிறீர்கள்?"

முஸ்தஃபா கெமால் சிறிதும் அசைந்து கொடுக்கவில்லை. "பெண்களுக்கு பாராளுமன்றத்தில் அவர்களுக்குரிய இடம் இருக்கலாம். ஆனால் நான் லதிஃப் போன்ற மற்றொரு மனைவியைக் கண்டுபிடிக்க முடியாது. தயவுசெய்து எனக்காக விட்டுக்கொடு. நான் என்னுடைய மனதை மாற்றவில்லை."

"உங்களைத் திருத்தவே முடியாது!" தலையை அசைத்துக்கொண்டே புன்னகையுடன் லதிஃபே சொன்னார் அவர்கள் மாடிப்படி ஏறும்போது லஃதிபே தமது கையை கெமாலின் கையோடு பிணைத்துக்கொண்டார்.

மலதியாவிலிருந்தும் தியார்பகிரிலிருந்தும் வந்த முடிவுகளும் கூட ஆச்சரியத்தை ஏற்படுத்தின. லதிஃபே, ஹலிதே எடிப், மெவ்ஹிபே ஹனிம், நெஸிஹே முஹித்தின், காரா ஃபாட்மா, மியூஃபிடே ஃபெரிட், அலியே ஃபெஹ்மி எல்லோருக்கும் வாக்குகள் கிடைத்திருந்தன.

சட்டமன்றத்தைவிட வாக்காளர்கள் பிறர் உணர்வை நன்கு புரிந்தவர்களாக இருந்தார்கள்.

லதிஃபே பிறந்ததும் வளர்க்கப்பட்டது ஆட்டோமான் பேரரசின் இரண்டு அரசியலமைப்புச் சட்டப்படியான முடியாட்சி காலங்களுக்கு இடையில். இந்த காலகட்டங்களில் பெண்கள் வேகமாக அரசியல் ஈடுபாடுள்ளவர்களாகிக் கொண்டிருந்தார்கள். அவர்கள் தங்களுடைய தாழ்ந்த அந்தஸ்துக்கெதிராகப் புரட்சி செய்தார்கள். பெண்கள் பன்னாட்டு சந்திப்புகளையும் போராட்டங்களையும் நடத்தி இருபதாம் நூற்றாண்டுத் தொடக்கத்தில் ஆயிரக்கணக்கானவர்களை ஈர்த்தார்கள். ஐரோப்பியப் பெண்கள் ஒரு வலுவான அமைதி இயக்கத்தை நடத்தி னார்கள். இதேபோன்று ஆட்டோமான் பெண்களும் விழிப்புணர்ச்சி அடைந்துகொண்டிருந்தார்கள். 1839இல் வந்த சீர்திருத்தப் பிரகடனம் பெண்களுக்கு உண்மையான மேம்பாட்டைக் கொடுக்கவில்லை. அதைத் தொடர்ந்து வந்த சீர்திருத்த இயக்கம் எல்லா விஷயங்களையும் உள்ளடக்கி யிருந்தது.

சம மரபுரிமைகள் 1847இல் அமுல்படுத்தப்பட்டன.

பெண்களுக்கான மேனிலைப் பள்ளிகள் முதல்முறையாக 1858இல் தொடங்கப்பட்டன. ஒரு பெண்கள் கல்லூரி 1870இல் நிறுவப்பட்டது. அதே வருடத்தில் சம மரபுரிமைகள் நில உரிமைக்கும் விரிவுபடுத்தப் பட்டது.

1869இல் சட்டம் பெண்கள் கல்விக்கான பாதையைத் திறந்தது. அது 1876ஆம் ஆண்டு நிறைவேற்றப்பட்ட முதல் அரசியலமைப்புச் சட்டத்தில் ஒரு அடிப்படை உரிமையாக இடம்பெற்றது. சிறுவர்களுக்கும் சிறுமியருக்கும் தொடக்கநிலைக் கல்வி கட்டாயமாக்கப்பட்டது.

1897இல் பெண்கள் ஊதியத்துக்காக வேலை செய்யும் உரிமையை யும் 1913இல் குடிமைப் பணியாளர்களாவதற்கான உரிமையையும் பெற்றார்கள். ஒரு வருடத்துக்குள் பெண்கள் வணிகத்திலும் வியாபாரத் திலும் முனைப்புடன் ஈடுபட்டார்கள். மற்றொரு பெண்களுக்கான உயர்கல்வி நிறுவனம் 1914இல் திறக்கப்பட்டது. ஏழு வருடங்களுக்குள் அந்தக் கல்லூரி இருபாலருக்குமான கல்லூரியாகியது. மற்றொரு வருடத்தில் ஏழு மாணவிகள் மருத்துவக் கல்லூரியில் சேர்ந்தனர்.

முஸ்லிம் அல்லாத பெண்கள் அந்நேரத்தில் சில முக்கியமான சிறப்புரிமைகளை அனுபவித்தார்கள். அவர்கள் 19ஆம் நூற்றாண்டி லிருந்தே தனியார் பள்ளிகளுக்குச் செல்ல முடிந்தது.

பெண் உறுப்பினர்கள் இருந்த மன்றங்களும் சங்கங்களும் 1919க்குள் பத்தொன்பதைத் தொட்டிருந்தது.

பரவலாக வாசிக்கப்பட்ட பெண்களுக்கான இதழ்கள் அவற்றின் உரையாடல்களை அடிப்படை உரிமைகளுக்கான விவாதங்களாக மாற்றியமைத்தன.

இரண்டாவது அரசியலமைப்பு சார்ந்த முடியாட்சியின் தொடக்கக் காலத்திலிருந்தே பெண்கள் மாற்றங்களை கேட்டுக்கொண்டிருந்தார்கள். சமூக உரிமைகளும் அந்தஸ்தும் கிடைப்பதற்கு, பொது வாழ்க்கையிலும் அரசியல் வாழ்க்கையிலும் பங்கெடுக்க, பணி செய்ய, கல்வியும் அறிவுரை யும் பெற, பலதாரமணத்திலிருந்தும் துரித ஒரு தலைசார் திருமண விலக்குகளிலிருந்தும் விடுதலைபெற.[1]

மாக்பூலே லெமான், ஃபாட்மா அலியே, ஷயிர் நிகார், எமினே செமியே, யாஷர் நெஸிஹே, அஸிஸ் ஹய்தர் ஆகியோர் முன்னணிப் பெண் ஆர்வலர்கள்.

1917 புரட்சி ரஷியப் பெண்களுக்கு விடுதலையளித்திருந்தது. அவர்கள் உலகிலுள்ள மற்றவர்களுக்கு வழிகாட்டத் தொடங்கினார்கள். அதே போன்று லதிஃபே தமது நாட்டில் நடந்த பெண்கள் இயக்கங்களிலிருந்து ஊக்கம் பெற்றதோடு அவர்களுக்கு முழு ஆதரவு கொடுக்கவும் விரும்பினார்.

துருக்கிப் பெண்கள் 1923இல் நூறு ஆண்டுகளுக்கு முன்னிருந்த அவர்களுடைய பாட்டிகளைவிட மிகவும் நல்ல நிலையில் இருந்தார் கள். பத்திரிகையாளரான ஐசக் ஃபிரெட்ரிக் மார்கோசன் தேர்தலுக்குப் பின் ஜூலை மாதத்தில் துருக்கிக்கு வந்து லதிஃபேவிடம் பேசினார்:

திருமதி கெமாலுக்கு துருக்கிப் பெண்களின் எதிர்காலம் குறித்து உறுதியான கருத்துகள் இருந்தன. ஹலிதே ஹனிமைப் போல அவரும் பெண்கள் விடுதலையின் வலுவான ஆதரவாளர். இந்தக் கருத்துகளின் அடிப்படையில் அவர் கூறினார்:

"நான் துருக்கிப் பெண்களுக்கு சம உரிமைகள் கிடைக்க வேண்டும் என்று நம்புகிறேன்; வாக்களிக்கவும் சட்டப்பேரவையில் அமர்வதற்கும் உரிமை வேண்டும் என்பது இதன் பொருள். இருப்பினும், வாக்குரிமைக்கும் பொதுப் பணிக்கும் முன் கல்வி கிடைக்க வேண்டும் என்று உறுதியாகக் கூறுகிறேன். வாக்குரிமையை கல்வியறிவில்லா கிராமவாசிகளிடம் திணிப்பது பொருளற்ற செயல்.

நமக்கு பெண்களால் நடத்தப்படும் பெண்களுக்கான பள்ளிகள் வேண்டும். அது புரட்சியாக இல்லாமல் பரிணாம வளர்ச்சியாக இருக்க வேண்டும்.

அமைச்சரவை பெண்களுக்கான மக்கள் கட்சியை பலமாதங்கள் பதிலுக்காக காத்திருக்க வைத்தது. அந்தக் கட்சி 1923 இறுதியில்

எல்லோருக்கும் வாக்குரிமைக்கான கோரிக்கைகளை ஒத்தி வைத்து விட்டு, துருக்கிப் பெண்கள் சங்கத்தின் பதாகையின் கீழ் தங்கள் நடவடிக்கைளைத் தொடர்வதற்கு இறுதியாக முடிவு எடுத்தது.

பெண்கள் பாராளுமன்றத்தில் நுழைவதற்கு இன்னும் பதினொரு வருடங்கள் ஆகும்.

"என்னுடைய மகிழ்ச்சியைக் கட்டுப்படுத்த முடியவில்லை"

1923 ஜூலை மாதம் அரசுக்கு பரபரப்பான காலமாக இருந்தது. முதலில் தேர்தல்கள் அதன்பின் லூசான். லூசானிலிருந்து செய்தி எந்த நாளும் வரலாம் என்று எதிர்பார்க்கப்பட்டது.

ராவுஃபின் அரசுக்கும் இஸ்மெட்டுக்கும் இடையில் ஏற்பட்ட பிளவு பெரும் பதற்றத்தை ஏற்படுத்தியது. 24ஆம் தேதி காலை ராவுஃப், அலிஃபுவாட் பாஷாவை தொலைபேசியில் அழைத்தார். இருவரும் ஒன்றாக சாங்கயாவுக்குச் சென்றார்கள். அலிஃபுவாட் இந்த நிகழ்வை விவரிக்கிறார்:

நாங்கள் 10.30க்கு முஸ்தஃபா கெமாலின் இருப்பிடத்தைச் சென்றடைந்தோம். விரைவில் அவர் நாங்கள் காத்துக்கொண்டிருந்த அறைக்குள் வந்தார். எங்களைக் காக்க வைத்ததற்காக அவர் மன்னிப்புக் கேட்டார்.

ராவுஃப் பெய் பேசத் தொடங்கினார்:

"நீங்கள் சிறப்பாகச் செயல்பட்டீர்கள். நமது செய்தி காத்திருக்க முடியாது. இஸ்மெட் பாஷா அமைதி உடன்படிக்கையில் கையெழுத்து இட்டுவிட்டதாகத் தெரிவிக்கும் தந்தி இதோ."

முஸ்தஃபா கெமால் மகிழ்ச்சியின் உச்சத்துக்கே சென்றார். இருப்பினும் பதற்றத்தால் அவருடைய முகம் வெளிறியது. அவரால் தந்தியிலிருந்து தமது கண்களை எடுக்க முடியவில்லை.

அவர் தமது இரு நீண்டகால நண்பர்களிடமும் தம் மகிழ்ச்சியை விளக்கிவிட்டு நன்றி கூறினார். அதன்பின், "என்னுடைய மகிழ்ச்சியைக் கட்டுப்படுத்த முடியவில்லை" என்று ஒத்துக்கொண்டுவிட்டு "பதற்றத்தைத் தணிப்பதற்கு காப்பியும் சிகரெட்டும் எடுத்துக்கொள்வோம்" என்று அவர்களிடம் கூறினார்.

ராவுஃப் உடனேயே பதவியை ராஜினாமா செய்வதற்குத் தயாராக இருந்தார். முஸ்தஃபா கெமால் அதை ஏற்றுக்கொள்ளவில்லை. "அவசரத்தில் எதையும் செய்ய வேண்டாம். இரண்டாவது சட்டமன்றம் கூடும் வரை நாம் சற்று சிந்திப்போம்" என்று சொன்னார்.

சாங்கயாவில் கொண்டாட்டங்கள் நடந்தன. அந்த நல்ல செய்தியால் குதூகலமடைந்த லதிஃபேவும் முஸ்தஃபா கெமாலும் குறுகிய கால ஓய்வுக்காக இஸ்மிருக்குப் புறப்பட்டார்கள்.

18

வீட்டு வாழ்க்கை

"லதிஃபே ஹனிம் தம்முடைய கணவருக்கு உண்மையான துணைவராகவும் மிக முக்கியமான உதவியாளராக இருந்தார்," என்று லதிஃபேவின் தங்கையான வெஜிஹே தாம் சாங்கயாவில் கழித்த ஆயிரம் நாட்கள் பற்றிய தொகுப்புரையில் கூறுகிறார்.

ஒவ்வொரு நாள் காலையிலும் முதலாவதாக எழும்புவது அவர்தான். அதன்பின் மாடியிலிருந்து கீழே வந்து செய்தித்தாள் களையும், செய்தி முகமைகளின் செய்தி அறிக்கைகளையும் பார்ப்பார். ஓரிரு நாட்கள் தாமதமாக வந்த செய்தித்தாள்களை விரித்து எல்லா செய்திகளையும் ஆர்வத்துடன் வாசிப்பார். இந்த செய்தித்தாள்கள் அவருடைய கணவருடைய புகைப்படங்களை வெளியிட்டதுபோல, அவருடைய புகைப்படங்களையும் அடிக்கடி வெளியிட்டன. 1923இல் தொடங்கப்பட்ட டைம் இதழ் அதன் 1924 மார்ச் 24 தேதியிட்ட வெளியீட்டின் அட்டையில் முஸ்தஃபா கெமாலை முன்னிலைப்படுத்தியது.

அதன்பின் பன்னாட்டு செய்தியறிக்கைகளை அவர்கள் இருவரும் இணைந்து மகிழ்ச்சியுடன் உரையாடிக்கொண்டே நுணுக்கமாக ஆய்வுசெய்வார்கள். முஸ்தஃபா கெமால் உலகத்தைப் பார்த்த சன்னலாக லதிஃபே விளங்கினார். அவர் சாங்கயாவில் இருந்த காலம் முழுவதும் முஸ்தஃபா கெமாலுக்கு இருந்த, செய்தித் தாள்களில் வரும் அறிக்கைகளை அறிந்துகொள்ளும் ஆர்வத்தைப் பூர்த்திசெய்வதில் ஈடுபட்டிருந்தார்.

துருக்கியின் புதிய தலைவர் பன்னாட்டு அச்சு ஊடகங்களைக் கவர்ந்திருந்தார். துருக்கி பற்றிய பல செய்திகள் தினமும் வெளி வந்தன. 1923இல் அச்சு ஊடகத் தொடர்புக்கான பொது மேலாள ராக நியமிக்கப்பட்ட ஸெகெரியா ஸெர்டெல் பிறநாடுகளில் வெளியிடப்பட்ட செய்திகளின் சுருக்கமான தொகுப்பை ஒவ்வொரு மாதமும் வெளியிடத் தொடங்கினார். முஸ்தஃபா கெமால் நாடு முழுவதும் சென்ற பயணங்களின்போது லதிஃபே கையில் ஒரு குறிப்புப் புத்தகத்தோடும் பேனாவோடும் அவரோடு சென்று,

அவர் வாசித்த சொற்பொழிவுகளையெல்லாம் பதிவுசெய்ததை ஸெகெரியா நினைவுகூருகிறார். முஸ்தஃபா கெமால் சொன்னவற்றை லதிஃபே எழுதுவார். அவருடைய சொற்பொழிவுகளையும், கடிதங் களையும் தயாரிப்பதிலும் இணைந்து பணியாற்றினார்.

லதிஃபே, முஸ்தஃபா கெமாலின் வாழ்க்கை வரலாற்றைப் பதிவு செய்தது பற்றி அங்காராவுக்கு வந்த ஒரு பத்திரிகையாளர் குறிப்பிடு கிறார்: "நான் அவருக்கு உதவி எழுத்தாளரைப் போலச் செயல்படு கிறேன்... நான் அவருடைய வாழ்க்கை வரலாற்றை எழுதத் தொடங்கி யிருக்கிறேன்" என்று லதிஃபே கூறினார்.

அவர் எத்தனை பக்கங்கள் எழுதினார் என்பது பற்றியோ, அதற்கு என்ன நேர்ந்தது என்பது பற்றியோ நமக்கு எதுவுமே தெரியவில்லை. அவருடைய உடைமைகளின் பட்டியலிலும் அது இடம்பெறவில்லை. முஸ்தஃபா கெமால் தமது இளமைக்காலம் பற்றியும், போர்க்கால நினைவுகள் பற்றியும் அவரிடம் அடிக்கடி பேசுவதுண்டு. அதனால் தனக்கு நேரடியாகக் கிடைத்த இந்தத் தகவல்களையெல்லாம் எழுதி வைக்க அவர் முடிவு செய்திருக்க வேண்டும்.

லதிஃபேவும் முஸ்தஃபா கெமாலும் விளையாட்டுகளில் ஈடுபடுகிறார்கள்

லதிஃபே தானே உருவாக்கிய சிறு விளையாட்டுகளை முஸ்தஃபா கெமாலோடு வீட்டில் விளையாடுவதுண்டு. எடுத்துக்காட்டாக, அறையில் உள்ள பொருட்களை இடம் மாற்றி வைத்துவிட்டு முஸ்தஃபா கெமாலைக் கண்டுபிடிக்கச் சொல்வார். ஒரு நாள் மாலை, அவர் நீரூற்று அறை மறைப்புத் திரையில் தொங்கிக்கொண்டிருந்த சிறு பீங்கான் தட்டை முஸ்தஃபா கெமாலின் நாற்காலிக்கு அடியில் நாடாவால் கட்டி வைத்திருந்தார். நீண்ட நேரமாகத் தேடியும் முஸ்தஃபா கெமாலால் அதைக் கண்டுபிடிக்க முடியவில்லை. பின்னர் லதிஃபே அதை நாற்காலிக்கு அடியிலிருந்து வெளியே எடுத்தார். இந்தச் சிறு விளையாட்டு பல மணிநேரங்களுக்கு இருவரையும் களிப்பூட்டியது.

"சரி, நான் தோல்வியை ஒப்புக்கொள்கிறேன். என்னுடைய மனைவி மந்திர ஆற்றல் உள்ளவளாகிவிட்டாள். ஒரு நாள் காலையில் என்னுடைய சட்டைப் பையிலிருந்து கைக்குட்டைக்குப் பதிலாக ஒரு முயலை வெளியே எடுத்தாலும் நான் ஆச்சரியப்பட மாட்டேன்" என்று அவர் கூறுவதுண்டு.

குதிரை சவாரி செய்வது அவர்களுக்கு மிக விருப்பமான செயல் களில் ஒன்று. ஒரு நாள் காலை லதிஃபே, அவருடைய தங்கைகள் இருவர் ஆக மூவரும் குதிரையில் ஏறி அமர்ந்துகொண்டு முஸ்தஃபா கெமாலுக்காகக் காத்திருந்ததை மெவ்லூட் பெய்[1] நினைவுகூருகிறார்.

லதிஃபேவும் முஸ்தஃபா கெமாலும் ஒரே ஊன்றுகோலை பகிர்ந்து கொண்டிருப்பதை புகைப்படங்கள் காட்டுகின்றன.

இதோ அந்நாட்களின் ஒரு சிறு காட்சி:

அது சாங்கயாவில் பனிபொழிந்து கொண்டிருந்த ஒரு நாள். முஸ்தஃபா கெமால் வீட்டிலிருந்தார். அவர் நீரூற்று அறையில் புகைத்துக் கொண்டிருந்தார்: முதலில் புகையை ஆழமாக இழுத்து வளையங்களாக வெளியே ஊதிக்கொண்டிருந்தார். லதிஃபே ஒரு மூலையிலமர்ந்து அன்றைய செய்தித்தாளை வாசித்துக்கொண்டிருந்தார். முஸ்தஃபா கெமால் சிகரெட்டை அணைத்த உடன்,

“இன்றைய நாள் அழகாக இருக்கிறது. நாம் வெளியே நடக்கச் செல்லலாமா?” என்று லதிஃபே கேட்டார்.

“நல்ல யோசனைதான்; நம்முடைய ஊன்றுகோலை எடுத்துவா” என்றார் முஸ்தஃபா கெமால்.

லதிஃபே வெள்ளிக் கைப்பிடியுடன் கூடிய ஊன்றுகோலை எடுத்துக் கொண்டு உடனே வந்தார். சாங்கயா குன்றுகளைச் சுற்றி நடைப் பயிற்சிக்குப் போகும்போதெல்லாம் அந்த ஊன்று கோலை எடுத்துச் செல்வார்கள். சிறிதுநேரம் லதிஃபே அதைப் பயன்படுத்திவிட்டு முஸ்தஃபா கெமாலிடம் கொடுப்பார். எனவேதான் அது ‘அவர்களுடைய ஊன்றுகோல்.’

வெளியே நல்ல வெளிச்சமாகவும் குளிர்ச்சியாகவும் இருந்தது. நடைபாதைகள் வழியாக குன்றை நோக்கி மேலே நடந்தார்கள். கையிலிருந்த அந்த ஒல்லியான குச்சியால் முஸ்தஃபா கெமாலின் பெயரை பனியில் எழுதினார் லதிஃபே. அந்தப் பனிஎழுத்து குன்றிலிருந்து கீழ்நோக்கி சரிந்து சென்றபோது லதிஃபேவின் உரத்த சிரிப்பொலி எங்கும் எதிரொலித்தது. அதன்பின் மகிழ்ச்சியோடு மென்மையாக பாடிக்கொண்டிருந்தார்.

சைகோவ்ஸ்கியின் இசையை இசைத்துக்காட்டு, என் மனைவியே!

புதிய துருக்கிக்கு அங்கீகாரம் கொடுத்த முதல் சில நாடுகளில் சோவியத்தும் ஒன்று. அவர்கள் அங்காராவில் ஒரு தூதரகத்தை அமைத்திருந்தார்கள். லதிஃபேவும் முஸ்தஃபா கெமாலும் தூதர் சிமியோன் ஐவனோவிச் அரலோவ் அவருடைய மனைவி சோஃபியா இலினிச்னா இருவரையும் பார்ப்பதற்கு அவர்களுடைய கோடைகால இருப்பிடத்துக்கு வருகை தந்தார்கள். அந்த ருஷியத் தம்பதியினர் தங்கள் சொந்த நாட்டுக்குத் திரும்பிச் செல்வதற்குத் தயாராகிக்கொண்டிருந்தார்கள்.

அவர்கள் இரான் தூதரோடும், சோவியத் தூதரகப் பணியாளர் சிலரோடும் தேநீர் அருந்தினார்கள். முஸ்தஃபா கெமால் சதாரண சூழ்நிலைக்கேற்ற ஆடை அணிந்திருந்தார். தூதரகத்துக்குப் பரிசாகக் கொடுக்கப்பட்ட இரண்டு கரடிக் குட்டிகள் தோட்டத்தில் விளையாடிக் கொண்டிருந்தன. மரங்களின் மேல் ஏறியும், இலைகளைப் பறித்தும், தோட்டத்தில் அமர்ந்திருந்திருந்தவர்களைப் பார்வையிட வந்தும் தங்கள் சேட்டைகளால் அவை லதிஃபேவையும் முஸ்தஃபா கெமாலையும் மகிழ்வித்தன.

இறக்கை அறுந்த கழுகு ஒன்று தோட்டத்தைச் சுற்றி நடந்துகொண் டிருந்தது. முஸ்தஃபா கெமால் அதைப்பற்றிய தமது கருத்தைக் கூறினார். "கழுகு ருஷியப் பேரரசரின் அடையாளச் சின்னம். நம்மிடையே சுற்றி வந்துகொண்டிருக்கும் அந்த அறுந்த இறக்கையுடைய கழுகைப் பாருங்கள்; ருஷியர்கள் தங்களுடைய பேரரசரை வெளியேற்றிவிட்டார் கள்." நாடுகளுக்கிடையேயான சகோதரத்துவம் பற்றி பேச்சு திசை மாறியது. மது குடிக்கப்பட்டது. முஸ்தஃபா கெமால் லதிஃபேவிடம் கெஞ்சிக்கேட்டார், "என் மனைவியே, விடைகூறுவதற்காக சைகோவ்ஸ்கி யின் காதல் இசையை எங்களுக்கு இசைத்துக்காட்டு..."

லதிஃபே நாளின் பெரும்பகுதியை வாசிப்பதில் செலவழித்தார். தம்முடைய புத்தகங்களை முன்பே சாங்கயாவுக்குக் கொண்டு வந்திருந் தார். அவருடைய நேர்த்தியாக அட்டை இடப்பட்ட புத்தகங்களை காஸிம் கரபேகிர் நினைவுகூருகிறார். அவை அரிதாகக் கிடைக்கக் கூடிய மதிப்புமிக்க புத்தகங்கள். முதல் தளத்தின் சுவர்களையெல்லாம் அந்தப் புத்தகங்கள் நிறைத்திருந்தன.

"ஒரு நீண்ட நாள் பணிக்கும், சந்திப்புகளுக்கும் பின்பு லதிஃபே முஸ்தஃபா கெமாலுக்கு பைரன், ஹியூகோ ஆகியோரது கவிதைகளை ஒப்புவிப்பார். பாஷா அவற்றின் சொற்களைப் புரிந்திருக்க மாட்டார்; இருந்தாலும் பைரனை அவருக்கு மிகவும் பிடிக்கும். எனவே அவரைத் தாராளமாகப் புகழ்வார். அவருடைய கவிதைகளின் தனித்துவமான இன்னிசை கேட்போர் மனதைத் தொடும் என்று சொல்வார்."

ஐசக் மார்கோசன் லதிஃபேவிடம் ஒரு நேர்காணல் நடத்தினார். இலக்கியத்தின்மீது லதிஃபேவுக்கிருந்த பேரார்வம் அவருடைய மனதில் ஆழமாகப் பதிந்தது.

"நாங்கள் புத்தகங்களைப்பற்றிக் கலந்துரையாடத் தொடங்கினோம். திருமதி கெமால் லாங்ஃபெல்லோவை வியந்து பாராட்டியவர் என்பதை அறிந்தபோது வியப்பாக இருந்தது. 'வாழ்க்கையின் துதிப்பாடல்' (Psalm of Life) என்ற கவிதை முழுவதையும் சொல்லிக் காட்டினார். கீட்ஸ், ஷெல்லி, பைரன் ஆகியோரையும் அவர் எவ்வளவு அறிந்திருந் தார் என்பதைத் தெரிந்துகொள்ள நான் ஆர்வமாக இருந்தேன். பைரனின் கவிதைகள் கிரேக்க ஆதரவு உணர்வோடு இருந்ததால் அவருடைய புத்தகங்கள் துருக்கியில் முன்பு தடைசெய்யப்பட்டிருந்தன என்பதை நான் குறிப்பிட்டேன். அதற்கு அவர், "அந்த நடைமுறைகள் எல்லாம் துருக்கியின் புதைக்கப்பட்ட பழங்காலத்தின் பகுதியாகிவிட்டன" என்று துடிப்புடன் கூறினார்.

இந்த சொற்கள் தணிக்கைக்கு எதிரான அவருடைய நிலைப்பாட்டின் தெளிவான அடையாளம்.

அவருடைய கணவரின் பொழுதுபோக்குகள் பற்றிக் கேட்டேன். முஸ்தஃபா கெமால் இளைப்பாற விரும்பும்போது தான் அவருக்காக பியானோ வாசித்ததாக விளக்கினார்:

"அவர் இசையை நேசிக்கிறார். வாசிக்க நேரம் கிடைக்கும்போது பழங்கால வரலாற்றைத் தெரிந்துகொள்கிறார்" என்று லதிஃபே பதிலளித்தார். எங்கள் காலருகே தரையில் விளையாடிக்கொண்டிருந்த மூன்று நாய்க் குட்டிகளை சுட்டிக்காட்டினார். "இந்த நாய்க்குட்டிகளை நான் அவருக்குக் கொடுத்திருக்கிறேன். அவர் இப்போது அவற்றோடு மிகுந்த ஈடுபாட்டோடு இருக்கிறார்."

வேறு யாருடைய துணையும் இல்லாததால் இரவு நேரங்களில் ஒன்றாக அமர்ந்திருந்தார்கள். முஸ்தஃபா கெமால் ஓய்வாக இருப்பதற் கான சூழலை உருவாக்குவதற்குத் தன்னால் இயன்றதைச் செய்தார். அதற்காக தான் வாசித்துக்கொண்டிருந்த புத்தகங்களின் சுருக்கத்தைக் கூறுவதோடு கதைகளையும் சொல்லி அவரை மகிழ்வித்தார்.

கனல் தட்டு: "விடாப்பிடியாக இரு!"

அவர்கள் ஏதாவது சின்ன விஷயங்களுக்காக அவ்வப்போது ஒருவரையொருவர் கேலி செய்வதுண்டு. ஒரு கனல் தட்டு எவ்வாறு ஒரு சிறு மோதலை ஏற்படுத்தியது என்பதை மெவ்லூட் நினைவு கூருகிறார்.

"அம்மா உங்களைத் தேடுகிறார்கள்" என்று முஸ்தஃபா கெமாலிடம் தெரிவிக்கப்பட்டது. மனைவிக்கு என்ன தேவை என்பதைத் தெரிந்து கொள்வதற்காக அவர் வீட்டுக்குள் சென்றார். ஃபெதி ஓகியாரின் மனைவி கலிபே புகைபிடித்துக்கொண்டு நின்றபடி லதிஃபேயுடன் உரையாடிக்கொண்டிருந்தார். மிக நேர்த்தியான கனல்தட்டு ஒன்று நடுவில் இருந்தது. அந்த சிறப்பாக அழகுபடுத்தப்பட்ட கீழை நாட்டுப் பொருள் முஸ்தஃபா கெமாலுக்கு இந்தியாவிலிருந்து கிடைத்த பரிசு. மெவ்லூட்டையும் கலிபேவையும் அறிமுகப்படுத்திவிட்டு,

"மெவ்லூட் பெய், குளிர்காலம் முடிந்துவிட்டது. இந்த கனல்தட்டை வரவேற்பறையிலிருந்து அகற்ற நான் விரும்பவில்லை. அதை ஒரு செடித்தொட்டியாகப் பயன்படுத்தலாமா என்று யோசித்தேன். உங்களிடம் அதுபற்றிக் கேட்க விரும்பினேன். என்ன நினைக்கிறீர்கள்?" என்று கேட்டார்.

அது ஓரளவு பெரிய அளவிலான அழகான கனல்தட்டு. மெவ்லூட் ஒரு நிபந்தனையுடன் ஒத்துக்கொண்டார்.

"அதிலிருக்கும் நெருப்புக் கிண்ணத்தை அகற்றிவிட்டு கனல்தட்டின் அழகுக்கும் அளவுக்கும் பொருத்தமான சிறு பீப்பாய் செய்து, அதற்கு வார்னிஷ் அடித்து வெளிப்புறத்தில் *mother of pearl* கொண்டு அலங்காரம் கூட செய்யலாம்."

அவர்கள் அதன் ஆழத்தையும் விட்டத்தையும் அளந்து கொண்டிருந்த போது முஸ்தஃபா உள்ளே வந்தார். "லதிஃபே, நீ என்ன செய்துகொண் டிருக்கிறாய்?"

லதிஃபே தமது திட்டத்தை விளக்கியபோது, முஸ்தஃபா கெமால் அதற்கு எதிர்ப்பு தெரிவித்தார். "அந்த நெருப்புக் கிண்ணத்தை எங்காவது

தவறுதலாக வைத்துவிட்டால், இந்த கனல்தட்டு எதற்கும் பயன்படாது. எனவே இந்தத் திட்டம் சரிப்படாது.”

கனல் தட்டில் நெருப்புக் கிண்ணம் இருக்கும்போது அது செடித் தொட்டியாகப் பயன்படுத்தப்படுவதற்கு மிகவும் சிறியதாக இருக்கும் என்று லதிஃபே நினைத்தார்.

“நாம் முதலில் திட்டமிட்டதுபோலவே செய்வோம். நான் நெருப்புக் கிண்ணத்தை கவனமாகப் பார்த்துக்கொள்கிறேன்” என்று லதிஃபே தனது திட்டத்தில் உறுதியாக இருந்தார்.

“முடியாது” என்று கூறிக்கொண்டே பாஷா வெளியே சென்றார்.

விவசாயத்துறை நிபுணரான மெவ்லூட்டுக்கு துணிச்சல் இல்லாம லிருந்ததை லதிஃபேவால் நம்ப முடியவில்லை. முஸ்தஃபா கெமாலை யாரும் துணிச்சலோடு எதிர்த்து நிற்கமாட்டார்களா?

“உங்களுடைய திட்டத்தை பாஷாவின் முன்பு நீங்களே ஆதரித்துப் பேசாதது எனக்கு ஆச்சரியமாக இருக்கிறது. அந்தத் திட்டம் அவ்வளவு பலவீனமானதா?” என்று லதிஃபே கேட்டார்.

“என்ன செய்ய வேண்டும் என்பதை நீங்கள் இருவருமே முடிவு செய்து கொள்ளுங்கள்,” என்று மெவ்லூட் சொன்னார். சாங்கயாவில் செயல்படுவதில் சவால்கள் இருக்கும் என்பது நிச்சயம். இந்நிகழ்வுபற்றி மெவ்லூட் தனி உதவியாளர் ஹயாதியிடம் சொன்னார். “தலையை மட்டும் அசைத்துவிட்டுச் சென்றுவிடு நண்பனே!” என்பதுதான் ஹயாதி யின் அறிவுரை. உத்தேசமாக ஒரு வாரத்துக்குப் பிறகு முஸ்தஃபா கெமால் மெவ்லூட்டிடம், “அன்றொரு நாள் லதிஃபே அந்த கனல் தட்டுபற்றி ஏதோ செய்ய வேண்டுமென்று சொல்லியிருந்தாளல்லவா. அதை செய்துவிட்டாயா?” என்று திடீரென்று கேட்டார்.

அங்கிருந்த தலைமை தனி உதவியாளரை மெவ்லூட் சங்கடத் துடன் முறைத்துப் பார்த்தார்.

“நீ ஒரு நல்ல விவசாயப் பொறியாளர்!” முஸ்தஃபா கெமால் வெடுக்கென்று சொன்னார்.

தம்முடைய மனைவியின் கருத்தை அவர் ஏற்றுக்கொண்டிருந்தார்.

“உனக்கு நன்றாகத் தெரியும்”

முஸ்தஃபா கெமாலின் மனைவியின் தங்கையான வெஜிஹே, அவர்கள் குடியிருந்த வீட்டில் வாழ்க்கை எப்படி இருந்தது என்பதைப் பற்றிப் பேசுகிறார்: “அது சீராகவும், தூய்மையாகவும் இருந்த வீடு. என் அக்காள் நுணுக்கமான விஷயங்களிலும் கவனமாக இருந்தார். ஒரு சாதாரண இல்லத்தரசிபோலவே அவரும் வீட்டை நடத்தினார். முஸ்தஃபா கெமால் வீட்டு மேலாண்மையில் அவ்வளவு ஆர்வம் கொண்டிருக்கவில்லை. அப்பணியை அவர் தன் மனைவியிடம் விட்டு விட்டார். ‘எது நல்லது என்று உனக்குத் தெரியும்’ என்று அவர்

கூறுவதுண்டு. அன்றாட வாழ்க்கை எந்த பகட்டும் இல்லாமலிருந்தது. போர்க்காலத்தில் அவருடைய வீட்டு நிருவாகம் அந்தரங்க உதவியாளர் களால் கவனிக்கப்பட்டது.

"சில நேரங்களில் அவருடைய காற்சட்டைகளையும் சட்டைகளை யும் நான் தேய்த்திருக்கிறேன். அவர் ஒரு நாளில் இரண்டு அல்லது மூன்று முறை உடை மாற்றினார். அவர் எளிதாக மனநிறைவு அடைவ தில்லை. அவருடைய ஆடை நேர்த்தி குறைகாண முடியாத அளவுக்கு இருந்தது. என் அக்காவுக்கு அது தெரியும்; எனவே அவரும் எளிதில் மனநிறைவடையாதவராக இருந்தார்."

சாங்கயாவின் அதிகாரபூர்வ சமையல்காரர் லதிஃபேவின் வருகைக்குப்பின் குறுகிய காலத்தில் மரணமடைந்தார். எனவே லதிஃபே தம்முடைய தந்தையிடம் உதவி கேட்டார். அவருடைய செவிலித்தாய் ஜனன் கல்ஃபா ஏற்கனவே அவரைத் தொடர்ந்து சாங்கயா வந்து விட்டார். முவாம்மெர் அரசவையில் பயிற்சிபெற்ற தம்முடைய சமையல் காரரான மஹ்முத் எஃபெண்டியை அனுப்பிவைத்தார். அரசவையில் பயிற்சி பெற்றவரும், கருப்பரினத்தைச் சார்ந்த பணியாளருமான நெஸிம் எஃபெண்டியும் அதே நேரத்தில் அங்கு வந்து சேர்ந்தார். உணவு பரிமாறுபவரான யாஷர் சிறிது காலத்துக்குப்பின் பணியில் சேர்ந்தார்.

வெஜிஹே சாங்கயாவின் சமையலறையை நினைவுகூருகிறார்:

லதிஃபே தானாகவே உணவுப்பட்டியலைத் தயாரித்து சமையல்காரரிடம் தெரிவித்தார். அவரும் முஸ்தஃபா கெமாலும் ஏற்கனவே இதுபற்றி கலந்துபேசியிருப்பார்கள். எல்லாவற்றுக்கும் மேலாக கணவரின் விருப்பங்கள் நிறைவேற்றப்படுவதை உறுதிசெய்தார். எடுத்துக்காட்டாக நன்கு கலந்து பிசைந்த மாவில் வெள்ளை பாலாடைக்கட்டி அல்லது கோழி இறைச்சியால் நிரப்பப்பட்டு செய்யப்படும் ஒருவித அப்பம் எப்போதும் இருக்கும். அது அவருக்கு மிகவும் பிடித்தமான ஒரு உணவு. சாம்பல்நிற மல்லெட் மீன் அவருக்குப் பிடிக்கும். அதைச் சுட்டுச் சாப்பிடுவதில் அவருக்கு விருப்பம். இஸ்மிரில் கிடைத்த கடல் பிரீம் மீனும் அவருக்கு விருப்பமானது. முவாம்மெர் இந்த மீன்களை சாங்கயாவுக்கு அனுப்புவார். உணவில் சிறிது செமோலினா இனிப்புப் பண்டமும் இருக்கும்; அது ஈரமாக இருப்பது அவருக்குப் பிடிக்கும். எப்படியாயினும் அவர் சிறிய அளவு உணவே சாப்பிட்டார். ஒரு சிறிய கிண்ணத்தில் வறுத்த பட்டாணி அவருக்குமுன் இருப்பதை விரும்பினார். மென்மையான ஆம்லெட்டையும் இத்தாலிய ஸாஸுடன் பாஸ்தாவையும் அவர் விரும்பினார். இந்த உணவுப் பொருட்களை அவர் என்னிடம் அடிக்கடி கேட்பதுண்டு. அதை நிறைவேற்ற நான் சமையலறைக்கு உடனே ஓடிச் செல்வதுண்டு.

லதிஃபே பாஸ்தாவை வேகவைப்பதையோ அல்லது வெஜிஹே ஆம்லெட் தயாரிப்பதையோ பார்க்கும் ஒவ்வொரு முறையும் மஹ்முத் உஸ்தாவின்[2] மனம் புண்படும். "அம்மா, நான் இங்கே இருக்கும்போது நீங்கள் ஏன் இப்படி துன்பப்பட வேண்டும்" என்று கேட்பார். முஸ்தஃபா கெமால் அந்த அனுபவசாலியான சமையல்காரரின் பக்கத்தில் சென்று மூடிகளைத் திறந்து உணவை சுவைத்துப் பார்ப்பார்.

சில நேரங்களில் அவர் தனியாகச் சாப்பிடுவார். வேறு நேரங்களில் உடன்பணிபுரியும் சிலரோடு சாப்பிடுவார். அவ்வப்போது குடும்பத்தினரோடு உண்பதும் உண்டு. அதன்பின் படுக்கையறையில் பத்து நிமிடம் ஓய்வெடுப்பார்.

கணவனும் மனைவியும் தனியே ஒன்றாகச் சாப்பிடும்போது முவாம்மெர் பரிசளித்த பீங்கான் பாத்திரங்களைப் பயன்படுத்துவார்கள்.

சாங்கயாவில் உஷாகிஸாடே குடும்பம்

முஸ்தஃபா கெமாலின் அதிகாரபூர்வ புகைப்படக் கலைஞரான எஸட் நெடிம் (டெங்கிஸ்மான்) 1923 ஜூலை 8 அன்று அங்கு வந்திருந்த உஷாகிஸாடே குடும்பத்தின் புகைப்படங்களை எடுத்தார். அதில் ஒன்று வீட்டுக்கு உள்ளே எடுத்தது; மற்றொன்று வீட்டுக்கு வெளியே எடுத்தது. முஸ்தஃபா கெமால், வெஜிஹே, ருகியே, அடெவியே, முவாம்மெர், லதிஃபே எல்லோரும் புகைப்படத்தில் காணப்படுகிறார்கள். புகைப் படத்திலிருந்த எல்லா பெண்களும் நவீன ஆடை அணிந்திருந்தார்கள். யாரும் முடியை மறைத்திருக்கவில்லை.

லதிஃபேவின் தங்கையான வெஜிஹே சற்று நீண்டகாலத்துக்கு சாங்கயாவில் அக்காவுக்குத் துணையாக இருந்தார். அவருடைய கலகம் செய்யும் குணமுடைய தம்பி இஸ்மயில் வெளியுறவுத் துறை அலுவலகத்தில் பணி செய்ததாகத் தெரிகிறது. அவரும் சாங்கயாவுக்கு அவ்வப்போது வந்தார். லதிஃபேவின் கடைசித் தம்பியான மூன்ஜியிடம் முஸ்தஃபா கெமால் தனி அன்பு கொண்டிருந்ததாகக் கூறப்படுகிறது.

ஹலித் ஸியாவும் வெடாடும்

மணமகளின் சித்தப்பாவான ஹலித் ஸியா புதுமணத் தம்பதியினரைப் பார்ப்பதற்காக சாங்கயா வந்தார். அந்த காலச் சூழலில் அது கடுமையான பயணமாக இருந்தாலும் தமது கடமையைச் செய்ததற்காக மிகுந்த மகிழ்ச்சியடைந்தார். எதிர்பாராதவிதமாக முஸ்தஃபா கெமால் கொடுத்த அன்பான வரவேற்பும் லதிஃபேவின் நுணுக்கமான கவனிப்பும் அவருக்கு மனநிறைவு அளித்தது.

அவர் இஸ்தான்புல் திரும்பியபின்பு, டர்கிஷ் ஹார்த் மன்றத்தின் தலைவரான ஹம்துல்லா சுஃபி சில இசைக் கலைஞர்களை அங்காராவுக்கு அழைத்தார். ஹலித் ஸியாவின் மகனான வெடாடும் மூன்று உறுப்பினர்களில் ஒருவர்.

டர்கிஷ் ஹார்த் அப்போது பழுதடைந்த பழைய கிரேக்கக் கட்டிடத்தில் அமைந்திருந்தது. அங்கு ஒரு பியானோ கூட இல்லை. லதிஃபே தமது பியானோவை இரவல் கொடுக்க முன்வந்து 'குழிகள் நிறைந்த சாலை வழியாக ஒரு காரில் அனுப்பிவைத்தார்.' இசைநிகழ்ச்சி பெரும் வெற்றியடைந்தது. வெடாட் தம்முடைய 'அக்காவுடன்' சாங்கயாவில் தங்குவதற்காக அழைக்கப்பட்டார்.

சில நாட்களுக்குப்பின் அங்கிருந்து திரும்பி வந்த வெடாட் தமது அங்காரா பயணம் பற்றி தந்தையிடம் விளக்கமாகக் கூறினார்.

அவர் தம்முடைய சகோதரியிடமிருந்தும் தேசத் தலைவரிடமிருந்தும் பெற்ற பாராட்டுகளால் உணர்ச்சிவசப்பட்டிருந்தார்.

ஒரு நாள் இரவில், இஸ்மெட்டும், அப்போதைய வெளியுறவுத் துறைச் செயலரான டெவ்ஃபிக் ரூஷ்டூவும் கலந்துகொண்ட விருந்தின் போது முஸ்தஃபா கெமால் வெடாட் பியானோ இசைத்ததைக் கேட்டார். அதன்பின் அவர் வெடாட்டிடம் சில பிரெஞ்சு, ஜெர்மன், ஆங்கில மொழி வெளியீடுகளை மொழிபெயர்த்துக் கொடுக்குமாறு கேட்டார். அதன்பின் அவர் 'நீ ஒரு தூதர் ஆக வேண்டும்' என்று சொல்லிவிட்டு அங்கேயே அப்போதே டெவ்ஃபிக் ரூஷ்டூவின் சம்மதத்தையும் பெற்றார். தூதரகப் பணி வெடாடின் கனவாக இருந்ததால் அது அவருக்கு முழுப் பொருத்தமான ஒன்று. அவருடைய இதயம் அவர் பார்த்த வங்கிப் பணியில் ஒரு போதும் இருக்கவில்லை.

ஹலித் ஸியா தமது அடுத்த அங்காரா பயணத்தின்போது சாங்கயா வில் விருந்தினராக இருந்தார். மீண்டும் அவர்கள் வெடாட் பற்றிப் பேசினார்கள். வெடாட் தொடர்ந்து வங்கியில் வேலைபார்த்துக் கொண்டிருந்ததை அறிந்த முஸ்தஃபா கெமால் அவருக்கு அங்காரா வருமாறு உடனே தந்தி கொடுக்க அறிவுறுத்தினார்.

ஹலித் ஸியா நன்றியுடன் சம்மதம் தெரிவித்தார். ஆனால் மஹ்முத் தந்தி கொடுப்பதற்காக வெளியே சென்றபோது லதிஃபே அவரைத் தொடர்ந்து சென்றார். அதன்பின் அவர் ஹலித் ஸியாவை சைகை காட்டி அருகில் அழைத்து, "தந்தியை அனுப்ப வேண்டாம் என்று நான் மஹ்முத்திடம் சொல்லிவிட்டேன். குடித்துக்கொண்டிருக்கும் போது முஸ்தஃபா கெமால் இப்படி எதையாவது சொல்லிவிட்டு அடுத்த நாளே மறந்துவிடுவார்" என்று கூறினார்.

லதிஃபேவின் இந்தத் தலையீட்டால் ஹலித் ஸியா மனம் நொந்தார். "லதிஃபே அதை ஏன் தடுத்தார்? அது பொருத்தமானதாக இருக்காது என்று ஏன் நினைத்தார்?" என்று தமது வாழக்கை வரலாற்றில் கேட்கிறார். மேலும், "அந்தத் தடைகள் தொடர்ந்திருக்க வேண்டும் என்று விரும்பு கிறேன். அப்படியிருந்திருந்தால் தூதரகப் பணி போன்ற மதிப்பு மிக்க வேலையில் இல்லாவிட்டாலும் என் மகன் இப்போது உயிரோடு இருந்திருப்பான்"[3] என்று தொடர்ந்து எழுதுகிறார்.

லதிஃபேவின் எதிர்ப்பை மீறி வெடாட்டுக்கு சாங்கயாவில் எழுத்தர் பணி வழங்கப்பட்டது. அவருக்குப் பல வெளிநாட்டு மொழிகள் நன்கு தெரிந்திருந்ததே இதற்குக் காரணம். மைதானத்தில் இருந்த ஒரு இணைப்புக் கட்டடத்தில் வெடாட் தங்கியிருந்தார். அவருடைய தந்தை, "அங்கு உனக்குக் கொடுக்கப்பட்டிருக்கும் பதவி மிகவும் கவனமாகச் செயல்பட வேண்டிய ஒன்று என்பதை மறந்துவிடாதே" என்று எச்சரிக்கை செய்தார்.

ஸுரெய்யாவும் டெஸரும்

அங்காராவில் பொழுதுபோக்குக்கான வாய்ப்பு மிகவும் குறைவு: ஒரு திறந்தவெளி திரைப்பட அரங்கு இருந்தது. டர்கிஷ் ஹார்த்தும் அங்கிருந்தது. வெளியே செல்வது என்றால் பொதுவாக லதிஃபேவும்

முஸ்தஃபா கெமாலும் அங்காராவில் வாழ்ந்தவர்களின் வீடுகளுக்குச் சென்றார்கள் என்று பொருள்.

அவர்கள் அகவோகுலு குடும்பத்தினரை வாரத்துக்கு ஒருமுறை யாவது சென்று பார்ப்பது வழக்கம். அக்குடும்பத்தின் ஒரு மகளான ஸுரெய்யா "நான் அறிந்த ஆட்டாடூர்க் ஒரு உண்மையான குடும்ப மனிதன். அப்போதைய அங்காரா ஒரு பெரிய குடும்பம். அது உளமார்ந்தது... எல்லோரும் மற்ற எல்லோரையும் அறிந்திருந்தனர். எல்லோரும் மற்றவர்களை ஒரு குடும்பத்தைச் சார்ந்தவர்கள் போல பாசத்தோடும், மரியாதையோடும் நடத்தினார்கள்" என்கிறார்.

ஸுரெய்யா சட்டப்படிப்பை முடித்த நேரத்தில் அதைக் கொண்டாடுவதற்காக லதிஃபேவும் முஸ்தஃபா கெமாலும் சாங்கயாவில் ஒரு விருந்துக்காக சிதாரே ஹனிம், அஹ்மெட் பெய், அவர்களுடைய மகள்கள் டெஸெர், ஸுரெய்யா ஆகியோர் அடங்கிய குடும்பத்தை அழைத்தார்கள். முஸ்தஃபா கெமால் தமது ஒரு பக்கத்தில் டெஸெரையும் மறுபக்கத்தில் ஸுரெய்யாவையும் அமர வைத்தார். இந்த இரவில் மிக்க மகிழ்ச்சியுடன் இருந்த முஸ்தஃபா கெமால் தம் வாழ்க்கையில் நடந்த நிகழ்வுகளைக் கூறி எல்லோரையும் மகிழ்ச்சியாக பொழுதுபோக்க வைத்தார். உணவு பரிமாறுபவர் முதல் உணவு வகையை முஸ்தஃபா கெமாலுக்குக் கொடுத்தார்; அவர் அதை ஸுரெய்யாவுக்குக் கொடுத்தார். ஸுரெய்யா அதை எடுத்துக்கொண்டார். டெஸெர் மட்டும் உணவு வகையை முஸ்தஃபா கெமாலுக்குத் திருப்பிக் கொடுத்தார். அஹ்மெட் கோபத்தோடு ஸுரெய்யாவை முறைத்துப் பார்த்தார்.

விருந்து மிக மகிழ்ச்சியாக முடிந்தது. விருந்தினர்களுக்கு விடை கொடுக்கும்போது லதிஃபே ஸுரெய்யா பக்கம் திரும்பி, "நீ வீடுபோய்ச் சேர்ந்த உடன் துன்பமான ஏதோ நடக்கப்போகிறது; உன்னுடைய அப்பா மிகவும் கோபமாய் இருக்கிறார்!" என்றார்.

அது அப்படியே நடந்தது. வீடு சென்று சேர்ந்தவுடன் ஸுரெய்யாவின் தோல் உரிந்துவிட்டது.

19

குடியரசுப் பிரகடனம்

அண்மைக் காலத்தில் சாங்கயாவின் உணவு மேசைகளைச் சுற்றி ஒருவித பரபரப்பு காணப்பட்டது. முஸ்தஃபா கெமால் தெளிவாக ஒரு தனிச்சிறப்புமிக்க முடிவை எடுக்கும் தருணத்தில் இருந்தார். 1923 அக்டோபர் 20 மாலையில் ஃபுவாட் பெய், ருஷென் எஷ்ரெஃப், ரிஸே அஃபியோன் ஆகிய தொகுதிகளுக் கான பாராளுமன்ற உறுப்பினர்கள் ஆகியோர் முஸ்தஃபா கெமாலின் இருப்பிடத்தில் காத்துக்கொண்டிருந்தனர். அவர்கள் முஸ்தஃபா கெமாலிடம் பேச விரும்பினார்கள். பாராளுமன்றத் தில் அவருடன் பேச முடியாமல் போய்விட்டது. லதிஃபேவும் தம்முடைய கணவருக்காகக் காத்துக்கொண்டிருந்தார். அவரும் ருஷென் எஷ்ரெஃப்பும் புதிய பிரெஞ்சு புத்தகங்களைப் பற்றிப் பேசிக்கொண்டிருந்தார்கள். அப்போது முஸ்தஃபா கெமால், இஸ்மெட், காஸிம், ஹலித், கெமலெட்டின் சாமி, பாஷாஸ், ஃபெதி ஆகியோர் அடங்கிய குழுவோடு வந்து சேர்ந்தார். ருஷென் எஷ்ரெஃப், ஃபூவாட் இருவரும்கூட விருந்தில் கலந்துகொள்ள வேண்டும் என்று வற்புறுத்தினார். அன்று மாலை பேசவிருந்த விஷயம் மிகவும் சிக்கலானது. மிதமான உணவு சாப்பிட அமர்ந் தார்கள். அன்று இரவு மது பரிமாறப்படவில்லை. சற்றுநேரத்தில் "நாளை நாம் குடியரசைப் பிரகடனம் செய்வோம்" என்று முஸ்தஃபா கெமால் அறிவித்தார். அதன்பின்பு லதிஃபேவிடம்,

"இஸ்மெட் பாஷா இன்றிரவு இங்கே தங்குவார். அவருக்கு ஒரு அறையை ஆயத்தம் செய்யச் சொல்லுவாயா?" என்று கேட்டார்.

இரு நண்பர்களும் குடியரசுப் பிரகடனத்தைப் பற்றி விரிவாகப் பேசினார்கள்.

லதிஃபே: "நாடு ஒரு குடியரசுத் தலைவரை விரும்புமா?"

முஸ்தஃபா கெமால் குடியாட்சி பற்றி லதிஃபேவிடமும் விவாதித்துக்கொண்டிருந்தார். யூசுப் கெமாலுக்கும் லதிஃபேவுக்கும் இடையில் குடியரசுத் தலைவர் ஆட்சிபற்றி நடந்த உரையாடல், லதிஃபே தங்களுக்கு நெருக்கமான தோழர்களின் கருத்துகளைக் கேட்டறிந்தார் என்பதை வெளிப்படுத்துகிறது.

இந்த சந்திப்புகளை உண்மையில் யார் ஏற்பாடு செய்தது என்பது ஆர்வத்தைத் தூண்டும் கேள்வி. அதைச் செய்தது முஸ்தஃபா கெமாலே தான். பிரகடனத்துக்குச் சற்றுநேரத்துக்கு முன்பு முஸ்தஃபா கெமால் யூசுஃப் கெமாலிடம் அவரை லதிஃபே சந்திக்க விரும்புவதாகச் சொன்னார். எனவே யூசுஃப் கெமால் அவரைப் பார்க்கச் சென்றார். லதிஃபே யூசுஃப் கெமாலிடம் அவர் எதிர்பாராதவிதமாக, “நாடு இதை ஏற்றுக் கொள்ளும் என்று நினைக்கிறீர்களா? மக்கள் ஒரு குடியரசுத் தலைவரை விரும்புவார்களா?” என்று விடாப்பிடியாகக் கேட்டார்.

யூசுஃப் கெமால் மன உறுதியுடன் கூறினார், “நான் எந்தத் தடையையும் எதிர்பார்க்கவில்லை. பதவியின் பெயர் மட்டும்தான் மாறுகிறது... எப்படியாயினும் முஸ்தஃபா கெமால் சிறிதுகாலமாக சட்டப்படியாக இல்லாவிட்டாலும் உண்மையான குடியரசுத் தலைவராகத்தான் இருக்கிறார், இல்லையா?”

சிறிது நேரத்துக்குப் பிறகு முஸ்தஃபா கெமாலும் அவர்களுடன் சேர்ந்துகொண்டார். தங்களுக்கிடையில் நடந்த உரையாடலை லதிஃபே முஸ்தஃபா கெமாலிடம் விளக்கினார். முஸ்தஃபா கெமால் முதலில் தயங்கினார். “இல்லை, இல்லை, என்னை தனியாக விட்டுவிடுங்கள். என்னை பிரதமராகப் பணிசெய்ய விடுங்கள். என்னைப் போராட விடுங்கள். ஃபெவ்ஸி பாஷாவை குடியரசுத் தலைவராக நியமிப்போம்” என்றார்.

“பாஷம் கனவுகளில் நேரத்தை வீணடிப்பதை நிறுத்துவோம்” என்று உணர்ச்சியோடு கூறியதைத் தவிர யூசுஃப் கெமாலால் வேறெதுவும் சொல்ல முடியவில்லை.

முஸ்தஃபா கெமாலை அங்காராவில் ஜூலை மாதத்தில் விரிவாக நேர்கண்ட தெ சேற்றர்டே ஈவ்னிங் போஸ்ட் நிருபரிடம் லதிஃபே வெளியிட்ட கருத்து ஆவலைத் தூண்டுவதாக உள்ளது.

“அவர் ஒரு மிகச் சிறந்த நாட்டுப்பற்றுடையவரும் போராளியும் மட்டுமல்ல, தன்னலமற்ற தலைவருங்கூட. அவர் இல்லாமலேயே செயல்படக்கூடிய ஒரு அரசு முறைமையை அவர் உருவாக்கியுள்ளார். அவர் தனக்கென்று எதையுமே ஆசைப்படவில்லை. சுயமாக முடிவெடுக்கும் துருக்கி என்ற அவருடைய குறிக்கோள் வெற்றியடையும் என்று நம்ப முடிந்தால் அவர் எந்த நேரத்திலும் ஓய்வு பெறத் தயாராக இருப்பார்” என்று லதிஃபே தெரிவித்தார்.

இந்த நேர்காணல் குடியரசுப் பிரகடனத்துக்கு ஒரு வாரத்துக்கு முன் வெளியிடப்பட்டது.

1923 அக்டோபர் மாத நிகழ்வுகளின் கால வரிசைப் பட்டியல் எல்லாம் திட்டப்படி நடந்தன என்பதைக் காட்டுகிறது. 13ஆம் நாள் அங்காராவைத் தலைநகராக அறிவித்தல். 16ஆம் நாள் ஃபெதி பெய் அமைச்சரவை பதவி விலகல். 23ஆம் நாள் அலிஃபுவாட் பாஷா சட்டமன்ற உதவி சபாநாயகர் பதவியிலிருந்து விலகுதல்.

இந்நிகழ்வுகளால் ஏற்பட்ட மந்திரிசபை நெருக்கடி முஸ்தஃபா கெமாலின் திட்டப்படி தான் நடந்தது என்பது வெளிப்படை.

அப்போது மந்திரி பதவி கேட்க முன்வருவதற்கான துணிச்சல் யாருக்கும் இருக்கவில்லை. இறுதியாக சாங்கயாவில் நடந்த விருந்தில் தமது முடிவை அறிவித்து அந்தப் பிரச்சினையை அடிப்படையிலேயே தீர்த்துவைத்தார்.

1923 அக்டோபர் *29* அன்று முஸ்தஃபா கெமால் பல் வலியோடு தூக்கத்திலிருந்து எழும்பினார். கடுமையான சளியும் இருந்தது. அவரும் இஸ்மெட்டும் இரவு நீண்டநேரம் வேலை செய்திருந்தார்கள். இருப்பினும் படுக்கையிலிருந்து மெதுவாக வெளியே வந்து, உடைமாற்றி, சுதந்திரப் பதக்கத்தை குத்திக் கொண்டார். லதிஃபேவும் உடையணிந்து தயாராக இருந்தார்.

அது ஒரு தனிச் சிறிப்பு வாய்ந்த நாள். குடியரசு அறிவிக்கப்படப் போகும் நாள். வெஜிஹே அந்த வரலாற்று முக்கியத்துவமான நாளை நினைவுகூருகிறார்: "அவரும் லதிஃபேவும் பாராளுமன்றத்துக்கு ஒன்றாகச் சென்றார்கள். உடல் நலமின்றி இருந்தபோதும், குடியரசுத் தலைவராக நியமிக்கப்பட்ட பிறகு ஒரு சிறந்த சொற்பொழிவாற்றினார். எங்களுக் கெல்லாம் அவருடைய உடல் நிலை பற்றித் தெரிந்திருந்ததால், வீட்டிலிருந்த எல்லோரும் அவரைப் பற்றிக் கவலை கொண்டிருந்தார்கள்."

அந்த நாளன்று லதிஃபேவும், அவருடைய இரு தங்கைகளும் முஸ்தஃபா கெமாலோடு சென்றார்கள் என்ற உண்மையை வேறு ஆதாரங்கள் காணத் தவறிவிட்டன என்பது சோகம்தான்.

மூன்று படைப்பிரிவுத் தலைவர்கள் ஓரங்கட்டப்படுகிறார்கள்

குடியரசுப் பிரகடனம் முஸ்தஃபா கெமாலின் மூன்று தேசியப் போராட்ட சகாக்களை ஒதுக்கி வைத்திருந்தது. அவர்கள் அலி ஃபுவாட் (ஜெபசோய்), காஸிம் (கரபேகிர்), ராவுஃப் (ஓர் பெய்) ஆகியோர். அவர்கள் குடியரசை எதிர்த்ததாக முஸ்தஃபா கெமால் நம்பினார். அவருடைய புகழ்பெற்ற சொற்பொழிவில் தன் நம்பிக்கையைச் சற்று விரிவாகவே விளக்கினார்.

அங்காராவில் என்னுடன் பணியாற்றிய எல்லோரையும் மீண்டும் அழைப்பதற்கான தேவை இருப்பதாக நான் பார்க்கவில்லை. குடியரசைப் பிரகடனம் செய்வதற்கான முடிவை எடுப்பதற்கு முன்பு அவர்களுடன் கலந்தாய்வு செய்வதற்கான தேவையும் இல்லை. அடிப்படையிலும், இயல்பாகவும் அவர்கள் என்னுடைய பார்வையைப் பகிர்ந்து கொண்டிருந் தார்கள் என்பதில் எனக்கு எந்த சந்தேகமும் இல்லை. இருப்பினும் அந்நேரத்தில் அங்காராவில் இல்லாத சிலர் உண்டு. இந்த நிகழ்வில் அவர்களுக்கு எந்த அதிகாரமும் இல்லையென்றாலும், அவர்களைக் கலந்தாலோசிக்காமலும், அவர்களுடைய சம்மதத்தைப் பெறாமலும் குடியரசை அறிவித்ததற்காக நான் அவர்களை சிறுமைப்படுத்திவிட்டதாக உணர்ந்தார்கள்.

பீரங்கியைச் சுட்டு மரியாதை செலுத்தும் சத்தத்தைக் கேட்ட பிறகுதான் தேசியப் போராட்டத்தின் சில முக்கியமான தலைவர்கள் குடியரசுப் பிரகடனம் செய்யப்பட்டுவிட்டது என்பதை உணர்ந்தார்கள்.

அங்காராவில் 'அகட்'டுக்காகப் பணிபுரிந்த என்வெர் பெஹ்னான் ஷபொலியோ பாராளுமன்ற நிருபர் என்ற முறையில் அந்தப் பிரகடனத்தை நேரில் கண்டார். அன்றைய நிகழ்வுகளை அவர் எடுத்துரைக்கிறார்.

1923 அக்டோபர் 23 திங்கட்கிழமை காலை பிரகாசமான சூரிய ஒளி. மக்கள் வெள்ளம் பாராளுமன்றத்தை நோக்கிச் சென்றுகொண்டிருந்தது. மக்கள் ஸமன்பஸாரி, கரவோலன் போன்ற தூரத்து இடங்களிலிருந்தும் வந்துகொண்டிருந்தனர். குல்லாக்கள், தலைப்பாகைகள், தொப்பிகள் அணிந்த ஆண்களும் சில பெண்களும் கூட மக்கள் திரளில் இருந்தார்கள். அவர்கள் எல்லோரும் பாராளுமன்றத்துக்கு எதிரில் இருந்த தேசியப் பூங்காவில் கூடியிருந்தனர்.

மக்கள் தேசிய சட்டமன்றத்தின் முடிவை பரபரப்பான மனநிலையோடு எதிர்பார்த்துக்கொண்டிருந்தார்கள். பலர் அவர்களுக்கு அதற்குமுன் தெரிந்திராத பாராளுமன்ற உறுப்பினர்களை அணுகி வரப்போகும் செய்தி பற்றிய அறிகுறிகளைத் தெரிந்தகொள்ள முயற்சித்தார்கள். சூரியன் மறைந்தது. இருட்டு சூழ்ந்தது. இருந்தாலும் கூட்டத்தினர் கலைந்து செல்லவில்லை. நாங்கள் எல்லோரும் பொறுமையிழந்து காத்துக்கொண்டிருந்தோம். குறுகிய கதவு வழியாக ஒரு உறுப்பினர் வெளியே வந்தார். அங்கிருந்த பத்திரிகையாளர்கள் எல்லோரும் அவரைச் சூழ்ந்தனர். "எதிர்காலத்துக்கு மிகச் சிறந்த வரலாற்று முக்கியத்துவம் உள்ள முடிவுகள் இப்போது எடுக்கப்பட்டுக் கொண்டிருக்கின்றன!" என்று அவர் தெரிவித்தார். அவர் கசியவிட்ட செய்தி அவ்வளவுதான்.

அமர்வு தொடங்கியபோது 6.45 இருக்கும். வெளிச்சம் மங்கலாக இருந்தது. வலதுபுறம் பார்வையாளர் பகுதி, இடதுபுறம் பத்திரிகையாளர் அமர்விடம், நடுவில் பாராளுமன்ற உறுப்பினர்கள் பள்ளிக்கூட டெஸ்க்களில் அமர்ந்திருந்தனர் ஆட்டாடூர்க் அங்கில்லை. உறுப்பினர்கள் இருக்கைகளில் நெருக்கமாக அமர்ந்திருந்தார்கள். அந்த அமைதியான சூழலில் இஸ்மெட் இனன்யூ எழும்பி நின்று அரசியல் அமைப்புச் சட்டத்தின் முதல் வாசகத்துக்கு திருத்தத்தை அறிவித்தார்.

"அதிகாரம் எந்த நிபந்தனையின்றியும், முற்றிலாகவும் மக்களிடம் இருக்கிறது. துருக்கி நாட்டு அரசின் வடிவம் குடியரசு." அப்போது 8மணி 30நிமிடம். இந்தக் கணப்பொழுதில் துருக்கி நாட்டு அரசின் பெயர் குடியரசு.

முஸ்தஃபா கெமால் 158 வாக்குகளோடு துருக்கிக் குடியரசின் முதல் குடியரசுத் தலைவராகத் தேர்ந்தெடுக்கப்பட்டார். சட்டமன்றத்தின் 100 உறுப்பினர்கள் வாக்கெடுப்பில் கலந்து கொள்ளவில்லை.

முஸ்தஃபா கெமால் அந்தக் கூடத்தில் நுழைந்து ஆர்ப்பரிப்புக்கும் கரவொலிக்கும் இடையில் சொற்பொழிவு மேசைக்கு ஏறிச்சென்றார். மாலை 8.30 அளவில் தம்முடைய முதல் குடியரசுத்தலைவர் உரையை வழங்கினார். லதிஃபே தம்முடைய கணவனுக்குப் பாராட்டுத்

தெரிவித்தார். “நான் மிக மகிழ்ச்சியாக இருக்கிறேன். இது மக்களுக்கும் நாட்டுக்கும் நல்லது என்று நான் நம்புகிறேன்.” சிறிது நேரத்துக்குப் பின் “நீங்கள் இப்போது உங்களுடைய சகப் பணியாளர்களை சந்திக்க வேண்டும். ஏராளமான விருந்தினர்கள் இருக்கிறார்கள்,” என்று சொல்லி விட்டு அந்த இடத்தை விட்டுச் சென்றார். அவர் நாற்காலியில் தூங்கி விட்டார். அதிகாலை நேரத்தில் முஸ்தஃபா கெமால் தம் மனைவியை படுக்கையறையில் காணாததால் வாசிப்பறைக்குள் பார்த்தார். தம் கைகளில் அவரைத் தூக்கிச் சென்றுப் படுக்கவைத்தார். குளித்துவிட்டுத் தூங்காமலேயே பாராளுமன்றத்துக்கு மீண்டும் சென்றார்.

அக்டோபர் 30 அன்று சாங்கயாவில் ஒரு பெரிய கொண்டாட்ட விருந்து நடத்தப்பட்டது. இஸ்மெட் ஃபெவ்ஸி, காஸிம் ஆகியோர் தங்கள் மனைவியருடன் வந்திருந்தார்கள். விருந்து ஒரு குதூகலமான நிகழ்வாக இருந்தது. ருகியேவும் வெஜிஹேவும் விருந்து குறையின்றி நடப்பதற்காக இரவு முழுவதும் முன்னும் பின்னும் ஓடிக்கொண்டிருந் தார்கள். விருந்தோம்பிய லதிஃபே பளிச்சென்று இருந்தார்.

20

மணமகனுக்கு மாரடைப்பு

குடியாட்சிப் பிரகடனத்தைத் தொடர்ந்த நாட்களில் அங்காரா மிகவும் பதற்றமாக இருந்தது. நவம்பர் மாதம் இரண்டாவது வாரத்தில் முஸ்தஃபா கெமாலுக்குக் கடுமையான மாரடைப்பு ஏற்பட்டது. அதைத் தொடர்ந்து விரைவிலேயே மற்றொரு மாரடைப்பும் ஏற்பட்டது.

1923ஆம் ஆண்டுத் தொடக்கத்தில், கோடைகாலத்தில் லதிஃபேவும், முஸ்தஃபா கெமாலும் சாங்கயாவில் அவர்களுடைய பழைய வாழ்விடத்தை விரிவாக்க முடிவு செய்தார்கள். வீட்டு வேலை நடக்கும்போது அவர்கள் பழைய வீட்டை ஒட்டி இருந்த ஒரு சிறிய மூன்று அறை கொண்ட வீட்டுக்குக் குடிபெயர்ந்தார்கள்.

இலையுதிர் காலத்தில் அடைமழை பெய்ததால் அந்த உறுதியற்ற கட்டடத்தில் எல்லா இடங்களிலும் நீர் கசிந்தது. முஸ்தஃபா கெமாலை பார்க்கச் சென்ற ஹஸன் ரிஸா அறையில் எங்கும் வைக்கப்பட்டிருந்த கிண்ணங்களை நினைவுகூர்கிறார்.

இந்தச் சூழ்நிலைகளாலோ என்னமோ அந்த இலையுதிர் காலத்தில் லதிஃபே நோய்வாய்ப் பட்டார். எனவே குணமடைவதற்காக இஸ்தான்புல்லின் குடும்பத்தினரோடு தங்க வேண்டிய தாயிற்று. முஸ்தஃபா கெமாலுக்கு ஏற்பட்ட மாரடைப்பு பற்றிய தகவல் கிடைத்தது. எனவே தம்முடைய கணவனைக் கவனிப்பதற்காக உடனே திரும்பி வந்து, அவரைக் கனிவுடன் பராமரித்தார்.

"நான் மறுபக்கத்துக்குச் சென்றுவிட்டு மீண்டு வந்தேன்"

மாரடைப்பு ஏற்பட்டு இருபது நாட்களுக்குப் பிறகு முஸ்தஃபா கெமால் பணிக்குத் திரும்பினார். அலுவலகத்தில் அவரைப் பார்க்க வந்த அலி ஃபுவாட் பாஷா அவருடைய முகத்தில் நோயின் அறிகுறிகளைக் கண்டார்.

அவரது வழக்கமான இளஞ்சிவப்பு நிறம் வெளிறிப்போயிருந்தது. மூச்சு வாங்குவது போன்ற வேறு அறிகுறிகளும் தெரிந்தன. மொத்தத்தில் அவர் வலுவிழந்து காணப்பட்டார். ஒரு மாதத்துக்கு முன்பு நான் நல்ல உடல்நலத்துடன் விட்டுச் சென்ற தலைவரின் இந்த நிலைமை என் இதயத்தைத் துளைத்தது.

இபெக் சாலிஷ்லர்

முஸ்தஃபா கெமால் அலி ஃபுவாட்டைக் கன்னத்தில் முத்தமிட்டு ஒரு சாய்வுக் கட்டிலின் தன்னருகே உட்காரவைத்தார்.

“எனக்கு ஏற்பட்ட நோயால் நீங்கள் அடைந்த மனக்கவலை பற்றி என்னிடம் தெரிவித்துள்ளார்கள். உங்களுடைய கவலை உங்களுடைய முகத்தில் தெரிகிறது. நான் இப்போது முன்பைவிட நன்றாக இருக்கிறேன். முதலாவதாக நாம் காப்பி குடித்து, சிகரெட் புகைக்கலாம் . . .” என்று கூறிவிட்டு அழைப்பு மணியை அடித்தார். தொடர்ந்து,

“இப்போதிலிருந்து ஒருநாளுக்கு ஒரு சில சிகரெட்டுகள் மட்டுமே; அதுபோலவே காப்பியும். முடிந்தால் இவற்றையெல்லாம் விட்டுவிடப் போகிறேன். ஒரு சொட்டு மதுகூட கிடையாது. மருத்துவர்கள் தயாரித்த உணவுப் பட்டியலைக் கடைபிடிக்கிறேன். எப்படியாயினும், உணவுக் கட்டுப்பாடு விஷயத்தில் லதிஃபே எவ்வளவு கண்டிப்பாக இருக்கிறார் என்பது உங்களுக்குத் தெரியும். அவரை மதிக்கவில்லை என்றால் எனக்கு ஆபத்துதான். நான் ஒரு குழந்தையைப் போல கீழ்ப்படிகிறேன்.”

தொடக்கத்தில், முஸ்தஃபா கெமால் தமது உடல்நலத்தைக் கவனித்தார். லதிஃபேவின் ஆலோசனையைக் கடைபிடித்தார். தான் மரணத்தின் விளிம்பிலிருந்து மீண்டு வந்ததாக நம்பினார். அந்த நாளன்று நடந்த நிகழ்வுகளை இவ்வாறு விவரித்தார்:

“உத்தேசமாக இருபது நாட்களுக்கு முன்பு தோட்டத்தில் நடைபயிற்சிக்காகச் சென்றிருந்தேன். அதைச் சுற்றி நடந்துவிட்டு வந்து ஒரு கப் காப்பி குடித்தேன். திடீரென்று ஒரு சோர்வுற்ற உணர்வுக்கு உட்பட்டேன். வீட்டுக்குள் சென்று ஓய்வெடுப்பதற்காக திரும்பிப் போகவிருந்த நேரத்தில் நான் நினைவிழந்திருக்கவேண்டும். அதன்பின் என்ன நடந்தது என்பது எனக்குத் தெரியாது. நான் கண்களைத் திறந்தபோது படுக்கையில் இருப்பதைக் கண்டேன். நான் தளர்வுற்றிருந்தேன். என்னைச் சுற்றியிருந்தவர்களை அடையாளங்காண முடிந்தது. ஆனால் கதவுக்கருகில் நின்றவர்களை அடையாளங்காண முடியவில்லை. நான் யாரிடமும் எதையும் கேட்கவில்லை. எல்லாவற்றையும் நானாகவே அறிந்துகொள்ள விரும்பினேன். நான் முதலில் வாழ்க்கையின் மறுபக்கத்துக்குச் சென்றிருந்ததுபோலத் தோன்றியது. பின்னர் ஏதோ ஒரு வியத்தகு நிகழ்வால் இந்த வாழ்க்கைக்கு மீண்டும் வந்தேன். மரணத்துக்குப் பிந்தைய வாழ்க்கையைப் பார்க்கும் அளவுக்கு நீண்ட நேரம் மறுபக்கத்தில் தங்கியிருந்ததாக நம்பினேன். ஃபுவாட், என் சகோதரனே, நான் ஒரு கடுமையான ஆபத்திலிருந்து மீண்டுள்ளேன்.”

முஸ்தஃபா கெமாலின் உடல்நலம் கெட்டதால் லதிஃபே அடிக்கடி தலையிட்டார் என்பதை நெருங்கிய வட்டத்திலுள்ளவர்கள் கவனித்தார்கள். மாரடைப்பைத் தொடர்ந்த நாட்களில் நண்பர்களின் வருகையைக் கட்டுப்படுத்தினார். அதனால் அவர்களுடைய கோபத்துக்காளானார். அவர் முஸ்தஃபா கெமாலின் மது காப்பி, சிகரெட் ஆகியவற்றையும் கூட வரம்புக்குட்படுத்தினார்.

இருந்தாலும் முஸ்தஃபா கெமால் எப்போதும் இந்த விதிகளை மீறினார். அவர் ஒரு பணியாளரை நூறு சிகரெட்டுகள் இருந்த சில

பெட்டிகளை வாங்கி வரவைத்தார். அவற்றை தமது அலுவலகத்தில் மறைத்து வைத்தார்.

ஒருநாள் ஹஸன் ரிஸா அலுவலகத்தில் நுழைந்தபோது ஒரு பெட்டியை டெஸ்கின் மேல் பார்த்தார். முஸ்தஃபா கெமால் அதை அவசரமாக இழுப்பறைக்குள் வைத்துவிட்டு "என்னை பார்க்க வருபவர்களுக்குக் கொடுப்பதற்காக சிலவற்றை வாங்கினேன்" என்று சொன்னார்.

ஒரு சில நாட்கள் மட்டும் விலக்கி வைத்த பின்பு, அவர் குடித்த காப்பியின் அளவும் அதிகமாகியிருந்தது.

மருத்துவர்கள் எல்லோரும் அவர் ஓய்வெடுக்க வேண்டும் என்பதில் ஒருமித்த கருத்தோடு இருந்தனர். எங்கு ஓய்வெடுக்கலாம் என்பது பற்றி லதிஃபே அவர்களிடம் ஆலோசனை கேட்டார். "ஒரு கடற்கரை நகரம் நல்லது என்பது எங்களுடைய ஒருமித்த கருத்து" என்று நெஷட் ஓமர் பதிலளித்தார். இது உண்மையில் இஸ்மிருக்குப் போகவேண்டும் என்று பரிந்துரைத்தது போல இருந்தது.

இருவரும் தனித்து விடப்பட்ட பின்பு முஸ்தஃபா கெமால் தம் மனைவியிடம், "ஆகா! லதிஃபே எந்த சந்தேகத்துக்கும் இடமில்லாமல் நீ எல்லாவற்றையும் உன் கட்டுப்பாட்டில் வைத்திருக்கிறாய். நீ இவ்வளவு திறமைசாலி என்று நான் நினைக்கவே இல்லை" என்று சொன்னார். பயணத்துக்கான ஆயத்தங்கள் தொடர்ந்தன.

"கெமாலின் மனைவி துருக்கியை ஆட்சி செய்ய முடியும்"

முஸ்தஃபா கெமால் களைப்பால் அவதிப்பட்டார் என்ற தொனி உள்ள பத்திரிகைச் செய்தி வெளியிடப்பட்டது. ஆனால் வெளிநாட்டுப் பத்திரிகைகள் முஸ்தஃபா கெமால் செயல்பட முடியாமல் போனால் நடக்க சாத்தியமுள்ள நிகழ்வுகளைப் பற்றிய ஊகங்களை எழுதத் தொடங்கின.

அவர் மீண்டும் உடல்நலம் பெற்றதற்குப் பின் ஒரு சில நாட்களில் டிசம்பர் 23ஆம் நாள் வெளிவந்த *நியூயார்க் டைம்ஸ்* 'கெமாலின் விதவை துருக்கியை ஆட்சி செய்யலாம்' என்ற தலைப்பில் ஒரு விமர்சனத்தை வெளியிட்டது.

பிரெடெரிக் கன்லிஃப் ஓவன் எழுதிய இந்த விமரிசனம் தேசத் தலைவரின் நோயைத் தொடர்ந்து அங்காராவில் கேட்ட கிசுகிசு ஊர்வம்புகளைக் குறிப்பிட்டுள்ளது. காலிஃப் ஆட்சி மெக்காவுக்கோ அல்லது பம்பாய்க்கோ மாற்றப்படலாம் என்றும் குறிப்பாகத் தெரிவிக்கப் பட்டிருந்தது:

கெமால் பாஷா சில மாதங்களாக உடல் நலமின்றி இருந்து கொண்டிருக்கிறார். கடந்த வாரம் அங்காராவில் அவர் கடுமையாக நோய்வாய்ப்பட்டார். அவர் கவலைக்குரிய இதய நோயால் பாதிக்கப்பட்டிருக்கிறார். குடியரசும் அதன் அரசும் நிலைத்திருப்பது அவரைச் சார்ந்தே இருக்கிறது. அவர் இறக்க நேர்ந்தால் என்ன நடக்கும் என்பதை எவராலும் கூற முடியாது.

உள் நாட்டினரிடமும் வெளிநாட்டினரிடமும், அவருடைய வாரிசாகச் செயல்படும் அளவுக்குப் போதுமான நம்பிக்கையை ஏற்படுத்தும் அளவுக்கு

இதுவரை யாரும் கண்ணில் படவில்லை. லூசானில் கெமாலின் முழு அதிகாரமும் கொடுக்கப்பட்டிருந்த இஸ்மெட் பாஷா இருந்தது உண்மை. முன்னாள் வெளியுறவுத்துறை அமைச்சராகவும், பாரிஸிலும், லண்டனிலும் தூதராகவும் இருந்த ஃபெதி பெய், இரண்டு பால்கன் போர்களின் வெற்றிவீரரான ராவுஃப் பெய் ஆகியோரும் இருந்தனர் இவர்களில் எவருக்காவது நாட்டு சட்ட மன்றத்திலிருந்த பலவகைப்பட்ட பெரும்பான்மையினரோடு ஒத்துப்போகாத மனத்தினர்களை கட்டுப்படுத்தத் தெரியுமா என்பது சந்தேகமே. எதிரணியினரில் சிலர் குர்திஷ் மலைத்தொடர் பகுதியின் பிரதிநிதிகள். அவர்கள் இப்போதும் காட்டு மிராண்டித்தனத்தில் மூழ்கியிருப்பவர்கள். பன்னாட்டுக் கொள்கைகளைப் பரிசீலனை செய்வது பற்றி எதுவும் அவர்களுக்குத் தெரியாது. சமய நம்பிக்கை இல்லாதவர்களோடு நட்பு வைத்துக்கொள்வதன் தேவை பற்றிய கருத்தே அவர்களுக்குக் கிடையாது.

இருப்பினும், அதற்கான நேரம் வரும்போது முஸ்தஃபா கெமாலின் மனைவிதான் அவருக்குப் பதிலாக நாட்டை ஆட்சி செய்வார் என்று நம்புபவர்கள் பலர் இருக்கிறார்கள். லதிஃபே அறிவுக் கூர்மையும் முற்போக்கு சிந்தனையும் செல்வச் செழிப்பும் உடையவர். அவர் முழுமையாக வெளிநாட்டில் வளர்க்கப்பட்டவர். துருக்கி பெண்கள் உரிமை இயக்கத்தின் ஆன்மாவாகவும் ஊக்கமாகவும் இருப்பது அவர்தான்.

ஷீபாவின் அரசியும் ஜப்பானியப் பேரரசி ஹருகோவும் அரை நூற்றாண்டு போல தங்களுடைய நாட்டை வெற்றிகரமாக ஆண்டார்கள். தம்முடைய கணவனுக்கு மரணம் ஏற்பட்டாலோ அல்லது இயலாமலாகி விட்டாலோ அவருடைய பதவியில் லதிஃபே அமர்வது கீழை நாடுகளில் புதுமையான ஒன்று அல்ல. கெமால் பாஷாவின் மனைவி ஒரு எதேச்சதிகாரியாகவோ அல்லது துருக்கிக் குடியரசின் குடியரசுத் தலைவராகவோ ஆனாலும், அவரைக் காலிஃபின் பதவியில் நினைத்துப் பார்ப்பது இயலாது. அந்தப் பதவியில் ஒரு பெண் இருப்பது குரானின் மிகப் புனிதமான சில சட்டங்களை அவதிப்பதாகும்.

அமெரிக்கர்களுக்கு உண்மையான மனக்கவலையை ஏற்படுத்தியது காலிஃப் ஆட்சிதான். முடியாட்சி ஒழிக்கப்பட்டு விட்டது. ஆனால் உச்ச சமய நிறுவனம் நீடித்திருந்தது. மேலை நாட்டினர் துருக்கியின் ஆட்சியாளர் காலிஃப்பின் பொறுப்புகளையும் எடுத்துக்கொள்வார் என்று நம்பினர். நாட்டை ஆள்வதற்கு லதிஃபேவுக்கு எவ்வளவு திறமை இருக்கிறது என்பதைக் கண்டாலும், அவருக்கு ஒரு சமயப் பதவிக்கான தகுதி இருக்கிறதா என்பதில் அவர்களுக்குத் தயக்கம் இருந்தது.

லதிஃபேவுக்கு பன்னாட்டுக் களத்தில் போதுமான அரசியல் மரியாதை உள்ளதா என்ற முடிவை இந்த விஷயத்திலிருந்து எடுத்துக் கொள்வது மிகைப்படுத்தப்பட்ட ஒரு செயலா என்பது எனக்குத் தெரியாது. அவருடைய பெயர் முன்னணி அரசியல் மேதைகளின் பெயர்களோடு குறிப்பிடப்பட்டதும் ஒப்பீட்டளவில் அவர் வலுவான நிலையில் இருப்பதாகக் காணப்பட்டதும் அந்நேரத்தில் அவருடைய அரசியல் அந்தஸ்தை சுட்டிக்காட்டுவன என்பது நிச்சயம்.

21

லதிஃபே தமது உடலைக் கேடயமாக்கி கணவனைக் காப்பாற்றுகிறார்

பனி பொழிந்துகொண்டிருந்த திங்கட்கிழமை மாலை ஒன்றில் லதிஃபேவும் முஸ்தஃபா கெமாலும் இஸ்மிருக்குப் புறப்பட்டார்கள். அவர்கள் சந்தித்து திருமணம் செய்து கொண்ட நகரில் அவர்களுடைய முதல் குறுகியகால விடுமுறை லூசான் ஒப்பந்தம் கையெழுத்திடப்பட்ட பிறகு ஜுலை 27 அன்று தொடங்கி யிருந்தது. இம்முறை அது நோயுற்ற தலைவர் உடல்நலம் தேறுவதற் கான பயணம்.

பயணக்குழுவில் டாக்டர் நெஷெட் ஓமர் கெமாலெட்டின், இஸ்ஸெட்டின் பாஷாஸ், நான்காவது மற்றும் முதலாவது படைப் பிரிவுகளின் தலைவர்கள் ஆகியோர் இருந்தனர். உணவுவேளை யில் முஸ்தஃபா கெமால் தானும் லதிஃபேவும் சந்தித்து திருமணம் செய்துகொண்ட கதையைக் கூறிக் குதூகலமடைந்தார். நள்ளிரவுக்கு அண்மையில் எல்லோரும் தங்கள் ரயில் பெட்டிகளுக்குத் தூங்கு வதற்காகச் சென்றார்கள். படைத்தலைவர்களில் ஒருவர் எஸ்கி ஷெஹிரிலும், அடுத்தவர் அஃபியோனிலும் பிரிந்து சென்றார் கள். புகைவண்டி தும்லுபினார் சென்றடைவதற்குள் வானிலை மோசமாகியிருந்தது. அந்த வானிலையில் வழியிலிருந்த ஒரு பாலம் ஆபத்தானதாக இருந்ததால் புகைவண்டி கியூனெய்காய் நிலையத் தில் நின்றது. அடுத்தநாள் காலையில் பயணத்தைத் தொடர்வதற்கு முன்பு ரயில் இருபகுதிகளாகப் பிரிக்கப்பட்டது.

ஜனவரி 2, 4.30 மணிக்கு இஸ்மிரிலுள்ள பஸ்மானே ரயில் நிலையத்தில் அவர்கள் வந்துசேர்ந்தார்கள். அதிகாரபூர்வ வரவேற்பு நிகழ்ச்சியைத் தேவையில்லையென்று அவர்கள் ரத்து செய்திருந்தனர். எனவே ஒரு படைப்பிரிவினரால் மட்டும் சந்திக்கப்பட்டனர். லதிஃபேவின் குடும்ப வீட்டுக்குச் செல்வதற்குப் பதிலாக பூஜாவி லிருந்த ஒரு வீட்டுக்குப் போவதுதான் அவர்களுடைய திட்டம்.

முவாம்மெரும் அடெவியேவும் ஊரில் இல்லாமலிருந்திருக்க லாம். எனவே பிரிட்டிஷ் துணைத் தூதரக அதிகாரியான

ஃபோர்ப்ஸின் முந்தைய வீடு ஆயத்தம் செய்யப்பட்டது. அந்த அழகான ஆங்கிலேய மாளிகை 1908இல் கட்டப்பட்டது. அது ஒரு சிறு குன்றின் மேல் நன்கு பராமரிக்கப்பட்ட தோட்டத்தின் நடுவில் இருந்தது. எல்லா வீட்டுப் பயன்பாட்டுப் பொருட்களும் இருந்த அந்த மாளிகையில் பல வரவேற்பறைகள் இருந்தன. படுக்கையறைகளில் இணைக்கப்பட்ட குளியலறைகள் இருந்தன. முழு வீடும் கணப்படுப்புகளால் வெப்ப மூட்டப்பட்டன. இருப்பினும், அந்தப் பயணம் ஆறு வாரங்களாக திட்டத்தில் இருந்தாலும் விருந்தினர்களுக்கு எந்த ஆயத்தமும் செய்யப் படவில்லை. அன்று இரவு முஸ்தஃபா கெமால் தூங்கவே இல்லை. அடுத்த நாள் அதிகாலையில் அவர் ஸாலிஹ்ஹும், அலுவலகப் பணியாள் அதிகாரி டெவ்ஃபிக்கும் தங்கியிருந்த அறைக்குள் சென்றார். அவர்கள் இருவரும் படுக்கையில் இருந்தார்கள்.

“மேதகு பாஷா அவர்கள் இரவு அங்கியில் இருந்தார். நாங்கள் இரவு எப்படி இருந்தோம் என்று கேட்டுவிட்டு அவர், “நான் தூங்கவே இல்லை. இங்கே தங்கியிருப்பதில் எந்த பயனும் இல்லை. உடனே எழும்பித் தயாராகுங்கள். நாம் இந்த இடத்தைவிட்டுப் போக வேண்டும்” என்றார்” என்று ஸாலிஹ் கூறுகிறார்.

கார்கள் வந்து சேருவதற்குள் அவர்கள் தயாராக இருந்தார்கள். கோஸ்டெபேயிலிருந்த வீட்டைப் பார்வையிட்டு அதை ஆயத்தம் செய்வதற்காக ஸாலிஹ், நெஷெட் ஓமர், லதிஃபே ஆகியோர் முதலில் சென்றார்கள். நல்லவேளையாக அந்தவீடு எப்போதும் போல நேர்த்தி யாக இருந்தது. லதிஃபே அடுப்புகளில் நெருப்பூட்ட வைத்தார். சமையல் காரரிடம் உணவு தயாரிக்கச் சொன்னார். வீட்டின் ஆண்களுக்கு மட்டுமேயான பகுதி[1] விருந்தினர்களுக்கு ஒதுக்கீடு செய்யப்பட்டது. முஸ்தஃபா கெமால் வந்தவுடன் உணவு பரிமாறப்பட்டது. அதன்பின் எல்லோரும் ஓய்வெடுக்கச் சென்றார்கள். இரவு உணவுக்காக வீட்டின் அந்தப்புரத்தில்[2] எல்லோரும் ஒன்றுகூடினார்கள். போர்ப்ஸ் மாளிகை யில் பட்ட அவதிக்குப் பின் கோஸ்டெபேயில் எங்களுக்கான வசதிகள் குறையின்றி இருந்தன.

அந்த மாளிகையைப் போதுமான அளவுக்கு ஆயத்தம் செய்யாத இஸ்மிர் ஆளுநர் அஸிஸ் பெய் அவமானப்படுத்தப்பட்டு பதவி விலக வைக்கப்பட்டார். அவருடைய இடத்தில் அங்காரா ஆளுநர் முரட்பெய் நியமிக்கப்பட்டார்.

முஸ்தஃபா கெமாலின் கோபத்தைத் தூண்டியது ஆயத்தங்களில் இருந்த கவனக்குறைவு மட்டுந்தானா?

லதிஃபே தாக்குதலில் காயமடைகிறார்

மிகுந்த மகிழ்ச்சியோடு சென்றிருந்த இஸ்மிரில் லதிஃபேவும் முஸ்தஃபா கெமாலும் மரணத்தின் விளிம்புக்கு வந்தார்கள். அந்தக் கொலை முயற்சி, விசித்திரமாக, அதிகாரபூர்வ ஆவணங்களிலும், வாழ்க்கை வரலாறுகளிலும் காணப்படவில்லை.

இருப்பினும், பன்னாட்டுப் பத்திரிகைகள், "கையெறி குண்டால் துருக்கிக் குடியரசுத் தலைவர் மீது கொலை முயற்சி" என்ற செய்தியை ஜனவரி 7, 8 ஆகிய நாட்களில் பரவலாக வெளியிட்டன. 7ஆம் தேதி யன்று வெளிவந்த முதல் தகவல் *டொரேன்டோ டெய்லி ஸ்டாரின்* மூன்றாவது பக்கத்தில் "முஸ்தஃபா கெமாலைத் தவறிய குண்டு அவருடைய மனைவியைக் காயப்படுத்தியது" என்ற தலைப்பில் வெளிவந்தது. 18 மாதங்களுக்குப் பிறகு அதே செய்தித்தாள் லதிஃபே உண்மையில் தாக்குதல் நடத்தியவனின் கவனத்தைத் திசை திருப்பிக் கணவரின் உயிரைக் காப்பாற்றினார் (*டொரேன்டோ டெய்லி ஸ்டார்*, 18 ஆகஸ்ட் 1925) என்று தெரிவித்தது.

ஜனவரி 18 அன்று வெளிவந்த *நியூயார்க் டைம்ஸ்* செய்தித்தாளின் முதல் பக்கச் செய்தியின்படி:

எலியூதெரான் பெமாவில் வெளியிடப்பட்ட அதன் மைற்றிலின் நிருபரின் தந்தியின்படி முஸ்தஃபா கெமால் பாஷாவை இஸ்மிரில் கொலை செய்வதற் கான முயற்சி ஒன்று நடந்திருக்கிறது.

(..) துருக்கி குடியரசுத்தலைவர் காயமின்றித் தப்பினார். ஆனால் அவருடைய மனைவி லதிஃபே ஹனிம் குண்டுவெடிப்பில் காயமடைந்தார் என்று கூறப்படுகிறது.

இது பற்றிய மிக விரிவான அறிக்கை 1924 ஜனவரி 8 அன்று *சிகாகோ டெய்லி டிரிபியூனில்* வெளிவந்தது. "குண்டு கெமாலைத் தாக்கியதாக புதிய தகவல் கூறுகிறது" என்று தலைப்புச் செய்தி அறிவித்தது. இந்த அறிவிப்பு ஒரு பாரிஸ் வானொலி சேவையின் அறிக்கையின் அடிப்படையில் வெளியிடப்பட்டது. தாக்குதல் நடத்தியவன் முஸ்தஃபா கெமாலின் வீட்டுக்கு வந்து அவரைப் பார்க்க வேண்டும் என்று கேட்டதாக அந்தப் பத்திரிகை கூறியது. திருமதி கெமால் முதலில் அவனை வரவேற்று கணவனை அழைத்தார். குடியரசுத் தலைவர் அங்கு வந்தபோது அவன் குண்டை அவர்மீது எறிந்தான். முஸ்தஃபா கெமால் லதிஃபே இருவரும் காயமடைந்ததாக அந்தச் செய்தி அறிக்கை வலியுறுத்திக் கூறியது.

"பெரும் வரதட்சணை கொண்டுவந்த மனைவியை துருக்கி குடியரசுத்தவைர் மணவிலக்கு செய்கிறார்" என்ற தலைப்பில் அவர் களுடைய மணவிலக்குக்குப் பின் சில நாட்களில் 1925 ஆகஸ்ட் 14 அன்று *வாஷிங்டன் போஸ்ட்* ஒரு கட்டுரை வெளியிட்டது. "குடியரசுத் தலைவர்மீது கொலை முயற்சி நடத்தியதாகக் குற்றம் சாட்டப்பட்ட கிரீட்டைச், சேர்ந்த ஒருவன் சிறையில் இருப்பது தெரியவந்துள்ளது" என்று அக்கட்டுரை கூறியது.

குடியரசுத்தலைவர் மீது நடந்த கொலைமுயற்சி துருக்கிப் பத்திரிகை களில் வெளிவரவில்லை. இருப்பினும் இந்த முயற்சி ஃபோர்ப்ஸ் மாளிகை யில் நடந்தது என்பதை லதிஃபேவின் பேரன் மொஹமெட் ஸாதிக் ஒகே உறுதி செய்கிறார். தாக்குதல் நடத்தியவனுக்கும் முஸ்தஃபா கெமாலுக்கும் இடையில் குதித்து லதிஃபே அவனுடைய குறியைத்

தவற வைத்தார் என்றும் அதில் லதிஃபேவின் கையில் காயம் ஏற்பட்டது என்றும் அவர் தெரிவிக்கிறார்.

லதிஃபே தம்முடைய நண்பரான கலிபேவுக்கு எழுதிய கடிதம் நுட்பமாக உள்ளது.

7 ஜனவரி 1340 (1924 AD)

இஸ்மிர், கோஸ்டெபே

என்னுடைய சிறப்பான தோழி, அன்பு மிக்க, அரிய கலிபே, நான் இஸ்மிர் வந்ததிலிருந்தே என்னுடைய மனதில் நீ எப்போதும் இருந்து கொண்டிருக்கிறாய். இருந்தாலும் சில மிக வெறுப்பூட்டும் நிகழ்வுகள் உனக்கு முன்பே கடிதம் எழுத முடியாமல் செய்துவிட்டன. நாங்கள் எதிர்பார்த்ததுபோல ஃபோர்ப்ஸ் மாளிகை ஆயத்தம் செய்யப்படவில்லை. உள்ளேயும் வெளியேயும் இந்தக் கட்டிடம் நன்றாகவே உள்ளது. ஆனால் பயன்பாட்டுப் பொருட்கள் எதுவும் இல்லை. அதில் எந்த வசதியும் இல்லை. அது முன்பை விட உடல்நலத்தை அதிகமாகக் கெடவைத்திருக்கும். ஒரு இரவு முழுவதும் தூக்கமில்லாமல் கழித்தோம். அடுத்த நாள் அதிகாலையில் கோஸ்டெபேவுக்குச் சென்றோம். இன்றுவரை அதை ஒழுங்குபடுத்துவதில் ஈடுபட்டிருந்தேன். புதிய வரவேற்பறைகளை அமைத்திருக்கிறேன். முழுவீடும் வசதியான முறையில் அமைக்கப்பட்டுள்ளது. இப்போது நிம்மதியாக இளைப்பாறுகிறோம். வானிலை நன்றாக இருக்கிறது. சுற்றிலும் பார்வை எட்டும் தூரம் வரை பசுமையும் கடலும்; இவை எல்லாவற்றையும் ரசிக்க முடியும் என்று நம்புகிறேன். இங்கு வந்து சேர்ந்த நாளன்று பாஷா கோபமாக இருந்தார். ஆனால் இப்போது அமைதியாகவும் மனநிறைவுடனும் இருக்கிறார். நான் களைப்படைந் திருப்பதால் உண்மையாகவே ஓய்வு தேவைப்படுகிறது. வெஜிஹேவும் ருகியேவும் சில நாட்களில் வர இருக்கிறார்கள். வீட்டுப் பணிகளை அவர்களிடம் ஒப்படைத்துவிட்டு, நோயைக் குணப்படுத்துவதற்காக சிகிச்சையெடுக்க வேண்டும்.

நீ எப்படி இருக்கிறாய்? உஸ்மான் முன்பைவிட நன்றாக இருக்கிறாரா? உங்கள் எல்லோரையும் பற்றி நான் எவ்வளவு நினைக்கிறேன் என்பதை நீ அறிந்தால் எவ்வளவு நன்றாக இருக்கும்! ஒரு நாளில் பலமுறை, ஒவ்வொரு நாளும். எப்படியாயினும் அன்பான கலிபே பற்றியும் அங்காரா பற்றியும் எங்களுக்குச் செய்தி கிடைத்துக் கொண்டுதான் இருக்கிறது. நீ எங்களைப் பற்றி யோசிப்பதுண்டா என்று நினைத்துப் பார்க்கிறேன், அல்லது ஒரு புத்தகத்தில் ஆழத்தில் மூழ்கி எங்களையெல்லாம் முழுமையாக மறந்துவிட்டாயா? அப்படியொன்றும், நான் நினைக்கவில்லை...

இன்று இரவு கெமால் ஒரு விருந்தளித்தார். நாங்கள் எல்லோரும் அதற்கான உடை அணிந்தோம். எல்லோரும் வரவேற்பறையில் இருக்கிறார்கள். இந்தச் சில வரிகளை எழுதும் நேரத்தில் நான் இசையைக் கேட்டுக் கொண்டிருக்கிறேன்.

நீ விரும்பிய ஷூக்களுக்கான ஆணை கொடுத்துவிட்டேன். வேறு சிலவற்றின் புகைப்படங்களை உனக்கு அனுப்புகிறேன். எந்த வடிவமைப்பு உனக்குப்

பிடிக்கிறது என்பதை எனக்குத் தெரிவி. உனக்கு அவற்றை செய்யச் சொல்லி வாங்கித் தருவேன்; என்னால் முடிவு செய்ய முடியவில்லை.

கடிதம் 'என் அரிய சகோதரி' என்று முடிவடைகிறது. லதிஃபே காஸி முஸ்தஃபா கெமால் என்று கையெழுத்திடப்பட்டுள்ளது. அண்மை நிகழ்வுகளால் ஏற்பட்ட பதற்றம் தணிந்த பிறகு தம்பதியினர் தங்களுடைய விடுமுறையைத் தொடர்ந்தார்கள் என்று தோன்றுகிறது. கலிபே விரும்பிய ஷூக்களைக் கவனிக்கும் அளவுக்கு வாழ்க்கை மீண்டும் இயல்பு நிலைக்குத் திரும்பியிருந்தது.

அவர் ஒரு பாதுஷாவா அல்லது காலிஃபா?
இதோ, இதைப் படியுங்கள்

முஸ்தஃபா கெமால் தமது உடல் நலத்தைக் கவனித்துக்கொண்டார். மது அருந்துவதைத் தவிர்த்தார். லதிஃபே அவருக்கு உணவுக் கட்டுப்பாடு செய்தார். அவர்கள் ஒன்றாக குதிரை சவாரி சென்றார்கள்; வாசித்தார்கள், ஆழ்ந்து படித்தார்கள்; அது உண்மை யாகவே வரவேற்கத்தக்க ஓய்வுதான்.

லதிஃபே கெமாலை காலை உணவு சாப்பிட வைத்தார்; ஒரு கப் காப்பி மட்டும் குடித்துவிட்டு மேசையைவிட்டுப் போக அவர் அனுமதிக்கப் படுவதில்லை. விரைவில் பிரோஷ்கி மாவுப் பண்டங்களின் சுவை அவருக்குப் பிடித்துவிட்டது.

ஒருநாள் பிற்பகல் தேநீர் அருந்திக்கொண்டிருந்தபோது இஸ்மெட்டிட மிருந்து ஒரு தந்தி வந்தது. இஸ்தான்புல் செல்லும் அமைச்சர்கள் மரியாதைக்காகத் தம்மைப் பார்ப்பதில்லை என்று காலிஃப் புகார் கூறியிருந்தார். காலிஃப் அலுவலகத்துக்காக நிதி ஒதுக்கீடும் அவர் கேட்டிருந்தார்.

இந்தக் கோரிக்கையால் எரிச்சலடைந்த முஸ்தஃபா கெமால் முணு முணுத்தார். "அவர் பாதுஷாவா அல்லது காலிஃபா?" லதிஃபே ஆர்வத் துடன் இருந்தார். முஸ்தஃபா கெமால் தகவலை லதிஃபேவிடம் கொடுத்தார்.

"இதை வாசித்துப் பார்!" அவர் தொடக்கத்திலிருந்தே அதிகாரபூர்வத் தகவல் பரிமாற்றங்களை தன் மனைவியுடன் பகிர்ந்துகொண்டார். செய்தியை வாசித்துவிட்டு லதிஃபே, "இதில் ஆச்சரியம் எதுவும் இல்லை. சில நாட்களுக்கு முன்தான் இஸ்தான்புல்லிலிருந்து திரும்பிவந்த நண்பர் ஒருவர் அரசவை உடைமைகள் எவ்வாறு இரகசியமாக விற்கப்படு கின்றன என்பது பற்றி என்னிடம் சொன்னார். நீங்கள் முடியாட்சியை ஒழித்து குடியாட்சியை அறிவித்தீர்கள். ஆனால் அந்த அரசகுடும்பத்தினர் பழைய அரண்மனைகளில் காலிஃப்களாக வாழ அனுமதித்திருக்கிறீர்கள். இப்போது என்னிடம் நாட்டு விஷயங்களில் தலையிடாமல் இருக்குமாறு சொல்லக்கூடாது. பிரான்சைப் பாருங்கள் முடியாட்சி ஒழிக்கப்பட்டு நூறு ஆண்டுகளுக்கும் மேலாகிவிட்டது. இன்றுவரை நாடுகடத்தப்பட்ட அரச பரம்பரையின் எந்த உறுப்பினரும் அனுமதிக்கப்படவில்லை. காலிஃப் ஆட்சி குடியாட்சிக்கு ஒரு அச்சுறுத்தல் என்பதை ஒத்துக் கொள்ள மாட்டீர்களா?"

"ஆகா, பிரம்மாதம் லதிஃப், நீ சிக்கலைத் தீர்த்துவிட்டாய். நீ சொல்வது சரி. பேனாவும் பேப்பரும் எடுத்து வா அமைச்சரவைக்கு ஒரு கடிதம் எழுதுவோம்."

காலிஃப் ஆட்சி என்ற நிறுவனத்தைக் கடுமையாகக் கண்டிக்கும் கடிதம் ஒன்றை அவர் சொல்ல லதிஃபே எழுதினார். ஒரு மாதத்துக்கு முன்பு *நியூயார்க் டைம்ஸில்* வெளிவந்த செய்தி ஒன்றை லதிஃபே நினைவுக்குக் கொண்டுவந்தார். அது முஸ்தஃபா கெமாலுக்கு ஏதாவது காரணத்தால் இயலாமல் போனால் லதிஃபேவே அரசைத் தமது கட்டுப்பாட்டுக்குள் கொண்டு வருவாரா என்பது பற்றிய ஊகம்.

எனவே காலிஃப் ஆட்சி ஒழிக்கப்பட்டால் மேற்கத்திய நாடுகள் எவ்வாறு எதிர்வினை செய்யும்?

முஸ்தஃபா கெமால் ட்ராம் ஓட்டுகிறார்.

குதிரை இழுத்த ட்ராம் பற்றிய நன்கறியப்பட்ட நிகழ்வு இந்த விடுமுறையின் போது நடந்ததுதான். ஒருநாள் இரவு தூக்கம் வராத முஸ்தஃபா கெமால் ஒரு குதிரை ட்ராமில் பயணம் செய்வதற்கான விருப்பத்தைத் தெரிவித்தார் என்று லதிஃபே கூறுகிறார். "நகரமே தூங்குகிறது" என்பதை லதிஃபே சுட்டிக் காட்டினார். அந்நேரத்தில் ஒரு ட்ராமைப் பிடிப்பது நிச்சயமாக முடியாது என்று சொல்லி அவரை ஓய்வெடுக்குமாறு கெஞ்சிக் கேட்டுக்கொண்டார்.

"நேரம் கடந்துவிட்டது என்று நீ சொல்கிறாய்; நேரம் கடந்து விட்டது என்பது எனக்குத் தெரியும். அதனால்தான் இந்த வாய்ப்பை ஒரு ட்ராமில் பயணம் செய்யப் பயன்படுத்த விரும்புகிறேன்."

நான் அவருடைய உதவியாளர்களை எழுப்பினேன். அவர்கள் தொலை பேசியில் சிலரோடு பேசினார்கள். மூன்று மணி அளவில் ஒரு ட்ராம் தயாராக்கப்பட்டது. முஸ்தஃபா கெமால் தம்முடைய உதவியாளர்களையும் கூட அழைத்தார். நாங்கள் எல்லோரும் ட்ராம் இருந்த இடத்துக்குச் சென்று அதில் ஏறினோம்.

அதை ஓட்டுபவர் ஒரு வயதான மனிதர். அவர் குதிரைகளைத் தொடர்ந்து சாட்டையால் அடித்துக்கொண்டிருந்தார்.

"நீ எப்போதும் சாட்டையோடுதான் ஓட்டுவாயா?" என்று முஸ்தஃபா கெமால் கேட்டார்.

"ஆம், பாஷம், சாட்டையில்லாமல் எப்படி ஓட்டமுடியும்?"

"ஏன் முடியாது?"

"அவ்வாறு ஓட்டுவதை நாங்கள் பார்த்ததில்லை."

"நீ இடம் மாறு, நான் காட்டுகிறேன்."

முஸ்தஃபா கெமால் ஓட்டுநரோடு இருக்கையை மாற்றிக் கொண்டார். கடிவாளத்தைக் கையில் எடுத்துக்கொண்டு காற்றில் சாட்டையை விளாசினார். "வேகமாக, வேகமாக" என்று குதிரைகளிடம் கத்திக்கொண்டே ட்ராமை

ஓட்டத் தொடங்கினார். அவர் கடிவாளத்தைத் தொடர்ந்து அசைத்துக் கொண்டிருந்தார். "என்னால் அவற்றை ஓட்ட முடிகிறதா?" என்று ஓட்டுநரிடம் கேட்டார்.

"என்னைவிட மிக நன்றாக, பாஷம்!"

"நானும் உன்னைப் போல ஒரு ஓட்டுநர்தான். நூறாயிரக்கணக்கான மனிதர்களை நான் ஓட்டியிருக்கிறேன். நான் அவர்களை மரணத்தை நோக்கி ஓட்டியிருக்கிறேன். ஆனால் நான் ஒருபோதும் சாட்டையைப் பயன்படுத்தியதில்லை. அது இல்லாமலே நான் ஓட்டுகிறேன்."

"நான் நடத்துநராகிறேன், பாஷம்" நான் இடையில் புகுந்தேன். அவர் என்னை நோக்கித் திரும்பினார். கையைத் தூக்கி, உள்ளங்கையைக் காற்றில் சுற்றி அதை சட்டைப்பைக்குள் போடுவது போலப் பாசாங்கு செய்துவிட்டு, "எங்களுக்கு பயணச்சீட்டு கொடு, பணத்தை உன்னுடைய சட்டைப் பையில் போட்டுக்கொள்ளாதே!" என்று சொன்னார். எனக்கு இதன் பொருளை அறிந்துகொள்ள ஆர்வமாக இருந்தது. அவர் இவ்வாறு சொன்னதற்கு ஒரு காரணம் இருந்திருக்க வேண்டும். எனக்கு உடனே தெரிந்துகொள்ள வேண்டும் போல இருந்தது. ஆனால் கேட்பதற்குத் துணிச்சல் இல்லை. சில நாட்களுக்குப் பிறகு அவர் என்னை பொருள் பொதிந்த முறையில் பார்த்தார். "அன்று இரவு நான் சொன்னதைப் பற்றித் தெரிந்துகொள்ள நீ இன்னும் ஆர்வமாய் இருக்கிறாய் என்பது எனக்குத் தெரியும். அந்த பைத்தியக்காரத்தனம் எல்லாம் எதற்காக என்று தெரிந்துகொள்ள வேண்டுமா?"

"நான் அதைப் பைத்தியக்காரத்தனம் என்று சொல்லமாட்டேன்."

"அது கிறுக்குத்தனம் போலத் தோன்றியது; ஆனால் என்னை நம்பு, நான் வேறு எதையும் செய்வதற்கான வாய்ப்பு இருக்கவில்லை. அன்று இரவு நம்மோடு வந்தவர்களில் ஒருவர், ஒருவிதத்தில் சாட்டையோடு ஓட்டிக்கொண்டிருக்கிறார். இதை நான் மிகுந்த ஏமாற்றத்தோடு கண்டறிந்தேன். இருந்தாலும் அதுவரை அவர் எனக்கும் நாட்டுக்கும் சிறப்பாகச் சேவை செய்திருந்தார். சுய லாபத்தைத் தேடிக்கொண்டிருந்த மற்றொருவர் தான் "சட்டைப் பையில் பணத்தைப் போடாதே" ஏளனத்தின் இலக்கு. அவரைப் பலியிடுவது கவலைக்குரியதாக இருந்திருக்கும். அதாவது என்னுடன் இருப்பவர்களில் ஒருவர் மிக மோசமாக நடந்துகொண்டார் என்ற செய்தி வெளியே பரவினால் பயங்கரமாக இருந்திருக்கும். இருந்தாலும் அவருக்கு ஒரு பாடம் தேவைப்பட்டது. நான் அவரிடம் நேருக்கு நேராக இதுபற்றிப் பேசியிருக்க முடியாது. அப்படிச் செய்திருந்தாலும் முதலில் அவரைப் பதவி நீக்கம் செய்ய வேண்டியிருந்திருக்கும். ஆனால், மீண்டும், அதற்கான காரணம் பொது மக்களுக்குத் தெரியவரும். எனக்குத் தெரியும் என்பதை அவர் புரிந்தகொள்ள வேண்டும் என்று விரும்பினேன். அதுதான் அவருக்கான பாடம்!"

லதிஃபேவின் பேரன் முவாம்மெர் எர்பாய் அந்த விசித்திரமான இரவில் நடந்த நிகழ்வை உறுதி செய்கிறார். அது இப்போது குடும்பப் புராணமாகி ஆகிவிட்டது.

குதிரை ட்ராம்கள் கோஸ்டெபே மாளிகை அருகில் சென்ற மிதட் பாஷா சாலையில் ஓடிக்கொண்டிருந்தன. முஸ்தஃபா கெமால் ஓட்டுநரின் இடத்தில் அமர்ந்து ஜெஹுவைப்போல[3] ஓட்டினார். லதிஃபேவும் அவரும் ஒன்றாக அமர்ந்திருந்தனர். கடிவாளத்தைக்கூட அவரிடம் கொடுத்திருப்பார், யாருக்குத் தெரியும்?

அந்த நெருக்கமான ஊழல் தோழரின் பெயர் இரகசியமாகவே இருந்தது.

மெவ்ஹிபேவை சென்று பார்த்தல்

இஸ்மெட் பாஷாவும் அவரது மனைவி மெவ்ஹிபேவும், இஸ்மெட்டின் பிறந்த நகரும், குழந்தைப் பருவ நகருமான இஸ்மிருக்கு 1922 இலையுதிர் காலத்தில் வந்தார்கள்.

அவர்கள் கோஸ்டெபேயிலிருந்த ஒரு பெரிய வீட்டில் குடியிருந்தார்கள். அந்த வீடு முன்பு ஒரு ஆர்மீனியருக்குச் சொந்தமானது. அது நல்ல நிலையில் இருந்த மூன்று மாடிக் கடற்கரை மாளிகை. வரவேற்பறையில் கருமையான மஹாகனி மரத்தால் செய்யப்பட்ட சிறந்த பிரெஞ்சு அறை கலன்கள் இருந்தன. அதற்கும் அப்பால் இருந்த உணவு அறை, கடலை நோக்கி இருந்தது. இரண்டு அறைகளிலும் நெருப்பு மூட்டும் இடம் இருந்தது.

ஒரு கடுமையான குளிர்காலம் தொடங்கியிருந்தது. மிதமான இஸ்மிரில் அது மேலும் கடுமையாகத் தெரிந்தது. அந்த வீட்டை வெதுவெதுப்பாக்குவதற்கு எத்தனை எனாமல் அடுப்புகள் இருந்தாலும் போதவில்லை. எனவே கணப்படுப்புகளும் (Braziers) பற்ற வைக்கப்பட்டன.

லதிஃபேவும் முஸ்தஃபா கெமாலும் நகரில் இருக்கும்போது மெவ்ஹிபே ஒரு குழந்தை பெற்றார்.

ஒரு திறந்த குதிரைவண்டி அந்த கோஸ்டெபே வீட்டின் நுழைவாயிலின் முன்பு வந்து நின்றது. சிறிய உருவம்கொண்ட ஒரு பெண் அதிலிருந்து கீழே இறங்கினார். அவருடைய தலை மறைக்கப்பட்டிருந்தது. ஆனால் அவருடைய முகம் முகத்திரையால் மறைக்கப்படவில்லை. அவர் மேல்கோட் அணிந்திருந்தார். அவரது சிறிய முகத்தில் பெரிய கருமையான கண்கள் ஒளிர்ந்தன. வாயில் கதவைத் திறந்த பணியாளரிடம்,

“காஸி பாஷாவின் மனைவி இங்கு வந்திருக்கிறார் என்பதை அவர்களுக்குத் தெரிவி” என்று சொன்னார்.

மெவ்ஹிபேவின் தாயான ஸாடெட் ஹனிம் கீழ்த்தளத்தை நோக்கி ஓடினார். சிறப்பு வாய்ந்த விருந்தினர் ஓய்வெடுத்துக் கொண்டிருந்த புதுத் தாயின் அறைக்கு அழைத்துச் செல்லப்பட்டார்.

அவர்கள் இருவருக்கும் ஓரளவு ஒரே வயதுதான். ஆனால் அவர்களுடைய இயல்புகள் மிகவும் வேறுபட்டவை. இருவரும் முதல்முறையாகச் சந்தித்தார்கள். மெவ்ஹிபே லதிஃபேவை இரகசியமாக ஆய்வுசெய்தார். முன்னரே

லதிஃபே பற்றி ஏராளமாகக் கேள்விப்பட்டிருந்தார். பார்த்த அளவில் அவரைப் பிடித்தது. வருகைதந்தவர் மிகவும் வித்தியாசமாகத் தோன்றினார். அவருடைய நன்னயம், நல்லமுறையில் வளர்க்கப்பட்டிருந்தது, ஆதிக்கம் செலுத்தும் ஆளுமை எல்லாம் உடனே வெளிப்படையாகத் தெரிந்தது. மெவ்ஹிபே லதிஃபேவை தம்முடைய குடியரசுத்தலைவருக்குப் பொருத்த மான துணைவராக இருக்கக் கண்டார்.

சாடெட் ஹனிம் அண்மையில் பிறந்த குழந்தையை, கையில் தூக்கிச் செல்லும் சிறு நீலநிற கட்டிலில் கொண்டுவந்தார். அந்த குட்டிப் பையன் பொன்னிற முடியோடும், நீலநிறக் கண்களோடும் அழகாக இருந்தான். இஸ்மெட் பாஷா இன்னும் இஸ்மிர் வந்து சேராததால் குழந்தைக்கு இன்னும் பெயரிடவில்லை. இன்னும் சில நாட்களில் ஓமர் என்று பெயரிடப்பட இருந்த அந்தக் குழந்தையை லதிஃபே கையில் தூக்கினார். குழந்தையைக் கையில் வைத்திருப்பதில் அவருக்கு முன் அனுபவம் இல்லை.

“இது கடவுளின் விருப்பம். அம்மா. இவ்வளவு ஆரோக்கியமான குழந்தையை நான் பார்த்ததில்லை.” லதிஃபேவுக்கும் ஒரு குழந்தை பிறக்கவேண்டும் என்று மெவ்ஹிபே இரகசியமாக கடவுளிடம் வேண்டினார். மிகப்பெரும் சமூகநிலையில் இருந்த அந்த முற்போக்குச் சிந்தனையுடைய பெண்ணுக்குள் மெவ்ஹிபே ஒரு சஞ்சலமுற்ற பெண்ணையும் பார்த்தார்.

உண்மையில் பல வருடங்களுக்குப் பிறகு லதிஃபே, “அவனை நான் என் இதயத்தோடு அணைத்தபோது, முதல் முறையாக எனக்குள் தாய்மை உணர்வுகள் பொங்கிவந்ததை உணர்ந்தேன்,” என்று மெவ்ஹிபே வுக்கு எழுதினார்.

இஸ்மிரில் தளபதிகள், பத்திரிகையாளர்கள், பேராசிரியர்கள்

இந்த விடுமுறைகாலம் முழுவதும் முஸ்தஃபா கெமால் பலதுறை களைச் சார்ந்த முக்கியமானவர்களைச் சந்தித்தார். பத்திரிகைத் துறை, பல்கலைக்கழகம் ஆகியவற்றின் தலைவர்கள் இதில் இருந்தனர். காலிஃப் ஆட்சியை ஒழிப்பதற்கு முன்பு படைகளின் ஆதரவு கிடைக்குமா என்பதைத் தெரிந்துகொள்ள முயற்சி செய்திருப்பார் என்று மெற்றே டுன்ஷாய் கூறுகிறார்.

இரு தளபதிகளான காஸிம் கரபெகிரும், அலி ஃபுவாட்டும் ராணுவப் பயிற்சியில் கலந்துகொள்வதற்காக இஸ்மிர் வருவதாக இருந்தது. முஸ்தஃபா கெமாலும், இஸ்மெட்டும் அங்கு வரவழைக்கப்பட்ட ராணுவ ஆய்வாளர்கள், படைப்பிரிவுத் தலைவர்கள் ஆகியோரது சம்மதத்தைக் கேட்டார்கள். உள்நாட்டு மற்றும் வெளிநாட்டுக் கொள்கைகள் தொடர் பான எல்லா விஷயங்களிலும் அவர்களுடைய முழு ஆதரவைப் பெறுவது மிகவும் உதவியாக இருக்கும் என்று அவர்கள் நம்பினார்கள்.

வதான் பத்திரிகையின் உரிமையாளரும், தலைமை ஆசிரியருமான அஹ்மெட் எமின் பத்திரிகையாளர்களோடு நடந்த சந்திப்பை விவரிக்கிறார்.

லதிஃபே ஹனிம் 8.30க்கு வந்துசேர்ந்தார். முஸ்தஃபா கெமால் தம்முடைய மனைவியை எங்களுக்கு அறிமுகம் செய்தார். பின்னர் நாங்கள் இரவு

உணவுக்காக அமர்ந்தோம். உணவு மேசை ரசனையோடும், நேர்த்தியாகவும் ஆயத்தம் செய்யப்பட்டிருந்தது. குடியரசுத் தலைவரின் இசைக்குழு பொருத்தமான இசையை மீட்டிக்கொண்டிருந்தது. இஹ்சான் பெய் இசைக்குழுவை நெறிப்படுத்தினார். நாட்டின் பணிகளை நடத்துவதில் பத்திரிகைத்துறையோடான அமைதியான ஒத்துழைப்புக்கு முஸ்தஃபா கெமால் மிகுந்த முக்கியத்துவம் அளித்தார் என்பதையெல்லாம் அவை சுட்டிக் காட்டின. உணவு மேசையில் முஸ்தஃபா கெமால், லதிஃபே ஹனிம், ஏழு பத்திரிகையாளர்கள், ஷுக்ரியூ ஸரசோக்லு, மஹ்முத் எஸாட், குடியரசுத்தலைவரின் செயலரான Lt. Col. டெவ்ஃபிக் பெய் ஆகியோர் அமர்ந்திருந்தனர்.

முஸ்தஃபா கெமால் பத்திரிகையாளர்களிடம் குடியரசைச் சுற்றி உருக்குக் கோட்டை கட்டுமாறு கேட்டுக்கொண்டார்.

லதிஃபே: "கல்வி மதத்திலிருந்து விடுவிக்கப்பட வேண்டும்"

அந்தத் தம்பதியினர் இஸ்மிரில் 52 நாட்கள் செலவழித்தார்கள். அது உண்மையில் அவர்களுடைய இரண்டாவது தேனிலவு.

பிப்ரவரி 7ஆம் நாளன்று அவர்கள் டர்கிஷ் ஹார்த்துக்கும், அல்டேய் விளையாட்டுக் கழகத்துக்கும் சென்றார்கள். அதே நாள்தான் 'துருக்கிப் பெண்கள் சங்கம்' இஸ்தான்புல்லில் நிறுவப்பட்டது. இது பற்றிய செய்தி இஸ்மிரைச் சென்றடைந்திருக்கும். ஆனால் இந்தப் புதிய நிகழ்வைப் பற்றிக் கலந்துரையாடினார்களா என்பது தெரியாது.

பிப்ரவரி 9ஆம் நாள் அவர்கள் குஷாதஸிக்கும், ஸெல்சுக்கின் அழிபாடுகளுக்கும் போய்விட்டு சோகே சென்றார்கள். இந்நாளில்தான் பிரதமர் இஸ்மெட் பாஷாவும் தளபதிகளான ஃபெவ்ஸி, காஸிம், அலிஃபுவாட் ஆகியோரும் வந்து சேர்ந்தார்கள். அவர்களை எல்லாம் முஸ்தஃபா கெமால் தாமே ரயில் நிலையத்துக்குச் சென்று வரவேற்றார். முன்னதாக நிதி ஒதுக்கீடு பற்றி விவாதிக்க அங்காராவுக்குச் சென்றிருந்த தாரூல்ஃபூனுன் – இஸ்தான்புல் பல்கலைக்கழகக் குழுவினர், அவர்களைத் தங்களோடு வருவதற்காக இஸ்மெட் விடுத்த அழைப்பை ஏற்றிருந்தார்கள். அன்று இரவு, படைத்தளபதிகளைக் கௌரவப்படுத்துவதற்காக வெள்ளை மாளிகை ஒரு விருந்து கொடுத்தது.

மிகத் திறமையான விருந்தோம்புநரான தன் மனைவியால் மீண்டும் ஒருமுறை முஸ்தஃபா கெமால் ஈர்க்கப்பட்டார். அவருடைய மகிழ்ச்சி வெளிப்படையாகவே தெரிந்தது. கண்களின் ஆழத்திலிருந்து புன்னகை ஒளி வீசியது. மாரடைப்புக்குப் பின் முதல்முறையாக அவர் தமது உணவுக் கட்டுப்பாட்டை மீறினார். அவர் தம்முடைய நண்பர்களோடு சேர்ந்து சில குவளை ராகி மது குடித்தார். ராணுவப் பயிற்சிக்கு முந்தைய நாள் முஸ்தஃபா கெமால் தம்முடைய மனைவியிடம் சொன்னதாக ஸாலிஹ் போஸோக் குறிப்பிட்டவற்றை எரிஷ் யூல்கர் மேற்கோள் காட்டுகிறார்:

பதினெட்டு மாதங்களுக்கு முந்தைய காலத்தை நீ நினைவில் வைத்திருக்கிறாயா, லதிஃபே? இதே போன்ற ஒரு இரவில் எரிந்துகொண்டிருந்த

இஸ்மிரை எதுவும் செய்ய முடியாத நிலையில் பார்த்துக் கொண்டிருந்தோம். அந்த நாட்கள் இப்போது இறந்த காலமாகிவிட்டது. இன்று இரவு உணவு மேசையில் நடந்த உரையாடலை நீ கேட்டிருக்கிறாய். அவர்களில் ஒவ்வொருவரும் மாவீரர்கள். உனக்கு நன்றி கூறுகிறேன், லதிஃபே. இன்று இரவுவரை இவ்வளவு களிப்பூட்டும் இல்லத்தரசியாக உன்னை நான் ஒருபோதும் பார்த்ததில்லை. நீதான் நினைத்துப் பார்க்க முடிந்த மிகச்சிறந்த விருந்தோம்புநர். எல்லாவற்றையும் மிக அழகாக ஆயத்தம் செய்திருந்தாய். என்னுடைய நண்பர்கள் எல்லோரும் முழுமையாகக் களிப்படைந்தார்கள் என்பதில் உனக்கு எந்தச் சந்தேகமும் வேண்டாம்.

தரூல்ஃபூனுன் குழுவினர் வெள்ளை மாளிகையில் பிப்ரவரி 14 அன்று நண்பகல் விருந்தில் கலந்துகொண்டனர். விவாதம் தேசியக் கல்வியா, சமயக்கல்வியா என்ற கேள்வியை மையமாக வைத்து நடந்தது. கல்வி நிறுவனங்கள் சமயச் சார்பற்றவையாக இருக்கவேண்டும் என்று முஸ்தஃபா கெமால் நினைத்தார். சமயச் சார்பின்மைப் படுத்தலுக்கான முயற்சியை துருக்கி நாடு எவ்வாறு ஏற்றுக்கொள்ளும் என்று அவர் களிடம் கேட்டார். லதிஃபேவுக்குக் கல்வியில் இருந்த நெருக்கமான ஆர்வம் நன்கறியப்பட்டது. அவர் கல்வியை சமயச்சார்பற்றதாக்குவதற் கான தேவை பற்றி முழுமையாக ஒத்துப் போனார். அவர் ஒரு பத்திரிகை யாளருக்கு முன்பு கொடுத்த ஒரு அறிக்கை பதிவு செய்யப்பட்டுள்ளது:

ஒரு துறை பற்றி எனக்கு உறுதியான கருத்து உண்டு. துருக்கியில் கல்வியும் சமயமும் தனித்தனியேயும், தனித்தன்மையோடும் இருக்கவேண்டும். என்னுடைய இனத்தைச் சேர்ந்த பெண்களின் சிந்தனை மேம்பாட்டுக்கான என்னுடைய இலக்கு இதுதான்.

விரிவுரையாளர்கள் காலை மூன்று மணிவரை அங்கேயே இருந்தார் கள். இஸ்தான்புல் திரும்பிச் சென்றபிறகு தரூல்ஃபூனுனிலிருந்து கூட்டாக ஒரு தந்தியை அனுப்புவார்கள். அதில் அவர்கள் மக்களாட்சிக் கொள்கை களுக்கு தங்கள் முழு ஆதரவைக் கொடுப்பதாக வாக்குறுதியளிப்பார்கள்.

பிப்ரவரி 15 அன்று இஸ்மிர் அதிகாரிகள் மன்றத்தில் தொடங்கிய ராணுவப் பயிற்சியை முஸ்தஃபா கெமால் நெறிப்படுத்தினார். தொடக்கத்தை கணவனும் மனைவியும் இணைந்து பார்த்தார்கள் என்று எரிஷ் ஊல்கர் கூறுகிறார். அடுத்த நாள் இரவு பஹ்ரிபாபா அரங்கில் 'தெ ப்ரிசிபைஸ்' என்ற நாடகத்தைப் பார்த்தார்கள்.

என்னுடைய உயிரைக் கொடுத்தாவது உன்னைக் காப்பாற்றுவேன்

அவர்கள் புறப்படுவதற்குத் திட்டமிட்டிருந்த நாளன்று, முஸ்தஃபா கெமால் ஒரு எதிர்பார்க்காத கோரிக்கையை முன்வைத்தார். இதை இஸ்மெட் போஸ்டேக் விரித்துரைக்கிறார்:

"நாங்கள் அங்காராவுக்குத் திரும்பிப் போகிறோம். ஆனால் நீ விரும்பினால் இன்னும் சில நாட்கள் இங்கேயே தொடர்ந்து இருக்கலாம்."

"நான் ஏன் உங்களோடு வரக்கூடாது?"

"நமக்கு ஏராளமான விருந்தினர்கள் வந்திருந்ததால், நீ களைப்படைந்திருப்பாய். அதனால் நீ இஸ்மிரில் தங்கியிருந்து மேலும் சிறிது காலத்துக்கு ஓய்வெடுக்க விரும்புவாய் என்று நினைத்தேன்."

"நான் உங்களுக்குப் பக்கத்தில் இருந்தால்தான் நன்றாக ஓய்வெடுப்பேன் என்பது உங்களுக்குத் தெரியும். நான் இங்கேயே இருக்க வேண்டும் என்று சொல்வதற்கு வேறு ஏதாவது காரணம் உண்டா?"

"ஆம், காரணம் உண்டு. ஆனால் எதையும் வெளிப்படுத்த முடியாது. நீ அதிகமாகக் கவலைப்படுபவள்."

"என் ஆர்வத்தைத் தூண்டி என்னைக் கொல்லப் போகிறீர்களா கெமால்? நீங்கள் சொல்லாவிட்டால்தான் நான் கவலைப்படுவேன்."

முஸ்தஃபா கெமால் மென்மையான குரலில் தொடர்ந்தார்.

"என்னுடைய உயிர் மீது தாக்குதல் நடக்கப் போவதாக காவல்துறை இரகசியத் தகவல் கொடுத்துள்ளது. ஆனால் எங்கு, எப்போது என்பது யாருக்கும் தெரியாது. உனக்கு எதுவும் நடக்கக்கூடாது என்று நான் விரும்புகிறேன்."

"பெருமையில் பங்கெடுக்க உங்களோடு அருகே நின்றுவிட்டு, மரணத்தை நேரிடும்போது நான் ஓடிச்சென்று விடுவேன் என்று உண்மையாகவே நினைத்தீர்களா? மகிழ்ச்சியிலும், மரணத்திலும் ஒன்றாக இருக்கவேண்டும். உங்களை ஒரு துப்பாக்கி ரவையிடமிருந்து என்னுடைய உயிரைக் கொடுத்தாவது பெருமையோடு காப்பாற்றுவேன்!"

முஸ்தஃபா கெமால் லதிஃபேவின் தோள்களை உறுதியாகப் பிடித்துக் கொண்டார்.

"சரி குழந்தாய்! நாம் இன்று இரவு புறப்படுகிறோம். ஆனால் நாம் போகிறோம் என்பதை யாரிடமும் சொல்லாதே; நீ மிகவும் நம்பிக்கை வைத்திருப்பவர்களிடம் கூட."

லதிஃபேவின் அர்ப்பணிப்பும், துணிச்சலும் முஸ்தஃபா கெமாலை வெற்றி கண்டது.

அன்று இரவு முஸ்தஃபா கெமால் மூன்று ராணுவத் தளபதிகளிடம் கொலை முயற்சி பற்றித் தெரிவித்தார்.

அமைச்சரவை எனக்கு ஒரு மரணப் பொறி வைக்கப்பட்டிருப்பதாக ஒரு எச்சரிக்கையைப் பெற்றுள்ளது. தேவையான முன்னெச்சரிக்கை நடவடிக்கைகள் எடுக்கப்பட்டுள்ளன. ஆனால் அவர்கள் கவனமாக இருக்குமாறு அறிவுரை கொடுத்துள்ளார்கள். எனவே புகைவண்டி புறப்படும் நேரத்தை ரகசியமாக வைத்திருக்க முடிவு செய்திருக்கிறேன். இரண்டாவது நடவடிக்கையாக (இந்நேரத்தில் அவர் அலிஃபுவாட்டைப் பார்த்துப் பேசினார்) நான் உங்களுடைய காரில் ரயில் நிலையத்துக்குப் போவதாகத் திட்டமிட்டிருக்கிறேன். உங்களுடைய தனி உதவியாளர் ஓட்டுநருக்குப் பக்கத்தில் உட்கார்ந்திருப்பார். லதிஃபேயும் நானும் காரில் அமர்ந்திருப்போம். வேறு யாரும் அதில் இருக்கமாட்டார்கள். என்ன நினைக்கிறீர்கள்?

லதிஃபே ஹனிம்

அலிஃபுவாட் பாஷா அசைந்து கொடுக்கவில்லை. "உங்களுக்கு எந்த தீங்கும் நேராது என்று நான் நம்புகிறேன். இது ஒரு வெளிநாட்டுச் சதியாக மட்டுமே இருக்கமுடியும்." இரண்டரை வருடங்களுக்குப் பிறகு 1926 ஜூன் 14 அன்று மற்றொரு கொலை முயற்சி கண்டுபிடிக்கப் படும். இந்த அடுத்த முயற்சி துருக்கியின் மையப்பகுதியை நம்பமுடியாத அளவுக்கு அசைக்கும். அலிஃபுவாட் இந்தக் குற்றச்சாட்டில் தான் சிக்கியிருப்பதைக் காண்பார்.

கொலை முயற்சி பற்றிய வதந்தி இரண்டாவது தேனிலவின் மகிழ்ச்சியைத் தணித்துவிட்டது. அவர்கள் அன்று இரவு இருண்ட மனநிலையோடு அங்காராவுக்குப் புறப்பட்டார்கள்.

முஸ்தஃபா கெமால் பாதுகாப்பைப் பலப்படுத்தியிருந்தார். இது அவர் திட்டமிட்ட நடவடிக்கைகளுக்கு ஏதாவது தடை ஏற்படாமல் தடுப்பதற்கும் சேர்த்துதான். அவர் புது ஆட்சியினரின் சமயக் கொள்கை களை அறிவிக்கும் தருணத்தில் இருந்தார்: இஸ்லாம் அரசியலிலிருந்து தூரத்தில் வைக்கப்படும்.

மார்ச் முதல் நாள் சட்டப் பேரவையில் அந்த அறிவிப்பு செய்யப் பட்டது. ஷரியா மற்றும் சமய நம்பிக்கை அறநிலையத்துறை அமைச்சகம் மார்ச் மூன்றாம் நாள் ஒழிக்கப்பட்டது. கல்வியில் ஒற்றுமைக்கான சட்டம் (Unity of Education Act) நிறைவேற்றப்பட்டது. எல்லா அறிவியல் நிறுவனங்களும் கல்வி நிறுவனங்களும் கல்வி அமைச்சகத்தின் கட்டுப் பாட்டில் இருக்கும். இந்தப் புது உலகில் ஒரு காலிஃபுக்கு இடமிருக்க முடியாது. காலிஃபான அப்தூல் மெஜித் எஃபெண்டி மார்ச் 4ஆம் தேதி அதிகாலையில் நாட்டைவிட்டு வெளியேற்றப்பட்டார்.

மாட்சி மிக்க தேசச்சட்டமன்றம் மார்ச் 4 அன்று காலிஃப் ஆட்சியை ஒழிக்கும் சட்டத்தை நிறைவேற்றினாலும், இஸ்லாம் நாட்டின் அதிகார பூர்வ மதமாக அரசியலமைப்புச் சட்டத்தில் 1928வரைத் தொடர்ந்து இருந்தது.

காலிஃப் ஆட்சி ஒழிப்பைத் தொடர்ந்து நடந்த ஷரியா மற்றும் சமய நம்பிக்கை அறக்கட்டளைகள் அமைச்சரவை ஒழிப்பு, சமயச் சார்பின்மைப் படுத்தலுக்கான முதல் முக்கிய சட்டப்படியான நடவடிக்கை.

22

லதிஃபே அரசு நடைமுறை மரபு விதிகளைத் தயாரிக்கிறார்

ஒவ்வொரு நாளும் தொடர்ச்சியாக எண்ணற்ற வருகை யாளர்கள் அவர்கள் வாழ்ந்த வீட்டைச் சூழ்ந்தார்கள். தனி உதவியாளர்கள் அவர்களுக்கு வீட்டைச் சுற்றிக் காட்டினார்கள். ஒழுங்கான நடைமுறை எதுவும் கடைபிடிக்கப்படவில்லை. இது மிகவும் சலிப்பூட்டுவதாக இருந்தது. அதிலும் குறிப்பாக முஸ்தஃபா கெமாலின் சில நண்பர்கள் அதிகாலை நேரத்தில் அவர்கள் விரும்பிய போதெல்லாம் அவரைப் பார்க்கவேண்டும் என்று எதிர்பார்த்தார்கள். எனவே லதிஃபே தங்களுடைய வாழ்விடத் துக்கு வருகை தருபவர்களையும், அதிகாரபூர்வ வரவேற்புகளையும் ஒழுங்குபடுத்த முடிவு செய்தார்.

அவர் தனிஉதவியாளர் மஹ்முத்தை அழைத்துத் தமது மனதில் இருந்த திட்டத்தை விளக்கினார். அவர் திட்டமிட்டிருந்த புது ஒழுங்கமைவை மஹ்முத் குறிப்பெடுத்துக்கொண்டார்.

அன்று மாலை முஸ்தஃபா கெமால் சற்று முன்னராகவே வந்தார். அவர் லதிஃபேவும் மஹ்முத்தும் கையில் பேனாவோடும் அவர்களைச் சுற்றி எழுதும் காகிதங்களோடும் வேலை செய்து கொண்டிருப்பதைப் பார்த்தார்.

தனி உதவியாளர் மஹ்முத் விளக்கினார். "மேதகு அம்மா அவர்கள் வீட்டில் கடைபிடிக்க வேண்டிய நடைமுறை மரபுவிதி களை எழுதுவதற்காகச் சொல்லிக்கொண்டிருக்கிறார்."

"என்ன நடைமுறை மரபுவிதிகள் லதிஃப்?" என்று முஸ்தஃபா கெமால் கேட்டார்.

"உங்களைப் பார்க்க வரும் எல்லோரும் நேரடியாக வரவேற் பறையில் அனுமதிக்கப்படுகிறார்கள். வருபவர்களைத் தனி உதவி யாளர் அறையில் உட்கார வைத்துவிட்டு உங்களுக்குத் தெரிவிப்பது அதைவிட நன்றாக இருக்கும். நீங்கள் பார்க்க விரும்புபவர்களை நீங்கள் விரும்பும் வரிசையில் அனுமதிக்கலாம்."

ஆனால் நீண்டகாலமாக நடைமுறை மரபுகள் எதுவும் கடைபிடிக்கப் பட்டதில்லை. அதனால் சிலர் மனவருத்தப்படுவதற்கான வாய்ப்பு உண்டு என்று முஸ்தஃபா கெமால் நினைத்தார். அவர் மறுப்புத் தெரிவித்தார். "லதிஃப், யாரை அனுமதிப்பது, யாரை வெளியே அனுப்ப வேண்டும் என்பது உதவியாளர்களுக்குத் தெரியும். அவர்கள் வரவேற்பறையில் அனுமதிப்பவர்கள் எல்லோரும் என்னுடைய நெருங்கிய நண்பர்கள்." லதிஃபே விட்டுக் கொடுக்கவில்லை: "கெமால் உங்களுக்கு மிக நெருக்கமான எல்லா நண்பர்களும் ஒரு நாள் காலையில் ஒன்று சேர்ந்து இங்குவந்தால் அவர்களை ஒவ்வொருவராகச் சந்திப்பீர்களா?"

லதிஃபே அந்த எண்ணத்தைக் கைவிடவேண்டும் என்று முஸ்தஃபா கெமால் உறுதிபடக் கூறிவிட்டார் என்று சொல்லப்படுகிறது. "என்னுடைய நண்பர்களைத் தனியாக விட்டுவிடு. நீ உன்னுடைய நண்பர்களிடம் எந்த நடைமுறையை வேண்டுமானாலும் அமுல்படுத்து."

லதிஃபே மாலை விருந்துகளுக்கும் முன்னறிவிப்பு வேண்டும் என்று விரும்பினார். பணியாளர்களுக்குச் சீருடை வழங்க ஆணையிட்டார். பரிமாறும் பணியாளர்களுக்கு வெள்ளைக் கையுறைகள் வாங்கினார். இந்தப் பணியாளர்களெல்லாம் சிறிதுகாலத்துக்கு முன்புதான் ராணுவச் சீருடையிலிருந்து வெளியே வந்திருந்ததால் புதிய சீருடையில் மேலும் அலங்கோலமாகத் தோன்றினார்கள்.

கின்ராஸ் பிரபு இரவு விருந்துகளை ஒழுங்கமைப்பதற்கான லதிஃபே வின் முயற்சிகளைப் பற்றிக் கூறுகிறார்:

அவர் இரவு விருந்துகளைச் சீர்ப்படுத்த விரும்பினார். விருந்துக்கு முன்னராகவே எத்தனை விருந்தினர்கள் எதிர்பார்க்கப்பட்டார்கள் என்பது தெரிவிக்கப்பட வேண்டும் என்று கேட்டார். அவருக்குப் பிடிக்காதவர்கள் வருவதற்கு எதிர்ப்புத் தெரிவித்தார். மதிப்புக்குரிய மேலைநாட்டு மயமாக்கப் பட்ட வீடுகளில் போல கணவர்களோடு அவர்களுடைய மனைவியரும் அழைக்கப்பட வேண்டும் என்று வலியுறுத்தினார். சிறிது காலத்துக்கு மாலை நேரத்துக்கான தனி ஆடையையும் அறிமுகம் செய்தார். இது பலரையும் அவர்களுடைய அழைப்பை ஏற்க முடியாமலாக்கியது. இந்த ஒதுக்கமான இடத்திலிருந்த தலைநகரில் பலரிடமும் இவ்வித ஆடைகள் இல்லாததே அதற்குக் காரணம். ஒரு மாலை நேரத்தில் விருந்துக்கான மேற்சட்டை அணிந்து வந்த விருந்தினர்கள் ஒரு இசைக் குழுவினர் இசைக் கருவிகளை மீட்டிக்கொண்டிருந்ததைப் பார்த்துக் கலக்கமடைந் தார்கள். இசைக் கலைஞர்களைப் போல ஆடையணிந்து மாடியிலிருந்து கீழே வந்து அவர்களை வரவேற்ற கெமால் பாஷாவைப் பார்ப்பதற்கு வேடிக்கையாக இருந்தது. தோள்களை உயர்த்தி முகத்தில் போலி தியாகியின் புன்னகையோடு அவர் வந்தார். கெமால் பாஷா எல்லாவித சமூகப் பாசாங்குகளையும் வெறுத்தார். தம்முடைய நண்பர்களுக்கு மகிழ்வூட்ட அவர் எடுத்த அக்கறை இந்த முறையிலானதல்ல. ஒரு சம்பிரதாயமான சூழலில் மட்டும் அது ஏற்றுக்கொள்ளப்படலாம். அவர் ஒரு இயல்பான விருந்தோம்புநர். நடத்தையில் பணிவோடும், விருந்தினர்களைக் கவனிப்பதில்

ஆழ்ந்த ஈடுபாட்டோடும் இருப்பவர். ஆனால் தனக்குரிய வழியிலேயே எல்லாவற்றையும் செய்ய விரும்புபவர்.

அந்த இளம்பெண், திருமணமாகாத ஒருவரின் பாசறையை குடியரசுத் தலைவரின் வாழ்விடமாக உருவாக்குவதில் மனஉறுதியுடன் இருந்தார். லதிஃபே குறை கூற முடியாத விருந்தோம்புநர். துணிக்குக் கஞ்சிப் பசை போடுவது உட்பட சின்னஞ்சிறு விஷயங்களில்கூடக் கவனம் செலுத்துபவர்.

இன்று, பல முழுநேர ஊழியர்கள் அதிகாரபூர்வ நடைமுறை விதிகளை நிறைவேற்றுவதற்காகப் பணியில் அமர்த்தப்பட்டிருக்கிறார்கள். அந்நேரத்தில் இவை எல்லாவற்யையும் அவரே மேலாண்மை செய்தார்.

"துருக்கி குடியரசின் முதல் அதிகாரபூர்வ மரபு விதிகளின் முன் வரைவை அவர்தான் எழுதியிருந்தார். மேசையில் உணவு பரிமாறுதல், நிகழ்ச்சி மேலாண்மை போன்ற எண்ணற்ற விஷயங்கள் – எல்லாவற்றுக்கும் பொருத்தமான செயல்முறைகளை உருவாக்கியவர் லதிஃபேதான்."

குழந்தைகளுக்கான அவரது பணி

உலகெங்கிலுமுள்ள முதல் பெண்மணிகள் மரபாக சேவை அமைப்புகளோடு செயல்பட்டார்கள். லதிஃபே சிறிது காலத்துக்குக் குழந்தைகள் பாதுகாப்பு சங்கத்தின் தலைவராக இருந்தார். இது முஸ்தஃபா கெமாலால் அவருக்கு உணர்த்தப்பட்டதா அல்லது அவருடைய சொந்த எண்ணமா என்பது நமக்குத் தெரியாது. அந்த சேவை அமைப்பின் தலைவரான பாராளுமன்ற உறுப்பினர் ஃபுவாட் (உமாய்) நிதிதிரட்டுவதற்காக அமெரிக்கா செல்ல இருந்தார். தற்காலிகமாகத் தலைமை அலுவலர் இல்லாமல்விடப்பட்ட சங்கத்தின் தலைமைப் பொறுப்பை லதிஃபே ஏற்றுக் கொண்டதற்கான சாத்தியம்தான் அதிகம்.

பெரும் போரின் முடிவின்போது அந்த சங்கம் நிறுவப்பட்டது. அதன் அங்காரா கிளை 1921இல் தொடங்கப்பட்டது. போர் முனையில் சண்டையிட்டுக் கொண்டிருந்தவர்களுக்கு ஆறுதல் அளிப்பதற்காக அது தொடங்கப்பட்டிருக்கலாம். அதன் தொடக்கம் மிகவும் எளிமையானது. ஹகிமியே – இ மில்லியே செய்தித்தாள் அச்சகத்தின் ஒரு அறையில், பத்து நன்கொடையாளர்களிடம் வசூலிக்கப்பட்ட 20 லிரா தொடக்க நிதியோடு நிறுவப்பட்டது. பின்பு அந்த சங்கம் ஹாஜி பாய்ராம் சாலையில் இருந்த பழைய பள்ளிக் கட்டிடத்துக்கு மாற்றப்பட்டது.

ஃபுவாட் இல்லாமலிருந்த நான்கு மாத காலத்துக்கு லதிஃபே அதன் தற்காலிகத் தலைவராகச் செயல்பட்டார்.

1923க்கும் 1925க்கும் இடைப்பட்ட காலத்தில் அந்தக் கழகம் சுறுசுறுப்பாக இயங்கியது. உணவு, நுண்ணுயிர்கள் நீக்கப்பட்ட பால் உதவிகளை வினியோகித்ததோடு, கிராமப் புறங்களுக்குப் பேறுகால உதவியாளர்களையும் அனுப்பி வைத்தது. குழந்தைகளுக்கு உணவு உதவி 1923இல் தொடங்கப்பட்டது. உதவிபெற்ற குழந்தைகளின் எண்ணிக்கை 5,17,000த்தை எட்டியது. இஸ்மிரிலும் அங்காராவிலும் 'பால்துளி' நிறுவனம் அமைக்கப்

பட்டது; இஸ்மிரில் 1923லும் அங்காராவில் ஒருவருடத்துக்குப் பின்பும் அமைக்கப்பட்டது. இந்த நிறுவனங்கள் பசு வாங்கி இலவச நுண்ணுயிர் நீக்கப்பட்ட பாலை வினியோகித்தன. 1924இல் 13,37,000 குழந்தைகள் பால் பெற்றிருந்தார்கள். 1925இல் 30,000 குழந்தைகள் வேறு வகையிலான ஆதரவுகளைப் பெற்றிருந்தார்கள்.

லதிஃபேவின் சொற்பொழிவு

லதிஃபே 1923 அக்டோபர் 10 அன்று குழந்தைகள் பாதுகாப்பு சங்கத்தில் சொற்பொழிவாற்றினார். அந்தப் பேச்சு அவருடைய புகைப் படத்தோடு *இலெரி* செய்தித்தாளின் முதல் பக்கத்தில் வெளியிடப் பட்டது.

ஒரு உயர்வான, புனிதமான கடமையை ஏற்றுக்கொள்ள நாம் அழைக்கப் பட்டிருக்கிறோம். அது நமது புனிதமான நாட்டின் சின்னஞ்சிறு குழந்தை களுக்கான பணி. நாம் நாடு விடுதலை அடைவதற்கான பாதையில் பெரும் தியாகங்களைச் செய்திருக்கிறது. நாம் எல்லோரும் இந்தப் பெருமைக்குரிய கடமையை தயக்கமில்லாமலும் இளகிய மனங்களோடும் செய்வோம் என்று திடமான நம்பிக்கை கொண்டிருக்கிறேன். நாளைய இரும்புக்கரம் கொண்ட இளைஞர்களை உருவாக்கும் குறிக்கோளுக்குப் பங்களிப்பதில் எந்தத் தயக்கமும் கூடாது.

நம் நாட்டின் இந்தக் குழந்தைகள் மரணத்திலிருந்தும், வறுமையிலிருந்தும் நம்முடைய பணியாலும், முயற்சியாலும் காப்பாற்றப்பட வேண்டும். நாட்டின் குழந்தைகளுக்கு உதவுவது நாட்டின் எதிர்காலத்துக்குச் செய்யும் மாபெரும் சேவை. என்னுடைய பங்குக்கு, நான் முடிந்த அளவு சிறப்பாகச் செயல்படுவதில் உறுதியாக இருக்கிறேன். நாட்டின் குடிமகன் என்ற வகையில் இந்த சேவைகளின் உயர்வான மற்றும் புனிதமான தன்மைகளில் திடமான நம்பிக்கை கொண்டிருக்கிறேன். இங்குக் குழுமியிருக்கும் மதிப்புக்குரிய நண்பர்களின் மிக அதிகமான ஆதரவை என்னால் பெற முடியும் என்பதிலும் எனக்கு நம்பிக்கை இருக்கிறது. அவர்களுடைய செயல்பாடுகள் ஏற்கனவே அவர்களுடைய நாட்டுப்பற்றுக்கான சான்றுகளை நிரூபித்துள்ளன. என்னுடைய மரியாதைக்குரிய நண்பர்களே, நாம் நிறைவேற்றிக் கொண்டிருக்கும் கடமை முக்கியமானதாகவும், உயர்வான தாகவும் இருப்பதோடு தூய்மையானதும் கூட. நாம் வழங்கப் போகும் உதவி நம்முடைய பணிக்கு மட்டும் என்று வரையறை செய்யப்படாமல் இருக்க வேண்டும் என்பதில் நாம் எல்லோரும் உறுதியாக இருக்க வேண்டும். நாம் முழுமனதோடும் மனஉறுதியோடும் செயல்படவேண்டும். கடவுளின் உதவியோடு நாம் வெற்றி பெறுவோம். இந்த மனமார்ந்த, பணிவான அறிமுகத்துக்குப் பிறகு, எங்கள் கடமைகளைச் செய்யப் போக எங்களுக்கு அனுமதி கொடுங்கள்.

இஸ்மிரிலும், இஸ்தான்புல் பல்கலைக்கழகத்திலும் இருந்த பால்துளி நிறுவனத்தின் கிளைகளுக்கு லதிஃபே ஆயிரம் லிராக்கள் நன்கொடை வழங்கியதாக 1925 பெப்ரவரி 8 அன்றைய ஜூம் ஹுரியெத் அறிவித்தது. அந்தத்தொகை அன்றைய 6600 அமெரிக்க டாலருக்கு சமம். வறுமையில்

தவித்த துருக்கியில் அது ஒரு பெரிய தொகை. "லதிஃபே ஹனிமிடமிருந்து ஒரு முக்கியமான நன்கொடை" என்ற தலைப்பில் வந்த செய்தியறிக்கை, தொடர்ந்து கூறுகிறது:

குழந்தைகளின் பாதுகாப்புக்கான துருக்கியச் சங்கத்தின் மாண்பு மிகு தலைவரான மேதகு திருமதி லதிஃபே காஸி முஸ்தஃபா கெமால் இஸ்தான்புல் பல்கலைக்கழகத்துக்கு எதிரில் இருக்கும் பால்துளி நிறுவனத்துக்கு மிகுந்த பெருந்தன்மையோடு ஆயிரம் லிராக்களை நன்கொடை கொடுத்துள்ளார். இந்த நிறுவனம் சங்கத்தின் மேலாண்மையின் கீழ் செயல்படுகிறது. இந்த நிதி இஸ்தான்புல் பாராளுமன்ற உறுப்பினர் டாக்டர் ஹக்கி ஷினாஸி பாஷாவிடம் ஒப்படைக்கப்பட்டது.

குழந்தைகள் பாதுகாப்புக்கழகத்தின் தலைமைப் பொறுப்பை ஏற்றுக் கொண்டதற்கு லதிஃபே தமது மகிழ்ச்சியைத் தெரிவித்தார். சமூகத்தின் முன்னேற்றத்துக்கும் வளர்ச்சிக்கும் அவர் காட்டும் சோர்வில்லா அர்ப்பணிப்பு அவருடைய 'அனாதைகள் மற்றும் குழந்தைகளின் பாதுகாவலர்' என்ற பட்டத்தை நியாயப்படுத்தியது என்று அந்த செய்தியறிக்கை தொடர்ந்து வலியுறுத்திக் கூறியது.

அந்தக் கழகம் 1923இல் ஒரு அனாதை இல்லத்தை நடத்தத் தொடங்கியது. 39,000 சதுர மீட்டர் மனையில் அமைந்திருந்த பழைய கெசியரென் கட்டிடத்துக்கு மாறிச் சென்றதற்குப் பிறகு இது நடந்தது. லதிஃபேவின் முயற்சியும், நிதிப் பங்களிப்பும் இந்த வளர்ச்சிகளுக்கு உதவியாக இருந்தது வெளிப்படை.

23

அக்காலத்துப் பெண்கள்

ஒரு பெண்ணை அடையாளங்காட்ட அவளுடைய கணவனின் சிறப்புப் பெயரே போதுமானது என்று கருதப்பட்ட காலம் அது. அவர்களுடைய முதல் பெயரை அறிந்துகொள்ள முயற்சிப்பதே சிக்கலானது. அவர்கள் பெரும்பாலும் இந்த அமைச்சரின் மனைவி அல்லது அந்த நகரப் பாராளுமன்ற உறுப்பினரின் மகள் என்றே அறியப்பட்டார்கள். ஆணின் பதவி அவளுடைய முழுக் குடும்பத்தையும் வரையறை செய்தது. பெண்களும் குழந்தைகளும் ஒரே இரண்டாம் தர நிலையையே பகிர்ந்துகொண்டிருந்தார்கள்.

நாட்டின் சமூக வாழ்க்கையில் பெண்களை ஒதுக்கி வைத்தல் அப்போதும் ஆதிக்கம் செலுத்தியது. குறிப்பாக அங்காராவின் சமூக வாழ்க்கையில் பெண்கள் முழுமையாக ஒதுக்கி வைக்கப்பட்டிருந்தார்கள். ஆண்களும் பெண்களும் பழக்கவழக்கத்துக்குப் பணிந்து தனித்தனியாக வாழ்க்கை நடத்தினார்கள். இருந்தாலும் போர் நடந்த வருடங்களில், ஆண்கள் இல்லாத நேரத்தில் பெண்கள் வீட்டைவிட்டு வெளியே சென்று எண்ணற்ற பணிகளைச் செய்திருந்தார்கள். ஆக்கிரமிப்பின்போது சில பெண்கள் போர்முனைக்குச் சென்றிருந்தார்கள். பல பெண்கள் போர் முனைக்குப் பின்னால் நடந்த போராட்டங்களில் முனைப்புடன் பங்கேற்றார்கள். ஓரளவுக்கான பெண்கள் விடுதலை அடையப்பட்டிருந்தாலும், பெண்கள் இல்லாத நகரம் என்ற அங்காராவின் பிம்பம் தொடர்ந்தது. தலைநகர் என்ற முறையில் உலக அரங்கில் வருகை தந்திருந்தாலும் அதன் பிம்பம் மாறவில்லை.

சட்டமன்றத்தில் பெருமளவிலான உறுப்பினர்கள் பழமைவாதிகளாகவே இருந்தார்கள். அவர்கள் பெண்கள் ஒதுக்கி வைக்கப்படுவதை முழுமையாக ஆதரித்தார்கள். பெண்கள் சுதந்திரமாக மூச்சு விடுவதற்குத் தீவிரமான மாற்றம் இன்றியமையாததாக இருந்தது. சட்டமன்றம் பல குடும்பங்களை அங்காராவுக்குக் குடிபெயர வைத்தது. இந்த இடமாற்றத்தின்போது பெண்கள்தான்

அதிகமான துன்பங்களைத் தாங்க வேண்டியிருந்தது. திராட்சைத் தோட்ட வீடுகள் கிடைத்தவர்கள் கெசியரென் அல்லது சாங்கயாவில் குடியமர்ந்தார்கள்.

இஸ்தான்புல்லில் வாழ்வது அவமானச் சின்னமாகக் கருதப்பட்டது. ஆனால் அங்காராவில் வாழ்வது பெருமையாகக் கருதப்பட்டது. இருந்தாலும், அங்காராவில் ஒரு வீடு கிடைப்பது எளிமையான விஷயம் அல்ல.

தங்கள் வாழ்க்கை வரலாறுகளை எழுதிய பெண்களைக் கண்டு பிடிப்பது ஒரு சவாலான பணி. பெரும்பான்மையான வாழ்க்கை வரலாறுகள் பெண்கள் என்ற இனமே இல்லாததுபோல எழுதப் பட்டிருந்தன.

1923க்கு முன்னர் அங்காராவுக்கு வந்திருந்த பெண்கள் ஃபிக்ரியேவை முஸ்தஃபா கெமாலுடன் பயணம் செய்தவராகவே அறிந்திருந்தனர். அவர்கள் அவருடன்தான் ஒரு உறவை ஏற்படுத்தியிருந்தனர். அவர் வீட்டை நடத்திய விதமும், வருகையாளர்களை வரவேற்ற விதமும் எல்லோருக்கும் பிடித்திருந்தது. ஹலிதே எடிப் கூட அங்காராவுக்குத் திரும்பி வந்த ஒவ்வொரு முறையும் ஃபிக்ரியேவை சென்று பார்த்தார். ஃபிக்ரியே பயிற்சி செய்வதற்காக ஒரு பியானோ தேடிக் கண்டுபிடிக்கப் பட்டது. அவர் சாங்கயாவைச் சுற்றிக் குதிரை வண்டியில் செல்வதுண்டு. செஞ்சிலுவைச் சங்கக் கூட்டங்களிலும் கலந்து கொள்வதுண்டு. அவர் அங்கு முதலில் வந்தபோது நீண்ட அங்கியால் உடலை மறைத்திருந்தார். ஆனால் பின்பு, அதைக் களைந்துவிட்டு, இரண்டு துண்டுகளாலான சூட்களைத் தேர்வு செய்தார். ஆனால் சாங்கயாவின் இல்லத்தரசியாக ஏற்றுக்கொள்ளப்பட்டிருந்த ஃபிக்ரியே யாருக்கும் தெரியாமல் காணாமல் போனார். சில மாதங்களுக்குப் பிறகு லதிஃபே அந்த இடத்தை எடுத்துக் கொண்டார். முஸ்தஃபா கெமால் லதிஃபேவோடு அங்காராவுக்குத் திரும்பி வந்தநேரத்தில் சமூகம் வதந்திகளால் நிறைந்திருந்தது. ஸுபெய்தே ஹனிமின் மரணத்துக்குப்பின் இரண்டே வாரங்களில் அவசரமாக நடந்த திருமணம் அங்காரா உயர்குடிப் பெண்களை லதிஃபேவின் உயர்வான பண்புகளில் நம்பிக்கைகொள்ள வைத்தது.

லதிஃபேவை அங்காரா உயர்குடிப் பெண்களிடம் அறிமுகம் செய்துவைத்தது ஜெவாட் அப்பாஸின் மனைவியான மெம்துஹா.

அங்காரா உயர்குடிப் பெண்கள்

தேசியப் போராட்டத்தின் முன்னணியில் இருந்தவர்களில் பெரும் பான்மையானவர்கள் புகழ்பெற்ற குடும்பங்களைச் சார்ந்த கல்வியறிவு உள்ள பெண்களைத் திருமணம் செய்திருந்தார்கள். அதில் பல பெண்கள் சமூக நிலையில் தங்களுடைய கணவர்களைவிட உயர்ந்த நிலையில் இருந்தவர்கள். ஆக்கிரமிப்பு காலம் முழுவதும் அவர்கள் எண்ணற்ற துன்பங்களைக் கடந்து வந்திருந்தார்கள்.

ஸிதாரே, 'பாகு'விலிருந்து வந்த சிறந்த கல்வி கற்ற பெண். அவர். அகவோகுலு அஹ்மெட் பெய்யைத் திருமணம் செய்தார். அவர் அனாதைப்

பெண்களையும் ஆதரவற்ற இடம்பெயர்ந்தோரையும் பேணிய 'பாதுகாப்பு சங்க'த்தின் அமைப்பு உறுப்பினர்களில் ஒருவர். அந்தத் தம்பதியினர், அந்தப் புது நாட்டின் முதல் பெண் வழக்கறிஞர்களில் ஒருவரான ஸுரெய்யாவின் பெற்றோர்.

பர்ஸாவிலிருந்து வந்த ரெஷிதே, ஜெலால் பெய்யின் மனைவி. அவர் ரூஷ்டியேவிலுள்ள இளநிலைப் பள்ளியில் படிப்பை முடித்தவர். ஆக்கிரமிப்பின்போது தம்முடைய கணவனைக் கைது செய்யவந்த காவலர்களைத் தடுத்ததற்காகப் புகழ்பெற்றவர்.

ஹுமெய்ரா, கிலிச் அலியின் மனைவி. இஸ்தான்புல் சுஃபி கிளையில் வளர்க்கப்பட்டவர். ஒரு பிரெஞ்சு பள்ளியில் கல்விகற்றவர். அவருடைய தந்தை 'இம்பீரியல் ஸ்கூல் ஆஃப் பொலிட்டிகல் சயின்ஸ்' இல் பொருளாதார விரிவுரையாளர்.

ரிஸா நூரின் மனைவியான இஃபெட் இராணுவ அமைச்சர் ரிஸா பாஷாவின் பேத்தி. அவர் ஐரோப்பாவில் வளர்க்கப்பட்டவர்.

ஜெவாட் அப்பாஸின் மனைவியான மெம்துஹா, நானூறு ஆண்டுப் பழமைவாய்ந்த குடும்பத்திலிருந்து வந்தவர். அவர் வீட்டில் தனிப்பட்ட முறையில் கல்வி கற்றவர். வெளிப்படையாகப் பேசுவதற்காகப் புகழ் பெற்றவர். கணவன் அடிக்கடி வீட்டுக்கு வராமல் இருந்ததற்காகத் தமது கோபத்தை வெளிப்படுத்த முஸ்தஃபா கெமாலின் தனிப் புகை வண்டியை நிறுத்தியதன் மூலம் நன்கறியப்பட்டவர்.

லதிஃபே, ஃபெதி ஓகியாரின் மனைவியான கலிபேயோடு நட்போடு இருந்தார். உயர் பண்பாடுடைய பெண்ணான கலிபே ஜெர்மனியில் பயின்றவர். அவருடைய தந்தை மியூனிக் தூதரக அதிகாரி. கலிபே ஆங்கிலம், ஜெர்மன், ஃபார்ஸி ஆகிய மொழிகளை நன்றாகப் பேசினார். ஏராளமான நூல்களை வாசித்தவர். ஒரு மகனுக்கும் மகளுக்கும் தாய். லதிஃபேவுக்கு அந்நேரத்தில் மிக உதவியாக இருந்தவர். அவர்களுடைய புகைப்படங்கள் வெளிநாடுகளில் வெளியிடப்பட்டன. தங்களுடைய நாட்டிலுள்ள *ஸ்யூஸ்* இதழின் அட்டையில் இருவரின் புகைப்படம் இடம்பெற்றது. மற்றொரு புகைப்படமும் அதே காலத்தைச் சார்ந்தது. அதில் பெண்கள் தங்களுடைய கணவர்களுக்கு முன்புறத்தில் உட்கார்ந்திருந்தார்கள். இந்தக் குறிப்பிட்ட புகைப்படம் பல புத்தகங்களில் மீண்டும் மீண்டும் வெளியிடப்பட்டது. இந்த எல்லாப் புகைப்படங்களிலும் அவர் லதிஃபேவைவிடக் குறைந்த கட்டுப்பாட்டோடு ஆடை அணிந்திருந்ததாகத் தோன்றுகிறது. லதிஃபே, முஸ்தஃபா கெமாலின் மனைவி என்ற முறையில் தீவிரப் பழமைவாத வட்டங்களின் மூச்சுத் திணறவைக்கும் கூர்மையான பார்வையின் கீழ் இருந்தார். சாங்கயா குழுவைச் சேர்ந்த சில பெண்கள் தங்களுடைய உடையில் மற்றவர்களைவிட அதிக நவீனமாக இருந்தார்கள். ரெஷிதே (பயார்) தமது முடியை துணியால் மூடுவதை விரும்பினார். நீதித்துறை அமைச்சர் மஹ்முட் எஸாட்பெய் (போஸ்குர்ட்)டின் மனைவியான ஃபூஹெதா, தம்முடைய கணவன் குடிமைச் சட்டத்தில் கையெழுத்திட்டு நீண்ட காலம் ஆனதற்குப் பின்பும் முகத்திரை அணிவதைத் தொடர்ந்தார்.

மெவ்ஹிபே, லூசான் செல்லும் வழியில் தம்முடைய கணவன் வலியுறுத்தியதால் சார்ஷாஃப், பர்தா ஆகியவற்றை விலக்கினார். கலிபே எப்போதும் நவீனமாகவும் ஒயிலாகவும் இருந்தார். ஜெவாட் அப்பாஸ், கிலிச் அலி, ஸூரெய்யா யிகிட் ஆகியோரது மனைவிகள் அந்தத் தொடக்க வருடங்களில் தங்கள் தலைகளை மறைக்காமலேயே புகைப்படங்களில் தோன்றினர். அகவோகுலு குடும்பப் பெண்கள் எல்லோரும் தங்கள் மனநிலையிலும் உடையிலும் சம உரிமை பெற்றவர்கள். சட்டப்பள்ளியில் முதலாவதாக அனுமதிக்கப்பட்ட பெண் ஸூரெய்யா. பிற்காலத்தில் பாராளுமன்ற உறுப்பினராகத் தேர்ந்தெடுக்கப்பட்ட டெஸெர் தத்துவவியல் படித்தவர்.

சாங்கயாவில் 'வீட்டுச் சந்திப்புகள்'

அங்காரா மேம்படுத்தப்பட வேண்டுமென்றால் ஆண்களும் பெண் களும் பிரித்து வைக்கப்படுவது முடிவுக்கு வரவேண்டும். சாங்கயா வுக்குப் பெண்களை வரவழைப்பதற்காக 'வரவேற்பு நாட்களைத்' தொடங்குவதற்கு முன்பு லதிஃபேவும் முஸ்தஃபா கெமாலும் கவனமாகத் திட்டமிட்டார்கள். இந்த வீட்டுச் சந்திப்புகள் சனிக்கிழமைகளில் பிற்பகல் 3 மணியிலிருந்து 6.30 மணிக்கிடையில் நடத்தப்பட்டன. பின்னர் முஸ்தஃபா கெமால் இந்தச் சந்திப்புகளின் தன்மையை மாற்றி அமைத்தார். அந்தச் சந்திப்புகளின் அவரும் கலந்துகொள்ள விரும்பியதால், மனைவியர் களோடு சேர்ந்து வருமாறு கணவர்களையும் அழைத்தார்.

இந்த வீட்டுச் சந்திப்புகள் அங்காராவின் உச்ச சமூக நிகழ்வாகின. நீலநிற வரவேற்பறை விருந்தினர்களால் நிறைந்து வழிந்தது. அங்காரா வில் பிறந்து வளர்ந்தவர்களோடு, அமைச்சர்கள், பாராளுமன்ற உறுப்பினர்கள், பத்திரிகையாளர்கள் ஆகியோரது மனைவியரும் அங்கு வருவதுண்டு. சாங்கயாவைச் சுற்றி வாழ்ந்தவர்களல்லாமல் கெசியெரென், டிக்மென் போன்ற இடங்களிலிருந்தும் பெண்கள் கும்பலாக வந்தார்கள். லதிஃபே உணவு அறையைத் திறக்கும்வரை நீல அறையில் கிடந்த நாற்காலிகளில் அமைதியாக அமர்ந்திருந்தார்கள். அதன்பின் லதிஃபே எல்லோரையும் தேநீர் அருந்துவதற்காக அழைத்தார்.

விருந்தினர்கள் தாங்களே பரிமாறிக்கொள்ளுமாறு உணவு வகைகள் மேசையில் வைக்கப்பட்டிருந்தன. பூத்தையல் இடப்பட்ட மேசைவிரிப்புகள் லதிஃபேவின் திருமணச் சேகரிப்பிலிருந்து எடுக்கப்பட்டவை. கேக் வகைகள் கிரிஸ்டல் பாத்திரங்களில் வைக்கப்பட்டிருந்தன. எல்லோரும் நின்று கொண்டுதான் தேநீர் அருந்தினார்கள். லதிஃபே தனிப்பட்ட முறையில் ஒவ்வொருவருக்கும் தேநீர் பரிமாறினார்.

லதிஃபே ஒரு குறையற்ற விருந்தோம்புநர்; கனிவானவருங்கூட. அழகாக ஆடை அணிந்திருந்தார். அவருடைய பெரும்பான்மையான ஆடைகள் ஐரோப்பாவிலிருந்து வந்தவை. சில, இஸ்தான்புல்லில் ஆணை கொடுத்துத் தயாரிக்கப்பட்டவை. இந்த வீட்டுச் சந்திப்புகளின்போது அவருடைய ஆடைகளிலிருந்து விருந்தினர்களால் தங்கள் கண்களை அகற்ற முடிவதில்லை. அவரது தந்தை அவருக்குக் கொடுத்த நகைகளும் குறிப்பாக அவர்

பேசிக்காண்டே தொடர்ந்து விரலில் சுற்றிக்கொண்டிருந்த மோதிரமும் எல்லோருடைய கவனத்தையும் கவர்ந்தன. இந்த விருந்துகளின்போது லதிஃபேதான் அதிகமாகப் பேசினார். அவருடைய விருந்தினர்கள் அவர் பேசுவதைக் கேட்பதைத் தவிர எதுவும் செய்யுமளவுக்குக் கூடத் துணிச்சல் இல்லாதவர்கள்.

லெமான் கரவோஸ் மவோக்லு என்ற லதிஃபேவின் நெருங்கிய நண்பர் நினைவு கூருகிறார்:

லதிஃபே ஹனிமின் சொந்த சேகரிப்பிலிருந்து எடுக்கப்பட்ட பூத்தையலிடப் பட்ட மேசை விரிப்புகளில் கேக்குகள் வரிசையாக அடுக்கி வைக்கப் பட்டிருந்தன. அது இல்லத் தலைவி நடத்திய வீட்டுச் சந்திப்பு. அக்காலத்துப் பெண்கள் பேசுவதைத் தவிர்ப்பவர்கள். ஒரு பழைய துருக்கிய வழக்கப்படி அவர்கள் எதையும் தொடாமல் நின்றுகொண்டே காத்துக்கொண்டிருந் தார்கள்.

லதிஃபே தனிப்பட்ட முறையில் சாப்பிடவோ, குடிக்கவோ எதையாவது கொடுக்கும்வரை அவர்கள் எதையும் எடுப்பதில்லை. லதிஃபே அவர்களிடம், "இந்தப் பிஸ்கட்டுகள் சுவையானவை, தயவு செய்து ஒரு தட்டு எடுத்துக் கொள்ளுங்கள்," என்று வலியுறுத்துவார். இறுதியாக அவர் சில அங்காராப் பெண்மணிகளின் வெட்கத்தை உடைப்பதில் வெற்றியடைந்தார். கோடை காலத்தில் உணவுத் தட்டுகளில் ஈக்கள் வராமல் இருப்பதற்காக அவற்றின் மேல் பூத்தையலிடப்பட்ட வலைப்பின்னல்கள் வைக்கப்பட்டிருந்தன. சமையல்காரர் எல்லா உணவுகளையும் தயாரித்தார். எப்போதும் மேசைகளில் உணவு வகைகள் தாராளமாக வைக்கப்பட்டிருக்கும். லதிஃபே சொன்ன ஒவ்வொரு சொல்லும் மற்றவர்களின் வீடுகளில் மீண்டும் சொல்லப்படும். அவை நகரம் முழுவதும் பரவும். ஆனால் அவ்வாறு பரவும்போது மாற்றங்கள் ஏற்பட்டுக் கொண்டே இருக்கும்.

அந்தப் பெண்கள் எதைப்பற்றி விவாதித்தார்கள்? அப்போதைய உணர்ச்சிவயப்பட்ட அரசியல் சூழலில் துருக்கியில் ஏற்படும் மாற்றத்தின் அடுத்த கட்டத்தைப் பற்றியதுதான் விவாதங்களின் முக்கியத் தலைப்பு. இனொன்யூவின் பேத்தியான கூல்ஸூன் பில்கெஹான் தம்முடைய தாய் அந்தச் சூழலின் தொனியைப் பற்றிச் சொன்னவற்றை நினைவு கூருகிறார்:

தலைநகரின் சூழல் அற்புதமானதாக இருந்தது. ஆண்கள், பெண்கள் எல்லோருடைய நாட்டுப் பற்றும் உச்ச நிலையிலிருந்தது. ஒவ்வொருவரும் எல்லா அடிப்படை வசதிகள் இல்லாமையையும் தட்டுப்பாடுகளையும் எந்தக் குறையும் கூறாமல் தாங்கிக் கொண்டனர். முஸ்தஃபா கெமால் விரும்பியதுபோலப் பெண்கள் சமுதாயத்தில் தங்களுக்குரிய இடத்தை எடுத்துக்கொள்ளத் தயாராக இருந்தனர். அவர்கள் தங்களது தலைவரின் செய்தியை உரக்கவும் தெளிவாகவும் கேட்டார்கள். அவர்களும் தங்கள் திறமைகளை நிலைநாட்ட விரும்பினார்கள். அவர்கள் ஏதாவது தவறு செய்தால், அவர்களுக்குச் சொல்லிக் கொடுத்து நம்பிக்கையூட்டி, எல்லோரும் எதிர்காலத்தை மனஉறுதியுடன் எதிர்கொள்வதை உறுதிசெய்ய லதிஃபே ஹனிம் இருந்தார்.

கெமால் பாஷாவின் மனைவி மற்றவர்களின் மனைவியர்மீது பெரும் தாக்கத்தை ஏற்படுத்தியிருந்தார். அவரைப் பார்த்து ஒரே நேரத்தில் அச்சப்படவும், போற்றவும் செய்தார்கள். முஸ்தஃபா கெமாலுக்குத் தன் மனைவி மீதிருந்த பேரன்பு நன்கு அறியப்பட்டது. அவர் பொது இடங்களில் தன் மனைவியை மிகுந்தப் பண்புநயத்தோடு நடத்தினார். அவருடைய கருத்துகளுக்கும் மதிப்பளித்தார். லதிஃபே ஹனிமின் அறையில் அமர்ந்திருந்த போது இஸ்தான்புல் பெண்கள் பெண் சிங்கங்களாக மாறியிருந்தார்கள். முஸ்தஃபா கெமால் செயல்படுத்தவிருந்த சீர்திருத்தங்களைப் பற்றிய பேச்சு அவர்களை ஒன்றாக இணைய வைத்து எழுச்சியூட்டியது. அவர்கள் எல்லோரும் தங்களுடைய மன உறுதியை வெளிப்படுத்தினார்கள்.

"விலைமதிப்பற்ற இஸ்தான்புல் பெண்மணிகள்" என்று அழைக்கப் பட்ட அந்தப் பெண்கள் ஒரு போரிலிருந்து மீண்டு வந்து, அடக்கு முறையைத் தாங்கி, தேசியப் போராட்டத்துக்குப் பங்களித்தார்கள்.

பிரித்து வைத்தல்

ஸுரெய்யாவும் (அகவோகுலு) அவருடைய தோழியான மெலாஹற் றும் நீதித்துறை அமைச்சகத்தில் தங்களுடைய பயிற்சியைத் தொடங்கி னார்கள். அவர்கள்தான் நாட்டின் முதல் பெண் வழக்கறிஞர்கள். ஆனால் மதிய உணவு ஒரு பிரச்சினையாகியது. ஒருநாள் ஸுரெய்யா வின் தந்தையின் முன்னனுமதியோடு இருபெண்களும் இஸ்தான்புல் உணவகத்துக்குச் சென்றார்கள். அங்கு பெருமளவிலான பாராளுமன்ற உறுப்பினர்கள் வாடிக்கையாளர்களாக இருந்தார்கள். அந்தச் சுற்றுப் பகுதியில் இருந்த அந்த ஒரே உணவகத்துக்கு இதுவரை எந்த ஒரு பெண்ணும் வந்ததில்லை.

அதிர்ச்சியடைந்த ஒரு பாராளுமன்ற உறுப்பினரிடமிருந்து அஹ்மெட் அகவோகுலுவுக்கு ஒரு தொலைபேசி அழைப்பு வந்தது. அன்று மாலை அவர் தம்முடைய மகளோடு உரையாடினார்: "நீயும் உன்னுடைய தோழியும் உணவகத்தில் சாப்பிட்டதாக பிரதமர் ராவுஃப் எனக்குத் தெரிவித்தார். அது நகரெங்கும் பெருங்குழப்பத்தை ஏற்படுத்தியது. வேறொரு பெண் நூலகத்துக்குச் சென்றதும் வீண்பேச்சுக்குக் காரணமாகி விட்டது. இனிமேல் நீங்கள் இருவரும் மதிய உணவுக்கு இங்கே வந்து விடுங்கள்."

(நூலகத்துக்குச் சென்று திகைப்பை ஏற்படுத்தியது தம்முடைய சகோதரி என்பதை ராவுஃப் பின்னர் அறிந்தார்.)

இந்த நிகழ்வு பற்றி ஸுரெய்யா கூறியதைக் கேட்ட முஸ்தஃபா கெமால், "நீ, உன்னுடைய தந்தை இருவரும் செய்தது சரிதான்," என்று சொன்னார். அடுத்த நாள் ஸுரெய்யா பணியில் ஈடுபட்டுக்கொண்டிருந்த போது, அமைச்சர் நெஜாற்றி அங்கு வந்து, ஸுரெய்யாவை கெமால் பாஷாவே மதிய உணவுக்கு அழைத்துச் செல்லப்போவதாகத் தெரிவித்தார். சியிர்ட் தொகுதி பாராளுமன்ற உறுப்பினர் மஹ்முத்தும் தனிஉதவியாளர் முஸாஃபெரும் முஸ்தஃபா கெமாலோடு காரில் வந்தார்கள். கார் அமைச்சகத்தின் அருகில் நின்றது. முஸ்தஃபா கெமால் ஸுரெய்யா விடம் "லதிஃபே உன்னை மதிய உணவுக்கு எதிர்பார்க்கிறார்"

என்று தெரிவித்தார். முதலில் கார் இஸ்தான்புல் உணவகத்தில் நிறுத்தப்பட்டது. சாப்பிட்டுக்கொண்டிருந்த பாராளுமன்ற உறுப்பினர்கள் எல்லோரும் வெளியே ஓடிவந்தார்கள்.

முஸ்தஃபா கெமால் அவர்களோடு சிறிது நேரம் உரையாடினார். பின்பு சற்று உரத்த குரலில், “நான் ஸ¬ரெய்யாவை இன்று எங்கள் வீட்டுக்கு மதிய உணவுக்காக அழைத்துச் செல்கிறேன்; நாளை அவள் இந்த உணவகத்தில் சாப்பிடுவாள்” என்று சொன்னார். பின்பு லதிஃபே சாங்கயாவில் வைத்து ஸ¬ரெய்யாவுக்கு இதைத் தெளிவுபடுத்தினார், “உணவகத்தில் நடந்ததைக் கேட்டு கெமால் கடுங்கோபமடைந்தார். அதைச் சரிசெய்ய ஏதாவது கட்டாயமாகச் செய்வேன் என்று அவர் என்னிடம் சொன்னார்.”

அடுத்த நாளன்று மேலும் இரண்டு பெண்கள், ஹம்துல்லா சுஃப்பிபின் மனைவியும் கடற்படை அமைச்சர் இஹ்ஸானின் மனைவி நூரியேவும் இஸ்தான்புல் உணவகத்தில் பகல் உணவுக்காக வந்தார்கள். அங்காரா வின் ஒரே உணவகத்தின் வாடிக்கையாளர்களுக்கு அன்றை நிலைமை யில் பெண்கள் அங்கு இருந்ததை ஏற்றுக்கொள்வதைத் தவிர வேறு வழியில்லை.

பிரித்து வைத்தல் முதலில் சாங்கயாவிலும் அதைத் தொடர்ந்து இஸ்தான்புல் உணவகத்திலும் முடிவுக்கு வந்தது. மற்ற இடங்களிலும் இந்த மாற்றம் நடப்பதற்கான தருணம் வந்துவிட்டது.

ஃபாலி ரிஃப்கி அங்காராவில் நடந்த முதல் டர்கிஷ் ஹார்த் கூட்டத்தை விவரிக்கிறார்:

ஒரு சுடாத செங்கல் கட்டிடம்; முன்பு கிரேக்கப் பள்ளிக்கூடமாக இருந்திருக்கலாம். ஹம்துல்லா சுஃபி அதை டர்கிஷ் ஹார்த்தாக மாற்றி யமைத்திருந்தார். முஸ்தஃபா கெமாலின் முதல் இருபாலினரும் கலந்த விருந்து அங்குதான் நடத்தப்பட்டது. அதற்குத் தம்முடைய நண்பர்களை அவர்களுடைய மனைவியரோடு அழைத்தார்.

இப்போதும் என்னுடைய கண்களின் முன் அது தெளிவாகத் தெரிகிறது. அறையின் ஒரு பக்கத்தில் பெண்களும் மறுபக்கத்தில் ஆண்களும். சில துணிச்சலுள்ள பெண்கள் மட்டும் நின்றுகொண்டிருந்தார்கள். சுயமாக பரிமாறிக்கொள்வதற்காக வைக்கப்பட்டிருந்த உணவு வகைகளிலிருந்து எதையும் எடுக்க அந்தப் பெண்கள் அசையக்கூட இல்லை. யாரும் எந்தக் குடும்பத்தைச் சேர்ந்தவர் என்று அறிமுகம் செய்யப்படவில்லை. ஆண்கள் பெண்களைத் தொடர்ந்து உற்றுப் பார்த்துக்கொண்டிருந்தார்கள். முஸ்தஃபா கெமால் எல்லோரையும் ஊக்குவித்தார், “இளைஞர்களே, சென்று நின்றுகொண்டிருக்கும் பெண்களுக்கு உங்கள் பாராட்டுகளைத் தெரிவியுங்கள். அவர்கள் உண்பதற்கு எதையாவது கொடுங்கள். அமர்ந்து இருப்பவர்களை இங்கே வரவைப்போம். விரைவில் அவர்கள் எல்லோரும் எழும்புவார்கள். (...)”

பெண்கள் இயக்கம் பெருவேகத்தோடு வளர்ச்சி அடைந்தது. முஸ்தஃபா கெமாலும் இஸ்மெட் பாஷாவும் இருபால் விருந்துகள் நடத்துவதற்கான முயற்சி எடுத்தார்கள்.

உணவு மேசை

முஸ்தஃபா கெமாலின் உணவு மேசை நல்ல தோழர்களுக்கான இடம்.

"அவர் இரவு உணவுக்காக 7.30 அல்லது 8 மணி அளவில் உட்காருவது வழக்கம். விருந்து நீண்ட நேரத்துக்கு நடக்கும். 11 மணிக்கு முன்னால் அவர் எழுவது இல்லை. சில நேரங்களில் ஒன்று அல்லது இரண்டு மணிவரைகூட அங்கேயே இருப்பார். ஆட்டாடூர்க் அனுமதி கொடுக்கும் வரை நீங்களும் மேசையைவிட்டுப் போக முடியாது.

தொடக்கத்தில் விருந்துமேசை ஆண்களுக்கு மட்டுமே உரியதாக இருந்தது. ஆனால் பெண்களின் வருகை அதை முழுமையாக மாற்றியது. ஆரம்பத்தில் லதிஃபே இந்த விருந்துகளில் ஒழுங்காகப் பங்கெடுத்தார். உரையாடல் சலிப்பூட்டுவதாக இருந்தாலோ அல்லது அவருக்கு ஆர்வம் இல்லாத விஷயங்களைப் பற்றிப் பேசிக்கொண்டிருந்தாலோ அவர் தமது அறைக்குச் சென்று புத்தகம் வாசித்தார். திருமணத்தின் பிந்தைய காலத்தில் விருந்துகளில் கலந்துகொள்ளாமலும் அப்படி எப்போதாவது கலந்துகொண்டால் விருந்து முடிவதற்கு முன்னரே சென்றுவிட்டதாக வும் கூறப்படுகிறது. முஸ்தஃபா கெமால் தம்முடைய நண்பர்களுக்கு விருந்து கொடுத்தார் என்றால், அவர் நேராகத் தம்முடைய அறைக்குச் சென்றுவிடுவார்.

லதிஃபே இந்த விருந்துகளை ஒழுங்குபடுத்த முயற்சி செய்தார். வாரத்தில் ஒருமுறை முஸ்தஃபா கெமால் தம்முடைய நெருங்கிய நண்பர்களுடன் அமர்ந்து மது அருந்துவதுண்டு. அரசியல் சகாக்களைச் சந்திக்கும் நேரங்களிலும் அவர் விரும்பினால் மது அருந்துவதுண்டு. வாரத்தின் மீதமிருந்த நாட்களில் அவர்கள் இருவரும் தனியாகச் சாப்பிடுவார்கள்; மது அருந்துவதில்லை. காலைநேரத்தில் முதல்வேலை யாக கணவனும் மனைவியும் ஒன்றாக ஒழுங்காக நடைப் பயிற்சிக்குச் சென்றார்கள்.

துரதிருஷ்டவசமாக அவருடைய திட்டங்கள் தோல்வியடைவதைத் தவிர்க்க முடியாமலாயிற்று. அவர் ஒருமுறை ஸாலிஹிடம் "நீதான் அவரைத் தவறுதலான பாதையில் அழைத்துப் போகிறாய்" என்று புகார் கூறினார்.

முஸ்தஃபா கெமால் குறைவாகக் குடித்து, அதிக நேரத்தைத் தன்னோடு செலவு செய்ய வேண்டும் என்று லதிஃபே விரும்பினார். ஆனால் முஸ்தஃபா கெமால் எவ்வளவுதான் லதிஃபேவைத் திருப்திப் படுத்த உண்மையாகவே விரும்பியிருந்தாலும் அவர் அடிக்கடி விருந்து மேசை – மது – நண்பர்கள் அடங்கிய மும்முனை சபலத்துக்குமுன் தோல்வியடைந்தார்.

லதிஃபே தம்முடைய அம்மாவிடமும் புகார் தெரிவித்திருந்தார்:

அவர்கள் என்னுடைய கணவரை மகிழ்ச்சியடையச் செய்தார்கள் என்பதை நான் ஏற்றுக்கொள்ளலாம். ஆனால் அது என்னுடைய வேலை, என்னுடைய கடமை. அதில் மிகவும் மோசமானது என்னவென்றால், மிதமாகக்

குடித்தாலும், அவர்கள் என்னுடைய கணவரை ஏராளமாகக் குடிக்க வைத்துவிடுகிறார்கள்.

பல இரவுகளில் விருந்து மேசையை இரகசியமாகப் பார்த்திருக்கிறேன். கிலிச் அலி, நூரி காங்கர், ரிஜெப் ஸூஹ்டு ஆகியோர் ஒரே ஒரு கிளாஸ் மதுவோடு காலைநேரம்வரை இருப்பார்கள். ஆனால் என்னுடைய கணவர் அதிகமான குப்பிகளைக் குடித்தார். மது அருந்தாத இரவுக்குப் பின் காலையில் அவர் எழும்பி வருவதை நீங்கள் பார்க்க வேண்டும். அவர் எதிரிக்கு எதிராகப் பிடிக்கப்பட்ட போர்வாள் என்று நினைப்பீர்கள்; அவர் அவ்வளவு கூர்மையாக இருப்பார். மதுகுடித்த இரவுகளுக்கு அடுத்த காலை நேரங்களில் அவர் எழும்பி ஈயத்தாலான ஷூக்களை அணிந்தவர்போல கால்களை இழுத்துக்கொண்டே நடப்பார். அவருடைய நண்பர்கள் "நீங்கள் இல்லாவிட்டால் இது எதுவுமே நடக்காது" என்று சொல்லி அவரைச் சுற்றி வீண் ஆர்ப்பாட்டம் செய்கிறார்கள். ஆனால் அவர்களுக்கு நாட்டைப் பற்றிச் சிறிதளவு அக்கறையிருந்தால்கூட, என்னைப் பற்றிக் கவலைப்பட வேண்டாம், அவரை இவ்வளவு குடிக்க வைத்து, ஏராளமான நேரத்தை வீணடிக்கச் செய்யமாட்டார்கள். நான் அவருடைய மனைவி. எனவே நான் அவர்களை எதிர்த்துப் போராடுவது இயல்பானதுதான். துயரம் என்னவென்றால், என்னிடம் எந்த ஆயுதமும் இல்லை; நான் தனித்து நிற்கிறேன்.

லதிஃபே தமது வீட்டிலேயே விருந்தோம்புநராக இருப்பதிலிருந்து ஒதுக்கிவைக்கப்பட்டதற்காகச் சினமுற்றிருக்க வேண்டும். அங்கு நடந்த ஆண்களுக்கு மட்டுமேயான விருந்துகளைக் குற்றச் செயல்களாகக் கருதினார். அவர் தமது கணவன் தம்முடைய உணவைச் சரியான முறையில் சாப்பிட்ட நாகரிகமான, மேலைநாட்டுப் பண்புடையவராக இருக்க வேண்டும் என்று விரும்பினார். விருந்தினர்கள் தங்கள் மனைவியரோடு சேர்ந்து வரவேண்டும் என்றும், உணவு பரிமாறுபவர்கள் உணவையும் மதுவையும் முறைப்படியான பண்போடு பரிமாற வேண்டும் என்றும் அவர் விரும்பினார்.

ஒருமுறை லதிஃபே நூரி (காங்கர்)யை, அவர் தம் மனைவியைக் கூட அழைத்துவராமல் குடியரசுத் தலைவரின் அரண்மனைக்குள் வரக்கூடாது என்றும் தனியே வந்தால் அவர் திருப்பி அனுப்பப்படுவார் என்றும் தம்முடைய கணவனின் முன்னிலையிலேயே எச்சரித்தார். அதற்கு அவர், "உங்கள் விருப்பம்போல, அம்மா, ஆனால் என்னை முன் கதவு வழியாக வெளியே அனுப்பினால் பின்கதவு வழியாக மீண்டும் நுழைந்துவிடுவேன்" என்று கோபத்துடன் பதிலடி கொடுத்தார். தம்முடைய பதில் எப்படி முஸ்தஃபா கெமாலைச் சிரிக்க வைத்தது என்று பின்னர் அவர் தம்முடைய குடும்பத்தினரிடம் பெருமையடித்துக் கொண்டார்.

இந்த ஆண்களுக்கு மட்டுமேயான விருந்துகளில் என்ன நடந்தது என்பதை அகக் காட்சிப்படுத்திப் பார்ப்பது கடினமல்ல. இந்த விருந்து மேசைகள் பெண்களை அச்சுறுத்தின. இஸ்மெட் எப்போதும் தனியாக தான் கலந்துகொண்டார் என்று கூறப்படுகிறது. அவரது மனைவி

மெவ்ஹிபே லதிஃபேவை பகல் நேரத்தில் சென்று பார்த்தார். பெரும் பாலான பெண்கள் இந்த விருந்துகளிலிருந்து விலக்கிவைக்கப்பட் டிருந்ததால் மெவ்ஹிபேவால் இந்த விருந்துகளை மகிழ்ச்சியோடு அனுபவித்திருக்க முடியாது.

அதனால்தான் இந்த விருந்துகளில் பெண்கள் இருப்பது உரையாடல் களை நாகரிகப்படுத்தும் தாக்கத்தை ஏற்படுத்தும் என்று லதிஃபே நினைத்தார். அவருக்கு, ஆண்களுக்கு மட்டுமேயான விருந்து ஆபத்து மணிதான். அந்த இரவுக்கு அவர்கள் இருவருக்கும் இடையில் மனஉளைச்சலை ஏற்படுத்தும் ஆற்றல் உண்டு.

காலை மூன்று மணிவரை குடித்துக்கொண்டிருக்க விரும்பிய ஆண்கள் லதிஃபேவை சகிக்க முடியாத விருந்தோம்புநராகப் பார்த்தது இயல்பானதுதான். கின்ராஸ் பிரபு அவர்களுக்காகப் பேசுகிறார்: லதிஃபே எங்கும் இருந்தார்: விருந்து மேசையின் முதலிடத்தில் குட்டையான கனத்த உருவத்தோடு, முஸ்தஃபா கெமால் தன் நண்பர்களோடு மது அருந்தும் ஆண்களுக்கு மட்டுமேயான மாலை வேளைகளிலும் இருந்தார். அவர் உரையாடலை வழிநடத்திச்செல்ல முயற்சிசெய்தார். தந்தையின் செல்லத்தால் கெடுக்கப்பட்ட குழந்தையான லதிஃபே தான் சொல்வதை மற்றவர்கள் கேட்க வேண்டும் என்று நினைத்தார். ஆனால் கெமாலுக்கு கேட்டுக்கொண்டிருக்கும் பாத்திரத்தை எளிதாக ஏற்றுக்கொள்ள முடியவில்லை.

இந்தப் பத்தி கின்ராஸ் பிரபுவின் ஆணாதிக்க மனப்பாங்கை வெளிப்படுத்துகிறது. பெண்களைத் தாழ்வான உயிரினங்களாகவும் ஆண்களுடன் சேர்ந்துகொள்வதற்கான விருப்பத்தால் நகைப்புக்குரியவர் களாகவும் பார்க்கிறார். லதிஃபே தமது வீட்டில், உணவில் கலந்து கொள்வது "மேசையின் முதலிடத்தில் அமர்வது" என்றும் அவருடைய உடலமைப்பு "குட்டையான கனத்த உருவம்" என்றும் வரையறுக்கப் பட்டுள்ளது. உரையாடலை வழிநடத்த அவர் செய்த முயற்சிகளை "செல்லம் கொடுத்துக் கெடுக்கப்பட்டவரின் முயற்சி" என்று நிராகரிக் கிறார். இந்த வாழ்க்கை வரலாறு ஏறக்குறைய 60 ஆண்டுகளுக்கு முன்பு 1964இல் வெளியிடப்பட்டது. அதற்குப் பின்னர் ஆண்கள் பெண்களைப் பார்த்த விதத்தில் பெரும் மாற்றங்கள் ஏற்பட்டுள்ளன. ஒரு நாட்டின் குடியரசுத் தலைவரின் மனைவியைக் குறிப்பிட இவ்விதமான பெண்களை வெறுக்கும் மொழியைப் பயன்படுத்தும் துணிச்சல் இன்று எந்த ஆண் வாழ்க்கை வரலாற்று நூல் ஆசிரியருக்கும் வராது. முன்பு நாம் பார்த்த வரிகளில் காணப்படும் ஒருதலைச்சார்பு, அவர் நேர்கண்ட எல்லா ஆண், பெண்களுடைய வாசகங்களிலும் வெளிப்படையாகத் தெரிகிறது.

24

பெண்கள் இயக்கமும் லதிஃபேவும்

லதிஃபே இளம் துருக்கியர்களின்[1] பெண்கள் பற்றிய கொள்கைகளை வெளிப்படையாக விமரிசித்தபோது அவருக்கு 18 வயது மட்டுமே ஆகியிருந்தது. அதில் அண்மைக் காலத்திய எடுத்துக்காட்டுகளையும் மேற்கோள் காட்டியிருந்தார். நியூயார்க்கிலிருந்து வெளிவரும் *மென்டார்*, பெனி ஹஸன் எழுதிய கட்டுரை ஒன்றில், லதிஃபேவின் இந்தப் பண்பைக் குறிப்பிடுகிறது. அந்தக் கட்டுரை முஸ்தஃபா கெமாலின் தொடக்க வருடங்களில் ஆரம்பிக்கிறது. அவருடைய குறிக்கோள்களைப் பற்றியும் பேசியபின்பு லதிஃபேவை அறிமுகம் செய்கிறது.

ஓரளவு அந்நேரத்தில்தான் இஸ்மிரில் ஒரு சிறுமியின் குரல் ஒலித்துக் கொண்டிருந்தது. ராணுவப் பயிற்சி பெற்றுக்கொண்டிருந்த கெமாலோ அல்லது படைப்பிரிவுத் தலைவரான கெமாலோ சொல்லியிருந்தவற்றைவிட அதிக அதிர்ச்சியளிக்கக்கூடிய விஷயங்களை அவர் சொல்லிக் கொண்டிருந்தார். இளம் துருக்கியர் இயக்கம் அரசியல் அடிமைத்தனத்திலிருந்து ஆண்கள் திரளை மட்டுமன்றி பெண்களையும் சமூக அடிமைத்தனத்திலிருந்து விடுவிக்காவிட்டால் அது ஒரு போலியான இயக்கம்தான் என்று அந்தப் பெண் கூறிக் கொண்டிருந்தார். அந்தப் பெண்ணுக்கு 18 வயது.

அவருடைய தந்தை இஸ்மிரின் மிகப் பணக்கார, மிக செல்வாக்குள்ள வணிகரான முவாம்மெர் உஷாகி பெய்யாக இல்லாமலிருந்திருந்தால், அவர் ஒரு சிறையில் அல்லது குறைந்தது மனநோயுற்றவர்களுக்கான காப்பகத்தில் அடைக்கப்பட்டிருப்பார். அந்தச் சிறுமியின் பெயர் லதிஃபே. முஸ்தஃபா கெமால் அவரைப் பற்றிக் கேள்விப்பட்டிருக்கலாம். ஆனால் பிரிட்டிஷ் படைகள் கல்லிப்பொலியில் இறங்கி, பெருஞ்சேதம் ஏற்படுத்திய தாக்குதல்களைத் தொடங்கியதுவரை லதிஃபே, முஸ்தஃபா கெமாலைப் பற்றி அறிந்திருக்கவில்லை.

20ஆம் நூற்றாண்டின் முதல் கால்பகுதியில் பெண்களின் நிலைமை பற்றி லதிஃபேவுக்கு, அவர் ஐரோப்பாவில் படிக்கத் தொடங்குவதற்கு முன்பே தெரிந்திருந்தது என்பதை அந்தக் கட்டுரை வெளிப்படுத்துகிறது. அந்நேரத்தில் இதுபோன்ற அறிவுத்தெளிவுள்ள பெண்களின் எண்ணிக்கை அதிகமாக இருந்தது. அவர்களைப் போலவே, லதிஃபேவும் ஆட்டோமான் பேரரசிலும் உலகின் மற்ற பகுதிகளிலும் எழுந்த பெண்கள் இயக்கங்களிடமிருந்து மன ஊட்டம் பெற்றார். அவருக்கு ஒரு தனி உயர்நிலையைக் கொடுத்தது முஸ்தஃபா கெமாலுடனான திருமணமும், அதன் விளைவாக சாங்கயாவில் கிடைத்த செல்வாக்குள்ள நிலையும்.

பெண்ணுரிமைகள் பற்றிய லதிஃபேவின் கருத்துகள் தெள்ளத் தெளிவானவை. முகத்திரையை அகற்றுவது பெண் விடுதலை பற்றிய பிரச்சினை என்று கருதினார். அரசியல் பிரதிநிதித்துவத்துக்கான உரிமையை ஆதரித்தார். தனக்கு பாராளுமன்ற உறுப்பினர் ஆவதற்கு இருந்த ஆர்வத்தை ஆதரிக்குமாறு முஸ்தஃபா கெமாலிடம் வலியுறுத்தினார். ஒருதலைச்சார்பான திருமணவிலக்கையும் பலதாரமணத்தையும் ஒழிப்பதற்கான குடிமை நடைமுறைச் சட்டத்துக்கான செயல் திட்டத்தை ஆதரித்தார். மதமும் கல்வியும் பிரித்து வைக்கப்படுவது பெண்கள் முன்னேற்றத்துக்கு இன்றியமையாதது என்று வாதிட்டார். இவற்றை யெல்லாம் செய்யும்போது, தான் ஒரு தலைவரின் மனைவி என்பதை அவர் ஒருபோதும் மறக்கவில்லை. பெண்களுக்கு விடுதலை வழங்குவதற் கான போராட்டத்தில் முஸ்தஃபா கெமாலை முழுமையாக ஆதரித்த தாக அவர் எப்போதும் தெரிவித்தார். லதிஃபேவின் அப்போதைய முன்னோடிப் பங்களிப்பு மறக்கப்பட்டதும், அதைவிட மோசமாக அது வேண்டுமென்றே தடமில்லாமல் அழிக்கப்பட்டதும் பெண்கள் இயக்கத்துக்கு ஒரு பேரிழப்பு என்று நான் கருதுகிறேன்.

துருக்கிப் பெண்களின் சேவைக்காக நன்றி செலுத்துதல்

குடியாட்சி தொடக்கக் காலத்தின் முன்னணிப் பெயர்களில் ஒன்று துருக்கியின் முதல் பெண் வழக்கறிஞரான ஸுரெய்யா அகவோகுலு வுடையது. துருக்கி வழக்கறிஞர் சங்கம் நடத்திய குடியரசு தின ஐம்பதாம் ஆண்டு விழாக் கொண்டாட்டங்களின்போது அவர் லதிஃபே ஹனிம், முஸ்தஃபா கெமால் இருவருக்கும் நன்றி தெரிவித்தபோது சங்கட உணர்வு கொண்டிருப்பார். லதிஃபே சாங்கயாவில் வாழ்ந்தபோது ஸுரெய்யாவுக்கு 19 வயது. லதிஃபேவின் பங்களிப்பு எவ்வளவு மதிப்பு மிக்கது என்பதைப் புரிந்துகொள்ளும் அளவுக்கு அவருக்கு வயதாகி யிருந்தது.

'ஒரு முழுமையான ஆயுட்காலம்' என்ற தலைப்பிடப்பட்ட அவருடைய வாழ்க்கை வரலாற்றை இவ்வாறு முடிக்கிறார்:

சட்டப் பள்ளியின் கதவுகளை நாம் பெண்களுக்கும் என்னுடைய அந்த நண்பர்களுக்கும் பெண் விரிவுரையாளர்களுக்கும் திறந்துவிட்ட அந்த நாட்கள் இன்று நடந்ததுபோலத் தெளிவாக என் கண்களுக்குமுன் வந்து மறைந்தது. வருடங்கள் எவ்வளவு வேகமாகச் சென்றுவிட்டன. கடவுளே!

லதிஃபே ஹனிம்

ஆட்டாடூர்க்குக்கும் லதிஃபே ஹனிமுக்கும் என்னுடைய நன்றியைத் தெரிவித்தாக வேண்டும் என்று உணர்கிறேன். அந்த நாட்களில் என்னுடைய சொற்பொழிவின்போது ஆட்டாடூர்க்கின் அருகில் அவருடைய மனைவியாகவும் நண்பராகவும் லதிஃபே நின்றுகொண்டிருந்தார். ஆட்டாடூர்க்கையும் தொடக்கத்திலிருந்தே அவருக்கு உதவியாக இருந்த லதிஃபே ஹனிமையும் அவர்கள் துருக்கிக்கும் துருக்கி நாட்டுப் பெண்களுக்கும் செய்த சேவைகளுக்காக எப்போதும் நினைவில் வைத்திருப்பது என்னுடைய கடமை.

பிறநாட்டு வெளியீடுகளின் ஆவணக்காப்பகத்தில் ஆய்வு செய்தது எனக்கு மிகுந்த மனக்கிளர்ச்சியை ஏற்படுத்தியது. பக்கங்களைப் புரட்டிய போது லதிஃபேவின் பெண்கள் பற்றிய கருத்துகள் அடிக்கடி அச்சில் வந்ததைக் கவனித்தேன். லதிஃபேவை திருமணம் செய்திருந்த காலத்தில் முஸ்தஃபா கெமால் பெண்கள் இயக்கத்தில் அதிகமான கவனத்தைக் குவித்திருந்தார் என்பது அவருடைய பேச்சுகளிலிருந்து தெரிகிறது.

அவர்கள் திருமண வாழ்க்கை நடத்திய காலத்தில் பெண்கள் தனிமைப்படுத்தப்பட்டிருந்ததை முடிவுக்குக் கொண்டுவருவதிலும் சம உரிமைகளுக்கான அடித்தளத்தை அமைப்பதிலும் கணிசமான முன்னேற்றம் ஏற்பட்டது.

அந்தப்புர மரபு முடிவுக்கு வருவதை உலகம் எதிர்பார்த்தது. ஆட்டோமான் பேரரசின் இறுதிநாட்களில் முக்கியமான முன்னேற்ற நடவடிக்கைகள் எடுக்கப்பட்டன. புதிய துருக்கி என்ன செய்யப்போகிறது என்பதைத் தெரிந்துகொள்ள உலகம் முழுவதுமே விரும்பியது. லதிஃபே – முஸ்தஃபா கெமால் திருமணச் சடங்கு அந்தப்புர மரபை உடைத்திருந்தது. அதைத் தொடர்ந்து உடனே கூட்டப்பட்ட இஸ்மிர் பொருளாதார மாநாடு பெண்களின் பங்களிப்போடு துருக்கியில் நடந்த முதல் பொது நிகழ்வு என்று வரலாற்றில் இடம்பெற்றது.

மாநாட்டுக்கு அஸெரி நாட்டுத் தூதர் அபிலோவையும் அவருடைய மனைவி தமாராவையும் முஸ்தஃபா கெமால் அழைத்திருந்தார். அவர்கள் வசதியாகப் பயணம் செய்வதற்காக ஒரு சிறப்பு ரயில் ஏற்பாடு செய்யப்பட்டிருந்தது. அபிலோவ் அப்போதைய அங்காராவின் முதல் வெளிநாட்டுத் தூதர்களில் ஒருவர். லதிஃபேவுக்கு முஸ்தஃபா கெமாலுடனான திருமணத்தின்போது தமாரா அனுப்பிய பாராட்டுச் செய்தி அரசியல் உள்ளடக்கம் கொண்டிருந்தது. கீழைநாட்டுப் பெண்களின் நிலை மேம்படுத்தப்பட வேண்டியதன் தேவையையும் அவர்கள் சமூகத்தில் தங்களுக்குரிய இடத்தை எடுத்துக்கொள்ள வேண்டியதையும் அவருடைய செய்தி வலியுறுத்தியது.

லதிஃபே 1923 பிப்ரவரி 8 அன்று பதில் அனுப்பினார்:

மேன்மைக்குரிய தமாரா, மேன்மைக்குரிய அஸெரி தூதரின் மனைவி, அவர்களுக்கு

எங்கள் திருமணத்தின்போது நீங்கள் நயமாகத் தெரிவித்த உணர்வுகளுக்கும் பாராட்டுதல்களுக்கும் என் ஆழ்ந்த நன்றியைத் தெரிவித்துக்கொள்கிறேன்.

இபெக் சாலிஷ்லர்

நம்முடைய நாடும் துன்பப்படும் வேறு நாடுகள் எல்லாமும் மீட்கப்பட்டு விடுதலை பெறுவதை நேரில் காண்பதுதான் எனக்கு மிகப்பெரும் மகிழ்ச்சியைக் கொடுக்கும். கீழை நாட்டுப் பெண்களின் மேம்பாடு பற்றிய உங்களுடைய விருப்பத்தோடு நான் முழுமையாக ஒத்துப்போகிறேன். இந்த மீட்பும் விடுதலையும் பெண்களின் மேம்பாட்டைச் சார்ந்திருப்பதால், அதற்கு உயர் முக்கியத்துவம் கொடுக்கப்பட்டுள்ளது. நம்முடைய இறுதி வெற்றியில் எனக்கு முழு நம்பிக்கை உள்ளது.

லதிஃபே முஸ்தஃபா கெமால்

லதிஃபே திருமணம் செய்துகொண்ட நாளிலிருந்தே உலக ஊடகங்கள் அவரைப் பெண்ணுரிமைகளின் மையத்தில் வைத்தன. அதற்குச் சிறந்த காரணங்கள் இருந்தன. பெண் உரிமைகள் பற்றிய விஷயத்தில் அவர் அங்காராவின் வெளிநாட்டுத் தூதரக அதிகாரிகளிடம்கூட சவால் விட்டதாக அறியப்பட்டிருந்தது.

ஒரு வரவேற்பில் இத்தாலி நாட்டுத் தூதரோடு நடந்த உரையாடலின் போது, இத்தாலியில் பெண்ணியத்தின் நிலைபற்றி லதிஃபே கேட்ட கேள்வி சற்றுப் பதற்றத்தை ஏற்படுத்தியது.

“அம்மா, இத்தாலியில் பெண்ணியம் அதிக முன்னேற்றம் அடையவில்லை. என்னுடைய நாட்டுப் பெண்கள் பெண்ணியத்தை அவர்களுக்கேயுரிய வழியில் விளக்குகிறார்கள். அவர்களுக்கு அது ஒரு இல்லத்தை அமைப்பதும் கணவர்களுக்கு அழகான, ஆரோக்கியமான குழந்தைகளைப் பெற்றுக் கொடுப்பதும் என்று பொருள்படும்,” என்று புன்னகையுடன் பதிலளித்தார்.

“ஆனால், எவ்வளவு காலத்துக்கொவ்வாதது!” வியப்புடன் கூறினார் லதிஃபே.

‘கெமால் ஏன் மனைவியை விவாகரத்து செய்தார் என்பது பற்றிய விவரங்கள்’ என்ற கட்டுரையில் 1926 ஜனவரி 5 தேதியிட்ட *நியூயார்க் டைம்ஸ் Le Carnet de la Semaine* இதழை மேற்கோள் காட்டுகிறது: கடந்த வருட கோடைகாலத்தில் துருக்கி குடியரசுத் தலைவர் முஸ்தஃபா கெமால் தம்முடைய இளமையான அழகிய மனைவி லதிஃபேவை விவாகரத்து செய்வதற்கு வழிவகுத்தது இந்தக் குறிப்பிட்ட நிகழ்வுதான் என்று அந்தப் பாரிஸ் வார இதழ் அறிவித்தது. இத்தாலியத் தூதரை மனம் நோகச் செய்ததற்கு முன்பே லதிஃபே தம்முடைய கணவரை எரிச்சலடையச் செய்திருந்தார். கணவனின் அதிகாரத்தைப் பகிர்ந்து கொண்டு அதை நவீனமயமாக்கத்தை நோக்கிச் செலுத்த லதிஃபேவுக்கு இருந்த ஆழ்ந்த விருப்பம் முஸ்தஃபா கெமாலைச் சினமடையச் செய்தது.

‘திருமதி கெமாலின் ஆடைகள் சீர்த்திருத்தத்துக்கான வாக்குறுதி’ என்ற தலைப்பில் 1923 மார்ச் 14 அன்று *நியூயார்க் டைம்ஸ்* ஒரு செய்தி வெளியிட்டது. அது ஹாலிதே எடிப்பையும் லதிஃபேவையும் துருக்கியின் முதன்மையான இரு பெண்ணுரிமை ஆதரவாளர்கள் என்று குறிப்பிட்டது.

லதிஃபே வந்துசேர்ந்த நேரத்திலிருந்தே, முஸ்தஃபா கெமாலின் பெண்கள் விடுதலைக்கான நடவடிக்கைகளுக்குத் தமது முழு ஆதரவும் கிடைக்கும் என்பதை அவர் நம்பலாம் என்பதை வலியுறுத்த விரும்பினார்.

திருமதி கெமால் மரபுசாராத உடை அணிவதால், துருக்கிப் பெண்கள் தங்களுடைய கருப்புப் பாவாடைகளையும் சால்வைகளையும் முகத்தைப் பார்க்க முடியாமல் செய்யும் முகத்திரைகளையும் தூக்கியெறிந்து விடுவார்கள் என்பது சாத்தியமில்லை. ஆனால் பெண்களுக்கு விதிக்கப்பட்ட கட்டுப்பாடு களும் பழமையான பழக்கவழக்கங்களும் லதிஃபேவின் வரவால் மாறும் அல்லது பெருமளவில் குறையும் என்பது நிச்சயம்.

பல நூற்றாண்டுகளுக்கு முன்பு ஒரு சமயத்தை நிறுவியவர் விதித்த நடத்தை மற்றும் உடை நெறிகள் இன்று நடைமுறைப்படுத்தக் கூடியவையல்ல என்பதை திருமதி கெமால் வலியுறுத்தினார். துருக்கிப் பெண்கள் வாழ்வில் சில மேலைநாட்டுப் பழக்கவழக்கங்களைப் புகுத்த லதிஃபே நினைத்திருந்தார்.

புரட்சிக்குப் பதிலாகப் பரிணாம வளர்ச்சி

லதிஃபே முகத்திரை பற்றி இரண்டு வெளிப்படையான அறிவிப்பு களை வெளியிட்டார். முதல் அறிவிப்பு லூசான் ஒப்பந்தம் கையெழுத்திடப் பட்டதற்கு முந்தைய நாட்களில் ஐஸக் மார்கோஸனுடனான நேர்காண லின்போது வெளியிடப்பட்டது. அதில் முகத்திரைக்கு எதிரான தமது நிலைப்பாட்டை அறிவித்தார். ஆனால் விரைவான மாற்றத்துக் கான வாய்ப்பை மறுத்தார். அதற்கு அதிக காலம் ஆகும் என்று சொல்லிவிட்டு "அது புரட்சியாக இருக்காது, படிப்படியான மாற்றமாக இருக்கும்" என்றும் கூறினார். ஆறுமாதங்களுக்குப் பிறகு ஒரு நேர்காண லில் முகத்திரையிலிருந்து விடுதலைபெறுவது, சுதந்திரத்துக்கான போராட்டத்தின் ஒரு கூறு என்ற தமது கருத்தைத் தெரிவித்தார்:

இஸ்மிர், இஸ்தான்புல், ஐரோப்பியத் துருக்கி ஆகியவற்றில் துருக்கிப் பெண்கள் கனமான முகத்திரையை அகற்றுவது ஒன்றும் புதிதல்ல. துருக்கிப் பெண்கள் மீண்டும் ஒருபோதும் தங்கள் முகங்களை மறைக்கக் கூடாது என்பதில் என்னுடைய கணவர் முழு உறுதியுடன் இருக்கிறார். துருக்கிப் பெண்கள் அவரோடு இருக்கிறார்கள். பெண்கள் தங்கள் முகங்களைக் காட்டுவதற்கு சில ஆண்கள் எதிர்ப்புத் தெரிவிக்கலாம். ஆனால் இந்த ஆண்களுக்கு எது பிடிக்கும் எது பிடிக்காது என்பது ஒரு பொருட்டல்ல. நாம் சுதந்திரம் என்ற கொள்கையை ஏற்றுக்கொண்டுள்ளோம். எந்த நாடும் தங்கள் பெண்களை அடிமைப்படுத்திவிட்டு சுதந்திர நாடு என்று கூற முடியாது.

'திருமதி கெமால் துருக்கி குடியரசுத் தலைவருடனான காதல் திருமணம் பற்றிக் கூறுகிறார்,' கரன்ட் ஒபினியன், ஜனவரி 1924. பக். 80.

கின்ராஸ் பிரபு பெண்கள் விடுதலைக்கான தமது திட்டத்தைப் பற்றி லதிஃபேவோடு கலந்துரையாடியதாகக் கூறுகிறார். பெண்கள் தொடர்பான சீர்திருத்தங்களுக்காக லதிஃபே முஸ்தஃபா கெமாலோடு பணியாற்றியதைப் பற்றி வெஜிஹே விவரிக்கிறார். "ஆட்டாடூர்க் பெண்கள்

சீர்திருத்தம் பற்றி லதிஃபேவின் அறிவுரையைக் கேட்டாரா?" என்ற கேள்விக்கு அவருடைய பதில் தெளிவாக இருந்தது,

"நிச்சயமாக. அவர்கள் இணைந்து கடுமையாக உழைத்தார்கள். ஆண்களும் பெண்களும் ஒன்றாக உட்காராத அக்காலத்தில் அவர்கள் அதைச் செய்தார்கள். பெண்களின் முகத்தை மற்றவர்களுக்குத் தெரியும் படிக் காட்டுவது, சார்ஷாஃபைக் களைவது போன்ற எடுத்துக்காட்டுகள் ... 'லதிஃபே நீ என்ன சொல்கிறாய்? அதை இவ்வாறு செய்யலாமா? அதை மற்றொரு விதமாகச் செய்தாலென்ன?' அவ்வாறுதான் அவர்கள் 'ருஷிய தலைத்துண்டை' உருவாக்கினார்கள். அவர்கள் ஒன்றாகவே தங்களுடைய அடுத்த நடவடிக்கையை எப்போதும் திட்டமிட்டார்கள்."

லதிஃபே கெமால் பாஷா தம்பதியினர் இரண்டாவது முறையாக டார்ஸஸ் பயணம் சென்றபோது 1925 ஜனவரி மாதத்தில் நடந்த ஒரு நிகழ்வை வெஜிஹே விவரிக்கிறார். முன்னேற்பாடு செய்துவைத்திருந்த சமிக்ஞை ஒன்றை முஸ்தஃபா கெமால் கொடுத்த உடன் லதிஃபே அறையைவிட்டு வெளியே சென்றார். இருவரும் வீட்டிலேயே அமர்ந் திருந்ததால் அன்று இரவு அங்கேயேதான் இருப்பார்கள். லதிஃபே மீண்டும் வந்தபோது அவருடைய தலை மூடப்பட்டிருக்கவில்லை. அவர் ஒரு எளிமையான, நவீன ஃப்ராக் அணிந்திருந்தார். அந்த உடை அவர்களுடைய விருந்தோம்புநர்களைக் கவர்ந்தது.

"இந்தப் புதிய ஆடை எப்படி இருக்கிறது?" என்று கெமால் பாஷா கேட்டார். "அழகாக இருக்கிறது பாஷம்" என்று பதிலளித்தார்கள். "இப்போதிலிருந்து துருக்கிப் பெண்கள் இவ்வாறுதான் ஆடை அணிய வேண்டும்," கெமால் பாஷா அவர்களிடம் கூறினார்.

அவர் பயணம் செய்தபோதெல்லாம், தான் உடையில் கொண்டு வரவேண்டும் என்று விரும்பிய மாற்றங்களுக்கான உள்ளூர் மக்களின் எதிர்வினைகளை மென்னயத்தோடு கேட்டறிந்தார்.

1923 வசந்த காலத்தில் நாடெங்கும் பயணம் செய்தபோது லதிஃபே கொடுத்த சொற்பொழிவுகளைப் பற்றி ஜொஹான்னஸ் கிளாஸ்னெக் எழுதுகிறார்:

லதிஃபேவும் பேசுவதற்காக சொற்பொழிவு மேசைக்கு ஏறிச்சென்றார். பார்வையாளர்கள் திகைப்போடு உற்றுப் பார்த்துக்கொண்டிருந்தார்கள். லதிஃபேவும் கெமால் பாஷாவும் ஒன்றாகச் சென்ற இந்தப் பயணம் அவர்களுடைய சமகால மக்களிடம் பெரும் தாக்கத்தை ஏற்படுத்தியது. சமூக முன்னேற்றத்துக்கு உத்தரவாதம் அளிக்கும் முக்கியமான உரிமை களையும் கடமைகளையும் பகிர்ந்துகொண்ட ஆண்களையும் பெண்களையும் உள்ளடக்கிய குடும்பக் கட்டமைப்பை முஸ்தஃபா கெமால் பரிசீலித்தார்.

லதிஃபே சாங்கயா தோட்டத்தில் சொற்பொழிவை ஒத்திகை பார்க்கிறார்

பெண்கள் கூட்டங்களிலும் சங்கங்களிலும் லதிஃபேவைப் பேசுமாறு முஸ்தஃபா கெமால் கேட்டுக்கொண்டார் என்பதை வெஜிஹே நினைவு

படுத்துகிறார். எனவே லதிஃபே சாங்கயா வீட்டுத் தோட்டத்தில் பேச்சை ஒத்திகை பார்க்க வேண்டியிருந்தது.

லதிஃபேவின் கடும் உழைப்பை, படைத்தலைவரின் பேராசை கொண்ட மனைவியின் மேடை மையத்தில் இருப்பதற்கான முயற்சிகள் என்று பொருள்கொள்கிறார் ஹுஸ்ரேவ் கெரெடே, "லதிஃபே ஹனிமுக்கு தனிப்பட்ட முறையில் அரசியல் ஆசைகள் இருந்தன என்பது நன்கு அறியப்பட்டதே. தளபதியின் நாடுதழுவிய பயணங்களின்போது பொது மேடையில் பேச அவர் முயற்சி செய்தார். அப்போதும் அவர் பர்தா விலும் முகத்திரையோடும் இருந்தார். ஆட்டாடூர்க் என்னிடம் பின்னர் கூறியதுபோல பழைய சாங்கயா வீட்டுத் தோட்டத்தில் அவர் பேச ஒத்திகை பார்ப்பதுண்டு. தமது குரலையும் உடலசைவுகளையும் மேம்படுத்த டெமாஸ்தெனிஸ்[2] போலப் பேசிப் பார்த்தார்."

"ஒரு முட்டாள்தனமான செயல், ஆட்டாடூர்க்குக்கு சமமாக இருக்க விரும்புபவர்போல, அவரோடு போட்டியிட்டுக் கொண்டிருந் தார்," என்று ஹுஸ்ரேவ் கெரெடே விமரிசிக்கிறார்.

லதிஃபேவுக்கு பொதுமேடைப் பேச்சில் இருந்த பேரார்வம் ஒரு விதத்தில் முஸ்தஃபா கெமாலைப் பணிய மறுத்த செயல் என்று பார்த்தவர்கள் பெருமளவில் இருந்தார்கள். அதனால் முஸ்தஃபா கெமால் எரிச்சலடைந்தார் என்பதை ஹுஸ்ரேவ் கெரெடே குறிப்பால் உணர்த்துகிறார்.

ஆனால் கெரெடே சொன்னது தவறு. ஒரு உதவியாளர் என்ற முறையில் அவர் செய்ய வேண்டும் என்று எதிர்பார்க்கப்பட்டவற்றைத் தான் லதிஃபே செய்துகொண்டிருந்தார். அழைக்கப்படும்போது அவரால் பொதுமக்களிடமும் பேச முடிந்தது. பேச்சுகளை ஒத்திகை பார்த்தது, எதையும் குறையின்றிச் செய்ய விரும்பும் அவரது மனப்பாங்கைக் காட்டுகிறது. சாங்கயாவின் தோட்டம் அவருடைய வீட்டின் ஒரு பகுதிதான். அவர் கண்ணாடி முன்னால் ஒத்திகை பார்க்கலாம், அல்லது திறந்த வெளியில் ஒத்திகை பார்க்கலாம். இருந்தாலும் அவருடைய காலத்தில் இருந்த ஆண்கள் பேராசையுடையவர், போலி பகட்டில் பெருமைகொள்பவர் போன்ற அடைமொழிகளைப் பயன்படுத்தியது அவருடைய முயற்சிகளைச் சிறுமைப்படுத்துவதற்காகத்தான். பெண் களைப் பொதுவெளிகளில் கொண்டுவருவதற்கு முஸ்தஃபா கெமால் எடுத்த முயற்சிகளையும் அவர்கள் அலட்சியப்படுத்தியது போலத் தோன்றுகிறது. முஸ்தஃபா கெமாலும் லதிஃபேவும் சென்றவிடங்களி லெல்லாம் மாணவிகளையும் ஆசிரியைகளையும் பொதுமேடைகளில் பேசுவதற்கு வரவேற்று ஊக்கமளித்ததும் முஸ்தஃபா கெமால்தான். அவருடைய மணமுறிவுக்குப் பின்பு அவருடன் சென்ற அஃபெட் ஹனிம் சாங்கயாவில் இருந்த நாட்களில் சொற்பொழிவாற்றுவதற்குப் பயிற்சியெடுத்தார். முஸ்தஃபா கெமால் அவரை ஊக்குவித்தார். எனவே அவர் கண்ணாடி முன்னால் ஒத்திகை பார்த்தார் என்று கூறப்படுகிறது.

குடிமை நடைமுறைச் சட்டம்

பெண்ணுரிமை தொடர்பானவற்றில் மாற்றங்கள் ஏற்படுவதைச் சுட்டிக்காட்டுபவற்றில் மிக முக்கியமானது சட்டம். பலதார மணமும் ஒருதலைச்சார்பான திருமண முறிவும் உண்மையான பெண்கள் மேம்பாட்டை இன்னும் தடுத்துக்கொண்டிருந்தன. 1923 மார்ச் 14 அன்று *நியூயார்க் டைம்ஸ்*, "(. . .) நவீன முஸ்லிம் பெண் தன் கணவனுக்கு ஒரு மனைவியாக மட்டுமே இருக்க வேண்டும் என்பதை வலியுறுத்து கிறார் (. . .)" என்று கருத்துத் தெரிவித்தது.

லூசான் அமைதி மாநாட்டில் குடிமை நடைமுறைச் சட்டம் ஒரு முதன்மையான வாக்குறுதியாக இருந்தது. துருக்கிக்கு இரண்டு தெளிவான மாற்றுகள் இருந்தன: ஒன்று சிறுபான்மையினருக்கும் இடமளிப்பதற்கான ஒரு பலஅடுக்கு முறைமை (ஏற்றுக்கொள்ளப்படும் வாய்ப்பு மிகக் குறைவானது). மறறொன்று எல்லா மக்களுக்கும் பொதுவான, மேற்கத்திய சட்ட நியதிகள் அடிப்படையிலான மதச்சார் பற்ற முறைமை. எல்லா வகைகளிலும் இரண்டாவது மாற்று அதிகமாக விரும்பப்பட்டது.

பாராளுமன்ற குடிமை நடைமுறைச் சட்ட ஆணையம் 1923 தொடக்கத்தில் அமைக்கப்பட்டது. நவீன நாடுகளால் ஏற்றுக்கொள்ளப் பட்ட கொள்கைகளின் வழிகாட்டுதலில் இஸ்லாமிய சட்டவியலான 'ஃபிகிஹ்' அதன் முதல் தொடக்கப்புள்ளி. முதல் சட்டவரைவு, பலதார மணம், ஒருதலைச்சார்பு மணவிலக்கு போன்றவற்றில் ஆண்களுக்கு உயர்நிலை கொடுத்த மரபுகளை முழுமையாகத் தக்கவைத்திருந்தது.

1923 இறுதியில் சட்டமன்றத்தின் முன் கொண்டுவரப்பட்ட குடிமை நடைமுறைச் சட்ட மசோதா இரு எதிரெதிரான பிரிவுகளை நேருக்கு நேர் கொண்டுவந்தது.

இந்த விவாதங்களைச் சுருக்கமாகப் பரிசீலனை செய்வோம்:

அஹ்மெட் (அகவோகுலு) பழமைவாதிகளைப் போலி வேடதாரிகள் என்று குற்றம் சாட்டினார்.

1924 தொடக்கத்தில் பெண்கள் 'இஸ்தான்புல் டர்கிஷ் ஹார்த்தில்' ஒரு பெரிய கூட்டத்தை நடத்தினார்கள். அப்போது சட்டமன்றத்தில் விவாதிக்கப்பட்டுக் கொண்டிருந்த குடிமை நடைமுறைச் சட்ட மசோதா வின் ஷரியா அடிப்படையிலான கூறுகளுக்குத் தங்கள் எதிர்ப்பைப் பொதுமக்கள் முன் தெரிவித்தார்கள். அதில் பெண்கள் வெளிப்படை யாகக் கீழ்நிலைப்படுத்தப்பட்டதை அவர்கள் குறை கூறினார்கள். துருக்கி பெண்கள் சங்கப் பிரதிநிதியாக மேடைக்கு வந்த நெஸிஹே முஹித்தின் மணவிலக்கு விஷயத்தில் பெண்களின் பரிதாபத்துக்குரிய நிலையைச் சுருக்கமாக விளக்கினார்:

பருத்தி நூலைவிட வலுக்குறைந்த பிணைப்பில் ஊசலாடிக்கொண்டிருக்கும் தமது நிலையை உணர்ந்த எந்த மனைவிதான் தமது வாழ்நாள்

தோழமையிலும் திருமணத்திலும் பாதுகாப்பை உணர முடியும்? திடீர் கோபத்தால் கூறப்படும் ஒரு சொல்லால் நிராகரிக்கப்படும் நிலையில், கன்னத்தை வெறுக்கத்தக்க முறையில் வருடி செப்பனிட முடியும் என்று கருதப்படும் இந்த உறவில், அவள் தமது சின்னஞ்சிறு மூலையில் ஒரு வழிபாட்டிடத்தில் உணர்வது போன்ற உவகையுடன் எப்படி இருக்க முடியும்? இவ்வளவு இழிவான நிலையில் இருக்கும் ஒரு பெண் ஒரு சிறந்த அன்னையாகவோ, கௌரவமான மனைவியாகவோ அல்லது மனமார்ந்த இல்லத்தரசியாகவோ ஆவதற்கு வாய்ப்பில்லை. இந்த மதச்சார்பற்றக் குடியரசு நாட்டு மக்களைப் பாலின அடிப்படையில் வேறுபடுத்தாமல் இருப்பதையும் திருமணம், மணவிலக்கு, சொத்து மரபுரிமை ஆகிய விஷயங்களில் ஆண்கள், பெண்கள் இருபாலரின் உரிமைகளைச் சமமாகப் பாதுகாப்பதையும் எதிர்பார்ப்பது எங்கள் உரிமை.

மாற்றங்கள் வருவதற்கு நூற்றுக்கணக்கான வருடங்கள் ஆகும் என்று பல பெண்கள் நம்பினார்கள். ஆனால் வேறு சிலர் தங்களுடைய உரிமைகள் உடனே கிடைக்க வேண்டும் என்று கேட்டார்கள்.

வஸிஃப் பெய் (சினார்) மேடையில் வந்து பெண்களை ஆதரித்துப் பேசினார்.

"நம்முடைய குடும்ப வாழ்க்கையில் இரண்டு துயர நிகழ்வுகள் உள்ளன: ஒன்று பலதாரமணம், மற்றொன்று மணவிலக்கு. பழங்காலத்தில் பலதாரமணம் ஏற்றுக்கொள்ளப்பட்டிருக்கலாம். ஆனால் நம்முடைய குடியரசால் அதை இதற்கு மேலும் தாங்க முடியாது. வருந்தத்தக்க முறையில் இந்த மசோதா இதுபற்றித் தெளிவாகக் குறிப்பிடுகிறது. மற்றொரு துன்ப நிகழ்வு மணமுறிவு. சில நேரங்களில் சகித்துக்கொள்ள முடியாத திருமணத்தை முடிவுக்குக் கொண்டுவருவது நல்லதுதான். ஆனால் அது கவனமான பரிசீலனைக்குப் பின்புதான் நடக்க வேண்டும். இருந்தாலும், நம்முடைய நாட்டில் எந்த குடிகாரனும் மணவிலக்கு செய்வதற்கான அதிகாரத்தைப் பயன்படுத்த முடியும்; பயன்படுத்துகிறான்.

அங்கிருந்த பெண்கள் ஒரு அறிக்கை தயாரிப்பதற்காக ஒரு குழுவை அமைப்பதற்கான முடிவை எடுத்தனர். நீதித்துறை அமைச்சர் மஹ்முட் எஸாட் (போஸ்குர்ட்) துருக்கிப் பெண்கள் சங்கத்துக்கு வருகை தந்த போது அந்த அறிக்கை அவரிடம் வழங்கப்பட்டது. குடியரசுத் தலைவர் முஸ்தஃபா கெமாலும் மாற்றத்தை ஆதரித்தவர்களும் பழமைவாதிகளுக்கு எதிராக பெண்களை ஊக்குவிக்கத் தங்களால் இயன்றதைச் செய்தார்கள்.

என்வெர் பாஷாவின் குடும்பக் கட்டளை

மேலைநாட்டு பாணி குடிமை நடைமுறைச் சட்டம் பற்றிய கருத்து டான்ஸிமாட் சீர்திருத்தங்களுக்குப்[3] பிறகு முதல்முறையாக ஆட்டோமான் செயல்திட்டப் பட்டியலில் வந்தது. ஆனால் கருத்தொற்றுமை ஏற்படவில்லை.

திருமணம், மணவிலக்கு ஆகியவற்றை அரசு முதல்முறையாக 1881இல் பரிசீலனை செய்தது. திருமண ஒப்பந்தத்தை நடத்துவதற்கு

திருமண உரிமம் இன்றியமையாததாகியது. முஸ்லிம்கள் ஷரியா நீதிமன்றங்களில் உரிமங்களுக்காக விண்ணப்பிக்கலாம். முஸ்லிம் அல்லாதவர்கள் தங்களுடைய மதத் தலைவர்களிடமிருந்து உரிமம் கேட்க வேண்டும். திருமணத்தை நடத்தும் இமாம் அல்லது மதகுரு இரண்டு வாரங்களுக்குள் பதிவாளர் அலுவலகத்துக்குத் தெரிவிக்கக் கடமைப்பட்டவர். உரிமங்களைக் கொடுத்த எழுத்தர்கள் புதுமணத் தம்பதியினரின் முகவரிகளை ஒவ்வொரு மாதமும் பதிவாளர் அலுவலகத்துக்குத் தெரிவித்தார்கள். இதேபோன்று மணவிலக்கைப் பொறுத்தவரை அண்மைப் பகுதியிலுள்ள அல்லது கிராம இமாம், அல்லது முஸ்லிம் அல்லாதவர்களைப் பொறுத்தவரை வழிபாட்டுக் குழுத்தலைவர் பதிவாளர் அலுவலகத்துக்குத் தெரிவிக்க வேண்டும். வேறு சொற்களில் சொல்லவேண்டுமென்றால், திருமணம், மணமுறிவு ஆகியவற்றுக்கான அதிகாரபூர்வப் பதிவு நடைமுறை ஏற்கனவே வழக்கத்தில் இருந்தது.

பெரும்போரின்போது ஆயிரக்கணக்கான ஆண்கள் போர்முனைக்குப் போக வேண்டியிருந்தது. அதனால் பெண்கள் குடிமைப் பணியாளர்களாகவும் போரில் படைவீரர்களுக்குப் பின்பலமாகவும் வணிகர்களாகவும் தகுதி பெற்றார்கள். எண்ணற்ற மற்றவர்களுக்குத் தொழிலாளர்களாக வேலைபார்ப்பதைத் தவிர வேறு வாய்ப்பு எதுவும் கிடைக்கவில்லை. இந்தச் சூழல் சட்டத்தை மாற்றியமைக்கும் தேவையை உருவாக்கியது. 1917இல் ஸியா கோகால்ப்பின் வலியுறுத்தலாலும் என்வர் பாஷாவின் தன்முனைப்பாலும் ஒரு குடும்ப ஆணை வெளியிடப்பட்டது. திருமணத்துக்குக் குறைந்த வயது எல்லை, இரண்டு சாட்சிகளுக்கும் ஒரு நீதிபதிக்கும் முன்பு திருமணம், திருமணம் பற்றிய முன்னறிவிப்பு செய்தல் போன்றவை அதில் அடங்கியிருந்த சில கூறுகள். பலதாரமணத்துக்கு இப்போதைய மனைவியின் சம்மதம் ஒரு முன் தேவையாக்கப்பட்டது.

பெண்களுக்குச் சாதகமான இந்த சில மாற்றங்கள்கூட பழமைவாதிகளின் பெரும் எதிர்ப்பைச் சந்தித்தன.

ஆட்டோமான் பேரரசு ஆக்கிரமிக்கப்பட்டதைத் தொடர்ந்து 1919இல் இந்த விதி நிறுத்திவைக்கப்பட்டது. சிறுபான்மையினர்கூட இந்தச் சட்டம் தங்கள் பழக்கவழக்கங்களில் தலையிட்டதாக எதிர்த்திருந்தனர். இருந்தாலும், புதிய விதிமுறைகள் எதுவும் அறிவிக்கப்படாததால் 1917 விதிகள் நடைமுறையில் இருந்ததாகவே கருதப்பட வேண்டும்.

1923 குடிமை நடைமுறைச் சட்ட மசோதா அடிப்படையில் நிறுத்திவைக்கப்பட்டிருந்த 1917 குடும்பக் கட்டளையின் மறுஅவதாரமே. ஆனால் அந்த இடைப்பட்ட காலத்தில் எதிர்பார்ப்புகள் மாறியிருந்தன. இது 1924 மே 19 அன்று புதிய குடிமை நடைமுறைச் சட்ட ஆணையம் அமைக்கப்படுவதற்குத் தூண்டுதலாக இருந்தது. மேற்கத்திய மாதிரிகளின் அடிப்படையில் புதிய மசோதாவைத் தயாரிக்கும் பணி அதனிடம் கொடுக்கப்பட்டது.

லண்டனின் *ஈவ்னிங் ஸ்டேன்டர்ட்*, 1924 செப்டம்பர் 8 அன்று 'அந்தப்புரம் வீழ்கிறது' என்ற தலைப்பில் விமரிசனம் செய்தது:

துருக்கியில் அண்மையில் எழுந்த பெண்ணிய இயக்கங்கள் பாஷாவின் மனைவி கொடுத்த ஆதரவால் வலிமையான சக்தியாகியுள்ளன. இஸ்தான்புல்லில் அண்மையில் நடந்த பெரிய கூட்டத்தில் துருக்கி வாக்குரிமை ஆதரவாளர்கள் புதிய கருத்துகளை ஆதரித்தார்கள். நவீன குடியரசு ஆதரவாளர்கள். பியர் லோதி தமது புகழ்பெற்ற நூலில் விவரித்த மூல முன்மாதிரிகளைவிட எவ்வளவு வேறுபட்டிருந்தார்கள் என்பதை அந்த இயக்கங்கள் வெளிப்படுத்தின.

இறுதியாக ஸ்விட்சர்லாந்து நாட்டுக் குடிமை நடைமுறைச் சட்டம் மிகவும் பொருத்தமான முன்மாதிரியாக அடையாளங் காணப்பட்டது. மசோதா முழுமையாக வெளியிடப்பட்டது. ஒரு சில சிறு மாற்றங்களோடானாலும். அதை மொழிமாற்றம் செய்யும் பணி செப்டம்பர் 11 அன்று தொடங்கியது என்று ஹலில் ஜின் கூறுகிறார். அதற்குப் பின் விரைவில் ஆணையம் கலைக்கப்பட்டது என்று தோன்றுகிறது.

1925 டிசம்பர் 20 அன்று குடிமை நடைமுறைச்சட்டம் சட்ட மன்றத்துக்கு முன் சென்றது. பிப்ரவரி 17 அன்று அதிகாரபூர்வ அரசிதழில் வெளியிடப்பட்டது. 1926 அக்டோபர் 4 அன்று அமுலுக்கு வந்தது. இதில் லதிஃபேவின் பங்களிப்பை மறுக்க முடியாது. இருந்தாலும் இதுபற்றிய ஆதாரங்கள் எதையும் திரட்ட முடியவில்லை. சட்டம் படித்த லதிஃபே முன்வரைவு தயாரிக்கும்போது செயலூக்கத்துடனான பங்களித்திருப்பார் என்பதை நினைத்துப் பார்ப்பது கடினமான செயலல்ல. துருக்கி சார்ந்த ஆதாரங்கள் இதுபற்றி மௌனம் காத்தாலும், குடிமை நடைமுறைச் சட்டத்தை வடிவமைப்பதிலும் அதை உருவாக்கத் தூண்டுவதிலும் லதிஃபேவின் முயற்சி பற்றிய குறிப்புகள் வெளிநாட்டுப் பத்திரிகைகளில் இடம்பெற்றிருந்தன; குறிப்பிடும்படியாக, *வாஷிங்டன் போஸ்ட்*டில் 1925 நவம்பர் 16 அன்று வெளிவந்த 'கெமால் பாஷாவின் விவாகரத்து' என்ற கட்டுரையில்:

பெண்ணுரிமைகளுக்கான போராட்டத்தில் லதிஃபேவின் பங்களிப்பில் பெரும்பகுதி ஒருதார மணத்திலேயே கவனத்தைக் குவித்திருந்தது என்று *டைம்* இதழ் ஒரு கட்டுரையில் கூறுகிறது. "அவர் தமது பதவியையும் மதிப்பையும் பெண்களின் முன்னேற்றத்துக்காகப் பயன்படுத்தினார். ஆனால் காலங்காலமாகப் பழமையில் ஊறிப்போன நாட்டில் அவரால் அவர்களுக்கு விடுதலை பெற்றுத்தர முடியவில்லை. ஆனால் அவர் ஒருதார மணத்தை ஆதரித்துப் பேசியது பெருமளவுக்கு நல்ல விளைவுகளை ஏற்படுத்தின.

சோவியத் நாட்டுக்கு ஒரு கடிதம்

பெண்களின் பிரச்சினைகள் பற்றிய லதிஃபேவின் கருத்துகளுக்கான ஆவணச் சான்று 1924இல் எழுதப்பட்ட கடிதத்தின் வடிவில் இருக்கிறது. அவர் சோவியத் யூனியனிலுள்ள பெண்கள் இயக்கங்களில் தனக்கு இருந்த ஆர்வத்தைப் பற்றி தூதர் சுரிட்ஸ்ஸிடம் குறிப்பிட்டிருந்தார். சுரிட்ஸ், பெண்ணுரிமைப் போராளியான காமெனெவாவிடம் அவருடைய உதவியைக் கேட்டு அந்தத் தகவலைக் கொடுத்தார். டேவிடோவ்னா காமெனெவாவுக்கு அப்போது 39 வயது. 1908இல்

அவர் காமெனெவாவோடு பாரிஸ் சென்றிருந்தார். அங்கு அவர் போல்ஷிவிக் இதழான *Proletariy*யின் பதிப்பாசிரியராக இருந்தார். புரட்சிக்குப் பின்பு திரும்பி வந்து கல்வித்துறையின் நாடக அரங்குப் பிரிவுக்குத் தலைமை வகித்தார். காமெனெவா காலந்தாழ்த்தாமல் பெண்கள் இயக்கத்தின் விவரத் தொகுப்படங்கிய சிற்றேடு ஒன்றை லதிஃபேவுக்கு அனுப்பினார். அந்தச் சிற்றேடு இப்போது கிடைக்க வில்லை. ஆனால் அவர் எழுதிய கடிதம் கிடைத்திருக்கிறது. சோவியத் யூனியனில் ஆண்களுக்கும் பெண்களுக்கும் இடையில் முழுமையான சமத்துவம் ஏற்பட்டுள்ளதாகவும், அதனால் 'தமது நாட்டில் எந்த பெண்கள் பிரச்சினையும் இல்லை' என்றும் தெரிவிக்கிறார்.

தமது பதிலில் லதிஃபே தமக்கு அனுப்பப்பட்ட கட்டுரைக் காக நன்றி தெரிவிக்கிறார். அது மிகுந்த பயனுள்ளதாக இருந்ததாகக் கூறிவிட்டுத் துருக்கியில் இருந்த நிலைமையை விளக்குகிறார்.

அன்புக்குரிய அம்மா,

உங்களுடைய மே 16 தேதியிட்ட கடிதத்தைப் பெற்றதற்காக மகிழ்ச்சி யடைகிறேன். என்னுடைய ஆழ்ந்த நன்றியை ஏற்றுக்கொள்ளுமாறு கேட்டுக்கொள்கிறேன்.

நீங்கள் எனக்கு அனுப்பிய சுருக்கமான அறிக்கையை ஆர்வத்துடன் வாசித்தேன். நமக்கிடையில் இந்தத் தொடர்பை சாத்தியமாக்கிய திரு. சுரிட்ஸ் அவர்களுக்கு நான் நன்றிக் கடன்பட்டிருக்கிறேன். இது எங்களுடைய பக்கத்து நட்பு நாடான ருஷியாவின் நிலைமை பற்றி ஏராளமாகத் தெரிந்துகொள்ள எனக்கு உதவியுள்ளது.

எங்களுடைய புரட்சி அரசியலுக்கு மட்டுமாக வரையறை செய்யப்பட்ட தல்ல; அது முழு சமூகத்தையும் உள்ளடக்கியது.

அது பெண்களின் பண்பாட்டுத் தரத்தை மேம்படுத்தும் பொறுப்பை முன்னுரிமை கொடுத்து எடுத்துள்ளது. இதன் விளைவால் பெண்களுக்கு விடுதலை கிடைக்கும். உலகெங்கிலுமுள்ள பெண்களின் முன்னேற்றத்தோடு தொடர்புள்ள எந்த விஷயத்தையும் மிகுந்த ஆர்வத்தோடு கவனிக்க இந்தக் குறிக்கோள்தான் எங்களுக்கு உந்துதல் கொடுக்கிறது. துருக்கிப் பெண்களின் மிகச் சிறந்த பிரதிநிதிகள் ஏன் பிற நாடுகளிலுள்ள தங்கள் சகோதரிகளின் உள, உடல் நிலைகளைப் பற்றி அறிய ஆர்வத்துடன் இருக்கிறார்கள் என்பதை இப்போது நீங்கள் புரிந்துகொள்வீர்கள்.

நான் ஏற்கனவே குறிப்பிட்டுள்ளதுபோல நீங்கள் அனுப்பிய சுருக்க அறிக்கை மிகவும் பயனுள்ளதாக இருக்கின்றது. நீங்கள் தெரிந்துகொள்ள ஆர்வமாக இருப்பீர்கள் என்ற நம்பிக்கையில் நான் மற்றொன்றையும் கூற விரும்புகிறேன். எதிர்காலத்தில் வெற்றிகிடைப்பதற்கான நம்பிக்கையூட்டும் பயன்களை துருக்கிப் பெண்கள் சாதித்துக்கொண்டிருக்கிறார்கள். துருக்கியின் நாட்டுப் புறப் பெண்கள் தேசியப் போராட்டத்தில் பெரும்பங்கெடுத்தார்கள். மேலும், அந்தப் புரட்சியால் தூண்டப்பட்ட முன்னேற்றங்களில் தங்கள் முழு ஆற்றலோடு தொடர்ந்து பங்கெடுத்துக்கொண்டிருக்கிறார்கள். அது வெளிப்படையாகத் தெரிகிறது. எங்களுடைய இறுதி வெற்றியில் இது

முக்கியமான காரணியாக இருக்கும். அவர்கள் இப்போது சட்டமும் மருத்துவமும் படித்துக்கொண்டிருக்கிறார்கள். அவர்கள் துருக்கியிலும் வெளிநாடுகளிலும் உள்ள பல்கலைக்கழகங்களுக்குச் செல்கிறார்கள். அவர்கள் தனியார் துறையில் மட்டுமன்றி, ஆண்கள் ஏகபோகமாக ஆதிக்கம் செலுத்திக்கொண்டிருந்த எண்ணற்ற வேறு துறைகளிலும் நுழைகிறார்கள். இதனால் தங்களுடைய விதியை, தாங்களே முடிவுசெய்கிறார்கள்.

திருமணத்திலகூட, அவர்கள் இப்போது தங்கள் கணவர்களின் அடிமைகள் அல்ல. அவர்கள் சமமானவர்கள். சமஉரிமைகளோடும் கடமைகளோடும் கணவர்களோடு இணைந்து செல்கிறார்கள். குடும்பக் களத்திலும் தனி வாழ்க்கையிலும் ஏற்பட்டுள்ள முன்னேற்றங்கள், நாட்டின் 'அரசியல் வாழ்'விலும் அவர்கள் வெகுவிரைவில் பங்கேற்பார்கள் என்ற நம்பிக்கையை எங்களுக்குக் கொடுக்கிறது.

இதனால்தான் துருக்கிப் பெண்கள் தங்கள் ருஷிய சகோதரிகளின் காலடி களைத் தொடர்ந்து செல்வதில் மகிழ்ச்சியடைவார்கள். அவர்கள் ருஷியப் பெண்களை மிகவும் மதிக்கிறார்கள்.

இறுதியாக, நீங்கள் அனுப்பிய கடிதத்துக்கும் புத்தகத்துக்கும் மிக்க நன்றி. நுண்கலைகளில் ருஷியத்திறமை மறுக்க முடியாத அளவில் ஒளிவீசிக் கொண்டிருக்கிறது. உங்களுடைய வசீகரமான நாட்டின் பெண்கள் அடையும் முன்னேற்றங்களைப் பற்றி நீங்கள் எனக்குத் தொடர்ந்து தகவல் கொடுத்தால் நான் என்றென்றும் நன்றியோடு இருப்பேன்.

என்னுடைய உண்மையான நன்றியையும் ஆழ்ந்த மரியாதையையும் தெரிவித்து விடைபெறுகிறேன்.

லதிஃபே முஸ்தஃபா கெமால்

லதிஃபே சோவியத் புரட்சியை நம்பிக்கை அளிப்பதாகத்தான் பார்த்திருக்க வேண்டும். அதைப்பற்றி அதிகமாக அறிந்துகொள்வதில் மனஉறுதியோடு இருந்தார். அவர் ருஷியப் பெண்களை 'சகோதரிகள்' என்று குறிப்பிடுவது ஒரு உட்பொருளைப் புலப்படுத்துவதுபோல உள்ளது. சோவியத் பெண்களின் காலடிகளைத் தொடர்ந்து செல்லப்போவதான அறிவிப்பு மேலும் அதிக ஆர்வத்தைத் தூண்டுவதாக உள்ளது. அக்காலத்து சோவியத் பெண்களின் சாதனைகளைப் பார்க்கையில் இது பேராவ லுடன் கூடிய நிலைப்பாடு.

லதிஃபே தமது கடிதத்தில் திருமணம் என்ற நிறுவனத்தைப் பற்றி எழுதுகிறார். கணவர்களின் அடிமைகளாக இருந்த நிலையிலிருந்து பெண்கள் விடுதலைபெற்று சமூகத்தில் சமமாகப் பங்கெடுத்துக்கொண் டிருப்பது பற்றியும் குறிப்பிடுகிறார்.

அவர்கள் ஒருவருக்கொருவர் தொடர்ந்து எழுதினார்களா என்பது பற்றி நமக்குத் தெரியாது. அவர்கள் எழுதியிருக்கலாம் என்பதை இந்தக் கடிதங்கள் சுட்டிக் காட்டுகின்றன.

வெளிநாட்டுப் பத்திரிகைகள்கூட, 1925 ஏப்ரல் டைம்ஸ்ஸில் காணப்பட்டதைப்போல, இந்த இரு பெண்களுக்கும் இடையிலான கடிதப் பரிமாற்றத்தை அறிந்திருந்தன.

துருக்கிப் பெண்கள் இயக்கத்துடனான தொடர்புகள்

துருக்கிப் பெண்கள் இயக்கத்தின் அறியப்பட்ட முகம் துருக்கிப் பெண்கள் சங்கத்தின் தலைவரான நெஸிஹே முஹித்தினுடையது. லதிஃபேவுக்கும் பெண்கள் சங்கத்துக்கும் இடையில் எவ்வளவு தொடர்பு இருந்தது என்பது பற்றிய விவரங்கள் தெரியவில்லை. ஆனால் அவர்கள் ஒரு அனாதை இல்லம் அமைப்பதற்காக லதிஃபேவின் ஆதரவைக் கோரினார்கள் என்பது நமக்குத் தெரியும். 1924 மே 8 அன்று துருக்கி பெண்கள் சங்கம், முன்பு அரசர்களுக்குரியதாக இருந்த அரண்மனை ஒன்றை அனாதை இல்லமாக மாற்றுவதற்கான கோரிக்கையோடு முஸ்தஃபா கெமாலிடம் மனுச் செய்தனர். அவர்கள் உதவி வழங்கு வதற்காகப் போரால் அனாதைகளாக்கப்பட்டவர்களை இஸ்தான்புல் லின் 540 புறநகர்ப் பகுதிகளில் தேடினார்கள். அப்படிப்பட்ட 2000 குழந்தைகளைக் கண்டறிந்தார்கள். அவர்கள் வாழ்வதற்கான இடம் தேவைப்பட்டது. கல்வி அமைச்சரிடம் தெரிவித்துவிட்டதாக லதிஃபே பதிலளித்தார். இதை அவருடைய ஆதரவின் சான்றாக துருக்கி பெண்கள் சங்கம் எடுத்துக்கொண்டது. அமைச்சர் துருக்கி பெண்கள் சங்கத்திடம் ஒரு செயல்திட்டத்தோடு மனு செய்யுமாறு கேட்டார். அவர்கள் அதன்படியே செயல்பட்டார்கள்.

அமெரிக்காவிலிருந்து வெளிவந்த *நேஷன்* 1923 ஜூன் 12 அன்று வெளியிட்டிருந்த செய்தியைப் பற்றி நான் முன்னரே குறிப்பிட்டிருந் தேன். அதில் அந்த இதழ் முஸ்தஃபா கெமால் துருக்கி பெண்கள் கட்சியின் தலைவர்களில் ஒருவரைத் திருமணம் செய்திருந்தார் என்று தெரிவித்திருந்தது. துருக்கி பெண்கள் கழகத்தின் கருத்துகளோடு லதிஃபேவின் கருத்துகள் ஒத்திருந்தது நன்கு அறியப்பட்டிருந்ததால், இந்தத் தவறைப் புரிந்துகொள்ள முடிகிறது.

ஃபாட்மா அலியே ஹனிமின் ஆவணக் காப்பகத்தில் கண்டெடுக்கப் பட்ட, லதிபே முஸ்தஃபா கெமால் என்று கையெழுத்திடப்பட்ட கடிதம் ஒன்று ஆட்டாடூர்க் நூலகத்தில் வைக்கப்பட்டுள்ளது. இந்தப் பெண் முன்னணி டான்ஸிமாட் பெண்ணாக அறியப்பட்டவர். இந்தக் கடிதம் பெண்கள் இயக்கம் குறித்த லதிஃபேவின் நிலைப்பாட்டுக்கான மற்றொரு சான்று. எப்ரல் 2 தேதியிட்ட இந்தக் கடிதத்தில் லதிஃபே பெண்கள் இயக்கத்தினரைத் தம்முடைய சகோதரிகள் என்று குறிப்பிடு கிறார்; வருடம் 1924 ஆக இருக்க வேண்டும்.

என் மிகுந்த அன்புக்குரிய சீமாட்டி,

உங்களுடைய கடிதத்துக்கும் உயர்வான உணர்வுகளுக்கும் என் மனமார்ந்த நன்றியைத் தெரிவித்துக்கொள்கிறேன். நீங்கள் கேட்டுக் கொண்டதற்கிணங்க நீங்கள் எழுதிய வரிகளை பாஷாவிடம் வாசித்துக்காட்டினேன். அவர் ஆழ்ந்த உணர்ச்சிவசப்பட்டார். பெண்கள் உலகமே பெருமைப்படத்தக்க உண்மையான அன்னையாகிய உங்களுடைய வாழ்த்துகள் எங்களுக்கு மிக முக்கியமானவை. என்னுடைய சகோதரிகளுக்கு என்னுடைய பாசமிக்க வாழ்த்துகளைத் தெரிவித்துக்கொள்கிறேன். உங்களுடைய அனுமதியுடன் உங்கள் கைகளில் முத்தமிடுகிறேன்.

லதிஃபேவுக்குப் பெண்கள் இயக்கங்களில் இருந்த ஆர்வம் சோவியத் யூனியனைத் தாண்டி அமெரிக்கா வரை சென்றது. அமைதி மற்றும் சுதந்திரத்துக்கான பன்னாட்டுப் பெண்கள் கூட்டமைப்பின் அமெரிக்க நாட்டு தேசிய செயலாட்சிச் செயலரான டாரதி டெட்ஸர் ஜுமிஹாரியெட் நிருபரிடம், "இஸ்தான்புல்லில் என்னுடைய சந்திப்புகள் முடிந்த பிறகு, முடிந்தால் அங்காராவுக்குச் செல்ல விரும்புகிறேன். மேதகு, லதிஃபே முஸ்தஃபா கெமால் பாஷாவைச் சந்திக்க விரும்புகிறேன். எண்ணற்ற அமெரிக்கர்களும் ஐரோப்பியர்களும் துருக்கியர்களிடம் அதிக ஆர்வம் கொண்டுள்ளார்கள் என்பதை உறுதிப்படுத்துகிறேன். என்னைப் பொறுத்தவரை நான் போகுமிடங்களிலெல்லாம் துருக்கியர்களை மேம்படுத்துவதற்காகச் சொற்பொழிவுகள் கொடுத்துக்கொண்டிருக்கிறேன். உங்களுடைய அழகான நாட்டுக்கு வந்ததற்காக நான் மகிழ்ச்சியடைகிறேன்" என்று தெரிவித்தார்.

லதிஃபேவை அலட்சியப்படுத்துதல்

அதிகாரபூர்வ வரலாறு லதிஃபேவைக் கடுமையாக அலட்சியப் படுத்தியுள்ளது. ஆட்டாடூர்க்கின் வாழ்க்கை பற்றிய ஆய்வுகளின் பொதுவான மனப்பாங்கு மொத்தத்தில் பெண்களை அலட்சியப்படுத்து வதாக நான் சுருக்கமாகக் கூறுவேன். அதைவிட மோசமான ஒன்றும் உள்ளது: ஆட்டாடூர்க்கின் துருக்கிநாட்டு வாழ்க்கை வரலாற்றாசிரியர்கள் லதிஃபேவை முழுமையாக வரலாற்றிலிருந்து அகற்றிவிடவோ, அவரைச் சிறுமைப்படுத்தும் சில வரிகளை அங்கங்கே தூவி விடவோ செய்கிறார்கள். அவருடைய பங்களிப்பைக் குறிப்பிடும் எந்த ஒரு வாழ்க்கை வரலாற்றையும் என்னால் காண முடியவில்லை.

இதற்கு மாறாக ஆட்டாடூர்க்கின் பிறநாட்டு வாழ்க்கை வரலாற்றாசிரியர்கள் பலர் பெண்ணுரிமைகளின் முன்னேற்றத்தில் லதிஃபேவின் பங்குக்கும் தாக்கத்துக்கும் பாராட்டுத் தெரிவிக்கிறார்கள்.

ஜெர்மன் எழுத்தாளர் டேகோபெர்ட் வான் மிகூஷ் 1929இல் வெளியிட்ட தமது 'காஸி முஸ்தஃபா கெமால்' என்ற நூலில் லதிஃபேவின் செயல்பாட்டை ஒரு புதிய கோணத்தில் விளக்குகிறார்:

துருக்கியின் முதல் பெண்மணி என்ற முறையில் லதிஃபே இரண்டு வருடங்கள் முக்கியமான பங்காற்றியிருந்தார். சமூகச் சீர்திருத்தத்தில், குறிப்பாகப் பெண்கள் விடுதலையில் அவர் குறிப்பிடத்தகுந்த பங்கெடுத்திருந்தார்.

அவர் இப்போது அந்த மிகச் சிறந்த மனிதனின் மனைவி, அதைவிட மேலாக அவருக்கு உதவியாக இருப்பவர். அதே நேரத்தில் முஸ்தஃபா கெமால், கீழை நாடுகள் பெண்கள் மீது நீண்டகாலமாகத் திணித்திருந்த கட்டுப்பாடுகள் முழுமையாக அகன்றுவிட்டன என்பதைத் தமது எடுத்துக்காட்டால் வெளிப்படுத்த விரும்பினார். பெண் இப்போது ஆணோடு சமூக, மனித சமத்துவத்தோடு நின்றாள்.

அர்ஜென்டினா நாட்டுத் தூதரக அதிகாரி ஜோர்ஜ் பிளாங்கோ வில்லாட்டா கூறுகிறார்:

"சீர்திருத்தங்களைச் செயல்படுத்துவதில் லதிஃபேவின் பங்களிப்பால் முஸ்தஃபா கெமால் களிப்புற்றார். குறிப்பாகப் பெண்கள்மீது தாக்கம் ஏற்படுத்திய நடவடிக்கைகளுக்காக லதிஃபே பற்றி அவர் உண்மையாகவே பெருமையடைந்தார். இருப்பினும் தம்முடைய பங்களிப்பால், வெறும் முதல் பெண்மணி என்ற தகுதியையும் அவர் தாண்டிச் சென்றிருந்தார்."

துருக்கியின் பெண்கள் இயக்கம்கூட அவருக்கு மிகக் குறைவான கவனத்தையே கொடுத்தது. பொது வாழ்விலிருந்து அவர் ஒப்பீட்டளவில் விரைவாக வெளியேறியது ஒரு காரணமாக இருந்திருக்கும் அல்லது அவர் முக்கியமற்றவராகக் கருதப்பட்டிருக்கலாம். ஒரு ஆண் அவருக்குப் பின்பலமாக இருந்து ஆதரவு கொடுத்ததுதான் அவருக்கு அதிகாரத்தைக் கொடுத்தது என்ற தப்பெண்ணம் மற்றொரு காரணமாக இருந்திருக்கலாம்.

லதிஃபே, முஸ்தஃபா கெமால் கொடுத்த ஆதரவால் மட்டுமே தமது எண்ணங்களை வெளிப்படுத்தினார் என்பதை நான் நம்பவில்லை. அவர் இவ்விதமான ஆதரவைக் கேட்கக்கூடிய மனநிலை உடையவர் அல்ல; தம்மை ஒரு ஆணின் கட்டுப்பாட்டுக்குள் வைத்துக் கொள்பவரும் அல்ல. பெண்களுக்கு விடுதலையளிப்பதற்கான உளமார்ந்த விருப்பம் தான் அவர் தம்மை ஒரு முன்மாதிரியாக உருவாக்குவதற்கு வழிகாட்டியது என்பதை நான் உறுதியாக நம்புகிறேன்.

பெண் அறிவர்கள் பொதுநிகழ்வுகளில் பங்கெடுக்க அழைக்கப்பட்ட அக்காலத்தில், சமூகத் திட்டப் பணிகளில் லதிஃபே நியமிக்கப்பட்டது நேர்மையானதா அல்லது அடையாள முறையிலானதா என்ற கேள்வி நியாயமானதுதான். ஒவ்வொரு நேர்விலும் லதிஃபே தானாகவே முயற்சியெடுத்தார் என்பதுவே என்னுடைய கருத்து.

அவர் தமது பணியை முடிக்காமலேயே சாங்கயாவை விட்டுச் சென்றார். பெண்ணியவாதியான லதிஃபேவுக்கும் முஸ்தஃபா கெமாலுக்கும் இடையிலான பிணைப்பின் விளைவுகளும், ஏற்பட்ட முழுச் சிக்கல்களும் இந்த எட்டு பதின்ம ஆண்டுகளுக்குப் பிறகு பகுப்பாய்வு செய்வது எளிதல்ல.

25

ஃபிக்ரியே:
முன்னாள் தோழி திரும்பிவருகிறார்

மே 1924. லதிஃபேவும் முஸ்தஃபா கெமாலும் அமர்ந்து உரையாடிக் கொண்டிருந்தார்கள். அப்போது ஒரு பணியாளர் சங்கட உணர்வு வெளிப்படையாகத் தெரிய உள்ளே வந்தார். பேசுவதா, அமைதியாக நிற்பதா என்ற தயக்கத்தோடு முஸ்தஃபா கெமாலையே உற்றுப் பார்த்தார்.

கண்களில் கேள்வியோடு முஸ்தஃபா கெமாலும் அவரைப் பார்த்தார்.

"ஃபிக்ரியே ஹானிம் வந்துவிட்டார்..."

"சரி" கெமால் சொன்னார். பணியாளர் வெளியே போனார். உடனே லதிஃபே எழும்பினார். "நாம் அவரைக் காக்க வைக்கக் கூடாது, பாஷம்; அவர்' முன்பு உங்களுக்குச் சிறப்பாக சேவை செய்திருக்கிறார். நாம் போய் அவரை வரவேற்போம்," என்று சொன்னார்.

வரவேற்பறைக்குள் அவர்கள் நுழைந்தபோது ஃபிக்ரியே சன்னல் வழியாக வெளியே பார்த்துக்கொண்டிருந்தார். லதிஃபே அருகில் சென்று தமது கையை நீட்டினார். அச்சத்தால் உறைந்து போன ஃபிக்ரியேவால் தன்னுடைய கையை அசைக்க முடியவில்லை.

"நல்வரவு, ஃபிக்ரியே," முஸ்தஃபா கெமால் பேசினார். ஃபிக்ரியே உணர்ச்சிகளைக் கட்டுப்படுத்திக்கொண்டார். தம் கையை நீட்டி லதிஃபேவிடம் கொடுத்தபோது அவர் தமது முகத்தை முஸ்தஃபா கெமாலை நோக்கித் திருப்பினார். அப்போது அவருடைய முகத்தில் புன்னகை ஒளிர்ந்தது.

"நன்றி, பாஷம்" என்று பதிலளித்தார்.

முஸ்தஃபா கெமால் கைகொடுக்க அவரை நோக்கி நகர்ந்தபோது, ஃபிக்ரியே அவரைத் தழுவுவதற்குபோல் அருகே சென்றார். ஆனால் முஸ்தஃபா கெமால் அங்கிருந்து நகர்ந்துவிட்டார். பின்பு அவர்கள் அமர்ந்து உரையாடிவிட்டு ஒன்றாகச் சாப்பிட்டார்கள். ஃபிக்ரியே மருத்துவக் காப்பகத்தைவிட்டு முன்னராகவே வெளியே வந்ததற்கு அவரை கெமால் பாஷா கண்டித்தார். பின்னர் சற்று மனம் இரங்கி "சரி, நடந்ததைப் பற்றிப் பேசிப் பயன் இல்லை. உனக்கு இப்போது என்னென்ன தேவை என்பதைப் பார்ப்போம்," என்று சொல்லிப் பேச்சைத் திசை திருப்பினார். இரவு உணவின்போது அவர் ஃபிக்ரியே வுக்காக எரென்காயில் ஒரு வீடு வாடகைக்கு எடுக்கப்போவதாகவும் அதில் வீட்டுப் பயன்பாட்டுப் பொருட்கள் எல்லாவற்றையும் வாங்கிப் போடப் போவதாகவும் தெரிவித்தார். ஃபிக்ரியேவின் தேவைகள் எல்லா வற்றையும் நிறைவேற்றுவதாகவும் சொன்னார். ஆனால் ஃபிக்ரியே அதில் அதிக ஆர்வம் காட்டவில்லை.

இது இஸ்மெட் போஸ்டேகின் அந்தச் சந்திப்புப் பற்றிய கற்பனை கலந்த தகவல்:

ஃபிக்ரியே சாங்கயாவைத் தமது சொந்த வீடாகக் கருதினார். அவர் அங்காராவை விட்டுச் சென்றதை நினைத்துப் பார்த்தால் அவருடைய தரப்புக் கதையைப் புரிந்துகொள்வதொன்றும் கடினமல்ல. மருத்துவக் காரணங்களுக்காக மியூனிக் சென்றிருந்தது அவருடைய வாழ்க்கை முழுவதையுமே மாற்றி, அவருக்குத் தீங்காகவே முடிந்தது.

மியூனிக்கில் இருக்கும்போதே முஸ்தஃபா கெமாலின் திருமணத் தைப் பற்றிச் செய்தித்தாளில் படித்திருந்தார். அதிர்ச்சியடைந்த ஃபிக்ரியே உடனே திரும்பிவந்தார். அதுபற்றிய தகவல் முஸ்தஃபா கெமாலுக்கு 1923 மார்ச் 6 அன்று தந்தி மூலம் தெரிவிக்கப்பட்டது. ஃபிக்ரியே அங்காராவுக்கு வர விரும்பினார். முஸ்தஃபா கெமால் அட்னான் பெய்க்கு தந்தி மூலம் எச்சரிக்கை கொடுத்தார்:

'நான் ஃபிக்ரியேவை மருத்துவ சிகிச்சைக்காக ஜெர்மனிக்கு அனுப்பி யிருந்தேன் – என்னுடைய அனுமதியைக் கேட்காமலேயே அவள் ஏன் இஸ்தான்புல்லுக்கு வந்துவிட்டாள்? அவளுக்குப் போதுமான பணம் நான் கொடுத்திருந்தேன். அவள் அங்கேயே தங்கியிருக்க வேண்டும். எனக்கு விளக்கமும் கொடுக்க வேண்டும். என்னுடைய அனுமதி இல்லாமல் அவளை எங்கேயும் போகவிடக் கூடாது என்பதை இதில் தொடர்புள்ள எல்லோரிடமும் தெரிவித்து, கட்டளையிடுமாறு கேட்டுக்கொள்கிறேன்.

ஒரு தகவல் ஃபிக்ரியே ஒரு உறவினரோடு இஸ்தான்புல்லில் தங்கியிருந்ததாகக் கூறுகிறது. மற்றொரு தகவல் அவர் கெலிபோலுவில் பதினெட்டு மாதங்கள் தங்கியிருந்ததாகவும் அங்காராவுக்குப் போக அவருக்கு அனுமதி கொடுக்கப்படவில்லை என்றும் தெரிவிக்கிறது. ஷெம்ஸி பெல்லி கூறுகிறார்:

அவர் இரவும் பகலும் அழுதுகொண்டிருந்தார். அவருடைய அழுகை வீட்டைத் துயரம் நிறைந்ததாக்கியது. நாங்கள் எவ்வளவு முயற்சி செய்தாலும்

அவரைத் தேற்ற முடியவில்லை. அவர் விரும்பியதெல்லாம் அங்காராவில் முஸ்தஃபா கெமாலுக்கு அருகில் இருப்பது மட்டுமே முஸ்தஃபா கெமாலின் திருமணத்துக்கு எந்த நெருக்கடியையும் ஏற்படுத்த அவர் விரும்பவே இல்லை. அதே நேரத்தில் அவரைவிட்டு வெகுதூரத்தில் வாழவும் விரும்பவில்லை. ஒரு தருணத்தில் அவர் இஸ்மெட் பாஷாவோடு தொடர்புகொண்டு அங்காராவில் கெமால் பாஷாவுக்கு அருகில் இருப்பதற்கேற்ற வேலை வாங்கித் தர முடியுமா என்று அவரிடம் கேட்டிருந்தார். ஆனால் அந்தக் கோரிக்கை கருணையுள்ள காதுகளைச் சென்றடையவில்லை.

ஃபிக்ரியே, முஸ்தஃபா கெமாலுக்கு எண்ணற்ற கடிதங்கள் எழுதியதாக ஹான்டே கோரென் நம்புகிறார். இந்தக் கடிதங்கள் உதவியாளர்கள் கைகளிலோ அல்லது லதிஃபேவிடமோ கிடைத்து மாயமாகி விட்டன. மருத்துவப் பராமரிப்பு இல்லத்திலிருந்து ஃபிக்ரியே வாரம் இருமுறை முஸ்தஃபா கெமாலுக்குக் கடிதம் எழுதியதை ஸாலிஹ் உறுதிசெய்கிறார்.

"இந்தக் கடிதங்களுக்குப் பதில் அனுப்பக்கூடாது என்று கெமால் பாஷா ஆணையிட்டதைத் தொடர்ந்து, அந்தக் கடிதங்களைத் திறக்காமலேயே ஒரு மூலையில் சேர்த்து வைத்தேன்," என்றும் ஸாலிஹ் தெரிவிக்கிறார்.

ஃபிக்ரியேவை நன்கு அறிந்தவர்கள், அவர் ஒருநாள் அங்காராவுக்கு வருவது நிச்சயம் என்று நம்பியதாக முஸ்தஃபா கெமாலின் நெருங்கிய நண்பரான ஸுரெய்யா யிகிட் கூறுகிறார், "அந்தப் பைத்தியக்காரப் பெண்ணால் என்ன செய்ய முடியும் என்று எல்லோரும் ஊகித்துக்கொண்டிருந்தார்கள்; ஆனால் இந்த வம்புப் பேச்சுகள் எதுவும் வீட்டின் சுவர்களைக் கடந்து உள்ளே செல்லவில்லை."

ஃபிக்ரியே முதல்முறையாக சாங்கயாவுக்கு வந்த தேதியை யாரும் குறித்து வைத்திருந்ததாகத் தெரியவில்லை.

ஃபிக்ரியே ஒரு முடிவோடுதான் சாங்கயாவுக்கு வந்தார். இரகசியமாக எதையும் செய்ய விரும்பாத அவர் நேரடியாக மோதப் போகிறார். ஃபிக்ரியேவின் எதிர்பாராத வருகை, லதிஃபேவைத் திகைப்படைய வைத்திருக்கும். ஆனால் அவர் குறையற்ற முறையில் நடந்துகொண்டார். அந்த முதல் இரவு எந்த பரபரப்பான நிகழ்வுமின்றிக் கடந்தது.

அலி மெற்றின், ஃபிக்ரியேவை இஸ்தான்புல்லில் குடியிருக்கச் செய்ய முயற்சி செய்தார். ஆனால் ஃபிக்ரியே அங்கிருந்து புறப்பட்டுப் போகமாட்டார் என்பது அடுத்தநாள் பிற்பகலில் தெளிவாகத் தெரிந்தது. லதிஃபே தம்முடைய நகைச்சுவை உணர்வை இழந்து கெமால் பாஷாவிடம், "அவள் எப்போது போகப் போகிறாள்?" என்று கேட்டார். ஃபிக்ரியே தம்முடைய கெமால்பாஷாவை திருப்பிப்பெற வந்திருப்பதாக லதிஃபே மனக்கவலையடைந்தார். ஃபிக்ரியே அங்கேயே தங்குவதில் பிடிவாதமாக இருப்பார் என்றும் நினைத்தார். அந்நாட்களில் ஒரு ஆணுக்குச் சட்டப்படி ஒன்றுக்கும் அதிகமான மனைவியர் இருக்க முடியும்.

அந்த இரு பெண்களும் உணவு மேசையில் ஒன்றாக அமர்வதில்லை என்று கூறப்படுகிறது. ஃபிக்ரியே அழைக்கப்பட்டதில்லை. ஆனால் அவராகவே வருவார். ஃபிக்ரியே வந்தவுடன் லதிஃபே சென்று விடுவார்.

லதிஃபேவின் மருமகளான டிலெக் பெபே கூறுகிறார்:

உங்களுடன் முன்னொரு காலத்தில் சேர்ந்து வாழ்ந்த பெண் திரும்பி வந்து உங்களுடைய வீட்டிலேயே தங்கியிருக்க விரும்பினால், உங்களுடைய மனைவி எவ்வாறு எதிர்வினை செய்வார்? நான் கடுமையாக எதிர்த் திருப்பேன். மேலும் அவர்கள் இருப்பது குடியரசுத் தலைவரின் இருப்பிடம் என்பதால் நிலைமை மேலும் சிக்கலாகியுள்ளது. அது இயல்பாகவே கணவன் மனைவிக்கிடையில் பதற்றத்தை ஏற்படுத்தும். இது ஒரு இயல்பான நிலைமை அல்ல. தமது பணிவான நடத்தை எந்த விளைவையும் ஏற்படுத்தாததால் என்னுடைய அத்தை ஃபிக்ரியேவின் அறைக் கதவுக்கு முன்னால் நின்றுகொண்டு, “அந்தப் பெண் இன்னும் இங்கேதான் இருக்கிறாளா?” என்று கேட்டிருப்பார். அதைக் கேட்ட ஃபிக்ரியே சென்றுவிட்டார். ஃபிக்ரியேவின் மரணத்தால் முஸ்தஃபா கெமால் குற்றவுணர்வடைந்திருப்பார் என்பது நிச்சயம். அதன்பின் அவர் கவனக் குறைவாக ஃபிக்ரியேவின் பெயரைச் சொன்னது என்னுடைய அத்தையின் இதயத்தைக் குத்தியிருக்கும். கெமால் பாஷா திட்டமிட்டே ஃபிக்ரியேவின் பெயரைச் சொல்லியிருக்க மாட்டார். எனக்குத் தெரிந்த அளவில், அப்போதுதான், லதிஃபே சாங்கயாவைவிட்டு தான் வருவதாக இஸ்மிரிலிருந்த பெற்றோருக்குத் தகவல் அனுப்பினார்.

ஃபிக்ரியே சாங்கயாவுக்குத் திரும்பிவந்தார். இம்முறை அவரிடம் இரண்டு கைத் துப்பாக்கிகள் இருந்ததாக கிலிச் அலி தமது வாழ்க்கை வரலாற்றில் தெரிவிக்கிறார்.

ஃபிக்ரியேவின் இறுதிநாள் நிகழ்வுகள் எவ்வாறு நடந்தன என்பவை பற்றிய பலருடைய தகவல்களும் ஒத்திருக்கின்றன:

ஃபிக்ரியே அன்று காலை நேரத்தில் அங்காரா வந்துசேர்ந்தார். புகைவண்டியிலிருந்து இறங்கிய உடன் நேராக வீட்டுக்குச் சென்றார். நுழைவாயிலில் நின்ற காவல்துறையினரிடமும் பாதுகாவலர்களிடமும் தான் யார் என்று அடையாளம் காட்டியவுடன் வீட்டுக்குள் அழைத்துச் செல்லப்பட்டார். அவர்கள் தனிஉதவியாளரான முஸாஃபரிடம் தெரிவித்தார்கள். ஃபிக்ரியே விருந்தினர் வரவேற்பறையில் காத்திருந் திருக்க வேண்டும். அதற்கு மாறாக அவர் ஓய்வெடுக்கும் அறைக்குச் சென்றார். வந்தது யாரென்று பார்த்தவுடன் Sgt. பெகிர், முஸ்தஃபா கெமாலை தூக்கத்திலிருந்து எழுப்பப் போனார். அவர் ஃபிக்ரியே காத்துக்கொண்டிருப்பதாகத் தெரிவித்தார். முஸ்தஃபா கெமால் தலைமை தனி உதவியாளரான ருஸுஹியை வரச் செய்தார். ஃபிக்ரியேவிடம் பேசி அவருக்கு என்ன வேண்டும் என்று தெரிந்துகொள்ளுமாறு அவருக்கு அறிவுறுத்தினார். ஃபிக்ரியேவுக்கு ருஸுஹியோடு பழக்கம் இல்லை. எனவே ருஸுஹி தம்மை அறிமுகப்படுத்திவிட்டு, அவருக்கு என்ன வேண்டும் என்று தெரிந்தவுடன் முஸ்தஃபா கெமாலை சந்திக்க ஏற்பாடு செய்வதாகச் சொன்னார். அதற்குள் அவரை வரவேற்பு அறைக்குப் போகுமாறு கேட்டுக்கொண்டார்.

சினங்கொண்ட ஃபிக்ரியே, "நான் வேறு எங்கும் போகப்போவதில்லை; நான் இந்த வீட்டின் எஜமானி" என்று பதிலளித்தார். அவரது இயல்புக்கு மாறான, பதற்றமடைந்திருந்த நிலைமை ருஸுஹியின் மனதில் எச்சரிக்கை மணியை ஒலிக்கச் செய்தது. பணிவுடன் ஃபிக்ரியேவை விருந்தினர் அறைக்குப் போகுமாறு வலியுறுத்தினார். இறுதியாக ஃபிக்ரியே அந்த அறைக்குச் சென்றார். ஒரு தருணத்தில் ஃபிக்ரியே கழிப்பறைக்குச் சென்றார். சிறிது நேரத்துக்குப் பிறகும் அவர் திரும்பிவராததால் ருஸுஹி முஸாஃபரிடம் கதவைத் திறந்து சோதனை செய்யுமாறு கூறினார். ஆனால் அது பொருத்தமான நடத்தையல்ல என்று நினைத்த முஸாஃபர் மறுத்துவிட்டார். எனவே ருஸுஹியே கதவைத் திறந்தார். ஃபிக்ரியே கைப்பையிலிருந்து எதையோ எடுக்க முயன்றுகொண்டிருப்பதைப் பார்த்தார். பைக்குள் ஒரு கைத் துப்பாக்கி தெரிந்தது. அவர் ஃபிக்ரியேவிடம் முஸ்தஃபா கெமாலை அன்று பார்க்க முடியாது என்று தெரிவித்தார்.

நிலைகுலைந்து போயிருந்த ஃபிக்ரியே, உதவியாளர்களிடம் விடை பெற்றுவிட்டு வீட்டைவிட்டு வெளியே சென்றார். நுழைவாயிலில் விட்டு வந்திருந்த குதிரை வண்டியை நோக்கி அவர் நடந்தார். பின்பு ருஸுஹியை மீண்டும் பார்க்க விரும்புவதாகச் சொல்லியனுப்பினார். ஆனால் ருஸுஹி அதற்குப் பதிலளிக்கவில்லை.

கிலிச் அலி சொல்வதைக் கேட்போம்:

குதிரை வண்டி வீட்டைவிட்டுப் புறப்பட்டு ஃபுவாட் புல்ஜாவின் மாளிகைக்கருகில் சென்றது. கைப்பையில் இருந்த கைத் துப்பாக்கியை வெளியே எடுத்தார். அவர் அதை கெமால் பாஷாவை அல்லது லதிஃபேவைத் தாக்குவதற்காகப் பையில் வைத்திருந்திருக்க வேண்டும். பின்னர் உத்தேசமாகத் தமது இதயம் இருந்த இடத்தை நோக்கிச் சுட்டார். உடனே தமது உயிரைக் காப்பாற்ற வேண்டும் என்ற வெறியோடு வண்டியை விட்டுக் குதித்தார். அங்கேயே அப்போதே கீழே விழுந்து உணர்விழந்தார்.

ஃபிக்ரியே முஸ்தஃபா கெமாலையும் லதிஃபேவையும் கொன்றுவிட்டுத் தற்கொலைசெய்துகொள்ளத் திட்டமிட்டிருந்ததாக கிலிச் அலி நம்புகிறார்:

ஃபிக்ரியேவின் இடைக்கச்சையில் இரண்டாவது கைத்துப்பாக்கி செருகி வைக்கப்பட்டிருந்தது கண்டுபிடிக்கப்பட்டது. ஃபிக்ரியேவிடம் இரண்டு துப்பாக்கிகள் இருந்ததையும் கழிப்பறையில் ஒரு துப்பாக்கியைத் தயாராக வைத்திருந்ததையும் வைத்துப் பார்க்கும்போது – ஐயோ – கடவுளே – கெமால் பாஷாவைச் சந்திப்பதில் வெற்றியடைந்திருந்தால் அவரையும் லதிஃபேவையும் சுட்டுக் கொன்றுவிட்டு ஃபிக்ரியே தற்கொலை செய்துகொண்டிருப்பார் என்று நாங்கள் நினைத்தோம். வீட்டைவிட்டுச் சென்றபிறகு ருஸுஹிபெய்யை அழைக்க முயற்சி செய்தது, தம்மை கெமால் பாஷாவைப் பார்க்கவிடாமல் செய்து தமது திட்டத்தை நிறைவேற்ற முடியாமல் செய்ததற்காக, அவரைக் கொன்று பழிதீர்க்கலாம் என்று ஃபிக்ரியே நினைத்திருக்கலாம்.

ஷெம்ஸி அலி, ஃபிக்ரியேவின் இறுதி நிமிடங்களைப் பற்றித் தெரிவிக்கிறார். அங்காரா நாட்டுப்புற மருத்துவமனையின் தலைவரான மருத்துவர் ஒமெர் வாஸ்ஃபி (ஏய்பார்) கொடுத்த தகவல்கள் அடிப்படையில் தெரிவிக்கப்பட்டது:

ஃபிக்ரியே தற்கொலை முயற்சி செய்த உடனேயே மருத்துவமனைக்கு விரைந்து கொண்டுசெல்லப்பட்டார். அவரை உடனே ஒரு தனியறைக்கு எடுத்துச் சென்று சிகிச்சையைத் தொடங்கினேன். நிகழ்வின் அதிர்ச்சியால் வண்டி ஓட்டி உளறிக்கொண்டிருந்தான். அவனிடமிருந்து எந்த நம்பகரமான தகவலையும் பெறுவது கடினமாக இருந்தது. இடது நுரையீரலில் பெரிய விட்டமுள்ள ஓட்டை விழுந்திருந்தது. பிரௌனிங் துப்பாக்கியின் ரவை இதயத்தின் வெளிப்புறத்தை உரசிக்கொண்டு கடந்து சென்றிருந்தது. காயமடைந்தவருக்கான சிகிச்சையை நான் முடித்தவுடன் மருத்துவர் ரெஃபிக் (சாய்தாம்) வந்து சேர்ந்தார்.

முஸ்தஃபா கெமால் தேற்ற முடியாத நிலையில் இருந்தார் என்றும், ஃபிக்ரியேவைக் காப்பாற்ற முடிந்த எல்லா முயற்சிகளையும் எடுக்க வேண்டும் என்று விரும்பியதாகவும் ரெஃபிக் பெய் தெரிவித்தார். சில நாட்களுக்குப் பிறகு நிமோனியா தாக்குதல் ஏற்படாமலிருந்தால் ஃபிக்ரியே பிழைத்திருப்பார் என்று மருத்துவர் ஒமெர் வாஸ்ஃபி நம்புகிறார். “ஃபிக்ரியேவின் உடல்நிலை தேறிவிடும் என்றுதான் அவர் கணித்திருந்தார்.” துரதிருஷ்டவசமாக, ஒரு வாரத்துக்குப் பிறகு கடுமையான காய்ச்சல் வந்தது. நாங்கள் அவரைப் பரிசோதனை செய்தோம். அது கடுமையான நிமோனியா. இரண்டு நாட்களுக்குப் பிறகு அவர் மரணமடைந்தார்.

அதிகாரபூர்வ ஆவணங்களின்படி ஃபிக்ரியே இறந்தநாள் 30 மே 1924. அவருடைய மரணத்தோடு இணைத்து பல முன்னுக்குப்பின் முரணான கதைகள் கூறப்படுகின்றன. ஜான் தூந்தார் எழுதிய ‘ஃபிக்ரியே’ என்ற புத்தகத்தில் ஃபிக்ரியே தற்கொலை செய்யவில்லை, கொலை செய்யப்பட்டார் என்ற கதையை சேர்த்திருக்கிறார். அப்பாஸ் ஹேய்ரி ஓஸ்டின்செர் என்பவர் ஃபிக்ரியேவின் மருமகன்.

ஃபிக்ரியே பற்றிய வானொலி நிகழ்ச்சி ஒலிபரப்பப்பட்ட பிறகு அவர் ஜான் தூந்தாரைச் சந்தித்துத் தம்முடைய குழந்தைப் பருவத்திலிருந்தே தான் கேட்ட கதையை அவரிடம் சொன்னார்:

என்னுடைய அத்தை முதுகில் சுடப்பட்ட நிலையில் வண்டியின் உள்ளே கிடந்ததாக நாங்கள் கேள்விப்பட்டோம். அத்தையின் மரணம் பற்றிய தகவல் அன்றே என்னுடைய தந்தையான என்வெர் பெய்க்குத் தெரிவிக்கப்படவில்லை. அடுத்த நாள்தான், சாங்கயாவிலிருந்து வந்த வாய்மொழிக் கட்டளையின் அடிப்படையில் என்னுடைய தந்தை சீருடை அணியாத மனிதர்களால் அங்காராவுக்கு அழைத்துவரப்பட்டார். அவர் எவ்வளவோ வேண்டிக்கேட்டும் ஃபிக்ரியேவின் உடல் அவருக்குக் காட்டப்படவில்லை. கைத்துப்பாக்கி உள்ளிட்ட அவரது உடைமைகள் பறிமுதல் செய்யப்பட்டன. உடலைப் பார்க்க வேண்டும் என்றோ, குற்றப்பத்திரிகை தாக்கல் செய்ய வேண்டும் என்றோ விடாப்பிடியாக கேட்டுக்கொண்டிருக்கக் கூடாது என்று நீதிபதி என் தந்தையை எச்சரித்தார்:

"இவ்விதமான புகார்கள் உங்களுக்கு விரும்பத்தகாத விளைவுகளை ஏற்படுத்தும். உங்களுடைய இழப்புக்காக நான் மிகவும் வருந்துகிறேன், என்வெர் பெய்."

அப்போது மருத்துவமனையிலிருந்த நோயாளிகளிடம் தம்முடைய தந்தை விசாரித்தபோது வேறு தகவல் வெளிவந்தது. அன்று இரவு ஒரு பெண் மருத்துவமனையில் அனுமதிக்கப்பட்டதாகவும், அவர் "கேவலமானவர்கள், கொலைகாரர்கள், அவர்கள் என்னைச் சுட்டு விட்டார்கள்" என்று கத்திக்கொண்டிருந்ததாகவும் தெரிய வந்தது என்று கூறுகிறார் ஹேய்ரி ஓஸ்டின்செர்.

ஃபிக்ரியேவின் நெருங்கிய தோழியான ஹாந்தான் ஹனிம் அங்காரா பத்திரிகையான *ஹகிமியெட்–இ–மில்லியேவில்* வெளிவந்த மரண அறிவிப்பிலிருந்த சில வரிகளைக் குறிப்பிடுகிறார். ஃபிக்ரியேவின் மரணத்துக்குப் பிறகு சாதாரண உடையணிந்த மனிதர்கள் அவர்களுடைய வீட்டை சோதனையிட்டு ஃபிக்ரியேவின் உடைமைகள், பைகள், எழுதப்பட்டு அனுப்பப்படாத கடிதங்கள், புகைப்படங்கள், மதிப்பு மிக்க நினைவுப் பரிசுகள் எல்லாவற்றையும் எடுத்துச் சென்று விட்டார்கள். இருந்தாலும் இந்த சோதனை பற்றிய அவருடைய கருத்து முஸ்தஃபா கெமாலைக் குற்றச்சாட்டிலிருந்து விடுவிக்கிறது: "கெமால் பாஷாவுக்கு இது தெரிந்திருக்காது."

ஃபிக்ரியேவின் மரணம் அங்காராவிலிருந்த அவருடைய நெருங்கிய நண்பர்கள் மத்தியில் சோகத்தையும் ஆழ்ந்த மௌனத்தையும் ஏற்படுத்தியிருந்தது.

முவாம்மெரும் அடெவியேவும் வந்து சேர்கிறார்கள்

ஃபிக்ரியே உயிரோடு இருந்தபோது லதிஃபே – முஸ்தஃபா கெமால் திருமண வாழ்க்கையில் சிறு அளவிலான நெருக்கடியை மட்டுமே ஏற்படுத்தியிருந்தாலும் மரணத்தில் அவர்கள் இருவரையும் துன்புறுத்தினார். அவருடைய மரணத்தின் பாரம் அவர்களுடைய திருமணத்தை மூச்சுத் திணற வைத்தது.

ஃபிக்ரியேவின் மரணத்துக்குப்பின் உடனேயே லதிஃபேவுக்கும் முஸ்தஃபா கெமாலுக்கும் இடையில் கொழுந்துவிட்டெரிந்த வாக்குவாதம் நடந்தது.

கெமால் பாஷா ஃபிக்ரியேவை அனுப்பி வைத்ததற்கு மூன்று அல்லது நான்கு நாட்களுக்குப் பிறகு நடந்தது என்று அலி மெற்றின் கூறுகிறார். ஆனால் அது அவருடைய மரணத்துக்குப் பிறகுதான் நடந்திருக்க வேண்டும்.

ஃபிக்ரியே புறப்பட்டுப் போனதற்கு மூன்று அல்லது நான்கு நாட்களுக்குப் பிறகு ஒருநாள் முஸ்தஃபா கெமாலும் லதிஃபேவும் வரவேற்பறையில் அமர்ந்திருந்தார்கள். அந்த வீடு சிறந்த மகிழ்ச்சியை வெளிப்படுத்தியது. நான் அப்போது அரிதான குழல் ஒலிப்பான் கிராமஃபோன் இசை கேட்டுக்கொண்டிருந்தேன். சில நாட்களுக்கு முன்பு வீட்டுக்கு முன்பு

நாங்கள் கண்டெடுத்து டிரைக்கூபிஸ் என்று பெயரிட்ட பெண் நாய் குட்டி போட்டிருந்தது. அது இரண்டு நாய்க்குட்டிகளோடு விளையாடிக் கொண்டிருந்தது. ஆட்டாடூர்க் மனஅமைதியோடு ராகி மதுவை மெதுவாக உறிஞ்சிக் குடித்துக்கொண்டிருந்தார். நாய்க்குட்டிகளின் ரசிக்கத்தகுந்த வேடிக்கைகளை மகிழ்ச்சியுடன் பார்த்துக்கொண்டிருந்தார். லதிஃபே பக்கம் திரும்பி அவர் சொன்னார், "அங்கே பார், ஃபிக்ரியே, அவை எவ்வளவு இனிமையாகக் குதித்து விளையாடுகின்றன!"

லதிஃபே சீறினார்.

சினத்தை அடக்கமுடியாத லதிஃபே, "ஃபிக்ரியேவைக் கொன்றது நீங்கள்தான். அடுத்தது என்னையா? நான் ஃபிக்ரியே அல்ல என்பதை ஒரு போதும் மறக்க வேண்டாம். என்னால் என்னைக் கவனித்துக் கொள்ள முடியும்" என்று சொன்னதாகக் கூறப்படுகிறது.

லதிஃபே மிகைப்படுத்திக் கூறியதற்காகச் சீற்றமடைந்த முஸ்தஃபா கெமால், "லதிஃபே," என்று கோபம் வெளிப்படையாகத் தெரியுமாறு கத்தினார். மன அழுத்தத்தைத் தாங்கமுடியாத லதிஃபே நினைவிழந் தார். நினைவு திரும்பியபோது முஸ்தஃபா கெமால் தமது அருகில் இருப்பதைக் கண்டார். மனதைத் தேற்ற முடியாத லதிஃபே, "போய் விடுங்கள், நான் உங்களைப் பார்க்க விரும்பவில்லை!" என்று சொல்லி விட்டு படுக்கையறைக்குச் சென்றுவிட்டார். முஸ்தஃபா கெமால் மாடிக்குச் சென்று பார்த்தபோது லதிஃபே படுக்கையறையில் காணப் படவில்லை. அவர் அடுத்த அறைக்கு மாறிச் சென்றிருந்தார்.

இஸ்மெட் போஸ்டாக் 'ஆட்டாடூர்க்கும் அவருடைய மனைவி லதிஃபே ஹனிமும்' என்ற நூலில் குறிப்பிட்டுள்ள இந்த மோதல், அப்போது சாங்கயாவில் இருந்தவர்கள் நேரில் பார்த்ததன் அடிப்படை யில் எழுதப்பட்டிருக்கலாம்.

"ஆட்டாடூர்க் லதிஃபேவுக்கு மனக்கவலை ஏற்படுத்தியதற்காக, அது வேண்டுமென்றே செய்ததல்ல என்றாலும், வருந்தினார். இரண்டு நாட்களுக்குப் பின்பு லதிஃபேவின் தந்தையான முவாம்மெர் பெய்யிட மிருந்து எங்களுக்கு ஒரு தந்தி வந்தது. அதில் அவர்கள் அங்காராவுக்கு வந்து கொண்டிருப்பதாகத் தெரிவித்திருந்தார். அதை நாங்கள் ஆட்டாடூர்க் கிடம் காட்டினோம். அவர் சிறிது நேரம் யோசித்துவிட்டு, 'லதிஃபே அவர்களுக்குத் தந்தி அனுப்பியிருப்பாள்' என்று முடிவு செய்தார். அது உண்மைதான். லதிஃபே கையால் எழுதிய தந்திச் செய்தியோடு வீட்டுக்காவலர்களை சாங்கயா தபால் அலுவலகத்துக்கு அனுப்பியதைப் பின்பு அறிந்தோம்," என்று அலிமெற்றின் கூறுகிறார்.

"இந்த மோதல் அவர்களைத் தனித்தனி அறைகளில் இருக்கச் செய்தது" என்கிறார் ஸாலிஹ் போஸோக். அடுத்த நாள் லதிஃபே தமது அறையிலேயே சாப்பிட்டார். தொலைபேசி அழைப்புகளுக்கும் பதிலளிக்கவில்லை. அறையைவிட்டு வெளியே வந்தபோதும் சிடுசிடுப் பாகவே இருந்தார். முஸ்தஃபா கெமால் வேளாண்பள்ளியில் இருந்த தமது அலுவலகத்துக்குச் சென்றார். அதிகாலை நேரத்தில் அவர்

திரும்பிவந்தார். லதிஃபே நீண்ட நேரமாகத் தமது அறையிலேயே இருந்தார். லதிஃபே காலை நேரக் காப்பியைக் கொண்டுவருவதுவரை அவரைக் கண்டுகொள்ளாமல் இருப்பது என்று முஸ்தஃபா கெமால் முடிவு செய்தார். லதிஃபே தம்முடைய பெற்றோரை இந்தப் பிரச்சினைக் குள் கொண்டு வந்ததையும் அவர் விரும்பவில்லை.

ஜூன் 2 அன்று *ஜூம்ஹூரியெட்*டில் வெளிவந்த நேர்காணலில் முவாம்மெர் ஜூன் மாதத் தொடக்கத்தில் அங்காராவுக்குச் செல்லத் திட்டமிட்டதாகக் குறிப்பிட்டிருக்கிறார். ஃபிக்ரியேவின் மரணத்துக்குப் பிறகு அவர் தம்முடைய மகளைப் பார்க்க நிஜமாகவே ஏற்பாடுகள் செய்திருக்கலாம். சரியாக அந்த நேரத்தில் லதிஃபேவின் தந்தியும் கிடைத்திருக்கலாம்.

எனக்கு விவாகரத்து வேண்டும்

லதிஃபேவின் தந்தி கிடைத்தவுடன் அடெவியேவும் முவாம்மரும் சாங்கயா வந்தார்கள். லதிஃபேவுடன் உரையாடிக் கொண்டிருந்தபோது முஸ்தஃபா கெமாலையும் கூட இருக்குமாறு கேட்டுக்கொண்டார்கள்.

"எனக்கு விவாகரத்து வேண்டும்" என்றார் லதிஃபே.

அங்கு முழு அமைதி நிலவியது. "எதற்காக?" முஸ்தஃபா கெமால் கேட்டார்.

"பல காரணங்கள் இருக்கின்றன ... முதல் காரணத்தைக் கூறுகிறேன். நீங்கள் முற்போக்கான கருத்துகள் உடையவர் என்ற முறையில் உங்களைக் காதலித்தேன். உங்கள் மீதுள்ள காதலால்தான் நான் உங்களை மகிழ்ச்சி யோடு திருமணம் செய்தேன். நீங்களும் என்னுடன் மென்மையாக நடந்துகொண்டீர்கள். நீங்கள் சென்ற இடங்களுக்கெல்லாம் என்னை யும் அழைத்துச் சென்றீர்கள். உங்களுடைய கருத்துகளை என்னோடு பகிர்ந்துகொண்டீர்கள். ஒரு மேலைநாட்டு ஆண் நடத்துவது போலவே என்னையும் நடத்தினீர்கள். அதன்பின்பு உங்கள் எண்ணங்களை மறைக்கத் தொடங்கினீர்கள். உங்களுடைய பணியிலிருந்து என்னை விலக்கினீர் கள். உங்களைச் சுற்றியிருக்கும் சில நண்பர்களோடு காலைவரை குடிக்கவும் உரையாடவும் தொடங்கினீர்கள். அந்தப்புரத்தில் இருக்கும் ஆசைநாயகியைப்போல இந்த வீட்டில் தன்னந்தனியாக விடப்பட்டேன். தொடக்கத்தில் உங்களுடைய பணியில் ஒரு உதவியாளரைப்போல; அதன்பின் அந்தப்புரத்தில் தள்ளப்பட்ட ஆசைநாயகியைப்போல. இது என்னுடைய சுயமரியாதையைப் புண்படுத்தியது. என்னை இவ்வளவு வெறுப்போடு ஒதுக்கி வைக்க உங்களுக்கு எந்த உரிமையும் இல்லை. இருந்தாலும் நான் என்னுடைய நாவை அடக்கி வைத்திருந்தேன். அந்த ஃபிக்ரியே நிகழ்வுதான் கடைசித் துரும்பு. நீங்கள் என்னைத் திருமணம் செய்தீர்கள்; ஆனால் இன்னொருத்தியைக் காதலிக்கிறீர்கள்."

லதிஃபே நிறுத்தியவுடன் முஸ்தஃபா கெமால் தொடங்கினார்:

"நான் உன்னைத் திருமணம் செய்தநேரத்தில் ஃபிக்ரியே என் அருகில்தான் இருந்தாள். உன்னைத் திருமணம் செய்த செயலின்

மூலம் நான் என்னுடைய விருப்பத்தேர்வைத் தெளிவாக்கினேன். அவள் இப்போது இறந்துவிட்டாள். அவளுடைய மரணத்துக்காக நான் உண்மையாகவே வருந்துகிறேன். என்னுடைய மனத்துயரில் உன்னை லதிஃபே என்பதற்குப் பதிலாக ஃபிக்ரியே என்று எப்படியோ தவறுதலாக அழைத்திருந்தால், நீ என்னை மன்னிப்பாய் என்று எதிர் பார்க்கிறேன். உன்னுடைய உணர்வுகள் முழுமையாகப் புரிகிறது. ஆனால் ஒரே ஒரு வார்த்தை இந்த வீட்டை நரகமாக மாற்றுவதற்குப் போது மான காரணமல்ல. என்னுடைய பணியிலிருந்து உன்னை விலக்கி வைத்ததைப் பொறுத்தவரை: நாடு தொடர்பான விஷயங்கள் என்னுடைய வேலை, உன்னுடையவை அல்ல. நீ என்னுடைய உதவியாளர் அல்ல, என்னுடைய மனைவி. நாடு தொடர்பான விஷயங்கள் இயல்பாகவே உனக்கு அப்பாற்பட்டவை. உன்னால் கஸெம் சுல்தான்[1] போல ஆக முடியவில்லை என்று புகார் கூறுகிறாயா?"

அரசியல் ஆசைகளோடிருந்த அந்த அவப்புகழ்பெற்ற அந்தப்புரப் பெண்ணோடு தம்மை ஒப்பிட்டது லதிஃபேவை மகிழ்ச்சியடையச் செய்திருக்காது.

"இல்லவே இல்லை! நான் ஒரு கசெம் சுல்தான் அல்ல. நான் ஒரு குடியரசுத் தலைவரின் மனைவியாக இருக்க விரும்புகிறேன் – அது என்னுடைய உரிமை."

அப்போது முஸ்தஃபா கெமால், லதிஃபே பாராளுமன்றத்துக்குச் சென்றதற்குப் பின்பு செய்தித்தாள்களில் வந்த விமரிசனங்களை நினைவு படுத்திவிட்டு,

"நான் உன்னை அரசு தொடர்பான விஷயங்களில் மேலை நாடு களில் கூடப் பார்க்க முடியாத அளவுக்கு ஈடுபடுத்தியிருக்கிறேன்!"

இந்த உரையாடல் லதிஃபேவை ஓரளவு அமைதிப்படுத்தியிருந்தது.

முவாம்மெர் தன் மகளிடம் அவருடைய நிலைப்பாடு தவறானது என்பதைச் சுட்டிக்காட்டினார். அடெவியே தமது பங்குக்கு, தான் உணர்வுபூர்வமாக லதிஃபே கூறுவதை ஒத்துக்கொண்டாலும், அறிவு பூர்வமாக முஸ்தஃபா கெமாலின் கருத்தை ஏற்றுக்கொள்ள வேண்டி யிருப்பதாகக் கூறினார். எல்லா திருமணங்களிலும் மேடுகளும் பள்ளங் களும் உண்டு என்பதை லதிஃபேவைப் புரிந்துகொள்ள வைப்பதில் இருவரும் வெற்றியடைந்தார்கள்.

லதிஃபேவை எரிச்சலடைய வைத்தது ஃபிக்ரியே மட்டுமல்ல என்பதை இந்த உரையாடல்கள் சுட்டிக்காட்டுகின்றன. முஸ்தஃபா கெமால் மாறிவிட்டதாக லதிஃபே நினைத்தார். எனவேதான் தம்மை அந்தப்புரத்து ஆசைநாயகியின் நிலைக்குத் தரம்தாழ்த்தியதற்கு எதிர்ப்புத் தெரிவித்தார்.

அடுத்தநாள் மீண்டும் தம்முடைய தாயிடம் தமது அந்தரங்கத்தை வெளிப்படுத்தினார். தம் கணவருக்கு ஆதரவாக தாய் பேசியதால் லதிஃபே கவலையடைந்தார்.

"இறுதித் தீர்ப்புநாள் வரை அவர் எப்போதும் சரியாக நடப்பவர் தான்; ஏனென்றால் அவர் ஒரு ஆண்! ஏனென்றால் அவர் முஸ்தஃபா கெமால் பாஷா!" தம்முடைய கணவரை விவரிக்கிறார்: "உன்னோடு வைத்திருக்க முடியாத கணவன், தமது பாதையில் நடக்கவிடாத கணவன், உலகெங்குமுள்ள மக்களின் பார்வையில் இருக்கும் கணவன்! அதுதான் என்னை நசுக்குகிறது."

அதற்குப் பிறகும் அவர் கெமால் பாஷாவின் நண்பர்களிடம் தனக்கிருந்த அதிருப்தியை வெளிப்படுத்தினார். "அவருக்குக் கிடைக்கும் ஓய்வு நேரத்தைத் தம்முடைய நண்பர்களோடு ஒரு குறும்புக்காரச் சிறுவனின் பொழுதுபோக்குகளில் வீணடிப்பதை நிறுத்தினாலே, ஒரு தீர்வைக் கண்டுபிடிக்கலாம். அவர் பள்ளியிலும் ராணுவத்திலும் போரிலும் இப்படித்தான் நேரத்தைச் செலவு செய்திருக்கிறார். அவர் தம்முடைய சில நண்பர்களை விட்டுப் பிரிந்திருக்க முடியாதவராகிவிட்டார். ஓய்வு நேரம் கிடைக்கும்போதெல்லாம் சைக்கிள் சவாரி செய்ய ஓடிச் சென்ற என்னுடைய சகோதரர்களைப் போல, என் கணவரும் வேலையில்லாத நேரங்களிலெல்லாம் தம்முடைய நண்பர்களை நோக்கி ஓடுகிறார். நானும் அவர்களோடு சேர்ந்துகொள்ளலாம் என்று நினைத்தேன்; அதற்கு முயற்சியும் செய்தேன். ஆனால் அவர்கள் அதை விரும்பவில்லை. அம்மா, நீங்களாவது என்னுடைய பிரச்சினையைப் புரிந்துகொள்வீர்கள் என்று நம்புகிறேன்."

பிரச்சினை, முஸ்தஃபா கெமால் அவருடைய இறந்துபோன காதலியின் பெயரால் தம்மை அழைத்ததற்கும் அப்பாற்பட்டது என்று லதிஃபே தம்முடைய அம்மாவிடம் கூறினார். "ஒவ்வொரு பெண்ணுக்கும் தம்முடைய கணவனின் வாழ்க்கையிலுள்ள வேறு பெண்களை சமாளிக்க வேண்டியிருக்கும். ஆனால் இப்படி இன்றியமையாதவர்களாக அவருடைய ஆண் நண்பர்கள் இருந்தால் நீங்கள் என்ன செய்ய முடியும்?" என்று கேட்டார்.

26

பொருளாதாரத்தை ஊக்குவித்தல்

பதினொருவருடப் போர்க்காலத்தின் முடிவில் துருக்கிக் குடியரசு அமைக்கப்பட்டது. உலகப் பத்திரிகைகள், "அவர்கள் ஐரோப்பாவுக்கு எதிராக வியக்கத்தக்க ராணுவ வெற்றி பெற்றிருக் கிறார்கள். ஆனால் அவர்கள் பொருளாதாரத்துக்கு என்ன செய்யப் போகிறார்கள்?" என்று தொடர்ந்து கேட்டுக் கொண்டிருந்தன. சோவியத் யூனியனின் அதிகாரபூர்வ பத்திரிகையான இஸ்வெஸ்தியா துருக்கியின் பொருளாதாரம் பற்றிய மதிப்பீட்டை 1923 இறுதியில் வெளியிட்டது. 1923 டிசம்பர் 15 தேதியிட்ட லிட்டரரி டைஜெஸ்ட் டில் 'புதிய துருக்கி ஒரு வணிகத்திட்ட முன்மொழிவாக' என்ற தலைப்பில் அது வெளிவந்தது. "பதினொரு வருடப் போருக்குப் பிறகு மக்கள்தொகை குறைந்திருக்கிறது. மலேரியாவும், பால்வினை நோய்களும் எங்கும் காணப்படுகிறது. ஒரு விவசாய நாடான துருக்கி 36 மில்லியன் லிராக்கள் மதிப்புள்ள கோதுமையை இஸ்தான்புல்லுக்கு மட்டும் உணவளிக்க இறக்குமதி செய்ய வேண்டியுள்ளது. ஏற்றுமதி இல்லை என்றே சொல்லலாம். நாட்டின் ஒரே வளர்ச்சியடைந்த பிரிவான புகையிலைத் தொழில்கூட அழியும் தருவாயில் உள்ளது. வரிகள் கடும் சேதத்தை ஏற்படுத்து கின்றன. அதனால்தான் மக்கள் வெளிநாடுகளுக்குத் தப்பிச் செல்கிறார்கள். வரவுசெலவுக் கணக்குப் பற்றாக்குறை பிரமாண்ட அளவை எட்டியுள்ளது."

அந்த செய்தித்தாள் பற்றாக்குறை 36 மில்லியன் என்று மிகைப்படுத்திக் கூறியது. 1923இல் மொத்தமாக 3 மில்லியன் பவுண்ட் ஸ்டெர்லிங் மதிப்புள்ள கோதுமை இறக்குமதி செய்யப் பட்டது.

"இராணுவத்திலிருந்து விடுவிக்கப்பட்ட படைவீரர்கள் நாடெங்கும் கட்டுப்பாடற்ற ராணுவவீரர்கள் போலப் பரவியிருந்தனர். அவர்களுக்கு எந்த வேலை வாய்ப்பும் இல்லை. ஓய்வூதியம் கொடுக்க நிதியும் இல்லை. மேற்கு ஆனடோலியா ஒரு பாலைவனம் போல ஒன்றுமில்லாமலாக்கப்பட்டுள்ளது. ஒரு காலத்தில் மக்கள் நிறைந்திருந்த இஸ்மிரின் சாலை ஓரங்கள் இப்போது மாலை எட்டுமணிக்கு ஆளரவமில்லாத இடமாகி விடுகிறது."

"போர்க்காலம் முழுவதிலும் அதிக அளவு பணத்தை அச்சடிக்காமல் இருந்ததற்காகத் துருக்கியர்கள் தங்களைப் பாராட்டிக் கொள்கிறார்கள். தானியங்களையும் கால்நடைகளையும் பறிமுதல் செய்திருந்தது தான் அதற்குக் காரணம். மக்கள் ஊதியமில்லாமல் வேலை செய்ய கட்டாயப்படுத்தப்பட்டார்கள். இப்போது ஆனடோலியாவில் கால்நடைகளே இல்லை; விவசாயம் அழிந்துவிட்டது," என்று அந்த கட்டுரை தொடர்ந்து கூறுகிறது.

தேசியப் போராட்டம் நடந்த காலம் முழுவதும், ஒவ்வொரு வீட்டினரும் ஒரு தொகுதி உள்ளாடை, காலுறை, ஷூ ஆகியவற்றையும் 40% வெள்ளைப் பருத்தித் துணி இருப்பு, பஞ்சு, காலணி, காலடிக்கான தோல், ஆணி, பொதிகளைக் கொண்டு போவதற்கேற்ற சேணம் போன்ற எல்லாவற்றையும் கொடுக்குமாறு கேட்டுக்கொள்ளப்பட்டிருந்தார்கள். இவற்றை வைத்திருந்த வணிகர்களிடமும் தனிமனிதர்களிடமும் எதிர்காலத்தில் எப்போதாவது பணம் கொடுக்கப்படும் என்ற வாக்குறுதியோடு அவை கேட்கப்பட்டிருந்தன.

'இஸ்வெஸ்தியா' இந்தச் சூழலைச் சுருக்கமாகக் கூறுகிறது. துருக்கி, ஆட்டோமான் பேரரசிடம் ஒருபோதும் இல்லாத இரண்டு பொக்கிஷங்களைக் கொண்டுள்ளது. ஒன்று சுதந்திரம், மற்றொன்று இறையாண்மை. ஆனால் இந்த இரண்டு சொத்துகளும் நாட்டின் பொருளாதாரம் மறுசீரமைக்கப்பட்டால் மட்டுமே அவற்றுக்குரிய மதிப்பைப் பெறமுடியும்.

முஸ்தஃபா கெமால் இஸ்மிர் பொருளாதாரப் பேரவையின் குறிக்கோள் பொருளாதாரச் சுதந்திரம் என்று ஏற்கெனவே அறிவித்திருந்தார்.

1924இல் துருக்கியின் ஓரளவு பாதி மூலதனம் ஜெர்மனியுடையது; நான்கில் ஒரு பங்குக்கும் அதிகமாக பிரான்சுடையது; ஆறில் ஒரு பங்கு பிரிட்டனுடையது; அமெரிக்காவுக்கு 2%க்கும் குறைவாகவே இருந்தது என்று மெற்றே கெமால் தெரிவிக்கிறார்.

முதலாளித்துவ உலகோடு தம்முடைய உறவைப் பராமரிப்பதற்காக வெளிநாட்டு வணிக உரிமம் பெற்றிருந்தவர்களுக்குத் துருக்கி இழப்பீடு வழங்கிக் கொண்டிருந்தது.

நீண்ட போர் லதிஃபேவின் குடும்பத்தையும் பாதித்திருந்தது. இஸ்மிர் பெருந்தீயில் 72 உஷாகிஸாடே சொத்துகள் எரிந்தழிந்தன. இவற்றில் பெரும்பான்மையானவை தீ தொடங்கிய ஆர்மீனியக் குடியிருப்புக்கு அருகில் இருந்தவை. அந்த இடத்தில் இன்று கண்காட்சித்

இபெக் சாலிஷ்லர்

திடலான ஃபுவார் இருக்கிறது. (இன்று குடியரசுச் சதுக்கம் இருக்கும் நிலமும் இந்த குடும்பத்துக்குரியதுதான் என்றும் கூறப்படுகிறது.) துருக்கியின் புதிய தலைவரும் அவருடைய மாமனாரும் முவாம்மரின் எரிந்த சொத்துகளை நாட்டுக்காகப் பயன்படுத்துவது என்று ஒத்துக் கொண்டார்கள். அதற்குப் பதிலாக, நாட்டில் பெட்ரோல் கண்டு பிடிக்கப்பட்டவுடன் நிறுவப்பட இருக்கும் முதல் பெட்ரோலிய நிறுவனத் தின் பங்குகள் முவாம்மருக்குக் கொடுக்கப்படும். துரதிஷ்டவசமாக அங்கு பெட்ரோல் கண்டுபிடிக்கப்படவில்லை; எனவே அந்த கடன் திருப்பிக் கொடுக்கப்படவில்லை. புதிய துருக்கியின் தேவைகளுக்குப் பொருத்தமானவையாகக் கண்டறியப்பட்ட சில சொத்துகள் கேட்கப் பட்டன; அந்த குடும்பத்தினர் அவற்றை இலவசமாகக் கொடுத்தார்கள். முவாம்மெர் நிலப்பத்திரத்தில் 'கண்காட்சி மைதானம்' என்று குறிப்பாகத் தெரிவித்த வாசகத்தைச் சேர்த்திருந்தார். எனவே இன்றுகூட, அந்த இடத்தின் மேல் கண் வைத்திருக்கும் எந்த மேயரும் இந்த விதியைப் பார்த்தபிறகு தமது திட்டத்தை மாற்ற வேண்டியுள்ளது.

முவாம்மெர் தம்முடைய மகளின் திருமணத்தின்போது அவருக்குத் தாராள மனத்துடன் 1 மில்லியன் லிராக்கள் வரதட்சணையாகக் கொடுத்தார் என்பதை வெளிநாட்டுப் பத்திரிகைகளில் வந்த செய்தி களின் அடிப்படையில் நான் முன்பே குறிப்பிட்டிருந்தேன். அது இப்போதைய பணப்பரிமாற்ற வீதப்படி 6,60,000 அமெரிக்க டாலர் களுக்குச் சமமான தொகை. துருக்கியின் 1924ஆம் ஆண்டுக்கான பட்ஜெட் தொகை 121 மில்லியன் துருக்கி லிராக்கள். 1923இல் அனுமதிக்கப்பட்ட குடியரசுத்தலைவரின் பட்ஜெட் 10 மில்லியன் லிராக்கள். நாட்டின் பொருளாதார வளர்ச்சிக்கு பட்ஜெட்டில் 8 மில்லியன் லிராக்கள் ஒதுக்கீடு செய்யப்பட்டிருந்ததோடு லதிஃபேவின் வரதட்சணையை ஒப்பிடும்போது அதன் பரிமாணம் தெளிவாகத் தெரியும்.

உஷாகிஸாடே குடும்பம் இந்தப் பணத்தைப் போருக்குப் பிந்தைய வறுமையால் பீடிக்கப்பட்டிருந்த துருக்கிக்கு அன்பளிப்பாகக் கொடுத்தது என்று தோன்றுகிறது. லதிஃபேவின் வரதட்சணை எவ்வாறு பயன் படுத்தப்பட்டது, எந்தத் தேவைகளை அது பூர்த்தி செய்தது என்பவை நமக்குத் தெரியாது. அங்காராவை மீண்டும் கட்டியெழுப்புவதற்காகப் பயன்படுத்தப்பட்டிருக்கலாம்.

இஷ் வங்கி செயல்திட்டம்

முஸ்தஃபா கெமால் முவாம்மெரிடம் தனக்குரிய பணம் கொஞ்சம் இருப்பதாகக் குறிப்பிட்டிருந்தார். கிழக்கிந்தியக் கம்பெனி விதிகளின் அடிப்படையில் ஒரு வணிக நிறுவனத்தைத் தொடங்கலாம் என்று முவாம்மெர் முன்மொழிந்தார். இங்கிலாந்து அரசியின் எடுத்துக்காட்டைப் பின்பற்றி இதைச் செய்யலாம் என்று கூறினார். இப்போதைய வெளிநாட்டு வணிகத்துறை போன்ற ஒன்றுதான் அவருடைய மனதில் இருந்தது. இந்த நிறுவனம் துருக்கிப் பொருட்களை வெளிநாடுகளில் சந்தைப் படுத்தும் அவருடைய திட்டம் செயல்படுத்தப்படவில்லை; ஆனால் ஏற்றுமதியாளர்களை ஊக்குவிப்பதற்காக ஒரு வங்கி நிறுவப்பட்டது.

இதற்கான தொடக்க மூலதனம் இந்திய முஸ்லிம்களிடமிருந்து வந்ததாக இத்தகவலுக்கான மூல ஆதாரங்கள் ஒத்துக் கொள்கின்றன. இந்தப் பணம் முஸ்தஃபா கெமாலுக்கு தேசியப் போராட்டத்தின்போது அனுப்பப்பட்டது.

தொடக்க மூலதனத்தை 1924 ஆகஸ்ட் 26 அன்று அவர் நன்கொடையாகக் கொடுத்தார். 2,07,400 லிராக்களோடு ஒரு வங்கிக் கணக்கையும் தொடங்கினார்.

புதிதாகத் தொடங்கப்பட்ட வங்கியின் நிறுவனர்களில் முவாம்மெரும் ஒருவர். வங்கியின் தொடக்க மூலதனம் ஒரு மில்லியன் லிராக்கள். இருப்பினும் முழுஅதிகாரமுள்ள ஏற்றுமதி சங்கத்துக்கான அவருடைய கோரிக்கைக்கு ஆதரவு கிடைக்கவில்லை. ஏற்றுமதியாளர்களுக்கு நிதி வழங்குவதில் வங்கி மிகவும் முக்கியமானதென்றாலும், அது இரண்டாம் நிலையிலேயே இருந்திருக்கும் என்று அவர் நம்பினார். ஏற்றுமதி சங்கம்தான் செல்வத்தை உருவாக்கியிருக்கும் என்றும் நம்பினார்.

முஸ்தஃபாகெமால் – லதிஃபே திருமண வாழ்க்கையின்போது முவாம்மெர் உஷாகிஸாடே படிப்படியாக தமது வணிக நிறுவனங்களை மூடினார். தமக்கு முஸ்தஃபா கெமாலோடுள்ள உறவால் ஏதாவது ஊகமோ, வதந்தியோ ஏற்படுவதைத் தடுப்பதற்காக இப்படிச் செய்தார்.

இஷ் வங்கி வரலாற்றில் பட்டியலிடப்பட்டுள்ள வங்கிப் பங்குப் பரிமாற்றங்கள் முவாம்மெர் தமது வங்கிப் பங்குகளை 1925 முதல் தொடர்ந்து முஸ்தஃபா கெமாலுக்கு விற்றதை வெளிப்படுத்தியது. 1925 டிசம்பர் 30 அன்று 2500 பங்குகளின் பாதிவிலையாக 12,500 லிராக்களை முஸ்தஃபா கெமால் முவாம்மருக்குக் கொடுத்தார். ஆறு மாதங்களுக்குப் பிறகு 2500 பங்குகளுக்கு மற்றொருமுறை 12,500 லிராக்கள் கொடுக்கப்பட்டது. இது பற்றிய பதிவின் அருகில் "இறுதி பகுதிச் செலுத்துகை" என்ற குறிப்பு உள்ளது. அதற்குப் பிறகு முஸ்தஃபா கெமாலின் கணக்கிலிருந்து முவாம்மெருக்குப் பணம் கொடுக்கப்பட்டதற்கான எந்தப் பதிவும் இல்லை.

27

இலையுதிர்காலச் சுற்றுப் பயணம்

லதிஃபேவும் முஸ்தஃபா கெமாலும் 1924 ஆகஸ்ட் 30 அன்று நாடெங்கும் செல்வதற்கான பயணத்தைத் தொடங்கினார்கள். அது ஆறுவாரப் பயணமாகத் திட்டமிடப்பட்டிருந்தது.

அவர்கள் நள்ளிரவுக்குள் எஸ்கிஷெஹிர் வந்து சேர்ந்தார்கள். விடியற்காலையில் அஃபியோன் வந்தடைந்தார்கள். மேலே உயரத்திலிருந்து இரண்டு விமானங்கள் ரயிலுக்கு மரியாதை தெரிவித்தன. மகிழ்ச்சியோடு கையசைத்து அந்தப் பயணிகள் அதை ஏற்றுக்கொண்டார்கள். டும்லுபினார் போரின் இரண்டாவது ஆண்டுவிழாவுக்கு அவர்களை வரவேற்க வந்திருந்த மிகப் பெரிய மக்கள்திரளில் ஏராளமான பெண்களும் இருந்தார்கள். திரைப்படக் கேமராக்கள் தொடர்ந்து சுழன்று கொண்டிருந்தன. புகைப்படக் கேமராக்கள் விடாமல் 'கிளிக்' செய்துகொண்டிருந்தன.

குடியரசுத்தலைவரின் பதாகை பறந்த காரில் அவர்கள் அணிவகுப்பு மைதானம் வந்து சேர்ந்தார்கள். அவர்களுடைய வருகையை முன்னிட்டுத் தனிச்சிறப்பாக உருவாக்கப்பட்ட வளைவின் உட்பகுதியைக் கடந்து சென்றார்கள். ஓய்வெடுப்பதற்காகக் கூடாரங்கள் அமைக்கப்பட்டிருந்தன. கூதாஹியா பாராளுமன்ற உறுப்பினர்கள் இரண்டு அழகிய குவளைகளைப் பரிசாகக் கொண்டு வந்திருந்தார்கள். சிறிதுநேர ஓய்வுக்குப் பிறகு அவர்கள் போரில் மரணமடைந்தவர்களுக்கான நினைவிடம் கட்டத் தேர்வு செய்யப்பட்ட இடத்துக்குச் சென்றார்கள். அந்த இடம் அஞ்சலி செலுத்துவதற்காக வைக்கப்பட்ட மலர் குன்றுக்கடியில் முழுமையாக மறைந்திருந்தது. மலர் வளையங்களின் மத்தியில் மிகத் தெளிவாகக் கண்ணில் பட்ட ஒன்று அப்போதைய இஸ்மிர் மேயரான, லதிஃபேவின் தந்தை முவாம்மருடையது.

குடியரசுத்தலைவர் தம்முடைய மனைவியோடு சேர்ந்து முதல் கல்லை வைத்தார். பின்னர் மரத்தால் செய்யப்பட்ட சொற்பொழிவு மேசையின் நிழலில் அமர்ந்தார். 1922 ஆகஸ்ட் 30 அன்று நடந்த போரைப் பற்றி உணர்ச்சிகரமான, கவித்துவமான சொற்பொழிவாற்றினார்.

“நாகரிகத்தின் பாதையில் வெற்றி, புதுப்பித்துக் கொள்வதைச் சார்ந்து இருக்கிறது. சமூக, பொருளாதார, அறிவியல் முன்னேற்றம், வளர்ச்சி எல்லாவற்றுக்கும் இதுவே ஒரே வழி.”

உஷாக் சர்க்கரை ஆலையில் லதிஃபே பங்கு வாங்குகிறார்

உஷாக் சர்க்கரை ஆலையின் நிறுவனரான நூரி எஃபெண்டி (ஷெகெர்) அந்த நிகழ்ச்சியின்போது இருந்தார். அவர் திட்டமிட்ட புது முயற்சியில் பொதுமக்களின் பங்களிப்பைக் கவர்வதற்காக பங்குகள் கொடுக்க விரும்பினார். அந்த வருடம் 1924. நாட்டில் ஒரு சர்க்கரை ஆலை கட்டுவதற்கான முதல் முயற்சி இதுதான். ஆட்டோமான் பேரரசு இறக்குமதி செய்ததற்கு மேல் எதையும் செய்யவில்லை.

கிடைத்த வாய்ப்பைப் பயன்படுத்தி நூரி தமது திட்டத்தை முஸ்தஃபா கெமாலுக்கு விளக்கினார். அவர் ஆர்வம் காட்டினாலும் தன்னிடம் பணம் இல்லை என்று சொன்னார். அவருக்கு அருகில் இருந்த இஸ்மெட்டிடம் சில பங்குகளை வாங்கிக் கொள்ளுமாறு நூரி கேட்டார். அவரும் ஒத்துக்கொண்டு 10 லிராக்களுக்கு 5 பங்குகள் வாங்கினார். லதிஃபேவின் குடும்பம் தொடக்கத்தில் உஷாக் பகுதியிலிருந்து வந்தது. எனவே அவர் அதிக ஆர்வம் காட்டி 50 லிராக்களுக்கு 25 பங்குகள் வாங்கினார். அந்த ஆலையின் தொடக்க மூலதனம் 200 லிராக்கள் அந்தத் தொகை 50 நிறுவனப் பங்குதாரர்களால் மூன்று தவணைகளில் செலுத்தப்பட்டிருந்தது.

லதிஃபே தமது பணத்தின் மேல் முழுக்கட்டுப்பாடு வைத்திருந்தார் என்பதைக் காட்ட இந்த ஒரு நிகழ்வே போதுமானது. தம்முடைய கணவனைக் கலந்தாலோசிப்பதற்கானத் தேவை இல்லாமலேயே அதிக எண்ணிக்கையிலான பங்குகளை அவரால் வாங்க முடிந்தது. முஸ்தஃபா கெமாலும் அந்த விஷயத்தில் தம்மை விடுவித்துவிடும்படிக் கேட்டுக்கொண்டிருந்தார்.

தும்லுபினார் நிகழ்ச்சிக்குப் பிறகு அவர்கள் பர்ஸாவுக்குச் சென்றார்கள். பொதுச் சாலையின் இருமருங்கிலும் திரண்டிருந்த மக்கள் திரள் மற்றொரு மகிழ்ச்சியான வரவேற்பை அளித்தது. செகிர்கேவில் இருந்த மாளிகையில் அவர்கள் ஏழு நாட்களைத் கழித்தார்கள். முஸ்தஃபா கெமாலின் முந்தைய வருகையின்போது அந்த மாளிகை அவருக்கு நகரமக்களால் பரிசாகக் கொடுக்கப்பட்டது. பர்ஸாவிலுள்ள எல்லா இடங்களுக்கும் லதிஃபே தம்முடைய கணவரின் கூடவே சென்றார்.

அந்தச் சுற்றுப் பயணத்தின் எஞ்சிய நாட்கள் மேலும் அதிக அமைதியான மனநிலையோடு கழிந்தது.

விரைவுப் போர்க்கப்பல் ஹமிதியே முன்டானியாவில் அவர்களுக்காகக் காத்துக்கொண்டிருந்தது. மார்மாரா கடலில் சுற்றுலா செல்ல அவர்கள் முடிவு செய்தார்கள். போர் வெற்றிக்குப் பின் இதுவரை ஒருமுறை கூட இஸ்தான்புல்லுக்குச் சென்றிராத முஸ்தஃபா கெமால் மார்மாராவிலிருந்தும் போஸ்ஃபோரஸிலிருந்தும் இஸ்தான்புல்லை தூரத்திலிருந்து உற்றுப் பார்க்க முடியும்.

“வா, மார்மாராவில் சில மணிநேரம் பயணம் செய்வோம். கடற் காற்றை சுவாசித்து சற்று ஓய்வாக இருக்கலாம்” என்று லதிஃபேவை அழைத்தார். லதிஃபே களிப்படைந்தார். ஒரு போர்க்கப்பலில் அவர் செல்வது இதுவே முதல் முறை. வெடிகுண்டு, நீர்மூழ்கிக் குண்டு ஆகியவைபற்றி அறிய அளவற்ற ஆர்வங்கொண்டிருந்தார். எல்லா வற்றையும் நுட்பமாக, அலசி ஆராய்ந்தார். அவர்கள் சில மணிநேரங் களுக்குள் மார்மாராவைச் சுற்றி வந்தார்கள்.

செப்டம்பர் 12 அன்று 11 மணிஅளவில் இஸ்தான்புல் ஹமிதியேவை தூரத்தில் பார்க்கமுடிந்தது. ஒவ்வொரு கப்பலும் மரியாதை செலுத்து வதற்காக ஊதொலி எழுப்பியது. போர்க்கப்பல் ஸெலிமியே பாசறையை நெருங்கியபோது 21 முறை சுடப்பட்ட பீரங்கி மரியாதை அதை வரவேற்றது.

ஹமிதியே கப்பல் ஊஸ்கூதாருக்கும் பெஷிக்தாஷுக்கும் இடையில் எங்காவது நங்கூரமிட்டு நிறுத்தப்படும் என்ற எதிர்பார்ப்பில் போஸ்ஃபோரஸின்[1] இருகரைகளிலும் கூடியிருந்த ஆயிரக்கணக்கான வர்கள் ஏமாற்றமடைந்தார்கள். கப்பல் எந்தவித அதிகாரபூர்வ அங்கீகாரத்தையும் கண்டுகொள்ளாமல் நிற்காமலேயே ஜலசந்தி வழியாகப் போய்விட்டது. காவல் நிலையங்களிடம் விடாமல் தொலை பேசி வழியாகக் கேட்டுக்கொண்டிருந்த பத்திரிகையாளர்களுக்கும் அதே பதில்தான் கிடைத்தது. முஸ்தஃபா கெமால் கடந்துசென்ற போது இஸ்தான்புல் மக்களைப் பார்த்துக் கையசைக்கக்கூட இல்லை.

ஷெவ்கெட் ஸுரெய்யா பத்திரிகையாளர்களின் நிலையைக் குறிப்பிடுகிறார், “சுருக்கமாகக் கூறுவதென்றால் இந்தப் பத்திரிகையாளர் களுக்கு போஸ்ஃபோரஸ் படகுப் பயணிகள் நேரில் பார்த்ததாகக் கூறிய தகவல்கள் மட்டுமே கிடைத்தன. அவர்கள் மட்டும்தான் போர்க்கப்பலைப் பார்த்திருந்தார்கள். அவர்கள் கூறியவற்றின் அடிப்படையிலேயே பத்திரிகையாளர்கள் செய்தி அறிக்கைகளைத் தயாரிக்க வேண்டியிருந்தது.”

முஸ்தஃபா கெமால் ஹமிதியேவின் மேல் தளத்தில் காணப்பட்டார். அவர் கருப்பு சூட் அணிந்திருந்தார். தலையில் தொப்பி வைத்திருக்கவில்லை. அவருடைய மனைவி லதிஃபே ஹனிம் அவருக்குப் பக்கத்தில் நின்றார். முஸ்தஃபா கெமால் லதிஃபேவிடம் பேசிக்கொண்டே இஸ்தான்புல்லின் பகுதிகளைச் சுட்டிக்காட்டிக் கொண்டிருந்தார். வெண்மையான சீருடையில் இருந்த மாலுமிகள் கப்பலின் முன் பகுதியில் அசையாமல் நிமிர்ந்து நின்றுகொண்டிருந்தார்கள். மேதகு லதிஃபே ஹனிம் வெள்ளைச் சட்டையின் மேல் கருப்பு மேற்சட்டை அணிந்திருந்தார். இந்த எல்லா செய்தி அறிக்கைகளிலும், இஸ்தான்புல் மக்களின் தங்கள் தளபதியைப் பார்ப்பதற் கானப் பேரவாவை வெளிப்படுத்திய வரிகள் இணைக்கப்பட்டிருந்தன. அவர் ஏன் வரவில்லை? இஸ்தான்புல் அவரைப் புண்படுத்தியிருந்தா? ஏன்?

முன்டானியாவுக்குத் திரும்பிப்போக யாரும்விரும்பவில்லை. எனவே முஸ்தஃபா கெமால், “நாம் பயணத்தைத் தொடரலாம்,” என்று சொன்னார்.

கணவனும் மனைவியும் சேர்ந்து பாடுகிறார்கள்

இஸ்தான்புல்லில் நிற்காமல் போஸ்ஃபோரஸைக் கடந்து அவர்கள் கருங்கடலைச் சென்றடைந்தார்கள். அது ஒரு தெளிவான நாளாக இருந்தது. கப்பலின் மேல்தளத்தில் ஒரு பெரிய மேசை போடப்பட்டது. சூரியன் கீழே சென்ற நேரத்தில் கோப்பைகள் மேலே எழுந்தன. பாடலோடு குரல்கள் எழுப்பப்பட்டன, பாடலைத் தொடங்கியது முஸ்தஃபா கெமால்: "கருங்கடலே, கருங்கடலே வருவது நாங்கள், எதிரிகள் அல்ல." முதலில் அவரோடு இணைந்து பாடியவர்களில் ஒருவர் லதிஃபே. அவர்களுடைய உற்சாகம் அந்தப் போர்க்கப்பலைச் சுற்றுலாக் கப்பலாக மாற்றியது. அவர்கள் கடலோரக் கிராமங்களிலும் சிறு நகரங்களிலும் நின்று, மக்களோடு உரையாடி, உணவுப் பொருட் களையும் வாங்கிவிட்டுக் கப்பலுக்குத் திரும்பிச் சென்றார்கள். அது ஒரு கடல் சுற்றுலா போல அமைந்தது.

இவ்விதமான மகிழ்ச்சியான மனநிலையோடு அவர்கள் ட்ராப்ஸோன் வரை பயணத்தைத் தொடர்ந்தார்கள். களிப்பு துயரத்துக்கு வழிவிட்டது. செப்டம்பர் 13 அன்று எர்ஸுரும்மை ஒரு பயங்கர பூகம்பம் தாக்கியது. அன்று இரவில் அவர்கள் குடிக்கவில்லை. கணவன் மனைவி இருவரும் முன்னராகவே படுக்கச் சென்றுவிட்டார்கள்.

முஸ்தஃபா கெமால் ஸாம்ஸுன் திரும்பிச்சென்று அங்கிருந்து காரில் எர்ஸுரும் போவதாகத் திட்டமிட்டிருந்தார். அங்காராவிலிருந்து விரிவான தகவல் கேட்கப்பட்டிருந்தது. அதற்கிடையில் தரைவழிப் பயணத்துக்கான ஆயத்தங்கள் செய்யப்பட்டன. அவர், இராணுவ மருத்துவக் குழுக்களைத் திரட்டுமாறு அறிவுறுத்தி மூன்றாவது படைப் பிரிவு ஆய்வாளர் ஜெவாத் பாஷாவுக்குத் தந்தி அனுப்பினார்.

அந்த பூகம்பம் லதிஃபேவைப் பாதித்திருந்தது. "எனக்கு மிகவும் பயமாக இருக்கிறது. பூகம்பம் எனக்குள் ஏற்பட்டது போல இருக்கிறது, எர்ஸுருமில் அல்ல . . . ஏதோ பயங்கரமான நிகழ்வு நடக்கப்போவது போல ஒரு விசித்திரமான உணர்வு எனக்கு ஏற்பட்டிருக்கிறது" என்று லதிஃபே தம்முடைய கணவரிடம் சொன்னதாக கூறப்படுகிறது. முஸ்தஃபா கெமாலின் திட்டத்துக்கு லதிஃபே எதிர்ப்புத் தெரிவித்தார், "நீ வரவேண்டாம்; நான் உன்னை அங்காராவுக்குத் திருப்பி அனுப்புவேன்" என்று முஸ்தஃபா கெமால் கூறியதற்கு லதிஃபே "நம்மைப் பார்ப்பது கூட அவர்களுக்கு ஓரளவு ஆறுதல் கொடுக்கும்," என்பதைச் சுட்டிக் காட்டினார். முஸ்தஃபா கெமால் லதிஃபேவை அமைதிப்படுத்தினார். "நாம் மேல்தளத்தில் சிறிதுநேரம் நடக்கலாம். காற்றை நன்றாக இழுத்து மூச்சுவிடு. சிறிதுநேரத்தில் உன் நிலைமை மேம்பட்டது போல உணர்வாய்."

1924 செப்டம்பர் 15 அன்று காலை நேரத்தில் அவர்கள் ட்ராப்ஸோன் சென்றடைந்தார்கள். அங்கும் உற்சாகமான வரவேற்பு கொடுக்கப்பட்டது. அவர்கள் நேராக நகர மண்டபத்துக்குச் சென்றார்கள். பின்னர் பிற்பகலில் அவர்களுக்காக ஆயத்தம் செய்யப்பட்டிருந்த எல்லா வசதிகளும் இருந்த மாளிகையில் சிறிதுநேரம் ஓய்வெடுத்தார்கள். லதிஃபே ட்ராப்ஸோன்

பெண்களைச் சந்தித்து அவர்களோடு உரையாடினார். இந்தச் சந்திப்பைப் பற்றி *ஜும்ஹுரியெட்* செய்தித்தாள் ஒரு செய்தியறிக்கை வெளியிட்டது:

நமது நகரிலிருந்து பெருமளவிலான பெண்கள் இன்று மேதகு லதிஃபே ஹனிம் அவர்களைச் சென்று பார்த்தார்கள். 'இந்த வருகை குடியரசுத் தலைவரின் மனைவிக்குக் களிப்பூட்டி அவர்கள் மீது நல்லெண்ணத்தை ஏற்படுத்தியுள்ளது.

செப்டம்பர் 16 அன்று எர்ஸுருமிலிருந்து வந்திருந்த தந்தி மிகப்பெரும் உயிரிழப்பை அறிவித்தது. டிராப் ஸோனிலிருந்து காரில் செல்வதற்கான திட்டம் போதுமான கார்கள் கிடைக்காததால் தோல்வி யடைந்தது. எனவே கடல் வழியாகவே சிறிது தூரம்கூடச் செல்லலாம் என்று முடிவெடுத்தார்கள்.

ஹமிதியேவை துறைமுகத்தில் நிறுத்தப்போன நேரங்களில் எல்லாம் அவர்களை வரவேற்க டசன் கணக்கில் துடுப்புப்படகுகள் புறப்பட்டன. தரையில் விரிப்புகள் போடப்பட்டன. அவர்களைப் பெருமைப்படுத்து வதற்காக கால்நடைகள் பலியிடப்பட்டன.

ரிஸே, கிரெஸன், ஓர்து ஆகிய இடங்களிலும் இவ்விதமான உணர்வு பூர்வமான வரவேற்பு அவர்களுக்குக் கொடுக்கப்பட்டது.

முஸ்தஃபா கெமாலின் இதயத்தில் ஸாம்ஸுனுக்கு எப்போதும் ஒரு தனியிடம் இருந்தது. அதுதான் தேசியப் போராட்டத்தின் தொடக்க இடம். இந்த உண்மையை அறிந்திருந்த ஸாம்ஸுன் மக்கள் தெருக்களி லும், கூரைகளிலும் நிறைந்திருந்தனர். நகர மண்டபத்தில் ஒரு பெரிய நிகழ்ச்சி நடைபெற்றது. அதைத் தொடர்ந்து அவர்கள் ஸாம்ஸுன் – சார்ஷாம்பா ரயில்பாதைப் பணித் தொடக்க நிகழ்ச்சிக்குச் சென்றார்கள். எண்ணற்றவர்கள் அவர்களை வந்து பார்த்தனர். அவர்களுடைய மாலை நேரச் செயல்பாடு அரங்குக்குச் சென்று ஒரு நாடகத்தைப் பார்த்தது. உள்ளூர் மக்களும் அதில் கலந்துகொண்டார்கள். இரவில் ஸாம்ஸுன் மக்கள் அவர்களுடைய வீட்டுக்கு வெளியே கூடி ஆர்ப்பரித்தார்கள்.

முஸ்தஃபா கெமாலோடு வந்தவர்களை எர்ஸுருமுக்கு அழைத்துச் செல்ல அங்காராவிலிருந்து புறப்பட்ட கார்கள் இந்நேரத்துக்குள் வந்து சேர்ந்திருந்தன. அவர்கள் அமாஸியாவுக்குச் சென்று சேர்ந்தார்கள். அங்கு ஒரு விளக்கு அணிவகுப்பு இரவு முழுவதும் நடந்தது. டோகாட்டும் அவர்களை ஒரு விளக்கு அணிவகுப்போடு வரவேற்றது. "குடியரசு வாழ்க!" என்ற கோஷங்களைக் கேட்டுக்கொண்டே அவர்கள் தூங்கி னார்கள்.

டோகாட்டில் ஒரு நெருக்கடி

டோகாட்டின் பாராளுமன்ற உறுப்பினரான முஸ்தஃபா பெய் முஸ்தஃபா கெமாலின் முன்னாள் இராணுவ அலுவலர் அதிகாரி. அவர் குடியரசுத்தலைவருக்கும் அவருடைய மனைவிக்கும் டோகாட்டில் அவர்களுடைய இரண்டாவது இரவன்று தங்க இடவசதி செய்து

கொடுத்தார். அன்று இரவு உணவு மேசையில் அவதூறு ஏற்படுத்தும் செயல் நடந்தது. பல வருடங்களுக்குப் பிறகு முஸ்தஃபா பெய் இந்த நிகழ்வு பற்றி ஷெவ்கெட் ஸுரெய்யாவிடம் விளக்கினார்:

எங்களுடைய உணவறையில் மேசை போடப்பட்டிருந்தது விருந்தினர்கள் உணவை முடித்துவிட்டு அமர்ந்திருந்தனர். விருந்து ஓரளவு வழக்கத்துக்கு முன்னராகவே முடிந்திருந்தது. ஆனால் லதிஃபே அங்கிருந்து எழும்பிச் செல்வதற்கான நேரமாகிவிட்டது என்று வலியுறுத்தினார். அவர் முஸ்தஃபா கெமாலின் உடல் நலம், ஓய்வெடுத்தல் பற்றிய கவலையை விளக்க முயற்சி செய்துகொண்டிருந்தார். பாஷா சிறிதுநேரம் தாமதப்படுத்தினார். சற்றுநேரத்துக்குப் பின் அதே வேண்டுகோள் மீண்டும் விடுக்கப்பட்டது. இம்முறை இன்னும் விடாப்பிடியாக. புதே, அடிப்படையில் ஒரு இரவு ஆந்தை. அவர் டோகாட் ஆட்களோடு இன்னும் பேச விரும்பினார். சுருங்கக் கூறுவதென்றால் லதிஃபேவின் பிடிவாதம் புதேவையும் விருந்தினர் களையும் எரிச்சலடைய வைத்தது. கெமால் பாஷா லதிஃபேவை அமைதிப் படுத்த முயற்சிசெய்தார். ஆனால் லதிஃபே சினத்தோடு எழுந்து மாடிக்கு விரைந்தார். முஸ்தஃபா கெமால் மனம் வருந்திக் கூச்சமடைந்தார்; இருப்பினும் வெளிப்படையாகவே நிம்மதிப் பெருமூச்சுவிட்டார். ஆனால் இந்த நிகழ்வு இதோடு முடிந்துவிடவில்லை. சற்றுநேரத்தில் உயர் குதிகால் காலணிகள் படுக்கையறையின் மரத்தரையில் சீற்றத்தோடு உதைக்கப்படும் சத்தம் மேலிருந்து கேட்டது. கெமால் பாஷாவுக்கு என்ன செய்வதென்று தெரியவில்லை.

“என்னுடைய தவறுகளில் ஒன்று திருமணம் செய்து கொண்டது” என்று அவர் சொன்னார்.

தம்முடைய கணவனைப் பெண்கள் தழுவியதால் லதிஃபே பொறாமையடைந்தார் என்று கிலிச் நம்புகிறார். முஸ்தஃபாகெமால் கிலிச் அலியையும் ஸாலிஹையும் ஒரே காரில் அழைத்துச் சென்றது லதிஃபேவின் சினத்தைக் கூட்டியது என்று ஸாலிஹை மேற்கோள் காட்டுகிறார் எரிஷ் யூல்கெர்.

ஸிவாஸ் மக்கள் அவர்களுடைய குதிரைவண்டியை இழுக்கிறார்கள்

மக்கள் முஸ்தஃபா கெமாலுக்குக் காட்டிய பாச அலை லதிஃபேவை யும் சூழ்ந்துகொண்டது. ஸிவாஸில் கொடுக்கப்பட்ட வரவேற்பு மறக்க முடியாததாக இருந்தது என்று பத்திரிகையாளர்கள் குறிப்பிடுகிறார்கள். கஸ்ஹானே என்ற இடத்தில் திரண்டிருந்த மக்கள், நகர் மன்றச் சாலையில் குதிரைகளை அவிழ்த்துவிட்டு முஸ்தஃபா கெமாலும், லதிஃபே வும் பயணித்த வண்டியை இழுத்துச் சென்றார்கள்.

செப்டம்பர் 28 அன்று அவர்கள் ஸாரா சென்றடைந்தார்கள். குழந்தை பிறப்பு, குழந்தை பராமரிப்பு ஆகியவை தொடர்பான உள்ளூர் பழக்க வழக்கங்களைப் பற்றி லதிஃபே கேட்ட கேள்விகள் பேறுகால உதவி செய்யும் உள்ளூர்ப் பெண்களைக் கவர்ந்தது. அவர்களில் ஒருவர் லதிஃபேவுக்கு விரிவான விளக்கம் கொடுத்தார்.

29 அன்று அவர்கள் எர்ஸின்ஜானில் இருந்தார்கள். இராணுவப் படைப்பிரிவுத் தலைவர் அஸிம் கூன்டூஸ், அவருடைய மனைவி ஆகியோர் இஸ்மிரிலேயே லதிஃபேவுக்கு நன்றாகத் தெரிந்தவர்கள். அவர்களைக் கௌரவப்படுத்துவதற்காக அன்று இரவு ஒரு பெரிய விருந்து நடந்தது. அவர்கள் கூன்டூஸ் வீட்டில் தங்கினார்கள். கூன்டூஸ் அங்கே பார்த்தது ஒரு மகிழ்ச்சியான தம்பதிகளை.

முஸ்தஃபா கெமாலும், லதிஃபேவும் 30 அன்று எர்ஸுரும் வந்து சேர்ந்தனர். பூகம்பத்தால் அழிக்கப்பட்டிருந்த ஒவ்வொரு குடியிருப்பை யும் முஸ்தஃபா கெமால் சென்று பார்த்தார். முஸ்தஃபா கெமால் வழங்கிய நன்கொடைகளுக்கு சமமாக லதிஃபேவும் கொடுத்தார். அவர்களுடைய நன்கொடைகள் இவ்வாறு பட்டியலிடப்பட்டிருந்தன: முஸ்தஃபா கெமால் 10,000 லிராக்கள்; லதிஃபே ஹனிம் 10,000 லிராக்கள்; பாராளுமன்ற உறுப்பினர்கள் ஒவ்வொருவரும் 3000 லிராக்கள்; உதவியாளர்கள், எழுத்தர்கள் மற்றவர்கள் 100 அல்லது 200 லிராக்கள்.

லதிஃபே தம்மைத் தம் கணவனுக்கு சமமான பொறுப்புள்ள வராகவும், கணவனின் குறிக்கோளின் ஒரு விரிவாக்கமாகவும் பார்த்தார். தமது பணத்தைச் செலவிடுவதற்குத் தானாகவே முடிவெடுத்தார்.

அவர்கள் அக்டோபர் 4ந்தேதியை ஸரிகாமிஷிலும், 6ந்தேதியை கார்ஸிலும் செலவிட்டார்கள். கார்ஸில் நகரத்தின் விடுதலை பற்றிய நாடகம் நிகழ்த்தப்பட்டது. அன்றைய இரவின் எதிர்பாராத நிகழ்வு வரவேற்புப் பாடலோடு நடந்த நாட்டுப்புற நடனம். அது காதைச் செவிடாக்கும் அளவுக்குக் கரவொலி பெற்றது. இளம் இசைக்கலைஞர் களையும் நடனக்கலைஞர்களையும் பாராட்டுவதற்காக லதிஃபேவும், முஸ்தஃபா கெமாலும் பலமுறை எழும்பி நின்றார்கள். பின்னர் அவர்கள் ஸரிகாமிஷுக்குத் திரும்பி வந்தார்கள்.

இந்த நாடு தழுவிய சுற்றுப் பயணத்தில் மகிழ்ச்சியும் சோகமும் கலந்திருந்தன. அவர்கள் சென்ற இடங்களிலெல்லாம் கிடைத்த எழுச்சி மிக்க வரவேற்புகள் பூகம்பத்தின் பிம்பங்களோடு பின்னிப்பிணைந்து அவர்களுடைய மனதில் பதிக்கப்பட்டிருந்தன. சுற்றுலாவின் பிற்பகுதி யில் கணவன் மனைவிக்கிடையே ஏற்பட்ட பூசல் துயரச் சூழலை உருவாக்கியது.

திருமணத்தில் பிளவு

நீண்ட இலையுதிர்கால நாடு தழுவிய சுற்றுப் பயணத்தால் ஃபிக்ரியே வின் மரணத்தால் உருவான துயரத்தை அகற்ற முடியவில்லை. ஸரிகாமிஷ் போகும் வழியில் லதிஃபே எவ்வளவு பதற்றத்தோடு இருந்து அவரைச் சுற்றியிருந்த எல்லோரிடமும் வெடுக்கென்று பேசினார் என்பதை கிலிச் அலி தமது வாழ்க்கை வரலாற்றில் குறிப்பிடுகிறார்.

ஸரிகாமிஷில், இராணுவப் பிரிவுத்தலைவர் அலி சைத் பாஷா தமது வீட்டில் முஸ்தஃபா கெமாலை கௌரவிப்பதற்காகக் கொடுத்த விருந்தில் அவர்கள் கலந்துகொண்டார்கள். எர்ஸுரும் ஆளுநர், ஸரிகாமிஸில் நிறுத்திவைக்கப்பட்டிருந்த தரைப்படைப் பிரிவுத்

தலைவர்கள், இராணுவத்திலும், நகரிலும் முக்கியமான வேறு சிலர் ஆகியோர் விருந்தினர் பட்டியலில் இருந்தனர். லதிஃபேவும், தரைப் படைப் பிரிவுத் தலைவரின் மனைவியான நஜியேவும் கூட விருந்து மேசையில் இருந்தனர். அதற்கு முந்தையநாள் சண்டைபோட்ட பிறகு முஸ்தஃபா கெமாலும் லதிஃபேவும் ஒருவரோடொருவர் பேசிக்கொள்ள வில்லை.

பசியைத் தூண்டுவதற்கான பானத்தைத் தொடர்ந்து உணவு பரிமாறப் பட்டது. முஸ்தஃபா கெமால் நஜியே ஹனிமின் அழகையும், பேச்சையும் விடாமல் புகழ்ந்துகொண்டிருந்தார். உணவு பரிமாறுபவர் ஒருவர் முஸ்தஃபா கெமாலுக்கு பாஸ்தா உணவைக் கொடுத்தார். திடீரென்று லதிஃபே உரத்த குரலில் கூறினார், “உங்களுடைய கால்களைக் கவனித்துக் கொள்ளுங்கள், கெமால். அவை என்னுடைய கால்கள் வரை நீண்டு வருகின்றன.”

மயான அமைதி ஏற்பட்டது. முஸ்தஃபா கெமால் மற்றவர்களிடம் மன்னிக்குமாறு கேட்டுக்கொண்டு லதிஃபேவுடன் வெளியே சென்றார். அவர்களுடைய தனியறை உணவறைக்குப் பக்கத்தில் இருந்தது. அறைக் குள் நடந்த உரையாடலை ஒட்டுக் கேட்க சில விருந்தினர்கள் முயற்சி செய்தார்கள். கிலிச் அலியும் அந்தக் குழுவில் இருந்தார். அறைக்குள் பெருஞ்சத்தம் கேட்டுக்கொண்டிருந்தது. உரத்த குரல் லதிஃபேவுக்குச் சொந்தமானது.

வாழ்க்கை வரலாற்றுக் குறிப்புகளில் இடம் பெறாத ஒரு தகவல் என்னவென்றால் லதிஃபே கெமால் பாஷாவிடம் தம்மை விவாகரத்து செய்யுமாறு கேட்டதுதான். இனிமையாக நடந்துகொள்வதற்காக என்றா லும், மற்றொரு பெண்ணைத் தம்முடைய கணவன் புகழ்வதை லதிஃபேவால் சகித்துக்கொள்ள முடியவில்லை.

அன்றைய இரவைக் கழிப்பதற்கு முஸ்தஃபா கெமால் மற்றொரு அறைக்குச் சென்றார். அவர்களுடைய முந்தைய திட்டம் அடுத்த நாள் பிற்பகலில் எர்ஸுரூம் திரும்பிச் செல்வது. முஸ்தஃபா கெமால் கோபத்தோடும், லதிஃபே வருத்தத்தோடும் இருந்தனர். கார்களுக்கு அருகில் சென்றபோது முஸ்தஃபா கெமால் நஜியே ஹனிமிடம் தன்னருகில் உட்காருமாறு கையைக் காட்டினார். ருஸுஹியும், ஸாலிஹும் முன் இருக்கையில் இருந்தார்கள். தனியாக விடப்பட்ட லதிஃபே தலைமை அந்தரங்கச் செயலர் டெவ்ஃபிக்கின் வாகனத்தில் பயணத்தைத் தொடர வேண்டியதாயிற்று.

அடுத்தநாள் அதிகாலையில் ஸாலிஹ், கிலிச் அலியின் அறைக் கதவைத் தட்டினார். இரவு முழுவதும் தூங்காத முஸ்தஃபா கெமால் பின்னிரவில் ஸாலிஹை அழைத்து லதிஃபேவை விவாகரத்து செய்ய முடிவு செய்துள்ளதைத் தெரிவித்ததாகக் ஸாலிஹ் கிலிச் அலியிடம் கூறினார். லதிஃபேவை அங்காராவுக்கு அனுப்பிவைக்க முஸ்தஃபா கெமால் திட்டமிட்டுள்ளதாகவும் கூறினார்.

அங்காராவில் இஸ்மெட்டிடம் கொடுப்பதற்காக ஒரு கடிதத்தை முஸ்தஃபா கெமால் ஸாலிஹிடம் ஒப்படைத்திருந்தார். முஸ்தஃபா

கெமால் மற்றொரு பெண்ணைக் கவர முயற்சித்ததால் ஏற்பட்டதாகக் கூறப்பட்ட மோதல் அவருடைய திருமணத்தை உடைக்கும் நிலையில் இருந்தது. லதிஃபே முதலில் ஸாலிஹோடு எர்ஸின்ஜான் சென்றார். அவர் அஸிம் கூன்டூஸுடனும் அவருடைய மனைவியுடனும் நல்ல முறையில் பழகினார். இரவில் அவர்களுடைய வீட்டில் விருந்தினராக இருந்தார். அஸிம் கூன்டூஸ் கூறுகிறார்:

எத்தனையோ வருடங்களுக்குப் பிறகு, நான் தரைப்படைப் பிரிவுத் தலைவராக எர்ஸின்ஜானில் பணியிலிருந்தபோது, தளபதியும் அவருடைய மனைவியும் கிழக்குப் பகுதியில் சுற்றுலாப் பயணம் வந்து ஒரு இரவு என்னுடைய விருந்தினர்களாக இருந்தார்கள். அப்போது அவர்கள் மிகுந்த மகிழ்ச்சியோடும் மனநிறைவோடும் இருந்தார்கள். இதனால்தான் குறுகிய காலத்துக்குள் ஸரிகாமிஷிலிருந்து வந்த தந்தி என்னைத் திடுக்கிட வைத்தது. அது எப்படிப்பட்ட துன்பியல் தற்செயல் நிகழ்வு! அது லதிஃபே ஒரு உதவியாளரின் துணையோடு இங்கே வந்து கொண்டிருப்பதாகவும், அவருக்குத் தங்க இடம் கொடுக்க வேண்டும் என்று தெரிவித்தது.

லதிஃபேவைத் தேற்ற முடியவில்லை. அவரும் என்னுடைய மனைவியும் தங்களுடைய பிரச்சினைகளைப் பற்றி நீண்டநேரம் கலந்துரையாடிக் கொண்டிருந்தார்கள். ஆனால் என்ன நடந்தது என்பதை என்னுடைய மனைவியால் கேட்க முடியவில்லை. லதிஃபேவும் வெளிப்படையாக எதையும் சொல்லவில்லை.

லதிஃபே, கிலிச் அலியிடம் கொடுக்குமாறு ஒரு கடிதத்தை கூன்டூஸிடம் கொடுத்தார். கிலிச் அலி எர்ஸின் ஜானுக்கு அடுத்த நாள் வருவதாக இருந்தது. அந்த முதல் கடிதத்துக்குள் முஸ்தஃபா கெமாலுக்கு எழுதப்பட்ட இரண்டாவது கடிதம் ஒன்று இருந்தது.

அந்நேரத்தில் கிலிச் அலியோ அல்லது ஸாலிஹோ முஸ்தஃபா கெமால் – லதிஃபே உறவு துண்டிக்கப்படுவதை அவர்கள் ஆதரித்தது போலக் குறிப்பாலுணர்த்தும் வகையில்கூட நடந்துகொள்ளவில்லை. கெமால் பாஷா எவ்வளவு மனக்கலக்கத்தோடு இருந்தார் என்பதை அவர்களால் பார்க்க முடிந்தது. அவர் சமரசமாகச் செல்ல விரும்பியது தெளிவாகத் தெரிந்தது.

ஸாலிஹும் கிலிச் அலியும் ஒரு குறியீட்டு மொழியை உருவாக்கினார்கள். முஸ்தஃபா கெமாலோடு தொடர்ந்து இருந்த கிலிச் அலியிடம் நோயாளி எப்படி இருக்கிறார் என்று ஸாலிஹ் கேட்பார். கிலிச் அலி முஸ்தஃபா கெமாலின் மனநிலையைத் தெரிவிப்பார். கிலிச் அலி முஸ்தஃபா கெமாலிடம் குறியீட்டு மொழி பற்றியும் லதிஃபே தங்களிடமிருந்து தகவல் எதிர்பார்த்துக் கொண்டிருந்தது பற்றியும் தெரிவித்திருந்தார் என்பது சொல்லாமலே புரியும். எனவே அவரும் இந்த விளையாட்டில் சேர்ந்து கொண்டார்.

லதிஃபே எர்ஸின் ஜான் வந்து சேர்ந்த உடன் அனுப்பிய தந்திக்கு ஸாலிஹிடமிருந்து பதில் வந்தது," நோயாளிக்கு இன்னும் காய்ச்சலடிக்கிறது." லதிஃபே ஸுஷெஹ்ரியில் இருந்தபோதும் அவர்கள் தகவல் பரிமாறிக் கொண்டார்கள். அதே பதில்தான். இந்தக் குறியீட்டு

தந்திப் போக்குவரத்தைப் பற்றி முஸ்தஃபா கெமாலுக்குத் தகவல் கொடுக்கப்பட்டது. அவர்கள் காரில் சென்று கொண்டிருந்தபோதெல்லாம், ஸாலிஹ் அவ்வப்போது கிலிச் அலியைக் கிண்டல் செய்தார்: "நோயாளி எப்படி இருக்கிறார் கிலிச் அலி; அவருக்கு இப்போதும் காய்ச்சலடிக்கிறதா?"

அஸிம் பாஷா லதிஃபே கிலிச் அலிக்கு எழுதிய கடித உறையைக் கொடுத்தார். அதற்குள்தான் லதிஃபே முஸ்தஃபா கெமாலுக்கு எழுதிய கடிதம் இருந்தது. கிலிச் அலி அதை சட்டைப் பையில் வைத்துவிட்டு முஸ்தஃபா கெமாலின் படுக்கையறைக்குச் சென்றார். அங்கு அவர் சிறுநீரக வலியால் அவதிப்பட்டு உடலை வளைத்துப்படுத்திருந்தார். அவரை வெதுவெதுப்பாக வைத்திருப்பதற்காக ரிஸே பாராளுமன்ற உறுப்பினரான ராவுஃப் பெய் கம்பளித் துண்டொன்றை அவருடைய இடுப்பைச் சுற்றிப் போர்த்திக் கொண்டிருந்தார்.

கிலிச் அலியைப் பார்த்த முஸ்தஃபா கெமால் நகைச்சுவையோடு கேட்டார், "என்ன செய்தி? நோயாளியின் காய்ச்சல் எப்படி இருக்கிறது?"

அந்தக் கடிதம் எங்கே?

உடனே கிலிச் அலி லதிஃபே அனுப்பிய கடிதத்தைப் பற்றித் தெரிவித்து, "அதை உங்களிடம் கொடுக்க அனுமதியுங்கள்," என்று கேட்டார்.

"அதை வைத்துவிட்டுப்போ," முதலில் சினத்தோடு சொல்லிவிட்டுக் கேட்டார், "அந்தக் கடிதம் எங்கே?"

கிலிச் அலி சட்டைப் பையிலிருந்து எடுத்து, உறையைத் திறந்து, கடிதத்தை உரக்கப் படிக்கத் தொடங்கினார்.

தமது வாழ்க்கை வரலாற்றில், "அந்தக் கடிதம் உண்மையிலேயே மிகத் திறமையாக எழுதப்பட்டிருந்தது," என்று குறிப்பிடுகிறார்.

லதிஃபே தம்முடைய கணவனின் மன்னிப்பை கெஞ்சிக் கேட்டுக் கொண்டு;

நான் எர்ஸுரூமின் பேரிடர் நடந்த இடத்தில் என்னுடைய எல்லா பலவீனங்களையும் புதைத்துவிட்டேன். இப்போது என்னை மன்னித்து விடுங்கள். நாம் நம்முடைய மகிழ்ச்சி நிறைந்த வீட்டுக்கு, சாங்கயாவுக்கு உற்சாகத்தோடு ஒன்றாகப் போவோம்," என்று கடிதத்தை நிறைவு செய்திருந்தார். இந்தக் கடிதம் முஸ்தஃபா கெமாலைக் களிப்படையச் செய்தது. "நோயாளி நன்றாக இருப்பதாக அவளிடம் சொல்லுங்கள். அவளை நமக்காக காய்ஸெரியில் காத்திருக்கச் சொல்லுங்கள்" என்றார்.

தந்தி கிடைத்தவுடன்:

"லதிஃபே விவரிக்க முடியாத அளவுக்கு ஊக்கமடைந்தார். முஸ்தஃபா கெமால் வந்துசேரும்வரை அவரால் காத்திருக்க முடியவில்லை. அவரைச்

சந்திப்பதற்காக லதிஃபே 80 கிலோமீட்டர் தூரம் விரைவாகப் போனார். ஆட்டாடூர்க்கும் அன்று மகிழ்ச்சியான மனநிலையில் இருந்தார். அவருடைய காருக்கு அருகில் நாங்கள் சென்றவுடன் அவர் இறங்கி வந்தார். லதிஃபேவையும் என்னையும் காரில் ஏறுமாறு கூறினார். எங்களைப் பாராட்டுகளால் குளிப்பாட்டினார்."

அவரும் லதிஃபேவும் மீண்டும் இணைந்த நேரத்தில் அவர் பட்டென்று சொன்னார்.

"இங்கே பார், நீ அங்காராவுக்கு அவசரமாகத் திரும்பிப்போகத் தேவையில்லை."

எல்லோரும் மகிழ்ச்சியடைந்தார்கள். ஒரு கப் காப்பி குடித்து விட்டு சிறிதுநேரம் ஓய்வெடுப்பதற்காக ஒரு நாட்டுப்புறத் தோட்டத்தில் காரை நிறுத்தினார்கள்.

முஸ்தஃபா கெமால் இஸ்மெட்டுக்கு எழுதி ஸாலிஹிடம் கொடுத்து வைத்திருந்த கடிதத்தை மறந்துவிடவில்லை. அந்தக் கடிதத்தில் அவர் லதிஃபேவை விவாகரத்து செய்வதற்காக எடுத்த முடிவைத் தெரிவித் திருந்தார். முஸ்தஃபா கெமால் ஸாலிஹிடம் அந்தக் கடிதம் என்ன ஆயிற்று என்று கேட்டார். ஸாலிஹ், "அது என்னிடம்தான் இருக்கிறது," என்று பதிலளித்தார். முஸ்தஃபா கெமால் ஸாலிஹிடம் அதைக் கிழித்துப் போடுமாறு உத்தரவிட்டார். ஆனால் ஸாலிஹ், அதை எடுத்துவைத்துக் கொண்டார். உண்மையில் லதிஃபேவோடு தொடர்புள்ள எல்லா கடிதங்களையும் ஸாலிஹ் பத்திரமாக வைத்திருந்தார்.

ரத்து செய்யப்பட்ட அந்தக் கடிதம் இவ்வாறு எழுதப்பட்டிருந்தது:
என் மிகுந்த அன்புக்குரிய இஸ்மெட்,

லதிஃபே ஹனிம் எனக்கு முன்பாகவே அங்காரா வருகிறார். நாங்கள் ஒன்றாகப் பயணத்தைத் தொடர்வது பொருத்தமாக இருக்காது என்று நினைக்கிறோம். இந்த இரண்டு வருட அனுபவம், நாங்கள் தொடர்ந்து ஒன்றாக வாழ முடியாது என்ற நம்பிக்கையை ஏற்படுத்தியிருக்கிறது. என்னுடைய முடிவை அவரிடம் தெரிவித்துவிட்டேன். அவர் மிகுந்த மனத் துயரத்தோடு உள்ளார்.

அவர் ஒருவேளை உங்களையும், ஃபெவ்ஸி பாஷாவையும் எங்களை மீண்டும் ஒன்று சேர்ப்பதற்காக சமரசம் செய்யக் கேட்டுக் கொள்ளலாம். என்னுடைய முடிவு அறுதியானது. இருப்பினும் அவருடைய அல்லது அவருடைய குடும்பத்தின் பெருமையை அல்லது கௌரவத்தைப் புண்படுத்தும் எண்ணம் எனக்கில்லை. நான் அவரிடமும் அவருடைய குடும்பத்தினரிடமும் கொண்டுள்ள மரியாதையையும் உண்மையான நட்பையும் தொடர்ந்து வைத்திருப்பேன். இந்தப் பிரிவை எவ்வாறு செயல்படுத்துவது என்பதை வரும் நாட்களில் அங்காராவில் வைத்து முடிவு செய்யலாம். அவர் தன் சம்மதத்தோடு அமைதியாக இஸ்மிருக்குப் புறப்படுவதை உறுதி செய்வது மிகவும் முக்கியம்.

உன் கண்களில் முத்தமிட்டுக்கொண்டு
காஸி மு. கெமால்

அங்காராவுக்கு கிர்ஷெஹிர் வழியாகத் திரும்பிப் போவதற்கு முன்பு அவர்கள் ஒரு இரவு ஸிவாஸில் கழித்தார்கள். கிர்ஷெஹிர் ஆளுநரான அற்றிஃப் ஒரு ஜோடி கிர்ஷெஹிர் கம்பளங்களை லதிஃபே வுக்கு பரிசாகக் கொடுத்தார்.

முஸ்தஃபா கெமால் தங்களோடு இல்லாததால் கலக்கமுற்றிருந்த அங்காரா மக்கள் அந்தத் தம்பதியினரை ஒரு மாபெரும் நிகழ்ச்சி ஏற்பாடு செய்து வரவேற்றார்கள்.

வெலெட் செலெபியை என்னிடம் அழைத்து வா!

இலையுதிர்கால சுற்றுலாவை முடித்துவிட்டுத் திரும்பிவந்தபிறகு லதிஃபே அக்காலத்து முன்னணி சூஃபி தலைவரான வெலெட் செலபியை சாங்கயாவுக்கு வரவழைத்திருந்தார். முஸ்தஃபா கெமாலோடு எப்படி நடந்து கொள்வது என்பதை சிலநேரங்களில் தன்னால் சரியாகத் தீர்மானிக்க முடியவில்லை என்பதை விளக்கினார். அவருடைய ஆலோசனையைக் கேட்டார்.

“இங்கே பார், திருமணத்துக்கு முன்பு ஒவ்வொரு இளம் பெண்ணுக்கும் சில கனவுகள் உண்டு. அது ஒவ்வொரு பெண்ணின் தனி உரிமை. சில நேரங்களில் நிஜம், நம்ம முடியாத கனவுகளையுங்கூட விஞ்சிவிடுகிறது. சில நேரங்களில் அது வேறுவிதமாக நடந்துவிடுகிறது. நீ திருமணம் செய்திருப்பது ஒரு சாதாரண மனிதனை அல்ல. நீ ஒரு புலியை, சிங்கத்தைத் திருமணம் செய்திருக்கிறாய். அவனை இரும்புக் கம்பிகளுக்குள் உன்னால் சிறை வைக்க முடியாது. நீ அவனைக் கட்டுக்குள் வைத்திருந்தாலும், அவன் அதை உடைத்துவிட்டு வெளியே வந்து விடுவான். உன்னுடைய பிரச்சினைகளுக்கான மூலகாரணம் அதுதான்” என்று செலெபி லதிஃபே விடம் சொல்லியதாக கூறப்படுகிறது.

செலெபியின் அறிவுரையை மனதில் நினைத்துக்கொண்டு லதிஃபே தம்முடைய அம்மாவிடம் பின்னொரு நாள் சொன்னார்:

“நான் ஒரு புலியோடு ஒரேவீட்டில் இருப்பதை விரும்புகிறேன். ஆனால் நான் அந்தப் புலியைக் கட்டுப்படுத்த முயற்சிக்கவில்லை. அதன் நகங்களைத் தவிர்ப்பதற்கு என்னால் செய்யமுடிந்தது அது மட்டும்தான்.”

லதிஃபேவுக்கும் வெலெட் செலெபிக்கும் இடையில் நடந்த கடிதப் பரிமாற்றங்கள் துருக்கி வரலாற்று நிறுவனத்தில் வைக்கப்பட்டுள்ளது. வெலெட் செலெபிக்கு எழுதப்பட்ட ஒரு கடிதம் ஆவணங்களில் பட்டியலிடப்பட்டுள்ளது.

28

எதிர்ப்பு நாட்கள்

லதிஃபேவுக்கும் முஸ்தஃபா கெமாலுக்கும் அரசியல் பதற்றம் காத்துக்கொண்டிருந்தது. அவர்கள் அண்மையில்தான் ஸரிகாமிஷில் ஏற்பட்ட சிக்கலைத் தாண்டி வந்திருந்தனர். அவர்கள் அங்காராவுக்குத் திரும்பிவந்தபோது வரவேற்பளித்த குழுவில் பல நீண்டகால ஆதரவாளர்கள் காணப்படாதது கவனிக்கத்தக்க வகையில் இருந்தது. முஸ்தஃபா கெமாலுக்கு இது நல்ல அறிகுறியல்ல என்பது தெரிந்தது. உண்மையில் மனக்கலக்கம் ஏற்படுவதொன்றும் புதிதான நிகழ்வு அல்ல.

அது லூசான் நாட்களிலிருந்தே தொடங்கியது. ராவுஃப் பிரதமராக இருந்த காலத்தில் அவர் அமைதி மாநாட்டில் இஸ்மெட்டின் மனப்பாங்கில் அதிருப்தி அடைந்திருந்தார். இஸ்மெட் அங்காராவுக்குத் திரும்பிவந்த நாளன்று ராவுஃப் தமது பதவி விலகல் கடிதத்தையும் கொடுத்திருந்தார். பல வருடங்களுக்குப் பிறகு, தமது வாழ்க்கை வரலாற்றில் மோசுல் பிரச்சினை தள்ளிப் போடப்பட்டதை எதிர்த்ததற்கான காரணங் களை விளக்கினார். தேசியப் போராட்டத்தின் மூன்று முன்னணித் தளபதிகளான அலிஃபுவாட், காஸிம், ராவுஃப் ஆகியோர் பீரங்கி வணக்கச் சத்தம் கேட்டதிலிருந்துதான் குடியரசு அறிவிப்பைப் பற்றி அறிந்தார்கள்; தாங்கள் விலக்கி வைக்கப்பட்டிருப்பதாக உணர்ந்தார்கள். காலிஃப் என்ற தலைமை முஸ்லிம் ஆட்சியாளர் பதவியை ஒழித்தது மேலும் அதிக பதற்றத்தை ஏற்படுத்தியது. அவர்கள் காட்டிய எதிர்ப்பு, அவர்கள் காலிஃப் ஆதரவாளர்கள் என்ற குற்றச்சாட்டையே சந்தித்தது. இந்தக் குற்றச்சாட்டு அவர்களை ஆழமாகப் புண்படுத்தியது.

சாங்கயாவில் எண்ணற்ற அரசியல் முடிவுகள் எடுக்கப்பட்ட தால், லதிஃபே அவற்றையெல்லாம் மிகுந்த கவனத்தோடு பார்த்துக் கொண்டிருந்தார். அவர் முஸ்தஃபா கெமாலைப் பார்த்து நூறு விழுக்காடு வியந்தார். இருந்தாலும் லதிஃபேவுக்கென்று தனிப்பட்ட கருத்துகள் இருந்தன. அவர் விவாதித்து, எதிர்த்து அச்சமின்றி தமது கருத்துகளை எடுத்துரைத்தார். அவர் சட்டம் படித்திருந்தார்; இரண்டு வருடங்களாக முஸ்தஃபா கெமாலின் 'அரசியல்

பள்ளிக்கு'ச் சென்றுகொண்டிருந்தார். அவர் வீட்டை மட்டும் நிர்வகிக்கும் முதல் பெண்மணி அல்ல. அரசியல் நிகழ்வுகளைப் பார்த்துக்கொண்டு மட்டும் இருப்பதில் மனநிறைவு அடைபவரும் அல்ல. ஆம்ஸ்ட்ராங் தமது 'கிரே உல்ஃப்' என்ற நூலில் "லதிஃபே ஒரு அரசியல்வாதி," என்பதை வலியுறுத்திக் கூறுகிறார்.

மோசுல் பிரச்சினை[1] குறித்துப் பல திட்டங்கள் முன்மொழியப் பட்டிருந்ததால் பாராளுமன்றத்தில் சூடான விவாதங்கள் எதிர் பார்க்கப்பட்டன. மக்கள் பரிமாற்றத்துக்கான திட்டம் கடும் காழ்ப்புணர்ச்சியை ஏற்படுத்தியது. கிரீஸ் நாட்டிலிருந்து வந்துகொண் டிருந்த இடம் பெயர்ந்தோரின் நிலைமை பற்றிப் பாராளுமன்றத்தில் தொடர்ச்சியான கேள்விகள் கேட்கப்பட்டிருந்தன. மக்கள் கட்சியைச் சேர்ந்த சில உறுப்பினர்கள் துருக்கியிலிருந்து புறப்பட்டுப் போன கிரேக்கர்கள் விட்டுச் சென்ற சொத்துக்களால் தங்கள் பணப்பெட்டி களை நிரப்பினார்கள் என்ற வதந்தி நிலவியது. அங்காரா முதல் படைப்பிரிவின் அப்போதைய ஆய்வாளரான காஸிம் கரபெகிர் பதவி விலகினார். அதைத் தொடர்ந்து ரெஃபெட்டும், அலிஃபுவாட் பாஷாசும் பதவி விலகினார்கள். இந்த படைத்தலைவர்கள் எதிர்க்கட்சியோடு சேர்ந்து கொண்டார்கள். எதிர்க்கட்சிக்குப் பாராளுமன்றத்தில் 30 முதல் 40 உறுப்பினர்கள் இருந்ததாக மதிப்பிடப்பட்டது.

முன்னாள் பிரதமரான ராவுஃபுடன் லதிஃபே நெருக்கமான நட்புகொண்டிருந்தார். அலிஃபுவாட்டுக்கும் அவர் சிறப்பு அழைப்புகள் கொடுப்பதுண்டு. முஸ்தஃபா கெமாலின் மிகப் பழைய நண்பர்களில் ஒருவர் என்ற முறையில் அலிஃபுவாட் விருந்தில் அடிக்கடி கலந்து கொள்வதுண்டு.

அன்று மாலை அலிஃபுவாட் குடியரசுத்தலைவரால் சாங்கயாவுக்கு அழைக்கப்பட்டிருந்தார். முஸ்தஃபா கெமால் தமக்கும் தம்முடைய முன்னாள் சகப்பணியாளர்களுக்கும் இடையில் வளர்ந்துகொண்டிருந்த இடைவெளியை நிரப்ப முயற்சி செய்தார். அந்த அழைப்பு அலி ஃபுவாட்டைச் சென்றடையவில்லை. சமரசம் ஏற்படுவதைத் தடுக்க யாரோ முயற்சிசெய்திருந்தார்கள்.

நவம்பர் முதல்நாள் முஸ்தஃபா கெமால் சட்டமன்றத்தின் புதிய அமர்வை அதிகாரபூர்வமாகத் தொடங்கிவைத்தார். அப்போது நாட்டின் நிலைமை பற்றிய நம்பிக்கை நிறைந்த செறிவான பேச்சை வழங்கினார். அதில் கடந்த சில மாதங்களில் காணப்பட்ட அரசியல் பதற்றம் பற்றிக் குறிப்பிடவில்லை.

தளபதிகளின் பதவி விலகல், தான் தளபதிகளின் கலகத்தை நேரிட்டுக்கொண்டிருப்பதை முஸ்தஃபா கெமாலுக்கு உணர்த்தியது. ஒரு வருடத்துக்கும் மேலாக அவர் அதிகாரத்தைக் கவர்வதற்கான இராணுவச் சதி நடப்பதாகச் சந்தேகப்பட்டுக்கொண்டிருந்தார். உடனே அதற்கான எதிர் நடவடிக்கைகளையும் எடுத்தார். இராணுவத்தின் உயர் பதவிகளில் இருந்தவர்களின் முழு விசுவாசத்தில் அவர் நம்பிக்கை யுடன் இருக்கவேண்டும். தரைப்படைப் பொறுப்பு கொடுக்கப்பட்டிருந்த

ஃபெவ்ஸி பாஷாவிடம் அவருக்கு முழு நம்பிக்கை இருந்தது. அவர் ஃபெவ்ஸி பாஷாவிடம் அவருடைய பாராளுமன்ற உறுப்பினர் பதவியை விட்டு விலகுமாறு கூறினார். இதே வேண்டுகோள் முதல், இரண்டாம் மற்றும் மூன்றாம் தரைப்படைப் பிரிவுத் தலைவர்களுக்கும் விடப்பட்டது. உரத்த கரவொலிக்கும் ஆர்ப்பரிப்புக்கும் இடையில் அவர்களுடைய பதவி விலகல் கடிதங்கள் பாராளுமன்றத்தில் வாசிக்கப்பட்டன.

"முஸ்தஃபா கெமால் பாஷா தளபதிகளின் சதித்திட்டம் ஒன்று நடப்பதாகச் சந்தேகப்பட்டார். எனவே தனக்கு விசுவாசமான தளபதிகளை சட்டமன்றத்திலிருந்து விலகச்செய்து இராணுவத்தில் தமது கட்டுப்பாட்டைப் பலப்படுத்தினார்.

லதிஃபே அடிக்கடி பாராளுமன்றம் சென்றாரா என்பதை என்னால் உறுதிசெய்ய முடியவில்லை. இருப்பினும் ஐந்தாம் தேதியன்று பாராளுமன்ற விவாதங்கள் நடந்துகொண்டிருந்த வேளையில் முஸ்தஃபா கெமால் தம்முடைய மனைவியோடு குடியரசுத்தலைவரின் சிறப்பிடத்தில் அமர்ந்திருந்தார் என்பது நமக்குத் தெரியும்.

நவம்பர் 5 ஒரு முக்கியமான நாள். பரிமாற்றம், நகர்ப்புறத் திட்டமிடுதல் மற்றும் வளர்ச்சி அமைச்சகம் பற்றிய பாராளுமன்றக் கேள்வி கண்டனத் தீர்மானக் கோரிக்கையாக மாறியிருந்தது. மீண்டும் மீண்டும் ஏற்பட்ட மலேரியா தாக்குதல் ராவுஃபை வரவிடவில்லை. 19 உறுப்பினர்கள் அரசுக்கு எதிராக வாக்களித்தார்கள். வாக்களிப்புக்குப் பின் உடனேயே ராவுஃபும் அவருடைய பத்து தோழர்களும் மக்கள் கட்சியிலிருந்து விலகினார்கள். மேலும் 40 முதல் 50 விலகல்கள் எதிர்பார்க்கப்பட்டன.

உடன்படாதவர்களை பதவி நீக்கம் செய்தால் நாம் சிறுபான்மை ஆகிவிடுவோம்

பதவி விலகல்களுக்குப் பின் உடனேயே தலைவர்களும் மையக் குழு உறுப்பினர்களும் அடங்கிய கூட்டம் சாங்கயாவில் நடத்தப்பட்டது. ஏற்பட்டிருந்த பிளவுக்கான தீர்வைக் கண்டறியும் நோக்கத்தோடு அந்தச் சந்திப்பு நடந்தது. கருத்து வேறுபாடுடையவர்களைக் கட்சியிலிருந்து நீக்குவதற்கான கோரிக்கை முன்வைக்கப்பட்டது. அங்கு குறிப்பிட்ட பெயர்களை ஒவ்வொன்றாகக் குறிப்பெடுத்துக் கொண்டு முஸ்தஃபா கெமால் மௌனமாக இருந்தார். திடீரென்று அதை நிறுத்திவிட்டு பேனா முனையால் பெயர்களை எண்ணினார். புன்னகையுடன் அவர் சொன்னார், "நண்பர்களே! கருத்து வேற்றுமையுடைய எல்லோரையும் கட்சியிலிருந்து நீக்குவதாக இருந்தால் நாம் சிறுபான்மையாக விடப்படுவோம்."

அவர்கள் எல்லோரும் அவரையே உற்றுப் பார்த்தார்கள்: அவர் நகைச்சுவையாகப் பேசுகிறாரா? முஸ்தஃபா கெமால் தன்னோடு உடன்படாதவர்கள் என்று கருதப்பட்ட இருவரை ஒரு உரையாடலுக்காக அழைத்தார். அந்த தியார்பகிர் பாராளுமன்ற உறுப்பினர்கள்

தங்களுடைய விசுவாசத்தைத் தெரிவித்தார்கள். முஸ்தஃபா கெமால் தம்முன் குவிந்து கிடந்த கடிதங்களைத் திறந்தார்.

"நண்பர்களே, சிக்கல் தீர்ந்துவிட்டது," என்று முஸ்தஃபா கெமால் தெரிவித்தார். தொடர்ந்து கையிலிருந்த ஒரு கடிதத்தைப் படித்தார். அலிஃபுவாட் பாஷா மக்கள் கட்சியிலிருந்து விலகுவதற்கான கடிதத்தைக் கொடுத்திருந்தார். 'முற்போக்கு குடியரசுக் கட்சி' தொடங்கப் படுவதையும் அறிவித்திருந்தார்.

பல மாதங்களாக இரகசியமாக பெருகிக்கொண்டிருந்த எதிர்ப்பு, இப்போது ஒழுங்குமுறைப்படுத்தப்பட்டுள்ளதால் முஸ்தஃபா கெமால் மகிழ்ச்சியடைந்தது போலத் தோன்றியது.

ராஜினாமா செய்த தளபதிகள் தங்கள் எதிர்கால அரசியல் திட்டங்களை அறிவித்தனர். நவம்பர் 5ஆம் தேதியின் பதற்றம் ஒரு எதிர்க்கட்சியையாவது கொடுத்தது. முற்போக்கு குடியரசுக்கட்சி (மு.கு.க) நவம்பர் 17 அன்று நிறுவப்பட்டது. இதுவரை ஒற்றைக் கட்சிக் குடியரசாக இருந்த நாட்டில் இரண்டாவது கட்சி உருவாகியிருந்தது. மக்கள் கட்சியிலிருந்து இன்னும் அதிக வேகத்தில் விலகல்கள் நடந்தன. ஒவ்வொரு ராஜினாமாவும் சுதந்திரப் போரில் பணியாற்றிய உறுப்பினர்களிடமிருந்து வந்தது. அவர்கள் அதற்குப் பின்பும் முக்கிய பொறுப்புள்ள பதவிகளில் இருந்தவர்கள். அவர்களுடைய அரசியல் நிலைப்பாட்டில் ஏற்பட்ட மாற்றம் விரைவில் நேரடியாக லதிஃபேவின் மீது தாக்கத்தை ஏற்படுத்தக்கூடிய சூழலை உருவாக்கும்.

மு.கு.க.வின் செயல் திட்டம் மக்கள் கட்சியின் செயல்திட்டத்தை விட முற்போக்கானது என்று வரலாற்றாசிரியர்கள் கூறுகிறார்கள். அதன் கொள்கை மற்றும் செயல்திட்ட அறிக்கைகளை, அரசியல் பொருளாதார விஷயங்களில் முற்போக்கு ஜனநாயகத்தை ஆதரித்த ஆவணங்கள் என்று மெற்றே துன்சாய் விளக்குகிறார்.

இருப்பினும் மு.கு.க. பெண்கள் வாக்குரிமை பற்றிய திட்டங்களையும் பெண்கள் குறித்த கொள்கைகளையும் உருவாக்கவில்லை. முன்பு பெண்களுக்குக் கிடைத்ததாகக் கருதப்பட்ட நன்மைகள் நிலையானவையாக மாற்றப்பட முடியவில்லை. ஆட்டோமான் பேரரசின் முந்தைய ஆட்சியாளர்களின் ஒற்றுமை மற்றும் முன்னேற்றக் கட்சிக்கு அதிகார பூர்வ பெண்கள் கிளை இருந்தது. இருப்பினும் மக்கள் கட்சிக்குக்கூட அப்போது பெண்களுக்கான கிளை இல்லை. பெண்களுக்கு வாக்குரிமை கிடையாது; அரசியல் கட்சி நிலையில் பிரதிநிதித்துவம் கூடக் கிடையாது.

பத்திரிகையாளர் ஸெகெரியா ஸெர்டெல் பார்வையில் துருக்கி

பத்திரிகையாளர் ஸெகெரியா ஸெர்டெல் அரசு அச்சகங்களின் தலைமைப் பொறுப்பில் இருந்தவர். பின்பு அரசோடு மோதல் ஏற்பட்டுப் பதவி விலகினார். *ரெஸிம்லி ஆய்* இதழில் அவர் எழுதிய விமரிசனங்கள் அப்போதைய நிகழ்வுகளைத் தெளிவுபடுத்துகின்றன.

... *1924* முழுவதும் பாராளுமன்ற உறுப்பினர்கள் மத்தியில் கருத்து வேற்றுமை அதிகமாகிக் கொண்டிருந்தது. குடியரசுத் தலைவரைச் சூழ்ந்திருந்தவர்கள் தேசிய இயக்கத்தை தங்களுக்குரியதாகக் கருதினர். குடியாட்சியையும் சுதந்திரத்தையும் தங்களுடைய செயலாக முன்வைப்பதில் மகிழ்ச்சியடைந் தார்கள். மக்கள் கட்சி, மக்கள் திரளின் கட்சி; அது கொள்கை அடிப்படையி லானதல்ல. அது மதச்சார்பற்ற மக்களாட்சி அரசை ஆதரித்தாலும், அதன் ஆதரவாளர்களில் மிகுந்த சமயப் பற்றுடைய பழமையான நம்பிக்கைகள் கொண்ட உறுப்பினர்கள் இருந்தார்கள். இந்த அசாதாரணமான நிலைமை தொடர்ந்து நீடித்திருக்க முடியாது. மக்கள் கட்சியைக் கலைப்பதற்கான தருணம் வந்துவிட்டது. புதிய கட்சிக்குத் தலைமை வகித்தது. ராவுஃப் பெய்யும், தளபதிகளான கரபெகிர் காஸிமும், அலிஃபுவாட்டும். அடிப்படையில் அவர்களுடைய சிந்தனை மக்கள் கட்சியின் உயர் மட்டத்தில் இருந்தவர்களின் சிந்தனையை விட சற்று வித்தியாசமானது. மக்கள் கட்சியினர், மொத்தத்தில் அதிக சமயப் பற்றுடையவர்களாகவும் ஏகபோக உரிமை செலுத்துபவர்களாகவும் இருந்தனர். ஆனால் புதிய கட்சி அதிக முற்போக்கு சிந்தனையுடையதாக இருந்தது. இந்த அரசியல் குழப்பங்கள் இஸ்மெட் பாஷா அமைச்சரவையை விழவைத்தது. இஸ்மெட் பாஷா நோயால் அவதிப்பட்டு சோர்வுற்றிருந்தார். எல்லாவற்றுக்கும் மேலாக அவருக்குத் தேவைப்பட்டது சிகிச்சையும் ஓய்வும். எனவே அவர் ராஜினாமா செய்து ஃபெதி பெய் அமைச்சரவைக்கு வழிவிட்டார்.

முற்போக்கு குடியரசுக் கட்சியின் தொடக்கத்தைப் பொதுப் புத்தியின் வருகையாகப் பார்த்தார் ஸெர்டெல். ஏகபோகத்துவ சிந்தனையின் முடிவு நாட்டுக்கு நல்லது.

வெற்றியும், சுதந்திரமும் ஏற்படுத்திய மாயாஜாலம் மனங்களை அடக்கி வைத்துத் திணறடித்தது இப்போது படிப்படியாகக் குறைந்து கொண்டிருக்கிறது. இதை வெளிப்படுத்தியதில், தொடங்கப்பட்ட புதிய கட்சி முக்கியப் பங்கு வகித்தது. மக்கள் மீண்டும் அறிவுபூர்வமாகச் சிந்திக்க முடிந்தது. வெற்றியைத் தொடர்ந்து நமது கண்கள் கூசின; நமது சிந்திக்கும் திறன் மறைந்துபோனது. நமக்கு முன் நாம் பார்க்க முடிந்ததெல்லாம் வெற்றியின் கம்பீரமான எடுத்துக்காட்டுகள் மட்டுமே. மெய்மறந்த இன்பமும், மனக்கிளர்ச்சியும் ஏற்பட்ட அந்தக்காலத்தைத் தாண்டி வந்துவிட்டோம். இது பொதுப் புத்தியோடு இருப்பதற்கான நேரம். இப்போது நாம் குறை கூறுவதற்கும், பாராட்டுவதற்குமான நம் திறமையைப் பயன்படுத்தலாம். இந்த விமரிசிப்பதற்கான திறமையைப் பயன்படுத்துவதற்கான வழிவகை, நாம் முன்பு வழிபாடு செய்தவர்களையும் பகுப்பாய்வு செய்வதை சாத்தியமாக்கியுள்ளது. மக்கள் கட்சி தொடக்க கால வியப்பிலும், பரபரப்பிலும் மக்களின் முழுமையான விசுவாசத்தைப் பெற்றிருந்தது. இதனால் அதில் அகம்பாவமும் சுயநலமும் வளர்ந்துவிட்டது. வெற்றி முழுவதையும் அது தனக்கு மட்டுமே உரியதாக்கிவிட்டது. கட்சிக்கு வெளியே இருந்தவர்களை அது மேலும் அதிகமாக ஒதுக்கி வைக்கத் தொடங்கியது. இந்த ஏகபோகத்துவ மனோபாவம்தான் நாடெங்கிலும் எதிர்க் காற்றை ஏற்படுத்துமளவுக்கான எதிர்வினையை உருவாக்கியது.

ஸெர்டல் தமது எதிர்ப்பு நிலைப்பாட்டிலிருந்து அப்போதைய நிகழ்வுகளைத் தொகுத்து எந்தவிதமான தயக்கமும் இன்றி எழுதுகிறார். 1925இன் தொடக்கத்தில் எழுதப்பட்ட இந்த விமரிசனம் அப்போது பத்திரிகைகள் எவ்வளவு சுதந்திரமாகச் செயல்பட்டன என்பதற்கான அடையாளம். ஒரு சில மாதங்களுக்கு மட்டுமே பின்னர் பாராளு மன்றம் பொது ஒழுங்குப் பராமரிப்புச் சட்டத்தை நிறைவேற்றியது. துரதிருஷ்டவசமாக, இச்சட்டத்தின் கீழ் நாடு கடத்தப்பட்ட பத்திரிகை யாளர்களில், ஸெர்டெலும் இருந்தார்.

அவர், மேலும், துருக்கி மக்கள் தங்களுடைய 'போர்க் குணமுள்ள நாடு' என்ற மனநிலையை விட்டுவிடத் தயங்குவதைச் சுட்டிக்காட்டு கிறார்:

புதுக் கட்சிக்குத் தலைமைதாங்குபவர்கள் எல்லோரும் ஆளுங்கட்சியிலும் உயர்பதவிகளை அடைவதற்கான சமமான தகுதியுடையவர்கள். ஆனால் அவர்கள் அமைச்சர் பதவியைவிட வேறு சிலவற்றை விரும்பினார்கள். அவர்கள் நாட்டில் அப்போது வேரூன்றத் தொடங்கியிருந்த சர்வாதிகாரத் தைத் தடுக்க விரும்பினார்கள். 1924ஆம் ஆண்டின் அரசியல் வரலாறு புதுக்கட்சித் தொடங்கப்பட்டதுடன் முடிவுக்கு வருகிறது. 1925 இந்தக் குழந்தையைப் பேணி வளர்த்து உருவாக்கும். அது ஒரு ஆரோக்கியமான, மகிழ்ச்சியான குழந்தையாக வளர வேண்டும் என்று நாங்கள் விரும்புகிறோம்.

"இராணுவச் சட்டம் அறிவியுங்கள்!"

முற்போக்குக் குடியரசுக் கட்சி நிறுவப்பட்டதற்கு முஸ்தஃபா கெமாலின் எதிர்வினை அமைதியானதாகவே இருந்தது. ஆனால் இஸ்மெட் இராணுவச் சட்டத்தை அறிவிக்க வேண்டும் என்று ஆலோசனை கூறினார்.

பாராளுமன்றத்தில் அரசுக்கு எதிர்ப்புக் காட்டுவது என்பது ஒரு புது நிகழ்வு அல்ல. இதுவரை அது ஒரு தனிக் குழுவுக்குள் மட்டுமே அடங்கியிருந்தது: 100 உறுப்பினர்கள் குடியாட்சி அறிவிப்பில் கலந்து கொள்ள மறுத்திருந்தார்கள். லூசான் ஒப்பந்தத்தை ஏற்பதற்கான வாக்கெடுப்பில் எதிர்ப்புத் தெரிவித்த வாக்குகள் இருந்தன. ஆனால் முறையாக அமைக்கப்பட்ட எதிர்க்கட்சி என்பது முற்றிலும் வித்தியாச மான வாய்ப்புகளை உருவாக்கக்கூடிய ஒன்று.

எதிர்க்கட்சி நிறுவப்படுவதற்கு முன்னரே அதுபற்றிய திட்டம் முஸ்தஃபா கெமாலுக்குத் தெரிந்திருந்தது என்றும், அவர் முக்கிய கிழக்கு நாட்டுப்புறப் பாராளுமன்ற உறுப்பினர்களைச் சந்தித்து எதிர்க் கட்சிக்கிருந்த ஆதரவை வலுவிழக்கச் செய்தார் என்றும் எரிக் ஜேன் ஸுர்செர் தெரிவிக்கிறார்.

மு.கு.க. குறித்த முஸ்தஃபா கெமாலின் கொள்கை முதலில் எச்சரிக்கை உணர்வோடு அமைந்திருந்தது. ...பிளவு ஏற்பட்டதற்குப் பிறகு அவர் சமரச பாதையைப் பின்தொடர்ந்ததாகத் தோன்றியது.

லதிஃபே முற்போக்கு குடியரசுக் கட்சியின் உறுப்பினரா?

முற்போக்குக் குடியரசுக் கட்சி குறித்து லதிஃபேவின் மனப்பாங்கு என்ன? இந்தக் கேள்வி என் மனதில் நீண்டகாலமாக இருந்தது. நான் எங்களுடைய நேர்காணலின் போது அலிஃபுவாட் ஜெபெஸோயின் மருமகளான ஆயிஷே ஜெபெஸோயைக் கேட்டேன். அவருடைய பதில் எனக்குத் திகைப்பூட்டியது: "லதிஃபே முற்போக்குக் குடியரசுக் கட்சியின் உறுப்பினர்." லதிஃபே உண்மையிலேயே எதிர்க்கட்சியோடு தொடர்பு வைத்திருந்தவர் என்றால், பல புதிய சிந்தனைகள் மனதில் தோன்றுகின்றன.

லதிஃபே எதிர்க்கட்சியில் சேர்வது நாட்டின் அரசியல் பதற்றத்தைத் தணிக்கும் என்பதால் அந்நேரத்தில் அது பொருத்தமான செயல் என்று முஸ்தஃபா கெமால் நினைத்திருக்கலாம். அவர் முன்புகூட சிலருடைய சினத்தைத் தணிக்க லதிஃபேவின் சேவையை நாடியிருக்கிறார்.

1930இல் முஸ்தஃபா கெமால் தம்முடைய சகோதரி மாக்பூலேவை சுதந்திரக் கட்சியில் சேரவைத்தார் என்பதும் மனதில் கொள்ளவேண்டிய மற்றொரு கூறு. பெண்களின் அரசியல் பங்களிப்பு பற்றிய ஒரு உட்பிரிவை சுதந்திரக் கட்சி சேர்த்ததற்கு மாக்பூலேதான் காரணமாக இருந்தார். பெண்கள் அரசியல் உரிமைகளிலிருந்து ஒதுக்கிவைக்கப்பட்டிருந்த காலத்தில் லதிஃபே ஒரு அரசியல் கட்சியில் சேர்ந்திருக்க முடியுமா? மு.கு.க.வில் சேர்வதற்காக ஒரு பெண்ணின் முதல் விண்ணப்பம் 1926இல் தான் கொடுக்கப்பட்டது என்று யாப்ராக் ஸிஹ்னி ஓகுலு எழுதுகிறார். ஆனால் முஸ்தஃபா கெமாலின் மனைவி என்ற தகுதி லதிஃபேவுக்குத் தனிசிறப்புரிமை பெற்றுத் தந்திருக்கலாம்.

ஷெய்ஹ் ஸைத் கிளர்ச்சி

மு.கு.க. தொடங்கப்பட்டதற்கும் ஜனவரி இறுதிக்கும் இடையில் நடந்த மிக முக்கியமான நிகழ்வு அமைச்சரவையில் செய்யப்பட்ட மாற்றமாகும். இஸ்மெட் பதவி விலகிய பின்பு ஃபெதி பெய் புதிய அமைச்சரவை அமைத்தார். கட்சியில் ஏற்பட்ட பிளவுக்குப் பிறகு இஸ்மெட் இராணுவச் சட்டத்தை அறிவிக்க வேண்டும் என்று விரும்பினார். அவருடைய பதவி விலகல் அப்போது ஏற்பட்ட பதற்றத்தைத் தணிக்க உதவியது. காஸிம் கரபெகிர் மு.கு.க.வின் முதல் தலைவராகத் தேர்ந்தெடுக்கப்பட்டார்.

லதிஃபேவும் முஸ்தஃபா கெமாலும் 1925 ஜனவரி 1 அன்று கோன்யாவுக்குப் புறப்பட்டார்கள். அவர்கள் அடானா, டார்ஸஸ் மெர்ஸின் ஆகிய இடங்களுக்கும் சென்றார்கள். நாட்டில் அவர்கள் ஒன்றாக சுற்றுப்பயணம் சென்றது இதுவே கடைசிமுறை. அவர்கள் பிப்ரவரி 2 அன்று அங்காரா திரும்பினார்கள். அப்போது முழு மாற்றத்தை எதிர்பார்த்த சூழல் இருந்தது. அந்தப் புரட்சி துருக்கியின் எதிர்காலத்தில் பெரும் தாக்கத்தை ஏற்படுத்தும். லதிஃபேவின் சொந்த வாழ்க்கையிலும் அது ஒரு திருப்பு முனையாக அமையும். அந்தப் புரட்சி தொடங்கிவிட்டது. தென்கிழக்கிலிருந்து பீரங்கி வெடிக்கும் சத்தம் கேட்டுக்கொண்டிருந்தது.

ஷெய்ஹ் ஸைத்தின் 10 ஆதரவாளர்கள் வழிப்பறிக் கொள்ளைக் குற்றச்சாட்டுக்காகத் தேடப்பட்டார்கள். ஜனவரி 13 அன்று கென்ச்சில் வட்டாரக் காவல்படையினர் அவர்களை சரணடையச் சொன்னதற்குப் பதிலாக சுடத்தொடங்கினார்கள். புரட்சியாளர்கள் எலாஸிக்கைக் கைப்பற்றிவிட்டு தியார்பகிரைச் சூழ்ந்து கொண்டார்கள்.

இந்தப் பகுதியில் இராணுவச் சட்டத்தைச் செயல்படுத்துமாறு பாராளு மன்றத்தில் வேண்டுகோள் விடுக்கப்பட்டது. காஸிம் கரபெகிர் அரசை ஆதரித்து, துருக்கி நாட்டுக்கு உள்நாட்டிலிருந்தோ வெளிநாட்டிலிருந்தோ எந்த ஆபத்து வந்தாலும் நாடு ஒற்றுமையுடன் அதை சந்திக்கும் என்று தெரிவித்தார். அதன்பின் இராணுவச் சட்டத்தை அறிவிப்பதற்கான அரசின் கோரிக்கை ஒருமனதாக ஏற்றுக்கொள்ளப்பட்டது.

கடுமையான நடவடிக்கைகளுக்குக் கடுமையான சட்டங்கள் தேவைப் பட்டன. உயர் தேசத்துரோகச் சட்டம், அரசியல் ஆதாயத்துக்காக மதத்தைப் பயன்படுத்தும் செயல்களை உட்படுத்துமாறு விரிவாக்கம் செய்யப்பட்டது. மு.கு.க அந்தத் தீர்மானத்தை எதிர்க்கவில்லை. பாராளு மன்றத்தில் இருந்த இந்த ஒத்திசைவான சூழல், ஃபெதி பெய் அமைச்சரவை வீழ்த்தப்பட்டதால் தகர்ந்தது. தென்கிழக்குப் பகுதியில் எடுக்கப்பட்ட நடவடிக்கைகள் போதுமானவையாக இல்லை என்று கூறிய இஸ்மெட், மீண்டும் பதவிக்கு வந்தார்.

அவருடைய முதல் செயலாக பொது ஒழுங்கு பராமரிப்புச் சட்டத்தைக் கொண்டுவந்தார். காஸிம் (கரபெகிர்), அரசு தேவை என்று கருதிய எல்லா சட்டப்படியான நடவடிக்கைகளையும் ஆதரிப்ப தாகக் கூறினார். ஆனால் நாட்டின் அரசியலமைப்புச் சட்டம் வழங்கி யுள்ள அடிப்படை உரிமைகளை வலுவிழக்கச் செய்வது தவறு. இந்தச் சட்டம் அடிப்படையில் இரண்டு வருடங்களுக்கு அரசு செய்ய நினைத்ததையெல்லாம் செய்ய வரம்பற்ற உரிமை கொடுத்தது.

மன்றத்தில் கடுமையான விவாதம் நடந்தபோதும், மு.கு.க.வின் எதிர்ப்பையும் மீறி 1925 மார்ச் 4 அன்று அந்த மசோதா நிறைவேற்றப் பட்டது.

மார்ச் 6 அன்று 6 செய்தித்தாள்கள் (*தெவ்ஹிட் – இ – எஃப்கார், இஸ்திக்லால், சோன் டெலிகிராஃப், ஏய்தின்லிக், ஓராக் செகிக் ஸெபிலூர்ரெஷாட்* ஆகியவை) மூடப்பட்டன. அதைத் தொடர்ந்து ஒரு மாதத்துக்குப்பிறகு *ஹுஸெயின் ஜாசிட்டின் டானின்* மூடப்பட்டது.

33 சோஷியலிஸ்டுகளும் கம்யூனிஸ்டுகளும் கைது செய்யப்பட்டு நீதிமன்றத்தில் நிறுத்தப்பட்டனர். சுதந்திரத் தீர்ப்பாயங்கள் வேலை நேரத்துக்குப் பின்பும் செயல்பட வேண்டியிருந்தது.

"அரசுக்கு எதேச்சாதிகார அதிகாரங்களைக் கொடுப்பதற்காக இவ்வாறு செய்யப்பட்டது," என்று கின்ராஸ் பிரபு கூறுகிறார். அடக்கு முறை காலம் தொடங்கிவிட்டது. எண்ணற்ற கிழக்கு நாட்டுப்புற மு.கு.க. உறுப்பினர்கள் கைது செய்யப்பட்டனர். மு.கு.க. தங்களுக்கு

பிற்போக்கு வாதிகளுடனோ அல்லது இரகசிய நடவடிக்கைகளுடனோ எந்தத் தொடர்பும் இல்லை என்று அறிவித்தது.

ஷெய்ஹ் சைத் ஏப்ரல் 15 அன்று தோல்வியை ஒத்துக்கொண்டு சரணடைந்தார். அடக்குமுறை செயல்கள் மே மாத இறுதிவரைத் தொடர்ந்தது. ஷெய்ஹ் சைத் கிளர்ச்சி சமய பிற்போக்குவாதிகளால் தூண்டப்பட்டதா அல்லது சமய வேடத்தில் நடந்த கலகமா என்பது இன்னும் இன்றுவரை விவாதிக்கப்படுகிறது. ஷெய்ஹ் சைத் கிளர்ச்சி யின் சிக்கலான கூறுகளால் எல்லோரும் குழப்பமடைந்தனர். ஃபாலிஹ் ரிஃப்கி *ஹகிமியெட் –இ– மில்லியேவில்* 1925 மே 29 அன்று கேட்டார்.

ஷெய்ஹ் சைத் கிளர்ச்சி நாம் அப்போது நம்பியதைப் போல ஒரு சமய அடிப்படைவாதக் கலகமா அல்லது அதற்கு மாறாக ஒரு அரசியல் மற்றும் தேசியப் புரட்சியா?

லதிஃபே டர்கிஷ் ஹார்த்தின் கௌரவத் தலைவர்

டர்கிஷ் ஹார்த், குழந்தைகள் பாதுகாப்பு சங்கத்தை விட அதிக அளவு மக்கள் கவனத்தைப் பெற்றிருந்தது. அது லதிஃபேவை மையக் குழுவில் சேர்வதற்கும், அதன் கௌரவத் தலைவராவதற்கும் 1925 வசந்த காலத்தில் அழைப்பு விடுத்தது. நாட்டில் குடியரசு அறிவிக்கப் படுவதற்கு முன்பே, பெண்கள் அரசியல் பிரதிநிதித்துவம் அவர்களுடைய செயல்திட்டத்தில் இருந்தது. பெரும்போர் நடந்தகாலம் முழுவதும் அவர்கள் தங்கள் நடவடிக்கைகளை நிறுத்தி வைக்க வேண்டியதாயிற்று. குடியாட்சி அறிவிக்கப்பட்டதற்குப் பிறகு அவர்கள் அதிக ஊக்கத்தோடு மீண்டும் ஒன்றுகூடினார்கள். 1923 இறுதிக்குள் அவர்களுக்கு 40 கிளைகள் இருந்தன. அக்காலத்தில் முக்கியத்துவம் பெற்றிருந்தவர்கள் மத்தியில் அது பிரபலமாக இருந்தது. டர்கிஷ் ஹார்த் நாடகங்களையும் இசை நிகழ்ச்சிகளையும் நடத்தியது. தத்துவ விவாதங்களுக்கான மேடையையும் அமைத்துக் கொடுத்தது. உயர்நிலை அரசியல் மேதைகள் ‘துருக்கியர் தாய்நாடு’ என்ற அவர்களுடைய வெளியீட்டில் எழுதினர். அது அடிப்படையில் ஒரு பண்பாட்டு நிறுவனம். குடியாட்சிக் கோட்பாட்டை யும் திட்டமிடுதலில் சீர்திருத்தங்களையும் ஆதரித்தது. இந்த சீர்திருத்தங் கள் குறித்த விவாதங்களுக்கான மேடையையும் கொடுத்தது. எனவே நவீனப்படுத்துதலுக்கான பெருமுயற்சியில் அதன் பங்கு மிகவும் முக்கிய மானது.

1925இல் ஷெய்ஹ் சைத் கிளர்ச்சிக்குப் பின் குறுகிய காலத்துக்குள் டர்கிஷ் ஹார்தின் பொதுக்குழு கூடியது. அதில் தேசியமும், துருக்கியத் துவக் கொள்கைகளும் மேலோங்கியிருந்தன.

லதிஃபே பொதுக்குழுவில் கார்ஸ் டர்கிஷ் ஹார்த்தின் பிரதிநிதி யாக வந்திருந்தார்.

1925 மே 2 அன்று *ஜும்ஹுரியெட்* லதிஃபே அங்கு ஆற்றிய சொற்பொழிவை “லதிஃபே ஹனிமின் முக்கியமான ஒரு பேச்சு” என்ற தலைப்பில் முதல் பக்கச் செய்தியாக வெளியிட்டது. அதே நாள் அதே செய்தி *வதானில்* வெளிவந்தது. ஆனட்டோலிய செய்திமுகமை

அவருடைய பேச்சின் சுருக்கத்தை ஒரு செய்தி வெளியீடாக அச்சிட்டு வழங்கியது என்று தோன்றுகிறது. கரவொலியோடு வரவேற்கப்பட்ட கருத்துகள் அடையாளக் குறியிடப்பட்டிருந்தன.

பாராட்டப்பட்ட அந்த சொற்பொழிவில், "நாட்டிலிருக்கும் சமயம் சார்ந்த, கொள்கை சார்ந்த பிளவுகள் நாட்டில் பிரிவினை ஏற்படுத்துவதில் உறுதியாக இருக்கின்றன என்று தெரிவித்தார். டர்கிஷ் ஹார்த்தின இந்தப் பிளவுகளுக்கு எதிரான போராட்டங்களையும் கிடைத்த நல்ல விளைவுகளையும்," லதிஃபே வலியுறுத்தினார். இந்தச் சொற்பொழிவின் பிரதி பத்திரிகைகளுக்குக் கொடுக்கப்பட்ட விதம் இந்தப் பேச்சுக்கு அரசு எவ்வளவு முக்கியத்துவம் அளித்தது என்பதைச் சுட்டிக்காட்டுகிறது.

பொதுக் குழுக் கூட்டத்துக்குப்பின் உடனேயே, மே 17 அன்று, மத்தியக் குழுவால் லதிஃபே டர்கிஷ் ஹார்த்தின் கௌரவத் தலைவராக நியமிக்கப்பட்டார். சாங்கயாவில் அவருடைய இரண்டரை வருட கால சோர்வடையாத உழைப்பு பயனளிக்கத் தொடங்கியிருந்தது. துருக்கியின் கோட்பாட்டு வாழ்வில் அதிக செல்வாக்குள்ள நிறுவனத்தின் பிரதிநிதியாக இருக்குமாறு அவர் கேட்டுக் கொள்ளப்பட்டிருந்தார். பெண்கள் அரசியலிலிருந்து ஒதுக்கி வைக்கப்படுவதை முடிவுக்குக் கொண்டுவருவதற்கான அவருடைய போராட்டம் பயனளிக்கத் தொடங்கியது. கல்வி அமைச்சர் ஹம்துல்லா ஸுஃபி தலைவராக மீண்டும் தேர்ந்தெடுக்கப்பட்டார். முஹித்தின் பாஷா பொதுச் செயலாளராகவும், இஷ வங்கிப் பொது மேலாளர் ஜெலால் பெய் (பாயர்) பொருளாளராகவும் தேர்ந்தெடுக்கப்பட்டனர்.

லதிஃபேவுக்கு பெருமைக்குரிய பதக்கம்

1925 மே மாதத்தில் லதிஃபே அதிக செயலூக்கத்தோடும் புகழோடும் இருந்ததாகத் தோன்றுகிறது. துருக்கிப் பத்திரிகைகள் அவரை முடிவில்லாமல் புகழ்ந்து கொண்டிருந்தன.

"பிரெஞ்சு தூதர், லதிஃபேவுடன் சந்திப்பு . . . பிரெஞ்சு தூதரான ஆல்பெர்ட் சரால்ட் இன்று லதிஃபே ஹனிமால் வரவேற்கப்பட்டார்," என்று மே 25 அன்று ஜும்ஹுரியெட் அறிவித்தது.

துருக்கி வானூர்தி சங்கம் 1925இல் நிறுவப்பட்டது. அதன் குறிக்கோள் துருக்கியில் விமான வடிவமைப்பு, தயாரிப்பு ஆகியவற்றை மேம்படுத்துவது. ஜெவாட் அப்பாஸ் அதன் முதல் தலைவர். ஓரளவு அதே நேரத்தில் அந்த சங்கம் லதிஃபேவுக்கு தன் முதல் பெண்களுக்கு மட்டுமேயான பதக்கத்தை வழங்கியது. அந்தப்பதக்கம் துருக்கிப் பெண்களின் தன்னலமற்ற உயர்ந்த தன்மைக்கு லதிஃபே எடுத்துக்காட்டாக விளங்குகிறார் என்று மக்கள் எண்ணியதற்காகக் கொடுக்கப்பட்டது.

லதிஃபே 27 அன்று வெளியிடப்பட்ட பொதுமக்களுக்கான செய்தியில் துருக்கி வானூர்தி சங்கத்துக்கு நன்றி தெரிவித்தார். அதில் அந்த சங்கத்தின் குறிக்கோள்களும், செயல்பாடுகளும் வெற்றியடைய விரும்புவதாகவும், தான் அவற்றை முழுமனதோடு ஆதரிப்பதாகவும் தெரிவித்தார்.

மு.கு.க.வின் இறுதி நாட்கள்

மு.கு.கட்சியைக் கருமேகங்கள் சூழ்ந்துகொண்டிருந்தன. இரண்டு கட்சிகள் இருந்தது சட்டமன்றத்துக்குப் பெரும் சவாலாக இருந்தது.

அலிஃபுவாட் ஜெபெஸோயின் வாழ்க்கை வரலாற்றில் உள்ள ஆர்வத்தைத் தூண்டும் ஒரு குறிப்பு லதிஃபே அரசியலில் எவ்வளவு செல்வாக்கோடு இருந்தார் என்பதைக் காட்டுகிறது. லதிஃபே மக்கள் கட்சியின் இஸ்தான்புல் மாநாட்டுக்குச் சென்றார். அவருடைய கணவன் கேட்டுக்கொண்டதற்கிணங்க அவர் சென்றிருக்கலாம். முஸ்தஃபா கெமால் முன்னாள் ஆட்டோமான் தலைநகரைப் புறக்கணித்ததை இன்னும் தளர்த்தவில்லை.

மாநாட்டில் நடந்த விவாதங்களைப் பற்றிக் கூறும்போது, அலிஃபுவாட் குறிப்பிடுகிறார்:

தலைமை ஊதிய வழங்கு அதிகாரியான ரெஃபிக் இஸ்மைல் பெய் விரிவாகப் பேசினார். அவர் மு.கு.க. பிற்போக்குவாதத்தில் ஈடுபடுவதாகக் குற்றஞ்சாட்டினார். அதற்கும் மேலாக அக்கட்சி கிளர்ச்சியில் கலந்து கொண்டதால் தேசத்துரோகக் குற்றம் செய்துள்ளது. அந்தக் கட்சி விரைவில் மூடப்படும் என்றும் சற்றுக் கவனக்குறைவாகத் தெரிவித்தார். அங்கிருந்த மேதகு லதிஃபே ஹனிம், குடியரசுத் தலைவரின் மனைவி, ரெஃபிக் இஸ்மைல் பெய்க்குப் பதிலளித்தார்: "துருக்கிக் குடிமக்களால் உருவாக்கப் பட்ட எஃகுக் கட்டி போன்ற நாகரிகத்தைப் பாதுகாப்பதுதான் துருக்கித் தாய் நாட்டை மீட்பதற்கான ஒரே உத்தரவாதம்."

மாநாடு ராபெர்ட் கல்லூரியில் மே 25 அன்று கூடியது. ஒரு வாரத்துக்குப் பின் மு.கு.க. தடைசெய்யப்பட்டது.

லதிஃபே மு.கு.க.வுக்கு எதிரான குற்றச்சாட்டுகளை எதிர்த்தது மட்டுமன்றி மக்கள் கட்சி மாநாட்டில் எல்லோரும் ஒற்றுமையாக இருப்பதற்கான செய்தியை விடுத்தார் என்று அலிஃபுவாட்டின் தகவல் வெளிப்படுத்துகிறது. இந்தச் சொற்கள், மு.கு.க.வின் இறுதி நாட்களில், பிளவைச் செப்பனிட முஸ்தஃபா கெமால் எடுத்த கடைசி முயற்சியின் வெளிப்பாடா? லதிஃபே இஸ்தான்புல்லில் தானாகவே இப்படி வெளிப்படையாகப் பேசியிருந்திருப்பார் என்பது சாத்தியமில்லை என்று தோன்றுகிறது.

மு.கு.க. 1925 ஜூன் 3 அன்று தடைசெய்யப்பட்டது. (ஒரு வருடத் துக்குப் பின்பு இஸ்மிரில் நடந்த கொலை முயற்சிக்குப் பிறகு அதன் உறுப்பினர்களைச் சட்டம் துரத்தும்; சிலர் வெளிநாடுகளுக்குத் தப்பிச் செல்வார்கள்; சிலர் நீதிமன்றத்தில் விசாரிக்கப்பட்டு விடுதலை செய்யப்படுவார்கள்; பலர் தூக்கிலிடப்படுவார்கள். காஸிமும், கரபெகி ரும், அலிஃபுவாட் ஜெபெஸோயும் மயிரிழையில் தூக்கிலிடப்படுவதி லிருந்து தப்பித்தனர். ராவுஃப் ஓர்பாய், அட்னான், ஹாலிதே எடிப் அடிவார் ஆகியோர் வெளிநாட்டில் தஞ்சமடைய வேண்டியதாயிற்று.)

அதே நேரத்தில் கிழக்குப்பகுதி சுதந்திரத் தீர்ப்பாயம் முன்னணி இஸ்தான்புல் பத்திரிகையாளர்களைக் கைது செய்தது. மறைமுகமாகக் கலகத்தைத் தூண்டியதாக அவர்கள் மீது குற்றம் சாட்டப்பட்து. அதில் ஒரு பத்திரிகையாளரான அஹ்மெட் எமின் யால்மன் பின்னர் எழுதினார்: இஸ்தான்புல் பத்திரிகைகள் முஸ்தஃபா கெமாலையும் அவருடைய குழுவினரையும் சீற்றமடைய வைத்தன. இது பத்திரிகை களின் எதிர்ப்பாளர்களுக்குப் பிரச்சினைகள் உருவாக்குவதற்கான முழு சுதந்திரதையும் கொடுத்தது. இஸ்மிரில் தோன்றிய சிக்கல்கள் நாட்டுக்கும் பத்திரிகைகளுக்கும் பெரும் இழப்பை ஏற்படுத்தின. 1925க்கும் 1936க்கும் இடையில் ஒரே ஒரு நேர்மையான செய்தித்தாள் தான் செயல்பட்டது.

ஷெய்ஹ் சைத்தும், வேறு 46 பேரும் ஜுன் 28 அன்று தியார்பகிரி லுள்ள பெரிய மசூதியான உலுஜாமிக்கு வெளியே தூக்கிலிடப்பட்டனர். தூக்குமரத்துக்குச் செல்லும் வழியில் அவர் இராணுவத் தளபதியைச் சீண்டினார், “வா, தளபதியே, உன்னுடைய எதிரிக்கு விடை கொடு.”

லதிஃபேவின் அரசியல் நிலை என்ன?

வெளிநாட்டுப் பத்திரிகைகள் இடைவிடாமல் லதிஃபேவின் அரசியல் செல்வாக்கு பற்றி எழுதிக்கொண்டிருந்தன. அவர் எந்தத் தயக்கமும் இன்றி துருக்கி பற்றிய தமது கருத்துகளை விளக்கினார். *டெய்லி மெயில்* பத்திரிகையின் வார்ட் பிரைஸிடம் “நான் உங்களிடம் ஏதாவது சொன்னால், அதை தலைவரே சொன்னதுபோல அதிகார பூர்வமானதாக எடுத்துக்கொள்ளலாம்,” என்றுகூட திருமணமான புதிதில் கூறியிருந்தார்.

இதற்கு மாறாக இஸ்மெட், லதிஃபே, கெமால் பாஷாவின் உதவி யாளர் அல்லது செயலர் என்ற போலிக்காரணம் கூறி அரசாங்க விஷயங்களில் தலையிட்டார் என்று கூறுகிறார். பின்பு தான் ஒதுக்கி வைக்கப்பட்டதைக் கண்டபோது இஸ்மெட் பொறுமையிழந்தார்.

லதிஃபேவும் முஸ்தஃபா கெமாலும் ஒன்றாயிருந்த முதல் வருடத் தில் முஸ்தஃபா கெமால் லதிஃபேவின் முழு ஈடுபாட்டை விரும்பிக் கேட்டார். ஆனால் இரண்டாவது வருடத்தில் ஒதுக்கி வைக்கப்பட்ட மனைவியாகியிருந்தார்.

முஸ்தஃபா கெமால் அருகில் இருக்கும்போதே தம்முடைய பெற்றோரிடம் இவ்வாறு கூறியிருக்கிறார். இருப்பினும் மே 1925 இல் அவர் மீண்டும் முக்கியத்துவம் பெற்றிருந்தார் போலத் தோன்றுகிறது. நிலைமை மீண்டும் ஒரு முறை மாறியிருந்தது.

ஆட்டாடூர்க்கின் வாழ்க்கை வரலாறுகள், மொத்தத்தில், லதிஃபே வின் அரசியல் ஆர்வத்தை குணத்திலுள்ள ஒரு குறை என்றும், தமது இடத்தை அறியாதவர் என்றும் குறைகூறுகின்றன. அரசியல் ஆணின் வேலை . . . அல்லவா?

அர்ஜென்டினா நாட்டுத்தூதரக அதிகாரி வில்லாற்றா தம்முடைய 'ஆட்டாடூர்க்' என்ற நூலில் ஒரு முக்கியமான விளக்கத்தைக் கொடுக்கிறார்:

லதிஃபே தம்முடைய கணவனின் கொள்கைகள் துருக்கிக்கு ஏற்றவை அல்ல என்பதை உணர்ந்திருந்தார். முன்பின் தெரியாதவர்களிடமும் பொதுமக்கள் முன்பும் கூட தன் கருத்தை வெளிப்படுத்த அவர் தயங்கிய தில்லை. அவர் கெமாலின் எதிர்ப்பாளர் போலத் தோன்றத் தொடங்கினார். கெமால் பாஷா நிதானத்தை இழந்தார், தவறை உணர்ந்து உடனே முடிவெடுத்தார்.

ஆம்ஸ்டிராங் கூட லதிஃபே அரசியல் ரீதியாக முஸ்தஃபா கெமாலை எதிர்த்தார் என்ற பார்வையை ஆதரிக்கிறார்:

லதிஃபேவுக்கு நாட்டில் பெண்களின் நிலை பற்றிய முற்போக்கான அழுத்தமான பார்வை இருந்தது. இரு பாலினருக்கும் சம உரிமைகள் சம வாய்ப்புகள் என்பதுதான் அவருடைய கொள்கை. முஸ்தஃபா கெமால் சர்வாதிகாரி ஆகிக் கொண்டிருந்தபோது லதிஃபே அவரோடும், அவருடைய அரசியலமைப்புச் சட்டத்துக்குப் புறம்பான செயல்களோடும் உடன் படாதிருந்தார். அவருடைய எதிரிகளோடு அனுதாபம் கொண்டிருந்தார். லதிஃபே அரசியலில் தம்முடைய வழியிலேயே சென்றார். முஸ்தஃபா கெமாலுக்கு எதிரான அரசியலில் பேராவலை வளர்த்தார். பொதுவிடங் களிலும், தனிப்பட்ட முறையிலும் அவரை விமரிசனம் செய்தார். அவருடைய பணியிலும், கடமைகளிலும் லதிஃபே தலையிட்டார்.

லதிஃபே பெண்களுடனான சந்திப்புகளோடு நிறுத்திக்கொண்டது வரை முஸ்தஃபா கெமால் அதைப் பற்றிக் கவலைப்படவில்லை . . .

இந்த இரு கருத்துகளுமே சற்று மிகைப்படுத்திக் கூறப்பட்டவை தான். சாங்கயாவில் முஸ்தஃபா கெமாலுக்கு லதிஃபே கொடுத்த அரசியல் ஆதரவு விவாதத்துக்கு அப்பாற்பட்டது. எப்போதும் கேள்வி கேட்டுக்கொண்டும் மதிப்பீடு செய்து கொண்டும் இருக்கும் அவருடைய ஆளுமைதான் அவர் கெமால் பாஷாவை எதிர்த்திருப்பார் என்ற அனுமானத்தைத் தூண்டியது. அவர் தெளிவான சவாலும் விடவில்லை; முழுமையாக அடங்கிப் போகவும் இல்லை. அவர்களுடைய திருமணத் தில் ஏற்பட்ட அழுத்தங்களில் நாட்டில் அடிக்கடி ஏற்பட்ட அரசியல் மாற்றங்களும் பங்குவகித்திருக்க வேண்டும்.

29

அது ஒரு காதல் பிணைப்பா?

முஸ்தஃபா கெமாலின் எந்த வாழ்க்கை வரலாற்றிலும் லதிஃபே ஒரு தவிர்க்கமுடியாத அத்தியாயம். அவரைப் பற்றி ஆய்வு செய்யும் எவரும் அவருடைய மனைவியையும் குறிப்பிடுகிறார்.

வோல்கன் – இட்கோவிட்ஸின் 'த இம்மார்டல் ஆட்டாடூர்க்' (அழிவில்லா ஆட்டாடூர்க்) ஒரு உளவியல் வாழ்க்கை வரலாறு. அடிப்படையில் இந்நூல் முஸ்தஃபாகெமாலின் அகவுலகில் கவனத்தைக் குவிக்கிறது. இந்நூல் ஒரு ஆவலைக்கிளறும் புரிதலை முன்வைக்கிறது.

லதிஃபேவின் பாலியல் கவர்ச்சி, லதிஃபேவின் பெரும் நேசம் ஆகியவற்றை முஸ்தஃபா கெமால் அனுபவித்து மகிழ்ந்தது ஆகிய வற்றுக்கும் அப்பாற்பட்ட காரணங்களுக்காக அவர்களுடைய திருமணம் நடந்தது. முஸ்தஃபா கெமால் எந்தத் தருணத்திலும் லதிஃபேவை ஒரு தனி ஆளாகப் பார்க்கவில்லை; அவர் லதிஃபேவை தமது வெற்றியின் அடையாளமாகப் பார்த்திருக்கிறார் என்று தோன்றுகிறது. லதிஃபே தான் கற்பனை செய்து பார்த்திருந்த மாவீரனைத் திருமணம் செய்துகொண்டதில் மிக்க மகிழ்ச்சியடைந்தார். ஆனால் அவரை ஒரு மனிதனாக அறிந்துகொள்வதில் லதிஃபேவுக்கு விருப்பம் இல்லை.

இந்தத் திருமணம் எந்த அளவுக்கு ஒரு காதல் பிணைப்பு என்பதில் ஒருமித்த கருத்து இல்லை. இரண்டரை வருடங்கள் நீடித்த அந்தப் பிணைப்பு எண்ணற்ற திரைப்படங்களுக்குத் தூண்டுதலாக இருந்துள்ளது.

காதலைவிட வேறு காரணங்கள் அவர்களுடைய திருமணத் தில் பங்கு கொண்டிருக்கின்றன என்று நம்புகிறார் ஷெவ்கெட் ஸுரெய்யா:

முஸ்தஃபா கெமால் நாட்டின் தலைவராக அங்காராவில் நிலையாகத் தங்கியபோது அவருக்கு 43 வயது. ஆனால் பெண்கள், காதல் போன்றவற்றில் அனுபவமற்றவர்.

பெண் என்றால் காதல் என்று பொருளல்ல. அதைக் கூறினாலும், அவர் சிறிதுகாலம் திருமணம் செய்திருந்தார். ஆனால் அது ஒரு, காதல் பிணைப்பு அல்ல. ஆம், அவர் ஒரு குடும்பத்தை அமைத்ததுபோலத் தோன்றியது. ஆனால் அவர்களிடையே பரஸ்பரக் காதல் இல்லை. திருமணம் அதற்கு முன்பே செய்து முடிக்கப்பட்ட ஒன்றாகத் தொடங்கியது. அவ்வாறே அது முடிவுக்கும் வந்தது. எல்லாம் ஏதோ ஒன்று இல்லாததால்.

அவர்களிடையே பரஸ்பரக் காதல் இல்லை.

ஷெவ்கெட் ஸுரெய்யாவுக்கு மாறாக ஹாலிதே எடிப், முஸ்தஃபா கெமால் முதல் பார்வையிலேயே காதலில் விழுந்தார் என்று நம்பிய பலரில் ஒருவர். ஒரு பெண்ணுக்கேயுரிய புரிதிறத்தின் பயன் அவருக்குக் கிடைத்தது மட்டுமல்லாமல், அவர் உண்மையில் எல்லாவற்றையும் நேரடியாகப் பார்த்தவர்: "லதிஃபே அவரால் திகைக்க வைக்கப்பட்டார். கெமால் பாஷா வெளிப்படையாகவே காதல் வயப்பட்டிருந்தார்."

முதல் சில மாதங்களில் அவர்களிடம் மகிழ்ச்சி ஒளி வீசியது என்று கூறப்படுகிறது.

முஸ்தஃபா கெமால் வெறித்தனமான காதல் கொண்டிருந்தார் என்று ஆம்ஸ்டிராங்கும் எழுதுகிறார்:

இப்போது அவர் புதிதான ஒன்றை சந்தித்திருந்தார்.

உயர் குடியில் பிறந்த, சுதந்திரமான, மேலைநாடுகளில் படித்த, மேற்கத்திய சிந்தனைகளை மனதில் பதித்த, தம்மை அறிவாற்றலுடன் சந்திக்கும் திறமையுள்ள, பாலுறவுக்கும் அப்பாற்பட்ட விஷயங்களில் தமது ஆர்வத்தை நிலை நிறுத்தக்கூடிய, ஒரு பங்குதாரராகவும் உதவியாளராகவும் இருக்கும் திறமை வாய்ந்த ஒரு பெண்ணை சந்தித்திருந்தார். அவற்றோடு மென்மை யான, நறுமணமான, ஆசையைத் தூண்டும், வனப்பான, பித்துப் பிடிக்க வைக்கக்கூடியவள் அந்தப் பெண். அவருடைய கால்கள் தரையில் நிற்கவில்லை. அவர் மனக்கிளர்ச்சியோடிருந்தார். முதல் முறையாக அவர் காதல் வயப்பட்டிருந்தார்.

முஸ்தஃபா கெமால் லதிஃபேவிடம் வைத்திருந்த கட்டுக்கடங்காத விருப்பத்தை இந்த வாழ்க்கை வரலாறுகளிலிருந்து ஊகித்துணர முடிகிறது. அவர் காதல் கற்பனைகளில் ஏங்கிக் கொண்டிருந்தவரல்ல. ஆனால் அவர் காதலிக்க விரும்புவதற்கேற்ற பெண்ணை சந்தித்திருந்தார். தொடக்கத்திலிருந்தே அவர் லதிஃபேவிடம் பார்த்த சுயநம்பிக்கை, திறந்த மனது, உண்மை எல்லாம் அவரை லதிஃபேவை நோக்கி ஈர்த்தன. சமத்துவமான உறவைக் கேட்ட ஒரு பெண்ணைத் திருமணம் செய்ய முடிவுசெய்தது அவருக்கு தனித்துவமான மகிழ்ச்சியைக் கொடுத்தது. அவர் அக்காலத்து மனப்பாங்குக்கு எதிரான முடிவை எடுத்திருந்தார். தம்முடைய மனைவி எதிர்காலப் பெண்களின் முன்மாதிரியாக இருப்பார்.

கின்ராஸ் பிரபு லதிஃபேவின் நிலையை விளக்குகிறார்:

அவர் பின்னணியில் இருக்கும் பெண்ணல்ல. அவர் தமது ஆளுமையை உணரச் செய்தார். அவருடனான நட்புறவிலிருந்து கெமால் வேறு எந்த

பெண்ணும் அவருக்குக் கொடுக்க முடியாத எழுச்சியைப் பெற்றார். கெமாலின் பணியில் செய்முறை உதவியும், அறிவுரையும் கொடுத்து லதிஃபே ஓரளவுக்கு அவருடைய செயலாளராகச் செயல்பட்டார். லதிஃபே அறிவுக் கூர்மையுடையவர்; சிறந்த கல்விகற்றவர்; சுயநம்பிக்கை உடையவர்; சொந்தச் சிந்தனைகள் உடையவர்; அவர்கள் முனைப்புடன் விவாதங்கள் செய்ய முடியும். கெமால் பாஷாவின் பார்வையில் அது ஆணுக்கும் பெண்ணுக்கும் இடையில் உள்ள ஒருவருக்கொருவர் நிகரான உறவு. இதுபோன்ற உறவு மேலை நாடுகளில் தான் இருந்தது.

திருமணத்தில் பணத்துக்குப் பங்கிருந்ததா?

முஸ்தஃபா கெமாலின் சகோதரியான மாக்பூலேவுடன் நீண்ட நேர்காணல் நடத்திய ஷெம்ஸி பெல்லி, லதிஃபே முஸ்தஃபா கெமாலை அவருடைய பணத்துக்காகத் திருமணம் செய்தார் என்று குறிப்பாகத் தெரிவிக்கிறார். "லதிஃபே என்னுடைய பணத்துக்காகவும், பதவிக்காகவும் என்னைக் காதலித்தாள்; ஃபிக்ரியே என்னை எனக்காகவே காதலித்தாள்," என்று ஆட்டாடூர்க் மாக்பூலேவிடம் கூறியதாக பெல்லி தெரிவிக்கிறார்.

தேசியப் போராட்டத்தின் தலைவர் என்ற முறையில் முஸ்தஃபா கெமாலின் வசீகரம் லதிஃபேவின் காதலில் ஒரு பங்கு வகித்திருக்க வேண்டும். ஆனால் லதிஃபே பணத்துக்காக அவரைத் திருமணம் செய்தார் என்ற கருத்து ஏற்புடையதல்ல. லதிஃபேவே பெரும் செல்வந்தப் பெண்தான். எனவே மாக்பூலேவின் இந்தக் குற்றச்சாட்டை நம்பமுடியாததாகக் காண்கிறேன்.

இடதுசாரி மனப்பாங்குடைய அமெரிக்கப் பத்திரிகையாளரான லூயி பிரையன்ட் இதற்கு எதிரான கருத்தை முன்வைக்கிறார். முஸ்தஃபா கெமால்தான் பணத்துக்காக லதிஃபேவைத் திருமணம் செய்தார் என்று அவர் வாதிடுகிறார்.

லதிஃபே துருக்கிப் பெண்களில் மிக அதிக அழகான, துணிச்சலான, அறிவுக் கூர்மையுடைய வசீகரமான பெண் அல்ல. அவர் மிகப்பெரிய பணக்காரி. அவர் துருக்கியின் மிகப்பெரும் பணக்காரரும், இஸ்மிர் வணிகருமான ஒருவரின் மகள். கெமாலுக்குத் தேவையான ஒன்றை, பணத்தை, அவர் கொடுப்பார் என்று எதிர்பார்க்கப்பட்டது.

'ஒரு துருக்கிய மணமுறிவு' த நேஷன், 1925 ஆகஸ்ட் 26

முஸ்தஃபா கெமாலின் குறைகளைக் கூட லதிஃபே காதலித்தார். அவர்கள் சந்திப்பதற்கு முன்பே லதிஃபே அவரைக் காதலித்தார். அவர்கள் சந்தித்ததற்குப் பின் அந்தக் காதல் தொடர்ந்து வளர்ந்தது. லதிஃபே மரணமடைந்த நாள் வரை முஸ்தஃபா கெமாலின் புகைப் படத்தை அருகில் வைத்துக் கொண்டும், தனக்கு அழகானதென்று பட்ட அவரது சிலையைப் பார்த்துக் கொண்டும் வாழ்ந்தார் என்பது நமக்குத் தெரியும்.

ஆனால் அவருடைய காதல் நிபந்தனையற்றதல்ல. அவர் தமது சுயமரியாதையைப் பாதிக்கும் எதையும் பொறுத்துக் கொள்ளமாட்டார்.

அவ்வாறு நடந்தால் எந்த விளைவைப் பற்றியும் கவலைப்படாமல் முஸ்தஃபா கெமாலை ஆணித்தரமாகப் பணிய மறுத்தார்.

உறுதியான மனங்களின் போராட்டம்

வலுவான தனிப்பண்புகள் கொண்ட இப்படிப்பட்ட இருவர் எவ்வாறு ஒன்றாக வாழ முடியும்?

திருமணத்தின் தொடக்க நாட்களிலேயே பெர்தே ஜார்ஜஸ் – காலிஸ் இதே கேள்வியைத் தன்னிடமே கேட்டிருந்தார்.

இருவரில் யார் வெற்றிபெறப் போகிறார்கள்? ஒருவர் மற்றொருவருக்குப் பணிந்துபோவது தவிர்க்க முடியாதது. இந்தக் கேள்வி எல்லோருடைய மனதிலும் இருந்தாலும், அதை வெளிப்படையாகக் கேட்கும் துணிச்சல் அங்கிருந்த யாரிடமும் இல்லை. லதிஃபேவுக்கு தம்மைப் பாதுகாத்துக் கொள்வதற்குத் தேவையானதைவிட அதிகத் திறமையே இருந்தது. இருப்பினும் அவர் முஸ்தஃபா கெமாலின் உன்னதமான மனதின் இடைவிடாத வசியத்தின் கீழ் விழுந்துவிட்டார். கெமாலின் மனது தொடர்ந்து வளர்ச்சியடைந்து மாறிக்கொண்டிருந்தது. லதிஃபே தன்மீது ஆதிக்கம் செலுத்துவதற்கான எந்த முயற்சியையும் எதிர்த்து இதுவரை போராடியிருக்கிறார். வெற்றிபெறப் போவது யார்?

வான் மிகுஷ் கூறுகிறார்:

அவர்கள் இருவரும் வலுவான இயற்பண்புகளும், உறுதியும் பெருமையும், விட்டுக்கொடுக்காத குணமும் உள்ளவர்கள். இருவரது இயல்புகளும் ஒரே தன்மையோடு இருந்ததால் அவர்கள் ஒன்றாக ஒற்றுமையுடன் வாழ முடியாது. அவர்களில் யார் ஆட்சி செய்வது என்பதை முடிவு செய்வதற்கான ஒரு இரகசியப் போர் அவர்களுக்கிடையில் நடந்திருக்கும்.

வோல்கனும் இட்கோவிட்ஸூம் ஒத்த கருத்துடையவர்களாகக் கூறுவது:

ஒரு முரணாக முஸ்தஃபா கெமால் லதிஃபேவை, அவர் வெளித்தோற்றத்தில் தன் அம்மாவைவிட வித்தியாசமாகத் தோன்றியதால் திருமணம் செய்தார். லதிஃபேவின் ஒளிவுமறைவற்ற தன்மை தம்மையே தமக்கு நினைவு படுத்தியது. எப்போதும் முன்னோக்கிச் சென்று, எல்லைகளைக் கண்டறிய நினைக்கும் முஸ்தஃபா கெமால் விரைவில் லதிஃபேவின் முழுமையாகச் சூழ்ந்து மறைக்கும் தன்மைகளை அனுபவிப்பார்.

"லதிஃபே, முஸ்தஃபா கெமால் இருவரும் அதிகாரத் தோரணையும் ஆதிக்கம் செலுத்தும் தன்மையும் ஒரே அளவில் உள்ளவர்கள். இருவரும் மனஉறுதி உள்ளவர்கள், கடினமானவர்கள், விட்டுக் கொடுக்காதவர்கள். லதிஃபேவும் கெமாலைப் போலவே விரைந்து செயல்படும் அறிவுத்திறனும், குத்தலான நாக்கும் உடையவர். லதிஃபேவால், முஸ்தஃபா கெமாலை விட அதிகமாக, பிறர் குறை கூறுவதைத் தாங்க முடியாது. இருவரையும் ஒன்றாகப் பிணைப்பதற்குக் குழந்தையும் இல்லை.

லதிஃபே ஒரு குடும்பத்தை விரும்பினார்

“லதிஃபே, அவர்கள் அமைத்திருந்த குடும்பத்தில் முஸ்தஃபா கெமால் ஒரு அங்கமாக வேண்டும் என்று விரும்பினார். “லதிஃபே ஒரு குடும்ப மனிதனை இல்லத்தின் தலைவனைத் தேடினார். ஆனால் அதற்கு மாறாக முஸ்தஃபா கெமால் தன் வாழ்நாள் பழக்கவழக்கங்களை விட்டுவிடுவதற்குத் தயங்கினார்,” என்கிறார் ஷெவ்கெட் ஸூரெய்யா.

லதிஃபே துருக்கியை ஆட்சிசெய்து கொண்டிருந்தவரைத் திருமணம் செய்திருந்தார். முஸ்தஃபா கெமால் நேரம் விடியும் வரை ஒரு மேசையைச் சுற்றி அமர்ந்திருப்பதை லதிஃபே விரும்பவில்லை.

“லதிஃபே முஸ்தஃபா கெமாலின் உடல் நலத்துக்குத் தன்மனதில் எப்போதும் முதலிடம் கொடுத்தார்” என்கிறார் ஸூரெய்யா அகவோகுலு.

“எடுத்துக்காட்டாக, முஸ்தஃபா கெமால் நள்ளிரவுக்குள் படுக்கைக்குச் செல்ல வேண்டும் என்று லதிஃபே விரும்பினார். அதனால்தான் கெமாலைச் சூழ்ந்திருந்தவர்கள் லதிஃபேவை வெறுத்தனர். லதிஃபே அவர் குடிக்கக் கூடாது என்று நினைத்தார். நாங்கள், ஒரு குடும்பமாக, லதிஃபேவை மிகவும் வியந்தோம், விரும்பினோம். ஒரு பெண் என்ற முறையில் நான் சுட்டிக்காட்ட விரும்புவது, ஆட்டாடூர்க் திருமண வாழ்வைத் தொடர்ந்து. லதிஃபேவோடு வாழ்ந்திருந்தால் நீண்டகாலம் வாழ்ந்திருப்பார் . . . வேறு பலவகைகளிலும் அவர் ஒரு எடுத்துக்காட்டாக வழிகாட்டியிருப்பார்” என்றும் ஸூரெய்யா அகவோகுலு கூறுகிறார்.

முஸ்தஃபா கெமாலின் மது அருந்தும் பழக்கத்தைக் கட்டுப்படுத்த தம்முடைய மனைவி செய்த முயற்சிகள் அவரை எரிச்சலடைய வைத்தன. கின்ராஸ் பிரபுவின் கருத்துப்படி:

லதிஃபே செய்த பெரும் உளவியல் தவறு முஸ்தஃபா கெமாலின் மது அருந்தும் பழக்கத்தைக் குறைப்பதற்கு பிறருக்குத் தெரியுமாறு வெளிப்படையாக முயன்றதுதான். அவர் மேசையில் வைக்கப்பட்ட மதுவின் அளவைக் குறைக்க முயன்றார். அவர் அறைக்குள் வந்து முஸ்தஃபா கெமாலின் நண்பர்களுக்கு முன்னாலேயே “என்ன இது கெமால், மீண்டும் குடிக்கிறீர்களா?” என்று கேட்பார்.

உண்மையில், துருக்கியின் எதிர்காலத்தை அப்போது திட்டமிட்டுக் கொண்டிருந்தவர்களில் பெரும்பான்மையினர் லதிஃபே தமது முயற்சியில் வெற்றிபெற வேண்டும் என்று நம்பிக்கையோடு இருந்தனர். மார்ஷல் ஃபெவ்ஸி சாக்மக் இதை விளக்குகிறார், “லதிஃபே ஒரு முக்கியமான கடமையை நிறைவேற்றுவார் என்று எதிர்பார்க்கப்படுகிறது. அவர் அறிவுக் கூர்மையுடையவர்; நல்லமுறையில் வளர்க்கப்பட்டவர். தளபதியின் மது மேசையை அவர்களுடைய குடும்பத்துக்குரிய தனிப்பகுதிக்கு அவரால் மாற்ற முடியுமென்றால் அது அவர் நாட்டுக்குச் செய்த மாபெரும் சேவையாக இருக்கும்.”

முஸ்தஃபா கெமால் தமது உடல் நலத்தைப் பற்றி அக்கறை எடுப்பதில்லை. எனவே லதிஃபே முஸ்தஃபா கெமாலை மிதமான வாழ்க்கை முறைக்கு சாமர்த்தியமாக வழிநடத்திச் செல்வார் என்று

எதிர்பார்த்தவர்களின் எண்ணிக்கை அலட்சியப்படுதற்குரியதல்ல. தம்மால் செய்ய முடிந்ததை அவர் செய்தார். நுட்பமான, அதிகத் திறமையுடன்கூடிய அணுகுமுறை நாளடைவில் நல்ல விளைவுகளைக் கொடுத்திருக்கலாம். மாறாக, நேரடியாகச் செயல்படும் அவர் முன் கூட்டியே செயல்பட்டு சாவிகளை தனது பையில் போட்டுவைத்திருந்தார். தமது சுதந்திரம் கட்டுப்படுத்தப்பட்டதால் முஸ்தஃபா கெமால் எரிச்சலடைந்தார்.

அவர்களுக்கு ஒரு குழந்தை மட்டும் இருந்திருந்தால்...

லதிஃபே முஸ்தஃபா கெமால் இருவருமே குழந்தைகளை விரும்பினர். முஸ்தஃபா கெமால் இனப்பெருக்க ஆற்றலற்றவர் என்கிறார் ஹுஸ்ரெவ் கெரெடே. அது குழந்தைப் பருவ நோயால் ஏற்பட்டது என்று குறிப்பிடுகிறார் ரிஸா நூர். லதிஃபேவுக்கு இது எப்போது தெரியவந்தது என்பதோ, அல்லது அவர்கள் தங்களுக்குள் இது பற்றி வெளிப்படையாகக் கலந்துரையாடினார்களா என்பது பற்றியோ நமக்குத் தெரியாது. ஆனால் நமக்குக் கிடைத்திருப்பது, அங்காராவில் தான் வாழ்ந்த இரண்டரை வருடங்களும் புதிய அன்னையரைச் சென்று பார்த்து குழந்தைகளுக்குப் பெயர் சூட்டிய ஒரு பெண்ணின் சித்தரிப்பு. கிலிச் அலி, ஹுமெய்ரா தம்பதியினரின் புது மகனுக்கு ஆல்டெமுர் என்று பெயரிட்டவர் லதிஃபே. பல வருடங்களுக்குப் பிறகு அவர் மெவ்ஹிபே வுக்கு எழுதிய கடிதத்தில் அவருடைய மனச்சஞ்சலம் வெளிப்படுகிறது. அவர் மெவ்ஹிபேவைப் புதிதாக குழந்தைபெற்ற தாயாக முதல் முறையாக சந்தித்திருந்தார்.

லதிஃபே மிகையாக பொறாமைப்படுகிறவரா?

முஸ்தஃபா கெமாலின் பாலுறவு வாழ்க்கை எண்ணற்ற எழுத்தாளர்களின் ஆர்வத்தை ஈர்த்துள்ளது. பெரும்பாலானவர்கள் அவரை பல பெண்களோடு உறவு வைத்திருந்தவர் என்றே விவரிக்கின்றனர். அவருடைய இந்தச் செயல்பாடுகளை லதிஃபே கண்டுகொள்ளாமல் இருக்கவேண்டும் என்று எதிர்பார்க்கப்பட்டது. லதிஃபே அவற்றைப் பெரிதுபடுத்தாமல் அவருடைய போக்கில் விடவேண்டும். நாட்டை ஆண்டவர்கள் நூற்றுக் கணக்கான வருடங்களாக அந்தப்புரங்கள் வைத்திருந்திருக்கிறார்கள்.

பலதாரமணம் தொடர்ந்துகொண்டிருந்த அக்காலத்தில் முஸ்தஃபா கெமால் ஒரு பெண்ணை மணம் செய்தவர். சாங்கயாவில் அவர் தன் மனைவியோடு சமத்துவத்துக்காகப் போராடிக்கொண்டிருந்தார். லதிஃபே முழு சமத்துவத்துக்குக் குறைவான எதையும் எதிர்பார்க்க வில்லை. சமத்துவத்தில் குறியாக இருந்த பெண்ணோடான திருமணம் முஸ்தஃபா கெமாலை பல பழைய பழக்கவழக்கங்களை விட்டுவிட வைத்தது. லதிஃபேவின் சவால்களை அவர் பொறுத்துக் கொண்டார். ஆனால் அடிக்கடி தான் அடக்கி வைக்கப்படுவதாக உணர்ந்தார். பதற்றங்கள் பிளவு ஏற்படுத்தும் நிலைக்கு வரும்போது அவர் தூய்மை யான காற்றை சுவாசிப்பதற்காக வெளியே சென்று விடுவார் என்று கூறப்படுகிறது.

குடியாட்சி அறிவிக்கப்பட்ட பிறகு முஸ்தஃபா கெமாலின் தலைமை எழுத்தராக நியமிக்கப்பட்ட ஏர்கூமென்ட் எக்ரெம் (தாலு) லதிஃபே முஸ்தஃபா கெமாலின் அதிகாரபூர்வ கடிதப் பரிமாற்றங்களையும் அவருடைய தனிப்பட்ட முறைக் கடிதங்களையும் வாசிக்க விரும்பினார் என்று கூறுகிறார்.

எக்ரெமின் மகளான எஸின் செலிக்கான் தமது வெளியிடப் படாத வாழ்க்கைக் குறிப்புகளில் லதிஃபேவின் நடத்தை பற்றி விமரிசிக்கிறார்:

லதிஃபே பொறாமை கொள்பவர், எரிச்சலடைபவர், சலன புத்தியுடையவர். அதற்கு அவருக்கு நல்லகாரணம் இருந்திருக்கலாம். ஃபிக்ரியே சாங்கயாவின் கதவைத் தட்டி "என்னுடைய பாஷாவைப் பார்க்க வந்திருக்கிறேன்" என்று சொல்லி நீண்டகாலம் ஆகவில்லை. அதற்குமேல் தம்முடைய ஆணின் மீது மோகப்பார்வை பதிக்கும் பெண்கள் கூட்டம். லதிஃபே அரசாங்கத் தகவல் தொடர்புகளையும் பார்க்க விரும்பினார். "மன்னித்து விடுங்கள் அம்மா" என்று என் அப்பா மறுக்கிறார். அவருக்குத் தமது அதிருப்தியை மறைக்க முடிந்திருக்காது. எனவே லதிஃபே அவரை சமாதானப்படுத்த முயல்கிறார். "பதற்றப்படவேண்டாம் எர்கூமென்ட் பெய், நான் உங்களைச் சீண்டிப் பார்த்தேன்." எக்ரெம் தன் நிலைப்பாட்டில் உறுதியாக இருக்கிறார்.

முஸ்தஃபா கெமாலின் தொடக்ககால மோகம் தணிய ஆரம்பித்த போது லதிஃபேவிடம் பொறாமை அதிகரித்தது என்று கின்ராஸ் பிரபு கூறுகிறார்:

...லதிஃபேவின் பொறாமை, எந்த அந்தப்புரப் பெண்ணின் பொறாமையையும் போல சில நேரங்களில் மறைக்கவோ, கட்டுப்படுத்தவோ முடியாததாகியது. முஸ்தஃபா கெமால் எந்த பெண்ணைப் பாராட்டினாலும் அவள்மீது லதிஃபே பொறாமைப்பட்டார். கெமால் பாஷாவின் நண்பர்கள் மீதும் அவரிடம் அவர்களுக்கு இருந்த செல்வாக்கின் மீதும் பொறாமைப்பட்டார். அவருடைய நாய் மீதும், அதற்கு அவர் காட்டிய அன்பு மீதும் பொறாமைப் பட்டார். ஒருநாள் மாலை லதிஃபேவின் இளம் உறவினர் ஒருவர் பியானோ இசைத்துக்கொண்டிருந்தபோது அவரைப் பாராட்டுவதற்காக முஸ்தஃபா கெமால் அவருடைய தலையைத் தட்டிக்கொடுத்ததற்காக லதிஃபே தம் கட்டுப்பாட்டை இழந்துவிட்டார்.

அவர்களுக்கிடையில் நடந்த சச்சரவுகளைப் பற்றி எழுதப்பட்ட எல்லாவற்றையும் மீண்டும் படிக்கும்போது 2½ வருட காலத்தில் மூன்று பெரிய சண்டைகள் நடந்தது தெரிய வருகிறது. அதில் கடைசியாக நடந்தது விவாகரத்துக்குக் காரணமாகியது. ஒவ்வொரு வாக்குவாதமும் பொறாமையால்தான் ஏற்பட்டது.

"எல்லாவற்றுக்கும் மேலாக லதிஃபே முஸ்தஃபா கெமாலைக் காதலித்தார். எல்லாப் பெண்களையும் போல அவரும் பொறாமைப் பட்டார். காதலிக்கும் பெண்கள் அப்படித்தான். கெமால் பாஷாவை வேறுயாருடனும் பகிர்ந்துகொள்ள மாட்டார் லதிஃபே; அதில் எந்த

சந்தேகமும் இல்லை. கெமால் பாஷாவின் உணர்வுக்கும் லதிஃபே மதிப்புக் கொடுத்திருக்க வேண்டும் என்று எல்லோரும் சொல்கிறார்கள்; நான் அதை ஏற்றுக்கொள்ளவில்லை" என்கிறார் ஸூரெய்யா அகவோகுலு,

நூரி ஜாங்கரோடு ஒளிவு மறைவற்ற நட்பு கொண்டிருந்ததால் முஸ்தஃபா கெமால் அவரிடம் தான் திருமண வாழ்க்கை நடத்திய காலத்தில் லதிஃபேவுக்கு உண்மையாக இருந்ததாகத் தெரிவித்திருந்தார்.

அவர்கள் இணைந்திருந்த காலம் முழுவதும் முஸ்தஃபா கெமால் லதிஃபேவைப் புண்படுத்தாமல் இருப்பதற்காக அதிக கவனம் எடுத்துக் கொண்டார்.

ஆனால் மணமுறிவுக்குப் பின் அவர் எந்த முன் யோசனையுமின்றி, கட்டுப்பாடற்ற வாழ்க்கை நடத்தியதாக ஆம்ஸ்டிராங் 'கிரே உல்ஃப்' நூலில் தெரிவிக்கிறார்.

காலை ஓங்கி உதைத்தது பற்றிய கதைகள்

அவர்களுடைய திருமணத்தைக் குறித்துப் பொதுவாக வைக்கப் பட்டிருந்த ஒரு பிம்பம் லதிஃபே காலை ஓங்கி உதைத்தது பற்றியது.

லதிஃபேவின் மிக நெருங்கிய நண்பர்களான ஃபெதி ஓகியார், கலிபே ஆகியோரின் மருமகளான ஆய்தான் எர்லாப் இந்தக் குற்றச் சாட்டுகளை மறுக்கிறார்:

ஒரு செய்தித்தாள் லதிஃபே பற்றிய ஒரு தொடரை வெளியிட்டது. இவற்றின் வெட்டியெடுக்கப்பட்ட துண்டுகளை என்னுடைய மாமியார் மறக்காமல் பத்திரப்படுத்தி வைத்தார். 'கால்களை உதைத்த கதை' அவரிடம் சினத்தையும் வேதனையையும் ஏற்படுத்தியது. "எப்படிப்பட்ட அவதூறுகள். வெட்கம்! அவர் ஆட்டாடூர்க்கைக் காதலித்த அறிவுஜீவி. பொதுப்புத்தியும் உள்ளவர். அவர் ஒருபோதும் இப்படி ஒருசெயலைச் செய்யமாட்டார். அவரை எவ்வளவு அவமானப்படுத்துகிறார்கள்; இருந்தாலும் அவர் ஒருபோதும் தன் வாயைத் திறப்பதில்லை . . ."

*1973 ஜூன் 29 ஹூரியெட்டி*ல் வெளிவந்த இந்தச் செய்தி கலிபே ஓகியாரின் உடமைகளோடு இப்போதும் பாதுகாப்பாக வைக்கப்பட் டிருக்கிறது. 1925 மார்ச் மாதம் வரை கலிபேவும் லதிஃபேவும் நெருங்கிய தொடர்பு வைத்திருந்தார்கள் ஃபெதிபெய் தூதராக நியமிக்கப்பட்டதைத் தொடர்ந்து ஓகியார் குடும்பத்தினர் பிரான்சுக்குச் சென்றார்கள். அதன் பிறகும் இருபெண்களும் தொடர்பு கொண்டிருந்தனர்.

லதிஃபே கால்களை உதைத்தது பற்றிய சில ஆண்களின் அதிருப்தி, லதிஃபே அங்கிருந்தது அவர்களுக்கு ஏற்படுத்திய சங்கடத்தின் வெளிப்பாடு.

மரப்படியை அதிரவைக்கும் அளவுக்கு வலுவாக லதிஃபே மிதித்தார் என்று அவர்கள் கூறுகிறார்கள். உயர் மிதியடிகளும் அக்காலத்து திராட்சைத் தோட்ட வீடுகளின் மரத்தரையில் உறுதியாக நடந்ததும் இந்தக் கதையின் மையத்தில் இருந்திருக்கலாம்.

லதிஃபே ஹனிம் 273

லதிஃபே முஸ்தஃபா கெமாலை வழிநடத்திச் செல்ல முயன்றார்

தங்களுடைய திருமணக்காலம் முழுவதும் லதிஃபே முஸ்தஃபா கெமாலை முந்திச் செல்ல முயற்சி செய்தார் என்று நம்புவர்களின் எண்ணிக்கை பெருமளவில் இருக்கும். "லதிஃபேவின் தவறு முஸ்தஃபா கெமாலை வழி நடத்திச் செல்ல முயன்றதில் இருந்தது" என்று கின்ராஸ் பிரபு இந்தக் கருத்துகளை சுருக்கமாகக் கூறுகிறார்.

"லதிஃபேவிடம் மிக உயர்ந்த தன்மைகள் இருந்தும் அவர் எப்படித் தோல்வியடைந்தார் என்பது புதிராக உள்ளது. ஆட்டாடூர்க் போன்ற மிகஉயர்ந்த ஆளுமை துருக்கிக்குத் தேவை என்பதைப் புரிந்துகொள்ளத் தவறியதோடு, அவரோடு சமரசம் செய்து கொள்வதிலும் தவறிவிட்டார்" என்று ஆச்சரியப்படுகிறார் ஹுஸ்ரெவ் கெரெடே. மேலும்:

'துயரம் என்னவென்றால், ஒரு மாவீரனை, ஒரு தளபதியை அவரால் ஆணையிட முடியாது என்பதையும், ஒரு சிறந்த அரசியல் மேதை, பகிர்ந்துகொள்வதற்கான தமது உரிமையை விட்டுக் கொடுக்கமாட்டார் என்பதையும் லதிஃபே தெரிந்திருக்கவில்லை. லதிஃபேவின் அறியாமை, முஸ்தஃபா கெமாலின் இல்லவாழ்வில் நஞ்சைக் கலந்தது. இறுதியாக அது லதிஃபே ஒருகாலத்தில் தமக்குரியதாக்கி வைத்திருந்த பெரும் வரலாற்றுச் சிறப்புள்ள நற்பேறை இழந்ததற்காக சோகக் கண்ணீர் வடிக்க வைத்தது.

இதுவரை சொல்லப்பட்டவற்றோடு மேலும் ஒன்றைக்கூட சொல்ல வேண்டும். முஸ்தஃபா கெமால் அவர் அடிக்கடி சுட்டிக்காட்டியது போல, திருமணம் செய்துகொள்ளும் தன்மையுள்ளவர் அல்ல. தாம் ஒரு பெரிய தவறு செய்துவிட்டதாக ஏற்கனவே உணரத் தொடங்கியிருந்தார். அங்காராவாழ்மக்கள், வெளிநாட்டுத் தூதர்கள் ஆகியோர் மத்தியில் இந்தத் திருமணம் ஒரு மாபெரும் நெருக்கடியின் தொடக்கம் என்ற பேச்சு ஏற்கனவே இருந்தது. லதிஃபே இதுபற்றி எதுவுமே அறியாமல் இருந்தார் என்பதுதான் துயரம்.

30

மணவிலக்கு

எஞ்சியிருந்த வாழ்நாளுக்கு அவர்களைப் பிரித்த அந்தச் சண்டை ஒரு நள்ளிரவில், இரவு உணவுக்குப் பிறகு வெடித்தது. அந்நாள் 1925 ஜூலை 20 அல்லது 21. துல்லியமாக என்ன நடந்தது என்பது புதிராகவே உள்ளது. லதிஃபே சன்னல் வழியாக அழைத்தபோது முஸ்தஃபா கெமால் தோட்டத்தில் இருந்தார். லதிஃபே சொன்ன ஏதோ ஒன்று முஸ்தஃபா கெமாலுக்கு வலிப்பை ஏற்படுத்தும் அளவுக்குச் சினமூட்டியது. கோபத்தால் முகம் சிவந்து, புருவத்திலிருந்து சொட்டிய வியர்வையோடு வாசிப்பு அறைக்குள் புகுந்தார். தொலைபேசியை எடுத்து தனி உதவியாளர் ஸாலிஹையும், கிலிச் அலியையும் உடனே வருமாறு ஆணையிட்டார்.

உதவியாளர்கள் இருவரும் அறைக்குள் ஒன்றாகவே சென்றனர். முஸ்தஃபா கெமால் சோபாவில் கால்களைப் பரப்பிப் படுத்திருந்தார். இன்னும் சினம் மாறாமலிருந்த அவர், "நான் இங்கிருந்து ஓடிவிட வேண்டும். இல்லையென்றால் இந்த இடத்தில் பெட்ரோல் ஊற்றி நெருப்பு வைத்துவிடுவேன் என்று சபதம் செய்கிறேன்," என்று முணுமுணுத்துக் கொண்டிருந்தார்.

ஸாலிஹ் உடனே அவருடைய 'டை'யைத் தளர்த்திவிட்டு, சட்டைக்காலர் பட்டனைத் திறந்தார்.

"சாங்கயாவில் ஒரு இரவில் மற்றொரு முறை லதிஃபே கடுஞ்சினமுற்றார். அவர் முஸ்தஃபா கெமாலுடன் குடித்துக் கொண்டிருந்த நண்பர்கள் பக்கம் திரும்பி அவருக்கு முன்னாலேயே அவர்களுடைய நடத்தையைப் பற்றிக் கேவலமாகப் பேசினார்" என்கிறார் ராஸ்பிரபு.

இந்நிகழ்வு நடந்தபோது இஸ்மெட்டும், ஃபெவ்ஸி பாஷாசும் உடனிருந்ததாக ஆஸ்திரிய நாட்டு வெளியுறவு அமைச்சக ஆவணம் ஒன்று தெரிவிக்கிறது.

அன்று இரவு லதிஃபே தமது கட்டுப்பாட்டையெல்லாம் இழந்திருந்தார். பாதுகாவலர்களிடமும் பணியாளர்களிடமும்கூட தமது சினத்தைக் காட்டினார். ஆனால் அதுபற்றி அவர் ஒருமுறைகூடப் பேசவே இல்லை; முஸ்தஃபா கெமாலுக்கு அவர் வாக்குறுதி கொடுத்திருந்தார். அவர்களுடைய மணவிலக்குக்குக் காரணமாக இருந்தது என்ன என்பது சாங்கயாவின் மூடப்பட்ட கதவுகளுக்குள்ளேயே அடைந்து கிடக்கிறது.

"ஆட்டோடூர்க்கும் லதிஃபேவும் தங்களுடைய அந்தரங்க வாழ்க்கையைப்பற்றி ஒருவருக்கொருவர் பேசுவதில்லை என்று சத்தியம் செய்தார்கள். இதுபோன்ற வெறுப்பூட்டும் நிகழ்வை நானும் சந்தித்திருக்கிறேன்; நான் அதை வெளிப்படுத்த மாட்டேன்," என்கிறார் வெஜிஹே.

"இங்கே சிறிதுநேரம் காத்திருங்கள்; நான் என்னுடைய மூளையைத் தெளிவாக்க வேண்டும். புதுக்காற்றை சுவாசிப்பதற்காகக் காரில் சென்று வருகிறேன்," என்றார் முஸ்தஃபா கெமால்.

தலைமைத் தனி உதவியாளரான ருஸூஹி பெய்யைக் கூட அழைத்துக்கொண்டு காரில் ஏறி 'யோஸ்காட்'டுக்குப் போ என்று உத்தரவிட்டார். யோஸ்காட்டுக்குப் போவதுபோலப் புறப்பட்டுவிட்டு அவர் அந்த இரவை மார்மாரா மாளிகையில் கழித்தார். தான் இருக்கும் இடத்தை இரகசியமாக வைத்திருக்குமாறு ஆணையிட்டார். உடனே இஸ்மிருக்குப் புறப்படுமாறு லதிஃபேவுக்கும் ஆணையிட்டார். சண்டைக்குப் பிறகு உடனேயே முஸ்தஃபா கெமால் இஸ்மெட்டுடன் தொலைபேசியில் பேசியதை ஸாலிஹ் போஸோக் நினைவுகூருகிறார்.

இஸ்மெட்டின் வேண்டுகோள்கள், செவிடன் காதில் ஊதிய சங்கு

அடுத்த நாள் நடந்த நிகழ்வுகள் பற்றிய மற்றொரு வடிவமும் இருக்கிறது. அதன்படி ஒரு பிற்பகலில் பிங்க் மாளிகையின் கதவு மணி ஒலித்தது. உணவு பரிமாறுபவர் கதவைத் திறந்தார். கேட்ட குரலிலிருந்து வந்தது குடியரசுத் தலைவர் என்பதை மெவ்ஹிபே உணர்ந்தார். உடனே அவரை வரவேற்பதற்காக வந்தார். முஸ்தஃபா கெமாலின் சிவந்த முகத்தைப் பார்த்த மெவ்ஹிபே அதிர்ச்சி அடைந்தார். "வரவேற்கிறேன், ஐயா, அம்மா எப்படி இருக்கிறார்கள்?" என்று கேட்டார். பதற்றமடைந்திருந்த முஸ்தஃபா கெமால் பட்டென்று, "அவள் நன்றாக இருக்கிறாள்," என்றார். உடனே இஸ்மெட்டுடன் பேசுவதற்காக உள்ளே சென்றார். முஸ்தஃபா கெமால் விவாகரத்தில் உறுதியாக இருந்தார். இதைத் தம்முடைய மனைவியிடம் கூறியபோது இஸ்மெட்டின் குரல் தழுதழுத்தது. எவ்வளவோ கெஞ்சிக் கேட்ட பிறகும் அவரால் முஸ்தஃபா கெமாலின் மனதை மாற்ற முயலவில்லை.

அமெரிக்க உள்நாட்டுத்துறை அறிக்கை, லதிஃபே இஸ்மிருக்கு "அங்காராவில் இதற்கு மேலும் வாழமுடியாது என்று கூறி வந்து அழைத்துச் செல்லுமாறு கேட்டு" தந்தி அனுப்பியதாகக் கூறுகிறது.

இந்தச் செய்தி அங்காராவிலுள்ள எல்லோரையும் திகைக்க வைத்தது. தலைநகர் வதந்திகளால் நிறைந்திருந்தது. அதைவிட மோசமாக, முஸ்தஃபா கெமால் எங்குமே காணப்படவில்லை.

ரிஸா ஸோயாக் அந்த நாளை நினைவு கூருகிறார்:

ஓர் இரவன்று அவர்களுக்கிடையில் கடுமையான வாக்குவாதம் ஏற்பட்டிருக்க வேண்டும். ஆட்டாடூர்க் வீட்டைவிட்டுத் தம்முடைய அந்தரங்கச் செயலர் அலுவலகத்துக்குச் சென்றார். விவாகரத்து செய்வதற்கான அவருடைய முடிவு வெளிப்படையாகத் தெரிந்தது. இருவரையும் மிகுந்த மகிழ்ச்சியடையச் செய்த வாழ்க்கையை முடிவுக்குக் கொண்டுவரப் போகிறார். ஆனால் அத்தருணத்தில் அந்த முடிவை வெளிப்படுத்தாமல் இருப்பது நல்லது என்று நினைத்தார்.

தகவல் தொடர்பு அறையில் அமர்ந்து அவர் லதிஃபேவுக்கு ஒரு கடிதம் எழுதினார். அந்தக் கடிதம் அவர்கள் இருவரும் எவ்வளவு பதற்றத்துடன் இருந்தார்கள் என்பதைக் குறிப்பிட்டு இருவரும் அமைதியடைவதற்கு ஒரு பிரிவுகாலம் அவசியம் என்பதைத் தெரிவித்தது. அவர் கடிதம் எழுதிக்கொண்டிருக்கும் அதே வேளையில் அங்காராவுக்கு வந்துகொண்டிருந்த அவருடைய அம்மாவுடன் இஸ்மிருக்குச் சென்று சற்று ஓய்வெடுக்குமாறு லதிஃபேவுக்குப் பரிந்துரைத்தார்.

இந்தக் கடிதத்தை லதிஃபே அவருடைய இறுதி நாட்கள் வரை பத்திரமாக வைத்திருந்தார்.

1925 ஜூலை 22

லதிஃபே,

நீ பதற்றத்துடன் இருக்கிறாய்; நீ மன வேதனையுடன் இருக்கிறாய். நானும் பதற்றத்துடன் இருக்கிறேன். நானும் மனவேதனையுடன் இருக்கிறேன்.

நம் இருவருக்கும் இடையில் இருக்கும் பிளவை சரிசெய்வதற்காக, நம் மனதை அமைதிப்படுத்த நாம் சிறிது காலம் பிரிந்து வாழ்வது முக்கியம் என நம்புகிறேன். உன்னை இஸ்தான்புல்லுக்கு அல்லது இஸ்மிருக்குக் கூடவே அழைத்துச் செல்லுமாறு உன்னுடைய அம்மாவுக்குக் கடிதம் எழுதியுள்ளேன். உன் நோய்க்காலம் முழுவதும் நீ குணமடைவதற்கு உன்னுடன் இருந்து உதவுவார். இவ்விதமான பிரிவால் அமைதியைத் திரும்பப் பெறாவிட்டால், என்னுடைய மனவேதனை தீராது என்று நான் உறுதியாக நம்புகிறேன்.

உனக்குத் தேவைப்படும் பணம் எவ்வளவென்றாலும் அதை காப்புப் பெட்டகத்திலிருந்து எடுத்துக்கொள். உன்னுடைய பயணத்தின்போதும், சிகிச்சையின்போதும் நீ பணம் செலவுசெய்ய வேண்டியிருக்கும். எவ்வளவு தேவைப்படும் என்பது எனக்கு நிச்சயமாகத் தெரியவில்லை. அங்கு இருப்பது போதாதென்றால் எனக்குத் தெரிவி. எனக்குத் தேவையான ஆவணங்களைக் காப்புப் பெட்டகத்திலேயே விட்டுவிடு. அதை எப்படி திறப்பது, எப்படி பூட்டுவது என்பதை டெவ்ஃபிக்குக் காட்டு. வீட்டை

ஒழுங்கமைப்பது பற்றிய நுட்பமான விஷயங்களைப் பற்றி உன்னுடைய செவிலித்தாய்க்குச் சொல்லிக் கொடு. உனக்கு நிம்மதியும் மனஅமைதியும் கிடைக்கட்டும்.

காஸி எம் கெமால்

இந்தச் சுருக்கமான கடிதம் ஒரு தற்காலிகப் பிரிவைக் குறிப்பிடு கிறது; மணவிலக்கையல்ல. அதனால் தானோ என்னவோ லதிஃபே இப்போதைய பிரிவு ஒன்றிணைவதில் முடிவடையும் என்று நம்பினார்.

"வெடாட், நீ இதற்கு மேலும் இங்கே தங்கமுடியாது!"

இஸ்மிருக்குப் புறப்படுவதற்குமுன் லதிஃபே வெடாடுடன் தொலை பேசியில் பேசினார். வெடாட் சாங்கயாவில் தங்கியிருந்தார். "நாங்கள் புறப்படுகிறோம். நீ இங்கே என்னுடைய விருந்தினராகத் தங்கியிருக் கிறாய். இனிமேல் நீ இங்கே தங்கியிருக்க முடியாது. ஒன்று நகரில் ஒரு தங்குமிடத்தைக் கண்டுபிடி. இல்லையென்றால் இஸ்தான்புல்லுக்குத் திரும்பிப்போ."

வெடாட் நேராகப் பதில் சொல்வதைத் தவிர்த்தார். முதலில் தம்முடைய தந்தையாரின் அறிவுரையைக் கேட்க வேண்டும் என்றார். லதிஃபேவுக்கும் முஸ்தஃபா கெமாலுக்கும் இடையிலான திருமணம் நிலைத்திருக்காது என்று நினைத்த பலரில் ஹலித் ஸியாவும் ஒருவர். எனவே தகப்பனும் மகனும் இதற்கு முன்பே இதுபற்றி நீண்ட விவாதங்கள் நடத்தியிருந்தார்கள். பிரச்சினை ஏதாவது ஏற்பட்டால் தமது வெளியுறவுத்துறைப் பணியை விட்டுவிட்டு வங்கிப் பணிக்கு மீண்டும் சென்றுவிடுவதாக வெடாட் தெளிவாகக் கூறியிருந்தார்.

லதிஃபே புறப்பட்டுப்போன பிறகு வெடாட் தம்முடைய தந்தைக்குக் கடிதம் எழுதினார். ஹலித் ஸியா முன்பே கூறியது உண்மையாகி விட்டது. லதிஃபே அவருடைய தாய், தங்கை, தம்பி ஆகியோரோடு இஸ்மிருக்கு அனுப்பிவைக்கப்பட்டிருந்தார். தொடர்ந்து உடனே விவாகரத்து நடக்கும் என்பது உறுதி. தான் மனக்கலக்கம் அடைந் திருப்பதாகக் கூறிவிட்டு, அடுத்தது என்ன செய்யவேண்டும் என்று தம் தந்தையிடம் கேட்டார். "நீ லதிஃபேவின் விருந்தினராக இருந்ததை விட அதிகமாகக் குடியரசுத் தலைவரின் விருந்தினராகவே அங்கே இருக்கிறாய். உன்னுடைய காப்பாளர் அவர்தான்; நீ அவருடைய ஆணைப்படிதான் நடக்க வேண்டும்," என்று தந்தை பதிலளித்தார்.

சாங்கயாவில் இறுதி நாள்

லதிஃபே புறப்பட்டுப் போவதற்குமுன் அவரைக் கடைசியாகப் பார்த்தவர்களில் மெவ்ஹிபேவும் ஒருவர் – அவருடைய முகம் வெளிறி யிருந்தது. தாறுமாறாகக் கிடந்த படுக்கையறையைச் சுட்டிக்காட்டி "பார், எவ்வளவு அலங்கோலமாக இருக்கிறது" என்று முணுமுணுத்தார். லதிஃபேவின் உடைமைகள் அறையில் அங்கங்கே சிதறிக் கிடந்தன. மேசை அறைகள் திறந்து கிடந்தன. துணிப் பெட்டிகள் சுவரருகே

வரிசையாக வைக்கப்பட்டிருந்தன. இவற்றை உற்றுப் பார்த்த மெவ்ஹிபே, லதிஃபே குறிப்பிட்டது இந்தப் பொருட்கள் அலங்கோலமாகக் கிடந்ததைப் பற்றியல்ல என்று நினைத்தார். முஸ்தஃபா கெமாலோடு வாழ்ந்த இரண்டரை வருடங்கள் ஒருவரின் வாழ்நாள் முழுமைக்கும் சமமானது என்று லதிஃபேவுக்குத் தெரியும்.

காலையில், லதிஃபே அவரை ரயில் நிலையத்துக்கு அழைத்துச் செல்லவந்த காரில் ஏறினார். கிலிச் அலியும், முஸாஃபரும் காரில் உடன் சென்றார்கள். முஸாஃபர் இஸ்மிர் வரை துணையாகச் செல்வார். பிரதமர் இஸ்மெட், பொதுப்பணியாளர் தலைமை அதிகாரி ஃபெவ்ஸி, சில பாராளுமன்ற உறுப்பினர்கள், சில அமைச்சர்கள் போன்றோர் அவரை வழியனுப்ப வந்திருந்தனர்.

லதிஃபே தமது சொந்த உடமைகளில் சிலவற்றை மட்டுமே எடுத்துச் சென்றார். கிலிச் அலியிடம், "நீங்கள் முன்பொரு முறை இதுபோன்ற இக்கட்டான நிலையிலிருந்து விடுவித்தீர்கள். மற்றொரு முறை உங்களிடம்தான் நம்பிக்கை வைத்திருக்கிறேன்," என்று மன்றாடினார். ஆனால் இம்முறை இந்தப் பிளவைச் சரிசெய்ய எந்த வாய்ப்பும் இல்லையென்று கிலிச் அலி நினைத்தார்.

"அந்தக் கரும் இதயங்கொண்ட கேவலமானவனிடம் சொல் . . ."

லதிஃபே இஸ்மிரை விட்டுச் சென்றபோது அதுவே இறுதியானதாக இருக்கும் என்று ஒருபோதும் நினைக்கவில்லை. முஸ்தஃபா கெமாலும் தொடக்கத்தில் குறுகியகாலப் பிரிவை விரும்பியிருக்கலாம்.

ஜூலை 29 அன்று கோஸ்டெபேயிலிருந்து லதிஃபே ஸாலிஹ் போஸோக்குக்கு அனுப்பிய கடிதம் இந்தக் கருத்துக்கு வலு சேர்க்கிறது.

ஸாலிஹ் பெய், நீங்கள் திடீரென்று கோபப்பட்டாலும் குறை கூறினாலும் உங்களிடம் உயர்ந்த நற்குணங்கள் உள்ளன. நீங்கள் எப்போதும் உண்மையையே பேசுகிறீர்கள். நேருக்கு நேராகப் பேசமுடியாத ஒன்றை முதுகுக்குப் பின்னால் இருந்து சொல்வதில்லை. நீங்களும் ஒரு தந்தை. (. . .) அந்தக் கரும் இதயங்கொண்ட கேவலமானவனின் இடத்தில் நீங்கள் இருந்திருந்தால் இப்படித் தொடர்ந்த பிரச்சினைகளைக் கொடுத்திருக்க மாட்டீர்கள். பரவாயில்லை. அவனுடைய நேரமும் வரும்.

என்னுடைய அப்பா ஐரோப்பாவில் இருக்கிறார். நான் ஒரு அனாதை. எனக்கென்று யாரும் இல்லை. அதனால் சொன்ன சொல்லைக் காப்பற்றும், என்னுடைய இரண்டாவது தந்தையான உங்களுக்குக் கடிதம் எழுதுகிறேன். தயவுசெய்து பாஷாவிடம் சென்று பேசுங்கள். என்னுடைய கணவரிடம் எனக்கு முழு நம்பிக்கை இருக்கிறது. அவர் கருணையுள்ளவர். பெருந்தன்மையான மனமுடையவர். எங்களுக்கிடையிலான நெருக்கடியைத் தீர்ப்பதற்கான என்னுடைய வேண்டுதலை அவரிடம் வலியுறுத்துங்கள். ஒரு சிறந்த எதிர்காலம் காத்துக்கொண்டிருக்கிறது என்பதை அழுத்தமாகக் கூறுங்கள். நான் அவருக்கு எழுதிய கடிதத்தில் உங்கள் மனைவியையும்

உங்களையும் என்னிடம் அனுப்பிவைக்குமாறு கேட்டேன். ஒரு வாரமாக உணவில்லாமல், தூங்காமல் தண்டனையளிக்கப்பட்ட ஒரு பெண்ணைப் போல இருந்துகொண்டிருக்கிறேன். எல்லாமே சிறுபிள்ளைத்தனமாகக் கோபப்பட்டதற்காக. இருப்பினும் இவ்வளவு கடுமையான தண்டனை குழந்தைகளுக்குக் கொடுக்கப்படுவதில்லை. இந்தப் பிரச்சினையை அமைதி யான முறையில் தீர்ப்பதற்கான உங்களுடைய திறமையில் எனக்கு முழு நம்பிக்கை உள்ளது.

லதிஃபே காஸி முஸ்தஃபா கெமால்

யார் கரும் இதயங்கொண்ட கேவலமானவன் என்பதற்கான விடையை உங்களுடைய கற்பனைக்கே விட்டுவிடுகிறேன்.

வியர்வையில் நனைந்த முஸ்தஃபா கெமால்

லதிஃபேவிடம் பிரிந்து வாழ்வதுபற்றி முஸ்தஃபா கெமால் தெரிவித்த போது அவர் மணமுறிவு பற்றிய உறுதியான தீர்மானம் எடுத்திருந்தாரா அல்லது லதிஃபே புறப்பட்டுப்போன பின்புதான் முடிவுக்கு வந்தாரா என்பது நமக்குத் தெரியாது.

இஸ்மிருக்கு அனுப்பப்பட்ட மணமுறிவு ஆவணம் பின்னர்தான் எழுதப்பட்டது. லதிஃபே இஸ்மிர் வந்து சேர்ந்து இரண்டரை வாரங் களுக்குப் பிறகு அதை அவர் பெற்றுக்கொண்டார். ஆகஸ்ட் 12 அன்று ஆனடோலியன் செய்தி முகமை வழியாக செய்தித்தாள்களுக்கு ஓர் அறிவிப்பு அனுப்பிவைக்கப்பட்டது.

முஸ்தஃபா கெமால் மணமுறிவு ஆவணத்தை எழுதிக்கொண்டிருந்த போது அவர் காகிதத்தில் மையைச் சிந்தினார். மற்றொரு வெள்ளைத் தாள் கொண்டுவரப்பட்டது. இம்முறை, பேனா முள்ளில் போதுமான மை இல்லாததால் அவர் எழுத முயன்ற சொற்களை பேனா எழுத வில்லை. அவர் அங்கே உடன் இருந்தவர்களைப் பார்த்துத் தமது திருமணத்தை ஒரு வாக்கியத்தில் சுருக்கமாகக் கூறினார்: “அது எழுதும் ஒரு பேனாவோடு தொடங்கியது, எழுதாத ஒரு பேனாவோடு முடிந்தது.”

இஸ்மிரில் லதிஃபே எழுதிய ஒரு குறிப்போடு அவர்களுடைய உறவு தொடங்கியிருந்தது; லதிஃபே பயன்படுத்திய தங்கப் பேனாவை முத்தமிட்டு முஸ்தஃபா கெமால் தமது களிப்பைத் தெரிவித்திருந்தார்.

திருமணமுறிவு ஆவணத்தை இஸ்மிரில் கொண்டு கொடுக்கும் பணி அலி ரிஸா பெய் மீது விழுந்தது. அவர் முஸ்தஃபா கெமாலின் நெருங்கிய நண்பராக இருந்ததோடு, லதிஃபேவின் நெருங்கிய உறவின ரான தாலியா ஹனிமைத் திருமணம் செய்தவர். முஸ்தஃபா கெமால் தான் அவர்கள் இருவரையும் அறிமுகம் செய்துவைத்தவர். இப்போது தமது மணமுறிவில் அலிரிஸாவின் உதவி முஸ்தஃபா கெமாலுக்குத் தேவைப்பட்டது. அதில் ஒரு பெரும் சிக்கல் இருந்தது. லதிஃபே மணமுறிவை விரும்பவில்லை. அவரை இணங்கவைக்க வேண்டிய

தாயிற்று. அதனால்தான் முஸ்தஃபா கெமால் அந்த ஆவணத்தில் மிகுந்த கவனம் எடுத்துக்கொண்டார். அலி ரிஸாவுடன் பிராக் தூதர் வாஸிஃப் சினாரும் கூடச் சென்றார். இறுதியில் இருவரும் லதிஃபேவை அதை ஏற்றுக்கொள்ளச் செய்தனர். லதிஃபே, பொதுவாகப் பலராலும் நம்பப்பட்டதற்கு மாறாக, ஆனடோலிய செய்தி முகமைக்கு அனுப்பப் பட்ட சாதாரண அறிவிப்பு மூலமாக மணவிலக்குச் செய்யப்படவில்லை. அவர் முஸ்தபா கெமாலை அதற்காக வியர்வை சிந்த வைத்தார்.

மெஹ்மெட் ஸாதிக் ஒகே கூறுகிறார்:

பாஷா லதிஃபேவுக்கு மணமுறிவு ஆவணங்களோடு தனிப்பட்ட முறையிலான கடிதம் ஒன்றையும் அனுப்பியிருந்ததாக என்னுடைய பாட்டி கூறுகிறார். அந்தக் கடிதம் உணர்ச்சிகரமாக எழுதப்பட்டிருந்தது. அதில் முஸ்தஃபா கெமால் தான் லதிஃபேவை இன்னும் காதலித்தாலும், அவர்கள் இருவர் மட்டுமே அறிந்திருந்த காரணங்கள் இந்தத் திருமணம் தொடர்வதை சாத்தியமில்லாமலாக்கி விட்டது என்று தெரிவித்திருந்தார். தனக்குச் சொந்தமான உடைமைகளையும் நகைகளையும் எடுத்துக் கொண்டு வீட்டைத் துறந்து வரும் பெண்ணுக்கு திரும்பிச் செல்லும் எண்ணம் இருக்காது என்பது கெமால் பாஷாவுக்குத் தெரியும். ஆனால் இந்தப் பிரிவு ஒரு கண கோபத்தால் மட்டுமே ஏற்பட்டதல்ல. இப்போதும் ஒருவரையொருவர் காதலித்துக்கொண்டிருந்தாலும் தனித்தனியாக இருந்து இருவரும் அதிக மகிழ்ச்சியோடு வாழலாம்.

என்னுடைய பெரியம்மா மணமுறிவை ஏற்றுக்கொண்டிருக்கலாம். எதிர்த்து நின்றிருந்தால் அது பாஷாவை மிக இக்கட்டான நிலைக்குத் தள்ளியிருக்கும். அதில் லதிஃபேவை அவருடைய முன்னிலையில் இல்லாமல் மணமுறிவு செய்ய வேண்டியிருந்திருக்கும். அது ஒரு பெரும் அவதூறை ஏற்படுத்தி யிருக்கும். லதிஃபே பாஷாவுக்கு இப்படி ஒன்றை நடக்கவிடமாட்டார். அவர் மணமுறிவை நாட்டுக்கான தமது கடமை என்றும் துருக்கிக் குடியரசு நிலைத்திருக்கத் தேவையான தீமை என்றும், பாஷாவுக்கும் அவருடைய உடல்நலத்துக்கும் நல்லது என்றும் கருதினார்.

முஸ்தஃபா கெமால் முதலில் “உன்னை விடுவிப்பது தேவையான ஒன்று என்று நினைத்தேன்,” என்று எழுதியிருந்தார். பின்னர் சொற்களை மாற்றி எழுதினார். இறுதியாக எழுதப்பட்ட அறிவிப்பு இவ்வாறு இருந்தது:

உஷாகிஸாடே லதிஃபே ஹனிமுடனான எங்களுடைய இரண்டரை வருடத் திருமணத்தை முடிவுக்குக் கொண்டு வரும் முடிவை எடுத்துள்ளோம். முன்குறிப்பிட்டுள்ள அந்தப் பெண்ணுக்கு 1925 ஆகஸ்ட் 5 அன்று மணமுறிவு ஆவணம் கொடுக்கப்பட்டுள்ளது. இத்தகவலை அரசுக்குச் சமர்ப்பிக்கிறேன்.

இறுதி ஆவணம் மனமொத்த மணமுறிவைப் பற்றிக் குறிப்பிடுகிறது. அது முஸ்தஃபா கெமால் ஏதேச்சையாக லதிஃபேவை மணமுறிவு செய்வதல்ல. நாட்டில் வழக்கத்தில் இருந்த “உன்னை நிராகரிக்கிறேன்”

என்ற அறிவிப்போடு தம்முடைய மனைவியை மறுத்த ஆணாகப் பார்க்கப்படுவதை முஸ்தஃபா கெமால் விரும்பவில்லை என்பது ஐயத்துக்கிடமில்லாமல் தெரிகிறது.

நுட்பமான விவரங்களுக்கும் முனைப்போடு கவனம் செலுத்திய பின்பும் உலகப் பத்திரிகைகளையும் வாழ்க்கை வரலாற்றாசிரியர்களையும் நம்பவைக்க முடியவில்லை. குடிமை நடைமுறைச் சட்டம் வரவிருந்த நேரத்தில், *1925* கோடைகாலத்தில் முஸ்தஃபா கெமால் தம்முடைய மனைவியை ஓர் அரசு ஆணையால் மணவிலக்கு செய்தது ஓர் அவதூறாகப் பார்க்கப்பட்டது.

வேறு சில சிக்கல்களையும் தீர்க்க வேண்டியிருந்தது: லதிஃபேவின் பொருட்களைத் திருப்பிக் கொடுப்பதும், ஜீவனாம்சமும். முஸ்தஃபா கெமாலின் உடைமைகளுக்கு மத்தியில் கண்டெடுக்கப்பட்ட ஒரு வரைவு ஆவணம். அவர் பியானோ, வெள்ளிப்பொருட்கள், கம்பளங்கள் ஆகியவற்றைத் திருப்பிக் கொடுக்க எண்ணியிருந்தார் என்பதைக் காட்டுகிறது. திருமண ஒப்பந்த மோதிரமும் டயரிகளும் திருப்பிக் கொடுக்கப்படும். ஆனால் படுக்கையறைப் பொருட்களும் வேறு சில பொருட்களும் அங்கேயே இருக்கும். இந்தக் குறிப்பிலுள்ள மிகமுக்கியமான கூறு புத்தகங்களைப் பற்றியது. சில புத்தகங்களைத் தானே வைத்துக்கொண்டதாகவும், சிலவற்றை லதிஃபேவுக்கு அவை தேவைப் பட்டால் திருப்பிக் கொடுக்கப்படும் என்றும் கூறுகிறார். சாங்கயாவில் இப்போதும் இருக்கும் சில புத்தகங்கள் எந்த சிறப்புமிக்க இடத்திலிருந்து வந்தன என்பதை இந்தத் தகவல் நிரூபிக்கிறது. அவற்றை லதிஃபே அங்கே கொண்டு வந்தார்.

லதிஃபே சாங்கயாவை விட்டுச் செல்லும்போது பணப் பெட்டியிலிருந்து உத்தேசமாக இருபதாயிரம் லிராக்களை எடுத்தார். "நான் தீங்கு செய்வேன் என்று அவர்கள் அச்சப்பட வேண்டாம்" என்று முஸ்தஃபா கெமால் கிறுக்கியிருந்தார். பின்னர் அது அடிக்கப்பட்டிருந்தது. அவர் கொடுக்க முன்வந்த ஒரு மாதத்துக்கு *500* துருக்கி லிரா ஜீவனாம்சத்தை லதிஃபே நிராகரித்தார்.

லதிஃபேவின் தங்கை வெஜிஹே, அவர்கள் மேடைநாட்டினர் போல திருமணம் செய்ததையும் கீழைநாட்டினர்போல மணவிலக்கு செய்ததையும், பின்னர் விமரிசித்தார்.

*1923*இல் திருமணம் செய்தபோது ஒரு மூஃப்தூ முன்னிலையில் உறுதிமொழி எடுத்துவிட்டு, ஒரு திருமணச் சான்றிதழைத் தயாரித்தனர். ஓர் அரசு ஆணையால் கலைக்கப்பட்ட இது போன்ற திருமணம் சட்டத்துக்கு முன்னாலும், அப்போதிருந்த சூழ்நிலைகளிலும் எவ்வளவு ஏற்றுக்கொள்ளத் தக்கதாக இருந்தது?

புதிய குடிமை நடைமுறைச் சட்டம் தயாரிக்கப்பட்டுக்கொண்டிருந்த வேளையில் முஸ்தஃபா கெமால் லதிஃபேவை மணவிலக்குச் செய்திருந்தார். பழமைவாதிகள், பல நூறாண்டுகளாக பெண்கள்மீது

செலுத்திய ஆதிக்கத்தை விட்டுக்கொடுக்கத் தயங்கினார்கள். எனவே குடும்பச்சட்டத்தில் அடிப்படை மாற்றங்கள் செய்யப்படுவதை அவர்கள் எதிர்த்தார்கள். முஸ்தஃபா கெமால் பொதுவெளியில் செய்த தீவிர நவீனமயமாக்கலிலிருந்து, தமது சொந்த வாழ்க்கையில் திசை மாறிச் சென்றதுபோலத் தோன்றியதற்கு மேலைநாடுகளில் ஆதரவு கிடைக்க வில்லை.

குடிமை நடைமுறைச் சட்டத்துக்காகக் கடினமாக உழைத்த லதிஃபே எதிர்பாராதவிதமாக நீக்கம் செய்யப்பட்டுவிட்டார்.

பொதுமக்கள் மத்தியில் இந்த மணமுறிவு ஏற்றுக்கொள்ளப்படு வதற்கு லதிஃபே ஒரு மோசமான பெண்ணாகச் சித்தரிக்கப்பட வேண்டும். மணமுறிவு ஏற்படும் அளவுக்கு மோசமான பெண்ணாக. பல வருடங் களாகத் தொடர்ந்து நடந்துகொண்டிருக்கும் லதிஃபேவுக்கு எதிரான இழிவுபடுத்தும் பிரச்சாரத்தின் மையத்தில் இருப்பது இதுதான்.

கின்ராஸ் பிரபுவுக்கு அவர்களுடைய பிரிவு எவ்வளவுதான் நியாயமாகப்பட்டாலும், மணவிலக்கு செய்த விதத்தை அவர் எதிர்க் கிறார்.

இரண்டு பிடிவாத குணம்கொண்ட கீழை நாட்டுப் பண்புடையவர்களுக்கு மேலைநாட்டு உறவிலுள்ள விட்டுக்கொடுக்கும் தன்மையோடு ஒத்துப் போவதில் ஏற்பட்ட தோல்வி இந்தத் திருமணத்தின் தோல்வியில் இருந்த ஒரு முரண்நகை. திருமணம் முடிவுக்கு வந்த முறையிலும் ஒரு முரண்நகை இருந்தது. லதிஃபேவை மணவிலக்கு செய்வதற்கு முஸ்தஃபா கெமால் முஸ்லிம் சட்ட வாசகங்களுக்குத் திரும்பிச் சென்றார். அந்தச் சட்டம் ஒரு ஆண் தம்முடைய மனைவியை மறுப்பதை எந்த கேள்வியும் இன்றி அனுமதித்தது.

குடிமை நடைமுறைச் சட்டம் விரைவில் வரவிருந்ததையும் கின்ராஸ் சுட்டிக்காட்டுகிறார், “சில மாதங்களுக்குப் பிறகு இந்தச் செயல் சாத்திய மாகியிருக்காது”.

நான் உன்னை மணவிலக்கு செய்வது சாத்தியமா என்று கேட்கிறாயா?

எவ்வளவு எளிதாக . . .

மணமுறிவு ஏற்பட்டு பல வருடங்கள் சென்றுவிட்டன. முஸ்தஃபா கெமால், படைகளைத் தலைமையேற்று நடத்திய தமக்கு எப்படி ஒரு பெண்ணைக் கட்டுப்படுத்த முடியாமல் போனது என்று அவ்வப்போது யோசித்துப் பார்ப்பதுண்டு. ஒருநாள் டோல்மாபாஹ்சே அரண்மனை மாடத்தில் ஓய்வாக உரையாடிக் கொண்டிருந்தபோது ஆட்டாடூர்க் திடீரென்று தமது திருமணத்தைப் பற்றிக் குறிப்பிட்டார்.

உண்மையாகவே விந்தையான விஷயம் என்னவென்றால் தமக்கு அவரைவிட்டுப் பிரிவு ஏற்படும் என்று லதிஃபே ஒருபோதும் நம்பவில்லை. ஒருமுறை எப்படியோ இந்த விஷயம் உரையாடலில் வந்தபோது லதிஃபே

தங்களுக்குள் பிரிவு ஏற்படுவது சிந்தித்துப் பார்க்கவே முடியாதது என்பதைச் சுட்டிக்காட்ட முயற்சி செய்தார். "எப்படி முடியும்? உலகப் புகழ்பெற்ற முஸ்தஃபா கெமால் முழு உலகும் பார்க்குமாறு தம்முடைய மனைவியை எப்படி மணவிலக்கு செய்ய முடியும்?" நடைமுறைகள் அதை ஓரளவு நடக்கமுடியாததாக்கி விடும் என்று லதிஃபே நினைத்திருக்கலாம்.

"மிக எளிதாக, முதலாவதாக நான் அதை விரும்பமாட்டேன். ஆனால் அது நடக்க வேண்டும் என்றிருந்தால், நான் மணியை அடித்து என்னுடைய அந்தரங்கச் செயலாளர் டெவ்ஃபிக்கைக் கூப்பிட்டு ஆனடோலியன் செய்தி முகமைக்கு அனுப்புவதற்காக சில வரிகளை அவர் எழுதுவதற்காகச் சொல்லுவேன்: "காஸி தம் மனைவியை மணவிலக்கு செய்துவிட்டார். அதோடு அது முடிந்துவிடும்." லதிஃபே திடுக்கிட்டார். "அவ்வளவு எளிதாகவா?" நான் திருப்பிச் சொன்னேன், "ஆம், அவ்வளவு எளிதாகத்தான்."

லதிஃபே, எட்டாம் ஹென்றி, அவருடைய மனைவிகள் பற்றிய கதைகளையும்[1] நெப்போலியன் எப்படி ஜோஸஃபினை விவாகரத்து செய்தார்[2] என்பதையும் நன்கு அறிந்தவர். அப்படிப்பட்டவர் முஸ்தஃபா கெமால் ஒருநாள் தம்மை மணவிலக்கு செய்வதற்கான வாய்ப்பைப் பரிசீலனை செய்யாமல் இருந்திருக்கமாட்டார். ஆனால் முஸ்தஃபா கெமால் நூற்றுக்கணக்கான ஆண்டுகள் நிலைத்திருந்த நீதியற்ற சட்ட மரபுகளிலிருந்து நாட்டை மீட்க முயற்சி செய்துகொண்டிருந்த வேளையில் தம்மை மணவிலக்கு செய்யமாட்டார் என்று நம்பினார்.

ஆனால் லதிஃபே எவ்வளவு தவறாக முஸ்தஃபா கெமாலை எடைபோட்டு விட்டார். அவர் உண்மையிலேயே லதிஃபேவை மணவிலக்கு செய்தபோது, அதை ஓர் அரசு ஆணையால் செய்தார்; வெறும் ஒருசில வரிகள் மட்டும், அவர் முன்பே சொன்னதுபோல்.

31

அதிர்வுகள்

அமெரிக்க வெளியுறவுத் துறைக்கு அனுப்பப்பட்ட அறிக்கை

முஸ்தஃபா கெமாலுக்கும் லதிஃபேவுக்கும் இடையில் ஏற்பட்ட பிளவு அங்காராவிலிருந்த தூதரக வட்டாரங்களை மும்முரமாகச் செயலில் ஈடுபட வைத்தது. தங்களுடைய நாடுகளுக்கு விரிவான அறிக்கைகள் அனுப்பப்பட்டன. அமெரிக்க துணைத்தூதரக அதிகாரியான ஷெல்டல் டேவிட் கிராஸ்பை, கீழ்க்கண்ட கடிதத்தை அனுப்பினார்.

மாண்புமிகு
வெளியுறவுத் துறைச் செயலர்
ஃப்ரேங்க் பி. கெல்லாக்
வாஷிங்டன்
10 ஆகஸ்ட் 1925

அன்புமிக்க ஐயா,

நான் இத்துடன் குடியரசுத் தலைவர் முஸ்தஃபா கெமாலுக்கும் அவருடைய மனைவி லதிஃபே ஹனிமுக்கும் இடையில் ஏற்பட்டுள்ள கடுமையான கருத்துவேறுபாடு பற்றிய உறுதி செய்யப்படாத, ஆனால் எங்களுடைய பார்வையில் நம்பகரமான வதந்திகளை, வெளியுறவுத் துறையின் கவனத்துக்குப் பணிவுடன் முன்வைக்கிறேன்.

கிடைத்துள்ள தகவல்களின்படி இருவருக்கும் இடையில் கடும் வாக்குவாதம் ஏற்பட்டிருக்கிறது. அதைத் தொடர்ந்து லதிஃபே ஹனிம் இஸ்மிரில் இருக்கும் தம்முடைய அம்மாவுக்கு ஒரு தந்தி அனுப்பினார். அதில் தம்மால் அதற்கு மேலும் அங்காராவில் வாழ முடியாது என்றும் தம்மை அழைத்துச் செல்லுமாறும் தெரிவித்திருந்தார். அவருடைய தாய் சாங்கயா வந்து, ஒரு இரவு தங்கிவிட்டு அடுத்தநாள் தம் மகளையும் உடன் அழைத்துக்கொண்டு இஸ்மிருக்குத் திரும்பிச் சென்றார். புறப்படுவதற்கு முன்பு லதிஃபே தம் கணவனைப் பார்க்க விரும்பவில்லை.

இஸ்மெட் பாஷா தலைமையில் அமைச்சர்கள் அங்காரா ரயில் நிலையத்தில் லதிஃபேவை வழியனுப்பி வைத்ததாகக் கூறப்படுகிறது. இஸ்மெட் பாஷா லதிஃபேவை அங்கேயே தங்கியிருக்கச் செய்த முயற்சி வெற்றிபெறவில்லை. அவதூறு ஏற்படுவதைத் தடுப்பதற்காக, அவர் அங்காராவை விட்டுச் சென்றது, அவர் காய்ச்சலால் அவதிப்பட்டதால் தட்பவெப்ப நிலைமாற்றம் தேவைப்பட்டதால்தான் என்று விளக்கப்பட்டுள்ளது. கோடைகாலத்திலும் அவர் இஸ்மிர் சென்றிருந்தார்; ஆனால் இதற்குமுன் எப்போதும் குடியரசுத் தலைவருடனேயே சென்றார். அவர் புறப்பட்டுச் சென்ற காலை நேரத்தை முஸ்தஃபா கெமால் தனக்கு விருப்பமான பண்ணையில் கழித்ததாகக் கூறப்படுகிறது. இதனால் தம்முடைய மனைவியுடன் ஒரு மோதலைத் தவிர்த்தார். இந்த நிகழ்வுகளைப் பற்றிச் செய்தித்தாள்களில் ஒரு செய்தியும் வரவில்லை. லதிஃபே ஹனிம் தம் குடும்பத்தினரைப் பார்க்க இஸ்மிர் போனதான செய்தி மட்டுமே வந்துள்ளது. பிளவுக்கான மற்றொரு காரணம். லதிஃபேவால் குடியரசுத் தலைவருக்கு ஒரு வாரிசைப் பெற்றுக் கொடுக்க இயலாமைதான் என்று கூறப்படுகிறது.

ஷெல்டன் டேவிட் கிராஸ்பை
துணைத் தூதரக அதிகாரி

ஆஸ்திரிய நாட்டுத் துணைத் தூதரக அதிகாரியின் அறிக்கை

அதே காலத்தைச் சார்ந்த மற்றொரு ஆவணமும் நம்மிடம் உள்ளது. துருக்கியிலுள்ள தூதரகத்திலிருந்த ஆஸ்திரிய துணைத் தூதரக அதிகாரி கீழ்க்கண்ட அறிக்கையை ஆகஸ்ட் 20 அன்று அனுப்பினார்:

அன்புமிக்க டாக்டர் ஹெயின்ரிச் மாற்றாயா,

காஸி முஸ்தஃபா கெமாலுக்கும், செல்வந்த இஸ்மிர் வணிகர் ஒருவரின் மகளான உஷாகிஸாடே லதிஃபே ஹனிமுக்கும் இடையில் 1923 ஜனவரியில் தொடங்கிய திருமண வாழ்க்கையில் கருத்து வேறுபாடுகளும் மோதலும் ஏற்பட்டுள்ளதாக வதந்திகள் பரவியுள்ளன. உண்மையில், இந்தத் திருமணம் விரைவில் முடிவுக்கு வந்துவிடும் என்று பலர் முன்கூட்டியே இங்கிதமாகத் தெரிவித்திருந்தனர். எதிர்பார்க்கப்பட்ட இந்த விவாகரத்து இறுதியாக அதிகாரபூர்வ செய்தியறிக்கையில் ஓர் அறிவிப்பாக வந்தது. துருக்கி செய்தித்தாள்கள் அந்த அறிவிப்பில் ஒரு சொல்லைக்கூடச் சேர்ப்பதற்குத் துணியவில்லை. இது பொது விவகாரங்களில் இருந்த கடுமையான கட்டுப் பாட்டைச் சுட்டிக்காட்டுகிறது. நாட்டின் அரசியல் மாற்றங்களோடு மிகுந்த தொடர்புடைய இந்த நிகழ்வு எந்த விமரிசனமும் இன்றி ஏற்றுக்கொள்ளப் பட்டிருக்கிறது. இங்குள்ள வெளிநாட்டுப் பத்திரிகையாளர்களும் இந்த நிகழ்வுகளை மிகுந்த முன்னெச்சரிக்கையோடு கவனிக்க வேண்டியதன் தேவையை உணர்ந்திருக்கிறார்கள். *Neue Freie Presse* நிருபருக்கு இதைப் பற்றிய தொடர் எழுதுவதற்கான வாய்ப்பு கொடுக்கப்பட்டபோது, அவர் நாட்டிலிருந்து வெளியேற்றப்படும் ஆபத்தைத் தவிர்ப்பதற்காக அந்த வாய்ப்பை ஏற்றுக்கொள்ளத் துணியவில்லை.

இந்நிகழ்வுக்கான பின்னணியும் அதேபோன்று பரபரப்பூட்டுவதாகவே உள்ளது.

உங்களுடைய அன்பான அனுமதியோடு, அந்தத் தம்பதிகளுக்கு இடையில் மிக அண்மையில் நடந்த விவாதத்தைச் சரியாகப் புரிந்துகொள்வதற்காக திருமதி கெமாலைப் பற்றிச் சிலவற்றை விளக்க வேண்டியுள்ளது.

செல்வந்தப் பெற்றோரின் மகள் என்ற முறையில் லதிஃபேவுக்கு மிகச்சிறந்த கல்வியின் பயன் கிடைத்தது. உலகிலுள்ள எல்லா முக்கியப் பண்பாட்டு மொழிகளையும் அவரால் பேசவும் எழுதவும் முடியும். ஐரோப்பாவை நேரடியாகப் பார்த்து நன்கறிந்திருக்கிறார். எல்லாவற்றுக்கும் மேலாக அவர் அறிவுக்கூர்மையும் நேர்த்தியும் அழகும் உடையவர். அவரைச் சந்திக்கும் வாய்ப்புக் கிடைத்த ஒவ்வொரு ஐரோப்பியரும் அவருடைய ஆழ்ந்த அறிவைப் புகழ்கிறார்கள். அவருடைய ஆளுமை, பெரும்பாலான இந்த நற்பண்புகளுக்கு இணையாகச் செல்லும் ஆதிக்கம் செலுத்துவதற்கான விருப்பம், பிடிக்காதவர்களை ஏளனமாக நடத்துதல் போன்ற சில மனப்பாங்குகளோடு முழுமையடைகிறது. இது தம்முடைய கணவரோடும் அவருடைய நண்பர்களோடுமான உறவைப் பொறுத்தவரை ஐயத்துக்கிடமின்றி ஆபத்தான பண்புகளே. தம்முடைய கணவன்மீது தீங்கான தாக்கத்தை ஏற்படுத்தியதாக அவர் சந்தேகப்பட்டவர்களை நிராகரித்ததை முழுமையாக நியாயமற்றது என்று கூற முடியாது. உத்தேசமாக ஒரு மாதத்துக்கு முன்பு அங்காராவுக்கு அருகிலிருக்கும் சாங்கயாவிலுள்ள குடியரசுத் தலைவரின் இருப்பிடத்தில் ஒரு இரவு விருந்து கொடுக்கப்பட்டது. அதில் இஸ்மெட் பாஷா, பொதுப்பணியாளர் முதன்மை அலுவர் ஃபெவ்ஸி பாஷா, வேறு பல முக்கியமானவர்கள், ஒரு இளம் பியானோ இசைக் கலைஞர் ஆகியோர் கலந்துகொண்டனர். விருந்து முடிந்த பிறகு முஸ்தஃபா கெமால் தம்முடைய மனைவியை நல்ல இசை வழங்குமாறு அழைத்தார். லதிஃபே தமக்குக் களைப்பாக இருப்பதாகக் கூறி மன்னிக்குமாறு வேண்டினார். முஸ்தஃபா கெமால் அங்கிருந்த இளம் இசைக் கலைஞரிடம் பியானோ இசைக்குமாறு கூறினார். லதிஃபே ஹனிம் இடையில் புகுந்து பேசியிருக்கலாம். அந்த இளைஞர் இசைத்து முடித்தவுடன் முஸ்தஃபா கெமால் லதிஃபேவுக்குச் சினமூட்டும் விதத்தில் அவனைப் பாராட்டி நெற்றியில் முத்தமிட்டார். அப்போதுதான் லதிஃபே நிதானத்தை இழந்தார். அவர் தம் கணவனை விருந்தினர்கள் முன்னிலையிலேயே கடுமையாகத் திட்டினார். அதன்பின் நடந்தது அதிர்ச்சியளிப்பதாக மட்டுமல்ல, 'காஸி'யின் குணநலத்தைக் காட்டுவதற்கு ஏற்றதாகவும் இருந்தது. அவர் ஒரு வார்த்தையும் பேசாமல் எழும்பி, தம் மனைவியின் கன்னத்தில் பலமாக அறைந்தார். தற்காப்புக்காக லதிஃபே தூக்கிய கை தற்செயலாக பாஷாவின் கன்னத்தைக் கீறியது. வேறுசில நிகழ்வுகளும் நடந்ததாகக் கூறப்படுகிறது. அன்று இரவே லதிஃபே ஹனிம் சாங்கயாவை விட்டுச் சென்றார். அடுத்த நாள் அதிகாலை ரயிலில் அவர் இஸ்மிரிலிருந்த தம் பெற்றோரிடம் திரும்பிச் சென்றார்.

விவாகரத்து நடவடிக்கைகளை உடனே தொடங்குமாறு முஸ்தஃபா கெமால் ஆணையிட்டார். ஆகஸ்ட் 5 அன்று விவாகரத்து செயல்படுத்தப் பட்டது.

இந்த நிகழ்வுகளின் விளைவுதான் நான் முன்பே குறிப்பிட்ட ஆகஸ்ட் 13 தேதியிட்ட அதிகாரபூர்வ செய்தியறிவிப்பு, அதன் நகல் உங்கள் பார்வைக்காக இணைப்பட்டுள்ளது.

இதுபோன்ற வேறுபல நிகழ்வுகளில், உண்மையில் தவறுசெய்தது யார் என்று உறுதியான முடிவுக்கு வருவது மிகவும் கடினம். லதிஃபே தமது அதிகாரத்தை மிகையாக மதிப்பிட்டிருந்திருப்பார் என்பதை மட்டும் நிச்சயமாகக் கூறலாம். தமது தனிப்பட்ட காரணங்களுக்காக நிகழ்வுகளில் தலையிடும் அளவுக்கு அவர் சென்றிருந்தார். எடுத்துக்காட்டாக தம்முடைய கணவனுக்குத் தெரியாமலேயே, தம்முடைய தம்பியான இஸ்மாயிலுக்குப் பாரிசிலிருந்த துருக்கித் தூதரகத்தில் பணிவழங்கச் செய்தார். இஸ்மாயில் ஒரு மதுஅருந்தகத்தில் மக்கள் முன்னிலையில் தம் மனைவியோடு சண்டையிட்டு திராட்சை மதுக் குப்பியை அவர் தலையில் வீசியடித்தார். அதைத் தொடர்ந்து அவரைப் பணிநீக்கம் செய்வதற்கான கோரிக்கை வந்தபோதுதான் கெமால் பாஷாவுக்கு இஸ்மாயில் அங்கு பணி செய்ததே தெரியவந்தது. அரசியல் நிலையிலும் நிருவாக நிலையிலும் இவைபோன்ற நிகழ்வுகள் அதிகாரச் சதிகாரர்களால் நீண்ட காலமாகப் பயன்படுத்தப்பட்டு வந்தன. லதிஃபேயோடு பகையுணர்ச்சி கொண்ட இவர்கள் லதிஃபேவிடம் அவருடைய கணவனை வெறுப்படைய வைக்க இந்நிகழ்வுகளைப் பயன்படுத்துவார்கள் என்பது எதிர்பார்க்க முடிந்த ஒன்றுதான்.

லதிஃபே ஹனிம் தம் கணவர்மீது பல பயனுள்ள தாக்கங்களை ஏற்படுத்தியிருந்தார். ஆனால் அவை இந்த வருந்துதற்குரிய நிகழ்வுகளை ஈடுசெய்யாது என்ற கருத்து உண்மையில் போலியானது. இந்த அறிக்கையில் குறிப்பிடப்பட்டுள்ள, முஸ்தஃபா கெமாலைச் சூழ்ந்திருந்த இந்தக் கேவலமான மனிதர்களுக்கு முன்பு இப்போது எந்தத் தடையும் இல்லை. சுதந்திரப் போரின்போதும் அதற்குப் பின்னரும் 'மீட்பருக்குக் கிடைத்த' அளவற்ற செல்வாக்கு இப்போது ஆபத்தில் இருந்தது. துருக்கியின் உள்நாட்டு அரசியல் நடவடிக்கைகளில் இவ்வித சேதத்தின் விளைவு பெரும் முக்கியத்துவம் வாய்ந்ததாக இருக்கும். இந்தச் சூழலின் முக்கியத்துவத்தைப் பற்றிய அக்கறைதான் முன்னர் விவரிக்கப்பட்ட துரதிருஷ்டவசமான நிகழ்வுகளைப் பற்றிய அறிக்கையை அனுப்பத் தூண்டுதலாக இருந்தது.

அன்புக்குரிய செயலர் அவர்களே, என்னுடைய ஆழ்ந்த விசுவாசத்தைத் தெரிவிக்க அனுமதியுங்கள்.

துணைத் தூதரக அதிகாரி

விவாகரத்துக்கான எதிர்வினைகள்

இந்த விவாகரத்து அவர்களது நெருங்கிய வட்டத்தினரைப் பிளவுபட வைத்தது. "லதிஃபே தம் கணவனை வதை செய்தார்; கெமால் பாஷா தம் மனைவியை மணவிலக்கு செய்தார்," என்று சிலர் கருத்து தெரிவித்தனர்; வேறுசிலர் 'எப்படிப்பட்ட பேரழிவு' என்று வருந்தினர். இஸ்மெட் பாஷாவும் அவருடைய மனைவி மெவ்ஹிபேவும் இந்தப் பிரிவால் மனதைத் தேற்ற முடியாத அளவுக்குக் கவலையடைந்தனர். அதற்குப் பின்பு பல நாட்கள் இஸ்மெட் கருப்புக் கண்ணாடி அணிந்திருந்தார்.

பாரிசில் இருந்த ஃபெதி, கலிபே ஓகியர் இருவரும் இதைக் கேட்டபோது ஆழ்ந்த மனக்கலக்கம் அடைந்தனர். கலிபே லதிஃபேவுக்கு

எழுதிய கடிதம் துருக்கி வரலாற்று நிறுவனத்தில் இப்போதும் பத்திர மாக வைக்கப்பட்டிருக்கிறது.

ஃபஹ்ரெத்தின் அல்டேய் பாஷா தமது வாழ்க்கை வரலாற்றில் 1925ஐப் பற்றிக் குறிப்பிடும்போது, "ஆட்டாடூர்க் லதிஃபே ஹனிமை விட்டுப் பிரிந்தது அந்த வருடத்தின் மிகவும் வருந்தத்தக்க நிகழ்வு" என்று கூறியுள்ளார்.

அந்த வருடங்களில் முஸ்தஃபா கெமாலின் பாதையிலிருந்து விலகிச் சென்ற ராவுஃப் ஓர்பாய் இந்த விவாகரத்தை ஒரு பெரிய அவப்பேறு என்று விவரிக்கிறார்.

அவர் கொஞ்சம்கூட விட்டுக்கொடுத்திருக்கலாம்

தம்முடைய அக்காள் கொஞ்சம்கூட விட்டுக்கொடுத்திருக்கலாம் என்று லதிஃபேவின் கடைசித் தங்கையாகிய ருகியே நம்பினார். அவர் ஒருமுறை தம் நண்பரான லெமான் கரவோஸ்மனோக்லூவிடம்:

"லெமான் உனக்குத் தெரியுமா? என் அக்காள் பெரிய தவறு செய்துவிட்டாள். நான் ஆட்டாடூர்க்கின் மனைவியாக இருந்திருந்தால், 'காதலி, என் அன்பே, முழு பிரபஞ்சத்தையும் காதலி; காதலனே, நீ எல்லாவற்றையும் பெறத் தகுதியுள்ளவன்" என்று சொல்லியிருப்பேன். நான் வீண் ஆர்ப்பாட்டம் செய்திருக்கமாட்டேன்."

முன்ஜி உஷாகிஸாடே, "என் அக்காள், ஒரு மிகச் சிறந்த பெண். ஆனால் அவள் காஸியை ஒரு சாதாரணமான மனிதனைப் போல நடத்தினாள். அவள் ஒரு அபூர்வமான மேதையைத் திருமணம் செய்திருந்த தாகப் புரிந்துகொள்ளவில்லை. அதனால்தான் அவள் அவருக்கு ஒரு தடையாகிவிட்டாள்," என்று விமரிசித்தார்.

ஆட்டாடூர்க்கின் வளர்ப்பு மகள்களில் ஒருவரான ஸபிஹா கெக்சென், "லதிஃபே ஹனிம் சிறிதுகூட பொறுமையாகவும் அறிவுபூர்வமாகவும் இருந்திருந்தால் — நான் அவரை அறிவுக்கூர்மையற்றவர் என்று அழைக்க வில்லை என்பதைக் கவனியுங்கள் — அவர்களுடைய திருமணம் வாழ்நாள் முழுவதும் நீடித்திருந்திருக்கும்," என்றார்.

லதிஃபேவின் சித்தப்பான ஹலித் ஸியா லதிஃபேவின் குணத்தைப் பற்றிய நுண்ணறிவுடனான விளக்கம் ஒன்றைக் கொடுக்கிறார்:

லதிஃபேவின் அறிவுக்கூர்மை, மனதுக்கினிமையான நடத்தை, உணர்ச்சி வசப்படாத தன்மை ஆகியன பற்றிக் குடும்பத்தினர் எல்லோரும் ஒத்த கருத்து கொண்டவர்கள். அவள் ஆழ்ந்த அறிவும், பண்பாடும் கொண்டவள். தனித்தன்மைகொண்ட லதிஃபே குடும்பத்தின் பெருமையாகக் கருதப் பட்டாள். அவ்வப்போது கோபப்படுவாள்: அவை வசந்தகாலப் புயல் போன்றவை. ஒரு தருணத்தில், அவளுக்குப் புரியவைத்து எச்சரிக்கை செய்வதற்கான தேவையிருப்பதை உணர்ந்தேன்."

பல வருடங்களுக்குப் பிறகு லதிஃபே தமது திருமணத்தை மதிப்பீடு செய்து ஷெஹ்வர் சாக்லயானிடம், "இன்று எனக்குத்

தெரிந்திருப்பது, அப்போது தெரிந்திருந்தால் நிகழ்வுகளை வேறுவிதமாகச் சமாளித்திருப்பேன். எங்களை பெருமளவிலான ஊழல் சூழ்ந்திருந்தது; அவற்றொடு போராடுமளவுக்கான வயது ஆகியிருக்கவில்லை," என்றார்.

கின்ராஸ் பிரபு, வில்லால்டா, வான் மிகுஷ் ஆகியோர்

ஆட்டாடூர்க்கின் வாழ்க்கை வரலாற்றை எழுதிய ஆண்கள் எல்லோரும் லதிஃபேவின் சிடுசிடுக்கும் தன்மையும் பிறர் மீது ஆதிக்கம் செலுத்தும் மனப்பாங்கும் அவரது கணவனின் பொறுமையைப் பல முறை சோதித்ததால் அவர் மணவிலக்கு செய்யப்பட வேண்டியவர் தான் என்று நம்பினர்

கின்ராஸ் பிரபு கூறுகிறார்:

"ஒரு மேலைநாட்டு மனைவியைப் போலவே லதிஃபேவையும் அடக்கியாள முடியாது. உணர்ச்சியை வெளிப்படுத்தாமல் செயல்படும் பெண்மையின் நுட்பம் அவரிடம் கிடையாது. கணவன் உணராதவாறு அவரை மேலாண்மை செய்யவும் லதிஃபேவால் முடியவில்லை. கணவனை அடிக்கடி நச்சரிக்கவும் செய்தார்,

அவர்கள் ஒருவரையொருவர் புண்படுத்தத் தொடங்கினர்கள். லதிஃபேவின் பொறாமை சகித்துக்கொள்ள முடியாத அளவுக்குப் போனதால் முஸ்தஃபா கெமால் திருமணத்தின் முடிவு வந்துவிட்டதாக முடிவு செய்தார்."

லதிஃபே துருக்கியின் முதல் பெண்மணி என்ற தமது நிலையைத் தாண்டிச் சென்றதாகவும், அதிலும் குறிப்பாகப் பெண்கள் மேம்பாட்டுக் கான சீர்திருத்தங்களைச் செயல்படுத்துவதில் அதிகமாகத் தலையிட்ட தாகவும் கூறுகிறார். அர்ஜென்டினா நாட்டுத்தூதரக அதிகாரி ஜோர்ஜ் பிளாங்கோ வில்லால்டா, இன்னும் எவ்வளவோ சாதிக்க வேண்டி யிருந்த நேரத்தில் அவரை ஒரு வட்டத்துக்குள்ளேயே கட்டுப்படுத்தி வைத்ததை, தம்மைச் சீண்டிப் பார்ப்பதாகக் கருதினார். "அவருடைய தோற்றத்துக்கு ஏற்ற அளவு அவர் அறிவுக்கூர்மையுடன் இல்லை" என்று வில்லால்டா விமரிசிக்கிறார். மேலும்:

"வாக்குவாதங்கள் தொடங்கிவிட்டன. அவர்களுடைய உறவில் சோர்வு நிலைகொண்டது. லதிஃபே மேலும் அதிகமாக ஆதிக்கம் செலுத்தத் தொடங்கினார். தம்முடைய ஆணைகளுக்கு உடனே கீழ்ப்படியவேண்டும் என்று எதிர்பார்த்தார். தம்முடைய கணவனின் வாழ்க்கையையும், பழக்கவழக்கங்களையும் கட்டுப்படுத்த தொடர்ந்து முயற்சி செய்தார்" என்கிறார் கின்ராஸ் பிரபு.

லதிஃபே வீட்டுக் கடமைகளை மட்டும் செய்து ஒரு குறுகிய வட்டத்துக்குள் மனநிறைவடைபவரல்ல. அவர் அதைவிட அதிகத் திறமைசாலி. ஆனால் தம்முடைய கணவனைக் கட்டுப்பாட்டில் வைத்து அவரிடம் இல்லாத வற்றையும், அவர் தேவைப்பட்டவற்றையும், தம் தனித்துவமான பெண்மைப் பண்புகளால் ஈடு செய்யும் அளவுக்குத் திறமையானவரல்லர். தம்முடைய கணவனின் கட்டுப்பாடற்ற வாழ்க்கை முறையோடு அவரால் ஒத்துப்போக முடியவில்லை. லதிஃபே இஸ்மிரில் முஸ்தஃபா கெமாலின் உடல் நலத்துக்கு

ஊறு செய்ய முடிந்த எல்லாவற்றையும் அவருக்குக் கிடைக்காமல் செய்தது போலவே இப்போதும் அவர்மீது கட்டுப்பாடுகளைத் திணித்தார். அவர்களுக்கிடையிலான பிளவுக்கு இதுதான் இறுதிக் காரணமாக இருந்திருக்கும். எப்படித் திருமண நிகழ்ச்சியைத் திடீரென்று நடத்தினாரோ அதே போலவே மணமுறிவுக் கடிதத்தையும் அவர் எழுதினார். பழமையான இஸ்லாமியச் சட்டம் அப்போதும் நடைமுறையில் இருந்தது. லதிஃபே சாங்கயாவை விட்டுச் செல்ல வேண்டியதாயிற்று, என்கிறார் வான் மிகுஷ்.

ஜோஸஃபினும் லதிஃபேவும்

துருக்கிப் பத்திரிகைகள் மிகச் சுருக்கமான செய்தியறிக்கையோடு நிறுத்தியிருக்கலாம். ஆனால் உலகப் பத்திரிகைகள் முஸ்தஃபா கெமாலுக்கும் அவருடைய மிக நவீன மனைவிக்கும் இடையிலான மணமுறிவு செய்திக்கு நூற்றுக்கணக்கான பத்தி அங்குலங்களை அர்ப்பணித்தன. பிற்போக்குவாதத்துக்கு எதிரான போரில் நவீன மயமாக்கலின் குறியீடாக விளங்கிய முற்போக்காளரான லதிஃபே, துருக்கிப் பெண்கள் இயக்கத்தின் முன்னணியில் இருந்ததற்காகப் பலியிடப்பட்டார்.

இந்தச் செய்தியறிக்கைகள் அப்போது துருக்கியைச் சென்றடைந்திருக்கும் என்பது நிச்சயம். ஆனால் துருக்கியில் வெளியிடப்பட்ட லதிஃபே பற்றிய எந்த புத்தகத்திலும் அவை இடம்பெறவில்லை. மதிப்புமிக்க ஆவணங்களான இந்த விமரிசனங்களைப் படிப்பதற்கு உங்களுக்குக் கிடைத்த முதல் வாய்ப்பு இதுவாக இருக்கலாம். மணமுறிவு நடந்ததற்கு அடுத்த வருடத்திலும் *நியூயார்க் டைம்ஸ், வாஷிங்டன் போஸ்ட், டொரேன்றோ டெய்லி ஸ்டார், சிக்காகோ ட்ரிபியூன், டைம்* இதழ் போன்ற முன்னணி ஆங்கிலமொழி வெளியீடுகள் இந்தச் செய்தியை விடாமல் தொடர்ந்துகொண்டிருந்தன.

சில விமரிசனங்கள் மணமுறிவு நிகழ்ந்த விதத்தைப் பற்றியவை. முஸ்தஃபா கெமால் பயன்படுத்திய அரசு ஆணை வழியான மணமுறிவு விசித்திரமாகவே கருதப்பட்டது. அது நவீனத் துருக்கியின் பிம்பத்துக்குப் புகழ் சேர்க்கக் கூடியதல்ல. துருக்கியின் முதல்பெண்மணி அரசியல் அடிப்படையிலேயே குறிப்பிடப்பட்டார், "முஸ்தஃபா கெமால் தமது பெண்வாக்குரிமைப் போராளியான மனைவியை ஒரு அரசு ஆணை வழியாக மணமுறிவு செய்தார்." இந்த மணமுறிவில் அரசியலுக்கு ஒரு பங்கிருந்தது என்று வெளிநாட்டுப் பத்திரிகைகள் கருத்துத் தெரிவித்தன.

லதிஃபேவுக்கு ஒரு சோதனைக்காலம் காத்துக்கொண்டிருந்தது. அவர் திடீரென்று மாறும் மனநிலையுடன் உடனடியாகச் சினமடையவும் அதேபோன்று வேகமாக அமைதியடையவும் செய்பவர். இஸ்மிர் சென்றடைவதற்கு முன் அவருடைய சீற்றம் தணிந்திருந்தது மீதமிருந்தது கழிவிரக்கம் மட்டும்தான். நடந்ததற்குத் தம்மீது குறை கூறினார். தான் குழந்தைத்தனமாக நடந்துகொண்டதாக நினைத்தார்,

வெள்ளை மாளிகை அவருடைய நினைவுகளால் நிறைந்திருந்தது; ஒவ்வொரு அறையும் ஏராளமான நினைவுகளை மீண்டும் கொண்டு

வந்தது. அவரும் முஸ்தஃபா கெமாலும் முதல் முறையாகச் சந்தித்த தாழ்வாரத்தில் காலெடுத்து வைப்பதையோ, சுவரில் தொங்கிக்கொண்டிருந்த முஸ்தஃபா கெமாலின் உருவப்படத்தைப் பார்ப்பதையோ தாங்கிக்கொள்ள முடியவில்லை. இனிமையான ஒன்றுமில்லா விஷயங்களைக் காதோடு காது பேசிய இடம் இன்று இருளடைந்து கிடக்கிறது. நடந்ததை அவரால் நம்பவே முடியவில்லை. லதிஃபே, அவருடைய தாய், பாட்டி எல்லாரும் ஒன்றாக அழுதனர்.

ஆங்கில, பிரெஞ்சு, ஜெர்மானியப் பத்திரிகைகள் அவரைப்பற்றி எழுதியவற்றைப் பார்ப்பதை அவரால் தாங்க முடியவில்லை. குறிப்பாக அமெரிக்கப் பத்திரிகைகள், அவரை அதிகமாகப் புகழ்ந்தன. அவை மணமுறிவைத் தொடர்ந்து முன்னிலைப் படுத்தின.

லதிஃபே இன்னும் அதிர்ச்சியிலிருந்து மீளாத நிலையில் ஒருநாள் கதவுமணி அடித்தது. ஒரு அமெரிக்கப் பத்திரிகையாளர் வந்திருந்தார். இது முன்னரே நாள் குறிப்பிட்டு ஏற்பாடு செய்யப்பட்ட சந்திப்பா, அந்தப் பத்திரிகையாளர் எப்படியும் சந்தித்துவிடலாம் என்ற நம்பிக்கையில் வந்தாரா என்பது தெரியவில்லை. எப்படியாயினும், லதிஃபே அவரை அனுமதித்து அவரோடு நீண்ட நேரம் பேசினார். ஆர்வத்தைத் தூண்டும் இந்த நேர்காணல் துருக்கியில் வெளியிடப்படவே இல்லை. அதில் ஒரு தோல்வியடைந்த பெண் பேசவில்லை; மாறாகத் தொடர்ந்து வாழ உறுதிகொண்ட பெண் ஒருவர் பேசுகிறார். முதலாவதாக *டொரேன்றோ டெய்லி ஸ்டாரிலும்*, பின்னர் *நியூயார்க் டைம்ஸிலும்*, இறுதியாக *டைம்* இதழிலும் வெளியிடப்பட்ட அவருடைய ஒளிவுமறைவற்ற கருத்துகளை செவி கொடுத்துக் கேட்போம்:

முஸ்தஃபா கெமாலின் மனைவி பேரவாவுக்குப் பலியிடப்பட்டவர்.

துருக்கியின் ஆட்சியாளரான முஸ்தஃபா கெமால், தன் அழகிய மனைவி லதிஃபேவை ஒரு குடியரசுத் தலைவரின் ஆணையால் ஒதுக்கி வைத்துவிட்டார். ஒரு தனிப்பட்ட நேர்காணலில் லதிஃபே தம்மை ஒரு நவீன ஜோஸஃபின் என்று அறிவிக்கிறார்.

தமது எதிர்காலத்துக்கு லதிஃபே தடையாக இருந்ததாக முஸ்தஃபா கெமால் நம்பவைக்கப்பட்டார் என்றும் நெப்போலியனைப் போல தமது பதவி ஆசைக்கு தம் காதலைப் பலிகொடுத்தார் என்றும் லதிஃபே தெரிவிக்கிறார்.

ஒருவருடைய மகிழ்ச்சிக் கனவு இவ்வாறு கலைந்துபோவதும், ஒருவருடைய வாழ்க்கையிலிருந்து காதல் முழுமையாகத் திடீரென்று அகன்றுவிடுவதும் கொடுமையானது.

துருக்கியின் முதல் குடியரசுத் தலைவரான கெமால் பாஷாவின் அப்போதுதான் மணவிலக்குச் செய்யப்பட்ட மனைவி லதிஃபேவின் உணர்ச்சிவசப்பட்ட கருத்து இது. அண்மையில் அவர்களுடைய திருமணத்தைக் கலைத்த அரசு ஆணையைப் பற்றிப் பேசியபோது இந்தக் கருத்துகளைத் தெரிவித்தார்.

அவர் பாதிக்கப்பட்டிருந்தது வெளிப்படையாகவே தெரிந்தது. சிறிது காலத்துக்குமுன்னர், தமது திருமண மகிழ்ச்சி கவிழ்ந்து மூழ்கிவிடும் அச்சம் சூழ்ந்திருந்த சூழலில் இஸ்தான்புல்லைவிட்டுச் சென்றார். இருப்பினும் எல்லாம் சரியாகிவிடும் என்று அவர் எப்போதும் நம்பினார் என்பது தெளிவு.

28 ஆகஸ்ட் 1925. டொரேன்றோ டெய்லி ஸ்டார்:

லதிஃபே இஸ்மிருக்கு திரும்பிச் செல்வதற்குமுன் இஸ்தான்புல்லுக்குப் போனார் என்று *டொரேன்றோ டெய்லி ஸ்டார்* கருதுகிறது.

இது நெப்போலியன் ஜோஸஃபின் கதை மீண்டும் நிகழ்வது போன்றது. நான் என் கணவனைக் காதலித்தேன். தனக்கும், நாட்டுக்கும் அவர் வைத்திருந்த ஆசைகளை அடைவதற்காக என் ஆற்றலுக்குட்பட்டவை எல்லாவற்றையும் நான் செய்தேன். அவருடைய வருங்கால முன்னேற்றத்துக்கு எங்களுடைய பிணைப்பு தடையாக இருக்கிறது. ஜோஸஃபின் நிகழ்வில் நடந்ததுபோலவே பெண்தான் பலியிடப்பட வேண்டும்.

“நான் எந்தப் புகாரும் செய்யவில்லை. நான் பிரிந்து செல்வதால் அவருடைய மகிழ்ச்சி அதிகமாவதற்கு உதவ முடியுமென்றால், நான் பெருமையடைவேன். ஆனால் நடந்தவற்றைக் குறித்து நினைத்துப் பார்க்கும் நேரத்தில் இதயம் சற்று வலிக்கத்தான் செய்கிறது.”

துருக்கியின் வரலாற்றிலும், தன் கணவனின் அரசியல் எதிர்கால முன்னேற்றத்திலும் பெரும் பங்குவகித்த ஒரு பெண்ணிடம் ஒருவர் எதிர்பார்க்கும் தோற்றம் திருமதி கெமாலுக்கு உள்ளது. அவர் திடகாத்திரமான உடலமைப்புள்ள அழகிய பெண். அவரிடம் பிறரை அடக்கியாளும் தன்மை இருந்தது. அவர் பொது விவகாரங்களை நடத்தும் முறையில் தேர்ந்தவர்.

டைம் இதழ் 1925 ஆகஸ்ட் 24 அன்று தெரிவித்தது:

“அல்லா தமது விருப்பத்தைச் செயல்படுத்த இணக்கமான, மகிழ்ச்சியான உறவில் இணைத்ததுபோலத் தோன்றிய இருவர் பிரிவது பரிதாபத்துக்குரியது, இல்லையா?”

“நீங்கள் மேலை நாட்டில் புரிந்துகொள்வது போன்ற பொருளிலும் எங்களுக்கிடையில் ஏற்பட்டது காதல் பிணைப்புதான். ஒரு ஆணும் பெண்ணும் ஏதென் தோட்டத்தில் எவ்வளவு மகிழ்ச்சியாக இருக்க முடியுமோ அவ்வளவு மகிழ்ச்சியாக என் கணவனும் நானும் இருந்தோம் பாம்பு உள்ளே நுழைந்தது வரை.[1]

“யார் அந்தப் பாம்பு? உங்கள் மனதில் இந்தக் கேள்வி தோன்றுவது எனக்குத் தெரிகிறது, ஆனால் அதற்கு நான் பதிலளிக்க முடியாது. அது என்னுடைய இரகசியம்; அது என்னோடு மரணமடையும். என் கணவர் அவருடைய எதிர்காலத்துக்கும் வாழ்க்கைத் துணைக்கும் இடையில் ஒன்றைத் தேர்வு செய்யவேண்டும் என்ற மனநிலைக்குக்

கொண்டுவரப்பட்டார் என்பதை மட்டும் உலகம் தெரிந்துகொண்டால் போதும். அவர் தேர்வு செய்தார்.

"நான் மற்றொன்றையும் கூறியாக வேண்டும். இது என் வாழ்க்கையின் முடிவு அல்ல. மனது உடைந்து பெண்கள் இறந்துபோன நாட்கள் எப்போதோ சென்றுவிட்டன," என்று லதிஃபே தொடர்ந்து கூறினார்.

"புண்பட்ட நெஞ்சுக்கு கடின உழைப்பைத் தவிர வேறு நல்ல நிவாரணி எதுவும் இல்லை. இப்போதிலிருந்தே என்னுடைய நாட்டுக்கும் என்னுடைய பெண் இனத்துக்கும் என்னால் செய்ய முடிந்த பணிகளில் முழுமையாக ஈடுபடப்போகிறேன். என்னைப் போன்ற ஒரு பெண்ணின் மனஉறுதியை உடைப்பது எளிதல்ல என்பதை நான் அவர்களுக்குக் காட்டுவேன்."

தமது வாழ்நாள் முழுவதும் பாதுகாக்கப் போவதாக லதிஃபே கூறிய இரகசியத்தைக் கண்டுபிடிக்க *நியூயார்க் டைம்ஸ்* நிருபர் முயற்சி செய்தார். கல்லிப்பொலிக்குப்[2] பிறகு துருக்கி சந்தித்த மிகப்பெரும் ஆபத்தின் விளைவுதான் அவர்களுடைய மணமுறிவு என்ற முடிவுக்கு அவர் வருகிறார். அவர் அங்காராவிலிருந்த அரசியல் சூழலைப் பற்றி விமரிசிக்கிறார்:

அரசியல் மேதைகளும் மக்கள் தொடர்பாளர்களும் அங்காராவிலிருந்த குடியரசுத் தலைவர் மாளிகையிலிருந்து இஸ்மிரிலிருந்த தம் தந்தை வீட்டுக்கு லதிஃபே தம் மனதில் பூட்டிவைத்துச் சுமந்து சென்ற இரகசியத்தைத் தேடினார்கள். இந்தப் புதிருக்கான தீர்வைக் கண்டுபிடிக்கும் முயற்சி வெறும் ஊகமாகத்தான் இருக்க முடியும். "யார் அந்த பாம்பு" என்ற லதிஃபேவின் குறிப்பு மேற்கோள் காட்டப்பட்டாலும், மோஸுலையும் ஈராக் எல்லையையும் சுற்றி வலுவடைந்துகொண்டிருந்த கொந்தளிப்பு ஒருவேளை அதற்கான பதிலைக் கொடுக்க முடியலாம்.

32

பிரிவு

பிரிவின் தொடக்க காலத்தில் சமரசம் ஏற்படுத்துவதற்கான பல முயற்சிகள் மேற்கொள்ளப்பட்டன. மணமுறிவைத் தொடர்ந்து வந்த நாட்களில் லதிஃபேவின் நிலைமை குறித்து வெஜிஹே குறிப்பிடுவது:

லதிஃபே தனக்கு ஏற்றவர் என்று கருதிய ஒரே ஆணை இழந்ததால் நம்பிக்கையிழந்து மனம் உடைந்து போனார். அவருடைய அண்மைச் சூழல் பிளவுபட்டிருந்தது. ஒரு குழுவினர் லதிஃபேவையும் ஆட்டா டூர்க்கையும் மீண்டும் ஒன்று சேர்க்க விரும்பினார்கள். மற்றொரு குழுவினர் பிரிவை உறுதிப்படுத்த விரும்பினார்கள். எத்தனை முறை என்னுடைய காதுகளாலேயே நூரி காங்கர், "நாம் தொடங்க லாம், பாஷம், ஒருபெண்ணின் நச்சரிப்பு யாருக்கு வேண்டும்? நாம் குடிக்கலாம் என்றுக் கூறுவதைக் கேட்டிருக்கிறேன்.

தன் தந்தையின் வீட்டுக்கு அனுப்பிவைக்கப்பட்ட மணமுறிவு ஆவணங்களைப் பெற்றுக்கொண்ட பிறகு லதிஃபே தன் புது வாழ்க்கையை மனதில் உருவாக்கிப் பார்க்கத் தொடங்கினார். இன்னும் பல சோதனைகள் வரவிருந்தன. ஒரு கணம் அவர் உச்சத்தில் நின்றார்; மறுகணத்தில் நாட்டின் ஆட்சியாளரால் 'தந்தை வீட்டுக்கு அனுப்பப்பட்ட பெண், என்ற நிலைக்குத் தரந்தாழ்த்தப்பட்டார். மணவிலக்கு நடந்த நேரத்தில் லதிஃபே வின் தந்தை டிரையெஸ்டேவில் இருந்தார். அதை அவருக்குத் தெரிவிக்க லதிஃபே தயங்கினார். திரும்பி வந்து செய்தியை அறிந்த பிறகு அவர் முஸ்தபா கெமாலுக்குப் பிரிவிடை தெரிவித்து ஒரு கடிதம் எழுதினார்:

"வியாழக்கிழமை டிரையெஸ்டேவிலிருந்து திரும்பிவந்தபோது என் மகள் குறித்த உங்கள் ஆணை எனக்குத் தெரிவிக்கப்பட்டது. உங்களை நாங்கள் இழந்துவிட்டோம். இருப்பினும் எங்கள் போற்றுதலுக்குரிய தலைவரும், நாடு மற்றும் மக்களின் மாபெரும் மீட்பருமான உங்கள் மீதுள்ள மதிப்பு எப்போதும் உயர்ந்துள்ளது; இன்னும் தொடர்ந்து

உயரும். கடந்த காலத்தில் எங்கள் அவ்வப்போதைய கோரிக்கைகளை ஏற்றுச் சலுகைகள் வழங்கியதற்காக உங்களுக்கு நன்றி தெரிவிக்க விரும்பு கிறேன். மேதகு குடியரசுத்தலைவர் அவர்களின் மதிப்புமிக்க அன்பாதரவை வேண்டுகிறேன்.

உஷாகிஸாடே முவாம்மெர்.
16 ஆகஸ்ட் 1925"

ஓரளவு அந்நேரத்தில் அமெரிக்கச் சட்ட மாமன்ற உறுப்பினர் ஒருவர் அனுப்பிய உயர்ந்த பாராட்டு அடங்கிய இரண்டு கடிதங்கள் கிடைத்தன. பாரிசிலும், நியூயார்க்கிலும் சொற்பொழிவாற்ற லதிஃபேவை அழைத்த அக்கடிதங்கள் அவரை ஊக்கமடையச் செய்தன: "நீங்கள் உங்கள் அறிவுக்கூர்மையாலும், அழகாலும், மனத்துணிவாலும், உயிர்த் துடிப்பாலும் முழு உலகத்தின் கவனத்தையும் ஈர்த்துள்ளீர்கள். இந்த இளம் வயதிலேயே உங்கள் நாட்டுக்காகச் சாதித்தது உங்களுக்கு மறக்க முடியாத உயர் தகுதியைப் பெற்றுத் தந்திருக்கிறது."

அவர் தோன்றிய காட்சிகள் அமெரிக்காவெங்கிலுமுள்ள திரையரங்கு களில் காட்டப்பட்டன. அவரைப்பற்றிய நூற்றுக்கணக்கான செய்திகள் வெளியிடப்பட்டன. இந்த அழைப்பை அவர் ஏற்றுக்கொண்டால் உலகின் முன்னணிப் பெண்மணிகளில் ஒருவர் என்ற வகையில், தன் நாட்டுக்கு மாபெரும் சேவை செய்தவராக இருப்பார். இந்த பணம் செலுத்திக் கலந்துகொள்ளும் சொற்பொழிவுகளுக்காக அவருக்கு ஒரு லட்சம் டாலர்கள் கொடுக்கப்படும். அவர் மேரி கியூரி அளவுக்குக் கவனத்தை ஈர்ப்பார். சொற்பொழிவுத் தலைப்பு ஏற்கனவே முடிவு செய்யப்பட்டிருந்தது: துருக்கி, பெண்கள் மற்றும் உலகு – நேற்று, இன்று, நாளை.

கடிதங்கள் உணர்ச்சிகரமாக எழுதப்பட்டிருந்தன. லதிஃபே இரு மனங்களோடு இருந்தார். துருக்கியின் மணவிலக்கு செய்யப்பட்ட முன்னாள் முதல் பெண்மணி என்ற முறையில் எல்லா வெளிநாட்டுப் பயணங்களையும், சொற்பொழிவு அழைப்புகளையும் அவர் சீர் தூக்கிப் பார்த்து முடிவெடுக்க வேண்டியிருந்து.

முஸ்தஃபா கெமாலுக்கு லதிஃபே அனுப்பிய கடிதம்

1925 அக்டோபரில் முஸ்தஃபா கெமால் இஸ்மிர் சென்றார். இந்தப் பயணம் லதிஃபேவை சொல்லவொண்ணா அளவுக்குத் துன்புறுத்தியது. தம்மைக் கட்டுப்படுத்த முடியாமல் அவர் தம் முன்னாள் கணவனுக்குத் தமது உணர்வுகளை விளக்கி நீண்ட கடிதம் எழுதினார். அக்டோபர் 12 தேதியிட்ட இந்தக் கடிதத்தில் சில வரிகளை வாசிக்கலாம்!
என் மாபெரும் தலைவருக்கு

காஸ்தமோனு, புர்ஸா, பாலிகேசிர், அக்ஹிஸார், மானிஸா ஆகியவற்றுக்குப் பின் இறுதியாக அழகிய என் சொந்த நகரம், நெடுங்காலமிருக்கும் ரோஜாக்களின் நறுமணம் நிறைந்த, நல்லொழுக்கமுடைய இஸ்மிர்.

தமது எல்லா உணர்ச்சிகளாலும் கருத்துகளாலும், முழுவாழ்க்கையாலும் தம்மை உங்களுக்கு அர்ப்பணித்த முடிவில்லாக் காலத்துக்கும் தோல்வியுறச் செய்யப்பட்ட, உங்களையே நேசிக்கும் காதலி!

நீங்கள் படைக்குத் தலைமை தாங்கி இஸ்மிருக்குள் நுழைந்தீர்கள். கருஞ் சங்கிலிகளால் அடிமைப்படுத்தப்பட்டு அழுதுகொண்டிருந்த துருக்கிய இளம் பெண்ணை உங்களுக்கு நினைவிருக்கிறதா? நீங்கள் நேராக அவளிடம் சென்றீர்கள். அவளை நீங்கள் விடுதலை செய்த இஸ்மிரின் அடையாளமாக, 'வெற்றி மங்கை'யாக ஆக்கினீர்கள். அவளுடைய மணிக் கட்டுகளிலும் கணுக் கால்களிலும் பிணைக்கப்பட்டிருந்த சங்கிலிகளை அகற்றினீர்கள். இருப்பினும் அவளுடைய இதயத்தை என்றென்றைக்கும் சிறைப்படுத்தி விட்டீர்கள். ஆம், உங்களோடான என் காதலில்தான் வெற்றி, மாபெரும் மனிதனே ... ஆம். அந்த மாபெரும் பெண்மணியின் காலடியில் அமர்ந்து நான் முன்பு எழுதிய வாக்கியத்தை இங்கு மறுபடியும் கூறுகிறேன். "உன்னுடைய நீலநிறக் கண்களிலிருந்து எந்த சக்தியும் என்னை விரட்டி விடமுடியாது. இஸ்மிரில் உள்ள எல்லோரும் உங்களுக்கு விசுவாசத்தைத் தெரிவிக்கும் வரையிலும் அவர்களுடைய பாசத்தை நீங்கள் திருப்பிக் கொடுத்துக் கொண்டும் இருக்கும் வரையிலும் என்னையும் அந்தக் கூட்டத்தில் ஒருத்தியாக நினைத்துக்கொண்டிருப்பேன்."

வரலாற்றிலோ, உலகில் வேறெங்கிலுமோ, எந்தப் பெண்ணும், நான் உங்களோடு அனுபவித்த உச்ச மகிழ்ச்சியை அனுபவித்திருக்க முடியாது. இந்த உண்மையை நீங்கள் உறுதியாக நம்பலாம். நான் உங்களுடைய கருணையை வேண்டி எழுதவில்லை. உணர்ச்சிகரமான காதல்; கருணையல்ல என் மாபெரும் தலைவரே, அப்படித்தான், இல்லையா?

...யாரும் நீங்களில்லாமல் இருக்க வேண்டாம். அது மிகவும் கொடுமையானது. எனக்கு விருப்பமான ஒரு வழக்கத்தை மீண்டும் செய்ய எனக்கு அனுமதி கொடுங்கள். அது இல்லாமையைக் கடுமையாக உணர்கிறேன். உங்களுடைய புனிதமான கையை முத்தமிட அனுமதியுங்கள் ...

அதை என் தூய்மையான, நேர்மையான நெற்றிக்கு உயர்த்த அனுமதியுங்கள்.

லதிஃபேவிடமிருந்து

முஸ்தஃபா கெமால் அவருக்குப் பணஉதவி வழங்க முன்வந்தபோது அதை மறுத்துவிட்டார். பணஉதவி தனக்குத் தேவையில்லை என்று கூறினார். முதலில் அவர் ஒரு வேலை தேடலாம் என்று நினைத்தார். துயரம் என்னவென்றால் அது வெறும் கனவாகி விட்டது. தொடர்ச்சியாக எழுதப்பட்ட குறிப்புகள் வழியாக தனக்கு ஏற்பட்ட சோதனைகளை அவர் முஸ்தஃபொ கெமாலுக்குத் தெரிவித்தார்.

அவர்கள் இருவரின் நண்பரான ரிஸா பெய்யால் 1925 அக்டோபரில் இது முஸ்தஃபா கெமாலுக்குத் தெரிவிக்கப்பட்டது. லதிஃபே பள்ளி ஆசிரியை பணி, அல்லது தூதரகத்தில் ஒரு செயலர் பணி அல்லது அதுபோன்ற குடிமைப் பணி ஏதாவதைக் கேட்டார். அவருடைய கடிதமும், குறிப்புகளும் எல்லாம் ஒன்றாக அவருக்கு அனுப்பப்பட்டதா என்பது தெரியவில்லை.

கிட்டத்தட்ட அந்நேரத்தில் சாங்கயாவில் விருந்தினராக இருந்த ஜெனரல் ஃபஹ்ரெத்தின் அல்டேய், தமது குறிப்பேட்டில் எழுதுகிறார்: லதிஃபே அவமதிப்பைத் தவிர்ப்பதற்காக வெளியே செல்வதில்லை. தற்செயலாகச் சந்தித்த சில நன்கறிந்தவர்கள்கூட தங்கள் முகங்களைத் திருப்பிக் கொண்டது லதிஃபேவைப் புண்படுத்தியது. ஒரு வேலை அவரை ஒன்றில் ஈடுபாட்டோடு இருக்க வைக்கும். ஆட்டாடூர்க் அமைதியாகவும், தெளிவாகவும் இவற்றையெல்லாம் சொன்னார். ஆனால் தமது முடிவைத் தெரிவிப்பதைத் தவிர்த்தார். அவர் அஃபெட் ஹனிம் (இனான்) பக்கம் திரும்பி ஆசிரியர் பணியைத் தொடங்குமாறு அவரிடம் கூறினார். அவர் கல்வியை நிறைவு செய்வதற்காக அவரை மீண்டும் பாரிஸுக்கு அனுப்பப் போவதாகவும் தெரிவித்தார்.

கடிதத்தை வாசித்தபிறகு முஸ்தஃபா கெமால் வேறு விஷயங்களைப் பற்றிப் பேசினார் என்று தெரிவிக்கிறார் ஜெனரல் அல்டேய்.

லதிஃபே தன் வேலைக்கான கோரிக்கைக்கு எந்தப் பதிலையும் பெறவில்லை என்பது தெளிவு. நல்ல கல்விகற்ற, எவ்வளவோ செய்ய விரும்பிய அந்த இளம் பெண்ணின் முகத்தில் எல்லாக் கதவுகளும் இப்போது முடப்படுமா? தமது அனுபவம், திறமைகள், ஆற்றல் எல்லா வற்றோடும் சொந்த வேலைகளைப் பார்ப்பதற்காக (தன்னந்தனியாக) விடப்படுவாரா?

மீண்டும் ஒருமுறை அப்போதைய உலகப் பத்திரிகைகளுக்குச் செல்வோம். 1925 நவம்பர் 16 அன்று *வாஷிங்டன் போஸ்ட்டில்* 'கெமால் பாஷாவின் மணமுறிவு' என்ற தலைப்போடு ஒரு செய்தி வெளிவந்தது. அது லதிஃபே பற்றிய ஆவலைத் தூண்டும் தகவல்களைக் கொண்டிருந்தது. கெமால் பாஷாவின் முன்னாள் மனைவியான லதிஃபே ஹனிம்தான் மணவிலக்கு செய்யப்பட்டதை எதிர்த்து துருக்கி நீதிமன்றத்தில் வழக்குத் தொடர்வார் என்று கூறப்படுகிறது. துருக்கியின் முதல் சுதந்திரப்பெண் அவர்தான். இஸ்லாமிய மணவிலக்கை ஒழித்து இப்போதிருக்கும் துருக்கித் திருமணச் சட்டத்தை செயல்படுத்துவதற்கு தன் கணவனுக்குத் தூண்டு கோலாக இருந்ததும் அவர்தான்.

மணமுறிவு ஆணை துருக்கி நீதிமன்றத்தால் வழங்கப்பட்டதல்ல; மாறாக அது முஸ்தஃபா கெமால் தானாகவே அறிவித்தது. இந்த அறிவிப்பு ரத்து செய்யப்பட்டுவிட்ட இஸ்லாமியச் சட்டத்தின்கீழ் மட்டுமே அனுமதிக்கப்படத் தக்கது. கெமால் பாஷாவின் முன்னாள் மனைவியும் அவருடைய நண்பர்களும் இந்த மணமுறிவை இரத்து செய்வதற்கான முயற்சியில் ஈடுபட்டிருப்பதாகத் துருக்கியிலிருந்து வரும் தகவல்கள் தெரிவிக்கின்றன. இது லதிஃபேவின் பெரும் சொந்த செல்வாக்கால் இயற்றப்பட்ட திருமணச்சட்டம் அதிகாரபூர்வமாக செல்லக்கூடியதா என்று அறிவதற்கான உண்மையான சோதனையாகக் கருதப்படுகிறது.

லதிஃபே முறையீடு செய்தாரா என்பது நமக்குத் தெரியவில்லை. ஆனால் இந்தச் சிந்தனை அவருடைய மனதில் நிச்சயமாக வந்திருக்க வேண்டும். *வாஷிங்டன் போஸ்ட்* தொப்பிச் சீர்திருத்தத்தையும் பாராட்டியது; ஆனால் துருக்கி ஆண்கள் ஒரு தலைச் சார்பாக மணமுறிவு செய்யும் வழக்கத்தைக் குறை கூறியது.

இதுவரை, ஒரு ஆண் தம் மனைவியைத் தமது விருப்பம் போல் ஒதுக்கிவைப்பதற்கான எதிர் கேள்வி கேட்க முடியாத முன்னுரிமை இப்போது கேள்விக்குரியதாக்கப்பட்டுள்ளது. போஸ்ஃபோரஸ் எல்லைக்கு[1] அப்பாலும் முன்னேற்றத்தின் சக்கரங்கள் நகர்கின்றன.

பரபரப்பாக விவாதிக்கப்பட்டுக்கொண்டிருந்த குடிமை நடைமுறைச் சட்டம் சட்டமன்றத்துக்குமுன் இதுவரை வரவில்லை. எனவே அந்நேரத்தில் லதிஃபேவால் உண்மையில் எதையும் செய்யமுடியாது. ஆனால் பொதுச்சட்டம் குறித்த ஊகம் செய்தித்தாள்களின் தொடக்கப் புள்ளியாக இருந்திருக்கவேண்டும். சீர்திருத்தங்கள் ஏற்கனவே செயல்படுத்தப் பட்டு விட்டன என்று புரிந்துகொண்டதால், இஸ்லாமியச் சட்டங்கள் நீக்கப்பட்டுவிட்டதாகக் கருதியிருப்பார்கள். இதுவே லதிஃபே மண முறிவை எதிர்த்து வழக்குத் தொடர்வார் என்ற எண்ணத்துக்கு வழி வகுத்தது. உண்மையில், லதிஃபேவுக்கும், துருக்கியிலுள்ள எல்லாப் பெண்களுக்கும் துன்பத்தைக் குறைப்பதற்கான வரைவு மசோதா சட்டமன்றத்தில் டிசம்பர் 20 அன்று அறிமுகம் செய்யப்பட்டது. இது நடந்தது பத்திரிகைச் செய்தி வெளிவந்ததற்கு ஒரு மாதத்துக்குப் பிறகு.

மார்தா வாஷிங்டன் லதிஃபே போல இருந்திருந்தால் . . .[2]

நியூயார்க் டைம்ஸ் 1926 ஜூன் 6 அன்று எஸ்.ற்றி. வில்லியம்சன் எழுதிய கட்டுரை வாயிலாக லதிஃபே, முஸ்தஃபா கெமால் மணமுறிவை அது நடந்து உத்தேசமாக ஒருவருடத்துக்குப் பின்னர் மறு ஆய்வு செய்தது.

புனைகதையைவிட விசித்திரமானது

முஸ்தஃபா கெமால் தமது நாட்டின் ஜார்ஜ் வாஷிங்டன் என்றழைக்கப் படுகிறார். சக நாட்டவருக்குள் மிகச்சிறந்த இராணுவ மேதையான அவர் கடினமான நிலையிலிருந்த விவசாயிகள் அடங்கிய இராணுவத்தைத் திரட்டி அவர்களுக்குத் தலைமை தாங்கினார். ஆக்கிரமிப்பாளர்களை நாட்டைவிட்டு விரட்டி ஐரோப்பிய ஆதிக்கத்திலிருந்து நாட்டை விடுவித்தார். அதன்பின் அந்த இளம், மூர்க்கமான, திணறிக்கொண்டிருந்த குடியரசின் முதல் குடியரசுத் தலைவரானார்.

ஆனால் அவரது மனைவியை யாரும் மார்தா வாஷிங்டனோடு ஒப்பிட வில்லை. வாஷிங்டன் தமது ஒழுங்கமைவற்ற வீரர்களின் தலைவராக யார்க் டவுனுக்குள் நுழைந்தபோது மார்தா கஸ்டிஸை முதல்முறையாகப் பார்த்திருந்தார் என்று வைத்துக்கொள்வோம். சில வாரங்களுக்குப்பிறகு, ஒரு பாதிரியாருக்குப் பதில், கஸ்டிஸ் வீட்டுக்கு அவசரமாக வரவழைக்கப் பட்ட நகர்மன்ற எழுத்தரால் திருமணத்தில் இணைத்து வைக்கப்பட்டார்கள் என்று வைத்துக்கொள்வோம். மேலும் குடியரசுத்தலைவர் ஜார்ஜ் வாஷிங்டனின் மனைவியான நாட்டின் முதல்பெண்மணி பெண்களுக்குரிய அகன்று விரிந்த பாரம்பரிய ஆடையைக் களைந்து, குடியரசுத்தலைவர் நியூயார்க் படைப் பிரிவுகளைப் பார்வையிடுவது போன்ற தருணங்களில், குதிரை சவாரியின்போது அணியும் அரைக்கால் சட்டையில் பொதுமக்கள் முன் தோன்றினார் என்றும் வைத்துக்கொள்வோம்.

இவை போதாதென்றால், ஜார்ஜ் வாஷிங்டன் தம்முடைய மனைவியின் முற்போக்கான கருத்துகளுக்கு ஒப்புதல் அளித்தது மட்டுமன்றி அவற்றைப்

பாராளுமன்றத்துக்கு அனுப்பிய செய்திகளில் எதிரொலித்தார் என்றும் கற்பனை செய்து பார்ப்போம். இறுதியாக, பெருமளவில் விவசாயிகள் அடங்கிய பாராளுமன்றமும், நாட்டுமக்களும், பல நூற்றாண்டுகளாக முன்னேற்றத்துக்கு எதிராக இருந்தாலும், ஜார்ஜ் மற்றும் மார்தா வாஷிங்டனின் நவீன வழிமுறைகளை அமைதியாக ஏற்றுக்கொண்டார்கள் என்றும் வைத்துக்கொள்வோம்.

வரலாற்று நிகழ்வுகள் மீண்டும் மீண்டும் ஒன்றுபோல் நடந்தாலும் வரலாற்று ஒப்பீடுகளைத் தேடுவது ஆபத்தானது என்பதற்கு இது ஒரு சான்று. வாஷிங்டன் ஒப்பமைவைத் தொடர்வது, உண்மையில், இப்போதும் தன் நாட்டின் தலைவராக இருக்கும் ஒருவரின் மனைவியின் வாழ்க்கையைப் பற்றிக் கூறுவதற்கு இடையூறாக இருக்கும். லதிஃபே ஆயிரம் படிக்கட்டுகளுக்கும் அதிகமாக இருந்த நாட்டுப்புற மாளிகையில் பிறந்தவர். அவரது தந்தை ஒரு சக்தி வாய்ந்த வணிகர். வெளி உலகை நன்கு அறிந்தவர். எனவே முஸ்லிம் பழக்கவழக்கங்களுக்குக் கட்டுப்பட்டுத் தன் மகளை வளர்க்க மறுத்தவர். சிறுமியாக இருந்தபோது லதிஃபே பிரெஞ்சு மொழியைப் பாரிஸிலும், ஆங்கிலத்தை லண்டனிலும் கற்றவர். அறிவுபூர்வமாகப் பரந்த மனப்பாங்கோடு இருந்தாலும், உணர்வுபூர்வமாக துருக்கியராகவே இருந்தார்.

அவர்களுடைய திருமணம் நவீனமுறையில் நடந்தது; ஆனால் மணமுறிவு பழைய முஸ்லிம் வழக்கப்படி நடந்தது. ஆண் தம் மனைவியை ஒதுக்கி வைத்துவிட்டதாக அறிவிப்பது மட்டுமே ஒரே நடைமுறை ஒழுக்கம். இவ்வாறு புதிய துருக்கிக்கும், துருக்கிப் பெண்களின் விடுதலைக்கும் ஆதரவளித்த இருவர், அவர்கள் அழிக்க உறுதியுடன் போராடிய பழம் நம்பிக்கையால் அங்கீகரிக்கப்பட்ட வழிமுறையில் பிரிக்கப்பட்டனர்.

இப்போதும் துருக்கிக் குடியரசுத்தலைவரின் முன்னாள் மனைவி தம் அனுபவங்களை நவீன அணுகுமுறையில் பார்க்க மறுக்கிறார். அவற்றைப் பற்றி புத்தகம் எழுத மறுத்துள்ளார். இருப்பினும், அவர் ஒரு பெண்ணாக இருப்பதால் அவற்றைப் பற்றி அவர் பேசலாம், ஏனென்றால்....

அங்காரா அரசு, முஸ்தஃபா கெமாலின் மணவிலக்கு செய்யப்பட்ட மனைவிக்கு, ஐரோப்பாவுக்கும், அமெரிக்காவுக்கும் ஒரு சொற்பொழிவுப் பயணம் செல்வதற்கான கடவுச் சீட்டு வழங்க மறுத்துள்ளது.

லதிஃபே தன் முன்னாள் கணவனுக்கு 1926 மார்ச் 22 அன்று எழுதிய கடிதம், தற்கொலையின் விளிம்பில் நின்ற ஒரு பெண்ணை வெளிப்படுத்துகிறது. வீண் வம்புகளின் நீர்ச்சுழியில் தடுமாற விடப்பட்ட ஒரு பெண்ணின் துயரத்தை அக்கடிதம் பிரதிபலிக்கிறது. மேலும் அது முஸ்தஃபா கெமாலுக்கு அவருடைய கடமைகளை நினைவுபடுத்துகிறது. முஸ்தஃபா கெமாலிடமிருந்து பிரித்தெடுக்க முடியாத அங்கமாகத் தம்மைப் பார்த்த ஒரு பெண் சிறுமைப்படுத்தப்படுவதை அவர் கண்டு கொள்ளாமல் இருப்பதாக லதிஃபே அவரிடம் கூறுகிறார்.

என் மாபெருந் தலைவர் மாற்று வைக்க முடியாத பாஷா,
நீங்கள் இல்லாமையை நான் எவ்வளவு உணர்கிறேன் என்பதை நீங்கள் புரிந்துகொண்டால் எவ்வளவு நன்றாக இருக்கும். உங்களுடைய கண்களிலிருந்து வெளிப்படும் சிந்தனை ஒளியின் வலிமையையும், நேசத்தையும்

உணர எவ்வளவு ஆர்வத்துடன் இருக்கிறேன். உங்களுடைய கவர்ச்சிகரமான வசீகரிக்கும் குரல் கேட்பவர்களை மூழ்கடிக்கும் ஆழ்ந்த உரத்த குரல், மிகச்சிறந்த நாட்டுணர்வைத் தூண்டவல்லது; மிகக் கடினமான குறிக்கோள் களை நோக்கி வழிநடத்த வல்லது.

நான் எப்படி எல்லாவற்றையும் இழந்து நிற்கிறேன். எவ்வளவு தனிமையில் இருக்கிறேன் என்பதை நீங்கள் அறிந்தால் . . .

நீங்கள் இல்லாமல் நான் தனியே விடப்பட்டது, என்ன ஆதரவற்ற நிலை . . . எவ்வளவு பெரிய சோதனை. இவற்றையெல்லாம் தாங்கிக்கொண்டு நான் வாழ்ந்துகொண்டிருக்கிறேன்.

பாஷம், என் பக்கத்தில் இருக்கும் பாதாளம், மிகச்சிறந்த பண்புகளுடைய வலுவானவர்களையும் தலைசுற்றித் தடுமாற வைக்கும் அளவுக்கு ஆழமாகவும் ஆபத்தானதாகவும் உள்ளது. உங்களுக்கு எந்தச் சந்தேகமும் வேண்டாம். இந்தப் பாதாளத்தில் நான் அச்சத்துடன் இருக்கிறேன். அதையே வெறித்துப் பார்க்கிறேன். என் ஆன்மா பெரும் பசியோடு இருக்கிறது. நான் சூறையாடப் பட்டிருக்கிறேன். ஆனால் நீங்கள் என்னிடமிருந்து வெகுதூரத்தில் இருந்தா லும், உங்களையே நம்பியிருக்கிறேன்.

என்னுடைய அழகிய பாஷா. நீங்கள் நன்றாக இருக்கிறீர்களா? உங்கள் உடல்நலம் எப்படி உள்ளது? நீங்கள் உங்களைக் கவனித்துக்கொள்கிறீர்களா? உங்களை அவர்கள் நன்றாகக் கவனித்துக்கொள்கிறார்களா? உங்களை ஒரே ஒருமுறை மட்டும் பார்க்க முடிந்தால், நான் நிம்மதியுடனிருப்பேன். இஸ்மிரின் வெற்றிக்களத்திலிருந்து நீங்கள் பறித்தெடுத்த ஒரு மகிழ்வற்ற ரோஜா, ஒரே ஒருநாள் நீங்கள் பாராட்டிய ஒரு துருக்கியச் சிறுமி, ஒரு சிறு கணத்துக்காவது நீங்கள் மதித்து, கண்ணீர்விட்டு, காதலித்த ஒரு பெண் உயிரோடிருக்கிறாள். அவள் உங்களுக்கு மட்டுமே சொந்தமானவள். நான் உங்களிடம் முறையிடுகிறேன். அவளுடைய புன்னகை நிறைந்த முகத்தை நீங்கள் வாட வைத்துவிட்டீர்கள். அவளை ஒரு வீடுமின்றி ஆதரவற்றவளாக விட்டுவிட்டீர்கள்.

நீங்கள் அவளை வீண்பேச்சுகளின் நீர்ச்சுழலில் தூக்கி வீசி விட்டீர்கள்.

தயவு செய்து அவளுடைய நினைவுக்கு மரியாதை கொடுங்கள், வேறு எதையும் செய்யா விட்டாலும்.

உங்களுடைய ஆதரவில் விடப்பட்ட மற்றொரு காலத்தைச் சார்ந்த குழந்தைகளை நீங்கள் பாதுகாத்துக் கொண்டிருக்கும் நேரத்தில், அவளை அவமானங்களையும், வெறுப்பையும் சகித்துக்கொள்ளுமாறு விட்டுவிட வேண்டாம். ஏனென்றால் என்னதான் நடந்திருந்தாலும் அவள் உங்களுக்குச் சொந்தமானவள். மற்றவர்கள் தங்களுடைய விருப்பங்களைத் தெரிந்து கொள்வதற்கு முன்னரே அவர்களுடைய விருப்பங்களை உணர்ந்து வெளிப்படுத்த முடிந்த மனித ஆற்றலுக்கு அப்பாற்பட்ட மனோசக்தி உங்களுக்கு இருக்கிறது!

என்னுடைய நம்பிக்கையின்மை, துயரம் ஆகியவற்றின் ஆழத்தைக் கண்டறிய முடியாது. தயவுசெய்து எனக்கொரு அனுமதி கொடுங்கள் . . . அகில பிரபஞ்சத்துக்கும் முன் சென்று இந்த உண்மையை அறிவிக்க “என்

சின்னஞ்சிறு இதயம் ஒரு வழிபாட்டிடம். அதில் ஒரு தீபம் எரிகிறது. முஸ்தஃபா கெமால் மீதுள்ள காதல் என்ற தீபம் நான் அவர் மீதான காதலோடும், இந்தக் காதலுக்காக மட்டுமே வாழும் ஒரு உயிரினம். அவர் சுட்டிக்காட்டும் பாதைதான் என் பாதை!"

லதிஃப்

ரெஷாட் கய்னார் ஒரு வல்லுநர் என்ற முறையில் லதிஃபேவின் அந்தரங்கக் கடிதங்களை வாசிக்கக் கடமைப்பட்டிருந்தார். அவர் லதிஃபே மருத்துவ சிகிச்சைக்காக ஐரோப்பா செல்வதற்காக முஸ்தஃபா கெமால் அனுமதி வழங்கியதை நினைவுகூருகிறார்.

"லதிஃபே எவரிடமும் பேசக்கூடாது என்ற கடுமையான நிபந்தனை யோடு முஸ்தஃபா கெமால் தன் அனுமதியை வழங்கினார்."

1926 ஜூன் மாதத்தில் லதிஃபே வெளிநாடுகளுக்குப் பயணம் செல்வதற்கு விதிக்கப்பட்ட கட்டுப்பாடுகளைப் பற்றிய குறிப்புகளை வெளிநாட்டுச் செய்தித்தாள்கள் அடிக்கடி வெளியிட்டன. சொற்பொழிவு கள் ஆற்றுவதற்கும், புத்தகங்கள் எழுதுவதற்கும் வழங்கப்பட்ட வாய்ப்பு களை ஏற்றுக்கொள்வதிலிருந்து லதிஃபே தடுக்கப்பட்டார் என்று அவை கருத்துத் தெரிவித்தன.

அங்காரா அரசு, முஸ்தஃபா கெமாலின் மணவிலக்கு செய்யப்பட்ட மனைவிக்கு ஐரோப்பாவுக்கும் அமெரிக்காவுக்கும் ஒரு சொற்பொழிவுப் பயணம் செல்வதற்கான கடவுச்சீட்டு வழங்க மறுத்துள்ளது.

6 ஜூன் 1926 நியூயார்க் டைம்ஸ் அமெரிக்காவில் நடத்தப்படுவ தாகத் திட்டமிடப்பட்டிருந்த சொற்பொழிவுகளில் கலந்துகொள்ளத் தேவையான கடவுச் சீட்டுக்கு விண்ணப்பிக்க லதிஃபே ஹனிம் தயக்கம் காட்டுகிறார். தன் முன்னாள் கணவனை அல்லது அவரது ஆட்சியைக் குறை கூறுவதான குற்றச்சாட்டுகளைத் தவிர்ப்பதற்கான முயற்சியால் தான் இந்தத் தயக்கம்.

10 ஜூன் 1926. டொரேன்றோ டெய்லி ஸ்டார்.

அந்நேரத்தில் அவர் உண்மையாகவே கடவுச்சீட்டுக்கு விண்ணப்பித் தாரா அல்லது இது வெளிநாட்டுப் பத்திரிகைகளின் ஊகம் மட்டும் தானா என்பது நமக்குத் தெரியாது. அங்காராவின் மனப்பாங்கு லதிஃபேவின் சந்தேகங்களை அதிகமாக்கியிருக்கும். அவரது மருமகள் திலெக் பெபே கூறுகிறார். "அவர் உலகெங்கிலுமிருந்தும் சொற்பொழி வாற்றுவதற்கான அழைப்புகளைப் பெற்றார். புத்தகங்கள் எழுதுவதற்கும், பல்கலைக்கழகங்களில் சொற்பொழிவாற்றுவதற்குமான வாய்ப்புகளும் வந்தன. ஆனால் அவர்கள் அவரை அனுமதிக்கமாட்டார்கள்."

துருக்கி அரசியல் வாழ்க்கையின் மையத்தையே குலுக்கப் போகும் ஒரு நிகழ்வுக்கு சிறிது காலத்துக்கு முன் லதிஃபே கடவுச் சீட்டுக்கு விண்ணப்பிப்பது குறித்து சிந்தித்துக்கொண்டிருந்தார்.

ஜூன் 1926 : இஸ்மிரில் கொலை சதி

1926 ஜூன் 14 அன்று முஸ்தஃபா கெமால் இஸ்மிருக்குப் புறப்பட ஆயத்தமாகிக்கொண்டிருந்தபோது தந்தி வழியாக ஒரு மனதை நசுக்கும்

இபெக் சாலிஷ்லர்

செய்திவந்தது. இஸ்மிர் ஆளுநரான காஸிம் டிரிக் ஒரு கொலை சதித் திட்டம் கண்டுபிடிக்கப்பட்டதைத் தெரிவித்து பாஷாவை அவரது பயணத்தைத் தாமதப்படுத்துமாறு கேட்டுக்கொண்டார்.

சதித்திட்டத்தின் தலைவர்கள் என்று கருதப்பட்டவர்கள் அடுத்த நாள் இஸ்மிரில் பிடிக்கப்பட்டனர். ஸியா ஹுர்ஷிட் இரண்டாம் அணியின் உணர்ச்சித் ததும்பும் பேச்சாளர். முந்தைய பாராளுமன்றத்தில் எதிரணிக்குத் தலைமை தாங்கியவர். அவரும், மூன்று கூலிப்படையினரும் கைது செய்யப்பட்டனர். கொலையாளிகள் முஸ்தஃபா கெமாலைத் தாக்கும்போது ஸியா ஹுர்ஷிட் பீதியை உருவாக்கிக் கொலையாளிகளைத் தப்பிச் செல்ல வைப்பது அவர்களுடைய திட்டம். நாடெங்கும் ஏற்பட்ட கடுஞ்சினம் சதிகாரர்கள் சுதந்திர தீர்ப்பாயத்தால் விசாரணை செய்யப்படுவதற்கான முடிவுக்கு வழிவகுத்தது. சந்தேகத்துக்குரியவர்களாகக் கருதப்பட்டவர்கள் எந்தத் தாமதமும் இன்றி கைதுசெய்யப்பட்டனர். கலைக்கப்பட்ட முற்போக்கு குடியரசுக் கட்சிப் பாராளுமன்ற உறுப்பினர்களும், குடியாட்சிக்கு முந்தைய ஒன்றியம் மற்றும் முன்னேற்றக் குழுவின் முன்னணித் தலைவர்களும் இலக்காக்கப்பட்டனர். முன்னாள் அமைச்சர்களும், பாராளுமன்ற உறுப்பினர்களும், முஸ்தஃபா கெமாலின் சகப் போராளிகள் சிலரும் கைது செய்யப்பட்டனர். அவர்கள் எல்லோர் மீதும் சதித்திட்டத்தில் ஈடுபட்டதாகக் குற்றம் சாட்டப்பட்டது.

கைது செய்யப்பட்டவர்களில் புகழ்பெற்ற தேசியப் போராட்டத் தளபதிகளான அலி ஃபுவாட் ஸெபெசோயும் காஸிம் கரபெகிரும் அடங்கியிருந்தனர். ராவூஃப் ஓர்பாய் எங்கிருந்தார் என்பதைக் கண்டுபிடிக்க முடியவில்லை. ஹலிதே எடிப்பும் அவரது கணவர் அட்னான் அடிவாரும் 1925இல் வெளிநாடு சென்றுவிட்டனர்.

இஸ்மிர் சுதந்திரத் தீர்ப்பாயம் 13 பேரை சதிசெய்ததற்காகக் குற்றவாளிகள் என்று தீர்மானித்தது. கொலை நிகழ்த்தப்பட்டிருக்க வேண்டிய வீதிகளிலும் சதுக்கங்களிலும் அவர்கள் அதிகாலையில் தூக்கிலிடப்பட்டனர். இஸ்மெட் பாஷாவின் தலையீட்டால் மட்டுமே கைதுசெய்யப்பட்ட தளபதிகள் விடுவிக்கப்பட்டனர்.

அங்காரா சுதந்திரத் தீர்ப்பாயம் ஆகஸ்ட் 2 அன்று பணியைத் தொடங்கியது. முன்னாள் ஒன்றிய மற்றும் முன்னேற்றக் குழுத் தலைவர்கள்மீது அரசியலமைப்புச் சட்டத்தை மாற்றி மேன்மைமிக்க துருக்கித் தேசியச் சட்டமன்றத்தைக் கலைக்க முயற்சி செய்ததாகக் குற்றம் சாட்டப்பட்டு விசாரணை நடந்தது. ஆகஸ்ட் 26 அன்று தீர்ப்பு வழங்கப்பட்டது. முன்னாள் நிதியமைச்சர் ஜாவிட் உள்ளிட்ட நான்கு ஒன்றிய ஆதரவாளர்களுக்கு மரணதண்டனை விதிக்கப்பட்டது.

பாராளுமன்ற உறுப்பினர்கள், முன்னாள் அமைச்சர்கள், ஆளுநர்கள், அரசு அதிகாரிகள் ஆகியோர் மீது குற்றம் சாட்டப்பட்டது. சட்டம் தெரிந்தவர்களல்லாதவர்கள் அடங்கிய குழு விசாரணை செய்தது. குற்றம் சாட்டப்பட்டவர்களுக்குத் தங்களுக்காக வாதாட சட்ட வல்லுநர்களின் உதவி மறுக்கப்பட்டது. இஸ்மிரிலும், அங்காராவிலும் அவர்களுக்கு மரணதண்டனை நிறைவேற்றப்பட்டது.

இஸ்தான்புல்லில் லதிஃபே

அந்த மிகுந்த உணர்ச்சிவயப்பட்ட நேரத்தில், 1926 ஜூன் மாதத்தில் லதிஃபே இஸ்மிரைவிட்டு இஸ்தான்புல்லுக்குக் குடிபெயர்ந்தார் என்பதை ஒரு அமெரிக்க செய்தித்தாள் மூலமாகத் தெரிந்துகொள்ள முடிகிறது.

லதிஃபே ஹனிம் இஸ்தான்புல்லுக்கு மீண்டும் வந்தது முஸ்தஃபா கெமால் அவரை ஏன் மணவிலக்கு செய்தார் என்பது குறித்த ஊகத்துக்குப் புத்துயிர் அளித்துள்ளது. அவருடைய வாய் மூடப்பட்டே இருக்கிறது. துருக்கியின் புது குடியரசுத் தலைவரும் காரணத்தைப் பற்றிப் பேசுவதைப் பொருத்தமானதாகப் பார்க்கவில்லை. வயதான துருக்கிப் பெணகள் லதிஃபேவின் குழந்தையின்மையை அதற்கான காரணம் என்று நம்புகிறார்கள்.

துருக்கியர்கள் எல்லோரும் குழந்தைகளை விரும்புகின்றனர்; அதிலும் குறிப்பாக ஆண் குழந்தைகளை. லதிஃபே முஸ்தஃபா கெமாலுக்கு ஒரு வாரிசைக் கொடுக்காமலேயே அவருடன் இரண்டு வருடங்கள் வாழ்ந்தார்.

ஆனால் வயது குறைந்த பெண்கள், குறிப்பாக நவீன அரசியல் பற்றி அதிகமாகத் தெரிந்தவர்கள், வேறு காரணங்களை முன்வைக்கிறார்கள். லதிஃபே தன் கணவனைச் சூழ்ந்திருந்த பெரும்பாலான அரசியல் வாதிகளோடு நல்ல உறவு கொண்டிருக்கவில்லை. அவர் தன் கணவனை ஆராதித்தார். தன் கணவனைச் சூழ்ந்திருந்தவர்களோடு அதிக பொறாமை கொண்டிருந்ததால் அவர்கள் கெமாலுக்கு அனுப்பிய தந்திகளையும் கடிதங்களையும் லதிஃபே திறந்ததாகக் கூறப்படுகிறது.

14 ஜூன் 1926 வாஷிங்டன் போஸ்ட்

முஸ்தஃபா கெமால் ஒரு பேரரசர் அல்ல. மணவிலக்குக்கான காரணம் ஒரு வாரிசு இல்லாமை அல்ல. ஆனால் இவ்விதமான ஊகங்கள் அதிக வியப்பை ஏற்படுத்தியிருக்க முடியாது.

லதிஃபே ஒரு முக்கியமான புகழ்பெற்ற பெண்மணி. அவர் துருக்கி யின் மாற்றங்களுக்கான நடவடிக்கைகளை ஆதரித்துப் பேசுபவராகச் செயல்படுவார் என்று முழு உலகுமே எதிர்பார்த்தது. இதனால்தான் அவர் பன்னாட்டு ஊடகங்களின் கவனத்தையும் பெற்றதோடு, 1930களிலும் தொடர்ந்து அழைப்புகளையும் பெற்றார். துருக்கி அவரை ஒரே பாய்ச்ச லில் வெட்டித் தள்ளியிருக்கலாம். ஆனால் உலகப் பத்திரிகைகள் அவரைத் தீங்கிழைக்கப்பட்டப் பெண்ணாகப் பார்த்து அவருக்கு ஆதரவாக நின்றன.

அவரைப் பார்க்க யாராவது வந்தார்களா?

அந்நாட்களில் அவரைப் பார்க்க யாராவது வந்தார்களா? தலைமை அந்தரங்கச் செயலர் டெவ்ஃபிக்கும், ஸிரிட் பாராளுமன்ற உறுப்பினர் மஹ்முட்டும் (ஸோய்டன்) அவரைப் பார்க்க வந்தவர்களில் சிலர் என்று கேபினட் அமைச்சரான ரிஸா நூர் குறிப்பிடுகிறார். இருப்பினும் அவை நட்பு அடிப்படையிலான வருகைகள் அல்ல; லதிஃபே எதையும் வெளிப்படையாகப் பேசக் கூடாது என்று எச்சரிக்க மட்டுமே அவர்கள் வந்தார்கள் என்பது அவருடைய கருத்து.

அவர்கூட லதிஃபேவின் எச்சரிக்கை உணர்வை உடைக்கக் கடும் முயற்சி செய்தார்:

நான் அந்தப் பிரச்சினையைப் பலகோணங்களிலிருந்து அணுகினேன்; ஆனால் அவர் எதையும் கூறவில்லை. நான் வேண்டுமென்றே பலமணி நேரங்கள் உடனிருந்தேன். அவரது தந்தை, முன்னெச்சரிக்கையுடன் நடப்பவ ராதலால், எங்களை ஒரு கணமும் தனியே விடுவதில்லை. அவரைச் சென்று பார்க்கும் துணிச்சல் எல்லோருக்கும் இருக்கவில்லை. நான் இரண்டாவது முறையாக மீண்டும் பார்க்கச் சென்றேன். அவரிடமிருந்து ஏதாவது தகவலைப் பெற முடியுமா என்று மீண்டும் ஒருமுறை முயற்சி செய்தேன். மீண்டும் தோல்வியடைந்தேன். பரிதாபத்துக்குரிய அவர் யாரையும் பார்ப்பதில்லை. அவரால் வெளியேகூட செல்ல முடிவதில்லை. மிகக் கடினம். நேற்றுதான் அவர் முழு அதிகாரத்தை அனுபவித்தார். நிகழ்ச்சிகளிலும், பாராட்டுகளிலும் இன்பமுற்றார். இப்போது ஒரு சாதாரணப் பெண் மட்டுமே. இரட்டை (Dual) பள்ளிக்கூடங்கள்[3] லதிஃபே ஹனிம் பள்ளிக்கூடங்கள் என்று அழைக்கப்பட்டன. மணமுறிவுக்கு அடுத்தநாள் அவருடைய பெயர் சுரண்டி அழிக்கப்பட்டது. இதைக் கேள்விப்பட்டபோது அவர் மிகுந்த வருத்தமடைந்தார். அவருக்கு இடமாற்றம் தேவைப்படுகிறது என்று நான் சொன்னேன்; ஆனால் அவர் அதைக் கேட்கவே இல்லை. அவர் எடைகுறைந்து, வெளிறிய நிறத்துடன் இருந்தார். அவர் காசநோயின் விளிம்பில் நின்றவர் போலத் தோன்றினார்.

லதிஃபேவின் இரண்டாம் வாழ்க்கையைப் பற்றி நாம் அறிந்து கொள்ள முடிந்ததெல்லாம் இதுதான்: ஒதுங்கி வாழ்ந்த, கைவிடப்பட்ட, நாசம் செய்யப்பட்ட ஒரு பெண்! அவரது உறவினர் முவாம்மெர் எர்பாயுடனான நீண்ட உரையாடல்கள் ஒரு முழுமையாக வித்தியாச மான லதிஃபேவை வெளிப்படுத்தின. தமது துன்பங்களை வெல்வதில் மனஉறுதியோடிருந்த பெண்மணி; அண்மையில் இருந்தவர்களோடும், நேசத்துக்குரியவர்களோடும் தன் நேரத்தைச் செலவழித்த ஒருவர்; நம்மில் பலரால் எட்டுவதற்கு அப்பாற்பட்ட வாழ்க்கை முறையை அனுபவித்தவர், துருக்கியின் பிரச்சினைகளையும் உலகின் பிரச்சினை களையும் தொடர்ந்து கவனித்தவர், ஓய்வுநேரத்தில் நூலகத்துக்குச் சென்று ஆர்வத்துடன் வாசித்தவர் எழுதியவர்; வெளித்தோற்றத்துக்கு முஸ்தஃபா கெமாலைத் தம் மனதிலிருந்து அழித்துவிட்டவர் போலத் தோன்றினாலும் ஆழ் இதயத்தில் வைத்து அவரை எப்போதும் போற்றியவர் லதிஃபே.

உஷாகிஸாடே குடும்பத்தினரின் புதிய இல்லம்

லதிஃபேவின் குடும்பம் ஏயஸ் பாஷாவில் போஸ்ஃபோரஸ் ஜலசந்தியைப் பார்க்கும் வண்ணம் அமைந்திருந்த நான்குமாடி மர மாளிகை ஒன்றை வாங்கியது. இது இஸ்தான்புல்லின் மிகச்சிறந்த வீடுகளில் ஒன்று. இந்த வீடு நகரின் மையப்பகுதியில் அமைந்திருந்தது. அவர்களுக்கு நகரிலிருந்தோ மக்களிடமிருந்தோ பின்வாங்கும் எண்ணம் எதுவும் இல்லை என்பது தெளிவு.

லதிஃபேவின் உடன்பிறப்புகளில் மூன்றுபேர், ஓமர், இஸ்மாயில், வெஜிஹே ஆகியோர், அவர் சாங்கயாவில் வாழ்ந்த காலத்தில் திருமணம் செய்திருந்தனர்.

லதிஃபே ஏயஸ் பாஷாவிலிருந்த தன் தந்தையின் வீட்டின் மேல் மாடியில் வாழ்ந்தார். அவருடைய நெருங்கிய குடும்பத்தினரோடும் நண்பர்களோடும், அவருடைய நினைவுகளோடும் வாழ்ந்தார். அவர் நீண்ட நேரத்தை தன் அறையிலேயே கழித்தார். போஸ்ஃபோரஸ் ஜலசந்தியைப் பார்ப்பதற்கேற்பவும், மாங்னோலியா மர நிழலிலும் அமைந்திருந்த தோட்டத்தில் நீண்டநேரம் நடந்தார். முஸ்தஃபா கெமால் டோல்மாபாஹ்சே அரண்மனையில் வந்து சேர்ந்ததையும், அங்கிருந்த புறப்பட்டுச் சென்றதையும் தமது சன்னல் வழியாக லதிஃபேவால் பார்க்க முடிந்தது. லதிஃபே தம் முன்னாள் கணவனை தேடிக்கொண்டிருந்தபோது, அரசு அவர்மீது ஒரு கண் வைத்திருந்தது.

வஸிஃப் சினாருக்கு எழுதப்பட்ட கடிதங்கள்.

மணமுறிவைத் தொடர்ந்து வந்த சில வருடங்களில் லதிஃபேவின் மனநிலை எப்படி இருந்தது என்பது நமக்குத் தெரியும். முன்னாள் அமைச்சரும், நெருங்கிய நண்பருமான வஸிஃப் சினாருக்கு அவர் எழுதிய முதல் கடிதத்தில் தம்மை இஸ்தான்புல்லின் ஒரு மூலையில் இதயவலியோடும் மனத் துன்பத்தோடும் வீணாகப்போகும் இஸ்மிரின் இதயம் உடைந்த மகள் என்று குறிப்பிடுகிறார்.

1926 ஆகஸ்ட் 21 தேதியிட்ட இந்தக் கடிதத்தில் தம்மை ஒரு இலையுதிர்கால இலைபோல உலகுக்குத் திரும்பிச் செல்லும் தருணத்தில் இருந்த ஜீவன் என்று லதிஃபே விவரிக்கிறார். அவர் மரணத்தைப் பற்றிச் சிந்திப்பதாகவே தோன்றுகிறது. அவர் தம் உடல், உள்ள நோய்களைப் பற்றியும் எழுதுகிறார். அவர் துருக்கி சார்ந்த எதை விட்டும், அது மொழியாகவோ அல்லது நாடாக இருந்தாலும், பிரிந்து செல்லும் மனநிலையில் இல்லை என்று கூறுகிறார். பெறமுடியாத கடவுச்சீட்டு தொடர்பான நாட்கள் கடந்தகாலமாகி விட்டதைப் போலவே தோன்றுகிறது. இருப்பினும் அவர் போய்விடுவதற்கும் தங்கியிருப்பதற்கும் இடையில் ஊசலாடிக்கொண்டிருந்தார்.

நேர்த்தியான, ஆழமான இலக்கிய மொழியில் தமது துயரத்தை வெளிப்படுத்திவிட்டு தமது துன்பியல் வாழ்க்கையைச் சுருக்கமாகத் தெரிவிக்கிறார். "மனவேதனை எப்படிப்பட்ட ஆசிரியை! அது தொடர்ந்து எவ்வளவு பாடம் கற்றுக்கொடுத்துக்கொண்டிருக்கிறது என்பது உங்களுக்குத் தெரிந்தால் . . ." சபிக்கப்பட்ட துயர உணர்வின் பிடிகளில் சரணடையும் நிலைக்கு அருகில் ஒருமுறை இருந்தாலும், அவர் மீண்டும் எழுந்துவந்து எல்லா உலகத் துன்பங்களையும் அலட்சியம் செய்ய முடிந்த நாளைப் பற்றிக் கனவு கண்டுகொண்டிருக்கிறார்.

லதிஃபே வஸிஃப் சினாரை, கடிதம் முழுவதும் மரியாதைக்குரிய 'நீங்கள்' என்றே அழைக்கிறார்.

யார் இந்த வஸிஃப் சினார்?
அவர்கள் எதற்காகக் கடிதம் எழுதினர்?

லதிஃபேவைப் போலவே வஸிஃப் சினாரும் இஸ்மிரில் வாழ்ந்தவர். அவரது தந்தை பெடிர்ஹான் குடும்பத்தைச் சார்ந்தவர்; தாய் தொடக்கத்தில் கிரீட்டிலிருந்து வந்தவர். சினார் 1896இல் கிரீட்டில் பிறந்தவர். அவர் இஸ்மிரில் வளர்ந்து பின்னர் எதிர்ப்பு இயக்கத்தில் சேர்ந்தார். அவரும் சட்டம் படித்தார். இருவரும் ஓரளவு ஒரே வயதினர். 1923 ஆகஸ்ட்டில் அவர் தேர்தலில் தேர்ந்தெடுக்கப்பட்டார். லதிஃபே சாங்கயாவில் இருந்த காலத்தில் அவர் கல்வி அமைச்சராகப் பணியாற்றினார். உண்மையில் அவர்தான் கல்வியில் ஒற்றுமை மசோதாவை உருவாக்கியவரும், ஆதரித்தவரும். இந்தச் சீர்திருத்தம் லதிஃபேவின் மனதுக்கும் மிகவும் நெருக்கமானது.

லதிஃபே அவருக்கு எழுதிய இரண்டாவது கடிதம் 1926 டிசம்பர் 10 தேதியிடப்பட்டது. இந்தக் கடிதம், என்ன நடந்தாலும் தொடர்ந்து வாழ உறுதிபூண்டிருந்த புது லதிஃபேவின் தோற்றத்தை அறிவிக்கிறது:

இன்று நான் உங்கள் முன் புதுப்பிக்கப்பட்ட துணிச்சலோடு தோன்றுகிறேன். நான், என்னைப் பற்றிக் கவலைப்படுபவர்கள் நான் மீண்டு வரவேண்டுமென்று விரும்பி முனைப்பான மருத்துவ சிகிச்சையைத் தேடுபவர்கள் ஆகியோரது அறிவுரைகள்படி நடப்பதற்கு முடிவு செய்துள்ளேன். அண்மைக்காலத்தில் நான் கடுமையாக நோய்வாய்ப்பட்டுள்ளேன். நான் இறுதியாக வெளிநாடு சென்று சிகிச்சை பெறுவதற்காகத் தேவையை ஏற்றுக்கொண்டிருக்கிறேன். எந்தத் தொந்தரவையும் தவிர்ப்பதற்காக நான் யாரென்று அடையாளம் தெரியாதபடி இருப்பேன்.

லதிஃபே.

லதிஃபே மருத்துவப் பராமரிப்பு மையத்தில் தங்கி இருந்ததும், வஸிஃப் சினார் 1925 ஜூனுக்கும் 1927 டிசம்பருக்கும் இடையில் பிராகில் துருக்கியின் தூதுவராக இருந்ததும் ஒரே காலத்தில் நடந்தது போலத் தோன்றுகிறது. லதிஃபே டாட்ராவிலிருந்து வஸிஃப் சினாருக்கு எழுதிய கடிதங்கள் ஃபாட்மா ஸாதிக் என்று கையெழுத்திடப்பட்டிருந்தன. லதிஃபே தன் அடையாளம் தெரியாமலிருப்பதற்காக மற்றொரு பெயரில் பயணம் செய்யவேண்டும் என்று ஆட்டாடூர்க் விரும்பினார். அவருடைய விருப்பத்தின் பேரில் லதிஃபேவின் கடவுச்சீட்டு ஃபாட்மா ஸாதிக் என்ற பெயரில் வழங்கப்பட்டது.

லதிஃபே ஐரோப்பாவை நன்கு அறிந்தவர். அப்படியென்றால் அவர் ஏன், வேறெவற்றையும் விட, பிராகுக்கு அண்மையிலுள்ள டாட்ராவிலிருந்த பராமரிப்பு மையத்தைத் தேர்வு செய்தார்? 1924இல் மரணமடைந்த காஃப்கா, 1921க்கும் 1922க்கும் இடைப்பட்ட காலத்தில் டாட்ராவிலிருந்த ஒரு பராமரிப்பு மையத்தில், தங்கியிருந்தார். அவருடைய புகழ்பெற்ற படைப்பான 'கோட்டை' அவர் அங்கு தங்கியிருந்த காலத்தில் எழுதப்பட்டது. அவர் கடைசி முறையாக மிலெனாவைச்[4] சந்தித்ததும் இங்கேதான். 1925இல் வெளியிடப்பட்ட 'விசாரணை' அவருக்குப்

பெரும் புகழ்பெற்றுத் தந்தது. அதைத் தொடர்ந்து 1926இல் ‘கோட்டை’ வெளிவந்தது. லதிஃபே அந்த எழுத்தாளரோடு ஒருவித ஈர்ப்பை உணர்ந்திருக்கலாம்.

1927 ஜனவரி 26 அன்று லதிஃபே வஸிம் சினாருக்கு எழுதிய கடிதம் தான் குழந்தைகளுக்கான ஒரு புத்தகம் எழுதிக்கொண்டிருந்ததைக் குறிப்பிடுகிறது:

ஒரு வாரமாக நான் படுக்கையில் இருந்துகொண்டிருக்கிறேன். நான் வலுக்குறைந்த ‘ஸ்பானிஷ் ஃப்ளூ’வால் பாதிக்கப்பட்டுள்ளேன். இன்று காலையில் இரண்டாவது ரேடியோகிராம் எடுக்கப்பட்டது. ஐந்து வாரகால தீவிரச்சிகிச்சை பயனளித்துள்ளது என்பதை அவை உறுதி செய்துள்ளன. இப்போது நான் விரும்புவதெல்லாம் இந்த இடத்தைவிட்டு தூரமாகச் சென்று விடவேண்டும் என்பதுதான். கல்வியமைச்சர் நெஜாற்றி பெய்யின் பயணம் குறித்து செய்தித்தாள்களில் படித்தேன். என் உடல் நலம் தேறினால் நான் நீண்ட காலமாக உருவாக்கிக்கொண்டிருக்கும் சிறிய படைப்பு ஒன்றை அவரிடம் கொடுப்பேன். அது நாட்டுக்குப் பெரும் பயன் அளிப்பதாக இருக்கும் என்று நம்புகிறேன். என்னுடைய படைப்பு, என்னைப் போன்றே, குறுகிய அளவிலேயே இருக்கும். ஆனால் அது நமது அன்புக்குரிய குழந்தைகளுக்கு நாட்டுப் பற்றைக் கற்பிக்க செவிலித் தாய்மாருக்கு மிகவும் பயனுடையதாக இருக்கும் அதாவது நமது அமைச்சகம், நம் உணர்வுகளைத் திருப்திப்படுத்த மதிப்பு கொடுக்கும் வரையிலும்.

ஃபாட்மா ஸாதிக்.

2005 பிப்ரவரி மாதத்தில், துருக்கி வரலாற்று நிறுவனம் ‘லதிஃபே ஹனிம் ஆவணங்களை வெளிப்படுத்தியிருந்தால் ‘இந்த சிறு படைப்பை’ வாசிப்பதற்கான வாய்ப்பு நமக்குக் கிடைத்திருக்கும். இதில் துருக்கிக் கல்விமுறை குறித்த லதிஃபேவின் கருத்துகள் இடம்பெற்றிருந்தன.

ஃபாட்மா ஸாதிக் என்று கையெழுத்திடப்பட்ட, 1927 பிப்ரவரி 4 தேதியிட்ட நான்காவது கடிதமும் டாப்ராவிலிருந்தே அனுப்பப் பட்டிருந்தது.

பெரு மரியாதைக்குரிய உயர் பண்புடைய சகோதரருக்கு,

ஒரு பேரிடரில் பாதிக்கப்பட்ட என்னைப் போன்ற ஒருத்தி, ஒரு முடிவற்ற, சோர்வடையச் செய்யும் பாதாளத்தில் தடுமாறிக்கொண்டிருக்கும் வேளையில் மிகையான துயரத்தை அல்லது மனக்கிளர்ச்சியை வெளிப்படுத்த நேரலாம். அவள் வேறு யாருடைய உதவியும் இன்றி வாழ்க்கையோடு போராடிக் கொண்டிருக்கும்போது, பண்பட்ட உயர்ந்த பண்புடையவர்கள் அவளுடைய விருப்பங்களை நிறைவேற்றுவது பொருத்தமாக இருக்கும்

பாட்மா ஸாதிக்.

1927 பிப்ரவரி 25 தேதியிட்ட ஐந்தாவது கடிதத்தில் லதிஃபேதான் ஐந்து கிலோ எடை அதிகரித்திருப்பதாகவும், மருத்துவமனையில் தங்கி யிருப்பதால் சலிப்புற்றிருப்பதாகவும் எழுதியிருந்தார். அவர் வாழ்க்கைக்கு திரும்பிச்செல்ல ஆயத்தமாக இருந்தார்.

33

முஸ்தஃபா கெமாலின் நீலநிறக் கண்களில் கண்ணீர்த் துளிகள்

மணமுறிவைத் தொடர்ந்து வந்த நாட்களில் லதிஃபே தனக்காக வருந்தினார்: ஒரு பேரிடரில் பாதிக்கப்பட்டவராக அல்லது ஒரு நிலை குலைந்துபோன பெண்ணாக. அதற்கு மாறாக முன்பு முனைப்பாக முறையிட்டவர் முஸ்தஃபா கெமால்: இன்று அவர் ஒரு திருமணமாகாதவர். ஒரு சுதந்திரமான ஆண். திருமணத் தளையிலிருந்து விடுவிக்கப்பட்டவர். திருமணம் அவரது வாழ்க்கை முறையைச் சிலநேரங்களில் கட்டுப்படுத்தியிருந்தது. பல சீர்திருத்தங்கள் தொடர்பான பணியில் ஈடுபட்டிருந்தார் என்பது உண்மை; அவரிடம் அதிகாரம் இருந்தது; அவர் கேட்டவற்றைச் செய்து முடிக்கத் தோழர்கள் இருந்தனர்; அவரைப் போற்றியவர்கள் எண்ணற்றவர் இருந்தனர்; ஆனால் அவர் தனிமையில் இருந்தார் என்பதும் உண்மை.

தான் எடுத்த முடிவு குறித்து அவர் மகிழ்ச்சியடைந்தாரா? பெரும்பாலான வாழ்க்கை வரலாறுகள் இந்த வினாவைத் தவிர்த்தது போலவே தோன்றுகிறது.

1922 செப்டம்பர் 9 அன்று இஸ்மிரில் நுழைந்த துருக்கிய படைத்தலைவர்களில் முதலில் சென்றது குதிரைப்படைத் தளபதி ஃபஹ்ரெட்டின் அல்டேய் பாஷா. முஸ்தஃபா கெமாலின் மணவிலக்குக்குப் பிந்தைய வாழ்க்கையைப் பற்றிக் கருத்துத் தெரிவித்த ஒரே ஆள் அவராக இருக்கலாம். அவர் சாங்கயாவில் வீட்டு விருந்தினராகத் தங்கியிருந்த பதினொரு நாட்கள் பற்றிக் குறிப்பேட்டில் எழுதி வைத்திருந்தார். முஸ்தஃபா கெமால் எவ்வளவு துயரில் இருந்தார் என்பதை அவர் வலியுறுத்திக் கூறுகிறார்.

ஆட்டாடூர்க்குக்கும் லதிஃபே ஹனிமுக்கும் இடையில் ஏற்பட்ட பிரிவு இந்த வருடத்தின் மிக சோகமான நிகழ்வு. அவர் எவ்வளவு மனதுடைந்து போயிருந்தார் என்பதும் மகிழ்ச்சியோடு இருப்பதுபோல் தோன்றுவதற்கு எப்படி முயற்சி செய்தார் என்பதும் வெளிப்படையாகத் தெரிந்தது. “நான் ஒரு மனதுடைந்த வானம்பாடியாகிவிட்டேன்” என்ற சோகமான நாட்டுப்புறப் பாடலைக் கேட்டுக்கொண்டிருந்த போது அவர் அழுததைச் சிலர் கேட்டுள்ளனர்.

முஸ்தஃபா கெமாலின் சகோதரியான மாக்பூலே அற்றடான், "அவர் எளிதாக அழுபவர் அல்ல. மிகத் துன்பமான தருணங்களில் கூட அவர் தன் உணர்ச்சியைக் கட்டுப்பாட்டில் வைத்திருப்பார். எங்கள் அம்மா மரணமடைந்தபோது அவர் அழுதது நினைவில் இருக்கிறது. அதன்பிறகு அவர் அழுததை நான் பார்க்கவில்லை" என்று கூறியிருந்தார்.

லதிஃபேவுக்குத் தன் துயரத்தைப் பகிர்ந்துகொள்ள ஆட்கள் இருந்தனர். ஆனால், முஸ்தஃபா கெமாலுக்கு அந்த நற்பேறு இல்லை.

மணவிலக்குக்கு சில மாதங்களுக்குப் பிறகு முஸ்தஃபா கெமால் இஸ்மிர் சென்றார். அவர். ஃபஹ்ரெட்டின் அல்டேயையும் கூட அழைத்துச் சென்றார். குடியாட்சி காலத்து அதிகாரபூர்வமாகப் பதிவுசெய்யப்பட்ட முதல் நடனவிருந்து இஸ்மிரில் கொடுக்கப்பட்டது. இது லதிஃபேவைச் சீண்டுவதற்காகச் செய்யப்பட்டதுபோல் இருந்தது. இந்தப் பயணம் அவர்கள் இருவருக்குமே பெரும் மனத்துன்பத்தை ஏற்படுத்தியிருக்கும்.

அவர் நொடிந்து போய்விடுவார் என்று நாங்கள் அச்சப்பட்டோம்

தன் மனைவியை மணவிலக்கு செய்ததால் குற்ற உணர்வோடிருந்த முஸ்தஃபாவைப் பற்றி விரிவாகக் கூறும்போது அவருடைய மன நலத்தைப் பற்றிய பொதுவான கவலையை அல்டேய் வெளிப்படையாகக் குறிப்பிடுகிறார்.

இஸ்மிர் பயணத்தின்போது அவர்கள் சந்தித்த இளம் பெண்ணான அஃபெட் (இனான்)டுக்கு முஸ்தஃபா கெமால் மன அளவில் உடைந்து போவதிலிருந்து தடுத்ததற்கான பாராட்டைக் கொடுக்கிறார். ஆசிரியப் பணிக்கு அப்போதுதான் தகுதிபெற்றிருந்தாள் அந்தப் பெண். அந்தப் பள்ளிக்கு முஸ்தஃபா கெமாலும் காஸிம் ஓஸால்பும் வந்திருந்தனர். அவர்களுக்கு பிற்பகல் தேநீர் வழங்கப்பட்டபோது அஃபெட் அவர்கள் இருவருக்கும் நடுவில் அமர்ந்திருந்தாள். அவளுடைய குடும்பம் முன்பு ஸலோனிகா பகுதியிலிருந்து இஸ்மிருக்கு வந்திருந்தது. இது முஸ்தஃபா கெமாலின் ஆர்வத்தைத் தூண்டியதால் அவர் அஃபெட்டை ஃபஹ்ரெட்டின் அல்டேவுக்கு அறிமுகம் செய்து வைத்தார்.

அவர் அஃபெட்டை 'பெண் ஆசிரியர்' என்று அறிமுகம் செய்தார். நான் பணிவுடன் வணக்கம் தெரிவித்தேன். அதன்பின் முஸ்தஃபா கெமால் இந்த தங்க நிற முடியும். நீலநிறக் கண்களுடைய பணிவான இளம் பெண்ணைப் பற்றிப் பேசத் தொடங்கினார், ஸலோனிகாவில் அவளுடைய குடும்பமும், எங்கள் குடும்பமும் உறவினர்கள் என்று சொல்லிக்கொள்ளும் அளவுக்கு நெருக்கமானது. அவளை இங்கு சந்தித்தது எனக்கு மிகவும் மகிழ்ச்சியாக இருக்கிறது. அவளது அம்மா இறந்துவிட்டார்; தந்தை ஒரு இளம் பெண்ணை திருமணம் செய்தார்; எனவே வாழ்க்கை நடத்த சம்பாதிப்பதற்காக ஆசிரியப் பணி செய்யத் தொடங்க வேண்டியதாயிற்று. அவளுடைய படிப்பைத் தொடர விரும்புகிறாள்; ஆனால் அதற்கான வாய்ப்பு கிடைக்கவில்லை. என்னுடைய மகளாக அங்காராவுக்கு வருவதற்கு சம்மதித்திருக்கிறாள். அவள் கற்பிக்கும் பணியைத் தொடர்வாள். மேலும்

படிப்பதற்கான வாய்ப்பு அவளுக்குக் கிடைப்பதை நான் உறுதி செய்வேன். முஸ்தஃபா கெமாலுடன் வாழ ஒருவர் கிடைத்தது எங்களுக்கு நிம்மதியாக இருந்தது. நேர்மையாகச் சொல்வதென்றால் அவர் உடைந்துபோவார் என்று நாங்கள் அச்சப்பட்டோம். இந்த இளம்பெண் அதைத் தடுத்து விட்டதால் நாட்டுக்கு ஒருபெரும் சேவை செய்திருக்கிறாள்.

ஃபஹ்ரெட்டின் அல்டேய் இந்தக் குறிப்பேட்டை 1925 அக்டோபர் 22 வெள்ளிக்கிழமையன்று எழுதத் தொடங்கினார். லதிஃபே சாங்கயாவை விட்டுச் சென்றபின் திருமதி பேவெர் என்ற உயரமான நேர்த்தியான 55 வயதான ஸ்விச்சர்லாந்து நாட்டுப் பெண் வீட்டுக்குள் நுழைந்தார். ஒருகுறிப்பு அவரை 'அலுவலக மேலாளர்' என்று கூறுகிறது. "ஆட்டாடூர்க் கின் மகள்களை ஐரோப்பியப் பெண்மணிகளாக" வளர்க்கும் பொறுப்பு அவருக்குக் கொடுக்கப் பட்டிருந்தது போலத் தோன்றுகிறது. முஸ்தஃபா கெமால் நான்கு மகள்களைத் தத்தெடுத்திருந்தார். அவர்கள் எல்லோரும் ஓரளவு அதே நேரத்திலேயே வீட்டுக்குக் குடிவந்தார்கள்.

முஸ்தஃபா கெமாலுடன் தான் பாராளுமன்றத்துக்குச் சென்றது, ஒன்றாக சாப்பிட்டது ஆகியவை பற்றியும் தளபதி அல்டேய் எழுது கிறார். வீட்டில் நடந்த விருந்துகள் பற்றியும், ஒவ்வொரு இரவும் புதுமுகங்கள் வந்தது பற்றியும் விளக்குகிறார். நடனங்கள், விருந்தினர் கள், உணவு, தோட்டத்திலிருந்த செல்லப் பிராணிகளைப் பற்றிகூட அவர் விரிவாக எழுதுகிறார். அந்த வீட்டில் அவர் பங்கெடுத்த முதல் இரவுவிருந்து அவருடைய குறிப்பேட்டில் இடம் பிடித்துள்ளது.

ஆட்டாடூர்க் தாமே இரவு உணவை 8.30 மணிக்கு எடுத்து வந்தார். வரவேற்பறையில் இசை ஒலித்துக்கொண்டிருந்தது. அவர் ஸ்விட்சர்லாந்துப் பெண்ணுடனும், தான் தத்தெடுத்த நான்கு இளம் பெண்களுடனும் அமர்ந்து உரையாடிக்கொண்டிருந்தார். அவருக்கு முன் ஒரு கோப்பை ராகிமதுவும் வறுக்கப்பட்ட பட்டாணியும் இருந்தன.

இஸ்மெட்டும், டெவ்ஃபிக் ரூஷ்டூ (அரஸ்)வும் கூட அன்று இரவு உணவுக்கு அழைக்கப்பட்டிருந்தனர். டெவ்ஃபிக் ரூஷ்டூ மனைவியுடனும் மகளுடனும் வந்திருந்தார். அவர் வெள்ளை 'டை' அணிந்து கையில் மடக்கி வைக்க முடிந்த பட்டு மேற்பகுதியுடனான தொப்பியுடன் வந்தார்.

ஃபஹ்ரெட்டின் அல்டேய் வருத்தத்துடன் நினைத்துப் பார்க்கிறார், "அக்காலத்தில் வெள்ளை 'டை' பற்றியும், இது போன்ற தொப்பி பற்றியும் வெகு சிலருக்கே தெரியும்!" வழக்கம்போல இஸ்மெட் பாஷா தனியாகவே வந்திருந்தார். மெவ்ஹிபே தன் கணவனோடு வரவில்லை. அஃபெட் இஸ்மெட்டுக்கு வலதுபுறத்தில் அமர்ந்திருந்தாள். திருமதி பேவெரும் மற்ற சிறுமியரும் அவர்களுக்குரிய இடங்களில் இருந்தனர். சூப், ஆட்டிறைச்சித் துண்டுகள் கத்திரிக்காய், இனிப்பு, முலாம்பழம் ஆகியவை பரிமாறப்பட்டன. உணவோடு திராட்சை மது வழங்கப் பட்டது. இறுதியாக ஷேம்பெய்ன் வழங்கப்பட்டது. லதிஃபேவின் வீட்டுப் பராமரிப்பு முறை தொடர்ந்திருந்தது தெளிவாகத் தெரிந்தது. உணவுக்குப் பிறகு முஸ்தஃபா கெமால் திருமதி பேவெரோடு நடனமாடினார்.

குதிரைப்படைத் தளபதி நடனமாட கற்றதே இல்லை. அவரிடம் திருமதி பேவெரோடு நடனமாடுமாறு வலியுறுத்தினார், "என்னுடைய இளமைப்பருவம் கிழக்கில் கழிந்தது; எனவே என்னுடைய முதல் நடனத்தை 55 வயதான பெண்ணோடு ஆட வேண்டியதாயிற்று" என்று அல்டேய் குறிப்பிடுகிறார். தொடர்ந்து முஸ்தஃபா கெமால் திருமதி. பேவெரோடு ஆடிய வியப்பூட்டும் வால்ட்ஸ் நடனத்தை விவரிக்கிறார்.

முஸ்தஃபா கெமாலுக்கு டெவ்ஃபிக் ரூஷ்டூவின் மகள் நீண்ட முடி வளர்த்திருந்தது பிடிக்கவில்லை. "இது இப்போது நவநாகரிகமான தல்ல" என்று கூறிவிட்டு ஸாப்ரியை முடியை வெட்டிவிடுமாறு அழைத்தார். அதன்பின், "இப்போது பார் எவ்வளவு அழகாக இருக்கிறது! நவ நாகரிக முறைகளை ஒருபோதும் அலட்சியப்படுத்தக்கூடாது" என்றார்.

நள்ளிரவில் முதலில் விடைபெற்றது இஸ்மெட்.

லதிஃபேவால் விட்டுச் செல்லப்பட்ட வெற்றிடம் நான்கு மகள்கள், அஃபெட், திருமதி பேவெர் ஆகியோரது வருகையால் நிரப்பப்பட்டது. மகள்களில் ஒருத்தி பர்ஸாவைச் சார்ந்த ஸாபிஹா. மற்றவர்களின் பெயர்கள் குறிப்பிடப்படவில்லை. ருகியேவும் நெபிலேவும் சிறிது காலத்துக்குப் பின் தத்தெடுக்கப்பட்டனர்.

அக்டோபர் 23 அன்று தனி உதவியாளர் முஸாஃபெரோடு, முயல்கள், இரண்டு கரடிக் குட்டிகள், இரண்டு மான்கள், ஒரு சிறு குரங்கு, மயில்கள், கோழிகள் ஆகியவற்றைப் பார்ப்பதற்காகத் தோட்டத்தில் நடந்ததை ஃபஹ்ரெட்டின் பாஷா குறிப்பிடுகிறார். பலவகை அழகிய புறாக்கள் பெரிய கம்பிக் கூண்டுகளுக்குள் பறந்தன. அவர் சில குதிரைகள், குதிரைக் குட்டிகள் ஆகியன பற்றியும் எழுதிவிட்டு தான் சகரையா குதிரையை முத்தமிட்டுத் தட்டிக் கொடுத்ததையும் வருத்தத் துடன் குறிப்பிடுகிறார்.

ஆட்டாடூர்க்குக்கு இவற்றைக் கவனிக்க நேரம் இல்லாததால் இந்த அழகிய குதிரைகளுக்கு அவற்றுக்குத் தேவையான கவனிப்பு கிடைக்கவில்லை. நீண்ட காலமாக அவை லாயத்தை விட்டுக்கூட வெளியே போகவில்லை.

இதன் உட்பொருள் என்னவென்றால் லதிஃபே சென்ற பிறகு இந்தக் குதிரைகளைப் பராமரிக்க யாரும் இல்லை என்பதுதான். சகரையா லதிஃபேவுக்கு முஸ்தஃபா கெமால் கொடுத்த திருமண நிச்சயதார்த்தப் பரிசு என்பது எல்லோருக்கும் தெரியும். இந்தக் கலப்பற்ற அரபியக் குதிரையின் உணர்வுகளைப் புரிந்துகொள்ள முடிந்தவர் யாராவது உண்டென்றால் அது இந்த குதிரைப் படைத்தலைவர் மட்டுமே.

லதிஃபே சகரையாவை ஒரு ரயில் சரக்குப் பெட்டியில் முஸ்தஃபா கெமாலுக்குத் திருப்பி அனுப்பினார். "இந்தக் குதிரையில் சவாரி செல்லத் தகுதியுடையவர் நீங்கள் மட்டுமே" என்ற விளக்கத்தையும் அனுப்பினார்.

சாங்கயாவில் வேறு மாற்றங்களும் நடந்துகொண்டிருந்தன. ஸாலிஹ் போஸோக்கின் மனைவியும் மகள்களும் ஐரோப்பிய நடை உடைகளை யும் நவீன தொப்பிகளையும் ஏற்றுக்கொண்டிருந்தனர். ஆட்டோமான்

பாணி தலை உடுப்புகளுக்குப் பதிலாகத் தொப்பிகளை அணிந்தவர்கள் அங்காரா மக்கட்தொகையில் ஒரு மிகச்சிறிய பகுதியினரே என்பதை நகரைச் சுற்றி நடந்தபோது அறிய முடிந்தது. முன்பு நன்கு பழக்கப்பட்ட முகங்களைக்கூட அடையாளங்காண ஃபஹ்ரெட்டின் அல்டேய் திணறினார். முஸ்தஃபா கெமால் ஆகஸ்ட் 25 அன்று இனெ போலு பயணத்தின் போது பனாமா தொப்பியில் தோன்றியது ஆண்களிடமும் பெண்களிடமும் தொப்பிமேல் விருப்பத்தைத் தூண்டியது. தொப்பிச் சட்டம் 1925 நவம்பர் 25 அன்று நிறைவேற்றப்பட இருந்தது.

சாங்காயாவில் இரவு உணவுக்கு வெள்ளை 'டை'யும் மாலைநேர உடையும்

சாங்கயாவில் இரவு உணவில் வெள்ளை 'டை'யில் ஆண்களும், மாலைநேர உடையில் பெண்களும் கலந்துகெண்டது பற்றி ஃபஹ்ரெட்டின் அல்டேய் எழுதுகிறார். சாங்கயாவில் நடைமுறை விதிகளை அறிமுகம் செய்ய லதிஃபே எடுத்த முயற்சிகள் முஸ்தஃபா கெமாலை எரிச்சலடைய வைத்தன என்று முன்பு குறிப்பிடப்பட்டதைத் தவறு என்று இது நிரூபிக்கிறது.

அக்டோபர் 23ஆம் தேதிக்கான குறிப்பு தொடர்கிறது.

ஆட்டாடுர்க்கின் மகள்கள் வண்ணப் பொலிவான பட்டு உடுப்புகளில் ஒரு மலர் வளையம் போல அவரைச் சூழ்ந்திருந்தனர். திருமதி பேவெரும் தாழ்வாக வெட்டப்பட்ட, ஓரம் மடித்துத் தைக்கப்பட்ட நீண்ட மேலாடையில் நவநாகரிகத் தோற்றத்துடன் காணப்பட்டார். அவர் ஒப்பனையும் முகப்பவுடரும் பயன்படுத்தியிருந்தார். அஃபெட் ஹனிமும் தங்க இழை தையல் பூவேலை செய்யப்பட்ட கருப்புப் பட்டு மாலை நேர நீண்ட மேலாடையில் சிறப்பாகத் தோன்றினாள்.

கூடத்திலிருந்து இசைக் குழு வால்ட்ஸ், ஸெய் பெக் போன்ற நடன இசைகளை இசைத்தது. எல்லோரும் நாட்டுப்புற நடனங்களில் பங்கெடுத்தனர். இளஞ் சிறுமிகள் படுக்கைக்குப் போனபிறகுதான் கொட்டாவி விட்டுக்கொண்டிருந்த பேவெர் நிம்மதியடைந்தார்.

முஸ்தஃபா கெமால் ஃபஹ்ரெட்டினிடம் தனியாக பிரெஞ்சு மொழியில் சிடுசிடுப்பாக இருந்த அஃபெட் குறித்துப் பேசினார்.

"இந்தப் பெண் நல்ல அறிவுக் கூர்மையுடையவள். அவள் ஒரு சிறந்த நிலையை அடைவாள். நான் அவளுக்கு மிகச் சிறந்த கல்வியைக் கொடுப்பேன். என் மாறும் மனநிலையைச் சமாளிக்க அவள் திணறுகிறாள் என்பது எனக்குத் தெரியும். ஆனால் அவள் அதற்குப் பழக்கப்பட்டு விடுவாள்" என்று கூறிவிட்டு ஒரு மூலையில் தூங்கிக்கொண்டிருந்த அந்தரங்க உதவியாளர் ஸாலிஹை சுட்டிக்காட்டினார்.

தொடர்ந்து கூறப்படும் நிகழ்வு எல்லோரையும் மகிழ்ச்சிக்குள்ளாக்கியது. "உணவு பரிமாறும் சாயிப் என்ற அழகிய இளைஞன் பெண் உடையில் வந்து ஒரு நகைச்சுவைக் காட்சியை நிகழ்த்தினான். அது பழைய வீதி நாடகத்தின் நவீன வடிவம் போல இருந்தது. பழைய நாடகங்களில் ஆண்களே பெண்களின் பாத்திரங்களில் நடித்தனர்.

அந்த நிகழ்ச்சியை எல்லோரும் இரசித்தனர்” என்று எழுதுகிறார் தளபதி அல்டேய்.

இது நடந்த பெரும்பாலான நேரம் நின்றுகொண்டிருந்த முஸ்தஃபா கெமால் சோஃபாவில் அஃபெட் அருகில் அமர்ந்து ஃபஹ்ரெட்டினிடம் முன்னர் கூறியவற்றை வேறொரு தொனியில் மீண்டும் கூறினார்.

“என் மகள் அஃபெட் என்மீது மிகுந்த அன்பு வைத்திருக்கிறாள். அவள் படிக்கவும் விரும்புகிறாள். என்னுடைய சில மனநிலைகள் அவளுக்குக் கவலை ஏற்படுத்துகின்றன. அதற்கான எல்லா உரிமையும் அவளுக்கு உண்டு. நானும் அவள் மீது அதிக அன்பு வைத்திருக்கிறேன். நான் அவளுடைய இயற்கையான ஆற்றலைக் கவனித்திருக்கிறேன். அவளுக்கு மிகச்சிறந்த கல்வி கிடைக்கச் செய்வேன். அவள் பலமொழி களையும் கற்றுக்கொள்வாள். எதிர்காலத்தில் அவள் ஒரு முக்கியமான பெண்ணாகத் திகழ்வாள். என்னுடைய சின்னஞ்சிறிசுகள்கூட என்னுடைய வைரங்களே.”

விருந்து அதிகாலை 3 மணிக்கு முடிவடைந்தது.

அக்டோபர் 24க்கான பதிவு, வீட்டுப் பாரமரிப்புத் தரம் குறைந்து கொண்டிருப்பதைக் குறிப்பிடுகிறது. காலை உணவில் பரிமாறப்பட்ட பாலாடைக்கட்டி குறைந்த தரத்தோடு இருந்தது. ஃபஹ்ரெட்டின் அல்டேவுக்கு அது சாங்கயாவுக்கு ஏற்ற தரமுடையதாகப் படவில்லை. அன்றும் ஒரு இரவு விருந்து நடந்தது இஸ்மெட் பாஷா அழைக்கப் பட்டிருந்தார்; ஆனால் அவரது மனைவிக்கு உடல் நலமில்லாமலிருந்த தால் வரஇயலாமையைத் தெரிவித்திருந்தார். மீண்டும் விருந்தினர்கள் வெள்ளை ‘டை’யிலும் மாலை நேர உடையிலும் வந்தனர். திராட்சை மது இருந்தது. ஆனால் ஷேம் பெய்ன் இல்லை. நடனமும் துருக்கிய பொழுதுபோக்கு நிகழ்ச்சிகளும் விருந்தினரைக் களிப்படையச் செய்தன.

அக்டோபர் 25 அன்று ஆய்ஷே என்ற பருமனான அனாதைச் சிறுமி வீட்டில் மற்ற குழந்தைகளோடு சேர்ந்தாள்.

அக்டோபர் 26 அன்று யாரோ ஒருவர் லதிஃபே பற்றிக் குறிப்பிட் டார். லதிஃபே ரிஸா பெய்யிடம் தன் முன்னாள் கணவனிடம் சில கோரிக்கைகளைத் தெரிவிக்குமாறு கேட்டிருந்தார். முஸ்தஃபா கெமால் அமைதியாகவே இருந்தார். ஆனால் தன் முன்னாள் மாமனாருக்கு இஸ்மிரில் இருந்த கடன்கள் தொடர்பாக உதவி வழங்குமாறு மஹ்முட் பெய்க்கு உத்தரவிட்டார்.

அன்று அஃபெட், ஃபஹ்ரெட்டின் பாஷாவுக்கு வீட்டைச் சுற்றிக் காட்டினாள். முஸ்தஃபா கெமால் லதிஃபேவோடு பகிர்ந்துகொண்டிருந்த படுக்கையறையை மாற்றவில்லை என்பதை ஒரு பதிவுக் குறிப்பு வெளிப்படுத்துகிறது.

ஆட்டாடுர்க்கின் பெரிய படுக்கையறை எங்கள் முன்பு இருந்தது. அதில் அசாதாரணமாக அலங்கரிக்கப்பட்ட மதிப்புமிக்க அறை கலன்கள் இருந்தன. அருகருகே இரு படுக்கைகள். முழுவதும் ஓடு பதிக்கப்பட்ட, பெரிய அளவிலான, அதிக இடப்பரப்புள்ள இணைக்கப்பட்ட குளியலறை.

இளம் பெண்களின் அறைகள் மேல்மாடியிலிருந்தன. முதல் மாடியில் மாடிப்படி முடியும் இடத்துக்கு வலதுபுறத்திலிருந்த படுக்கையறை அஃபெட்டுக்கு ஒதுக்கப்பட்டிருந்தது. அந்த அறை முஸ்தஃபா கெமாலின் அறைக்கு எதிரில் இருந்தது.

அன்று இரவு அந்த இளம்பெண்கள் விருந்துக்கு அழைக்கப்பட வில்லை. ஒரு இளம் கலைஞர் துருக்கிய மற்றும் ஐரோப்பிய நிகழ்த்துதல் கள் மூலம் விருந்தினர்களைக் களிப்படையச் செய்தார்.

கடந்த இருநாட்களாகத் திருமதி பேவெர் விருந்தில் கலந்து கொள்ளாதது கவனிக்கத்தக்கதாக இருந்தது. முஸ்தஃபா கெமால் டெவ்ஃபிக் ரூஷ்டுவிடம் முணுமுணுத்தார். “என் முன்னாள் மனைவி தூசைக்கூடச் சுத்தம் செய்வாள். இவள் தோரணையுடன் மற்றவர்களுக்கு உத்தரவிடுகிறாள். ஏதாவது காரணத்தைக் கண்டுபிடித்து அவளை அனுப்பி விடுங்கள்.”

இனோனூ குடும்பத்தினர் ஃபெஹ்ரெட்டின் பாஷாவை அக்டோபர் 27 அன்று இரவு விருந்துக்கு அழைத்திருந்தனர். மெவ்ஹிபே ஹனிம் நீண்ட சட்டைக் கைகளும், கீழ் ஓரம் வரை பட்டன்களும் இருந்த கருமையான உடையை அணிந்திருந்தார். ஒரு கருப்பு தலைத்துண்டை தலையைச் சுற்றி இறுக்கமாகக் கட்டியிருந்தார். சார்ஷாப் ஒதுக்கி வைக்கப்பட்டு உடையில் மாற்றங்கள் ஏற்பட்டுக்கொண்டிருந்த அந்நேரத் துக்கு அது மிகப் பொருத்தமான வெளி உடை என்று தளபதி அல்டேய் கருதுகிறார்.

இந்தக் குறிப்பேடு 1925 நவம்பர் 1 அன்று முடிவடைகிறது.

லதிஃபே குடும்ப சமையல்காரரையும் வேறு சில பணியாளர்களை யும் சாங்கயாவுக்குக் கொண்டு வந்திருந்தார். லதிஃபே அங்கிருந்து சென்றபோது அவர்களும் சென்றிருக்கவேண்டும். ஹலித் ஸியாவின் மகனான வெடாட் சாங்கயாவில் சிறிதுகாலம்கூட செயலராகத் தொடர்ந்ததாகத் தெரிகிறது.

லதிஃபே இல்லாத சாங்கயா மாலை வேளையை விவரிக்கும் ஹலித் ஸியாவை நோக்கித் திரும்புகிறேன்.

வெடாட் தனக்கு ஆணையிடப்பட்டதற்கேற்ப *Cavalliera Rusticane*[1] பாடலை இசைத்துக்கொண்டிருந்தார். அப்போது இஸ்தான்புல்லி லிருந்து வந்த கடிதங்கள் வினியோகிக்கப்பட்டதால் வெடாடின் தந்தை பென்சிலால் எழுதிய கடிதம் அவரிடம் கொடுக்கப்பட்டது. வெடாட் இசைப்பதை நிறுத்திவிட்டு கடிதத்தைப் படிக்கத் தொடங்கினார். இது முஸ்தஃபா கெமாலின் ஆர்வத்தைத் தூண்டியது.

“வெடாட்! அது உன் அப்பாவிடமிருந்து வந்த கடிதமா? அவர் என்ன சொல்கிறார், நான் பார்க்கட்டும்!”

ஹலித் ஸியாவின் வார்த்தைகளில் அந்தக் கடிதத்தில் இலக்கிய நடையோ அல்லது சிறப்போ இருக்கவில்லை. முஸ்தஃபா கெமால் கடிதத் தாள்களை கவனமாக வாசித்துவிட்டு அவற்றைத் தன்னிடம் வைத்துக்கொண்டார், “இவை என்னிடம் இருக்கட்டும்,” என்றார்.

ஹலித் ஸியா தொடர்ந்து கூறுவது:

நான் என் மகனுக்குக் கொடுத்திருந்த அறிவுரைகள் முஸ்தஃபா கெமாலிடம் சிறந்த நல்லெண்ணத்தை ஏற்படுத்தியிருக்கவேண்டும். அவருடைய மணமுறிவு என் மீது எந்தப் பாதிப்பையும் ஏற்படுத்தவில்லை என்று முடிவுசெய்து, நாங்கள் சந்தித்த நேரங்களிலெல்லாம் என்னிடம் அன்பு காட்ட தனிக்கவனம் எடுத்துக்கொண்டார். என் மகனுக்கு அவர் கொடுத்த ஆதரவை நான் உணர்ந்திருப்பதை எப்போதும் உறுதிப்படுத்திக் கொண்டார். மணமுறிவுக்குப் பின் உடனேயே எனக்கு ஒரு உருவப்படத்தை அனுப்பி அவர் எனக்கு அனுகூலமாக இருப்பதை வெளிப்படுத்தத் தொடங்கினார். லண்டன் தூதரகத்தில் வெடாடை மூன்றாவது செயலராக நியமித்து அவருடைய ஆதரவைக் காட்டினார். இதனால் வெடாட் அங்காராவில் அதற்கு மேலும் தங்கியிருப்பது பொருத்த மற்றதாகி விட்டது.

தான் எழுதியிருந்தது துல்லியமாக நினைவில் இல்லை என்று ஹலித் ஸியா மேலும் தெரிவிக்கிறார்:

எதிர்பாராத விதத்தில், நான் மிக நீண்ட காலத்துக்கு முன்பு எழுதிய கடிதம் குறித்த தகவல் லதிஃபேவின் காதுகளை எட்டுவதற்குள் அது முழுமையாகத் திரிக்கப்பட்டிருந்தது. அது எதிர்பார்த்ததற்கு எதிரான விளைவை ஏற்படுத்தியது. அது வெடாடுக்கும் எனக்கும் எதிராகக் காழ்ப்புணர்ச்சியை உருவாக்கியது. நாங்கள் இதை வெளிப்படையாக விவாதித்ததில்லை. வாழ்க்கையில் வரும் இதுபோன்ற பிரச்சினைகளை விவாதிப்பது நிலைமையை மேலும் மோசமாகத்தான் ஆக்கும். உண்மையில் இந்தக் கடிதம் லதிஃபேவுக்கும் ஹலித் ஸியாவுக்கும் இடையில் பலவருடங்கள் நீடித்த பிளவை உருவாக்க இருந்தது.

சாங்கயாவில் லதிஃபேவுக்கு எதிரான பேச்சு ஏதாவது இருந்ததா?

அஹ்மெட் அகவோகுலுவின் பேத்தியும், டெஸெர் டாஷ் கிரனின் மகளுமான ஸுனா கூலெரோடான என் நேர் காணல் லதிஃபே பற்றி எந்தக் குறையையும் கூறுவதை முஸ்தஃபா கெமால் சகித்துக் கொள்ளவில்லை என்பதை வெளிப்படுத்தியது.

அவர் மணவிலக்கை முடிவு செய்யப்போகும் தருணத்தில் அவருடைய நெருங்கிய வட்டத்திலிருந்த ஒருவர் லதிஃபே ஹனிமை வெளிப்படையாக 'அந்தப் பசு' என்று குறிப்பிட்டார். அதைக் கேட்டு கடுஞ்சினமுற்ற முஸ்தஃபா கெமால், "அவர் ஒரு பெண்மணி, அவர் எப்போதும் பெண்மணியாகவே இருப்பார்," என்றார். என் தாத்தா அப்போது அங்கிருந்தார்.

அகவோகுலுவின் மூத்த மகளான ஸுரெய்யா, மணவிலக்குக்குப் பின்பு சாங்கயாவில் ஏற்பட்ட மாற்றங்களைப் பற்றிக் கருத்துத் தெரிவித்த பலரில் ஒருவர். லதிஃபேவும் முஸ்தஃபா கெமாலும் இந்தக் குடும்பத்தோடு ஏராளமான நேரத்தைச் செலவிட்டிருந்தனர். குறிப்பாக, இருபெண்களும் நல்ல நண்பர்கள்.

"அவர் தன் மனைவியை மணவிலக்கு செய்த பிறகு நாங்களும் அவரை முறையான வரவேற்புகளிலும், நடன விருந்துகளிலும் மட்டும் பார்க்கும் நிலைக்குத் தள்ளப்பட்டோம். எங்களுடைய நட்பு தொடர்ந்தது.

நாங்கள் அதற்குப் பிறகு அவரோடு நேரத்தைச் செலவிடா விட்டாலும், எங்கள் தந்தை அடிக்கடி அவரோடு நேரத்தைக் கழித்தார்," என்கிறார் ஸுரெய்யா அகவோகுலு.

முஸ்தஃபா கெமால் புது சாங்கயா வீட்டுக்கு 1932இல் குடிபெயர்ந் தார். வீடு முழுவதும் மாற்றியமைக்கப்பட்டது. புகழ்பெற்ற இஸ்தான்புல் அறைகலன் தயாரிப்பாளர் ப்ஸால்டிக்கு படுக்கையறை கலன்கள் செய்யும் பணி கொடுக்கப்பட்டது. வரவேற்பறையில் லதிஃபேவின் நீலத்துக்குப் பதில் பச்சை பயன்படுத்தப்பட்டது.

பழையவீடு தோட்டத்தின் நடுவில், இப்போதும், அதன் அறைகலன் கள் சேதமுறாமல், பழைய நினைவுகளின் நினைவுச்சின்னமாக நிற்கிறது.

வெஜிஹே, கிலிச் அலியின் கையைக் குலுக்க மறுக்கிறார்

1927இல் முஸ்தஃபா கெமாலின் முதல் இஸ்தான்புல் வருகையின் போது ஒரு முறைசார்ந்த நடனவிருந்து அளிக்கப்பட்டது. முஸ்தஃபா கெமால் வெஜிஹேவுக்கும், ஹய்ரி இல்மெனுக்கும் அதில் கலந்து கொள்ளுமாறு சிறப்பு அழைப்பு விடுத்திருந்தார். வெஜிஹே அப்போது தான் உடல்நலம் மீண்டு வந்திருந்ததால் தம்மை மன்னித்து விடுமாறு கேட்டுக்கொண்டார். முஸ்தஃபா கெமால் அந்தப் பதிலை ஏற்றுக் கொள்ளவில்லை. எனவே அவர்கள் அந்த விருந்துக்குக் கட்டாயமாகப் போகவேண்டியதாயிற்று. மணமுறிவுக்குப் பின் இரு குடும்பங்களுக்கும் இடையில் ஏற்படும் முதல் தொடர்பு இதுவாகத்தான் இருக்கும்.

வெஜிஹே நடன அறைக்குள் நுழைந்துகொண்டிருந்தபோது முஸ்தஃபா கெமாலை நேருக்கு நேர் சந்தித்தார். எப்போதும் போல அவருடன் இருந்த கிலிச் அலி வெஜிஹேயோடு கை குலுக்குவதற்காகக் கையை நீட்டினார். ஆனால் வெஜிஹே கையை நீட்டவில்லை. இது முஸ்தஃபா கெமாலை, "இந்த இரு சகோதரிகளும், ஒரே இறகு கொண்ட பறவைகள் . . . அவள் என் அருகில் நிற்பதால் நீ அவளுக்கு மதிப்பு கொடுக்கிறாய், ஆனால் அவள் உன்னை அவமானப்படுத்துகிறாள்," என்று சொல்ல வைத்தது.

அவர்கள் உரையாடத் தொடங்கினார்கள். முஸ்தஃபா கெமால், "வெஜிஹே, நான் இருக்கும் நிலைமையைப் பார்!" என்று குறைபட்டுக் கொண்டார் வெஜிஹே, "உங்களுக்கு என்ன குறை, பாஷம்?" என்று கேட்டார்.

"என்னைப் பார், என்னைக் கவனிக்க யாரும் இல்லை . . ." லதிஃபே அப்போது அயஸ் பாஷாவில் வாழ்ந்துகொண்டிருந்தார். அயஸ் பாஷாவை சுட்டிக்காட்டி பாஷா கேட்டார், "அவள் அங்கே இருக்கிறாள். இல்லையா?"

"ஆம், பாஷம் அவள் அங்கேதான் இருக்கிறாள்," பதிலளித்தார் வெஜிஹே.

"என்ன பரிதாபம், இல்லையா வெஜிஹே?" அவர் தொடர்ந்தார்.

"பாஷம், அது உங்களுடைய விருப்பம். யாரையும் குறை கூற முடியாது" என்று வெஜிஹே பதிலளித்தார்.

முஸ்தஃபா கெமால் எந்தத் தயக்கமும் இன்றி வெளிப்படையாகவே தன்மீது குறைபட்டுக்கொண்டார்.

வெஜிஹே பின்பு நண்பர்களிடமும் உறவினர்களிடமும் இந்த உரையாடலை விளக்கமாகக் கூறினார்.

நடைமுறை மரபுப்படி லதிஃபேவின் இடத்தை நிரப்புதல்

அஃபெட் பிரெஞ்சு கற்பதற்காக லூசானிலுள்ள ரோஷமானட் பள்ளிக்கு அனுப்பப்பட்டாள். 1927இல் திரும்பி வந்தபிறகு இஸ்தான் புல்லிலிருந்த Notre Dame de Sionஇல் சேர்ந்தாள். பின்பு அங்காராவில் ஆசிரியையாகப் பணிபுரியத் தொடங்கினாள்.

1929ஆம் ஆண்டு அஃபெட் தன் வகுப்பில் ஒரு ஓட்டுப் பெட்டி வைத்து மாணவர்களிடம் வாக்களிக்கக் கூறினாள். ஒரு மாணவன் "பெண்கள் வாக்களிக்க முடியாது" என்பதை சுட்டிக்காட்டியபோது அஃபெட்டின் உலகம் நிலைகுலைந்தது. "எனக்கு அதைப்பற்றித் தெரிய வில்லை, அது என் மனதில் ஒருபோதும் தோன்றவே இல்லை" என்று அவள் கூறுகிறாள். அவள் அது குறித்து சிந்தித்தாள். இந்த உரிமை எனக்கு இல்லாமலிருந்து, என் மாணவர்களுக்கு இருக்கும்போது என்னால் இதற்கு மேலும் அவர்களுக்குக் கற்பிக்க முடியாது. கண்ணீரோடு பள்ளியை விட்டுச் சென்றாள்.

அஃபெட்டின் கண்ணீர்வடிந்த முகத்தைப் பார்த்து முஸ்தஃபா கெமால் சிரித்தார். வேறுநாடுகளில் நிலைமை எவ்வாறு உள்ளது என்பது குறித்து ஆய்வுசெய்யுமாறு அவளிடம் கூறினார். புத்தகங்கள் வந்து சேர்ந்தன. அவள் பணியைத் தொடங்கினாள். ஒரு சட்டத் திருத்தம் உள்ளூர் தேர்தல்களில் பெண்கள் வாக்களிக்க உதவியது. அடுத்த ஏப்ரல் மாதத்தில் இஸ்தான்புல்லில் பன்னாட்டு பெண்கள் பேரவையின் கூட்டம் நடைபெறவிருந்தநேரத்தில் இந்த உரிமை வழங்கப் பட்டது. வாக்களிக்கவும் தேர்தல்களில் போட்டியிடவும் பெண்களுக் குள்ள உரிமைகள் குறித்து டார்கிஷ் ஹார்த்தில் அஃபெட் சொற் பொழிவாற்றினாள். சொற்பொழிவுக்கு முன்பு, முஸ்தஃபா கெமாலின் அறிவுரையின்படி ஹம்துல்லா ஸுஃபியிடமிருந்து பேச்சுக் கலையில் பயிற்சி எடுத்திருந்தாள். கண்ணாடி முன் நின்று பயிற்சி செய்தாள்.

லதிஃபே தோட்டத்தில் சொற்பொழிவு ஒத்திகை பார்த்ததை குறை கூறியவர்கள் அவருக்கு அநீதி இழைத்திருந்தார்கள். கெமால் பாஷாவை விடச் சிறந்து விளங்க அவர் முயற்சிப்பதாக அவர்கள் கூறினார்கள். சக்கரம் ஒருமுறை முழுமையாகச் சுற்றி முடித்திருந்தது.

அஃபெட் பட்டப் படிப்புக்காக ஸ்விட்சர்லாந்து சென்றாள். துருக்கி யில் இருந்தபோதெல்லாம் பயணங்களிலும் முக்கிய தருணங்களிலும் முஸ்தஃபா கெமாலோடு சென்றாள். அவருடைய பணியிலும் உதவினாள். இஸ்மிரில் அவர் சந்தித்த மற்றொரு பெண் லதிஃபேவின் இடத்தை புகைப்படங்களிலும், நடைமுறை மரபுப்படியும் நிரப்பியிருந்தாள்.

34

லதிஃபே இரண்டாவது கட்சிக்கு ஆதரவளிக்கிறார்

லதிஃபே வெளிநாட்டுப் பயணங்களின்போது பிறருடைய கவனத்தை ஈர்க்காதவாறு நடந்துகொண்டார். தம்மைக் கடவுச் சீட்டில் இருந்த ஃபாட்மா ஸாதிக் என்ற புனைபெயரிலேயே அறிமுகம் செய்துகொண்டார். துருக்கியின் முன்னாள் முதல் பெண்மணி தன் உண்மையான அடையாளத்தை மறைத்து வைத்தது, அவருடைய மனஇறுக்கத்தைத் தளரச்செய்தது. அவர் வெளிநாடு சென்ற ஒவ்வொரு முறையும் முன்பைவிட நன்றாக இருந்ததாக உணர்ந்தார்.

ஐரோப்பாவில் நீண்டகாலம் தங்கியிருந்துவிட்டு 1930 ஆகஸ்டில் திரும்பிவந்தார். துருக்கியில் மக்களாட்சி அப்போதும் வெகுதொலைவில் இருந்தது. இஸ்மிர் கொலை முயற்சிக்குப் பின் தூக்குமரங்கள் பிரித்தெடுக்கப்பட்டு நீண்டகாலம் ஆகியிருந்தாலும் தீர்ப்பாயங்களால் உருவாக்கப்பட்ட அச்சம் இன்னும் மறையவில்லை. சட்டமன்றத்திலோ அல்லது பத்திரிகைகளிலோ எதிர்ப்புக்குரல் எழுப்ப ஒருவருக்கும் துணிச்சல் இல்லை. உலகெங்கும் பரவிய பொருளாதார வீழ்ச்சி அந்த வறிய நாட்டை மேலும் வறுமைக்குள்ளாக்கியது.

லதிஃபே மணவிலக்குக்குப் பிந்தைய முதல் நான்கு வருடங்களை தன் உடைந்துபோன ஊக்கத்தையும் தளர்ந்துபோன உடலையும் பேணுவதற்காகச் செலவழித்தார். இப்போது துன்பத்தில் முதிர்ச்சியடைந்த பெண்ணாக, தன் வாழ்க்கையைச் சீரமைக்க ஆயத்தமாகத் தந்தையின் வீட்டுக்குத் திரும்பிவந்தார்.

பிரான்சில் துருக்கியின் தூதுவரான ஃபெதி ஒகியாரும், அவருடைய மனைவி, குழந்தைகள் அடங்கிய குடும்பத்தினரும் வருடாந்தர இருமாத விடுமுறைக்காக 1930 ஜூலை மாதத்தில் திரும்பி வந்திருந்தனர். ஒரு முன்னணி சட்டக் கல்வியாளரும், முவாம்மெரின் நெருங்கிய நண்பருமான நீமெத்தின்னின் கடற்கரை மாளிகையில் அவர்கள் தங்கியிருந்தனர். ஃபெதி ஒகியார் முஸ்தஃபா கெமாலுக்குத் தன் மரியாதையைத் தெரிவிப்பதற்காகவும், பிரான்சு நாட்டு அரசின் துருக்கி பற்றிய கருத்துகளைத் தெரிவிப்பதற்காகவும் யலோவாவுக்குச் சென்றார்.

முஸ்தஃபா கெமால் உள்நாட்டு நிலைமையைத் தொகுத்துக் கூறினார்:

நம்முடைய இப்போதைய அரசியல் சூழல் ஓரளவு சர்வாதிகார ஆட்சி யாகவே உள்ளது ... ஒரு சட்டமன்றம் இருப்பது உண்மை, ஆனால் உள் நாட்டிலும், வெளிநாடுகளிலும் நான் ஒரு சர்வாதிகாரியாகவே கருதப்படு கிறேன். ஜெர்மன் எழுத்தாளரான எமில் லுட்விக் கடந்த வருடம் வந்தார். அவர் நம் அரசு அமைப்பு பற்றிய சில விசித்திரமான கேள்விகள் கேட்டார். அவருடைய நாட்டுக்குத் திரும்பிச் சென்ற பின், நம்முடையது சர்வாதிகார ஆட்சி என்று உறுதியாக நம்பி அதுபற்றி எழுதினார். அதற்கு மாறாக, என்னுடைய மரபுக் கொடையாக கொடுங்கோலாட்சியை விட்டுச் செல்ல நான் விரும்பவில்லை. வரலாறு என்னை அவ்வாறு நினைவில் வைத்துக் கொள்ளவதையும் நான் விரும்பவில்லை.

அவர் மேலும் கூறியது:

நான் ஒரு தீர்வைக் கண்டறிந்துள்ளேன். நாட்டுக்கு ஒரு எதிர்க்கட்சி தேவை. இதுபோன்ற கட்சி பாராளுமன்றத்தில் கட்டுப்பாடற்ற விவாதம் நடக்க உதவும். எடுத்துக்காட்டாக நீங்கள் இதுபோன்ற கட்சிக்குத் தலைமை வகித்து, பாராளுமன்றத்தில் சுதந்திரமாகப் பேசலாம்.

அதை மறுத்ததுதான் ஃபெதியின் முதல் எதிர்வினை, "என்னை மன்னித்து விடுங்கள்."

அன்று ஃபெதி யலோவாவை விட்டுத் திரும்பி வந்தபோது, முஸ்தஃபா கெமால் அவருடன் வந்தார். இரவு விருந்துக்கு அவர்களோடு சேர்ந்து கொள்வதாகவும் கூறினார்.

எந்திரப் படகு மூலம் கடற்கரை மாளிகைக்கு வந்து சேர்ந்தபோது அவர் ஒரு முடிவுக்கு வந்திருந்தார்:

"உங்களுடைய கட்சிக்கு பெயர் கண்டுபிடித்துவிட்டேன்." கலிபேவைப் பார்த்து, "நீங்கள் பாரிசுக்குத் திரும்பிக் போகமுடியாது போலத் தோன்றுகிறது," என்றார்.

"மற்றொரு வருடம் அங்கு இருப்போம் என்றும், இந்தத் திட்டங் களை நீங்கள் தள்ளிப் போடுவீர்கள் என்றும் நம்பியிருந்தேன்" என்று பதிலளித்தார் கலிபே.

"இல்லை, இல்லை, மற்றொரு வருடத்துக்குத் தள்ளிப்போட முடியாது. அது உடனே, ஏன், நாளையே நடந்தாக வேண்டும்," என்றார் முஸ்தஃபா கெமால். இந்த வார்த்தைகள் அவருடைய வாயிலிருந்தே வந்ததால், அரசியல் விறுவிறுப்படையும் என்பது அங்கிருந்த எல்லோருக்கும் தெரிந்தது.

ஃபெதிக்கு சில கவலைகள் இருந்தன. மக்கள் கட்சியின் தலைமைப் பொறுப்பிலிருந்து விலகுமாறு முஸ்தஃபா கெமாலிடம் கேட்டுக்கொண்டார். அவ்வாறு செய்வது அவருடைய நடுநிலைமையை வெளிப்படுத்தும். ஆனால் முஸ்தஃபா கெமால் ஒரு உறுதியான பதில் அளிப்பதைத் தவிர்த்தார்.

குடியாட்சி காலத்தின் இரண்டாவது எதிர்க்கட்சியான சுதந்திர குடியரசுக்கட்சி (சு.கு.க) 1930 ஆகஸ்ட் 12 அன்று தொடங்கப்பட்டது.

கட்சி பொதுவாக சுதந்திரக்கட்சி என்று அறியப்பட்டது. ஃபெதி ஒகியார் அதற்குத் தலைவரானார். அவர் 70 பாராளுமன்ற உறுப்பினர் களோடு கட்சியைத் தொடங்க இஸ்மெட் பாஷாவுடன் ஒத்துக்கொண்டார். புதுக்கட்சி அதிக தாராள மனப்பாங்குடையதாக இருக்கவேண்டும் என்று முஸ்தஃபா கெமால் விருப்பம் தெரிவித்ததாகக் கூறப்படுகிறது. எனவே அது மக்கள் கட்சியைவிட அதிக இடதுசாரிச் சார்புடையதாக இருந்தது.

லதிஃபே திரும்பி வந்தபோது சு.கு.க. பற்றி அறிந்து மகிழ்ச்சியடைந் தார். அது ஒரு முக்கியமான முன்னேற்றம் என்று அவர் நம்பினாலும் அந்த எதிர்க்கட்சியின் எதிர்காலம் குறித்து நம்பிக்கை ஏற்படவில்லை. அரசியல் அவருக்குள் ஊடுருவியிருந்ததால் தினசரி செய்தித்தாள்கள் நெருங்கிய நண்பர்கள் போன்ற முடிந்த எல்லா வழிகளிலும் நிகழ்வு களைத் தொடர்ந்து கவனித்துக்கொண்டிருந்தார்.

சுதந்திரக்கட்சியும் பெண்களும்

சாங்கயாவில் இருந்த வேளையில் லதிஃபே ஆதரித்திருந்த பெண்கள் இயக்கம் சிலகாலமாக அமைதியாக இருந்ததாகத் தோன்றியது. துருக்கி பெண்கள் சங்கம் நெஸிஹே முஹித்தினின் இடத்தில் லதிஃபே பெகிரைத் தலைவராக்கியிருந்தது.

லதிஃபே பெகிர் தனக்கு முந்தைய தலைவரின் அரசியல் உரிமை களுக்கான பெரும் விருப்பத்தை வெறும் கனவுகள் என்று நிராகரித்தார். எனினும் உள்ளாட்சிச் சட்டத் திருத்தத்துக்குப் பிறகு பெண்கள் மக்கள் கட்சியில் சேரத் தொடங்கியிருந்தனர்.

சுதந்திரக்கட்சி ஒரு படி மேலே சென்று பெண்களின் அரசியல் உரிமைகளைத் தங்கள் செயல் திட்டத்தில் சேர்த்தனர். இந்தப் பிரச்சினை முஸ்தஃபா கெமாலாலேயே சேர்க்கப்பட்டது. அவர் தன் சகோதரி மாக்பூலேவை அக்கட்சியில் சேரச் சொன்னார். அவர் ஃபெதியிடம்,

"உங்கள் கட்சியில் சேர நான் என் சகோதரியை அனுப்புவதை நீங்கள் விரும்புவீர்களா?" என்று கேட்டார்.

முஸ்தஃபா கெமாலின் மனப்பாங்கு குறித்த நிச்சயமற்றதன்மை அரசியல்வாதிகள் சுதந்திரக்கட்சியில் சேர்வதைத் தடுத்தது. கட்சியில் மாக்பூலே சேர்ந்தது கெமால் பாஷாவின் அங்கீகாரத்தை சுட்டிக் காட்டியது. இது ஃபெதிக்கு ஓரளவு நிம்மதியளித்தது.

முஸ்தஃபா கெமாலின் மூளையில் உதித்ததாகத் தெளிவாகத் தெரிந்த சுதந்திரக்கட்சியின் அமைப்பில் ஒவ்வொரு நடவடிக்கையையும் லதிஃபே கவனித்துக்கொண்டிருந்தார். தம்முடைய பழைய தோழியான கலிபேவோடு மீண்டும் இணைவதற்கான வாய்ப்பும், அரசியல் உண்மை யாகவே விறுவிறுப்பாகிக்கொண்டிருந்ததும் ஒரே நேரத்தில் நிகழ்ந்தது.

"அபாரம், என் சொந்த நகரமே..."

ஒருநாள் லதிஃபே தம் தங்கை வெஜிஹே, அவருடைய கணவன் ஹய்ரி ஆகியோரோடு அந்நாளை ஒகியார் குடும்பத்தினரோடு

கழிப்பதற் காக ஸாரியெர் கடற்கரையிலிருந்த அல்டின்கும் சென்றனர். நீச்சல் சென்றுவிட்டு அவர்கள் கடற்கரையில் படுத்துக்கொண்டே உரையாடிக் கொண்டிருந்தனர். ஃபெதி சுதந்திரக்கட்சி குறித்த லதிஃபே வின் கருத்தைக் கேட்டார். "நீங்கள் என்ன நினைக்கிறீர்கள். இந்தச் சூழ்நிலையை எவ்வாறு புரிந்திருக்கிறீர்கள்?

"நீங்கள் கேட்டது எனக்கு மகிழ்ச்சியாக இருக்கிறது. முழுநாடும் உங்களைத்தான் நம்பி இருக்கிறது. எல்லோரும் துன்பத்தில் இருக்கிறார் கள். எல்லோரும் புதுக்காற்றை மிகவும் விரும்புகிறார்கள்," என்று பதிலளித்தார் லதிஃபே.

லதிஃபேவின் சொந்த நகரான இஸ்மிரில் ஃபெதி அவருடைய பரப்புரைப் பயணத்தைத் தொடங்கினார். செப்டம்பர் 5 அன்று அவருடைய தங்குவிடுதிக்கு முன்னால் இருந்த சதுக்கத்தில் ஒரு பெரும் மக்கள் திரள் அவரை வரவேற்றது. ஆனால் மக்கள் கட்சி அதற்கு எதிரான ஒரு பேரணியை நடத்தியது. அந்தப் பதற்றமான சூழலில், சுதந்திரக்கட்சிக்கு எதிரான வெளியீடுகளுக்காக நன்கறியப்பட்ட அச்சகக் கட்டிடம் மீது கல்வீசப்பட்டது. கூட்டத்தின் மீது காவல்துறையினர் துப்பாக்கிச்சூடு நடத்தியதில் ஒரு சிறுவன் கொல்லப்பட்டான்.

ஃபெதி ஓகியார் தபால் அலுவலகத்தில் முஸ்தஃபா கெமாலுக்கு ஒரு தந்தி அனுப்ப விரும்பினார். தொலைபேசி இணைப்பாளர்கள் அவரோடு ஒத்துழைக்க மறுத்துவிட்டனர். அவர் தன் முந்தைய உயர் பதவியின் செல்வாக்கைப் பயன்படுத்தி ஆளுநருக்கு அவருடைய கடமையை நினைவூட்டினார். தந்தி இறுதியாக சென்று சேர வேண்டிய இடத்தை அடைந்தது. அதற்கு ஒரு நம்பிக்கையூட்டும் பதிலும் கிடைத்தது:

"அவர்கள் உங்கள் பேச்சைத் தடுக்க விரும்புகிறார்கள் என்பதைப் புரிந்துகொண்டேன்... ஆனால் நீங்கள் நிச்சயமாகப் பேசவேண்டும்!" செப்டம்பர் 7 அன்று அவருக்கு எதிரான எல்லாத் தடைகளையும் மீறி ஃபெதி 50,000 மக்களடங்கிய கூட்டத்தில் பேசினார்.

ஃபெதியின் இஸ்மிர் பயணம் பற்றிச் செய்தித்தாள்களில் வந்த அறிக்கைகளை லதிஃபே பாதுகாத்து வைத்திருந்தார் "பாராட்டுகள், என் சொந்த நகரமே!" என்று ஒரு செய்தியறிக்கையின் அருகில் குறிப்பிட்டிருந்தார்.

இஸ்தான்புல்லில் அப்போது இருந்த கல்வி அமைச்சர் வஸிஃப் சினார் லதிஃபேவிடம் தொலைபேசியில் பேசினார்:

"நீங்கள் இங்கே இருப்பதை தற்செயலாக அறிந்தேன். குடியரசுத் தலைவரோடு இங்கிருந்து செல்வதற்குமுன் உங்களை வந்துபார்க்க விரும்புகிறேன், என் மீது குறைகூறாமல் இருப்பதற்காக..." லதிஃபே அவருக்கு ஊக்கமளித்தார், "நீங்கள் மன்னிப்புக் கேட்கவேண்டிய தேவை யில்லை." காலை செய்தித்தாள்களில் வாசித்த எல்லா செய்திகளையும் அறிந்து மனக்கிளர்ச்சியுடன் இருந்தார். அவர் பிறர் தம்மைக் கவனிக் காத விதத்தில் இருந்திருக்கலாம் ஆனால் அவருடைய பழக்கவழக்கத்தை அவரால் விடமுடியவில்லை.

ஒரு மணி நேரத்துக்ககுள் வஸிஃப் சினார் அயஸ்பாஷா வந்து சேர்ந்தார்.

“நாங்கள் இன்று மாலை அவரோடு அங்காராவுக்குத் திரும்பிப் போகிறோம்” என்றார். முஸ்தஃபா கெமால் வஸிஃபிடம் புதுக்கட்சியில் சேருமாறு வற்புறுத்தியபோது அவர் பணிவோடு மறுத்துவிட்டார்.

“உங்களுடைய உண்மையான கடமை இனிமேல்தான் இருக்கிறது,” என்றார் லதிஃபே. அவர்கள் இஸ்மெட் பாஷாவின் பதற்றத்தைப் பற்றி விவாதித்தார்கள். லதிஃபேவும் அவருடைய கருத்துக்களை ஏற்றுக் கொண்டார்.

“நீண்டகால அடிப்படையில் ஃபெதி பெய் வெற்றி பெற முடியாது. ஆனால் அவருடைய தியாகம் நாட்டுக்கு நன்மைபயக்கும். நாம் அவருக்கு நன்றி செலுத்தக் கடமைப்பட்டிருக்கிறோம்.”

வஸிஃப் அவருடைய உடன்பாட்டைத் தெரிவிக்குமாறு தலையை அசைத்தார்:

“ஃபெதி பெய் ஆழ்ந்த மனக்கவலையோடு இருக்கிறார்.” ஒரு செய்தித்தாள் கட்டுரையில் யாகுப் கத்ரி இஸ்மிரை கடுமையாகத் தாக்கியிருந்தார். இது லதிஃபேவின் கோபத்தைக் கிளறியிருந்தது. இரு இஸ்மிர்வாசிகளும் மனம் விட்டுப் பேசினார்கள். லதிஃபே தன் சினத்துக் கான காரணத்தை விளக்கினார்:

“உள்ளூர் மக்கள் திட்டமிடப்பட்டே தூண்டிவிடப்பட்டிருக்கிறார்கள். அவர்கள் துன்புறவேண்டுமென்று யாரோ விரும்பியிருக்கிறார்கள். யாகுப் கத்ரி கூறுவதுபோல இஸ்மிர் மக்கள் தாழ்ந்தவர்களோ, மட்ட மானவர்களோ அல்லர். இரண்டாவதாக என்னைப் புண்படுத்துவது செய்தித்தாள்கள் எல்லாவற்றுக்கும் தனிப்பட்டவர்களைக் குறைகூறுவது. பத்திரிகை சுதந்திரத்தை என்னால் புரிந்துகொள்ள முடிகிறது. ஆனால் அதை எல்லோரும் கடைபிடித்தால் மட்டுமே சுதந்திரம் எல்லோருக்கும் உறுதியாகக் கிடைக்கும்.”

உரையாடல் முடிந்த பிறகு வஸிஃப் விடைபெற்றார். அவர் செப்டம்பர் 19 அன்று குடியரசுத்தலைவர் அங்காராவுக்குத் திரும்பிப் போகும்போது அவருடன் செல்லவிருந்தார்.

இஸ்மிர் நிகழ்வுகளுக்குப்பிறகு சுதந்திரக்கட்சிக்கு எதிரான பரப்புரை தொடங்கியது. கட்சியும், நகரத்து மக்களும் தாக்குதலுக்குட்பட்டார்கள். இஸ்மிரைக் குறை கூறியவர்களோடு லதிஃபே விவாதம் செய்தார். அவருடைய சொந்த நகரம் சந்தித்த கடுமையான விமரிசனங்கள் அவரைக் குமுறவைத்தன:

“இந்தக் கலகங்கள் நடந்திருக்கக்கூடாது என்பதை நான் ஏற்றுக் கொள்கிறேன். ஆனால் அவை தூண்டப்பட்டவை. இந்த நிகழ்வுகளின் அடிப்படையில் யாரும் இஸ்மிர் மக்களைக் கண்டனம் செய்யக்கூடாது. இந்த மக்கள் பசியோடு இருக்கிறார்கள்; கந்தல்துணி அணிந்திருக்கிறார்கள்; அவர்களுடைய சிறு சேமிப்புகள்கூட நமக்குத் தெரியாத எவருடைய சட்டைப்பைகளுக்குள்ளோ போய்விடுகிறது. இந்த மக்கள் புண்பட்டிருக் கிறார்கள்; அவர்களுக்கு ஆதரவு தேவைப்படுகிறது.”[1]

முஸ்தஃபா கெமால் ஒற்றைக்கட்சி ஆட்சிகாலத்தை முடிவுக்குக் கொண்டுவர விரும்பியிருக்கலாம். ஆனால் இஸ்மிரில் ஏற்பட்ட குழப்பங்கள் அவரை மக்கள் கட்சியின் எதிர்கால வெற்றிவாய்ப்புகளைச் சந்தேகப்பட வைத்தன. சுதந்திரக்கட்சியின் வளர்ச்சி அவரைச் சில நடவடிக்கைகளை எடுக்கவைத்தது: "இப்போதைக்கு நான் சிறிது பாரபட்சம் காட்டவேண்டியுள்ளது. இல்லாவிட்டால் மக்கள் கட்சி மறைந்துவிடும். மீண்டும் நாம் ஒரு கட்சியோடு விட்டுவிடப்படுவோம். அது நடக்கக்கூடாது" என்றார்.

முஸ்தஃபா கெமாலின் சகோதரியான மாக்பூலே ஹனிம் சுதந்திரக் கட்சியைத் தொடங்கியவர்களில் ஒருவர். அவர் ஃபெதியின் இஸ்மிர் பயணத்துக்குப்பின் சிறிதுகாலத்தில் ஒகியார் குடும்பத்தினரைப் பார்க்கச் சென்றார். அதே நேரத்தில் லதிஃபேவும் தன் நண்பரைப் பார்க்க வந்திருந்தார். முன்னாள் மைத்துனிகள் நேருக்கு நேராகச் சந்திக்க வேண்டியதாயிற்று. திருமணம் உடைந்ததற்கு வருத்தத்தைத் தெரிவித்த மாக்பூலே பின்னர் லதிஃபேவை அவருடைய அயஸ்பாஷா வீட்டில் சென்று பார்த்தார்.

"நீ இவ்வளவு அமைதியாக எப்போதும் வாழ முடியாது!"

லதிஃபே மீண்டும் ஒருமுறை மும்முரமான நிகழ்வுகளுக்கு நடுவில் இருந்தார். முஸ்தஃபா கெமால் டோல்மாபாஹ்சேவில் தங்கிய ஒவ்வொரு முறையும் அவருக்கு மரியாதை தெரிவிக்க வந்தவர்கள் குன்றின்மேல் ஏறி லதிஃபேவையும் பார்க்கச் சென்றனர். இருவருக்கும் இடையில் தகவல் இருவழிகளிலும் எடுத்துச்செல்லப்பட்டதற்கான வாய்ப்பை இது அதிகமாக்கியது.

ஒருநாள் லதிஃபேவும் கலிபேவும் பூயூக்டெரே மாளிகையில் உரையாடிக்கொண்டிருந்தனர். கடந்த காலத்தைப் பற்றியும் வருங் காலம் பற்றியும் பேசிக்கொண்டிருந்தபோது முஸ்தஃபா கெமாலைப் பற்றி பேச்சு வந்தது. அவர்கள் இருவரும் மீண்டும் ஒன்று சேரலாம் என்று கலிபே நினைத்தார்: "நான் மிகுந்த நம்பிக்கையோடிருக்கிறேன். இது நடக்கவேண்டும் என்று விரும்புகிறேன்.."

ஆனால் லதிஃபே தொடர்ந்தார்: "அதற்கு வாய்ப்பே இல்லை. நான் ஏற்கனவே முடிவு செய்துவிட்டேன். நான் நான்கு வருடங்கள் அழுதிருக்கிறேன். இறுதியாக இப்போதுதான் உலகின் இன்பங்களைப் பார்க்கத் தொடங்கியிருக்கிறேன். திருமணம் இன்றியமையாத ஒன்றாக இருந்தால், நான் ஒரு புது வாழ்க்கையை விரும்புவேன். ஆனால் திருமணத்தின் தேவைகுறித்த நம்பிக்கை எனக்கு ஏற்படவில்லை. குடும்ப வாழ்க்கையை அனுபவிக்க முடியாதென்றால் திருமணம் செய்வதில் என்ன பொருள் இருக்கிறது?" என்று கேட்டார்.

முன்னாள் மைத்துனிகள் சந்திப்பு குறித்து கலிபே குறிப்பிட்டார்.

"மாக்பூலே ஹனிம் உங்களுக்காக அழுதார். அவர் உங்களைப் பற்றிப் புகழ்ந்து பேசினார். அந்நேரத்தில் அவர் அங்கிருந்திருந்தால் இது நடந்திருக்காது" என்று கூறினார்.

லதிஃபே தன் அமைதியைக் கலைத்தார்.

"இவ்வித சந்திப்புகள் இயல்பானதுதான். சமூகத்தில் எனக்கு இருந்த இடத்தை நான் விட்டுவிடவில்லை. அதற்கான தேவை இருப்பதாக நான் உணர்ந்தால், நாட்டை விட்டே சென்றிருப்பேன்."

"நீங்கள் இதுபோல் அமைதியாக எப்போதும் இருக்கமுடியாது. ஏதாவது ஒரு விதத்தில் நீங்கள் நாட்டுக்குப் பணியாற்றவேண்டும். இத்தனை வருடங்களாக சரியானவற்றையே செய்திருக்கிறீர்கள். யாரும் குறை கூறுவதற்கான வாய்ப்பைக் கொடுக்கவில்லை" என்று பதிலளித்தார் கலிபே.

அதற்கு லதிஃபே, "நான் என் கடமையைச் செய்துகொண்டிருக் கிறேன். நான் எப்போதும் அவரை மதிப்பேன். நான் இப்போது ஏதாவது செய்ய விரும்புகிறேன். ஆனால் எப்படிச் செய்வது என்பது குறித்து நான் எந்த முடிவும் எடுக்கவில்லை" என்றார்.

கலிபே தன் தோழியைச் சுதந்திரக் கட்சியில் சேருமாறு அழைத்தார். ஆனால் லதிஃபே தன் அரசியல் செயல்பாடுகள் ஏற்படுத்தும் விளைவு களைப் பற்றி மதிப்பீடு செய்ய வேண்டியிருந்தது. சுதந்திரக் கட்சியின் செயல்பாடு நீண்டகாலத்துக்கு நீடிக்கும் என்று லதிஃபே நம்பவில்லை. ஆனால் தன் தோழியிடம் அதை வெளிப்படையாகக் கூற அவர் விரும்பவில்லை.[2]

தேர்தல்களில் சுதந்திரக் கட்சி

ஃபெதி ஒகியாரும் கட்சியைக் கலைப்பதுவே சிறந்த செயல் வழிமுறையாக இருக்கும் என்ற முடிவுக்கு வந்திருந்தார். இதற்குக் காரணம் முஸ்தஃபா கெமால் தமது செல்வாக்கை வெளிப்படுத்தியிருந்தது தான். ஆனால் சுதந்திர குடியரசுக்கட்சி மற்றுமொரு பரிசோதனையில் பங்கெடுக்க வேண்டியிருந்தது. உள்ளாட்சித் தேர்தல்கள் நெருங்கிக் கொண்டிருந்தது. குடியரசின் வரலாற்றில் முதல்முறையாக நேரடித் தேர்தல்கள் நடக்க விருந்தன.

1930 தொடக்கத்தில் தேர்தல்கள் நடத்தப்பட்டன. முதல் முறையாக ஒன்பது பெண் வேட்பாளர்கள் அறிவிக்கப்பட்டனர். மக்கள் கட்சியும், சுதந்திர குடியரசுக் கட்சியும் தங்கள் பெண் வேட்பாளர்களைப் பட்டியலின் தொடக்கத்தில் வைத்திருந்தன. பெயோக்லு பட்டியலின் முதல்பெயர் மாக்பூலே அற்றாடனுடையது; துருக்கி பெண்கள் சங்கத்தின் முன்னாள் தலைவரான நெஸிஹே முஹித்தின் பெயர் அதற்கு மிக அருகிலேயே இடம் பெற்றது.

சுதந்திரக் கட்சி எல்லா எதிர்பார்ப்புகளையும் மீறி அதிகாரபூர்வ முடிவுகள்படி 502 மாவட்டங்களில் 31இல் வெற்றிபெற்றது. இஸ்தான் புல்லில் மொத்த 36,000 வாக்குகளில் சுதந்திரக் கட்சி 13,000 வாக்குகள் பெற்றது. இஸ்மிரில் மக்கள் கட்சிக்கு 14,600 வாக்குகளும் சுதந்திரக் கட்சிக்கு 10,000 வாக்குகளும் கிடைத்தன.

இம்முறை சுதந்திரக் கட்சி சமயப் பிற்போக்குவாதக் குற்றச்சாட்டுக் காளானது. எல்லாவற்றையும்விட முக்கியமாக உள்ளாட்சித்துறை,

காவல்துறை போன்ற எல்லா நிலையிலுள்ள அரசு அதிகாரிகள் தேர்தலில் தலையிட்டிருந்தனர். சுதந்திரக் கட்சி தோல்வியடைவதை உறுதிப்படுத்த அவர்கள் உழைத்தனர். எனவே ஃபெதி உள்ளாட்சித் துறைச் செயலருக்கு எதிராக கண்டனத் தீர்மானம் ஒன்றைப் பரிந்துரைத் தார். தீர்மானக் கோரிக்கை நவம்பர் 15 அன்று சட்டமன்றத்தில் வந்தது. இந்நேரத்தில் ஃபெதி தான் சட்டமன்றத்தில் ஆதரவின்றி விடப்பட்டிருப்பதை உணர்ந்தார். நவம்பர் 17 அன்று சுதந்திரக் கட்சியைக் கலைப்பதற்கான முடிவை அறிவித்தார்.

துருக்கி மீண்டும் ஒற்றைக் கட்சிமுறைக்குத் திரும்பியது மீண்டும் எந்த ஒரு எதிர்ப்பும் நசுக்கப்பட்டது. லதிஃபே அதுவரை தனி வாழ்க்கையைவிட்டு வெளியே வருவதற்கான முடிவை எடுத்திருக்க வில்லை. எனவே அவர் அந்நேரத்தில் பொதுவெளிக்கு அப்பால் இருப்பதுவே அறிவுடைமை என்ற முடிவுக்கு வந்தார்.

ஆம்ஸ்ட்ராங் 'கிரே உல்ஃப்' நூல் வெளியிடுகிறார்.

1930களின் தொடக்கத்தில் லதிஃபே அயஸ் பாஷா வீட்டின் நான்காவது தளத்தில் இருந்த ஒரு அறையைத் தன் மொழி மாற்றப் பணிகளுக்காகப் பயன்படுத்தினார்.

துருக்கி சுற்றுலா மற்றும் தானியங்கு ஊர்திகள் மன்றம் நாட்டை மேம்படுத்துவதற்காகத் தொடங்கப்பட்டது. அதன் தலைவர் ரெஷிட் ஸாஃபெட் உஷாகிஸாடே குடும்பத்தின் நெருங்கிய உறவினர். இந்த மன்றம் 1930 ஆகஸ்ட் மாதத்தில் ஒரு இதழ் வெளியிடத் தொடங்கியது. அப்போதைய முக்கிய எழுத்தாளர்கள் சுற்றுலாவை ஊக்குவிப்பதற்காக கட்டுரைகள் எழுதிக் கொடுத்தனர். இந்த இதழுக்கு லதிஃபே ஒரு புனைபெயரில் எழுதவும், மொழிபெயர்க்கவும் செய்தார் என்று அறியப் படுகிறது. அவரது மருமகள் திலெக் பெபே லதிஃபே நாவல்களும், சிறுகதைகளும், செய்தித்தாள் கட்டுரைகளும் எழுதியதாகக் கூறுகிறார். இவை எல்லாவற்றையும் புனைபெயரில் கொஞ்சம் பணம் சம்பாதிப்பதற் காக எழுதினார் என்று கூறுகிறார்.

அவருக்கு ஒரு தனித்துவமான இலக்கிய நடை இருந்தது. அவர் எந்த புனைபெயர்களைப் பயன்படுத்தினார் என்பது நமக்குத் தெரியா விட்டாலும் இது அவர் எழுதியவற்றைக் கண்டுபிடிக்க உதவலாம்.

வெளிநாடுகளில் துருக்கி பற்றிய முக்கிய புத்தகம் வெளியிடப்பட்ட ஒவ்வொருமுறையும், அதை லதிஃபே மொழி மாற்றம் செய்து பரஸ்பர நண்பர்கள் மூலமாக முஸ்தஃபா கெமாலுக்கு அனுப்பி வைத்தார் என்று கூறப்படுகிறது. ஒரு வகையில் சொல்வதென்றால், சாங்கயாவின் மொழிபெயர்ப்பாளர் பணியில் அவர் தொடர்ந்தார்.

1932 அக்டோபரில் ஹெரால்ட் கோர்ட்னே ஆம்ஸ்ட்ராங் வாதத்துக் குரிய 'கிரே உல்ஃப்' (சாம்பல்நிற ஓநாய்) என்ற நூலை வெளியிட்டார். அந்நூலில் முஸ்தஃபா கெமாலின் ஓநாய் போன்ற சித்தரிப்பை வரைந் திருந்தார். அந்நூலில் அவருடைய தனிப்பட்ட வாழ்க்கையின் எந்த விவரமும் விடப்படவில்லை. அந்தப் புத்தகம் துருக்கியில் தடை செய்யப் பட்டிருந்தது. எனினும் லதிஃபே அதை மொழிமாற்றம் செய்து வழக்க

மான வழியில் அனுப்பிவைத்தார். முஸ்தஃபா கெமால் அதைக் கட்டாயம் படிக்கவேண்டும் என்று அவர் விரும்பினார்.

ஒருநாள் மாலை, சாங்கயாவில் இரவு உணவின்போது முஸ்தஃபா கெமால், "அந்தப் புத்தகத்தைக் கொண்டு வா, நாம் படித்துப் பார்ப்போம்," என்று கூறினார். அன்று இரவு 'கிரே உல்ஃப்' வாசிக்கப்பட்டதை எல்லோரும் கவனமாகக் கேட்டனர்.

"இந்தப் புத்தகத்தை என்ன செய்திருக்கிறீர்கள்?" என்று கேட்டார் முஸ்தஃபா கெமால்.

"அது இறக்குமதி செய்யப்படுவதைத் தடை செய்துவிட்டோம்."

"ஏன்?"

"உங்களைப் பற்றிய அவதூறுகளால்..."

"என்ன, குடிப்பது மற்றும் இது போன்றவை?"

"ஆம், ஐயா."

"அது தவறு. அவர் யாரும் அதிர்ச்சியடையாதவாறு கவனமாகத் தான் எழுதியிருக்கிறார். அதை 'வரவிடுங்கள், மக்கள் படிக்கட்டும்."

அன்று மாலை விருந்தின்போது கிலிச் அலியும் அங்கிருந்தார். அவரது தகவல்படி முஸ்தஃபா கெமால் நகைச்சுவையோடு கூறினார், "இந்தப் புத்தகத்தைத் தடை செய்தது, அரசு செய்த தவறு. பாவம், அந்த மனிதன் உங்களுடைய வீணான உடலின்ப பொழுதுபோக்கு களுக்குப் போதிய மதிப்பு கொடுக்கவில்லைதான். அந்த இடைவெளி களை நான்தான் நிரப்ப வேண்டும்போல் இருக்கிறது. அதன்பின் அந்த புத்தகத்தை நாட்டுக்குள் அனுமதிக்கலாம். அப்போது மக்கள் அதைப் படிக்கட்டும்."

இருப்பினும் தடை ரத்து செய்யப்படாமலே இருந்தது.

1932 டிசம்பர் 7 அன்று 'அக்ஷாமில்', நெஜ்மெட்டின் ஸதக்கால் தொகுக்கப்பட்ட கட்டுரையில் முஸ்தஃபா கெமாலின் திருத்தங்கள் வெளியிடப்பட்டன.

முஸ்தஃபா கெமால் லதிஃபேவோடு ஆழ்ந்த காதல் வயப்பட்டிருந் தார் என்று ஆம்ஸ்ட்ராங் உறுதிபடக் கூறியதை, அவர் மறுத்தார். அவர் லதிஃபேவை கருணையால் திருமணம் செய்ததாகக் கட்டுரை கூறியது. இஸ்மிர் பெருந்தீ எரிந்துகொண்டிருந்தபோது லதிஃபே கூறியவை மீண்டும் கூறப்படுகிறது, "எங்கள் குடும்ப சொத்து எல்லாம் எரிந்து தரைமட்டமாகி விட்டன. நாங்கள் எல்லாவற்றையும் இழந்துவிட்டோம், ஆனால் பரவாயில்லை. நீங்கள் வந்து எங்கள் நாட்டை விடுவித்து விட்டீர்கள், அதுபோதும்." இன்னும் மோசமான தகவலும் வரவிருக்கிறது. இந்த சொற்களும், லதிஃபேவிடம் இயல்பாகவே இருந்ததாக முஸ்தஃபா கெமால் கருதிய விழுமியங்களும், லதிஃபேவுக்கு பாதுகாப்பளிக்க வேண்டும் என்ற உணர்வையும், லதிஃபே, அவருடைய குடும்பத்தினர் எல்லோர் மீதும் இரக்கத்தையும் முஸ்தஃபா கெமாலிடம் ஏற்படுத்தியது. அவர் லதிஃபேவை உணர்ச்சிபூர்வமான பிணைப்பால் திருமணம் செய்து

கொள்ளவில்லை. மாறாக பரிவு, பெண்களிடம் நடந்துகொள்ளும் பண்பு ஆகியவை காரணமாகவே அவ்வாறு செய்தார். இருவருக்கும் இடையில் இருந்த முரண்பாட்டுக்குப் பின்பும் முஸ்தஃபா கெமால் லதிஃபேவோடு சில வருடங்கள் வாழ்ந்தார்.

அவர்களுடைய மணமுறிவுக்கு ஏழு வருடங்களுக்குப் பிறகு முஸ்தஃபா கெமால் லதிஃபேவை எல்லோர் முன்னிலையிலும் அவமானப்படுத்தினார். அதற்கு அவர் அச்சு ஊடகத்தைப் பயன் படுத்தினார். அவர்களுக்கிடையில் காதல் இல்லை என்பதை அக்ஷாம் கட்டுரையின் இரக்கமற்ற நடை உறுதியாகக் காட்டியது.

இந்தக் கட்டுரையை வாசித்த பின்பு லதிஃபே இஸ்மெட் பாஷா வுக்கு எழுதினார்; அவரும் பதிலளித்தார். அதன்பின் லதிஃபே அந்தக் கட்டுரையை மறுப்பதற்கான காரணங்களை விளக்கி அந்த செய்தித் தாளுக்கு இரு தனித்தனிக் கடிதங்கள் அனுப்பினார். திருத்தங்கள் வெளியிடப்படவே இல்லை.

'கிரே உல்'ஃபில் வெளிவந்த சில அந்தரங்க விவரங்கள் லதிஃபே வின் பங்களிப்பாக இருந்திருக்கும் என்று முஸ்தஃபா கெமால் சந்தேகப் பட்டிருக்கலாம்; அல்லது அந்நூலின் மொழிபெயர்ப்பை அனுப்பும் பாவனையில் அவருக்கு எரிச்சல் ஏற்படுத்தியிருக்கலாம். லதிஃபேவுக்கு மறைவான உள்நோக்கம் இருந்ததாகக்கூட முஸ்தஃபா கெமால் சந்தேகப்பட்டிருக்கலாம். எனவே திட்டமிட்டே அவரைப் புண்படுத்தத் தொடங்கினார்.

மூன்ஜியின் மரணம்

மற்றொரு அதிர்ச்சி 1932 பிற்பகுதியில் வந்தது. லதிஃபேவின் அன்புக்குரிய தம்பி மூன்ஜி ஒரு காதல் நிகழ்வுக்குப்பின் மரணமடைந் தார். அது ஒரு விபத்தா அல்லது தற்கொலையா என்பதை யாராலும் கண்டுபிடிக்க முடியவில்லை. ஆனால் அவரது மரணம் லதிஃபேவின் துயரத்தைப் பன்மடங்கு அதிகரித்தது.

மூன்ஜி சட்டத்தில் பட்டம்பெற்ற பின்பு துருக்கி சுற்றுலா மற்றும் தானியங்கு ஊர்தி மன்றத்தில் பணி செய்யத் தொடங்கியிருந்தார். அவரும் லதிஃபேவும் மிக நெருக்கமாக இருந்தனர். ஒழுங்காக கடிதங் களும் எழுதிக்கொண்டிருந்தனர்.

லதிஃபேவும் ஹலித் ஸியாவும் மீண்டும் சந்திக்கின்றனர்

மணமுறிவுக்குப் பின் லதிஃபேவுக்கும் அவர் அன்பு வைத்திருந்த சித்தப்பாவுக்கும் இடையில் பிணக்கு ஏற்பட்டிருந்தது. ஒருநாள் ஹலித் ஸியாவின் தொலைபேசி மணி அடித்தது:

"ஹலோ, ஹலோ, சித்தப்பா, நான் பேசுகிறேன்!" அவர் குரலையும் பேசிய விதத்தையும் உடனே அடையாளம் கண்டுவிட்டார்; ஆனால் அவர் லதிஃபேவை தன் பெயரைக் கூற வைத்தார். மணமுறிவுக்குப் பின் முதல் முறையாக அவர் லதிஃபேவின் குரலைக் கேட்டார்.

தங்களுக்கிடையில் ஏற்பட்டிருந்த பிளவைப் பற்றி பரஸ்பர நண்பர்களிடம் லதிஃபே பலமுறை குறிப்பிட்டிருக்கிறார். இப்போது தொலைபேசியில், "சித்தப்பா நான் லதிஃபே பேசுகிறேன். நீங்கள் அருகில் இல்லாமையை மிகவும் உணர்கிறேன். இதற்கு மேலும் என்னால் அதைத் தாங்க முடியாது", என்று கூறிக்கொண்டிருந்தார்.

ஹலித் ஸியாவுக்கு எந்தத் தொனியில் பேசுவது என்று தெரியவில்லை. லதிஃபே பயன்படுத்திய அதே தொனியைத்தான் பயன்படுத்தியாக வேண்டும். சிறிது தயக்கத்துடனாயினும் அவர், "நானும் நீ இல்லாமையை உணர்கிறேன்" என்று ஒத்துக்கொள்ள வேண்டியதாயிற்று. இருவரும் எப்போது சந்திக்கலாம் என்று லதிஃபே கேட்டார்.

"நான் ஓரளவு குறும்புத்தனத்தோடு அவளை எஷில் கோய்க்கு வருமாறு அழைத்தேன். ஆனால் அவள் தன்னை மன்னித்துவிடுமாறு கேட்டுக்கொண்டாள். அவள் நீண்டகாலம் வாழ்ந்த மாளிகைக்கு அருகில் வர விரும்பவில்லை. ஏன் என்று எங்களுக்குத் தெரியாது. ஒரு குறிப்பிட்ட நாளில் ஒரு குறிப்பிட்ட நேரத்தில் சந்திப்பதற்கு ஒத்துக்கொண்டோம். அவள் எனக்கு பெருமளவு நன்றி கூறினாள். எங்களுக்கிடையில் எந்த விளக்கமும் கேட்கப்படவோ கொடுக்கப் படவோ கூடாது என்ற நிபந்தனையோடு நான் ஒத்துக்கொண்டேன்."

அவர்கள் சந்தித்தனர்; நிபந்தனைகளின்படி நடந்துகொண்டனர். முத்தம் கொடுத்து தழுவிக்கொண்டபின் அவர்கள் எதையெதையோ பேசிவிட்டு வெடாட் பற்றியும் பேசினார்கள். லதிஃபேவுக்கு வெடாடிடம் சற்றும் குறையாத உண்மையான அன்புடன் கூடிய அக்கறை இருந்தது என்ற முடிவுக்கு ஹலித் ஸியா வந்தார்.

"சித்தப்பாவும் லதிஃபேவும் பிரிவுக்குப் பிந்தைய இந்த இனிமையான சந்திப்புக்குப்பின் முன்பைவிட நெருக்கமானவர்களாகவும் அன்புடையவர் களாகவும் பிரிந்து சென்றனர்." ஆனால் அதற்குப் பின் மூன்ஜியின் மரணம்வரை அவர்கள் மீண்டும் சந்திக்கவில்லை. எனவே அவர் களுடைய சந்திப்பு 1932க்கு முன்பு நடந்திருக்க வேண்டும்.

ஹலித் ஸியாவின் பேத்தியான ஸெய்னெப் லாங்கே லதிஃபேவும் ஹலித் ஸியாவும் எவ்வளவு நெருக்கமாக இருந்தனர் என்பது பற்றிக் குறிப்பிடுகிறார்.

லதிஃபே ஹனிம் ஹலித் ஸியா மீது மிகுந்த அன்பும், மரியாதையும் வைத்திருந்தார். லதிஃபே அவருக்கு எழுதிய ஏராளமான கடிதங்கள் என் நினைவில் இருக்கின்றன. அவை என் அப்பாவின் வீட்டில் நீலநிற ரிப்பனால் கட்டி வைக்கப்பட்டிருந்தன. ஒருநாள் அப்பா அவரை அழைத்து, "இந்தக் கடிதங்களை நான் என்ன செய்வது?" என்று கேட்டார். அதற்கு அவர், "அவை தவறான கைகளில் கிடைத்து விடாமல் இருப்பதற்காக அவற்றை எரித்துவிடுங்கள்," என்று கேட்டுக்கொண்டார். துயரம் என்ன வென்றால் அவற்றை யாரும் எங்களுக்குப் படித்துக் காட்டவில்லை. ஆனால் அவர் ஆட்டாடூர்க்கை சந்தித்ததற்குப்பின் உடனே, "நான் ஒரு ஜோடி அழகிய நீலநிறக் கண்களை சந்தித்தேன்." என்று ஒரு கடிதத்தில் எழுதியிருந்தது எனக்குத் தெரியும்.

35

ஆட்டாடூர்க்கிடமிருந்து ஒரு தனித்துவமான குடும்பப்பெயர்

1934இல் குடும்பப்பெயர் சட்டம் நடைமுறைக்கு வந்தது. அது ஒவ்வொரு குடிமகனையும் மரபுசார்ந்த குடும்பப் பெயரை ஏற்றுக்கொள்ளக் கட்டாயப்படுத்தியது. பல நூற்றாண்டுகளாக மக்கள் அவர்களுக்குக் கொடுக்கப்பட்ட பெயர்களாலும், தந்தை அல்லது மூதாதையர் பெயரிலிருந்து உருவாக்கப்பட்ட பெயர் களாலும், பிறப்பிடம் குடும்பத்தொழில் அல்லது ஆளுமைக் கூறு அடிப்படையிலான செல்லப் பெயர்களாலும் அறியப்பட் டிருந்தனர். இந்த செல்லப்பெயர்கள், தனி ஆட்டோமான் பாணியில், பலமொழிகளின் கூறுகளிலிருந்து உருவாக்கப் பட்டிருந்தன. புதுச்சட்டம் சில பழைய பெயர் இணைப்புகளைக் கட்டுப்படுத்தியது. உஷாகி ஸாடே(உஷாக்கிலிருந்து வந்த குடும்பத்தின் மகன், ஆனால் உயர் குடிப்பிறப்பைக் குறிப்பாகத் தெரிவிப்பது) என்ற பெயர் இனிமேல் தகுதிபெறாது.

ஹலித் ஸியா முவாம்மெர் பெய்க்குத் தகவல் அனுப்பினார்: தான் உஷாக்லிகில் (உஷாக்கைச் சார்ந்தவர்) என்ற பெயரை ஏற்றுக்கொண்டிருப்பதாக முவாம்மெர்–கில் என்ற குடும்பப் பெயரை விரும்பவில்லை. ஒருவேளை அதற்குக் காரணம் அவர் ஹலித் ஸியாவுடன் ஒரே குடும்பப்பெயரைப் பகிர்ந்துகொள்ள விரும்பாததால் இருக்கலாம். எனவே அவர் உஷாக்லி (உஷாக்குடைய) என்ற பெயருக்காக விண்ணப்பித்தார். லதிஃபே தன் தந்தையின் குடும்பப்பெயரைப் பயன்படுத்த வேண்டியிருக்கும். இருப்பினும், ஏதோ காரணத்தால் அவருடைய விண்ணப்பம் இஸ்தான்புல் பதிவாளர் அலுவலகத்தில் சிக்கியிருந்தது. ஏதோ ஒன்று அதை நகரவிடாமல் செய்தது. அவர்கள் ஒன்றன்பின் ஒன்றாகப் பல பெயர்களைப் பரிசீலித்தனர். இறுதியாக இந்தச் சிக்கல் சாங்கயா வரை சென்றது. முவாம்மரும் அவரது குடும்பத்தினரும் உஷாக்லி பெயரை ஏற்றுக்கொண்டனர். ஆனால் லதிஃபேவுக்கு வேறொரு பெயர் கொடுக்கப்பட்டது.

முஸ்தஃபா கெமால் விண்ணப்படிவங்களைக் கொண்டு வருமாறு கேட்டதாகவும் முவாம்மரின் குடும்பப் பெயரை அனுமதித்ததாகவும் கூறப்படுகிறது. லதிஃபேவின் விண்ணப்பம் அவர் கையில் வந்தபோது 'உஷாக்லி' என்ற பெயரை அடித்துவிட்டு அவருடைய கையாலேயே 'உஷாகி' என்று எழுதினார். அவரைச்சுற்றி இருந்தவர்களைப் பார்த்து, "இதன் பொருள் என்னவென்று உங்களுக்குத் தெரியுமா?" என்று கேட்டார். அது ஒரு நயமான நுட்பமான பல பொருட்களுடைய சிலேடை. ஆஷிக் என்றால் காதலன் / காதலி, இடம்விட்டு இடம் செல்லும் பாடகர், சூஃபி துறவி என்ற பல பொருளுடைய சொல். ஆட்டோமான் துருக்கி மொழியில் உஷாக் என்பது ஆஷிக் என்ற சொல்லின் பன்மை. அதோடு அப்பெயர் அக்குடும்பத்தினர் நாட்டின் எந்த பகுதியிலிருந்து வந்தார்களோ அதன் பெயராகவும் இருந்தது.

முவாம்மெர் எர்பாய் இந்த நிகழ்வுக்குச் சான்றளிக்கிறார்", அகராதியைப் பாருங்கள், 'காதலர்களுடைய' என்பது அதன்பொருள். அந்த வருடம் 1934.

முஸ்தஃபா கெமால் ரோஜா மலர்களை அனுப்புகிறார்.

முவாம்மெர் எர்பாய் தொடர்ந்து கூறுகிறார், "ஆட்டாடூர்க் இஸ்தான்புல் வந்தபோதெல்லாம், அவர் லதிஃபேவை டோல்மா பாஹ்சே அரண்மனைக்கு அழைத்தார். அவரை அழைத்துவர கார்களையும் உதவியாளர்களையும் அனுப்பி வைத்தார். என்னுடைய தாத்தா பாட்டி அவர்கள் பெற்ற எல்லா அழைப்புகளையும் ஏற்றுக்கொண்டனர். ஆனால் லதிஃபே ஹனிம் ஒவ்வொரு முறையும் அழைப்பை ஏற்றுக் கொள்ளவில்லை.

லதிஃபே சட்டம் பொருத்தப்பட்ட தமது புகைப்படத்தையும் முஸ்தஃபா கெமாலின் புகைப்படத்தையும் தனித்தனியே தொங்கவிட்டிருந் தார். இருவரும் ஒன்றாகத் தோன்றிய ஒரு புகைப்படத்தைக்கூட அவர் தொங்கவிடல்லை. முற்றிலும் உண்மையாக இல்லாவிட்டாலும், செயல்முறையில் தம் வாழ்க்கையிலிருந்து நீக்கிவிட்டார்.

அவர்களுடைய மணமுறிவுக்குப் பிறகு முஸ்தஃபா கெமாலிடம் ஒரே ஒரு கோரிக்கைதான் வைத்தார். "லதிஃபே பெருமளவு தன்மான உணர்ச்சியுடையவர். அவர் ஜீவனாம்சமோ அல்லது இழப்பீடோ கேட்கவில்லை", என்கிறார் முவாம்மெர் எர்பாய். பின்னர் கூறுகிறார்.

லதிஃபேவுக்கு 'காச நோய்' தொற்று ஏற்பட்டது. ஆனால் கடவுச்சீட்டு வாங்க முடியவில்லை. கெமால் பாஷாவைச் சுற்றியிருந்தவர்களில் யாரோ மறுத்துக் கூறியிருக்க வேண்டும், "பாஷம், அவர் போய் வெளிநாட்டுப் பத்திரிகையாளர்களிடம் பேசுவார், அவரைப் போக விடவேண்டாம்!" லதிஃபேவின் ஒரே கோரிக்கை இதுதான். தான் நோயுற்றிருப்பதாகவும் அதனால் வெளிநாடு சென்றாக வேண்டும் என்றும் மீண்டும் தகவல் அனுப்பினார். இறுதியாக ஃபாட்மா ஸாதிக் என்ற பெயரில் அவருக்குக் கடவுச்சீட்டு வழங்கப்பட்டது.

அவர்கள் எப்போதாவது சந்தித்தார்களா? இஸ்தான்புல்லிலுள்ள கோக்ஸவில் அவர்கள் சந்தித்ததாகக் கூறுகிறார் வெஜிஹே.

ஒருநாள் லதிஃபே ஹனிம் கோக்ஸவில் ஒரு துடுப்புப் படகில் அமர்ந் திருந்தார். ஆட்டாடூர்க் ஒரு எந்திரப் படகில் வந்தார். அதன் பெயர் எனக்கு நினைவில் இல்லை. ஒருவரையொருவர் பார்த்தவுடன் ஆட்டாடூர்க் எழும்பி நின்று கையை நெற்றியில் வைத்து மரியாதை செலுத்தினார். அதன்பின் லதிஃபே கண்கள் ஓய்ந்து போகும்வரை அழுதார். மண முறிவுக்குப்பின் அவர்கள் சந்தித்த ஒரே நேரம் அதுதான். லதிஃபே முஸ்தஃபா கெமாலைப் பார்த்த நேரத்திலிருந்தே அவரைக் காதலித்தார்; அவருடைய இறுதி மூச்சு வரை அது தொடர்ந்தது.

மணமுறிவுக்குபின் எப்போதாவது அவர்கள் பேசிக்கொண்டார் களா? அவர்கள் ஒவ்வொருவரும் மற்றவரின் செயல்பாடுகளைப் பற்றி அறிந்துகொண்டிருந்தார்கள் என்பது நமக்குத் தெரியும். ஆனால் அதற்கு மேலாக, இருவரும் தொலைபேசி வழியாக பேசிக் கொண்டதாக பத்திரிகையாளர் நியாஸி அஹ்மெட் பனோக்லு குறிப்பிடுகிறார். லதிஃபேவே அதைக் கூறியதைக் கேட்டதாகவும் அவர் குறிப்பிடுகிறார்:

நான் எப்போதாவதுதான் வெளியே சென்றேன். இருப்பினும் அப்படிச் செல்லும்போதெல்லாம் சாதாரண உடையணிந்த காவலர் ஒருவர் என்னைப் பின்தொடர்வதைக் கவனித்தேன். மழை பெய்த ஒரு நாளன்று நான் ஏற்கனவே அடையாளம் தெரிந்து வைத்திருந்த இந்த அதிகாரி, மாளிகை நுழைவாயில்வரை என்னைப் பின்தொடர்ந்தார். கடுமையான மழை பெய்து கொண்டிருந்தது. நான் அவரை கையால் சைகை செய்து அழைத்து, “மகனே, உன்னை எனக்கு இப்போது அடையாளம் தெரியும். நீ என்னைப் பின்தொடர்ந்து கொண்டிருக்கிறாய். நீ இப்போது நனைந்திருக்கிறாய்; குடிலுக்குள் போய் உன்னை துடைத்துக்கொள்” என்று கூறினேன். மாளிகைக்குள் நுழைந்ததும், நான் என்ன செய்ய வேண்டும் என்பது மனதில் தோன்றியது. ஆட்டாடூர்க் டோல்மா பாஹ்சே அரண்மனையில் இருந்தார். அவரைத் தொலைபேசியில் அழைத்து,

“பாஷம் காவல்துறையினர் பின்தொடரும் அளவுக்கு உங்கள் பாதுகாப்புக்கு நான் ஆபத்தாக இருக்கிறேன் என்று சந்தேகப்படுகிறீர்களா?” என்று கேட்டேன். நாங்கள் சிறிது நேரம் உரையாடினோம். அரைமணி நேரத்துக்குள் ஷுக்ரூ காயா வந்தார். நான் தொலைபேசியில் அழைத்த நேரத்தில் அவர் அங்கு இருந்திருக்கிறார். உடனே என்னிடம் மன்னிப்புக் கேட்பதற்காக ஆட்டாடூர்க் அவரை அனுப்பிவைத்தார்.

“அவர் கோபத்தில் கத்தினார். ‘என் மனைவியைப் பின் தொடர யார் ஆணையிட்டது. இது வெட்கக் கேடான செயல்! அவர் இவ்வளவு சீற்றமடைந்ததை நான் பார்த்ததில்லை”என்றார் ஷுக்ருகாயா.

ஒரு தற்கொலை

லதிஃபே அங்காராவை விட்டுச் சென்றபின் உடனேயே வெடாட் லண்டன் துருக்கித் தூதரகத்தின் மூன்றாவது செயலராக நியமிக்கப் பட்டார். தன்மகன் அப்பணியில் சேர்ந்தபோது ஹலித் ஸியா தம் நன்றியை முஸ்தஃபா கெமாலுக்கு தந்தி வழியாக தெரிவித்தார். அந்த நாள் 17 ஆகஸ்ட் 1926.

வெடாட் தூதரக அதிகாரியாக பத்து ஆண்டுகளுக்கு மேல் பணிபுரிந்தார். ஆனால் இக்காலத்தின் பிந்தைய பகுதியில் அவர் மேலும் மேலும் ஊக்கம் இழந்துகொண்டிருந்தார். அவர் மனச்சோர்வடையும் நிலையில் இருந்ததால், சிறந்த இசைக் கலைஞராக இருந்தபோதும் பியானோ இசைப்பதில் அக்கறைகாட்டவில்லை. அமைச்சகத்திலுள்ள யாரோ அவருக்கு எதிராக செயல்பட்டு எதிர்பாராத நேரங்களில் நாட்டுக்குத் திரும்பி வரச் செய்வதாக நம்பினார் அவர் இறுதியாகப் பணி செய்தது டிரானா[1] துருக்கித் தூதரகத்தில்.

1937 டிசம்பர் மாதத்தில் ஒருநாள் தூதரகம் ஒரு சிறப்பு விருந்துக்கு ஆயத்தமாகிக் கொண்டிருந்தது. வெடாட் தனக்கு சங்கேத மொழியில் வந்த ஆணையைப் படித்ததும் உறைந்துபோனார். எந்த விளக்கமும் கொடுக்கப்படாமல், திரும்பி வருமாறு அவருக்கு ஆணைவந்திருந்தது. அவர் விருந்துக்கான ஆயத்தங்களை முடித்தார். பின்பு ஓய்வெடுப்பதற் காகத் தமது அறைக்குச் சென்றார். யாரும் தம்மை எழுப்பக் கூடாது என்று கண்டிப்பான அறிவுறுத்தல் கொடுத்திருந்தார், "சற்று களைப்பாக இருக்கிறது; நான் ஓய்வெடுக்கப்போகிறேன்." மேற்சட்டையைக் கழற்றித் தொங்கவிட்டுவிட்டு பைஜாமா அணிந்துகொண்டார். தமது கோப்பு களை ஒழுங்குபடுத்தி வைத்தார். பின்பு நான்கு பொட்டலம் லூமினால் எடுத்துவிட்டு. மரணமடைவதற்காகப் படுத்தார்.

அவருடைய உடலை நாட்டுக்குக் கொண்டு வருவதற்காக ஆட்டாடூர்க் நிதி ஒதுக்கீடு செய்ததை ஹலித் ஸியா பின்னர் அறிந்து கொண்டார்.

1938: வேதனையான வருடம்

1938 வாக்கில் ஆட்டாடூர்க்கின் நோய் குறித்த செய்தி பரவியிருந்தது. மரணம் அணுகி வந்துகொண்டிருந்ததை அவரே உணர்ந்திருக்க வேண்டும். லதிஃபேவின் உயிர்க் காதலன் கடுமையாக நோயுற்றிருந்தார். ஆனால் அவருக்கு அது தெரியாது. அவருங்கூட பல மாதங்களாக சிகிச்சை யெடுத்துக்கொண்டு ஸ்விட்சர்லாந்து நாட்டின் பெர்ன்னிலிருந்த மருத்துவமனையில் இருந்தார். அவர் காதலித்தவரின் மரணச்செய்தி நவம்பர் 11 காலையில் அவரை எதிர்கொண்டது. அவர் கடும் அதிர்ச்சி யடைந்தார். அவருக்கு அருகிலிருந்தவர்களும் அன்புக்குரியவர்களும் கூட முன்னதாகவே அவருக்கு எந்தத் தகவலும் கொடுக்க முடியவில்லை.

அதே நாளில் அவர் இஸ்மெட் பாஷாவுக்கு எழுதிய கடிதத்தில் தம் துயரத்தைக் கொட்டினார்.

பெறுநர்:

குடியரசுத் தலைவர் தளபதி இஸ்மெட் இனோனு, அங்காரா

என் மிகுந்த அன்புக்குரிய மாண்புமிகு தலைவர் அவர்களுக்கு,

பலமாதங்களாகப் படுத்துக்கொண்டிருக்கும் மருத்துவமனை அறையில், எப்போதும் போல காலை நேரத்தில் வந்த செய்தித்தாளைப் படித்ததும் நான் முழுமையாக அதிர்ந்து போனேன். இந்தப் பேரிடரால் நான்

எவ்வளவு அதிர்ச்சியடைந்திருக்கிறேன் என்பதைப் புரிந்துகொள்ளும் ஆற்றல் உங்களுக்கு இருப்பதில் எனக்கு எந்த ஐயமும் இல்லை. இந்தப் பதிமூன்று வருடங்களாக நான் படும் துன்பத்தைப் புரிந்துகொண்டு நீங்கள் எனக்கு எப்போதும் பாதுகாப்பளித்திருக்கிறீர்கள்.

எனக்குத் தனிப்பட்ட முறையிலும், நாட்டுக்கும் இருக்கும் ஒரே ஆறுதல் அவர் முன்பு சுமந்த சுமையை நீங்கள் ஏற்றிருப்பது மட்டுமே.

நான் எவ்வளவு உண்மையான மனதோடு எழுதுகிறேன் என்பது உங்களுக்கு நன்றாக தெரியும். உங்கள் நிலையான வெற்றிக்கும், உடல் நலத்துக்கும், நீண்ட வாழ்க்கைக்கும் நான் வாழ்த்துக் கூறுகிறேன். என் முழு விசுவாசத்தைத் தெரிவிக்கிறேன். முறிந்த சிறகுகளுடனான இந்த நோயுற்ற சிறுமிக்கு உங்கள் கருணையையும், பாதுகாப்பையும் மறுக்க வேண்டாம் என்று வேண்டுகிறேன். உங்கள் நற்பேறுடைய கைகளை முத்தமிடுகிறேன்.

லதிஃபே

முகவரி: எஃப். ஸாதிக், லின்டன் மருத்துவமனை, பெர்ன், ஸ்விட்சர்லாந்து.

அவரது துயரம் மரணத்தைப்போன்று கடுமையானதாக இருந்தது:

முஸ்தஃபா கெமாலின் இறுதிநாட்களில் அவரைப்பேண தான் அருகில் இருக்கவில்லை என்பதுதான் அதற்குக் காரணம்.

லதிஃபேவுக்கு இரங்கல் தெரிவிக்கும் அளவுக்கு நற்பண்புடைய ஆணோ பெண்ணோ இருந்தார்களா என்பது நமக்குத் தெரியாது. நாடு முழுவதுமே முஸ்தஃபா கெமாலுக்காக அழுதது. ஆனால் லதிஃபேவின் துன்பம் வேறுவிதமானது. அவரால் முஸ்தஃபா கெமாலுக்குப் பிரிவிடைகூட கூற முடியவில்லை.

1953 நவம்பரில் ஆட்டாடூர்க் அவருடைய பிரமாண்டமான கல்லறை இருந்த அனிட்கபிருக்கு எடுத்துச் செல்லப்பட்டார்.

படைத்தலைவர் தளபதி, ரெஃபிக் டுல்காவின் இளம் மனைவியான ஷலே டுல்கா ஒருநாள் லதிஃபேவைப் பார்க்க வந்திருந்தார். அவர் விரைவில் அங்காராவுக்குப் போகப்போவதை அறிந்த லதிஃபே, அவரிடம்:

"அங்காரா இப்போது எவ்வளவு வித்தியாசமாக இருக்கும்! எனக்கு மிகுந்த ஆர்வமாக இருக்கிறது. நீ எனக்கு ஏதாவது உதவி செய்ய வேண்டுமா என்று கேட்கிறாய். இருக்கிறது, அது ஒரு இரகசியம். உண்மையில் அது ஒரு கடமை. நான் பல வருடங்களாக செய்ய விரும்பிக்கொண்டிருக்கும் ஒரு செயல்; ஆனால் அதை நிறைவேற்றும் துணிச்சல் ஒருபோதும் இல்லாமலாகி விட்டது. அங்காரா சென்று ஒரு மலரகத்திலிருந்து ஒரு சிவப்பு ரோஜா வாங்கு. ஒற்றை ரோஜா மட்டும். அதை அனிட்கபிர் எடுத்துச்சென்று அவருடைய புனிதமான கல்லறையின் தரையில் அதை வைத்துவிடு. அவருடைய காலடியில் அதை யார் அனுப்பியது என்று, அவருக்குத் தெரியும். இருந்தாலும், அவரிடம் சொல், "இது லதிஃபேவிடமிருந்து!" என்று இதை அன்புடன் எனக்காகச் செய்வாயா?"

ஷலே டுல்கா அதைச்செய்தார். அடுத்தநாள் அதிகாலையிலேயே ஒற்றை சிவப்பு ரோஜாவோடு அவர் அனிட்கபிர் வந்தார். அதிகாரக் கும்பல்களாலும், படிகள் மீது ஏறியபோது அவர் பார்த்த பெரிய மலர்வளையங்களாலும் அச்சமடைந்த அவர், மற்றவர்கள் முடித்துச் செல்லும்வரை ஒதுங்கி ஒரு பக்கத்தில் நின்றார்.

உள்ளே இருந்த அதிகாரி ஒருவரிடம் அவர் கேட்டார். குடியரசுத் தலைவர் வந்ததாகக் கூறினார். ஒரு அதிகாரப்பூர்வ நிகழ்ச்சி என்று தெரிந்தது. ஆட்டாடுர்க்கின் நினைவிடத்துக்குச் செல்வது நிகழ்ச்சிநிரலில் இருந்தது. அதனால்தான் இவ்வளவு கூட்டம். ஷலே டுல்கா திரும்பிப் போய் விடலாமா என்றுகூட ஒரு கணம் யோசித்தார் ஆனால் லதிஃபேவின் குரல் அவர் மனதில் எதிரொலித்தது. விதிமுறையின்படி எல்லோருடனும் கலந்து உள்ளே சென்றார். கல்லறையின் கால் பகுதி யில் ரோஜாவை வைத்துவிட்டு "இது லதிஃபேவிடமிருந்து" என்று முணுமுணுத்தார். பின்பு கூட்டத்தினரைத் தொடர்ந்து வெளியே வந்தார்.

அன்று இரவு அவரால் தூங்க முடியவில்லை. அந்த ஒற்றை ரோஜா பிரமாண்டமான மலர் வளையங்களால் நசுக்கப்பட்டிருக்குமா? அடுத்த நாள் அதிகாலையில் மீண்டும் ஒரு முறை அனிட்கபிருக்குத் திரும்பிச் சென்றார். பெரும் மலர்வளையங்கள் வெளியே அடுக்கி வைக்கப்பட் டிருந்தன. இரவு அவை வெளியே கொண்டு வரப்பட்டிருக்க வேண்டும். ஆனால் அந்த ஒற்றை ரோஜாவை யாரும் கவனித்திருக்கவில்லை. முந்தைய நாள் அவர் தரையில் வைத்த அதே இடத்தில் அப்போதும் இருந்தது. லதிஃபே ஹனிம் கொடுத்த மரியாதை வணக்கம் கலைக்கப் படவில்லை.

லதிஃபேவுக்கு பரிவும், நிதி ஆதரவும் கொடுத்த முவாம்மெர் பெய் 79ஆவது வயதில் 1951ஆம் வருடத்தில் மரணமடைந்தார்.

பல வருடங்களுக்கு முன்பு லதிஃபே முஸ்தஃபா கெமாலைத் திருமணம் செய்யப்போவதாகப் பிடிவாதமாகக் கூறியபோது, அவரது தந்தை, "இந்தத் திருமணம் எப்போதாவது முடிவுக்கு வந்து நீ என் வீட்டுக்குத் திரும்பி வந்தால் என்னிடம் கெமால் பாஷாவைப் பற்றியோ அல்லது திருமணத்தைப் பற்றியோ பேசக்கூடாது," என்று கூறியிருந்தார் லதிஃபே அந்த வாக்குறுதியை 26 வருடங்கள் கடைபிடித்தார். அந்தக் காலம் முழுவதும் தம்முடைய தந்தைக்குக் கேட்குமாறு தன் திருமணம் பற்றியோ, மணவிலக்குப் பற்றியோ அல்லது முஸ்தஃபா கெமால் பற்றியோ ஒருமுறைகூட குறிப்பிட்டதில்லை. அடெவியே ஹனிம் தம் கணவனின் மரணத்துக்குப் பின்பு 1956வரை உயிரோடிருந்தார். ஆனால் அவருடைய இறுதி காலத்தில் மூளைச் செயல்பாட்டைப் பாதிக்கும் முதுமை கால நோயோடு (Alzheimer's) போராட வேண்டியிருந்தது.

வெள்ளை மாளிகை

லதிஃபேவுக்குக் குழந்தைகள் மேலிருந்த பிரியம் நன்கு அறியப் பட்டதே. லதிஃபேவும் முஸ்தஃபா கெமாலும் முதல் முறை சந்தித்து, பின்னர் திருமணம் செய்துகொண்ட இஸ்மிரிலிருந்த மாளிகை, அக்

குடும்பத்தினர் இஸ்தான்புல்லுக்குக் குடிபெயர்ந்தபின் கைவிடப்பட்டிருந்தது. ஒருநாள், இஸ்மிர் தனியார் கல்லூரியைத் தொடங்கிய பஹாட்டின் டாற்றிஷ் லதிஃபேவைப் பார்க்க வந்தார். அந்தக் கல்வியாளர் ஒரு புது வளாகத்தைத் தேடிக்கொண்டிருந்தார். 1951இல் லதிஃபே அந்த வீட்டைக் குத்தகைக்கு விட ஒத்துக்கொண்டார், "இந்தப் பள்ளிக்கூடம் சின்னஞ்சிறு முஸ்தஃபா கெமால்களை உருவாக்கும்," என்ற நம்பிக்கையோடு.

நாற்பது வருடங்கள் வெள்ளை மாளிகை அப்பள்ளியின் இருப்பிடமாக விளங்கியது. அதன்பின் அது அருங்காட்சியகமாக மாற்றியமைக்கப் பட்டது. இன்றும் அது அதே பணியைச் செய்துகொண்டிருக்கிறது.

எப்போதும் கண்ணியமாக, தலைநிமிர்ந்து . . .

பெண்களின் குறியீடாகத் திகழ்ந்த லதிஃபே பெண்களை எல்லோரும் கவனிக்குமாறு செய்தார். இருப்பினும் அவர் தன் மீதமிருந்த வாழ்நாளைப் பிறர் காண முடியாத பெண்ணாகவே வாழ்ந்தார். அவர் துருக்கிக்குச் செய்திருக்க முடிந்த எல்லாவற்றுக்கும் பின்பும் எந்தப் பொறுப்பும் கொடுக்கப்படாமல், கருத்தைத் தெரிவிக்கும் உரிமையும் இல்லாமல் பிறரால் மறக்கப்பட்ட வாழ்க்கைக்குத் தள்ளப்பட்டார். அவர் மக்கள் முன்னிலையிலிருந்து பின்வாங்கியிருந்தாலும், அவரைச் சுற்றி நடந்தவற்றை நுணுக்கமாகக் கவனித்தார். அவரது சொந்த வார்த்தைகளில்: "சமூகத்தில் கொண்டிருந்த உயர்நிலைக்கு ஒருபோதும் விடைகூறவில்லை." அவரது நெருங்கிய வட்டத்தைச் சார்ந்தவர்களின் தகவல்படி அவர், "இதுபோன்ற தேவையை நான் உணர்ந்திருந்தால், நான் நாட்டுக்கு விடைகூறியிருப்பேன்" என்று கூறினார்.

லதிஃபேவை எந்த உதவியும் பயனளிக்காத அளவுக்கு நசுக்கப்பட்ட, நிலைகுலைந்துபோன ஒரு பெண்ணாகச் சித்தரிக்கும் மனப்பாங்கு இருக்கிறது. குறிப்பாக அவரை நன்றாகத் தெரியாதவர்கள் இதைச் செய்கிறார்கள். அதற்கு மாறாக, அவரை நன்கு அறிந்தவர்கள் முற்றிலும் மாறுபட்ட சித்திரத்தை வரைகிறார்கள். ஒரு நெருங்கிய நண்பரான ஷெஹ்வர் சாங்லாயன் தேற்ற முடியாத லதிஃபே என்ற குறிப்பையே ஏற்க மறுக்கிறார்: "நிச்சயமாக இல்லை. அவர் எப்போதுமே கண்ணியத்துடனும் அதிகாரமுடையவராகவும் இருந்தார். தன் ஆளுமையை ஒருபோதும் சமரசம் செய்துகொண்டதில்லை. எப்போதும் தன்னம்பிக்கையுடனேயே இருந்தார். அவரைச் சந்தித்தால் அவருடைய ஆளுமையின் வலிமையை உணர்வீர்கள். நான் அவரை மிகவும் நேசித்தேன். அவர்மீது மதிப்பும் வைத்திருந்தேன். நடைப்பாங்கிலும் மனதளவிலும் அவர் ஒரு உண்மையான ஐரோப்பியர். அவரைப் பற்றிய நினைவுகளையும் உண்மைகள் என்று வெளிப்படுத்தப்பட்டவற்றையும் நான் அக்கறையுடன் கவனிப்பதே இல்லை."

"அவர் மகிழ்ச்சியின்றி இருந்திருக்கலாம்; ஆனால் நிச்சயமாகத் தோற்கடிக்கப்படவில்லை. அவர் திருமணத்தைப் பற்றிப் பேசவில்லை, அவ்வளவுதான். அவரது கண்களும், புன்னகையும் எப்போதும் துயரத்துடனேயே தோன்றின. தன்னந்தனியாக விடப்பட்டதன் வலி அவரது

கண்களில் தெரிந்தது. அந்தக் கண்கள் என்னைப் பெரிதும் பாதித்தன," என்று ஷென்ஸிலான் கருத்துத் தெரிவிக்கிறார். ஸிலானின் சித்தரிப்பு 1960களைச் சார்ந்தது. அது 1923இல் பெர்தே ஜார்ஜஸ் – காலிஸ் வரைந்த சித்தரிப்பை ஒத்திருப்பது விந்தைதான்:

அவரிடம் மிகச் சிறந்த உன்னதமான ஆளுமை இருந்தது. அவருடைய முன்னிலையில் ஒருவர் தன் மனதை நிலைப்படுத்துவதற்கான தேவையை உணர்வார். சிறந்த முறையில் வளர்க்கப்பட்ட இந்த இளம்பெண்ணின் நேர்த்தியாலும், குணநலன்களாலும் நல்லெண்ணம் ஏற்படாமல் இருக்க முடியாது. எனக்கு அவருக்குமுன் தலைதாழ்த்தி வணங்க வேண்டும் போலத் தோன்றும். அவரோடு இருப்பது உங்களுக்கு நன்மைபயக்கும்.

நீங்கள் அவருடைய ஏற்பைப் பெற்றால், உங்களுக்குள் ஏதோ ஒன்று இருப்பதைக் காண்பீர்கள். அவர் மாடிப்படிகளை இறங்கி வரும் பாங்கைப் பார்த்தால் அதைப் பார்த்து வியக்காமல் இருக்க முடியாது. அவரோடு இருப்பதுவே எழுச்சியூட்டக்கூடியது. அவர் ஆட்டாடூர்க்கைத் திருமணம் செய்யாமல் இருந்திருந்தால்? அவர் நிச்சயமாக ஒரு முக்கியமான மனிதராகி யிருப்பார்.

லதிஃபே பொன்னிற முடியும் நீலநிறக் கண்களும் உடைய தம் மருமகளான ஃபூஸன் இஷ்ஜானிடம் மிகுந்த பாசத்துடன் இருந்தார். "எனக்கு அவர் ஆட்டாடூர்க்கின் மனைவி அல்ல; அவர் என் அத்தை. அவர் மிகுந்த ஆளுமைத் திறம் உடையவர். தமது தகுதியால் அவர் ஒரு அரசாங்கத்தைப் போன்றவர். அவர் நிழல்களில் மறைந்து இருக்கக் கூடியவர் அல்ல," என்கிறார் இஷ்ஜான்.

மற்றொரு மருமகளான மெரெல் பெபே லதிஃபே தம் பிரச்சினை களை தமக்குள்ளேயே வைத்திருந்ததாக நம்புகிறார். "எப்படியாயினும், அவருக்குப் பேசுவதற்கு எதுவும் கிடையாது. சிலவற்றைப் பேசாமலிருப் பதே நல்லது. என் அத்தை அப்படிப்பட்டவர். இருப்பினும் தேவைப் படும் நேரங்களில் அவர் தன் கருத்துகளைத் தெரிவித்தார்."

டிலெக் பெபே அவருடைய தனிமைக்கு முக்கியத்துவம் கொடுக்கிறார், "அது உயிரோடு புதைக்கப்பட்டதுபோல் இருந்திருக்க வேண்டும். அத்தை மிகவும் தனிமையில் இருந்தார். இருப்பினும், என்னுடைய பார்வையில் மிகச்சிறந்த மனிதர்கள் எல்லோரும் தனிமையில் இருப்பவர்கள்தான் என்பதை சொல்லித்தான் ஆக வேண்டும். நாங்கள் எவ்வளவு அடிக்கடி அவரைப் பார்க்கச் சென்றாலும் அவருக்குள் ஒரு ஆழ்ந்த தனிமை உணர்வு இருந்தது. அது கெமால் பாஷாவால் மட்டுமல்ல; மாறாக அவர் தவறுதலாகப் புரிந்துகொள்ளப்பட்டதால்."

திருமணம் செய்ததற்காக லதிஃபே வருந்தினாரா? மெரல் பெபேவின் கருத்துப்படி அவர் வருந்தவில்லை. "தான் மீண்டும் பிறந்தால் இப்போது செய்ததை மீண்டும் அப்படியே செய்வேன் என்று அவர் கூறுவதுண்டு."

மறுபடியும் திருமணம் செய்வது குறித்து ஒருபோதும் யோசித்த தில்லையா? மெரெல் இவ்வாறு குறிப்பிடுவதையே நிராகரிக்கிறார், "அவர் ஒருபோதும் அதைப்பற்றி நினைத்ததில்லை." மெரெலின் மகள்

டிலெக் தெளிவாகக் கூறுகிறார், “என் அத்தை அவரைத் திருமணம் செய்ய விரும்பிய ஒவ்வொருவரையும் நிராகரித்தார்.”

ஆட்டாடூர்க்கிடமிருந்து பிரிந்து வந்தபின்பு லதிஃபே ஹனிம் பல திருமண முன்மொழிவுகளை நிராகரித்தார். எஞ்சியிருந்த தன் வாழ்நாள் முழுவதும், முஸ்தஃபா கெமாலின் மரணத்துக்குப் பிறகும் கூட, அவருடைய ஒவ்வொரு செயலிலும் அவருக்கு தன் முன்னாள் கணவன் மீதிருந்த பற்று வெளிப்படையாகத் தெரிந்தது.

ஷெஹ்வர் சாங்லாயன் இதை மறுக்கிறார். “அவரிடம் திருமணம் செய்யுமாறு கேட்கும் துணிச்சல் எவருக்காவது இருந்திருக்கும் என்பதை என்னால் கற்பனை செய்ய முடியவில்லை.”

மறுமணம் பற்றிய லதிஃபேவின் நிலைப்பாடு தெளிவானது. அமெரிக்கக் குடியரசுத் தலைவர் கென்னடியின் விதவையான ஜாக்குலின், அரிஸ்டாட்டில் ஒனாஸிஸைத் திருமணம் செய்ததை அறிந்தவுடன், “அவர் எதைத்தான் அதிகமாக விரும்பினார்; பணத்தையா அல்லது ஒரு ஆணையா? குதிரையிலிருந்து இறங்கிய பின்பு யார்தான் கழுதையில் சவாரி செய்வார்கள்?” என்று அவர் கருத்துத் தெரிவித்த தாகக் கூறப்படுகிறது.

மாளிகையிலிருந்து அடுக்கு மாடிக்கு

தம்முடைய பெற்றோரின் மரணத்துக்குப் பிறகு, லதிஃபே அயஸ் பாஷாவிலிருந்த மாளிகையில் ஓரளவு நீண்ட காலத்துக்கு தன்னந் தனியாகவே வாழ்ந்தார். 60களின் பிற்பகுதியில் ஒரு அறிவிப்பால் தம் குடும்பத்தினரை ஆச்சரியப்பட வைத்தார்: ஹர்பியேவிலிருந்த அடுக்குமாடித் தொகுப்பின் ஏழாவது மாடியில் அவர் ஒரு வீடு வாங்கியிருந்தார்.

“நீங்கள் ஒரு நீர்முகப்பு மாளிகை வாங்கியிருக்கலாம். 5 மீட்டர் மேற்கூரைப் பொருட்களை எப்படி இரண்டு மீட்டரில் திணிக்க முடியும்?”

“புத்தக அலமாரிகளை வெட்டி சிறிதாக்கிவிட்டேன்.”

ஸஃபிர் அடுக்குமாடி வீட்டின் உச்சி மாடிக்கு குடிபெயர்ந்தபோது தம் பெரிய பியானோவை பழைய வீட்டிலேயே விட்டுச் சென்றார்.

முவாம்மெர் ஏர்பாய் அடுக்குமாடி வீட்டில் அவருடைய வாழ்க்கையைப் பற்றிக் குறிப்பிடுகிறார்: “சைனாப் பட்டு உறையிடப்பட்ட மிகச்சிறிய கால்வைக்கும் ஸ்டூலின் விளிம்பில் ஒரு பிட்டத்தில் அமர்ந்து சாலையைப் பார்த்துக்கொண்டிருந்தார். நாங்கள் என்ன நினைத்தோம் என்று எங்களிடம் கேட்டார். எதிர்ப்புறத்தைப் பார்க்குமாறு எங்களை கட்டாயப்படுத்தினார். எதிரில் அதிகாரிகள் மன்றம் இருந்தது. அங்கிருந்த ஆட்டாடூர்க்கின் சிலையைச் சுட்டிக்காட்டினார். ‘இது அவரை மிக அதிகமாக ஒத்திருக்கிறது; அவரது உண்மையான சித்தரிப்பு’ என்று கூறிவிட்டு, “இதுபோன்ற அடுக்குமாடி வீட்டுக்கு வேறு எதற்காகக் குடிவந்திருப்பேன்?” என்று கேட்டார்.

“அந்தக் காதல் சாகவே இல்லை” என்கிறார் எர்பாய்.

மெரெலும் லதிஃபேவுக்கு முஸ்தஃபா கெமால் மீதிருந்த காதலைக் குறிப்பிடுகிறார், “அது எப்போதும் சிறப்பாகவும் அழகாகவும் இருக்க வில்லை; ஆனால் காதலும் மதிப்பும் மறையவே இல்லை. அந்தக் காதல் வாழ்நாள் முழுவதும் அவருடனேயே இருந்தது,” என்று கூறிவிட்டு, “அவருடைய காதல் என்னை எரிச்சலடையச் செய்யும் அளவுக்கு இருந்தது. லதிஃபே எப்படிப்பட்ட பெண் என்று கேட்பதுண்டு. அதாவது எதற்கும் ஒரு எல்லை உண்டு. ‘உங்களுக்கு சுயமரியாதையே கிடையாதா?’ என்று நான் கேட்பேன்.

லதிஃபே ஆவணங்களை வாசித்த ரெஷாட் கய்னார் அதை ஒத்துக் கொள்கிறார். “அவர் ஆட்டாடூர்க்கோடு மிகுந்த காதல் கொண்டிருந்தார்.”

நிறையபேர் லதிஃபேவோடு தொடர்பு வைத்திருந்தனர். இது முஸ்தஃபா கெமாலுக்குக் கவலை உண்டாக்கியதா? இல்லை என்றே தோன்றுகிறது.

இனோனூ குடும்பத்தினர் லதிஃபேவின் நண்பர்களாகவே தொடர்ந் தனர். அவர்களுடைய மகள் ஓஸ்டென் டோகர் அந்த நட்பு ஆட்டா டூர்க்கால் அனுமதிக்கப்பட்ட ஒன்று என்று குறிப்பிடுகிறார். இது மிக மென்மையான விஷயம் என்பதால் அவர்கள் முஸ்தஃபா கெமாலின் அனுமதியைக் கேட்டிருக்க வேண்டும்.

லதிஃபேவின் இதயத்தில் மெவ்ஹிபே இனோனூவுக்கு ஒரு சிறப்பான இடம் இருந்ததை வெஜிஹேவின் பேரன் முவாம்மெர் எர்பாய் உறுதி செய்கிறார்: “மெவ்ஹிபே ஹனிம் லதிஃபேவை அடிக்கடி வந்து பார்ப்ப துண்டு. அவர் என் பாட்டியிடமும் நட்போடிருந்தார். இஸ்மெட் பாஷா கூட வருவதுண்டு. லதிஃபே மரியாதை நிமித்தம் சென்று பார்த்த தற்குப் பதிலாக வந்து பார்த்ததைவிட அதிகமான முறை வந்தார்.

லதிஃபே – இனோனூ குடும்ப நட்பு முஸ்தஃபா கெமாலின் வாழ்நாளுக்குப் பின்பும் நீடித்தது. வெஜிஹேவின் மகன் எர்டெம் இஸ்மெட்டின் மருமகளைத் திருமணம் செய்து இரு குடும்பங்களுக் கிடையிலான பிணைப்பை மேலும் உறுதியானதாக்கினார்.

இனோனூ டோல்மா பாஹ்சே அரண்மனையில் தங்கியிருந்த போதெல்லாம் லதிஃபே நண்பகல் உணவுக்கு அழைக்கப்பட்டார். லதிஃபே வரவிருந்த ஒவ்வொரு வேளையும் அரண்மனை அதிக ஊக்கத்துடன் செயல்பட்டதாகக் கூறப்படுகிறது. சில தருணங்களில் இரவு அங்கேயே தங்கியும் இருக்கிறார்.

லதிஃபேவைத் தெரியாத ஒருவர் இஸ்மெட்டை நெற்றியில் முத்தமிட்டுக்கொண்டிருந்த பெண் யாரென்று கேட்கலாம். அது லதிஃபே தான்.

சாங்கயாவிலிருந்த வேறு முதல் பெண்மணிகளைப் பற்றி லதிஃபே எப்போதாவது கருத்து கூறியிருக்கிறாரா? இல்லை என்கிறார் எர்பாய். “அவர் எதுவும் சொல்வதற்கான தேவை இல்லை. மற்ற முதல் பெண்மணி களைப் பற்றி அரிதாகவே பேசினார்.”

27 மே, 1960[2]

லதிஃபே துருக்கியின் அரசியல் நிகழ்வுகளை உன்னிப்பாகக் கவனித்தார். அவர் அட்னான் மெண்டெரெஸ் மீது குற்றம் சாட்டியிருந்தார், "அவர் பெரும் தவறுகளைச் செய்திருக்கிறார்; அவர் பெரிய பிற்போக்குவாதி." இருப்பினும் அவர் மே 27 புரட்சியை வரவேற்கவில்லை. யஸியாதா விசாரணையில் மரண தண்டனை விதிக்கப்பட்டபோது லதிஃபே இஸ்மெட்டிடம் தொலைபேசியில் பேசியதாகக் கூறப்படுகிறது.

"பாஷம், கிஸிலே சதுக்கத்தின் மத்தியில் நீங்கள் நின்றால் உங்களை யாரும் தடுக்க முடியாது. தயவு செய்து சதுக்கத்துக்குச் செல்லுங்கள். எண்ணற்ற மக்கள் உங்களுக்குப்பின் தொடர்ந்து வருவார்கள். உங்களை யாரும் தடுக்க முடியாது. இந்த நாட்டுக்கு மக்களாட்சியைக் கொண்டு வந்தது நீங்கள். இந்தப் புரட்சி சம அளவுக்கு உங்களுக்கு எதிராகவும் குறிவைக்கப்பட்டதுதான்.

சிறையிலடைக்கப்பட்ட முன்னாள் பிரதமரின் மனைவியான பெரின் மெண்டெரெஸ், யஸியாதாவில் நடந்த தம்முடைய கணவனுக்கு எதிரான விசாரணையைப் பார்க்கச் செல்வதுண்டு அங்கிருந்து திரும்பி வந்தபோதெல்லாம் அவர் லதிஃபேவைச் சென்று பார்த்தார்.

36

இழிவுபடுத்தும் பரப்புரை

முஸ்தஃபா கெமாலின் மனைவியாகவும் உதவியாளராகவும் இருந்த லதிஃபேவுக்கு பல விஷயங்களில் பெருமளவு அரசியல் செல்வாக்கு இருந்தது. அந்நிலையிலிருந்து கீழே வந்த உடன் அவர் பாதுகாப்பற்றவராகிவிட்டார். அவரைச் சாதாரண நிலைக்குக் கொண்டுவந்தாக வேண்டும். முஸ்தஃபா கெமாலின் நெருங்கிய வட்டத்தில் அவரைச் சிறுமைப்படுத்த விரும்பியவர்கள் இருந்தனர். இப்போது அவர்கள் ஒன்றுசேர்ந்திருந்தனர்.

லதிஃபேவை இழிவுபடுத்துவதற்கான நேரம் வந்துவிட்டது.

கணவனால் தந்தை வீட்டுக்கு திருப்பி அனுப்பப்படும் பெண் களிடம் சமூகம் குறை காண்கிறது. தன் மனைவியை அனுப்பி வைத்த கணவன் முஸ்தஃபா கெமால் பாஷா. எனவே லதிஃபே தவறு செய்தவர் மட்டுமல்ல, கெட்டவர் என்று அறிவிக்கப்பட வேண்டியவர்.

முதலாவதாக, லதிஃபே முஸ்தபா கெமாலுக்கு எதிரான பெண் என்று முத்திரைக்குத்தப்பட்டார். அதன்பின் இந்த பிம்பம் இடைவிடாத தாக்குதலின் கீழ் வந்தது. எதிர்கட்சிக்கு எதிராகப் பயன்படுத்தப்பட்ட இடைவிடாமல் தாக்கி வலுவிழக்கச்செய்யும் உத்தி இப்போது லதிஃபேவை இலக்காக்கியது.

நாட்டின் முன்னாள் முதற்பெண்மணி என்ற வகையில் லதிஃபே அச்சுறுத்தல் உருவாக்குவதற்கான வாய்ப்புடையவர். முன்னாள் மனைவி தலைவரை வலுவிழக்கச் செய்யும் ஆற்றல் உடையவர். அவர் சமூகத்தால் ஒதுக்கி வைக்கப்பட வேண்டும். ஓரளவுக்கு அவர் ஒதுக்கிவைக்கப்பட்டார். மிக விரைவில் லதிஃபே வுக்கு வாழ்க்கை மூச்சுத் திணறவைப்பதாகிவிட்டது.

சாங்கயாவில் இருந்தகாலம் முழுவதும் அவர் நேரடியாகப் பார்த்தவை எல்லாம் இந்த இழிவுபடுத்தும் பரப்புரைக்கான மற்றொரு காரணம். அங்கு வந்த எவரைப்பற்றியும் அவருக்குத் தெரியாத இரகசியமே கிடையாது. அவர் முஸ்தஃபா கெமாலின் நம்பிக்கைக்குரியவராக இருந்தவர். அவரிடம் எல்லா முக்கியமான ஆவணங்களையும் முஸ்தஃபா கெமால் ஒப்படைத்திருந்தார்.

அவர் சாங்கயாவைவிட்டுச் சென்றபின்பும் துருக்கி அரசியல் அரங்கின் கதாபாத்திரங்கள் மாறியிருக்கவில்லை. அவர் பெருங்குழப்பம் உருவாக்க விரும்பினால் முஸ்தஃபா கெமால் கூறியதாக சில வாக்கியங்களைச் சொன்னால் போதும். அவரை விலக்கி வைப்பது, அவர் பின்னணியில் இருப்பதை உறுதி செய்யும். அது மட்டுமன்றி அவர் செல்லக் கூடிய வற்றைப் பற்றி சந்தேகத்தையும் உருவாக்கும்.

ஒரு சிறப்புப் பாதுகாப்பு வளையத்தால் அவர் சூழப்பட்டிருந்தார். அவரை இகழ்ந்து பேசும் ஆர்வம் எங்கும் பரவியது. அவர் தொடர்ந்த கண்காணிப்பின் கீழ் இருந்தார் என்பதை வெளிநாட்டுச் செய்தித்தாள் களில் வெளிவந்த செய்தியறிக்கைகள் சுட்டிக்காட்டுக்கின்றன. இஸ்தான்புல் ஆளுநரின் ஆணையின்படி அவர் வீட்டுக்கு எதிராக ஒரு காவல்துறைக் குடில் கட்டப்பட்டது.

லதிஃபே நேர்காணல்களுக்கான எல்லா வேண்டுகோள்களையும் மறுத்து தன் மவுனத்தைப் பாதுகாத்தார். “நாங்கள் மணமுறிபு செய்த போது, ஒருவருக்கொருவர் வாக்குக் கொடுத்திருந்தோம்; அதை ஒருபோதும் உடைக்க மாட்டேன்.”

அப்படியென்றால், முஸ்தஃபா கெமாலும் வாக்குறுதி கொடுத் திருக்க வேண்டும். அவர் வெளிப்படையாகவே லதிஃபேவை ஆதரித்துப் பேசினார். லதிஃபே அங்கிருந்து புறப்பட்டுப் போனபின்பு, அவருடைய முதுகுக்குப் பின்னால் அவரை அவமதிக்கத் துணிந்தவர்களை, முஸ்தஃபா கெமால் கடுமையாகக் கண்டித்தார். “அவர் உயர்ந்த பெண்மணி, அவர் எப்போதும் உயர்ந்த பெண்மணியாகவே இருப்பார்”, என்பது முஸ்தஃபா கெமாலின் சீற்றமான மறுமொழி என்று கூறுகிறார் அஹ்மெட் அகவோக்லு.

‘கிரே உல்ஃப்’புக்குப் பின்பு முஸ்தஃபா கெமாலைப்பற்றி வெளிவந்த ஒவ்வொரு புத்தகமும் பரபரப்புடனேயே எதிர்கொள்ளப்பட்டது, “லதிஃபே பேசியிருந்தால் என்ன ஆகும்? அங்காரா கொப்பரையில் குமிழ்கள் வருவது நிற்கவே இல்லை. உள்ளடக்கங்களைப் பற்றி உள்ளூர் எழுத்தாளர்களால் எழுத முடியவில்லை. ஆட்டாடூர்க்கின் வாழ்நாளில் அவருடைய வாழ்க்கையைப் பற்றிய நினைவுகளை வெளியிட யாரும் துணியவில்லை. 1938 நவம்பர் மாதத்துக்குப் பின்னரே இத்தகைய புத்தகங்கள் வெளிவந்தன.

முஸ்தஃபா கெமாலின் மரணத்துக்குப் பிறகு லதிஃபே குறித்த அச்சம் அதிகமானது. ஒருநாள் அவர் அரசியல் வாழ்வில் புகுவார் என்ற கவலையே அதற்கான ஒரு காரணம். லதிஃபே அரசியலில் அனுபவம் மிக்கவர். பெண்களின் நிலையை மாற்றியதில் பெரும்பங்கு வகித்தவர். புதிய இருகட்சி அரசியலில் அவர் எளிதாக ஒரு முன்னணிப் பெயராக ஆக முடியும். நிச்சயமாக வாக்குகளையும் கவர முடியும். முன்பு ஓரங்கட்டப்பட்ட அரசியல் தலைவர்கள் ஒவ்வொருவராக மீண்டும் தோன்றிக்கொண்டிருந்த நேரத்தில், அதில் லதிஃபேவின் பெயர் இல்லாதது கவனத்தை ஈர்த்தது. 50களில் லதிஃபேவை சேருமாறு அழைத்த ஒரு கட்சி அதன் நம்பகத் தன்மையை அதிகரிக்குமா? இது

பதிலளிக்கக் கடுமையான வினா. சில வட்டத்தினர் இதுபோன்று நடப்பதற்கான வாய்ப்பைத் தடுக்க விரும்பியிருக்கலாம்.

முஸ்தஃபா கெமாலின் வாழ்க்கை வரலாற்றோடு தொடர்புள்ள ஓரளவு எல்லாப் புத்தகங்களும் அவர்களுடைய மணமுறிவுக்குப் பிறகே எழுதப்பட்டன. அவை லதிஃபேவை 'கெட்டவர்' என்றே அறிவித்தன. வதந்திப்பானை கொதித்துக்கொண்டே இருந்தது. எல்லோரும் லதிஃபே வைக் குறிவைத்துத் தாக்கினர். எழுதிய ஆசிரியர்கள் எல்லோரும் ஆண்கள். அவர்கள் எல்லோரும் ஒரு ஆணின் கருத்துக் கோணத்திலிருந்து பார்ப்பதில் உறுதியாக இருந்தனர். கருணையற்ற பெயரடைகள் தேர்ந் தெடுக்கப்பட்டதை இது விளக்குகிறது. இந்த எல்லா எழுத்தாளர் களாலும் விவரிக்கப்பட்ட இரு முரண்பட்ட கதாபாத்திரங்களுக் கிடையிலிருந்த வேறுபாட்டையும் இது விளக்க முடியும். ஒருபுறம் எல்லோராலும் வியந்து பார்க்கப்பட்ட உயர் கல்விகற்ற நன்கு வளர்க்கப்பட்ட இளம்பெண்; மறுபுறம் தன் கணவனை வலுவிழக்கச் செய்த ஆதிக்க மனப்பாங்குடைய அடங்காப்பிடாரி.

லதிஃபே தன் வாழ்நாள் முழுவதும் 'கெடுக்கப்பட்ட', 'மனம்போல் நடக்கிற' போன்ற பெயரடைகளோடு மனநிறைவடைய வேண்டியிருந் தது. ஷென் ஸிலான் இந்தக் குற்றச்சாட்டுகளைத் தள்ளுபடி செய்கிறார்:

"இங்கே பாருங்கள், ஒரு 22 வயதான பெண் முழு உலகாலும் வியந்து பாராட்டப்படும் ஆணை திருமணம் செய்கிறாள். அவள் தன் கணவனை விளையாட்டாகச் சீண்டியிருக்கலாம். ஒரு இளம் மனைவி தன் கணவனின் காதலைப் பெற முயற்சிக்கலாம்; இதை அவர்கள் 'கெடுக்கப்பட்டதாக' அழைக்கிறார்கள்."

கின்ராஸ்ஸும் ஷெவ்கெட் ஸுரெய்யாவும்

கின்ராஸ் பிரபு தான் எழுதிய ஆட்டாடூர்க்கின் முதல் முழுமை யான வாழ்க்கை வரலாற்றில் ஒரு மிகச் சிறந்த இளம்பெண்ணின் சித்தரிப்பை உருவாக்குகிறார். ஆனால் அதன்பிறகு தலைகீழாக லதிஃபே வின் 'தன் தந்தையால் செல்லம் கொடுத்துக் கெடுக்கப்பட்ட குழந்தை' என்ற உருவத்தை வரலாற்றில் செதுக்குகிறார்." (1944)

ஒரு நேர்காணலுக்கான விடாப்பிடியான வேண்டுகோள்களுக்குப் பிறகும் கின்ராஸ் பிரபுவை சந்திக்க லதிஃபே மறுத்துவிட்டார். லதிஃபே அவரைச் சந்திக்க ஒத்துக்கொண்டிருந்தால் அவர் இவ்வளவு எதிராக இருந்திருக்க மாட்டார். யாருக்குத் தெரியும்?

ஆட்டாடூர்க்கின் முதல் துருக்கிய வாழ்க்கை வரலாற்றாசிரியரான ஷெவ்கெட் ஸுரெய்யா நிகழ்வுகளை விவரிக்கும்போது லதிஃபேவை ஒருமுறைகூட குறிப்பிடவில்லை. புத்தகத்தின் இறுதியில் முஸ்தஃபா கெமாலின் சொந்த வாழ்க்கைக் குறித்த பின்குறிப்புகளுக்கு லதிஃபேவை அனுப்பிவிடுகிறார். அவரிடம் பரிவும் இல்லை. இந்த கதைகள் பிறருக்குப் பிடித்தது. இந்தக் கற்பனையைச் சரிசெய்ய எந்த முயற்சியும் எடுக்கப் படவில்லை.

37

அவர் தன் நோயை மறைக்கிறார்

1975இல் நான் ஆஸ்திரிய லைஸீ'யில் மாணவனாக இருந்தேன். என்னுடைய கல்வி முன்னேற்ற அறிக்கை அட்டையோடு என் பாட்டியைப் பார்க்கச் சென்றேன். அப்போது ஏதோ எரிந்த வாசம் அடித்துக்கொண்டிருந்தது. பாட்டி லதிஃபே புற்றுநோயால் அவதிப்பட்டார். அவர் தன் வாழ்க்கை நினைவுக் குறிப்புகளை எரித்தாரா அல்லது எழுதிவைத்திருந்த வேறு எதையாவது எரித்தாரா என்பது எனக்குத் தெரியாது. இது நடந்தது மே 31 அன்று. ஜுலை மாதத்தில் நாங்கள் அவரை இழந்தோம்.

லதிஃபேவை அவருடைய மரணத்துக்கு இரண்டு மாதங்களுக்கு முன்பு சென்று பார்த்ததை முவாம்மெர் எர்பாய் நினைவில் வைத்திருக்கிறார்.

லதிஃபே ஸ்விட்சர்லாந்து சென்றபோது தனக்கு புற்றுநோய் ஏற்பட்டிருப்பதை அறிந்தார். அவருடைய நுரையீரல்களில் எதையோ பார்த்த மருத்துவர்கள், அவரிடம் தெரிவித்தனர். நோய் 1969இல் தொடங்கியிருக்க வேண்டும் என்று மதிப்பீடு செய்யப்பட்டது.

அவர் திரும்பிவந்த பிறகு மருத்துவரைப் பார்க்க மறுத்தார். தன் நம்பிக்கைக்குரிய கலியோபி தவிர யாரிடமும் சொல்லவும் இல்லை. அவரிடமும் அதை சொல்வதற்கு முன் தன் வாழ்நாள் காலத் தோழியை அவர் இதை யாரிடமும் கூறக் 'கூடாது' என்று புனித சிலுவை மீதும் ஏசு கிறிஸ்து மீதும் சத்தியம் செய்ய வைத்தார்.

லதிஃபேவின் பேத்தி கூஹூம்ஸெரின் கணவரான பேராசிரியர். டாக்டர் நெவ்ஸாட் ஓகே ஒருநாள் லதிஃபே வாழ்ந்த மாடிக்குச் செல்ல நினைத்தார். கீழே இருந்த தளத்தில் நடந்த தம் நண்பனின் பிறந்த நாள் விருந்துக்குச் சென்றிருந்தார். அவருடைய தற்செயலான வருகை லதிஃபேவின் நோயை வெளிப்படுத்தியது.

கலியோபி கதவைத் திறந்தார். ஆனால் அவர் இயல்பாகத் தோன்ற வில்லை: "லதிஃபே ஹனிம் உடல்நலமின்றி இருக்கிறார். அவர் இன்று உங்களைப் பார்க்க முடியாது". நெவ்ஸாட் ஓகே விடாப்பிடியாக உள்ளே சென்றார். அப்போது லதிஃபே

சட்டைக் கையை தன் கையைவிட்டு இழுக்க முயற்சி செய்துகொண்டிருந்தார். அண்மைக் காலத்தில் அவர் பயன்படுத்தத் தொடங்கியிருந்த நீண்ட கைகளைக் கொண்ட ஆடைகள் அவரது கைகளில் இருந்த புண்களை மறைத்திருந்தன. நெவ்ஸாட் ஒரு பெரிய புண் கசிந்துகொண்டிருந்ததைப் பார்த்தார். எதுவும் இல்லை என்ற பதிலை அவர் ஏற்க மறுத்ததால் இறுதியாக லதிஃபே உண்மையைக் கூறினார்: தான் நீண்ட காலமாக புற்று நோயால் அவதிப்பட்டுக்கொண்டிருப்பதாக. காலங்கடந்து விட்டதால் இனி சிகிச்சையால் பயனில்லை என்பதை புண்களின் நிலை அவருக்குக் கூறியது.

லதிஃபே நெவ்ஸாட் ஓகேவிடமும் இதை யாரிடமும் சொல்லக் கூடாது என்று கண்டிப்பாகக் கூறினார். ஆனால் ஒரு மருத்துவர் என்ற முறையில் அவர் கட்டாயம் சொல்ல வேண்டியிருக்கும்.

"அப்படியென்றால் எனக்கு மூன்று நாள் கொடு. நானே எல்லாரிடமும் சொல்லிவிடுகிறேன். அதற்கு முன் சில வேலைகளை முடிக்கவேண்டும்."

நெவ்ஸாட் ஓகே தன் உறுதிமொழியை உடைத்து தன் மனைவியிடம் தெரிவித்தார்:

"நான் சொல்லப் போவது உனக்கு துயரத்தை உண்டாக்கும். ஆனால் நீ தெரிந்தாக வேண்டும்: பாட்டி மிகமோசமான நிலையில் இருக்கிறார்."

மருத்துவ நிபுணர் என்ற வகையில் புற்றுநோய் மருத்துவத்தில் ஒவ்வொரு கணமும் முக்கியமானது என்பது அவருக்குத் தெரியும். லதிஃபே பல வருடங்களாக மருத்துவ சிகிச்சையை மறுத்து வந்திருக்கிறார்.

இந்த மூன்று நாள் கருணைக் காலத்தை லதிஃபே சில ஆவணங்களை எரிப்பதற்குப் பயன்படுத்தினார்.

அந்த வாசம்தான் முவாம்மெர் எர்பாயின் மூக்கைத் துளைத்தது. அவர் லதிஃபேவின் நோயை மறைத்து வைப்பதற்கான மன உறுதி பற்றிக் கருத்து தெரிவிக்கிறார், "லதிஃபே எப்போதும் கூறியது, 'நான் என் வாழ்நாள் முழுவதும் ஒரு உயிருள்ள பிணமாகவே இருந்தேன்; சில நாட்கள் அதிகமாக வாழ்வது எனக்குத் துன்பத்தையே தரப்போகிறது,' என்று. எனவேதான் அவர் சிகிச்சை செய்துகொள்ளவில்லை."

"நான் இருமுறை மரணமடைந்திருக்கிறேன், 1925இல் ஒருமுறை, 1938இல் மீண்டும் ஒருமுறை,"[1] என்று அவர் கூறியதை நெருக்கமான நண்பர்கள் கேட்டுள்ளனர்.

லதிஃபே உண்மையில் தற்கொலை செய்ததாக நம்புகிறார் டிலெக் பெபே.

லதிஃபேவின் நோய் எல்லோருக்கும் தெரியவந்த பின்னரும் அவர் தொடர்ந்து மருத்துவப் பராமரிப்பை மறுத்தார். இறுதி இரு மாதங்கள் அவர் கூஸெல் பாஹ்சே மருத்துவமனையில் அனுமதிக்கப்பட்டிருந்தார்.

லதிஃபே இறப்பதற்கு இரண்டுநாட்களுக்கு முன்பு டிலெக் அவரைச் சென்று பார்த்தார். அப்போது அவர் ஆட்டாடூர்க்கின் உருவங்கொண்ட 'டை பின்' (tie pin) ஒன்றை மார்பில் அணிந்திருந்தார்.

லதிஃபே ஹனிம்

1975 ஜூலை *12* காலை *6* மணியளவில் லதிஃபே இறந்தார். தமது உடலை மீண்டும் தம் அடுக்குமாடி வீட்டுக்கு எடுத்துச்செல்ல வேண்டும் என்று நெருங்கிய நண்பர்களிடமும் உறவினர்களிடமும் கூறியிருந்தார். அவர்கள் அதன்படியே நடந்துகொண்டனர். தம் இறுதிப் பயணத்துக்குமுன் அவர் தம் இல்லத்துக்குச் சென்றார்.

அவரது குடும்பத்தினர் *மில்லியெட், ஜூம்ஹூரியெட்* ஆகிய செய்தித்தாள்களில் கால்பக்க மரண அறிவிப்பு கொடுத்தனர். லதிஃபே வின் விருப்பத்தின்படி *ஹூரியெட்டி*ல் அறிவிப்பு கொடுக்கப்படவில்லை: அந்தப் பத்திரிகை அவரை மீண்டும் மீண்டும் புண்படுத்தியிருந்தது. அந்த அறிவிப்புகளில் ஆவலைத்தூண்டும் ஒரு அம்சம் இருந்தது. அந்த அறிவிப்பு 'எங்கள் அன்புக்குரிய பெருமதிப்புக்குரிய லதிஃபே உஷாகி' என்று தொடங்கியது. அவர் முவாம்மெர் பெய் – அடெவியே ஹனிம் ஆகியோரது மகள் என்று குறிப்பிடப்பட்டிருந்தபோதிலும், அதில் முஸ்தஃபா கெமால் பற்றிய எந்த குறிப்பும் இல்லை. லதிஃபே அதைத் தான் விரும்பியிருப்பார் என்று குடும்பத்தினர் நினைத்திருக்கலாம். இறுதிச் சடங்கின் தன்மையை மாற்றுவதைத் தவிர்க்க விரும்பியதும் காரணமாக இருந்திருக்கலாம்.

அவருடைய மரணம் பற்றிய செய்தியும் இறுதிச் சடங்குகள் பற்றிய செய்தி அறிக்கைகளும் புகைப்படங்களோடு விளக்கமாக செய்தித்தாள் களின் முன்பக்கங்களில் வெளிவந்தன. மரணத்தின்போது அவரை எல்லோரும் மரியாதையுடன் நடத்தினர். அவரது வயது, கல்வி அல்லது குடும்பப்பெயர் போன்றவற்றில் எந்த இரு பத்திரிகைகளும் ஒத்துப் போகவில்லை.

ஜூலை *13* அன்று டெஷ்விகியே மசூதியில் நடந்த இறுதிச் சடங்கோடு லதிஃபே கல்லறையில் வைக்கப்பட்டார். அரசுமுறை சடங்கு எதுவும் நடக்கவில்லை. இஸ்தான்புல் ஆளுநர் நாமிக் கெமால் ஷென்டூர்க் லதிஃபே குடும்பத்தினரை இஸ்மிரில் நன்கு அறிந்தவர். அவர் தன் அதிகாரத்தைப் பயன்படுத்தி தரைப்படை, கப்பற்படை, விமானப்படைப் பிரிவுகளின் மரியாதை அணிவகுப்புக்கு ஏற்பாடு செய்தார். இறுதி நிமிடத்தில் தேசியக் கொடி இல்லாததை யாரோ ஒருவர் கவனித்தார். "சவப்பெட்டியின் மேல் துருக்கி நாட்டுக் கொடி போர்த்தப்பட்டிருக்கவில்லை. என் அக்காவும், நானும் வலியுறுத்தினோம். எனவே ஒரு கொடி கொண்டுவரப்பட்டு அவருக்கு மேல் போர்த்தப் பட்டது," என்கிறார் கூல்டெகின் அகவோக்லு.

உண்மையில், தொடக்கத்திலேயே கொடி இல்லாமலிருந்தது கவனிக்கப்பட்டது. ஒரு கொடியைக் கொண்டு வர முயற்சி செய்தவர் களில் ஆளுநர் ஷென்டூர்க்கும் ஒருவர்.

இறுதிச் சடங்குகளில் அங்காராவிலிருந்து எந்த அதிகாரியும் பங்கெடுக்கவில்லை.

இறுதிச்சடங்கின்போது தொழுகைக்குத் தலைமை வகித்த ஹாஜி ஹாஃபிஸ் நுஸ்ரெட் யெஷில்சாய், "ஆட்டாடூர்க்கின் வழி நடப்பவர்கள் என்று தங்களை அழைத்துக் கொண்டவர்கள் அவருடைய மனைவியின் இறுதிச்சடங்கில் எந்த ஆர்வத்தையும் காட்டாதது வெட்கக் கேடானது" என்று சொன்னதாகக் கூறப்படுகிறது.

தன் உடன்பிறப்புகளில் உயிரோடிருந்த ஒரே ஒருவரான வெஜிஹே விடம், தன் அடுக்குமாடி வீட்டில் அவர் 40 நாட்கள் தங்கியிருக்க வேண்டுமென்றும், படுக்கையறை விளக்கை எரியவிட வேண்டும் என்றும் லதிஃபே கேட்டுக்கொண்டிருந்தார். வெஜிஹே இருவாரங்கள் சமாளித்தார். இரங்கல் தெரிவிக்க வந்தவர்களுக்கு உணவளிப்பதற்காக ஒவ்வொரு நாளும் தொடர்ச்சியாக, ஆட்டிறைச்சித் துண்டுகளும், வேறு சுவையான உணவுப் பொருட்களும் ஸஃபிர் அடுக்குமாடி வீட்டுக்கு எடுத்துச் செல்லப்பட்டன.

லதிஃபேவின் வாழ்நாள் தோழியான கலியோபிக்குத் தொடர்ந்து துருக்கியில் தங்கியிருப்பதற்கான எந்த காரணமும் இருக்கவில்லை. அவருடைய உறவினர்கள் அவரை ஏதென்சுக்கு அழைத்துச் சென்றனர். சிறிது காலத்துக்கும் பின்னர் அங்கேயே மரணமடைந்தார்.

மில்லியெட் பத்திரிகைக் கட்டுரையாளரான புர்ஹான் ஃபெலெக் தவிர யாரும் லதிஃபே ஹனிம் பற்றி எழுதவில்லை. வரலாற்றாசிரியர் களோ அல்லது தத்துவ அறிஞர்களோ அதிக தகவல்கள் கொடுக்க வில்லை. பல வருடங்களாக அவர்மீது அவதூறு ஏற்படுத்துவதை அல்லது முழுமையாக அலட்சியப்படுத்துவதைத் தேர்ந்தெடுத்த இறுகிய மனநிலை அவருடைய மரணத்துக்குப் பிறகும் விடாது தொடர்ந்து செயலாற்றிக் கொண்டிருந்தது.

மரணத்துக்குப்பின் புகழ்பாடுவது ஒரு துருக்கிய மரபு. இந்த வழக்கம் குறித்த தன் வெறுப்பை லதிஃபே அஹ்மெட் அகவோக்லுவின் மரணத்துக்குப்பின் எழுதிய ஒரு கட்டுரையில் வெளிப்படுத்தியிருந்தார்.

'பழைய நண்பர் என்று கையெழுத்திடப்பட்ட கட்டுரையில் "நாம் இறந்தவர்களை விரும்புவதற்கான காரணம் அவர்கள் தங்கள் கொள்கைகள், தேவைகள், பயன்கள், கோரிக்கைகள், உணர்ச்சிகள், ஆசைகள் போன்ற எல்லாவற்றையும் விட்டு விலகுவதுதான். உயிரோடிருக்கும்போது நாம் நிந்தித்தவர்களும் இறந்தபின் அவர்களுடைய உடலுக்கு இரங்கல் தெரிவிக்கிறோம்.

இந்த உண்மையைப்பற்றி சிந்தித்தால் நாம் ஏன் "கண்ணில்லாதவர்களை வாதுமைக் கண்ணழகு" உடையவர்களாக ஆக்குகிறோம் என்பதைப் புரிந்துகொள்வது கடினமல்ல. உயிரோடிருந்த காலத்தில் சொல்லவொண்ணா துன்பங்கள் அனுபவித்த பல அரிய செல்வங்களும், நன்கறியப்பட்ட மனிதர்களும் பொதுவான அலட்சியத்தாலும், அறியாமையாலும் நன்றி மறத்தலாலும் தாழ்ந்த நிலையில் வைக்கப்பட்டிருக்கின்றனர். அவர்களுடைய கல்லறைகள் இப்படிப்பட்ட பகட்டான நினைவுச் சின்னங்களுக்கான மேடையை வழங்கி மரணத்தை விரும்புவதற்குரியதாக்கும்.

1975ஆம் வருட துருக்கி அவரை 'வாதுமைக் கண்ணழகி'யாக மறு உருவாக்கம் செய்வதற்காக எந்த முயற்சியையும் வீணடிக்கவில்லை. மரணத்துக்குப் பிறகு இந்த கோரமான அவமதிப்பிலிருந்து அவர் காப்பாற்றப்பட்டார்.

38

குடியரசின் வரலாற்றைத் தன் பாதுகாப்புப் பெட்டகத்தில் பாதுகாக்கிறார்

லதிஃபேவின் மரணத்துக்குப் பிறகு மக்கள் ஒரு மிக முக்கியமான உண்மையைக் கவனித்தார்கள். அவர் முஸ்தஃபா கெமாலோடு தான் வாழ்ந்த வருடங்களைக் குறித்து ஒரு சொல்லும் கூறாது இவ்வுலகை விட்டுச் சென்றிருந்தார். அவரைச் சிறுமைப் படுத்த நினைத்தவர்கள் இதனால் ஆச்சரியமடைந்து லதிஃபேவை மீண்டும் அவருடைய 'பெருமாட்டி' நிலைக்கு உயர்த்தும் பணியில் ஈடுபட்டனர். "முழுமையாக கவுரவமான முறையில்... பற்றி எதையும் பேசுவதைத் தவிர்த்தார்..." என்று தொடங்குவது அப்போதைய பாணி ஆகியது. ஏதோ காரணத்தால் அவர் முஸ்தபா கெமாலின் பெருமையைச் சீரழிப்பார் என்று எல்லாரும் அச்ச மடைந்தனர். ஆனால் லதிஃபே அவரின் எதிரி அல்ல, அவருடைய முன்னாள் மனைவி. லதிஃபேவை எப்படியோ எதிரியாக வடிவமைத்தவர்கள் தங்கள் படைப்பின்மேல் அச்சத்துடனேயே வாழவேண்டியதாயிற்று.

லதிஃபே புரிந்துகொள்ளப்படாமலேயே இறந்தார். சரியான புரிதல் இல்லாததற்கு அவர் வருந்தினார். இருப்பினும் ஒருநாள் அவரைப் புரிந்துகொள்ள உதவக்கூடிய ஏராளமான ஆவணங் களைக் கவனமாகப் பாதுகாத்தார். அவற்றை இஸ்தான்புல்லில் இரண்டு வங்கிப் பெட்டகங்களில் வைத்திருந்தார். அவர் விட்டுச் சென்ற கடிதங்கள் நாட்டிலுள்ள எல்லாருடைய கற்பனையையும் தூண்டியது. பத்திரிகைகளைப் பற்றிக் கூறவே வேண்டாம். 'பரபரப்புச் செய்திகள்' நிறைந்திருந்தன: எடுத்துக்காட்டாக அவருடைய குறிப்பேடுகள் ஸ்விட்சர்லாந்தில் கண்டெடுக்கப்பட்டதான செய்தி.

இந்த ஆவணங்களைத் தங்களுக்குள் பகிர்ந்துகொள்வது சரியான செயலாக இருக்காது என்ற முடிவுக்கு அவருடைய குடும்பத்தினர் வந்தனர். அவை குடியரசின் வரலாறு பற்றிய மதிப்புமிக்க ஆவணங்கள். எனவே அவை ஒன்றாகவே வைத்திருக்கப்பட வேண்டும்.

என்ன செய்வதென்று குடும்பத்தினர் விவாதித்துக்கொண்டிருந்தனர். அப்போது துருக்கி வரலாற்று சங்கத்தின் அப்போதைய தலைவரான பேரா. என்பெர்ஸியா கரால் 1976 மார்ச் 17 அன்று ஒரு கோரிக்கை யோடு குடும்பத்தினரோடு தொடர்புகொண்டார். ஆவணங்களை துருக்கி வரலாற்று சங்கத்தில் ஒப்படைக்குமாறு கேட்டுக்கொண்டார். குடும்பத்தினரும் அதற்கு ஒத்துக்கொண்டனர்.

லதிஃபே துருக்கிக் குடியரசின் பிறப்பை நேரடியாகப் பார்த்தவர்; அவர் குறிப்புகள், வேறு ஆவணங்கள், குறிப்பேடுகள் போன்றவற்றைப் பராமரித்தார். இந்த ஆவணங்கள் இறுதியாக வெளியிடப்படுவதற்கான வாய்ப்பே பலரையும் கிலிபிடிக்கச் செய்கிறது. அவை அவருடைய சுயவரலாறு மட்டுமல்ல; அவை நவீனகால துருக்கியின் வரலாற்றுக்குச் சான்றளிக்கின்றன. லதிஃபே ஒரு உறுப்பினர் வரலாற்று சங்கம் போலச் செயல்பட்டிருக்கிறார். அவர் ஏராளமான தகவல்களைப் பாதுகாத்த வரலாற்றாசிரியர்.

முப்பது வருடங்களுக்குப் பிறகு அந்த ஆவணங்களின் இரகசியங் களை வெளிப்படுத்தி அவற்றை வெளியிடுவதற்குமான வாய்ப்பு வந்த போது 2005 தொடக்கத்தில் மீண்டும் சூடான விவாதங்கள் தொடங்கின. சிலர் பெரும் பதற்றத்தை உருவாக்கினர். இந்த ஆவணங்களின் வெளியீடு ஆட்டாடூர்க்கின் வாழ்க்கையை குறித்து அவதூறை உருவாக்கும் என்று அவர்கள் கூறினார்கள். எனவே லதிஃபேவின் குடும்பத்தினர் துருக்கி வரலாற்று சங்கத்தை அணுகி ஆவணங்களின் இரகசிய நிலையைத் தொடருமாறு வேண்டினர். எனவே இந்த ஆவணங்கள் மீண்டும் ஒருமுறை மறைத்து வைக்கப்படும் தண்டனைக்குட்படுத்தப்பட்டது. பேரா. ரெஷாட் கய்னார் முழுத்தொகுப்பையும் ஆய்வு செய்து வாசித்த பிறகு 1979 ஏப்ரல் 10 அன்று தமது மதிப்பீட்டை எழுதியிருந்தார்.

இந்த ஆவணங்கள் நமது சீர்திருத்தங்கள், நமது குடியரசு ஆகியவற்றின் வரலாற்றை வலுவூட்டுவதற்கான முக்கிய ஆவண சான்றுகளாகப் பயன்படும் அளவுக்கு உயர்தரமுடையவை.

சீர்திருத்தங்களின் வரலாற்றையும், அதை விட முக்கியமாக குடியரசின் வரலாற்றையும் துல்லியமாக எழுதுவது இந்த ஆவணங்கள் முழுமையாக ஆய்வு செய்யப்படும் வரை சாத்தியமாகாது. சில இடங்களில், லதிஃபே ஹனிம் தம் சொந்த கருத்துகளை எவ்வளவுதான் சேர்த்திருந்தாலும் அவை நமது வரலாற்று ஆய்வின் முக்கிய ஆதாரம் என்ற முறையில் அவற்றின் மதிப்பு எந்த விதத்திலும் குறைய முடியாது.

219 பதிவு செய்யப்பட்ட ஆவணங்கள் ஒளியைக் காணும் நாளுக்காக காத்திருக்கின்றன.

பாதுகாப்புப் பெட்டகங்களில் திருமண மோதிரங்கள்:

லதிஃபே ஒரு பணக்காரப் பெண்ணாகவே இறந்திருந்தார் அவருக்கு நகைகளும், சொத்துக்களும் இருந்தன. இஸ்தான்புல்லில் ஒரு அடுக்குமாடி வீடு இருந்தது. ஒரு வீடு, ஒரு வணிக வளாகம், இரண்டு வீட்டுமனைகள், மேலும் 35 வீட்டுமனைகளிலும் கட்டிடங்களிலும் பங்குகள் போன்ற அதிக சொத்துகள் இஸ்மிரில் இருந்தன.

லதிஃபேவின் தனிப்பட்ட சொத்துக்களின் பட்டியல் தயாரிக்கப்பட்ட போது ஒரு திருமண மோதிரம் கிடைத்தது. அதன் உட்பகுதியில் பழைய வரிவடிவத்தில் லதிஃபே 1339 (1923) என்று பொறிக்கப்பட்டிருந்தது. திருமணத்தின்போது முஸ்தஃபா கெமால் திருமணத்தொகையாக அந்நேரத்தில் வழங்கிய 10 வெள்ளி நாணயங்களோடு சேர்த்து அந்த மோதிரமும் ஒன்றாக வைக்கப்பட்டிருந்தது. மதிப்புமிக்கவை என்று கருதிய இந்தப் பொருட்களை லதிஃபே இளஞ்சிவப்பு நிற மெல்லியதாளில் பொதிந்து வைத்திருந்தார். அவற்றை ஒரு நகைப் பெட்டியில் வைத்து அந்தப் பெட்டியை மஸ்லின் துணியில் பொதிந்து வைத்தார். பெட்டிக்குள் ஒரு தங்க முத்திரையும் இருந்தது. அதன் ஒரு பக்கத்தில் முஸ்தஃபா கெமால் என்ற பெயரும் மறுபக்கத்தில் லதிஃபே முஸ்தஃபா கெமால் என்ற பெயரும் பொறிக்கப்பட்டிருந்தன. (அது ஒரு அதிகாரப்பூர்வ பயணத்தின்போது அடானா மக்களால் பரிசாகக் கொடுக்கப்பட்டது.) இந்த நினைவுப் பரிசுகள் 'வரலாற்று முக்கியத்துவமுள்ள பொருட்கள்' என்று பட்டியலிடப்பட்டு, பின்பு பொதியப்பட்டு நகைப்பெட்டியில் வைக்கப்பட்டது. அந்தப் பெட்டி மீண்டும் ஒருமுறை மஸ்லின் துணியால் பொதியப்பட்டது. 1979 ஏப்ரல் 10 அன்று ஒஸ்மான்லி வங்கியின் பெயோக்லு கிளையில் திறக்கப்பட்ட மஸ்லின் பொதி, நீதிமன்ற ஆணையின்படி முத்திரையிடப்பட்டது.

பல வருடங்களுக்கு முன்னர், ஆட்டாடூர்க்கின் பாதுகாப்பு பெட்டகத்திலிருந்து கிடைத்த அவருடைய தனிப்பட்ட உடைமைகளில் 'ஒரு மெலிந்த விரலுக்காகச் செய்யப்பட்ட நிச்சயதார்த்த மோதிரம்' கிடைத்தது. அந்த மோதிரத்தின் உட்பகுதியில் காஸி எம். கெமால் 1339 என்ற சொற்கள் பொறிக்கப்பட்டிருந்தன.

அவர்களுடைய பிரிவுக்குப் பின்னர் அவர்கள் தங்களுடைய மோதிரங்களை ஒருவருக்கொருவர் மாற்றி கொடுத்து வாங்கியிருக்க வேண்டும்.

லதிஃபே முஸ்தஃபா கெமால் இருவருமே இஸ்மெட் பாஷா ஹூசானில் வாங்கி வந்த திருமணப்பரிசு மோதிரங்களைத் தங்களிடமே வைத்திருந்தனர். தங்களுடைய குறுகிய காலத் திருமணத்தின் நினைவுப் பரிசாகத் தங்கள் இறுதி நாட்கள்வரை அவற்றை வைத்திருந்தனர்.

பிற்சேர்க்கைகள்

பிற்சேர்க்கை I

வெளிநாட்டுப் பத்திரிகைகளிலிருந்து இரண்டு மரண அறிவிப்புகள்

ஆட்டாடுர்க்கின் மனைவி லதிஃபே உஷாகி

துருக்கிக் குடியரசின் காலஞ்சென்ற நிறுவனர் கெமால் ஆட்டா டூர்க்கின் முன்னாள் மனைவியான லதிஃபே உஷாகி சனிக்கிழமையன்று மரணமடைந்தார். அவர் தன் மனவிலக்கு செய்த கணவனின் மரணத்துக்குப் பின் 37 ஆண்டுகள் வாழ்ந்தார். மரணம் இருதயப் பிரச்சினையால் ஏற்பட்டது.

அவர், குடியரசின் தொடக்க வருடங்களில் சிறப்பு வாய்ந்த பெண்களுக்குக் கொடுக்கப்பட்ட பட்டத்தின் அடிப்படையில் லதிஃபே ஹனிம் என்று அழைக்கப்பட்டார். ஒரு சில அதிகாரிகள் அடங்கிய சிறு மக்கள் திரள் முன் நடந்த எளிய சடங்கில் அவர் புதைக்கப்பட்டார்.

அவரும் ஆட்டாடுர்க்கும் 1923இல் திருமணம் செய்துகொண்டனர். ஆனால் அந்தத் திருமணம் இரண்டரை வருடங்கள் மட்டுமே நீடித்தது.

1975 ஜூலை 14 தெ வாஷிங்டன் போஸ்ட்

லதிஃபே ஹனிம்

துருக்கிப் பெண்களுக்காக குறியீட்டளவிலான பங்கு

நவீனத் துருக்கியின் நிறுவனரான முஸ்தஃபா கெமால் ஆட்டா டூர்க்குடன் இரண்டு வருடங்கள் திருமண வாழ்க்கை நடத்திய லதிஃபே ஹனிம் 76ஆவது வயதில் இஸ்தான்புல்லில் மரணமடைந்தார். அவர் துருக்கிப் பெண்களின் விடுதலைக்கு குறியீட்டளவிலான பங்காற்றினார்.

லதிஃபே ஹனிம் இஸ்மிரின் (முன்னர் ஸ்மைர்னா) செல்வந்தக் குடும்பம் ஒன்றின் மகளாக 1898இல் பிறந்தார். 1922இல் ஆக்கிரமிப்பு செய்த கிரேக்கப் படைகளைத் துருக்கி தோற்கடித்ததைத் தொடர்ந்து

வெற்றி வீரராக இஸ்மிருக்குள் நுழைந்த துருக்கித் தளபதியை லதிஃபே சந்தித்தார். ஒரு பெருந்தீ இஸ்மிரின் பெரும் பகுதியை எரித்தழித்த நேரத்தில் அவர் ஆட்டாடூர்க்கை போர்னோவா புறநகர்ப் பகுதியில் இருந்த தம் குடும்பத்துக்குச் சொந்தமான நாட்டுப்புற மாளிகையில் தங்குமாறு அழைத்தார். அதே நேரத்தில் முஸ்தஃபா கெமால் துருக்கியின் சுதந்திரம் குறித்தும் புதிய எல்லைகள் குறித்தும் முதல் உலகப்போர் நட்பு நாடுகளோடு பேச்சுவார்த்தைகளை வழிநடத்திக்கொண்டிருந்தார். பிரான்சில் கல்வி கற்ற லதிஃபே ஆட்டாடூர்க்கின் செயலாளராகவும், ஆட்டாடூர்க்குக்காக, அரசுகளுக்கிடையில் பிரெஞ்சு மொழியிலும் ஆங்கில மொழியிலும் அனுப்பப்பட்ட கடிதங்களின் மொழிபெயர்ப்பாளராகவும் பணியாற்றினார். ஆட்டாடூர்க் இஸ்மிரில் இருபது நாட்கள் தங்கிவிட்டு துருக்கியின் புதிய தலைநகராகிய அங்காராவுக்குத் திரும்பிச் சென்றார்.

1922 அக்டோபரில் லதிஃபே அவருக்கு ஒரு கடிதம் (அண்மையில் வெளியிடப்பட்டது) எழுதினார். அதில், “என் முழு மகிழ்ச்சியும் மேன்மைவாய்ந்த உங்களுக்குப் பணி செய்வதில்தான் இருக்கிறது. என் விசுவாசம் உங்களுக்கு வலுவூட்டும் ஆயுதமாக இருக்கவேண்டுமென்பதுவே என் ஒரே விருப்பம். மேன்மைவாய்ந்த உங்கள் மீது அன்பு வைத்து எந்தவிதமான சொந்தப் பேராசைகளும் இல்லாத எத்தனை பேர் உண்மையில் இருப்பார்கள்?”

அவர்களுடைய திருமணம் மண முறிவில் முடிந்த போதிலும், ஒரு துருக்கிய எழுத்தாளர் குறிப்பிட்டதுபோல, “அந்த மாபெரும் மனிதனின் பெயரை பரபரப்பூட்டுவதற்காகவோ, அரசியல் ஆதாயத்துக்காகவோ பயன்படுத்த” எப்போதும் மறுத்த தன் மூலம் லதிஃபே தன் விசுவாசத்தைப் பின்னர் நிரூபித்தார்.

1923 ஜனவரியில் ஆட்டாடூர்க் இஸ்மிர் வந்து லதிஃபேவைத் திருமணம் செய்தார். அப்போது லதிஃபேவுக்கு 24 வயது, ஆட்டாடூர்க்குக்கு 42 வயது. 1923இல் குடியாட்சி அறிவிக்கப்பட்ட பின்பு, துருக்கிப் பெண்கள் எப்படி நடந்துகொள்ள வேண்டுமென்று தான் எதிர்பார்ப்பதைக் காட்ட அவர் லதிஃபேவைப் பயன்படுத்தினார். குடியரசுத் தலைவர் என்ற முறையில் லதிஃபேவை அவருடைய முகத்தை மறைக்காமல் நாடெங்கும் அழைத்துச் சென்றார். இதனால் உள்ளூர் அதிகாரிகள் மரபை உடைத்துத் தங்கள் மனைவியரைப் பொது இடங்களுக்கு அழைத்து வரவேண்டியிருந்தது, அவர்களுக்குச் சங்கடத்தை ஏற்படுத்தியது. ஆட்டாடூர்க்கின் சீர்திருத்தங்களால் அந்தப்புரம் முகத்திரை போன்ற முஸ்லிம் கட்டுப்பாடுகளிலிருந்து விடுதலை பெறப்போகும் புதிய துருக்கிப் பெண்களின் குறியீடாக லதிஃபே விளங்கினார்.

நிலைகுலையச் செய்யும் பணிச்சுமைக்கும் மேலாக ஆட்டடூர்க்கின் பின்னிரவு விருந்துகளும் கட்டுப்பாடற்ற மது அருந்துதலும் இருவருக்கும் இடையில் மோதலை வளர்த்தன. அவருடைய ஆற்றலைப் பாதுகாப்

பதற்காக லதிஃபே அவரைக் கட்டுப்படுத்த முயற்சி செய்தார். ஆட்சியிலும் லதிஃபே தலையிட முயற்சி செய்தபோது ஆட்டாடூர்க் அமைதியிழந்தார். 1925 ஆகஸ்ட் 5 அன்று ஒரு எளிய அறிவிப்பின் வழியாக அவர் லதிஃபேவை மணவிலக்கு செய்தார். மணவிலக்குக்கு அது மட்டுமே போதுமானதாக இருந்தது. குறுகிய காலத்துக்குப் பிறகு குடிமை மணவிலக்கை உள்ளடக்கி துருக்கிச் சட்டங்கள் மாற்றப்பட்டு பெண்களுக்குச் சமஉரிமை வழங்கப்பட்டது.

பிந்தைய வருடங்களில் லதிஃபே இஸ்தான்புல்லின் அயஸ்பாஷா மாவட்டத்தில் போஸ்ஃபோரஸ் ஜலசந்தியை நோக்கியிருந்த ஒரு வீட்டில் மற்றவர்களிடமிருந்து ஒதுங்கி வாழ்ந்தார். இறுதிவரை பத்திரிகைகளுக்கு நேர்காணல் கொடுப்பதற்கும் தன் வாழ்க்கை நினைவுகளைக் கூறுவதற்கும் மறுத்தார். துருக்கியில் ஆட்டாடூர்க் எந்த அளவுக்குப் போற்றப்பட்டார் என்பதை வைத்துப் பார்க்கும்போது அவர் அவ்வாறு செய்திருந்தால் பெரும் பரபரப்பை ஏற்படுத்தியிருக்கும். ஆட்டாடூர்க்கின் நெருங்கிய சகாவான ஷெவ்கெட் ஸுரெய்யா ஆய்டெமிர், லதிஃபேவின் தனிமையும், மௌனமும், "அவருடைய மேன்மையையும் உணர்திறத்தையும் கனிவான பண்பையும் அடையாளங்காட்டின," என்று அண்மையில் எழுதினார்.

1957 ஜூலை 17 டைம்ஸ்

பிற்சேர்க்கை II

துருக்கிப் பத்திரிகையில் ஒரு மரண அறிவிப்பு

லதிஃபே ஹனிம்

ஆட்டாடூர்க்கின் முன்னாள் மனைவி லதிஃபே ஹனிமின் மரணம் குறித்த செய்தியை மிக நம்பகரமான ஆதாரங்களிடமிருந்து மிகுந்த துயரத்துடன் நாங்கள் அறிந்துள்ளோம்.

துருக்கியின் வரலாற்றில், மதிப்பு பெற்றிருந்த பல முக்கியமான பெண்கள் இருந்துள்ளனர். சுயமாக ஏற்படுத்திக்கொண்ட தனிமை வாழ்வுக்கும், பெருமைக்குரிய, இருப்பினும் குறுகிய காலம் நீடித்த மகிழ்ச்சி நொறுங்கிப் போன துயரத்தின் பாரத்துக்குப் பின்னரும் லதிஃபே ஹனிம் வரலாறு வாயிலாக அழியாப் புகழ் பெற்றுள்ளார்: மதிப்பு மிக்க பெண்களில் ஒருவராக.

இந்த ஐக்கிய நாடுகள் சபையின் பெண்களுக்கான வருடத்தில் 132 நாடுகளின் பெண் பேராளர்கள் அடங்கிய மாபெரும் பெண்கள் பேரவை மெக்சிகோ நகரில் முடிவுக்கு வந்தது. அது ஒரு பெண் தலைவரை நியமிக்காமலும் பெண்கள் தொடர்பான எந்தத் தீர்மானத்தையும் எடுக்கா மலும் படுதோல்வியில் முடிந்தது. அதே நேரத்தில் லதிஃபே ஹனிம் தன் கண்களை மூடியது எவ்வளவு சிந்தனையைத் தூண்டும், துயரமான தற்செயல் நிகழ்வு! இந்த முரண்நகை நம் கவனத்திலிருந்து தப்பவில்லை.

52 வருடங்களுக்கு முன், அறுதியான வெற்றியைத் தொடர்ந்து வந்த நாட்களில், எக்காலத்திலும் மிகச்சிறந்த இராணுவத் தளபதிகளி லும் மேதைகளிலும் ஒருவரான துருக்கியின் மீட்பர் காஸி முஸ்தஃபா கெமால் பாஷாவைத் திருமணம் செய்துகொள்வதற்கான துணிச்சல் தன்னிடம் இருப்பதை லதிஃபே கண்டறிந்தார். இது லதிஃபேவுக்குத் தமது ஆளுமையிலும் பெண்மைப் பண்பிலும் இருந்த நம்பிக்கைக்கான தெளிவான சான்று. இது உண்மையில் பாராட்டுதலுக்குரியது.

லதிஃபே உஷாகி குடும்பத்தின் அசாதாரணத் திறமை வாய்ந்த மகள். அக்குடும்பம் நற்பண்புகளிலும் பலவீனங்களிலும் தனிச்சிறப்புடைய குழந்தைகளை உருவாக்கியிருந்தது. என்னுடைய பார்வையில், லதிஃபே

தம் பங்குக்குத் தம் முன்னோர்களின் இயல்புகளை சற்று அதிகமாகவே கொண்டிருந்தார். அவர் சிறந்த பண்பாடுடைய துருக்கியப் பெண்மணி; பெரும் அறிவுடைய அறிவிஜீவி; பல மொழிகளைப் பேசியவர்.

உத்தேசமாக 20–25 வருடங்களுக்கு முன்பு ஒரு படகுப் பயணத்தின் போது எனக்கு அவரைச் சந்திக்கும் வாய்ப்புக் கிடைத்தது. தன் அறிவாலும், நடை உடை பாவனைகளாலும், கண்ணியமான நடத்தையாலும் எனக்கு அவரிடம் நன்மதிப்பு ஏற்படச் செய்தார். எந்த விஷயத்தைப் பற்றி விவாதித்தாலும் அதுபற்றி ஆணித்தரமான கருத்துகள் தெரிவிக்கும் அளவுக்கு அவருக்கு அகன்ற அறிவு இருந்தது. சில நேரங்களில் இந்த அறிவு அவருடைய பெண்மையை மறைக்கும் அளவுக்கு இருந்தது. அந்தப் பயணத்துக்குப் பின்பு எனக்கு அவரைப் பார்க்கும் வாய்ப்பு கிடைக்கவே இல்லை. இன்று, அவருடைய நிராதரவான வாழ்க்கை முடிந்துவிட்டது. அவர் குறை கூறமுடியாத வாழ்க்கை வாழ்ந்தார். ஒருகாலத்தில் அவருக்கிருந்த ஆட்டடூர்க்கின் மனைவி என்ற மதிப்புக் குரிய தகுதிக்கு இன்றியமையாதவற்றை இறுதிகாலம்வரை வெற்றிகர மாக நிறைவேற்றினார் என்ற முடிவுக்கு நான் வந்திருக்கிறேன்.

விதி என்ன ஆணையிட்டிருந்தது என்பது யாருக்கும் முன்கூட்டியே தெரியாது. துருக்கியின் முதல் பெண்மணி 1923 ஜனவரி மாதத்தில் காஸி பாஷாவைத் திருமணம் செய்த கணத்திலிருந்து 1925 ஆகஸ்ட் மாதத்தில் அவர்கள் பிரிந்ததுவரை இந்தத் தகுதியை ஒருபோதும் விட்டுக்கொடுக்கவில்லை. எண்ணற்ற முதல் விதவைப் பெண்மணிகள் களிப்பான வாழ்க்கை வாழ்ந்ததை உலகம் பார்த்துக்கொண்டிருந்த வேளையில் லதிஃபே ஒருமுறைகூட மீண்டும் திருமணம் செய்வது பற்றி யோசித்ததில்லை, அதேபோல காஸியும் மற்றொரு பெண்ணை ஏற்கவில்லை.

அவர்கள் இணைந்து வாழமுடியாமல் போனதற்கான காரணம் தான் என்ன? நான் துணிந்து ஒரு ஊகம் செய்கிறேன். காரணங்கள் பல புறக்காரணிகளின் சேர்க்கையில் இருக்கலாம். முஸ்தஃபா கெமால் பாஷா முழு உலகமுமே எதிரிகளாக வந்தபோதும் அவர்களைத் தோல்வி யடையச் செய்து துருக்கியை அப்போதுதான் மீட்டிருந்தார். போர்க் களத்தின் தூசு அவருடைய பூட்ஸ்களில் அப்போதும் இருந்தது. மேலை நாட்டு நாகரிகத்துக்குள் துருக்கியை எடுத்துச் செல்லும் விருப்பத்தோடு தொடர்ச்சியான சீர்திருத்தங்களை அறிமுகம் செய்யும் நிலையில் இருந்தார். ஆட்டோமான் பாணி ஆணாதிக்கக் குழு அவரைச் சூழ்ந்திருந்தது. இந்தச் சூழலில் அவரது மனைவியின் தன்னால் முடிந்த அளவு பணி செய்வதற்கான ஆர்வம் வெளிப்படையாகத் தெரிந்தது. இது ஒரு சிறு திருமண வாழ்க்கை மோதலையும் பன் மடங்கு பெரிதாக்கிக் காட்டியது. விதி முன்பே முடிவுசெய்திருக்கலாம்.

எனக்கு லதிஃபே ஹனிமை அவ்வளவு நன்றாகத் தெரியாது. விடாத வேண்டுகோள்களுக்குப் பின்பும் அவர்தன் துயரமான மௌனத்தைக் காப்பதில் உறுதியாக இருந்தார். தன் மகிழ்ச்சி பாதியிலேயே நின்று போன பிறகும் உணர்ச்சிகளைக் கட்டுப்படுத்தி தன் மதிப்பைப் பேணிக்

காத்தார். தன் வாழ்க்கை நினைவுகளைப் பற்றி ஒரு சொல்கூடக் குறிப்பிட மறுத்தார். இக்காரணங்களால் எனக்கு அவர்மீது ஏற்பட்ட மதிப்பைத்தான் இந்த வரிகளில் நான் வெளிப்படுத்த விரும்புகிறேன்.

சில வருடங்களுக்கு முன்பு, அவருக்குத் தெரியாமல் அவருடைய அனுமதியைப் பெறாமல் மற்றொரு அதிகாரபூர்வமற்ற வாழ்க்கை நினைவுக் குறிப்புத் தொடர் வெளியிடப்பட்டதை நிறுத்துவதற்காக நான் தலையிட வேண்டும் என்று அவர் என்னிடம் குறிப்பாகக் கேட்டுக் கொண்டிருந்தார். அப்போது நான் பத்திரிகையாளர் சங்கத்தின் தலைவராக இருந்தேன். அந்நேரத்தில் நான் பயன்பட்டதாக எனக்கு நினைவில்லை. பத்திரிகை சுதந்திரம் குறித்த எண்ணற்ற விளக்கங்கள் நிலைத்திருக்கும் இந்தச் சூழலில் நான் யாருக்காகச் செயல்பட முடியும்? சுருக்கமாகக் கூறுவதென்றால், காஸி முஸ்தஃபா கெமால் ஒருபோதும் சுல்தான் ஆக முடியாது; அதுபோல லதிஃபே ஹனிம் ஒரு பேரரசியாக முடியாது. ஆட்டோமானிஸத்தின் கழிவுகளால் மறைக்கப்பட்டிருந்த அக்காலத்து அழுக்குநீர், துருக்கியின் இரு குடிமக்களாக அவர்கள் இணைவதை ஒருபோதும் அனுமதித்திருக்காது.

இதைத்தான் நாம் விதியென்று அழைக்கிறோம்.

லதிஃபே ஹனிமுக்கு அழியாத அமைதியை வழங்குமாறு கடவுளிடம் வேண்டுகிறேன்.

புர்ஹான் ஃபெலெக் 1975 ஜூலை 16 *மில்லியெட்*

வாழ்க்கை வரலாற்றுக் குறிப்புகள்

இந்நூலில் குறிப்பிடப்பட்ட சில முக்கியமானவர்களின் பெயர்கள் அவர்களுடைய பெயர்களின் அகர வரிசையில் கொடுக்கப்பட்டுள்ளன. குடும்பப் பெயர்கள் பின்னர்தான் பயன்பாட்டுக்கு வந்தன.

ஒ.மு.கு	ஒற்றுமை மற்றும் முன்னேற்றக் குழு
சு.கு.க	சுதந்திர குடியரசுக் கட்சி
ம.க	மக்கள் கட்சி
மு.கு.க	முற்போக்கு குடியரசுக் கட்சி

அலி ஃபுவாட் ஜெபெசோய் (இஸ்தான்புல் 1882 – 1968)

அதிகாரி, அரசியல்வாதி, முஸ்தஃபா கெமாலின் போர்க் கல்லூரி வகுப்புத் தோழர், சுதந்திரப் போர்த் தளபதி, பாராளுமன்ற உறுப்பினர், தூதரக அதிகாரி, உதவி சபாநாயகர். மு.கு.க நிறுவனர்களில் ஒருவர். முஸ்தஃபா கெமாலுக்கு எதிரான கொலைச் சதியில் ஈடுபட்டதற்காக வழக்கு விசாரணை நடந்து விடுவிக்கப்பட்டவர், பின்னர் பாராளு மன்றத்தில் மீண்டும் நுழைந்தார். 1948இல் சபா நாயகர், 1950லிருந்து பத்து வருடங்கள் ஜனநாயகக் கட்சிப் பராளுமன்ற உறுப்பினர்.

அஹ்மெட் (பெய் அகயெவ்) அகவோக்லு (ஷூஷா 1869 – 1939)

புகழ்பெற்ற அஸெர்பய்ஜானியர், அரசியல் எழுத்தாளர் ஒருங் கிணைந்த துருக்கி ஆதரவாளர், மதச்சார்பற்றவர் பெண்கள் விடுதலையை ஆதரித்தவர் பன்மொழிப் பத்திரிகையாளர். செயின்ட் பீட்டர்ஸ்பர்க் மற்றும் சார்போன் பல்கலைக்கழகப் பட்டதாரி, 1919இல் ஆங்கிலேயர் களால் மால்டாவுக்கு நாடு கடத்தப்பட்டவர். விடுதலை செய்யப்பட்ட பின் செய்தி நிறுவன இயக்குநராகவும், அதிகாரபூர்வ செய்தித்தாளின் தலைமை ஆசிரியராகவும் ஆட்டாடூர்க்கின் ஆலோசகராகவும் நெருங்கிய நண்பராகவும் பணிபுரிந்தவர். அவரும், அவருடைய மனைவி ஸிதாரே வும் அவர்களுடைய மகள்களும் லதிஃபே முஸ்தஃபாகெமால் திருமண வாழ்க்கையின்போது அவர்களோடு நெருக்கமாக இருந்தவர்கள். அவருடைய மகள்கள் அக்காலத்து முன்னோடிகள். ஸுரெய்யா, நாட்டின் முதல் பெண் வழக்கறிஞர். டெஸெர் டாக்சிரன் தத்துவ அறிஞர், கல்வியாளர் மற்றும் பாராளுமன்ற உறுப்பினர், கூல்டெகின் ஒரு மருத்துவர்.

அஃபெட் இனான் (ஸலோனிகா 1908 – 1985)

முஸ்தஃபா கெமாலின் மணவிலக்குப் பின்பு அவரோடிருந்த ஆசிரியை. அவருடைய ஆதரவோடு ஜெனிவாவில் கல்வி கற்று ஒரு வரலாற்றாசிரியராகி, துருக்கியர்களை ஒரு இனம் என்ற வகையில் ஆய்வு செய்தவர்; பல வருடங்கள் துருக்கி வரலாற்று சங்கத்தின் துணைத் தலைவராகப் பணியாற்றியவர். பிரிஸ் ரெயிஸ் உலக வரைபடத்தைப் பிரபலப்படுத்தப் பங்களித்தவர்.

ஃபஹ்ரெட்டின் அல்டேய் (ஷ்கோடெர் 1880 – 1985)

அதிகாரி, அரசியல் மேதை. 1922 செப்டம்பர் 9 அன்று இஸ்மிரை விடுவித்த குதிரைப் படையின் துருக்கியத் தளபதி. இன்றைய அல்பேனியா வில் பிறந்திருந்தாலும் ஒரு இஸ்மிர் குடும்பத்திலிருந்து வந்தவர். கிரேக்க ஆக்கிரமிப்புக்கு எதிரான இயக்கம் அமைத்த பின்பு தேசியவாதிகளோடு இணைந்தவர். ஒரு போர் வீரராகத் தொடர்ந்து பணிசெய்வதற்காக தன் பாராளுமன்ற உறுப்பினர் பதவியை ராஜினாமா செய்தவர். பின்னர் முதல் தரைப்படைப் பிரிவுத் தலைவராகப் பணியாற்றியவர். குதிரை விளையாட்டுகளின் புரவலர். எட்டாம் எட்வர்டுக்கு 1936இல் கல்லி பொலியில் மெய்க்காவலராக இருந்தவர். ஆட்டாடூர்க்கின் இறுதிப் பயணத்துக்குத் தலைமை வகித்தவர். புர்தார் பாராளுமன்ற உறுப்பின ராகப் பணியாற்றியவர்.

(அலி) ஃபெதி ஒகியார் (ப்ரிலெப் 1880 – 1943)

அதிகாரி, அரசியல் மேதை, ஒ.மு.கு உறுப்பினர், முத்ரோஸ் போர் நிறுத்த ஒப்பந்தத்துக்குப் பின் மால்டாவுக்கு நாடு கடத்தப்பட்டவர். சுதந்திரப்போரின் போதும், அதன்பின் குடியாட்சியின் போதும் உட்துறைச் செயலராகவும், பிரதமராகவும் சபாநாயகராகவும் பணியாற்றியவர். இஸ்மெட்டைவிட முற்போக்குச் சிந்தனை உடையவராகவும் சமரசத்தை விரும்புபவராகவும் பொதுவாகப் பார்க்கப்பட்டவர். ஷெய்ஹ் சைத் கலகத்தைத் தொடர்ந்து பதவி விலக வேண்டியதாகி, பாரிசுக்குத் தூதராகச் சென்றார். 1930இல் சு.கு.கவைத் தொடங்குமாறு முஸ்தஃபா கெமாலால் கேட்டுக்கொள்ளப்பட்டார். முஸ்தஃபா கெமாலுக்கு எதிர்ப்பு வளர்ந்த தால் விரைவில் அக்கட்சியைக் கலைக்க வேண்டியதாயிற்று. அவரும் அவர் மனைவி கலிபேவும் லதிஃபே முஸ்தஃபா கெமால் திருமண வாழ்க்கையின்போது அவர்களிடம் நெருக்கமாக இருந்தனர். லதிஃபே வுடனான அவர்களுடைய நட்பு தொடர்ந்தது.

(முஸ்தஃபா) ஃபெவ்ஸி சக்மாக் (இஸ்தான்புல் 1876 – 1950)

அதிகாரி, அரசியல் மேதை, துருக்கிக் குடியரசின் இரண்டு மார்ஷல் களில் ஒருவர் (இன்னொருவர் ஆட்டாடூர்க்). முத்ரோஸ் ஒப்பந்தத்துக்குப் பின் பொதுப்படைத் தலைவர். பின்னர் ஆட்டோமான் இராணுவ

அமைச்சர். 1920இல் தேசியவாதிகளோடு இணைந்தார். பாராளுமன்ற உறுப்பினராக, பாதுகாப்பு அமைச்சராக, துணைப் பிரதமராக, துணைத் தளபதியாக பின்னர் பிரதமராகவும் முக்கியப் பிரச்சினைகளைக் கவனித்த படைகளின் தளபதியாகவும் பணியாற்றியவர். தும்ப்லுபினாருக்குப் ்பின் மார்ஷலாக பதவி மேம்படுத்தப்பட்டார். ஓய்வு பெற்றதுவரை இராணுவப் பொறுப்பில் இருந்தார். 1946இல் குடியரசுத் தலைவர் இனோனுவுக்கு எதிரணியில் சேர்ந்தார்.

(மெஹ்மெட்) ஜெவாட் அப்பாஸ் கூரெர் (நிஷ் 1887 – 1943)

அதிகாரி, அரசியல்வாதி, தூதரக அதிகாரி, முஸ்தஃபா கெமாலின் தலைமை அந்தரங்க உதவியாளர். போலு நாட்டுப்புறத் தொகுதியிலிருந்து கடைசி ஆட்டோமான் பாராளுமன்றத்துக்குத் தேர்ந்தெடுக்கப் பட்டார். தேசீயப் பாராளுமன்றத்திலும் அதே பதவியில் பணியாற்றி னார். துருக்கிய வானூர்தி சங்கத்தின் நிறுவனர். இஷ் வங்கி நிறுவனர் களில் ஒருவர். அவருடைய மனைவி மெம்துஹா லதிஃபேவை அங்காரா பெண்களுக்கு அறிமுகம் செய்துவைத்தார். இரு பெண்களின் நட்பு அவர்களின் மணவிலக்குகளுக்குப் பின்பும் நீடித்தது. (மெம்துஹாவும், ஜெவாட் அப்பாஸும் பின்னர் மணவிலக்கு செய்தனர்.)

ஹலிதே எடிப் அடிவார் (இஸ்தான்புல் 1882 - 1964)

பெண்ணியவாதி, எழுத்தாளர், கல்வியாளர், அரசியல் ஆர்வலர். நேசநாடுகள் துருக்கியை ஆக்கிரமித்ததை வெளிப்படையாக எதிர்த்தவர். பிரிவினைக்கு எதிரான சொற்பொழிவுகளுக்காகப் புகழ்பெற்றவர்.

தேசீயவாதிகளோடு இணைந்து இராணுவத்தில் ஒரு சார்ஜன்டாகப் பணியாற்றியவர். முஸ்தஃபா கெமால்மீது குற்றஞ்சாட்டும் நிலைப் பாட்டை எடுத்ததற்காக அவர் மீதும், அவருடைய கணவரும், உதவி சபாநாயகராகவும் காபினட் அமைச்சராகவும் பணியாற்றியவருமான டாக்டர். அட்னான் அடிவார் மீதும் தேசத்துரோகக் குற்றச்சாட்டு சுமத்தப்பட்டது. எனவே 1939வரை லண்டனிலும் பாரிசிலும் நீண்ட காலம் நாடு கடத்தப்பட்ட வாழ்க்கைக்காகத் துருக்கியை விட்டுச் செல்ல வேண்டியாதாயிற்று. திரும்பி வந்த பின்பு இஸ்தான்புல் பல்கலைக் கழகத்தில் ஆங்கில மொழியியல் பள்ளியை நிறுவினார். பின்னர் பாராளுமன்ற உறுப்பினராகவும் பத்திரிகைக் கட்டுரையாளராகவும் பணியாற்றினார். பல நாவல்கள் எழுதினார். தன் வாழ்க்கை நினைவு களை எழுதினார். துருக்கிக் குடியரசு நிறுவப்பட்டது பற்றியும் அதன் எதிர்காலம் பற்றியும் எழுதினார்.

(மெஹ்மெத்) ஹலித் ஸியா உஷாக்லிகில் (இஸ்தான்புல் 1867 – 1945)

எழுத்தாளர் முவாம்மெர் உஷாகிஸாடேயின் நெருங்கிய உறவினர். வெடாடின் தந்தை. சுல்தான் அப்துல் ஹமிதின் அரண்மனை

நிர்வாகியாகவும் பின்னர் மெஹ்மெத் ரெஷாதின் நீதிமன்றத் தலைமை எழுத்தராகவும், ஆட்டோமான் பாராளுமன்ற உறுப்பினராகவும் பணியாற்றியவர். ஒரு செய்தித்தாள் வெளியீட்டாளர். வேறு பத்திரிகை களில் தொடர் நாவல்கள், சிறுகதைகள், கட்டுரைகள் கவிதைகள், பயணக் கட்டுரைகள் ஆகியவை எழுதியவர். லதிஃபேவுக்கு துருக்கிய இலக்கியம் கற்பித்தவர். இலத்தீன் வரிவடிவம் ஏற்றுக் கொள்ளப்பட்ட பின் தன் படைப்புகளை மாற்றியமைத்து எளிமைப்படுத்தினார். அவருடைய நாவல்கள் சிக்கலான ஆளுமைகளையும் உறவுகளையும் ஆய்வு செய்தன. இப்போதும் அவை பிரபலமான தழுவல்களுக்குத் தூண்டுதலாக இருக்கின்றன.

(முஸ்தஃபா) இஸ்மெட் இனொனூ (1884 – 1973)

1906இல் இராணுவ அதிகாரிகள் கல்லூரியின் முதன்மை பட்டதாரி ஒ.மு.குவில் சேர்ந்தார். பெரும்போர் நடந்த காலம் முழுவதும் முஸ்தஃபா கெமாலின் கீழ் பணியாற்றினார். 1920இல் தேசியவாதிகளோடு சேர்ந்தார். இராணுவத் தலைமை அதிகாரியாகவும் பாராளுமன்ற உறுப்பினராகவும் கேபினட் அமைச்சராகவும் துணை இராணுவ அமைச்சராகவும் சுதந்திரப் போரின்போது மேற்கத்தியப் போர் முனைத் தளபதியாகவும் பணியாற்றி யவர். இரு இனோனூ போர்களின் வெற்றித் தளபதி; இறுதித் தாக்குதலைத் திட்டமிட்டவர். வெளி உறவுத்துறை அமைச்சராக லூசான் பேச்சு வார்த்தையில் துருக்கிக் குழுவுக்குத் தலைமை தாங்கி 1923இல் உடன் படிக்கையில் கையெழுத்திட்டார். பலமுறை பிரதமராகப் பணியாற்றி யவர். 1937இல் ஆட்டாடூர்க்கோடு கருத்து வேற்றுமை ஏற்பட்டது. ஆட்டாடூர்க்கின் மரணத்துக்குப் பின்பு குடியரசுத் தலைவராகத் தேர்ந்தெடுக்கப்பட்டார். துருக்கி இரண்டாவது உலகப் போரில் கலந்து கொள்ளாமல் இருக்கச் செய்தார். பல கட்சி மக்களாட்சி முறையை அறிமுகப்படுத்துவதற்குத் தலைமை தாங்கியவர். பிரதமராகவும் எதிர்க்கட்சித் தலைவராகவும் மாறிமாறி பணியாற்றியவர். அவருடைய மனைவி மெவ்ஹிபே. லதிஃபேவின் நெருங்கிய தோழி.

(முஸா) காஸிம் கர பெகிர் (1882 – 1948)

1905இல் இராணுவ அதிகாரிகள் கல்லூரியின் முதன்மைப் பட்டதாரி. ஒ.மு.குவில் என்வெர் பாஷாவோடு முன்னர் பணியாற்றியவர். பெரும் போருக்குப் பிறகு ஏர்ஸருமையும் கர்ஸையும் மீட்டவர். கிழக்குப் பகுதி அனடோலிய பேரவையை ஆதரித்து முஸ்தஃபா கெமால் தேசியவாதி களின் தலைமைப் பொறுப்பை அடைய உதவினார். ஆயிரக்கணக்கான போர் அனாதைகளைத் தன் அரவணைப்பில் வைத்திருந்ததற்காக அனாதைகளின் தந்தை என்று அறியப்பட்டவர். முஸ்தஃபா கெமாலுடன் கருத்து வேற்றுமை ஏற்பட்ட பிறகு மு.கு.கவைத் தொடங்கியவர். கொலை சதியில் ஈடுபட்டதாகச் குற்றஞ்சாட்டப்பட்டவர். ஆட்டாடூர்க்கின் மரணம்வரை அரசியலிலிருந்து ஒதுங்கியிருந்தவர். 1939இல் பாராளு மன்ற உறுப்பினராகத் தேர்ந்தெடுக்கப்பட்டவர்.

(எம்ருல்லாஹ்ஸாடே அஸாஃப்) கிலிச் அலி
(கஸியான்டெப் 1888 – 1971)

அதிகாரி, அரசியல்வாதி, முஸ்தஃபா கெமாலின் அந்தரங்க உதவியாளர். முஸ்தஃபா கெமாலின் இணை பிரியாத தோழர்களில் ஒருவர். 1926இல் சுதந்திரத் தீர்ப்பாயத்தின் உறுப்பினர். காஸியன்டெப் தொகுதி பாராளுமன்ற உறுப்பினர். துருக்கியின் முதல் பெண் மட்பாண்டக் கலைஞரான ஃபூரெய்யா கொராலைத் திருமணம் செய்தவர்.

நெஸிஹே முஹித்தின் டெபெடெங்கில் (இஸ்தான்புல் 1889 – 1958)

பெண்ணுரிமை ஆர்வலர், பத்திரிகையாளர், எழுத்தாளர், ஆசிரியர், அரசியல் தலைவர். தனிப்பட்ட முறையில் கல்வி கற்றவர். 1924இல் *தெ டர்கிஷ் விமென்ஸ் பாத்* (துருக்கியப் பெண்களின் பாதை) என்ற இதழின் நிறுவனர். 18 வெளியீடுகளுக்கு அவராகவே பணம் செலவு செய்தவர். துருக்கிக் குடியரசின் வரலாற்றில் முதல் அரசியல் கட்சியான பெண்களின் மக்கள் கட்சியைத் தொடங்கியவர். பெண்களுக்கு அரசியல் பிரதிநித்துவ உரிமை இல்லை என்று கூறி அக்கட்சிக்கு அதிகாரபூர்வ அங்கீகாரம் மறுக்கப்பட்டது. இது அவர் துருக்கியப் பெண்கள் சங்கத்தை அமைக்க வழிவகுத்தது. பின்னர் அவர் ஒதுக்கிவைக்கப்பட்டதோடு பொய்யான ஊழல் குற்றச்சாட்டுக்கும் ஆளாக்கப்பட்டார். எனவே அரசியலிலிருந்து விலகி எழுத்தில் கவனத்தைக் குவித்தார். ஒரு காப்பகத் தில் மரணமடைந்தார்.

ஹுஸெயின் ராவுஃப் ஓர்பாய் (1881 – 1964)

கப்பற்படைத் தளபதி, மாபெரும் போர் வீரர், எதிர்ப்பியக்கத்தின் தலைவர், பின்னர் அரசியல்வாதி. 'ஹமிதியே' போர்க்கப்பலின் புகழ் பெற்ற தளபதி. முத்ரோஸ் போர் நிறுத்த ஒப்பந்தத்தைக் கையெழுத் திட்ட ஆட்டோமான் குழுவின் தலைவர். 1920இல் பிரிட்டிஷாரால் கைது செய்யப்பட்டு மால்டாவுக்கு நாடு கடத்தப்பட்டார். விடுதலை செய்யப்பட்ட பின் அங்காராவிலிருந்த அரசில் சேர்ந்தார். பிரதமராகப் பணியாற்றினார். பதவி விலகி மு.கு.கவை நிறுவினார். ஒரு கொலை சதியில் ஈடுபட்டதாகக் குற்றஞ்சாட்டப்பட்டார். நாடு கடத்தப்பட்டு திரும்பி வந்த பிறகு ஆட்டாடூர்க்கோடு சமாதானமாகப் போகவில்லை. ஆட்டாடூர்க்கின் மரணத்துக்குப் பிறகு பாராளுமன்ற உறுப்பினராகவும் தூதராகவும் பணியாற்றினார்.

ரிஸா நூர் (1878 – 1942)

ஒரு இராணுவ மருத்துவர். ஒ.மு.கழகத்திலிருந்து எதிர்க்கட்சிக்குத் தாவியவர். 1918வரை வெளிநாட்டுக்குத் தப்பி ஓடியவர். தேசீயவாதி களோடு சேர்ந்து முஸ்தஃபா கெமாலோடு கருத்து வேற்றுமை ஏற்பட்டது வரை சுகாதாரத்துறை அமைச்சராகப் பணியாற்றியவர். 1939வரை பாரிசில் வாழ்ந்தார். ஆட்டாடூர்க் குறித்த நினைவுகளை எழுதி பிரிட்டிஷ் அருங்காட்சியகத்தில் அவற்றை 1960வரை திறக்கக் கூடாது என்ற

நிபந்தனையோடு ஒப்படைத்தார். ஒரு துருக்கிய வாதியாக அறியப் பட்டவர். ஆட்டாடூர்க்கை விமரிசித்தவர்களில் முன்னணியில் இருந்தவர். அவருடைய மனைவியும் லதிஃபேவும் உறவினர்.

ஸாலிஹ் போஸோக் (ஸலோனிகா 1881 – 1941)

முஸ்தஃபா கெமாலின் தூரத்து உறவினர் இணை பிரியாத தோழர்; ஒ.மு.க உறுப்பினர். 1917இல் முஸ்தஃபா கெமாலின் அலுவலகப் பணியில் சேர்ந்தார். தலைமை அந்தரங்க உதவியாளர், பின்னர் பாராளுமன்ற உறுப்பினர். ஆட்டாடூர்க் மரணமடைந்த நாளன்று தற்கொலை முயற்சியிலிருந்து தப்பித்தார்.

மெஹ்மெத் ஸியா கொகால்ப் (சௌனிக் 1876 – 1924)

சமூகவியலாளர், எழுத்தாளர், கவிஞர், அரசியல் ஆர்வலர் அரசியலில் கவனம் செலுத்துவதற்காக கால்நடை மருத்துவப் பள்ளிப் படிப்பை நிறுத்திவிட்டு ஒ.மு.கவில் சேர்ந்தார். துருக்கியம் என்ற கருத்தியலை முன்மொழிந்தவர்களில் முக்கியமானவர். இது இனம், குலம், புவியியல், அரசியல் சார்ந்த குழுக்களின் அடிப்படையில் அமைந்ததல்ல. மாறாக பொதுவாக மொழி, மதம், அறச் சிந்தனை, அழகியல் ஆகியவற்றைப் பகிர்ந்துகொண்ட தனி மனிதர்களால் ஆனது. துருக்கியத் தேசியத்தின் தந்தை என்று அறியப்பட்டவர்.

குறிப்புகள்

1. சந்திப்பு

   1. ஸ்மைர்னா என்று பைபிளில் அழைக்கப்பட்ட நகரம்.
   2. பெய்: ஐயா, பெருமகன் போன்ற பொருளுடைய மரியாதைக் குரிய பட்டம்; வழக்கமாக முதற்பெயரைத் தொடர்ந்து வரும்.
   3. ஹனிம்: சீமாட்டி, பெருமகள் போன்ற பொருளுடைய மரியாதைக்குரிய பட்டம்; வழக்கமாக முதற்பெயரைத் தொடர்ந்து வரும்.
   4. பாஷா: தளபதி, உயர்நிலை அரசியல் மேதை.
   5. இஸ்தான்புல்: கான்ஸ்டான்டி நோபிள்.
   6. சார்ஷாஃப்: தளர்ந்த கருப்பு மேலங்கி.
   7. எஃபெண்டி: ஐயா; முதற்பெயரைத் தொடர்ந்து வரும்போது எழுத்தாளர் அல்லது எளிமையான குடும்பத்தில் பிறந்தவர் என்பதைக் குறிக்கும் கௌரவப் பெயர்.
   8. பாஷாம் (Pasam): என் தளபதி

2. லதிஃபேவின் குடும்பம்

   1. ஹாஜி: புனிதப் பயணம் சென்ற ஒருவர் – எந்த மதத்தவ ராயினும்.
   2. கார்ஷியாகா மன்றத்தால் தேசியமயமாக்கப்பட்டு புனரமைக்கப் பட்ட இந்த வீடு பண்பாட்டு மையமாகப் பயன்படுகிறது. 1998 மார்ச் 8 உலகப் பெண்கள் தினத்தன்று இந்தத் தெருவுக்கு லதிஃபே ஹனிமின் பெயர் சூட்டப்பட்டது.
   3. Oud என்றும் Qanun என்றும் அறியப்பட்டுள்ள நரம்பிசைக் கருவிகள்.
   4. லதிஃபேவின் திருமணச் சான்றிதழில் கொடுக்கப்பட்டுள்ளது. 1315 கிபி (1899 AD). ஆனால் அவருடைய கல்லறையில் கொடுக்கப் பட்டுள்ளது 1900. நான் சான்றிதழை ஆதாரமாக எடுத்தேன்.

3. லதிஃபே பிறந்த நகரம், இஸ்மிர் ஆக்கிரமிப்பு

1. *"வெனிஸ்லோஸ் வாழ்க!" அந்நேரத்தில் வெனிஸ்லோஸ் கிரீஸின் பிரதம மந்திரி.*

4. பெருந்தீயின் சாம்பலிலிருந்து ஊற்றெடுத்த காதல்

1. *அனுபவம் மிக்க படைவீரர், வெற்றிப் படைத் தலைவர்;'*
2. *ஆண்களுக்குரிய நாட்டுப்புற நடனம்.*
3. *'ரோம நிலப்பரப்பு' ஐரோப்பிய ஆட்டோமான் பேரரசு நிலப்பகுதி.*
4. *லதிஃபே குடும்பத்தினர் இன்னும் இந்த பேனாவைப் பாதுகாத்துக்கொண்டிருக்கின்றனர்.*

5. முஸ்தஃபா கெமாலின் திருமண முன்மொழிவு

1. *இராணுவ அருங்காட்சியகத்தில் இந்த உருவப்படத்தை என்னால் கண்டுபிடிக்க முடியவில்லை. இருப்பினும் "என் அன்புக்குரிய நளினமான மற்றும் அழகான லதிஃபேவுக்கு" என்ற அர்ப்பணிப் போடு முஸ்தஃபா கெமாலால் கையெழுத்திடப்பட்ட புகைப் படம் ஒன்று அங்கிருக்கிறது. இங்கு குறிப்பிடப்பட்டுள்ள புகைப்படம் அதுவாக இருக்கலாம். லதிஃபே ஹனிமின் சொந்த உடைமைகள் இஸ்தான்புல்லிலுள்ள இராணுவ அருங்காட்சியகத் தில் பார்வைக்கு வைக்கப்பட்டுள்ளன.*

9. "தயாராக இரு; நாம் திருமணம் செய்துகொள்ளப் போகிறோம்"

1. Kadi: *ஆட்டோமான் நீதிபதி. அவருக்குக் கூடுதல் நிருவாகக் கடமைகளும் இருந்தன.*
2. *மூஃப்தூ: இஸ்லாமிய அறிஞர், ஒரு மாவட்டத்திலுள்ள சமய விவகாரங்களைக் கவனிக்கும் பொறுப்பிலுள்ளவர்.*

12. பாசறைக்கு வந்த மணப்பெண்

1. *துருக்கிய மொழியில் இச்சொல் சமயத் தலைவர்களை மட்டுமே குறிப்பிடுகிறது*

14. நாட்டை இணைந்து சுற்றிப் பார்க்கிறார்கள்

1. Russian head dress: *தலையைச் சுற்றிக் கட்டப்பட்ட ஸ்கார்ஃப் பாக இருந்திருக்கும். பின்புறத்து முடி வெளியே தெரிந்தது.*

15. குதிமுள் அணிந்த துடுக்கத்தனமான மணப்பெண்

1. *இந்த மோதிரம் ஸுபெய்தேவின் பரிசு என்கிறார் மெஹ்மெட் ஸாதிக் ஒகே.*

16. லதிஃபேவின் உடைகளில் துப்பாக்கிக் குண்டு ஓட்டைகள்

1. *ஜன்தார்மா என்ற துருக்கியின் நான்காவது ஆயுதப்படை. அது இராணுவமாகவும் நாடடுப்புறப் பகுதி காவல்துறையாக வும் செயல்பட்டது.*

2. லாமே ஒஸ்மான் நிகழ்வு குறித்து என்னிடம் கூறியது மெஹ்மெட் ஸாதிக் ஒகே. தொடக்கத்தில், அவரை மேற்கோள் காட்ட அனுமதி தரத் தயங்கினார். இந்நூலில் பலபதிப்புகள் வெளிவந்த பிறகு ஆட்டாடூர்க்கை அவமதித்ததாக என்மீது குற்றஞ்சாட்டப் பட்டது. மெஹ்மெட் ஸாதிக் ஒகே ஒரு விரிவான செய்தி யறிக்கை வெளியிட்டார். அதை நீதிமன்றத்தில் எனக்கு ஆதரவாக வாதிடுவதற்குப் பயன்படுத்தினேன். 2006 டிசம்பர் மாதத்தில் நான் குற்றச்சாட்டிலிருந்து விடுவிக்கப்பட்டேன்.

17. லதிஃபே பாராளுமன்றத் தேர்தலில் நிற்க விரும்புகிறார்

1. கணவர்கள் தங்கள் மனைவியரை உடனடியாக மணவிலக்கு செய்வதை ஷரியா அனுமதிக்கிறது. ஆனால் பெண்கள் தங்கள் திருமணத்தைக் கலைக்க நீதிமன்றங்களில் முறையாக வழக்குத் தொடர வேண்டும்.

18. வீட்டு வாழ்க்கை

1. மெவ்லூட் பெய்: ஒரு இயற்கைக்காட்சி வடிவமைப்பாளரும், வேளாண் நிபுணரும். அவர் சாங்கயா தோட்டத்தின் பொறுப் பாளராகப் பணியாற்றினார்.

2. உஸ்தா: மரியாதையைத் தெரிவிக்கும் ஒரு சொல். 'கை தேர்ந்தவர்' என்ற பொருளுடையது.

3. 1937இல் வெடாட் தற்கொலை செய்தார்.

21. லதிஃபே தன் உடலைக் கேடயமாக்கி கணவனைக் காப்பாற்றுகிறார்

1. பாரம்பரிய துருக்கியக் கட்டிடக் கலையில் ஆண்களுக்கு மட்டுமேயான வரவேற்புப் பகுதி ஸெலாம்லிக் என்று அழைக்கப்பட்டது.

2. பாரம்பரிய துருக்கியக் கட்டிடக் கலையில் குடும்பத்துக்கான பகுதி ஹேரெம் என்று அழைக்கப்பட்டது.

3. Jehu – ஜெஹூ: பழைய ஏற்பாட்டில் ஜெஹூ இஸ்ரேலின் அரசன். கடும் வேகத்தில் குதிரைகள் பூட்டிய இரதத்தை ஓட்டுவதில் வல்லவன்.

24. பெண்கள் இயக்கமும் லதிஃபேவும்

1. இளந்துருக்கியர்கள்: இருபதாம் நூற்றாண்டின் தொடக்கத்தில் துருக்கியில் இருந்த தேசீய சீர்திருத்தக் கட்சி. சுல்தான் அப்துல் ஹமிதை எதிர்த்துப் புரட்சி செய்து ஆட்சியைக் கைப்பற்றினர்.

2. டெமாஸ்தெனிஸ்: கிரேக்க அரசியல் மேதை. மிகச் சிறந்த பேச்சாளர். கி.மு. நான்காம் நூற்றாண்டு.

3. டான்ஸிமாட் சீர்திருத்தங்கள்: ஆட்டோமான் பேரரசில் 1839 – 1876 காலகட்டத்தில் அறிவிக்கப்பட்ட தொடர்ச்சியான

சீர்திருத்தங்கள். ஐரோப்பியச் சிந்தனையின் தாக்கத்தால் அறிவிக்கப்பட்டவை.

25. ஃபிக்ரியே: முன்னாள் தோழி திரும்பிவருகிறார்

1. கஸெம் சுல்தான்: பதினைந்தாவது வயதில் சுல்தான் அஹ்மெத்தின் அந்தப்புரத்துக்கு விற்கப்பட்டவர். பின்னர் சுல்தானின் அதிக விருப்பத்துக்குரிய மனைவியாகி, ஆட்டோமான் வரலாற்றில் மிக சக்திவாய்ந்த பெண்ணாக விளங்கினார்.

27. இலையுதிர்காலச் சுற்றுப் பயணம்

1. போஸ்ஃபோரஸ்: இஸ்தான்புல் ஜலசந்தி. கருங்கடலை மார்மாரா கடலோடு இணைத்தது.

28. எதிர்ப்பு நாட்கள்

1. மோசுல் பிரச்சினை: ஈராக்கிலிருந்த மோசுல் பதினாறாம் நூற்றாண்டில் ஆட்டோமான் பேரரசால் பிடிக்கப்பட்டது. 1918இல் அது இங்கிலாந்தின் கட்டுப்பாட்டில் வந்தது. துருக்கி அதற்கு உரிமை கொண்டாடியதால் ஏற்பட்ட சிக்கல் மோசுல் துருக்கிக்குக் கிடைக்கவில்லை.

30. மணவிலக்கு

1. எட்டாம் ஹென்றியின் மனைவியர்: முதல் மனைவியை விவாகரத்து செய்தான். இரண்டாவது மனைவியை விவாகரத்து செய்ய போப் அனுமதி மறுத்தது சமயச் சீர்திருத்தத்துக்கு வழிவகுத்தது. அதன்பின் மனைவிமீது சோரம்போனவள் என்று குற்றம் சாட்டி மரணதண்டனை வழங்கினான். மூன்றாவது மனைவி குழந்தைப்பேறின்போது மரணமடைந்தாள். நான்காவது மனைவியை வெகுவிரைவிலேயே விவாகரத்துசெய்தான். ஐந்தாவது மனைவியையும் சோரம்போனவள் என்று குற்றம் சாட்டி மரணதண்டனை வழங்கினான். ஆறாவது மனைவி அவன் மரணத்துக்குப் பின்பும் உயிரோடிருந்தாள்.
2. ஜோஸெஃபின் : முதல் கணவன் ஒரு இராணுவ அதிகாரி. பிரெஞ்சுப் புரட்சியின்போது அவனுக்கு மரணதண்டனை நிறைவேற்றப்பட்டது. பின்பு நெப்போலியனைத் திருமணம் செய்தாள். நெப்போலியனின் அரசியல் முன்னேற்றத்துக்கு உறுதுணையாக இருந்தாள். நெப்போலியனுக்கு ஒரு வாரிசைப் பெற்றுக்கொடுக்க முடியாததால் விவாகரத்து செய்யப்பட்டாள்.

31. அதிர்வுகள்

1. பைபிள் பழைய ஏற்பாட்டின்படி கடவுள் ஆதாமைப் படைத்து ஏதென் தோட்டத்தில் வாழவிட்டார். அவனுக்குத் துணையாக ஏவாளைப் படைத்தார். சாத்தான் பாம்பு வடிவில் ஏதென் தோட்டத்துக்குள் புகுந்து ஏவாளிடம் ஆசைவார்த்தைகள் கூறி

கடவுளின் கட்டளைக்கு எதிராக நடக்க வைக்கிறான். ஆதாமும் தம் மனைவியோடு சேர்ந்து கடவுளுக்குக் கீழ்ப்படியாமல் நடந்துகொண்டதால், இருவரும் கடவுளால் தண்டிக்கப்படு கிறார்கள். அவர்களுடைய மகிழ்ச்சியை அழித்தது பாம்பு வடிவில் வந்த சாத்தான். முஸ்தஃபா கெமாலும், லதிஃபேவும் தங்கள் மகிழ்ச்சியை இழந்ததற்கும் ஒரு 'பாம்பு' தான் காரணம். ஆனால் இந்தப் 'பாம்பு' மாற்றியது முஸ்தஃபா கெமாலின் மனத்தை. இந்தப் 'பாம்பு' உண்மையில் யார் என்ற கேள்விக்குப் பதில் கூறப்படவில்லை.

2. கல்லிப்பொலி: முதல் உலகப்போரின்போது பிரிட்டனும் பிரான்சும் இணைந்து ஆட்டோமான் பேரரசின் தலைநக ரான கான்ஸ்டான்டினோபிளைப் பிடிப்பதற்காக நடத்திய போர் கல்லிப்பொலியில் நடந்தது. இந்தப்போரில் துருக்கிக்கு மிகப்பெரும் வெற்றி கிடைத்தது.

32. **பிரிவு**

1. போஸ்ஃபோரஸ் ஜலசந்திதான் ஐரோப்பாவுக்கும் ஆசியா வுக்கும் இடையில் இருந்த எல்லை.

2. முஸ்தஃபா கெமால் பாஷா ஜார்ஜ் வாஷிங்டனோடு ஒப்பிடப் படுவதால் லதிஃபேவை மார்தா வாஷிங்டனோடு ஒப்பிட்டுப் பார்க்கும் கற்பனை. வரலாற்றில் ஒப்பீடுகள் எவ்வளவு ஆபத் தானவை என்பதைக் காட்டுகிறது.

3. தொழில் கல்விப்பள்ளியில் பயிலும்போதே ஒரு தொழில் நிறுவனத்தில் பயிற்சி பெறுவதையும் இணைக்கும் கல்வித்திட்டம்.

4. காஃப்கா: புகழ்பெற்ற ஜெர்மானிய நாவலாசிரியர் மற்றும் சிறுகதை எழுத்தாளர்.

மிலெனா செக்கோல்லாவேகிய நாட்டுப் பத்திரிகையாளர் எழுத்தாளர் மற்றும் மொழிபெயர்ப்பாளர். மிலெனா திருமண மானவர். ஆனால் அவருடைய திருமணம் மகிழ்ச்சியானதாக அமையவில்லை. இருப்பினும் அவரால் கணவனைவிட்டுப் பிரிய முடியவில்லை. காஃப்காவின் கதை ஒன்றை மொழிபெயர்ப் பதற்காக அவரோடு மிலெனா தொடர்புகொண்டார். இருவருக் கும் இடையில் காதல் உணர்ச்சி ததும்பிய கடிதப் பரிமாற்றம் நடந்தது. ஆனால் அந்தத் தொடர்பு திடீரென்று நின்று போனது. இருவரும் இரண்டுமுறைதான் சந்தித்திருந்தனர். அதில் ஒரு சந்திப்பு இங்கு நடந்தது.

காஃப்கா மிலெனாவுக்கு எழுதிய சில கடிதங்கள் தொகுக்கப் பட்டு புத்தகமாக வெளியிடப்பட்டுள்ளது.

33. **முஸ்தஃபா கெமாலின் நீலநிறக் கண்களில் கண்ணீர்த் துளிகள்**

1. Cavalliera Rusticane: ஒரு ஓரங்க இசை நாடகம்.

34. லதிஃபே இரண்டாவது கட்சிக்கு ஆதரவளிக்கிறார்

1,2. *இந்த இரண்டு நிகழ்வுகளும் நேர்காணல்களின் அடிப்படையில் கற்பனை கலந்து எழுதப்பட்டவை.*

35. ஆட்டாடூர்க்கிடமிருந்து ஒரு தனித்துவமான குடும்பப்பெயர்

1. டிரானா: அல்பேனியாவின் தலைநகர்.

2. மென்டெரெஸ் ஜனநாயகமுறைப்படி தேர்ந்தெடுக்கப்பட்ட முதல் துருக்கியக் குடியரசுத்தலைவர். 1960 மே 27 அன்று 37 இளம் இராணுவ அதிகாரிகள் அவருக்கு எதிராகப் புரட்சி செய்து அவரைக் கைது செய்தனர். அரசியலமைப்புச் சட்டத்தை மீறியதாகக் குற்றம் சாட்டி அவருக்கு மரணதண்டனை வழங்கப் பட்டது. ஒரு அதிகாரபூர்வமற்ற இராணுவ விசாரணைக் குழுவால் யஸியாதா தீவில் அவர் விசாரிக்கப்பட்டார். கென்னடி போன்ற பல உலகத் தலைவர்களின் வேண்டுகோள் களையும் மீறி அவர் தூக்கிலிடப்பட்டார். அவருக்குப் பிறகு இராணுவத்தின் ஆதரவோடு இஸ்மெட் இனோனூ அரசமைத்தார்.

37. அவர் தன் நோயை மறைக்கிறார்

1. 1925: கெமால் பாஷா லதிஃபேவை விவாகரத்து செய்த வருடம்.

1938: கெமால் பாஷா மரணமடைந்த வருடம்.

புகைப்படங்கள்

குழந்தை லதிஃபே, ஓமெர் அல்லது இஸ்மைலுடன்

லதிஃபேவின் பெற்றோர்:
முவாம்மெர் பெய்யும்
அடெவியே ஹனிமும்

சாங்கயாவில் தன் தாயோடும்,
தங்கைகளோடும் லதிஃபே

18 வயதில் லதிஃபே: தன் பியானோ ஆசிரியை ஆனா கிராஸெர் ரில்கேவுக்காகக் கையெழுத்திட்ட புகைப்படம்

ஆக்கிரமிப்பு இஸ்மிருக்குத் திரும்பி வந்தபோது சோதனை செய்யப்படுவதைத் தவிர்க்கத் தம்மை சார்ஷஃபால் மறைத்திருந்த லதிஃபே

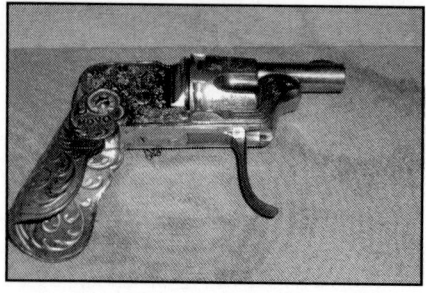

லதிஃபே இந்த கைத்துப்பாக்கியைத் தன் வாழ்நாள் இறுதிவரை தன் கைப்பையில் வைத்திருந்தார். (ஹார்பியே இராணுவ அருங்காட்சியகம்)

உஷாகிஸாடே வெள்ளை மாளிகை: ஹவ்வா ஸொக்மெனெரின் ஒரு ஓவியத்தில், 'நுண் ஓவியங்களில் ஆட்டாடூர்க்கின் இல்லங்கள்', பிலேய் அறக்கட்டளை, 1998

பெரிந் தீயில் அழிந்த இஸ்மிர்

சாங்கயாவில் லதிஃபே தன் பியானோவில்

உஷாகிஸாடே குடும்பத்தின் கர்ஷயாகா இல்லத்தில் ஸுபெய்தா ஹனிம் – அவருடைய மரணத்துக்கு குறுகிய காலத்துக்கு முன்பு. லதிஃபே ஒரு செவிலியின் சீருடையில் அவருக்கு இடப்புறத்தில் (முகம் மாற்றப்பட்டு) நிற்கிறார். மூன்ஜி பின்புறம் நிற்கிறார்.

KEMAL PASHA, HERO OF TURKEY, WEDS RICH GIRL

CONSTANTINOPLE, Jan. 29.—[United News.]—Mustapha Kemal Pasha, fearless in battle, but who always shied when a girl approached has been married. Kemal, who drove the Greek armies into the sea, always boasted that he was a confirmed bachelor. Repeatedly he turned a deaf ear on friends who counselled that a man of his high standing should take a wife.

MUSTAPHA KEMAL PASHA. [P. and A. Photo.]

But today Kemal called in the family imam—preacher—and was married to the beautiful 20 year old daughter of a wealthy Smyrna land owner.

The general met the girl more than a year ago and fell in love with her at once, but since then he has been so busy fighting the Greeks that he had little time for courtship.

The Pasha's wife is one of Turkey's "modern women." She is highly educated and has been active in behalf of the "rights for women" campaign that has swept over the nation.

Following the Moslem custom, Kemal and his bride were separated by a screen while the ceremony was taking place. They handed each other rings over the top of the barrier, after which the imam pronounced them man and wife. Then the screen was removed. The use of the screen in the marriage ceremony is symbolic of ancient times, when the bride and groom never met before they were married.

Reproduced with permission of the copyright owner. Further reproduction prohibited without permission.

சிகாகோ டிரிபியூன் திருமணத்தை இவ்வாறு அறிவித்தது

Report Kemal's Marriage To Rich Turk's Daughter
The Washington Post (1877-1954); Jan 30, 1923; ProQuest Historical Newspapers The Washington Post (1877 - 1988) pg. 10

Report Kemal's Marriage To Rich Turk's Daughter

Constantinople, Jan. 29 (By the Associated Press).—It is reported that Mustapha Kemal Pasha, Turkish nationalist leader, was married today to the daughter of a rich Turkish merchant of Smyrna, Mouaamerou Chaki Bey. Mustapha Kemal's bride is said to have brought him a dowry of 1,000,000 Turkish liras.

Reproduced with permission of the copyright owner. Further reproduction prohibited without permission.

வாஷிங்டன் போஸ்டில் திருமண அறிவிப்பு

உள்ளூர் பெண்களால் அலங்கரிக்கப்பட்ட குதிரைவண்டியில்
லதிஃபேவும் முஸ்தஃபா கெமாலும் அஃபியோனில் பயணம் செய்கிறார்கள்.

திருமணத்துக்கு இரண்டு நாட்களுக்குப் பிறகு இஸ்மிர் சுங்கவரிக் கட்டிடத்தில்
நடந்த கூட்டத்தில் லதிஃபே குறிப்பெடுக்கிறார். அந்தரங்க உதவியாளர் ஸாலிஹும்,
தங்கை வெஜிஹேவும் அருகில் அமர்ந்திருக்கின்றனர்.

எட்ரெமிட்டில் தங்கள் குறுகியகாலத் தேனிலவுப் பயணத்தின்போது
லதிஃபேவும் முஸ்தஃபா கெமாலும்

லதிஃபேவின் தலை மறைக்கப்பட்டுள்ளது. ஆனால் அவரது முடி தோள்கள் மீது
விழுந்துகிடக்கின்றன. அடானாவில் எடுக்கப்பட்ட இந்த புகைப்படம் அவர்களுக்கு
எதிரான பிரச்சாரத்துக்குப் பயன்படுத்தப்பட்டது. அடானா மூஃப்தூ அவரது உடை
ஷரியா அடிப்படையில் இருப்பதாகச் சான்றளித்த பின்னரும்,
அது எதிராகப் பயன்படுத்தப்பட்டது.

BRIDE OF KEMAL OUTSHINES HERO IN EYES OF TURKS

Wears Smart Sport Suit and Goes Unveiled.

BY LARRY RUE.
[Chicago Tribune Foreign News Service.]

ESKISHEHR, Turkey, Feb. 18.—[Delayed.]—Dressed in a smart tan sport suit, unveiled and blushing, Mrs. Mustapha Kemal, first lady of Anatolia, accompanied by her husband, his general staff, bodyguard and Turkish newspapermen and photographers, arrived at Eskishehr today.

Their special train, composed of mixed freight and passengers cars, barely stopped before Mustapha Kemal stepped off the rear car and helped his wife to the platform, where Ismet Pasha and other notables, as well as 500 peasants, greeted him. Despite the nation-wide hero worship for Kemal, his wife rather than himself was the cynosure of all eyes as they paraded the platform, accompanied b Ismet and others.

Laughing and waving her hands at acquaintances, she added gayety and life to the scene, which otherwise was somber. Kemal, holding her arm, guided her through the crowd.

Kemal was attired in an Irish tweed suit and his famous kalpeck hat, which set the style of the Kemalist army.

Kemal's courtship was as impulsive as his war making. He met his wife, who is the daughter of a Smyrna notable, when he entered that city in pursuit of the fleeing Greeks last September. She offered the house of her father and the services of the Turkish women in Smyrna to the Turkish cause. Kemal accepted the offer of the lodging. She speaks English, French and German excellently.

In the crowds which greeted Kemal many are barefoot, despite the snow. Others are ill nourished. The American relief organizations are not taking care of these people.

சிகாகோ டெய்லி டிரிபியூன்:
"மணப்பெண் மாவீரனைவிடப் பிரகாசிக்கிறாள்."

லதிம்ஃபேவின் தேநீர் விருந்து
உலகப்பத்திரிகைகளைச் சென்றடைகிறது.

MRS. KEMAL CHARMS AN AMERICAN VISITOR

Beautiful Bride Pours Tea for Foreign Newspaper Men in Home Near Angora.

SHE IS FOR WOMEN'S RIGHTS

Eighty Per Cent. of the Turkish Women Emancipated Already, Kemal Declares.

Copyright, 1923, by The Chicago Tribune Co.

ANGORA, Feb. 27.—Mrs. Mustapha Kemal held an "at home" and poured tea for foreign newspaper men today, shattering a five centuries tradition and bringing a modern European atmosphere into the life of the new Turkish Government. Mr. and Mrs. Kemal carried out the spirit of the interview when they discussed educational, industrial and professional walks of life, as well as their plans for establishing co-education throughout the schools.

The Kemals live five miles out of town in a house given them by the Grand National Assembly, which regards Kemal in the same light as Americans do George Washington. It is two stories high and located on a hill overlooking the Angora Valley for miles.

The political and military life of Kemal is public, but his home life is a mystery except to friends. Hence there was more than usual expectancy among the guests, including a British newspaper man, a photographer, Bulgarian newspaper men and myself, as we passed the sentries and arrived at the door, where a guard was ready to receive us. We entered a big anteroom with a marble fountain, which was not running. In the middle of the tessellated floor, and were immediately ushered into a big room, best described as Kemal's den, where Premier Rauof Bey introduced us to Mr. and Mrs. Kemal.

The room itself radiated the personality of Kemal. It was a mixture of the Orient and Occident. Heavy Oriental rugs covered the floor and over the windows were modern lace curtains, surrounded by Persian tapestries. In a corner was a heavy Chippendale writing desk and in the centre a long table, where a coppist was busy. On a delicately worked bronze centre table books and magazines were piled and also a big box of famous American chocolates. Crossed swords and daggers and pictures hung on the walls, one of which last was a gift from the City of Beirut, showing Kemal uniting the Arabs and Indians.

Gold incense-burners and Oriental vases and brie-a-brac were on the shelves and tables. Leaning against the wall was a marble tablet of ancient Greek design, showing Turkey victorious, breaking the shackles of oppression and rising triumphant. In the semi-Oriental atmosphere were heavy leather upholstered chairs, but one divan was covered in an Oriental fashion.

Wife Has Many American Friends.

After the exchange of formalities Mrs. Kemal directed the conversation to the sphere of women. She has numerous American friends, and her father is a former member of the New York Cotton Exchange. Though she has never visited America, she was educated in England and France and therefore is familiar with women's activities in the United States. She laughed when a correspondent declared that American women usurped all the privileges of men without taking over the responsibilities, and that America was the only country in the world where a sentimental jury would excuse the brutality of husband killing. This was not the goal of Turkish women, she said.

"My husband and myself are in perfect accord on the question of woman's sphere, as we are on all political questions," she said.

She then translated the conversation, which so far had been in English, to Kemal, who replied that a woman must be regarded as a partner and comrade of a man, even to the point of abolishing men's clubs and women's clubs in favor of clubs for both men and women, without segregation.

When asked—if Turkey was prepared to give women their freedom, Kemal made a long explanation, which his wife said Rauof Bey translated. In the first place, he said, Europeans did not know the real conditions in Turkey, which was not surprising, as many Turkish readers were ignorant of them. Eighty per cent. of the Turkish women, he said, enjoyed the same rights as

Continued on Page Eight.

Attempt on Life of Kemal Pasha Fails, But Wife Is Wounded by Bomb Thrown

By Wireless to THE NEW YORK TIMES.
New York Times (1857-Current file); Jan 8, 1924; ProQuest Historical Newspapers The New York Times (1851 - 2001)
pg. 1

Attempt on Life of Kemal Pasha Fails, But Wife Is Wounded by Bomb Thrown

Copyright, 1924, by The New York Times Company.
By Wireless to THE NEW YORK TIMES.

ATHENS, Jan. 7.—According to a telegram from its Mytilene correspondent, published in the Eleutheron Bema, an attempt has been made to assassinate Mustapha Kemal Pasha in Smyrna.

A hand grenade was thrown at the Turkish President, who escaped injury, but his wife, Latife Hanum, is said to have been wounded by the explosion.

Under the direction of its President, Mustapha Kemal Pasha, President of the Turkish Republic since Oct. 29, 1923, the Grand National Assembly had already made it impossible for a law-abiding Turk to have more than one wife when he married the woman who was injured in the attack made upon him yesterday.

This was in January, 1923. Her name was Latifé Hanum, the 31-year-old daughter of a wealthy merchant of Smyrna, who after having been educated in France and England had taken up "settlement" work in her native city, where she was called "the new woman." It is said that she and Kemal first met through correspondence, he being impressed by her theories for the emancipation of her countrywomen. They had been married less than three months when at a banquet presided over by him at Koniah he dealt two blows at the traditional harem: at the banquet men and women mingled and they were "ordered" to be outside their harems after sundown and without their veils.

Mme. Kemal is said to have brought her husband a dot of 1,000,000 Turkish pounds and to have had a continued influence in shaping his policy, particularly in the fields of sociology and education—as her numerous interviews have indicated.

NEW REPORT SAYS BOMB HIT KEMAL

Wife of Turk President Is Also Wounded.

LONDON, Jan. 7.—[United News.]—Both Mustapha Kemal Pasha, president of the Turkish republic, and his attractive wife were wounded by a bomb thrown by an assailant who invaded their home, according to unconfirmed dispatches from the near east, which vary in detail.

The Athens correspondent of the United News cables that Angora men in a report the bomb was thrown in an attempt to assassinate Kemal. The leader escaped, but Mme. Kemal was injured, according to the report.

The main service of Paris states that the assailant appeared at Kemal's home and demanded to see him. Mme. Kemal received the man at first, and then called her husband. When the president appeared, the man threw a bomb, wounding Kemal slightly. Mme. Kemal also was wounded.

The Athens correspondent of the Daily Express reports that Kemal, seriously wounded, has been taken to Angora, and that Mme. Kemal's injuries are slight.

A National Hero.

The name of Mustapha Kemal Pasha has been a beacon of the Moslem world since he led the dramatic fight which brought Turkey back into Europe, defeated the Greek armies, forced the evacuation of Constantinople by the allies, and restored the prestige of "the sick man of Europe."

The lean, square jawed fighting man was a relatively minor officer when, at the close of the world war, he led the Kemalist revolt that ended in the flight of Sultan Mohamet VI from Stamboul.

Routs Greek Army.

Kemal saw Turkey crushed and broke by the world war alliance with Germany. With a small band of military men, he determined to seize power. He set up his government in the mountains of Angora, and defied Constantinople. He broke the Greek army that had pushed on into the Anatolian hinterland.

Mme. Kemal is a Turkish woman of the new order, college, educate, a leader in reform, and a strong help mate to her husband. The couple were married a year ago.

முஸ்தஃபா கெமாலின் கொலைமுயற்சி பற்றிய செய்திகள் – செய்தித்தாள்களிலிருந்து வெட்டியெடுக்கப்பட்டவை.

383

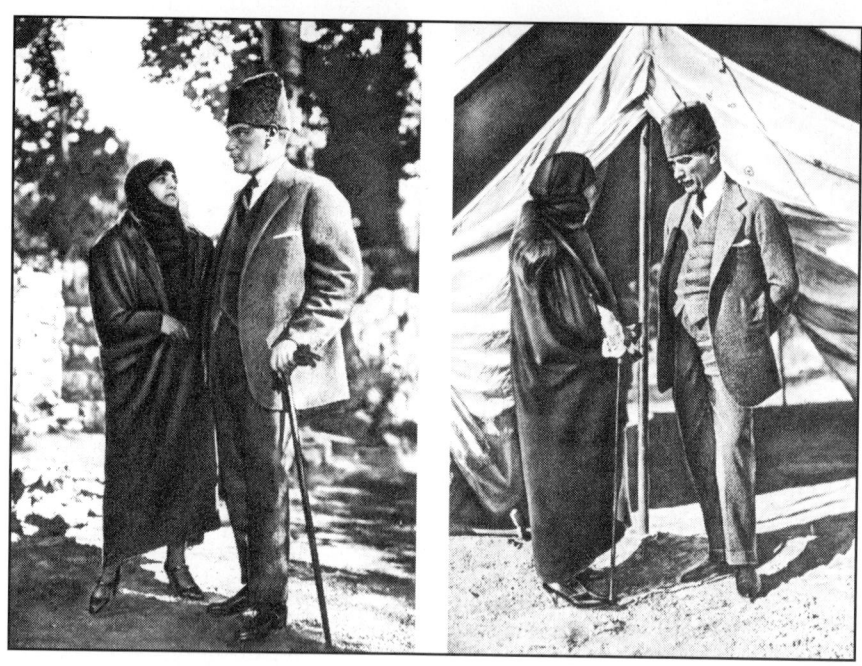

“நம் ஊன்றுகோல்!” நடைப்பயிற்சிகளின்போது கணவனும் மனைவியும் ஒரே ஊன்றுகோலைப் பகிரிந்துகொள்கிறார்கள்.

1920களில் சாங்கயாவிலிருந்த வீடு

இஸ்மெட் பாஷா, லதிஃபே, முஸ்தஃபா கெமால்

விவாதத்தை உருவாக்கிய கீழைநாட்டு கனல்தட்டுக்குப் பின்னால் புன்னகையுடன் லதிஃபே. அவருடைய முதல் ஆலோசனைப்படி ஒரு பூந்தொட்டி அதன் உள்ளே இருக்கிறது. புகைப்படத்தில் காணப்படும் பெண்கள்: லதிபேவுக்கு அருகில் நிற்பது கிலிச் அலியின் மனைவி ஹுமெய்ராவும், இடது பக்கத்தில் ஹுமெய்ராவின் சகோதரி வெஸிரெட்டும்.

லதிஃபேவும் முஸ்தஃபா கெமாலும் – கலிபே, ஃபெதி ஓகியார் ஆகியோருடன்

அந்நாட்களில் தாழ்ந்த கழுத்துடையவை என்று கருதப்பட்ட ஆடைகளில் லதிஃபேவின் தாயும், தங்கைகளும்

லதிஃபேவும் முஸ்தஃபா கெமாலும் அங்காராவில் ஒன்றாக
ஒரு குதிரைவண்டியை ஓட்டிக்கொண்டிருக்கிறார்கள்.

வெஜிஹேவின் திருமணத்தில் ஸுரெய்யா பாஷாவும், உஷாகிஸாடே
குடும்பத்தினரும். பின்வரிசை: ஸுரெய்யா பாஷா, ஃபாற்றிஷ் ஹனிம், மூன்ஜி
உஷாக்லி, அற்றிஃப் (இல்மென்) மூவாம்மொ் மற்றும் ருகியே உஷாக்லி. நடுவரிசை:
அதாலெட் (இல்மென்), அடெவியே, மணப்பெண் வெஜிஹே மற்றும் மணமகன்
ஹய்ரி இல்மென். முன்வரிசையில் குடும்பங்களின் இளவயது உறுப்பினர்கள். (1925)

உஷாகிஸாடே தம்பதியினர் அங்காரா சென்று தங்கள் மகளைப் பார்க்கின்றனர்: 1924 மே 16

சாங்கயா தோட்டத்தில் லதிஃபே.

வெஜிஹேவின் மூன்று குழந்தைகளும் அயஸ்பாஷா மாளிகையில் பிறந்தனர். லதிஃபே அவர்களைத் தம்முடைய குழந்தைகளைப் போலக் கவனித்தார்.

துருக்கியக் கொடியோடிருக்கும் லதிஃபேவின் உருவம் கொண்ட அஞ்சல் அட்டை.

KEMAL'S DIVORCE INVOLVES POLITICS
By JOHN CARTER.
New York Times (1857-Current file); Aug 23, 1925; ProQuest Historical Newspapers The New York Times (1851 - 2001)
pg. XX4

KEMAL'S DIVORCE INVOLVES POLITICS

Latife Likens Herself to Napoleon's Josephine, Discarded for Purposes of State —Ambitions of Turkish President May Lead to New Marriage and Caliphate

மணமுறிவுக்குப் பின் லதிஃபே தம்மை ஜோஸஃபினோடு ஒப்பிட்டார்.

3. Boşanan Mustafa Kemal'i, Batılı maskesini çıkarırken betimleyen karikatür (Hayalü'l-Zil, *Ağustos, 1925*)

மணமுறிவைத் தொடர்ந்துவந்த நாட்களில் எகிப்திய இதழான *ஹயால் – லெ் – ஸில்லில்* வெளியிடப்பட்ட சேலிச்சித்திரம்.

லதிஃபே, தன்னுடன் எப்போதும் இருந்த எர்டெமுடன் அயஸ்பாஷா மாளிகைத் தோட்டத்தில், 1930.

60களில், தன் அன்புக்குரிய வெஜிஹேவின் மகன் எர்டெமுடன் லதிஃபே